D1772487

அப்துல்ரஸாக் குர்னா

அப்துல்ரஸாக் குர்னா 1948இல் ஸான்ஸிபாரில் பிறநதார. அப்போது அது ஓமானிய சுல்தானின் ராஜ்ஜியமாக இருந்தது. 1964இல் நடந்த ஸான்ஸிபார் புரட்சிக்குப் பிறகு அராபிய வம்சாவளியினர் மீதானத் தாக்குதலும் மிகப் பெரிய உள்நாட்டுக் குழப்பங்களும் ஏற்பட்டன; இதனைத் தொடர்ந்து இறுதியாக ஸான்ஸிபார், தான்கானிக்காவோடு இணைந்து, இன்றைய தான்ஸானியா உருவானது. 1967இல், குர்னா தனது 18ஆவது வயதில் தான்ஸானியாவைவிட்டு வெளியேறி, ஓர் அகதியாக இங்கிலாந்து வந்தார். காண்டர்பரி கிறிஸ்ட் கல்லூரியில் படிப்பைத் தொடர்ந்த அவர், பின்னர் கெண்ட் பல்கலைகழகத்தில் முனைவர் பட்டம் பெற்றார். 1980 முதல் 1983 வரை கென்யாவின் கானோவிலுள்ள பயேரோ பல்கலைகழகத்தில் விரிவுரையாளராக இருந்தார். அதன்பின், கெண்ட் பல்கலைகழகத்தில் ஆங்கிலம் மற்றும் பின்காலனிய இலக்கியத்துறையில் பேராசிரியராகப் பணியாற்றினார். 2017இல் பணியிலிருந்து ஓய்வுபெற்ற பின்பும் அதே துறையில் தகைமைசார் பேராசிரியராக இருந்துவருகிறார்.

குர்னா பத்து நாவல்கள் எழுதியுள்ளார். இவரது முதல் நாவலான *Memory of Departure* 1987இல் வெளியானது. இவரது முக்கியமான நாவல்கள்: *Pilgrims way* (1988), *Paradise* (1990), *Admiring Silence* (1996), *By the Sea* (2001), *Afterlives* (2020). இவரது சில படைப்புகள் புக்கர் பரிசு போன்ற பரிசுகளின் குறும்/நெடும் தேர்வுப் பட்டியலில் இடம்பெற்றிருக்கின்றன. சிறுகதைகளும் கட்டுரைகளும் எழுதியிருக்கிறார்.

2021ஆம் ஆண்டுக்கான நோபல் பரிசு, அப்துல்ரஸாக் குர்னாவுக்கு 'காலனியாதிக்கத்தின் விளைவுகளையும், கண்டம்விட்டுக் கண்டம் தாண்டி பண்பாட்டு இடைவெளியோடு வாழவிதிக்கப்பட்ட அகதிகளின் வாழ்க்கையையும் எந்த சமரசமும் இல்லாமல் நேயத்தோடு ஊடுருவி' வெளிப்படுத்தியதற்காக வழங்கப்பட்டது. டோனி மோரிசனுக்குப் பிறகு (1993) இந்தப் பரிசைப் பெறும் கருப்பினத்தவர், குர்னா.

ஒரு கடல்
இருநிலம்

அப்துல்ரஸாக் குர்னா

தமிழில்

சசிகலா பாபு

எதிர்
வெளியீடு

ஒரு கடல் இருநிலம்
அப்துல்ரஸாக் குர்னா
தமிழில்: சசிகலா பாபு

முதல் பதிப்பு: ஜூலை 2023

எதிர் வெளியீடு,
96, நியூ ஸ்கீம் ரோடு, பொள்ளாச்சி - 642 002
தொலைபேசி: 04259 - 226012, 99425 11302

விலை: ரூ. 450

Oru Kadal IruNilam
Tamil Translation of the novel **'By the Sea'**
Abdulrazak Gurnah
Translated by Sasikala Babu

By the Sea Copyright © 2001

First Edition: July 2023

Published by
Ethir Veliyeedu, 96, New Scheme Road, Pollachi - 2
email: ethirveliyedu@gmail.com
www.ethirveliyeedu.com

ISBN: 978-81-964050-5-2
Cover Design: Santhosh Narayanan
Printed at Jothy Enterprises, Chennai.

All rights reserved. No part of this book may be reprinted or reproduced or utilised in any form or by any electronic, mechanical or other means, now known or hereafter invented, including photocopying and recording, or in any information storage or retrieval system, without permission in writing from the publisher.

சசிகலா பாபு (1980)

மொழிபெயர்ப்பாளர்

கவிஞரும், மொழிபெயர்ப்பாளருமான சசிகலா பாபு சென்னையைப் பூர்வீகமாகக் கொண்டவர்.

இவருடைய கவிதைத் தொகுப்புகள்: *'ஓ.ஹென்றியின் இறுதி இலை'* மற்றும் *'மறையத் தொடங்கும் உடல்கிண்ணம்'*

இவரது மொழிபெயர்ப்பில் இதுவரை ஒன்பது நூல்கள் வெளியாகியுள்ளன.

'வார்த்தைகளில் ஒரு வாழ்க்கை', 'பெர்சியாவின் மூன்று இளவரசர்கள்', 'சூன்யப் புள்ளியில் பெண்', 'பாஜக எப்படி வெல்கிறது?', 'குளிர்மலை', 'வாக்குறுதி' (எதிர் வெளியீடு); *'அமாவும் பட்டுப்புறாக்களும்', 'சொல்லக் கூடாத உறவுகள்'* (காலச்சுவடு பதிப்பகம்).

ஒரிய நாவலாசிரியர் கோபிநாத் மொகந்தியின் நாவல் *'சோற்றுப்பாடு'* இவரது சமீபத்திய மொழிபெயர்ப்பு. தமிழ்நாடு பாடநூல் மற்றும் கல்வியியல் கழகம் இதை வெளியிட்டுள்ளது.

'ஒரு கடல் இருநிலம்' எனும் இந்த நாவல் இவரது பத்தாவது மொழிபெயர்ப்பு.

டெனிஸிக்கு

1

நினைவுச் சின்னங்கள்

பின்னர் வருவதாக அவள் தகவல் சொல்லியிருந்தாள், சொன்னதுபோல சிலநேரம் வந்துமிருக்கிறாள். ரேச்சல். நான் என் குடியிருப்பில் டெலிபோன் வைத்துக்கொள்ளவில்லை; வைத்துக் கொள்ளவும் மறுத்தேன். எனவே அவள் எனக்கு ஓர் அட்டையில் தகவலை எழுதி அனுப்பியிருந்தாள். தான் வருவதில் ஏதாவது பிரச்சினை இருந்தால் அழைக்கச் சொல்லி அதில் எழுதியிருந்தாள். ஆனால் நான் அழைக்கவில்லை. அழைக்கவேண்டும் என்ற துடிப்பு எனக்கு இல்லவும் இல்லை. ஏற்கனவே தாமதமாகிவிட்டது; இதற்குமேல் அவள் வருவாள் என்று எனக்குப் படவில்லை, அதாவது இன்றைக்கு.

அவள் அனுப்பியிருந்த அட்டையில் ஆறுமணிக்கு மேல் வருவதாகத்தான் சொல்லியிருந்தாள். அவள் என்னைப் பற்றி நினைத்துக் கொண்டிருக்கிறாள் என்பதை எனக்குத் தெரியப்படுத்தும் பல மறைமுகக் குறிப்புகளில் இதுவும் ஒன்றாக இருக்கக்கூடும். அதைச் சொன்னால்தான் அவளுக்கு நிம்மதி. நான் ஆறுதலடைவேன் என்று அவள் நிச்சயம் எண்ணியிருப்பாள். அது எனக்கு ஆறுதல் அளிக்கத்தான் செய்தது. அவள் வருவதில் ஒன்றும் பிரச்சினையில்லை. ஆனால் பாதி இரவில் வந்து, தாமதத்துக்கு என்னென்னவோ காரணங்களைச் சொல்லிப் பல முறை மன்னிப்புக் கேட்டும், மீதமிருக்கும் இரவுநேரத்தை எப்படிக் கழிக்கலாம் என்று திடீர் அறிவிப்புகளைச் செய்தும், இந்த

இரவு சூல்கொண்டிருக்கும் அமைதியை அவள் குலைப்பதை நான் விரும்பவில்லை.

இந்த இருட்டுக்கணங்கள் எனக்கு ஏன் இவ்வளவு அருமையாகத் தெரிகின்றன? வார்த்தைகளின் மீதாக விசித்திரமான ஓசையின்மை படர்ந்து இறுக்கத்தோடு பயங்கர அமைதியுடன் இருந்த இரவுகள், இப்போது தங்கள் மௌனத்தை எப்படி முணுமுணுப்புகளாலும் குசுகுசுப்புகளாலும் நிறைத்துக் கொண்டன? என்று யோசித்தேன். இங்கு குடிவந்ததில் குறுகிய வாசலொன்று அடைந்துபோய், பரந்துவிரிந்த வெளிக்கு இட்டுச் செல்லும் மற்றொரு வாசல் திறந்ததுபோல இருந்தது எனக்கு. இருட்டில் நான் வெளி பற்றிய உணர்வை இழந்துவிடுகிறேன்; இந்த ஏதுமற்றவெளியில் நான் என்னை இன்னும் ஸ்தூலமாக உணர்கிறேன்; குரல்களின் விளையாட்டு எனக்குத் தெளிவாகக் கேட்கிறது; எல்லாமே முதன்முறையாக எனக்கு நிகழ்வதைப் போல. சில நேரங்களில் தூரத்தே திறந்த வெளியில் இசைக்கப்படும் இசை கேட்கும், என்னிடம் வந்துசேரும்போது அது ஒரு தணிந்த முணுமுணுப்பாகி விடும். இரவின் இருட்டும் அதன் எண்ணற்ற ரகசிய அறைகளும் இடம்மாறிக் கொண்டிருக்கும் நிழல்களும் எனக்கு அச்சம் தருபவைதான் என்றாலும், அலுப்பான நாட்களின் பகல்வேளைகளில் இரவு எப்போது வரும் என்று ஏங்குவேன்; உருக்குலைந்து கொண்டிருக்கும் வீடுகளின் சிதைவிலும் களேபரத்திலும் வாழ்வதற்குத்தான் நான் விதிக்கப்பட்டிருக்கிறேனோ என்று எனக்குச் சிலநேரம் தோன்றுவதுண்டு.

விஷயங்கள் ஏன் இப்படி ஆயின என்பதைத் துல்லியமாக புரிந்துகொள்வதும், முதலில் இது நடந்தது, இதிலிருந்து அது, அதிலிருந்து மற்றொன்று என விஷயங்கள் ஒன்றன்பின் ஒன்றாக நிகழ்ந்து இப்போது இந்த நிலைக்கு வந்திருக்கிறேன் என்று உறுதியாகச் சொல்வதும் கஷ்டம்; கணங்கள் விரல்களுக்கிடையில் நழுவிச் செல்கின்றன. அவற்றை நான் நினைவுகூரும்போதும், நான் உள்ளே அழுத்தி வைத்திருப்பவற்றின், ஞாபகம் கொள்வதற்கு மறந்தவற்றின் எதிரொலி எனக்குக் கேட்கும்; நான் சொல்லவேண்டும் என்று நினைப்பவற்றை இந்த நேரத்தில் - நான் அப்படி ஆகக்கூடாது என்று விரும்பினாலும் - சொல்லுவது சிரமமாகிவிடுகிறது. ஆனாலும் சிலவற்றை என்னால் சொல்லமுடியும்; சொல்லவேண்டும் என்ற துடிப்பு எனக்கு இருக்கிறது. நான் கண்டதும் அவற்றில் ஒரு பாத்திரமாக நான் நடித்ததுமான சில சின்னச் சின்ன நாடகங்களை, அவற்றின் துவக்கமும் முடிவும் என்னிடமிருந்து விலகிச் சென்றுக் கொண்டிருக்கும் நாடகங்களைச் சொல்லவேண்டும் என்ற

துடிப்பு. இந்தத் துடிப்பில் பெருமைப்பட எதுவும் இருப்பதாக எனக்குத் தெரியவில்லை. நான் சொல்லவருவது இதுதான்: எந்த ஒரு பேருண்மையையும் உங்களிடம் தெரிவிப்பதற்கு நான் ஏங்கிக்கொண்டிருக்கவில்லை; நமது வாழ்நிலைக்கும் காலத்துக்கும் ஒளிபாய்ச்சும் ஓர் உயர்ந்த வாழ்க்கையை நான் வாழ்ந்து விடவுமில்லை. நான் வாழ்ந்தேன், நானும் வாழ்ந்தேன் என்று. நான் இங்கே மிகவும் வித்தியாசமாக உணர்கிறேன், எனது ஒரு பிறவி முடிந்து இப்போது மற்றொரு பிறவியில் வாழ்ந்துகொண்டிருப்பதைப் போல. ஆக என்னைப் பற்றி இப்போது சொல்லவேண்டுமென்றால், நான் வேறொரு பிறவியில் வேறெங்கோ வாழ்ந்தேன், இப்போது அது முடிந்துவிட்டது என்றுதான் சொல்லவேண்டும். ஆனாலும் அந்த முந்தைய பிறப்பு அநியாயத்துக்கு திடகாத்திரமாக என் பின்னாலும் முன்னாலும் உயிர்த்துடிப்போடு மொய்த்துக் கொண்டிருக்கிறது. காலம் என் கைகளில் இருக்கிறது, நான் காலத்தின் கைகளில் இருக்கிறேன், எனவே, நான் எல்லாவற்றுக்கும் பொறுப்பேற்கத்தான் வேண்டிவரும். இப்போதோ அல்லது பிறகு எப்போதானாலும் அதை நான் நேரிட்டுத்தான் ஆகவேண்டும்.

சிறு நகரம் ஒன்றில் நான் வசிக்கிறேன், கடலையொட்டி. என் வாழ்க்கை முழுவதுமே அப்படித்தான் இருந்துகொண்டிருக்கிறது; ஆனால் அதன் பெரும்பகுதி இங்கிருந்து மிகத் தொலைவிலிருக்கும் ஒரு வெதுவெதுப்பான பச்சைவண்ணப் பெருங்கடல் அருகில். இங்கே பாதி அந்நியனின் வாழ்க்கையை இப்போது நான் வாழ்கிறேன். தொலைக்காட்சி திரையினூடாக உள்நாட்டில் நடப்பவற்றைக் கண்ணோட்டியும், நான் நடைசெல்லும்போது பார்க்கும் மனிதர்கள் ஏன் இப்படி ஓயாதப் பரபரப்போடு இயங்கிக்கொண்டிருக்கிறார்கள் என்று யோசித்தபடியும் வாழ்கிறேன். அவர்கள் அப்படி என்ன இக்கட்டில் இருக்கிறார்கள் என்பதை என்னால் கொஞ்சமும் உணர்ந்துகொள்ள முடியவில்லை. நான் கண்களை அகலவிரித்து நோக்குகிறேன்; என்றாலும் நான் காண்பதிலிருந்து எனக்குப் பெரிதாக எதுவும் பிடிபட்டுவிடவில்லை என்பது எனக்கு வருத்தம்தான். அவர்களிடம் மர்மமாக ஏதோ இருக்கிறது என்றல்ல இதன் பொருள்; அவர்கள் என்னிலிருந்து வேறானவர்களாக இருப்பது என்னைக் கையறுநிலைக்கு உள்ளாக்கி விடுகிறது என்பதுதான். அவர்களின் மிகச் சாதாரண நடவடிக்கைகளுக்குப் பின்னால் இருப்பதாகத் தோன்றக்கூடிய மன அவசங்கள் என்னவென்று எனக்குக் கொஞ்சமும் விளங்கவில்லை. ஏதோ ஒன்றில் மூழ்கிப்போய் வேறு எதிலும் கவனமில்லாமல் இருப்பவர்களைப் போல அவர்கள்

எனக்குப் படுகிறார்கள்; என்னால் புரிந்துகொள்ளமுடியாத மாபெரும் குழப்பத்தில் அவர்கள் கட்டுண்டு இருப்பதுபோல அவர்களின் கண்களில் கலக்கம் தெரிகிறது. நான் மிகைப்படுத்திச் சொல்கிறேனாக இருக்கலாம்; எனக்கும் அவர்களுக்குமான வேறுபாட்டை கைவிடமறுத்து அதிலேயே இருக்கிறேன், எங்களுக்கிடையேயான முரண்கள் நிகழ்த்தும் நாடகத்தில் என்னால் பங்கேற்காமல் இருக்கமுடியவில்லை போலிருக்கிறது. ஒருவேளை இந்தக் கலங்கலானப் பெருங்கடலில் இருந்து வீசும் வாடைக்காற்று அவர்களைப் பாடாய்ப்படுத்துகிறது போலிருக்கிறது; நான்தான் ஏதேதோ யோசித்து மூளையைக் குழப்பிக்கொள்கிறேனோ என்னவோ. இவ்வளவு காலத்துக்குப் பிறகு, பார்க்காமல் இருக்கப் பழகிக்கொள்வதும், பார்த்ததை வைத்து நான் யோசிப்பதெல்லாம் சரியா தவறா என்று பிரித்துப்பார்க்கப் பழகிக்கொள்வதும் இனி சுலபமல்ல. அவர்களின் முகங்கள் என்னை ஈர்க்கின்றன. அவை என்னை கேலி செய்கின்றன. அப்படித்தான் எனக்குத் தோன்றுகிறது.

இந்தத் தெருக்களில் நான் மன இறுக்கமடைந்து, பதற்றத்துக்குள்ளாகிறேன்; வீட்டை அடைத்துக்கொண்டிருந்தாலும், இந்தக் கீழ் உலகத்தை உசுப்பிக்கொண்டிருக்கும் சலசலப்பும் குசுகுசுப்பும் என்னைத் தூங்கவோ, நிம்மதியாக உட்கார்ந்திருக்கவோ விடுவதில்லை. மேல் உலகமோ, அங்கு தேவனும் தேவதூதர்களும் வசிப்பதாலும் துரோகத்தையும் கலகத்தையும் அவர்கள் வெளியேற்றிக்கொண்டே இருப்பதாலும், எப்போதும் ஒரே களேபரமாக இருக்கும். அவர்கள் தற்செயலாகப் போய் நிற்பவர்களையோ, உளவுசொல்பவர்களையோ, சுயநலமிகளையோ விரும்பி வரவேற்பதில்லை; புருவங்கள் கறுக்கும், தலைமுடி நரைக்கும் நம் உலகத்து விதி அங்கில்லை... முன்னெச்சரிக்கையாக அந்த தேவதூதர்கள், ஒட்டுக்கேட்கும் விஷமிகளைத் தடுப்பதற்காக உடலுறுப்புகளைச் சிதைக்கும் அபாயங்கொண்ட வேதிமழையை அவர்கள்மீது அவ்வப்போது சொரிகிறார்கள். நடு உலகமோ, எழுத்தர்களும் முன்னறைக் காப்பாளர்களும் வார்த்தையாடி ஜின்களும் சந்தர்ப்பக்காரப் பாம்புகளும் தங்களின் மேலே இருப்பவர்களுக்கு போட்டிப்போட்டுக்கொண்டு வக்காலத்து வாங்கவேண்டிய அவஸ்தையில் நெளிகிறார்கள், சரசரக்கிறார்கள், சீறிக்கொள்கிறார்கள். அக், அக் அவன் என்ன சொன்னானென்று கேட்டாயா? அதற்கு என்ன அர்த்தம்? குழப்பமான கீழ் உலகத்தில் நாம் காண்பதெல்லாம் விஷமில்லாத வெட்டிவேலைக்காரர்களையும் அதிகற்பனையாளர்களையும்தான்; இவர்கள் எதையும் நம்புவார்கள்;

எல்லாவற்றையும் ஒத்திப்போடுவார்கள். ஏமாளிகளான இந்த உணர்வற்ற மந்தை மனிதர்கள், குறுகிய வெளிகளை நெருக்கியடித்துக்கூடி அதைப் பாழடிப்பார்கள்; என்னை இங்குதான் நீங்கள் காண்பீர்கள்; வேறு எந்த இடமும் எனக்குப் பொருந்திப்போகவில்லை என்பதையும் சொல்லியாகவேண்டும். ஒரு இடமும் எனக்குப் பொருந்தவில்லை என்று சொல்வதுதான் ஒருவேளை சரியாக இருக்கும். நான் செழிப்பாகவும் பகட்டாகவும் வாழ்ந்தபோது அங்குதான் என்னை நீங்கள் பார்த்திருக்க முடியும். இங்கு நான் வந்தபிறகு, இந்த நகரத்தின் சந்துகளிலும் காற்றிலும் நான் உணரும் அவநம்பிக்கையையும் பதைபதைப்பையும் என்னால் விலக்கமுடியவில்லை. எல்லா இடத்திலும் என்று சொல்லமுடியாதுதான். அதாவது, எல்லா இடத்திலும் எல்லா நேரமும் இந்தப் பதைபதைப்பை நான் உணரவில்லை என்று சொல்லவருகிறேன். காலைவேளைகளில் பர்னிச்சர் கடைகள் அமைதியாக இருக்கும்; பரந்த இடம். நான் கொஞ்சம் சாந்தமாக அங்கே சுற்றுவேன்; என்ன ஒன்று, அங்கே காற்றில் நிறைந்திருக்கும் நார்த்தும்புகள் என் நாசியிலும் என் மூச்சுக்குழாயிலும் படிந்து தொந்தரவு செய்யும்; கொஞ்ச நேரத்துக்குள் என்னை வெளியே துரத்தும்.

பர்னிச்சர் கடைகளை நான் தற்செயலாகத்தான் தெரிந்துகொண்டேன், இங்கு குடிபெயர்ந்து வந்த சில நாட்களில். எனக்கு பர்னிச்சரில் எப்போதும் ஈடுபாடு உண்டு. ஒருவிதத்தில், அவைதான் எங்களைக் கீழே இறக்கி நிலத்துக்கு கொண்டுவந்தன; அர்த்தமற்ற வாழ்வு பற்றிய அச்சம் எங்களைப் பற்றிப் பிடிக்கும்போதெல்லாம் மரங்களில் ஊர்ந்து சென்றமர்ந்து செய்வதறியாமல் நாங்கள் ஊளையிட்டுக்கொண்டிருப்பதிலிருந்து எங்களைக் காத்தன. வழிகளே அற்ற வனாந்தரங்களில் குறிக்கோள்கள் இன்றி அலைந்து கொண்டிருப்பதிலிருந்தும், சீர்ப்படுத்திய காட்டுப்பிரதேசங்கள் மற்றும் மலைக்குகைகளில் மனிதர்களை நாங்கள் கொன்றுத் தின்று வாழ்வதிலிருந்தும் எங்களைக் காத்தன. நான் இங்கே எனக்காகத்தான் பேசுகிறேன்; ஆனாலும் வாய் திறவாத மக்களையும் என் சிற்றறிவில் சேர்த்துக்கொண்டுதான் பேசுகிறேன் என்று நம்புகிறேன். எப்படியோ, அகதிகளுக்கு உதவுவோர்கள் எனக்காக இந்தக் குடியிருப்பைப் பார்த்துவைத்து, நான் படுப்பதற்கும் காலைஉணவு உண்பதற்கும் ஏற்பாடு செய்திருந்த சிலியாவின் வீட்டிலிருந்து என்னை இங்கே கூட்டி வந்திருக்கிறார்கள். அந்த இடத்திலிருந்து இங்கே வர தூரம் குறைவுதான்; ஆனாலும்

வரிசையாக ஒரேமாதிரியான வீடுகள் அமைந்த சின்னச் சின்னத் தெருக்களின் வழியே சுற்றி வளைத்து வரவேண்டியிருந்தது. என்னை எங்கோ மறைவான இடத்துக்குக் கூட்டிக்கொண்டு போவதுபோல தோன்றியது எனக்கு. இந்தத் தெருக்கள் அமைதியாகவும் நேராகவும் இருந்தன என்பதை விட்டுவிட்டால், நான் ஏற்கனவே இருந்த நகரத்தின் பகுதியைப் போலத்தான் இந்த இடமும் இருந்தது. இல்லை, இருக்கமுடியாது. இது சுத்தமாக, திறந்தவெளியில் நல்ல வெளிச்சத்துடன் இருக்கிறது. ரொம்ப ரொம்ப அமைதி. மிக அகன்ற தெருக்கள், மிக ஒழுங்குடனிருக்கும் விளக்குக் கம்பங்கள், ஓரங்கள் உடையாத முழுமையான நடைபாதைகள் என எல்லாமே நேர்த்தி. நான் ஏற்கனவே குடியிருந்த பகுதி ரொம்ப அசிங்கமாக, இருளடைந்து இருந்தது என்பதல்ல. ஆனால் அதன் தெருக்கள் ஒன்றுக்குள் ஒன்று சுற்றிக்கொண்டு, நெருக்கம் புளித்துப்போனாலும் வேண்டாவெறுப்பாக ஒன்றோடொன்றுப் பின்னிப் பிணைந்திருப்பதுபோலத் தோன்றும். அந்த நகரத்தின் பகுதியாக இது இருக்கமுடியாது, ஆனாலும் அதன் ஏதோ ஒன்று இதிலும் இருந்தது; அதனால் என்னை ஒரே இடத்தில் கட்டிப்போட்டு, கண்காணித்துக் கொண்டிருப்பதுபோல எனக்குத் தோன்றியது. எனவே, அவர்கள் என்னைக் கொண்டுவந்து விட்டுவிட்டுச் சென்ற உடனேயே வெளியே கிளம்பினேன், நான் எங்கிருக்கிறேன், அருகில் கடல் இருக்கிறதா என்று பார்க்க. அப்படித்தான், இங்கிருந்து ஒரு திருப்பம் தாண்டியதும் பர்னிச்சர் கடைகளாக இருந்த ஒரு சிறிய பிரதேசத்தைப் பார்க்க நேர்ந்தது. ஆறு கடைகள்; ஒவ்வொன்றும் ஒரு கிட்டங்கி அளவுக்குப் பெரியது; கார்களை விடுவதற்கான இடங்களுடன் ஒரு சதுக்கத்தில் அவை அமைந்திருந்தன. அதை மிடில் ஸ்குயர் பார்க் என்று அழைத்தார்கள். பெரும்பாலும் காலைவேளைகளில் அமைதியாகவும் வெறிச்சோடியும் இருக்கும்; நான் கட்டில்கள் சோபாக்கள் இவற்றிற்கிடையே மெல்ல நடைபோட்டுக்கொண்டிருப்பேன், நார்த்தும்புகள் என்னைத் துரத்தியடிக்கும்வரை. ஒவ்வொரு நாளும் ஒவ்வொரு கடைக்கு விஜயம் செய்வேன்; கடை உதவியாளர்கள் முதல் தடவை அல்லது இரண்டாம் தடவைக்குப் பிறகு என்னைக் கண்டுகொள்ள மாட்டார்கள். நான் சோபாக்கள் உணவுமேஜைகளுக்கு நடுவிலும், கட்டில்கள் நிலையடுக்குகளுக்கு நடுவிலும் சுற்றியபடி ஒவ்வொரு பொருளாகக் கண்ணோட்டிக் கொண்டிருப்பேன்; இயந்திரங்களை இயக்கிப் பார்ப்பேன், விலையைக் கவனிப்பேன், துணிகளின் தரத்தை ஒப்பிடுவேன். சில பர்னிச்சர்கள் அழகில்லாமலும்

தேவையற்ற அலங்காரத்தோடும் இருந்தன என்பதைச் சொல்லத் தேவையில்லை; ஆனாலும் சில நேர்த்தியாகவும் வெகு நுட்பமாகவும் செய்யப்பட்டிருந்தன. இந்த கிட்டங்கிகளில் இருக்கும்போது நான், ஒரு விதமான மனநிறைவையும், எனக்குக் கருணையும் குற்றங்களிலிருந்து மன்னிப்பும் கிடைக்கும் சாத்தியத்தையும் சிறிது நேரம் உணர்வேன்.

நான் ஒரு அகதி; புகலிடம் தேடி வந்திருப்பவன். இவை சாதாரண வார்த்தைகள் அல்ல; இவற்றைக் கேட்டுக் கேட்டுப் பழகிப்போய் அப்படித் தோன்றினாலும். நான் சென்ற வருடம் நவம்பர் 26 ஒரு பின்மதியத்தில் காட்விக் விமான நிலையத்தில் வந்திறங்கினேன். தெரிந்த இடத்திலிருந்து கிளம்பிப் புதிய இடங்களுக்கு, கையில் கிடைத்த உடைமைகளை எடுத்துக்கொண்டு, மனதில் ரகசியமான, தெளிவற்ற நோக்கங்களை அடக்கிவைத்துக்கொண்டு வருபவர்களுக்கு நிகழக்கூடிய வழக்கமான ஒரு சின்ன கிளைமாக்ஸ்தான் இது. கடல் வழியாகவும் தரைமார்க்கமாகவும் நான் பயணம் போயிருக்கிறேன் என்றாலும், என்னைப்போலவே சிலருக்கு ஆகாய மார்க்கமாக வருவது இதுதான் முதல்தடவையாக இருந்திருக்கும்; இவ்வளவு பிரமாண்டமாக இருக்கும் ஒரு விமான நிலையத்துக்கு வந்திறங்குவதும் இதுதான் முதல் தடவையாக இருக்கும். என் கற்பனையிலும்கூட. வெளிச்சம் தணிவான, அமைதியான வெற்று சுரங்கப்பாதைகளைப் போல் எனக்குத் தோன்றியதன் வழியே மெல்ல நடந்தேன்; இப்போது யோசித்துப் பார்க்கும்போதுதான் தெரிகிறது, நான் வரிசை வரிசையான இருக்கைகளையும் மிகப்பெரிய கண்ணாடி ஜன்னல்களையும் வழிகாட்டும் அடையாளங்கள், அறிவிப்புகளையும் கடந்து சென்றிருக்கிறேன் என்பது. சுரங்கப் பாதைகள் போலத்தான், வெளியே மெல்லிய மழையோடு இறங்கிக்கொண்டிருந்த இருளும் உள்ளேயிருந்த வெளிச்சமும் என்னை இழுத்தன. நாம் தெரிந்துவைத்திருப்பவை தொடர்ந்து நம்மை அறியாமைக்குள் தள்ளாடச் செய்கின்றன; குழந்தைகாலத்தில் நம்மை பயமுறுத்திய ஆழமான கழிவறைக் குழியிலேயே நாம் இன்னும் குந்திக்கொண்டிருப்பதைப் போல உலகத்தைப் பார்க்க வைக்கின்றன. நான் மெல்ல நடந்தேன், ஒவ்வொரு திருப்பத்திலும் அறிவிப்புப் பலகைகள் எங்கே போகவேண்டுமென்று வழிகாட்டக் காத்திருக்கிறதோ என்ற பதற்றத்துடன். நான் மெல்ல நடந்தேன், திரும்பவேண்டிய இடத்தில் திரும்பாமல் விட்டுவிடக்கூடாது அல்லது அம்புக்குறிகளைத் தவறாக எடுத்துக்கொண்டுவிடக்கூடாது

என்பதற்காக; குழப்பத்தில் அங்குமிங்கும் சுற்றித் திரிந்து இப்போதே யாருடைய கண்காணிப்புக்கும் ஆளாகிவிடக்கூடாது என்பதற்காக. எனது நடை என்னை பாஸ்போர்ட் சரிபார்க்கும் இடத்துக்குக் கொண்டு சேர்த்தது. என்னைக் கண்டுபிடித்து கைது செய்யப்போகிறார்கள் என்று எண்ணிக்கொண்டே நான் முன்னால் ரொம்ப நேரம் நின்றுகொண்டிருந்த பிறகு, "பாஸ்போர்ட்" என்றான் அங்கிருந்தவன். தீவிர முகபாவத்தோடு இருந்தான் அவன்; அவன் கண்களில் தெரிந்த வெறுமை வேண்டுமென்றே எதையும் வெளிக்காட்டாமல் மறைத்தது. எதுவுமே சொல்லக்கூடாது, ஆங்கிலமே தெரியாததைப்போல நடிக்கவேண்டும் என்று எனக்குச் சொல்லப்பட்டிருந்தது. எதற்காக இப்படிச் சொன்னார்கள் என்று எனக்கு விளங்கவில்லை; ஆனாலும் சொன்னபடி நடந்துகொள்ளவேண்டும் என்பது மட்டும் தெரிந்தது; ஏனென்றால் அந்த அறிவுரை ஒரு தந்திர வளையத்தைக் கொண்டிருந்தது; வலிமையற்றவர்கள் அறிந்திருக்கவேண்டிய ஒரு விதமானக் காரியச் சூழ்ச்சி. அவர்கள் உங்களிடம் உங்கள் பெயரென்ன, அப்பா பெயரென்ன, என்ன செய்துகொண்டிருந்தீர்கள் என்றெல்லாம் கேட்பார்கள்: பதிலே சொல்லாதீர்கள். பாஸ்போர்ட் என்று இரண்டாம் முறையாக அவன் கேட்டபோது நான் அதை நீட்டினேன், அவனிடமிருந்து ஏச்சும் மிரட்டல்களும் வரப்போகின்றன என்று முகத்தில் கவலைரேகையுடன். சின்னதாக ஏதாவது தவறு இருந்தாலும் முறைத்து நம்மீது பாயும் அலுவலர்களை, அதிகார ஒளிவட்டம் அவர்களின் தலைக்குமேல் சுழன்றுகொண்டிருக்கிறது என்ற வெற்று சந்தோஷத்துக்காக நம்மை விளையாட்டுக்காட்டி அவமானப்படுத்துபவர்களைப் பார்த்துப் பழகியவன்தான் நான். எனவே, சிறிய மேடையின் பின்னால் அமர்ந்திருக்கும் இந்த இமிகிரேஷன் ஆசாமியும் என்மேல் ஏதோ பதிவு செய்து, உறுமி அல்லது தலையை ஆட்டி, வசதிபடைத்தவன் பிச்சைக்காரனைப் பார்க்கும் மமதைக் கொதிப்புடன் என்னை அசட்டையாகப் பார்த்து முறைக்கப்போகிறான் என்று எதிர்பார்த்தேன். ஆனால் அவனோ அந்த வேடிக்கை ஆவணத்தின் பக்கங்களை, தூண்டிலில் இழுப்பை உணர்ந்த மீன்பிடிக்காரனைப் போல, உற்சாகம் ஒளிர்ந்த கண்களால் புரட்டிவிட்டு என்னைப் பார்த்தான்; நுழைவு விசா எனக்குக் கிடைக்காது. பின்னர் அவன் போனை எடுத்து சில நிமிடம் பேசினான்; என்னைப் பார்த்து இப்போது வாய்அகலச் சிரித்து, ஒரு பக்கமாகக் காத்திருக்கச் சொன்னான்.

நான் கண்களைத் தாழ்த்தி நின்றுகொண்டிருந்தேன், என்னை விசாரிப்பதற்கு அழைத்துச் செல்வதற்காக ஒருவன் என்னை நோக்கி வருவதைக்கூட நான் பார்க்கவில்லை. வந்தவன் என்னைப் பேர்சொல்லி அழைக்க, நான் கண்ணை உயர்த்திய போது அவன் என்னைப் பார்த்து புன்முறுவல் பூத்தான்; நீ என்னோடு வந்தால் இந்தச் சின்னச் சிக்கலை நாம் சரிப்படுத்திவிடலாமே என்று நம்பிக்கையளிப்பதுபோன்ற தோழமையானக் காரியப் புன்னகை. என் முன்னால் வேகமாக நடந்துசெல்லும் அவன் பருமனாகவும் சீக்காளிபோலவும் எனக்குத் தெரிந்தான். விசாரணை அறைக்குப் போவதற்குள் அவனுக்குப் பலமாக மூச்சு வாங்கியது; அவன் சட்டையை இழுத்து இழுத்து விட்டுக்கொண்டான். நாற்காலியில் அமர்ந்தவன் ஏதோ அசௌகரியத்தை உணர்ந்தவன் போலச் சட்டென்று எழுந்து நின்று பின் அமர்ந்தான். விரும்பாத ஒரு உருவத்துக்குள் அவன் மாட்டிக்கொண்டு கஷ்டப்படுவதைப்போல எனக்குப் பட்டது. இதனால் என்னிடம் அவன் பாந்தமாக நடந்து கொள்ளமாட்டானோ என்று அச்சம் கொண்டேன். ஆனால் அவன் மீண்டும் புன்முறுவல் பூத்தான்; அவன் பேச்சில் மென்மையும் பணிவும் இருந்தது. ஜன்னல்களே அற்றதும், கெட்டித்தரை கொண்டதுமான ஒரு சிறிய அறையில் நாங்கள் இருந்தோம்; எங்களுக்கிடையே ஒரு மேஜை; சுவரை ஒட்டினாற்போல ஒரு பெஞ்சு. பளிச்சென்று எரிந்துகொண்டிருந்த குழல்விளக்கு வெளிச்சத்தில் அந்த அறைச் சுவர்கள் நெருக்கமாக இருப்பதுபோல என் கடைக்கண்ணில் தெரிந்தன. அவன், தான் அணிந்துகொண்டிருக்கும் பெயர் பட்டையைக் காட்டி என்னிடம் தன் பெயர் கெவின் எடல்மேன் என்றான். கெவின் எடல்மேன், இறைவன் உங்களுக்கு நல்ல ஆரோக்கியத்தைத் தருவாராக! அவன் மீண்டும் புன்முறுவல் பூத்தான், தொடர்ந்து புன்னகைத்துக் கொண்டே இருந்தான்; நான் பதற்றத்தைக் கட்டுப்படுத்த முடியாமல் தவித்துக் கொண்டிருப்பது அவனுக்குப் புரிந்திருக்கவேண்டும். எனவே என்னைச் சாந்தப்படுத்த அவன் விரும்பியிருக்கலாம். ஒருவேளை அவனுக்கு முன்னே வருபவர்கள் இப்படி அவஸ்தையில் நெளிவதைப் பார்த்து சந்தோஷம் கொள்வதென்பது அவனது பணியில் தவிர்க்கமுடியாததாகக்கூட இருக்கலாம். மஞ்சள்வண்ணக் காகிதங்கள் கொண்ட ஒரு குறிப்புப் புத்தகம் அவன் முன்னால் இருந்தது; ஒன்றிரண்டு நிமிடங்கள் அதில் என்னவோ எழுதினான், என் வேடிக்கைப் பாஸ்போர்ட்டைப் பார்த்து என் பெயரை எழுதிவிட்டு என்னிடம் கேட்டான்:

“உங்கள் டிக்கெட்டைக் காண்பிக்கிறீர்களா?”

டிக்கெட், ஓ சரி.

“பயணப்பை கொண்டு வந்திருக்கிறீர்கள்தானே” என்றான் விரலைநீட்டி. “அதன் *Baggage Identification Tag* இருக்கிறதா?”

நான் எதுவும் தெரியாதவனைப் போல இருந்தேன். ஆங்கிலம் பேசத் தெரியாவிட்டாலும் டிக்கெட் என்ற வார்த்தை யாருக்கும் தெரிந்திருக்கும், ஆனால் *Baggage Identification Tag* என்பது என் அறிவுக்கு எட்டாததாக இருந்தது.

“உங்கள் பயணப்பையை நானே கொண்டுவரச் செய்கிறேன்” டிக்கெட்டைக் குறிப்புப் புத்தகத்தின் அருகில் வைத்துவிட்டுச் சொன்னான். இதைப் பற்றிக் கூடுதலாகச் சொல்வதற்கு இடையில் அவன் மீண்டும் முறுவலித்தான். நீள முகம்; நெற்றிப்பகுதியில் சதைக் கொஞ்சம் அதிகம்; அவன் முறுவலிக்கும்போது அது இன்னும் அதிமாகத் தெரிந்தது.

என் பயணப்பையை ஆராயப்போவதில் உள்ள சந்தோஷத்தை எதிர்ப்பார்த்தும், அதில் என்னைப் பற்றி அவன் தெரிந்துகொள்ள வேண்டியவை எல்லாம் - என் உதவியோடோ அல்லது என் உதவியில்லாமலோ - கிடைக்கப்போகிறது என்ற நம்பிக்கையிலும் ஒருவேளை இப்படி முறுவலிக்கிறான் போலிருந்தது. என் பையைத் துழாவுவதில் அவனுக்கு ஏதோ சந்தோஷம் கிடைக்கப் போகிறது என்று எண்ணிக்கொண்டேன்; காட்சிப்படுத்தவிருக்கும் ஓர் அறையை அதற்கு முன்னாலேயே பார்ப்பதைப் போன்ற சந்தோஷம்; அது உண்மையில் எப்படியிருக்கிறதோ அதுவே காட்சிக்குரியதாக மாற்றப்படுவதற்கு முன்னால் பார்ப்பதைப் போன்ற சந்தோஷம். மனிதர்கள் மறைத்துவைக்க விரும்புவதை வெளிக்காட்டுகிற ரகசியக் குறியீட்டை உறுதியாகக் கண்டுபிடித்துவிட்டோம் என்பது தரக்கூடிய சந்தோஷத்தையும் நான் நினைத்துப்பார்க்கிறேன்; அகழ்வாய்வின் கண்டுபிடிப்புக்களைத் தொடர்ந்து செல்வதுபோல அல்லது கடற்பயணத்துக்கான வரைபடத்தில் கோடுகளை ஆராய்வதுபோல எனது பயணப்பை ஒரு பெரிய விளக்கத்தை வழங்கப் போகிறது. நான் அமைதியாக இருந்தேன்; அவனது மூச்சுக்கு இணையாக எனது மூச்சை விட்டுக்கொண்டு. அவனிடம் எப்போது எரிச்சல் கிளம்பும் என்பதை நான் உணர்ந்து கொண்டுவிடவேண்டும். யுனைட்டெட் கிங்டத்துக்கு வருவதற்கானக் காரணம்? நீங்கள் சுற்றுலாப் பயணியா? விடுமுறையைக் கழிக்க வந்திருக்கிறீர்களா?

செலவுக்கு? கையில் வேறு பணம் இருக்கிறதா, சார்? டிராவலர்ஸ் செக்? ஸ்டெர்லிங்? டாலர்கள்? உங்களுக்கு உத்தரவாதம் தருவதற்குத் தெரிந்தவர்கள் யாராவது இங்கு இருக்கிறார்களா? தொடர்பு முகவரி ஏதாவது? யுனைட்டெட் கிங்க்டத்தில் யாரோடு தங்கப் போகிறீர்கள்? சே, என்ன முட்டாள்தனமான கேள்வி, வடிகட்டிய முட்டாள்தனம். உங்கள் குடும்பம் யுகேயில் இருக்கிறதா? ஆங்கிலம் பேச வருமா சார் உங்களுக்கு? உங்கள் ஆவணங்கள் சரியாக இல்லை, சார், நான் உங்களுக்கு உள்ளே நுழைய அனுமதி மறுக்கவேண்டியிருக்கும். எந்தச் சூழ்நிலையில் இங்கே வந்திருக்கிறீர்கள் என்று நீங்கள் சொன்னால்தான் ஏதாவது செய்யமுடியும். உங்கள் நிலைமையை நான் தெரிந்துகொள்ள உதவும் ஆவணங்கள் ஏதாவது இருக்கிறதா? பேப்பர்ஸ், கைவசம் பேப்பர்ஸ் இருக்கிறதா?

அவன் அறையை விட்டு அகன்றான்; நிம்மதிப் பெருமூச்சை அடக்கிவைத்துக்கொண்டு நான் அமைதியாக அசையாமல் அமர்ந்திருந்தேன். அவன் என்னிடம் பேசிக்கொண்டிருக்கும்போது ஒன்றிலிருந்து எண்ணத் தொடங்கி இப்போது 145க்கு வந்திருந்தவன் மீண்டும் பின்னாலிருந்து எண்ணத் தொடங்கினேன். அவன் அந்தக் குறிப்புப்புத்தகத்தில் எழுதியிருப்பதை - நான் இப்படி வாய்மூடி மௌனியாக இருப்பதிலிருந்து அவன் ஏதாவது அறிந்துகொண்டிருந்தால்? - பார்க்க என் உடல் முன்னுவதைக் கட்டுப்படுத்திக் கொண்டேன். யாரோ ரகசியத் துவாரம் வழியாக, என்னை மாட்டவைக்க ஏதாவது வழியிருக்கிறதா என்று கண்காணித்துக் கொண்டிருக்கிறார்களோ என்று சந்தேகப்பட்டேன். அந்தப் பொழுதில் நடந்துகொண்டிருப்பவை என்னை அப்படி யோசிக்கச் செய்தன. நான் மூக்கை நோண்டுகிறேனா அல்லது என் பின்புறத்திலிருந்து வைரங்களை வெளித்தள்ளுகிறேனா என்று யாரோ கவனத்தோடுப் பார்த்துக்கொண்டிருப்பதுபோல. கொஞ்ச நேரத்தில் அல்லது நேரங்கழித்தாவது அவர்கள் என்ன தெரிந்து கொள்ளவேண்டுமோ அதைத் தெரிந்துகொள்ளத்தான் போகிறார்கள். அவர்களிடம் அதற்கு உரிய எந்திரங்கள் இருக்கின்றன. என்னை எச்சரித்துத்தான் அனுப்பியிருந்தார்கள். என்னைப் போன்றவர்கள் சொல்லும் பொய்களைக் கண்டுபிடிப்பதற்காக நிறையப் பணம் செலவுசெய்து இந்த அதிகாரிகளுக்குப் பயிற்சி கொடுத்திருக்கிறார்கள்; அதுபோக, அவர்கள் அடிக்கடிப் பார்த்து நன்றாக பழகிப்போன அனுபவம் இது. எனவே நான் அசையாமல் அமர்ந்து, அமைதியாக இலக்கம் எண்ணிக்கொண்டிருந்தேன். என் மனவேதனையை, யோசனையை, நடப்பது நடக்கட்டுமென்று

நான் இருப்பதைத் தெரிவிப்பதுபோல கண்களை அவ்வப்போது மூடினேன். ஓ, கெவின் என்னை என்னவேண்டுமானாலும் செய்துகொள்.

பயணத்தில் நான் கொண்டுவந்திருந்த சிறிய பச்சைவண்ணத் துணிப்பையோடு திரும்பிய அவன், அதை பெஞ்சின்மீது வைத்தான். “நான் இதைத் திறந்துபார்ப்பதில் உங்களுக்கு ஒன்றும் ஆட்சேபணை இல்லையே?” என்று கேட்டான். நான் ஒன்றும் விளங்காமல் பதைபதைப்புடன் இருந்தேன் என்று நினைக்கிறேன்; அவன் மேலும் சொல்லட்டும் என்று காத்திருந்தேன். அவன் என்னைக் கோபத்தோடு பார்த்துவிட்டு, பையைச் சுட்டிக்காட்டினான்; நிம்மதியையும் புரிந்துகொண்டேன் என்பதையும் காட்டுகிற புன்னகையோடு நான், அவனைச் சமாதானப்படுத்துவதுபோல தலையாட்டி பையின் ஜிப்பைத் திறக்க எழுந்தேன். அவன் ஒவ்வொரு பொருளாக எடுத்து, ஏதோ மிக மெல்லிய உடையைப் பிரித்துப் பார்ப்பதுபோலக் கவனமாக பெஞ்சின்மீது விரித்துவைத்தான்: நீல நிறத்தில் ஒன்றும் மஞ்சள் நிறத்தில் ஒன்றுமாக வெளிறிப் போயிருந்த இரண்டு சட்டைகள், மூன்று வெள்ளை டீ சர்ட்டுகள், சாம்பல் வண்ண டிரவுஸர் ஒன்று, மூன்று ஜோடி உள்ளாடைகள், இரண்டு ஜோடி காலுறைகள், ஒரு கான்ஸூ (வெள்ளை நீளங்கி), இரண்டு சருனிகள் (ஆப்பிரிக்க மேலாடை), ஒரு டவல் மற்றும் ஒரு சிறிய மரப்பேழை. கடைசிப் பொருளை எடுத்ததும் அவன் நிம்மதிப் பெருமூச்சுவிட்டான். ஆர்வத்தோடு அதைப் புரட்டிப் புரட்டிப் பார்த்துவிட்டு பின்னர் முகர்ந்தான். “மகோகனியா?” என்று கேட்டான். நான் எதுவும் சொல்லவில்லை; காற்றற்ற அந்த அறையின் பெஞ்சில் வைத்திருந்த, எனது ஒரு வாழ்க்கையின் சிறிய ஞாபகப் பொருள் ஒரு கணம் என்னை நெகிழவைத்தது. எனது வாழ்க்கையல்ல அங்கே விரிந்துகிடந்தது; நான் சொல்ல விரும்பும் கதைக்காக நான் தேர்ந்தெடுத்திருந்த அடையாளம் அது. அந்தப் பேழையைத் திறந்த கெவின் எடல்மேனுக்கு அதன் உள்ளே இருப்பதைப் பார்த்ததும் ஆச்சரியம் தோன்றியது. நகைகளையோ அல்லது வேறு விலையுயர்ந்த பொருட்களையோ அவன் எதிர்பார்த்திருக்கவேண்டும். இல்லையென்றால், போதைப் பொருளை. “என்னது இது?” என்று கேட்டவன், திறந்திருந்தப் பேழையை கவனமாக முகர்ந்தான். அதற்கு அவசியமே இல்லை; அவன் பேழையைத் திறந்ததுமே அந்தச் சிறிய அறை அற்புதமான வாசனையால் நிரம்பியது. “சாம்பிராணி. அதானே?” என்றான். பேழையை மூடி, பெஞ்சின்மீது வைத்தான்; சோர்வுற்றிருந்த அவன்

கண்கள் உற்சாகத்தால் மின்னின. ஏதோ ஒரு கடைத்தெருவின் வாசனையைக் காற்றிலிருந்து களவாடி வந்த நறுமணம். அவன் சொன்னதுபோல நாற்காலியில் வந்தமர்ந்து காத்திருந்தேன். அவன் கையில் குறிப்புப் புத்தகத்துடன் பெஞ்சுக்குப் போய் அங்கு விரித்துப் போட்டிருந்த பழையச் சரக்குகளைக் குறித்துக்கொண்டான்.

மேஜைக்குத் திரும்பிய பிறகும் அவன் ரொம்ப நேரமாக எழுதிக்கொண்டே இருந்தான்; குறிப்புப் புத்தகத்தில் இரண்டு மூன்று பக்கங்கள் எழுதிவிட்டு, பேனாவைக் கீழே வைத்து நாற்காலியில் சாய்ந்துகொண்டான்; நாற்காலியின் பின்பக்கம் அவனது தளர்வான தோள்பட்டையை இடித்ததால் லேசாக முகத்தைச் சுளித்தான். அவன் சந்தோஷமாக, ஏன் குதூகலமாகக்கூட இருப்பதாகத் தோன்றியது. அவன் ஏதோ சொல்லப் போகிறான் என்பது எனக்குப் புரிந்துபோயிற்று; மனக்கிலேசமும் பீதியும் என்னுள் எழும்பி வருவதை என்னால் கட்டுப்படுத்த முடியவில்லை. "மிஸ்டர் ஷாபான், நீங்கள் யார், என்ன காரணத்துக்காக இங்கே வந்தீர்கள். இங்கே வருவதற்கானப் பணத்துக்கு என்ன செய்தீர்கள் இவையெல்லாம் பற்றி எனக்கு எதுவும் தெரியாது. நான் இப்போது செய்யப் போவதற்காக வருந்துகிறேன்: உங்களை நான் யுனைட்டெட் கிங்டத்துக்குள் அனுமதிக்கப் போவதில்லை. உள்ளே நுழைவதற்கு வேண்டிய விசா உங்களிடம் இல்லை; பணமும் இல்லை; உங்களுக்கு உத்திரவாதம் அளிப்பதற்குத் தெரிந்தவர்களும் இல்லை. நான் சொல்பவை உங்களுக்குப் புரிகிறதா என்று எனக்குத் தெரியவில்லை; என்றாலும் உங்கள் பாஸ்போர்ட்டில் முத்திரை இடுவதற்கு முன்னால் உங்களிடம் நான் இதைச் சொல்லியாக வேண்டும். உங்களுக்கு அனுமதி மறுக்கப்பட்டது என்று நான் ஒருமுறை முத்திரை குத்திவிட்டால், நீங்கள் அடுத்த முறை நுழைய முற்பட்டாலும் திருப்பி அனுப்பப்படுவீர்கள்; உங்கள் ஆவணங்கள் சரியாக இருந்தால் பிரச்சினையில்லை. நான் சொன்னது புரிந்ததா? இல்லை. உங்களுக்குப் புரியவில்லை என்று நினைக்கிறேன். மன்னித்துக்கொள்ளுங்கள். ஆனால் என்னவானாலும் இந்த நடைமுறைகளை நாங்கள் கடைபிடித்துத்தான் ஆக வேண்டும். உங்கள் மொழி தெரிந்தவர் யாரையாவது கண்டுபிடித்துக் கூட்டி வரப்பார்க்கிறோம். அப்புறம் அவர்கள் உங்களிடம் விஷயத்தை விளக்கிச் சொல்லுவார்கள். இப்போதைக்கு நீங்கள் எங்கிருந்து வந்தீர்களோ அந்த இடத்துக்கே அதே விமானத்தில் அனுப்ப ஏற்பாடு செய்யப் போகிறோம்." சொல்லிமுடித்துவிட்டு, என் பாஸ்போர்ட்டைப் புரட்டி அதன் காலிப் பக்கமொன்றைக்

கண்டுபிடித்து, அவன் முதல்முறையாக உள்ளே வந்தபோது மேஜையில் வைத்த முத்திரையைக் கையில் எடுத்தான்.

"*Refugee*" என்றேன். "*Asylum*"

அவன் கண்களை உயர்த்தினான், நான் கண்களைத் தாழ்த்தினேன். அவன் கண்கள் கோபத்தில் தகித்தன. "அப்படியானால் உங்களுக்கு ஆங்கிலம் பேச வரும்" என்றான். "மிஸ்டர் ஷாபான், எங்களுக்கு விளையாட்டு காட்டுகிறீர்கள்."

"*Refugee*" நான் திரும்பவும் சொன்னேன் "*Asylum*". இதைச் சொன்னபோது தலையை உயர்த்திப் பார்த்தேன்; மூன்றாம் தடவையாகச் சொல்லப் போனேன், ஆனால் கெவின் எடல்மேன் இடைமறித்தான். அவன் முகம் லேசாகக் கறுத்தது; மூச்சின் வேகம் மாறியது. அதற்கு இணையாக நான் மூச்சுவிடமுடியாது. அவன் இரண்டு முறை ஆழமாக மூச்சை இழுத்துவிட்டான்; ஒரு விசையை இயக்கி எனக்குக் கீழே தரையை அப்படியே திறக்கச் செய்து, நிற்காமல் போய்க்கொண்டிருப்பதுபோல என்னை உள்ளே போட்டுவிடவேண்டும் என்ற விருப்பத்தைக் கட்டுப்படுத்திக்கொண்டிருப்பவனைப் போலக் காட்சியளித்தான் அவன். எனக்குத் தெரியும், என் பூர்வ ஜென்மத்தில் இதுபோல பல சமயங்களில் எனக்கும் அப்படித் தோன்றியிருக்கிறது.

"மிஸ்டர் ஷாபான், உங்களுக்கு ஆங்கிலம் பேச வருமா?" என்று கேட்டான்; அவன் குரலில் மீண்டும் நெகிழ்ச்சி; ஆனால் இந்த முறை இயல்பாக இல்லாத வலிந்த, அலுவலக நடைமுறையின் பிரயத்தன நெகிழ்ச்சி. எனக்குத் தெரிந்திருக்கலாம்; எனக்குத் தெரியாமலும் இருக்கலாம். இப்போது நான் அவனது மூச்சை எட்டிப் பிடித்துவிட்டேன்.

"*Refugee*" என்றேன், என மார்பைச் சுட்டிக் காட்டி. "*Asylum*"

நான் அவனைத் துன்புறுத்துவதைப்போல அவன் என்னைக் கடுகடுப்புடன் பார்த்தான். என்னைச் சிறிது நேரம் பார்த்துக்கொண்டே இருந்தான்; இந்த முறை நானும் பதில் பார்வை பார்த்தேன்; புன்சிரிப்புடன். அவன் சலித்துப்போய் பெருமூச்சு விட்டான்; பின்னர் தலையை மெல்ல ஆட்டிக்கொண்டு அமைதியாகச் சிரித்தான்; எனது காரணமில்லாதப் புன்சிரிப்பு அவனுக்கு வேடிக்கையாக இருந்திருக்கலாம். அலுப்பைத் தருகிற ஒரு முட்டாள் கைதியை அவன் விசாரித்துக்கொண்டிருப்பதைப் போல அவனது நடவடிக்கைகள் என்னை உணரச்செய்தன.

ஒரு சின்ன வார்த்தை விளையாட்டு மூலம் கொஞ்ச நேரத்துக்கு அவனை ஏமாற்றிய ஒருவனாக. அவனிடமிருந்து எப்போது வேண்டுமானாலும் வரப்போகும் தாக்குதலை எதிர்நோக்கியிருக்க வேண்டுமென்று, தேவையில்லாமல், எனக்குள் சொல்லிக்கொண்டேன். ஏன் தேவையில்லை என்றால் அவனுக்குச் செய்வதற்கு நிறைய இருந்தது; எனக்கிருந்ததோ ஒன்றே ஒன்றுதான்: கெவின் எடல்மேன் கோபமடைந்து, கடுமையாக ஏதாவது செய்துவிடாமல் பார்த்துக்கொள்ளவேண்டும். இந்தச் சின்ன அறையும் கள்ளத்தனமான மரியாதையும்தான் ஒரு சிறைக்கைதியைப் போல என்னை உணரச்செய்திருக்க வேண்டும்; நான் நுழைய முயன்று கொண்டிருக்கிறேன், அவனோ என்னை வெளியே அனுப்ப முயன்று கொண்டிருக்கிறான் - இது அவனுக்கும் தெரியும், எனக்கும் தெரியும். சலிப்புடன் அவன் என் பாஸ்போர்ட்டைப் புரட்டிப் பார்க்கலானான்; நான் என்னை அயர்ச்சி தரும் ஒரு தொல்லையாக, நியாயமான மனிதர்களுக்குத் தேவையில்லாமல் தொந்தரவும் பிரச்சினையும் கொடுப்பவனாக மீண்டும் உணர்ந்தேன். அவன் இப்போது ஆலோசனை கேட்டுத் தெரிந்துகொள்வதற்காக எழுந்து போனான்; நான் அறையில் மீண்டும் தனித்துவிடப்பட்டேன்.

பிரிட்டீஷ் அரசாங்கம், நான் வந்திருக்கும் நாட்டிலிருந்து வருவோருக்கு, அவர்கள் தங்களின் உயிருக்கு அங்கே பாதுகாப்பு இல்லை என்று தெரிவித்தால், புகலிடம் அளிக்கலாம் என்று தீர்மானித்திருப்பதை அவன் தெரிந்துகொள்வான் என்பது எனக்குத் தெரியும். பிரிட்டீஷ் அரசாங்கம் இப்படி முடிவெடுக்க என்ன காரணம் என்று இப்போதுவரை எனக்கு விளங்கவில்லை. எனது நாட்டு அரசாங்கம் அதன் மக்களுக்கே அபாயமாக இருக்கிறது என்பதை உலகத்துக்குச் சொல்லிக் காட்டுவதற்கு பிரிட்டீஷ் விரும்புகிறது. என் நாட்டு விஷயம் அவர்களுக்கும் பிறருக்கும் ரொம்ப காலமாகத் தெரிந்ததுதான். இப்போது காலம் மாறிவிட்டது; பெருமிதம் பொங்கும் பன்னாட்டுப் பிரதிநிதி நாடுகள் ஒவ்வொன்றும் இப்போது வறண்ட ஆப்பிரிக்க சவன்னாப்பகுதியின் கட்டுப்பாடற்ற, ஓயாச் சண்டைக்காரக் கும்பல் நாடுகளிலிருந்து இனியும் இந்த ஒன்றுக்குமாகாதவர்களை எடுத்துக்கொள்ளப் போவதில்லை என்று காட்ட விரும்புகின்றன. பட்டது போதும். முன்பு செய்திராத என்ன மோசமான விஷயத்தை எங்கள் அரசாங்கம் இப்போது செய்கிறது? தேர்தலில் மோசடி செய்து பன்னாட்டுக் கண்காணிப்பாளர்களிடம் பொய்யான எண்ணிக்கையைக் கொடுக்கிறது; இதற்கு முன்னால் செய்ததெல்லாம் தன் குடிமக்களைச் சிறையில் அடைத்ததும்

பாலியல் வன்முறைக்குள்ளாக்கியதும் கொன்றதும் அல்லது அவமானப்படுத்தியதும்தான். சட்டத்துக்கு எதிரான இந்த நடவடிக்கைக்காக பிரிட்டீஷ் அரசாங்கம், அங்கே தங்கள் உயிருக்குப் பாதுகாப்பு இல்லை என்று தெரிவித்தவர்களுக்கெல்லாம் புகலிடம் அளித்தது. இது அவர்கள் தங்களின் கடுமையான எதிர்ப்பைக் காண்பிப்பதற்கான மலிவான வழி; என்னைப் போல வருபவர்கள் மிகக் குறைவு; ஏழை மக்கள் வாழும் ஒரு குட்டித் தீவில் பயணச்செலவுக்கானப் பணத்தை ஒரு சிலருக்குத்தான் புரட்டமுடியும். இளைஞர்கள் கொஞ்சம் பேர், பெற்றோர்களையும் உறவினர்களையும் அவர்கள் மறைவாகச் சேர்த்துவைத்திருக்கும் பணத்தைக் கேட்டு வாங்கியோ அல்லது கடன்வாங்க வைத்தோ, ஒருவழியாக பயணச்செலவுக்குப் பணம் திரட்டிவிடுகிறார்கள்; லண்டனுக்கு வந்து சேர்ந்தால்போதும், உயிருக்குப் பயந்துவந்தவர்கள் என்று தங்களுக்குப் புகலிடம் கிடைத்துவிடும் என்று அவர்கள் உறுதியாக நம்புகிறார்கள். நானும் உயிர் பயத்தோடுதான் இருந்தேன்; பல வருடங்கள் அப்படித்தான் இருந்தேன்; ஆனாலும் சமீபத்தில்தான் என்னுடைய பயம் பெரும் நெருக்கடியின் உச்சத்துக்கு வந்துவிட்டது. எனவே, இளைஞர்களுக்கு அனுமதி கிடைக்கிறது என்று கேள்விப்பட்டதும் நானும் கிளம்பத் திட்டமிட்டேன்.

கெவின் எடல்மேன் சில நிமிடங்களில் கையில் வேறுவிதமான முத்திரையோடு திரும்புவான், பின்னர் நான் தடுப்புக்காவலுக்கோ அல்லது தங்கவைப்பதற்காக வேறு இடத்துக்கோ கொண்டு செல்லப்படப் போகிறேன் என்பது எனக்குத் தெரியும். என்ன ஒன்று, நான் விமானத்தில் வரும்போது பிரிட்டீஷ் அரசாங்கம் தன் மனதை மாற்றிக்கொண்டு, இந்த வேடிக்கை விளையாட்டு அளவுமீறிப் போய்விட்டது என்று முடிவெடுத்திருக்கக்கூடாது. அப்படி முடிவெடுக்கவில்லை என்பது தெரிந்துவிட்டது; கெவின் எடல்மேன் சில நிமிடங்களில் திரும்பிவந்தான்; அவன் முகத்தில் கேலியும் கிண்டலும் தெரிந்தன; தோல்வியடைந்துவிட்டதைப் போலவும். என்னை எங்கிருந்து நான் வந்தேனோ அந்த இடத்துக்கு, ஒடுக்கப்பட்டவர்கள் எப்படியோ உயிர்தரித்துக்கொண்டிருக்கும் மற்ற இடத்துக்கு, திருப்பியனுப்பப் போவதில்லை என்பதை என்னால் புரிந்துகொள்ள முடிந்தது. நான் ஆசுவாசமடைந்தேன்.

"மிஸ்டர் ஷாபான், எதற்காக இப்படியெல்லாம் செய்கிறீர்கள், அதுவும் இந்த வயதில்?" என்றவன் அசிரத்தையாக உட்கார்ந்தான்; முகத்தில் கவலை தெரிந்தது; நெற்றியில் அக்கறை

ரேகையிட்டிருந்தது. பின்னர் நாற்காலியில் சாய்ந்து, தோள்களைக் குலுக்கிவிட்டுக்கொண்டு, " உங்கள் உயிருக்கு அப்படி என்ன ஆபத்து அங்கே? என்ன செய்திருக்கிறீர்கள் என்பதைக் கொஞ்சமாவது நீங்கள் உணர்ந்தீர்களா? ஒரு விஷயம் சொல்லுகிறேன் கேளுங்கள். உங்களை இப்படிச் செய்யத் தூண்டியவர்கள் உங்களுக்கு எந்தவிதத்திலும் நல்லது செய்யவில்லை. உங்களுக்கு இங்குள்ள மொழி தெரியாது; தெரிந்துகொள்ளவும் போவதில்லை. வயதானவர்கள் புதிதாக ஒருமொழியைத் தெரிந்துகொள்வது கஷ்டம். உங்களுக்குத் தெரியுமா? உங்கள் விண்ணப்பத்தைப் பரிசீலிக்க வருடங்கள் ஆகலாம்; என்னவானாலும் உங்களைத் திருப்பித்தான் அனுப்புவார்கள். உங்களுக்கு யாரும் இங்கே வேலை தரப்போவதில்லை. தனிமையும் வறுமையுமாகக் கஷ்டப்படுவீர்கள்; உடம்புக்கு ஏதாவது வந்தால்கூட உங்களைக் கவனிப்பதற்கு இங்கே யாரும் இருக்கமாட்டார்கள். உங்கள் நாட்டிலேயே வயதானக் காலத்தில் நிம்மதியாக இருந்திருக்கலாமே? இந்தப் புகலிடம் தேடும் சமாச்சாரம் எல்லாம் இளைஞர்களின் விளையாட்டு; ஐரோப்பாவில் வேலை தேடி சௌகரியமாக வாழ்வதுதானே அவர்கள் உண்மையிலே விரும்புவது? தார்மீக நோக்கம் என்று சொல்வதற்கு இதில் எதுவுமில்லை; வெறும் பேராசைதான். வாழ்க்கையைப் பற்றியோ பாதுகாப்பைப் பற்றியோ எந்த பயமுமில்லை; பேராசை அவ்வளவுதான். மிஸ்டர் ஷாபான், உங்கள் வயதுக்காரர்களுக்கு இது நன்றாகவே தெரியும்" என்றான்.

அப்படியானால் எந்த வயதில்தான் வாழ்க்கை பற்றிய பயம் இல்லாமல் இருக்கவேண்டும்? அல்லது பயமில்லாமல் வாழவேண்டும் என்ற எண்ணமில்லாமல்? அவர்கள் நுழைய அனுமதித்த இளைஞர்களின் வாழ்க்கை அளவுக்கு என் வாழ்க்கைக்கு அபாயம் இருக்கவில்லை என்பது இவனுக்கு எப்படித் தெரியும்? நல்லவிதமாகப் பாதுகாப்போடு வாழ்வதில் அப்படி என்ன தவறிருக்கிறது? இதில் பேராசை என்றோ விளையாட்டு என்றோ சொல்ல என்ன இருக்கிறது? உண்மையில் அவனது அக்கறை என் மனதைத் தொட்டது; என் மௌனத்தைக் கலைத்து, அவனிடம் வருத்தப்படாதீர்கள் என்று சொல்லவேண்டும்போல இருந்தது. நான் ஒன்றும் இன்று நேற்று பிறக்கவில்லை; என்னைப் பார்த்துக்கொள்ள எனக்குத் தெரியும். இரக்கமுள்ள அய்யா, அந்த முத்திரையை மட்டும் குத்தி என்னை எங்காவது காவலில் வைக்க அனுப்புங்கள். நான் அவன் சொல்வதைப் புரிந்துகொண்டேன் என்பதை என்

கண்கள் காட்டிக்கொடுத்துவிடக் கூடாது என்று தலையைத் தாழ்த்திக்கொண்டேன்.

"மிஸ்டர் ஷாபான், உங்களைப்பற்றி நீங்களே யோசித்துப் பாருங்கள். நீங்கள் கொண்டுவந்திருக்கும் இந்தப் பொருட்களைப் பாருங்கள்" இப்போதைய எனது சொத்துக்களைக் கைநீட்டிக் காண்பித்துச் சொன்னான்; அவன் விரக்தியடைந்திருப்பது வெளிப்படையாகவே தெரிந்தது. "இங்கே இருக்கப்போகிறீர்கள் என்றால் உங்களிடம் இதோ இந்தப் பொருட்கள்தான் இருக்கப்போகின்றன. இங்கே உங்களுக்கு என்ன கிடைக்கப் போகிறது என்று நினைக்கிறீர்கள்? ஒரு விஷயம் உங்களிடம் சொல்கிறேன். என் பெற்றோர்களும் அகதிகளாக வந்தவர்கள்தான், ருமேனியாவிலிருந்து. நமக்கு நேரமிருந்திருந்தால் விரிவாகச் சொல்லியிருப்பேன்; நான் சொல்லவருவது இதுதான்: ஓரிடத்திலிருந்து வேரறுத்துக்கொண்டு வேறொரு இடத்தில் போய் இருப்பது பற்றி எனக்கும் கொஞ்சம் தெரியும். வேறொரு இடத்தில் அந்நியனாக, வறுமையில் வாடுவதில் உள்ள கஷ்டங்கள் எனக்குத் தெரியும்; என் பெற்றோர்கள் இங்கு வந்தபோது அந்தக் கஷ்டங்களை அனுபவித்திருக்கிறார்கள். அதற்குக் கிடைத்த பலன்களும் எனக்குத் தெரியும். ஆனால் என் பெற்றோர்கள் ஐரோப்பியர்; அவர்களுக்கு உரிமை இருக்கிறது; ஒரே குடும்பத்தைச் சேர்ந்தவர்கள். மிஸ்டர் ஷாபான், உங்களை எண்ணிப் பாருங்கள். இதைச் சொல்வதற்கு எனக்குக் கஷ்டமாகத்தான் இருக்கிறது, ஏனென்றால் உங்களால் புரிந்துகொள்ள முடியவில்லை; உங்களுக்குப் புரிந்து தொலைத்தால் நல்லது என்று தோன்றுகிறது. நீங்கள் வருவதால் இங்கு எவ்வளவு பிரச்சினைகள் என்பதைப் பற்றிய யோசனையே இல்லாமல் உங்களைப் போன்றவர்கள் வந்து குவிந்துகொண்டே இருக்கிறீர்கள். நீங்கள் இந்த இடத்துக்குரியவர்கள் அல்ல, நாங்கள் மதிக்கும் எவற்றையும் நீங்கள் மதிப்பதில்லை, அந்த விஷயங்களுக்காகத் தலைமுறைத் தலைமுறையாக நாங்கள் கொடுத்த விலையை நீங்கள் கொடுக்கவில்லை, உங்களை நாங்கள் இங்கே விரும்பவில்லை. உங்களுக்குக் கஷ்டத்தைத்தான் நாங்கள் கொடுப்போம், நீங்கள் அவமானங்களை எதிர்கொள்ளவேண்டியிருக்கும், உங்கள்மீது வன்முறையைக்கூட நாங்கள் பிரயோகிக்கலாம். மிஸ்டர் ஷாபான், இதெல்லாம் வேண்டுமா உங்களுக்கு?"

இந்த மிகமிகக் கெட்டியான சதை எப்படி இப்படி உருகிக் குழைந்து நீர்த்துப் பனித்துளியாகிறது? அவன் பேசிக்கொண்டிருந்தபோது அவன் மூச்சுக்கு இணையாக என்னால் எளிதாக மூச்சுவிட முடிந்தது. கடைசி வரைக்கும்; ஏனென்றால், ஏதோ விதிமுறைகளை

வாசிப்பதைப்போல, அவன் குரல் சாந்தத்துடன் சாதாரணமாக இருந்தது. எடல்மேன், இது ஜெர்மானியப் பெயரா? அல்லது யூதப் பெயரா? அல்லது இட்டுக்கட்டியதா? பனியாக, யூதக்கனியாக, கேட்க மணியாக இருக்கிறது. எப்படியோ, ஐரோப்பாவின் எஜமானரான இந்தப் பேர்வழிக்கு அதன் மதிப்பீடுகள் தெரிந்திருக்கிறது; தலைமுறைத் தலைமுறையாக அதற்காக விலை வேறு கொடுத்திருக்கிறார். உலகம் முழுவதுமே ஐரோப்பிய மதிப்பீடுகளுக்காக ஏற்கனவே விலை கொடுத்தாகிவிட்டது; விலை கொடுத்து விலை கொடுத்தே எங்களின் காலம் கழிந்துவிட்டது, ஆனால் அவற்றை அனுபவிக்க இன்னும் நாள் வரவில்லை. ஐரோப்பா தன்னோடு எடுத்துச் சென்றுவிட்ட ஒரு பொருளாகத்தான் என்னைப் பாரேன்! இப்படி ஏதாவது சொல்லவேண்டுமென்று நினைத்தேன்; ஆனால் சொல்லப் போகவில்லை. நான் புகலிடம் தேடி வந்திருப்பவன், முதன்முறையாக ஐரோப்பாவில், முதன்முறையாக ஒரு விமான நிலையத்தில் இருக்கிறேன்; விசாரணைக்குள்ளாவது மட்டும் இது முதல் முறையல்ல. எனக்கு மௌனத்தின் அர்த்தமும் தெரியும், வார்த்தைகளின் அபாயமும் தெரியும். எனவே எனக்குள் எண்ணிக்கொண்டேன். அருமைதெரியாத பொறுப்பற்றக் பூர்வகுடிகளின் கைகளில் விட்டுவைக்கக்கூடாது என்று நீங்கள் எடுத்துச் சென்றிருக்கும் மிக மென்மையும் நுண்மையுமான பொருட்களின் முடிவில்லாத பட்டியல் உனக்கு நினைவிருக்கிறதா? நானும் மென்மையானவன்தான்; அருமையானவனும்கூட; புனிதப் படைப்பு; பூர்வகுடிகளின் கைகளில் விட்டுவிடக்கூடாத அளவு மிக மெல்லியவன்; எனவே என்னையும் நீங்கள் எடுத்துக்கொள்ளுங்கள். வேடிக்கைக்காகச் சொல்கிறேன், வேடிக்கைக்கு.

அவமானம், வன்முறை இவற்றைப் பொறுத்தவரையிலும் என்ன நடக்கப் போகிறது என்றுதான் பார்ப்போமே. முதல் விஷயத்தைப் பொறுத்தவரையிலும் எங்குபோனாலும் அதிலிருந்து தப்பமுடியாது; இரண்டாவது, எதிர்பாராமல் எங்கிருந்து வேண்டுமானாலும் வரலாம். வயதாகி வறுமையில் வாடும்போது யார் கவனித்துக்கொள்ளப் போகிறார்கள் என்பதைப் பொறுத்தவரையில், அது பற்றி நிறைய நம்பிக்கையோடு இல்லாமலிருப்பது நல்லது. ஓ கெவின் உங்கள் வாழ்க்கையின் சுக்கான் உங்களுக்கு விசுவாசமாக இருக்கட்டும்; வெட்டவெளியில் உங்களை ஒருபோதும் பனி பிடித்துக்கொள்ளாமல் இருக்கட்டும். இந்தப் பாமரனிடம் நீங்கள் பொறுமையிழக்காமல் இருப்பீர்களாக, எனது வேடிக்கை பாஸ்போர்ட்டில் முத்திரை அடித்துத் தந்து, ஐரோப்பியர்கள் காலம்காலமாகக் கட்டிக்காத்துக்

கொண்டிருக்கும் மதிப்பீடுகளை நானும் சற்று முகர்ந்திட கருணை கொள்வீராக, அல்லாஹமதில்லாஹ். எனக்கு அடிவயிறு முட்டிக்கொண்டிருக்கிறது அவசரமாக. இந்தக் கடைசி விஷயத்தைச் சொல்லக்கூட எனக்கு தைரியம் வரவில்லை; மௌனமே சிலநேரம் எதிர்பாராத அசௌகரியங்களுக்கு நம்மை ஆட்பட வைத்துவிடுகிறது.

அவன் முறைத்தபடி தலையை ஆட்டிஆட்டிப் பேசிகொண்டே இருந்தான்; ஆனால் நான் காதுகொடுப்பதை விட்டுவிட்டேன். பல ஆண்டுகளாகக் கற்றுக்கொண்ட ஒன்று இது; என் முந்தையப் பிறப்பில் காதைப் பிளக்கும் பொய்களிலிருந்து கொஞ்சம் நிம்மதி பெறுவதற்காகக் கற்றுக்கொண்டது. என் பாஸ்போர்ட்டையே பேசாமல் பார்த்துக் கொண்டிருந்தேன், இந்த ஆசாமி தப்பிவிட்டான், எனவே இந்த விளையாட்டை முடித்து எழுதி அனுப்பு என்று அவனுக்கு நினைவுபடுத்துவதுபோல. அவன் திடீரென்று பேச்சை நிறுத்தினான்; ஐரோப்பாவை அதன் உரிமைபெற்ற எஜமானர்களிடம் விட்டுவிட்டு. விமானத்தில் ஏறித் திரும்பி செல்ல வற்புறுத்தும் நல்ல நோக்கத்தில் வெறுப்படைந்து அவன் திடீரென்று பேச்சை நிறுத்தினான்; விரல்களுக்கிடையில் மற்ற முத்திரையை, நல்ல முத்திரையை, பற்றியபடி என் பாஸ்போர்ட்டை அசிரத்தையோடு புரட்டினான். அவனுக்கு எதுவோ நினைவுக்கு வந்து முகத்தில் புன்னகை பிறந்தது. என் பையிருக்கும் இடத்துக்குப் போய் அந்த மரப்பேழையை வெளியில் எடுத்தான். முன்பு செய்ததைப் போலவே, திறந்து முகர்ந்து பார்த்தான். "இது என்னது?" என்று கேட்டான், தீவிர அழுத்தத்துடன், என்னை முறைத்தபடி... "மிஸ்டர் ஷாபான், என்னது இது? சாம்பிராணியா?" என் முன்னே நீட்டியவன், ஆழமாக முகந்துவிட்டு மீண்டும் நீட்டினான். "என்னது இது?" என்றான் தாஜாசெய்வதைப் போல. "தெரிந்த மணம்தான். சாம்பிராணி. அதானே."

அவன் யூதனாக இருக்கவேண்டும். மௌனமாக அவனைப் பார்த்தேன், பின்னர் கண்களைத் தாழ்த்திக்கொண்டேன். அது குங்கிலியம் என்று சொல்லி இருப்பேன்; அதன்பின்னர் எங்கள் பேச்சு, அவன் எப்படி இதன் வாசனையை ஞாபகம் வைத்திருந்தான் என்பதைப் பற்றியும் அவன் இளம்வயதில் கலந்துகொண்ட ஏதோ ஒரு விசேஷத்தைப் பற்றியும், ஒருவேளை அவன் பெற்றோர்கள் அவன் கலந்துகொள்ளவேண்டும் என்று இன்னமும் எதிர்பார்த்திருக்கிற ஜெபங்கூட்டங்கள் புனித நாட்கள் பற்றியுமாக இருந்திருக்கும். ஆனால் அவன் என் பாஸ்போர்ட்டில்

முத்திரை குத்தியிருக்க மாட்டான்; வறண்ட சவன்னாவில் இருக்கும் என் குட்டித் துண்டுப்பகுதியில் அப்படி என்னதான் என் உயிருக்கு அபாயம் என்பதைத் தெரிந்துகொள்ள விரும்பியிருப்பான்; ஆங்கிலம் பேசத்தெரியவில்லை என்று நடித்ததற்காக என்னை விலங்கிட்டு விமானத்தில் திருப்பியனுப்பக்கூடச் செய்திருப்பான். எனவே அது முதல்தர குங்கிலியம், முப்பது வருடத்துக்கு முன்னால் எனக்கு வந்த சரக்குப்பண்டங்களில் எஞ்சிய ஒரே பொருள், புதிய வாழ்க்கையைத் துவங்கப் பயணப்பட்டபோதும்கூட என்னால் விட்டுவிட்டு வர முடியாத பொருள் என்று அவனிடம் சொல்லவில்லை. நான் மீண்டும் தலையை உயர்த்தியபோது அவன் அதை எடுத்துக்கொள்ளப் போகிறான் என்பதைக் கண்டுகொண்டேன். "இதைப் பரிசோதிக்க வேண்டும்" என்றான் புன்சிரிப்போடு; நான் புரிந்துகொண்டேனா என்பதைத் தெரிந்துகொள்வதற்காகச் சற்று நேரம் காத்திருந்துவிட்டு, அந்த மரப்பேழையை மேஜைக்கு எடுத்துவந்தான். அதைத் தன் பக்கத்தில், மஞ்சள்நிறக் குறிப்புப் புத்தகத்துக்கு அருகில் வைத்தவன் சௌகரியமாக இருப்பதற்காகச் சட்டையை இழுத்துவிட்டுக்கொண்டு எழுதத் துவங்கினான்.

உத் அல் கமாரி: அதன் வாசனை சம்பந்தமே இல்லாமல் திடீரென்று எனக்கு வரும், குரலொன்றின் சிறிய துணுக்கைப் போல அல்லது என் கழுத்தைச் சுற்றியிருந்த என் அன்புரிக்குரியவளின் கரத்தைப் பற்றிய நினைவைப் போல. ஈகைத் திருநாளின் போது, சாம்பிராணித்தட்டில் தணலிட்டு குங்கிலியத்தைப் போட்டுப் புகைமூட்டி, வீட்டைச் சுற்றிலும் எடுத்துச் சென்று அதன் உள்மூலைகளில் எல்லாம் புகையை விசிறி வருவேன். என் வீட்டிலிருக்கும் அழகியப் பொருட்களை அடைவதற்கு நான் பட்ட சிரமங்களை மனதில் மெதுவாக ஓட்டியபடி, இவை எனக்கும் என் அன்புக்குரியவர்களுக்கும் அளித்திருக்கும் சந்தோஷத்தை நினைத்து இன்புற்றபடி, ஒரு கையில் சாம்பிராணித்தட்டும் மற்றொரு கையில் குங்கிலியம் நிரம்பிய பித்தளைக் குழித்தட்டுமாக வலம்வருவேன். குங்கிலியம் மரம், உத் அல் கமார், சந்திர மரம். இந்த வார்த்தைக்கு அர்த்தம் இதுதான் என்று நான் எண்ணியிருந்தேன்; ஆனால் யாரிடமிருந்து இந்தப் பொருளைப் பெற்றேனோ அவர், இந்தப் பெயர் உண்மையில் கிமாரி, கெமார், அதாவது கம்போடியா என்பதன் சிதைந்த மொழிபெயர்ப்பு என்று விளக்கினார். ஏனென்றால் உலகத்திலேயே, உண்மையான குங்கிலியம் கிடைக்கும் ஒரு சில இடங்களில் அந்த நாடும் ஒன்று. பூஞ்சைத் தாக்குதலுக்கு

ஆளானக் குங்கிலிய மரத்திலிருந்து மட்டுமே கிடைக்கும் பிசின்தான் இந்த உத். நல்ல மரத்தால் பயனில்லை; பூஞ்சைப் பிடித்த மரமோ இந்த அற்புதமான வாசனைப் பொருளை உற்பத்திச் செய்கிறது. நாமெல்லோரும் அறிந்தவனின் படைப்பு விசித்திரங்களில் மற்றொன்று இது.

இந்த உத் அல் கமாரியை நான் பெற்றது பக்ரைனைச் சேர்ந்த ஒரு பெர்ஷிய வணிகரிடமிருந்து. ஆண்டுதோறும் பருவக்காற்றுக் காலத்தில் எங்கள் பகுதிக்கு வந்துகொண்டிருந்தவர் அவர்; அவரும் அவரைப் போல ஆயிரக்கணக்கில் வணிகர்களும் அரேபியா, வளைகுடா நாடுகள், இந்தியா, சிந்து ஆகிய இடங்களிலிருந்தும் ஆப்பிரிக்காவின் கொம்புப்பகுதி நாடுகளிலிருந்தும் அந்த சமயங்களில் வருவார்கள். குறைந்தது ஆயிரம் ஆண்டுகளாக இப்படி வந்துகொண்டிருந்தவர்கள் அவர்கள். வருடத்தின் கடைசி மாதங்களில் இந்தியப் பெருங்கடலில் ஆப்பிரிக்கக் கடற்கரைப் பகுதியை நோக்கிக் காற்று நிரந்தரமாக வீசிக்கொண்டே இருக்கும். கடலின் நீரோட்டமும் இணக்கமாகத் துறைமுகத்துக்கு வழி அமைத்துத் தரும். புது வருடத்தின் தொடக்க மாதங்களில், கடற்காற்று மாறி எதிர்த்திசையில் அடிக்கும்; வணிகர்களை அவர்களின் சொந்த இடத்துக்குக் கிளம்பச் செய்யும். இதற்காகவே வீசுவதைப் போல, பருவக் காற்றும் நீரோட்டமும் தெற்குச் சோமாலியாவிலிருந்து சோஃபாலா வரை- அதாவது மொசாம்பிக் கால்வாய் என்று அறியப்படுவதன் வடக்கு முனைவரை- அழைத்து வருவதற்கு மட்டுமே பணிக்கப்பட்டவை போல இருக்கும். இந்தக் கடற்கரைப் பகுதியின் தென்பகுதியில் நீரோட்டத்திற்குப் பேய் பிடித்து அது கருணையற்றதாகி விடும்; இந்தப் பகுதியில் மாட்டிக்கொண்ட கப்பல்கள் போனவை போனவைதான். சோஃபாலாவின் தெற்குப்பகுதியிலோ கடல், பனி படர்ந்து ஒரு மைல் அகலமுள்ள சுழிகளோடு, அர்த்தசாமத்தில் நிலப்பரப்பிற்கு வருகிற ஒளியுழிமும் பிரமாண்ட திருக்கை மீன்களின் கூட்டமும் தொலைவானத்தை மறைக்கிற ராட்சத கனவாமீன்களுமாக உள்ளே செல்லமுடியாமலிருக்கும்.

பல நூற்றாண்டுகளாக துணிச்சல்கார வணிகர்களும் கப்பலோட்டிகளும் - இவர்களில் பலரும் முரடர்கள், வறியவர்கள் என்பதில் சந்தேகமில்லை - இந்த கண்டத்தின் கிழக்குக் கடற்கரைப் பகுதிக்கு ஆண்டுதோறும் வந்துகொண்டிருந்தார்கள்; இந்தப் பகுதி பருவக்காற்றை இழுக்க வசதியாகப் பல வருடங்களுக்கு முன்பே கூரிய முக்கோண வடிவை அடைந்திருந்தது. அவர்கள் தங்கள்

பொருட்களோடு தங்களின் இறைவனையும், உலகத்தை அவர்கள் பார்க்கும் விதத்தையும், தங்களின் கதைகளையும், கீதங்கள் தொழுகைகளையும் கொண்டுவந்தார்கள்; ஊர்ச்சுற்றலிலிருந்து அணிகலனாக அவர்கள் பெற்றிருந்த சிறிதளவு கல்வியையும் கூடக் கொண்டுவந்தார்கள். அத்தோடு அவர்களின் தாகங்கள் பேராசைகளையும், கற்பனைகள் பொய்கள் வெறுப்புகளையும் கொண்டு வந்தார்கள்; தங்களில் சிலரை நிரந்தரமாக விட்டுவிட்டுச் சென்றதோடு, எவற்றையெல்லாம் அவர்களால் வாங்கவும் வியாபாரம் செய்யவும் தட்டிப்பறிக்கவும் முடியுமோ அவற்றையெல்லாம் எடுத்துக்கொண்டும் சென்றார்கள். மனிதர்களையும்கூட வாங்கி அல்லது கடத்திக்கொண்டுபோய் தங்கள் நாடுகளில் வேலைக்காக விற்றுச் சீரழிக்கவும் செய்தார்கள். அந்தக் காலகட்டத்தில் இந்தக் கடற்கரைப் பகுதியில் வாழ்ந்தவர்களுக்கு இவர்கள் யாரென்றே தெரியாது; ஆனால் ஒன்றைச் செய்தாகவேண்டும் என்பதைத் தெரிந்துவைத்திருந்தார்கள்: தாங்கள் வெறுத்த இந்த மனிதர்களிடமிருந்து தங்களை வேறுபடுத்தியவற்றை விடாப்பிடியாக - தங்களுக்குள் மட்டுமல்ல அந்தக் கண்டத்தின் உட்பகுதியில் வாழும் தங்களின் இனத்தின் சந்ததியினருக்குள்ளும் - தக்க வைத்துக்கொண்டார்கள்.

அதன்பிறகு இந்தக் கண்டத்தைச் சுற்றி வந்த போர்த்துக்கீசியர்கள், அறியப்படாததும் நுழையமுடியாததுமான கடலிலிருந்து எதிர்பாராத விதத்தில் பேரழிவாக உள்ளே பாய்ந்தார்கள். கப்பல் பீரங்கிகளால் மத்தியகாலத்துப் புவிப்பரப்பையே நாசம் செய்தார்கள். தீவுகளிலும் துறைமுகங்களிலும் நகரங்களிலும் தங்களின் மதப்பித்தைக் கட்டவிழ்த்துவிட்டார்கள்; அவர்களின் சூறையாட்டத்திற்கு ஆளானப் பூர்வகுடிகளைக் கொடுமைப்படுத்திப் பேருவகை அடைந்தார்கள். அவர்களைத் துரத்திவிட்டு அப்புறம் வந்தார்கள் ஓமானியர்கள்; உண்மையான இறைவனின் நாமத்தால் ஆட்சியை எடுத்துக்கொண்டார்கள்; தங்களோடு இந்தியப் பணத்தையும் கொண்டுவந்தார்கள்; அவர்களின் பின்னேயே பிரிட்டீஷ், அடுத்து ஜெர்மானியர்களும் பிரஞ்சுக்காரர்களும்; அதன்பின்னர், யாருக்கெல்லாம் வசதிப்பட்டதோ அவர்கள் எல்லோரும்.

புதிய வரைபடங்கள் தயாராயின; முழுமையான வரைபடங்கள்; ஒரு இஞ்சைக்கூட கணக்கில் விடாமல். ஒவ்வொருவருக்கும் தெரிந்தது தாங்கள் யாரென்று அல்லது தாங்கள் யாருக்குச் சொந்தமென்று. இந்த வரைபடங்கள், எப்படி ஒவ்வொன்றையும் மாற்றியமைத்தன! இப்படியாக ஆப்பிரிக்கக் கடற்கரையை ஒட்டிய சிறு நகரங்களில்

வாழ்ந்துகொண்டிருந்தவர்கள் காலப்போக்கில் உள்நாட்டிற்குள் பலநூறு மைல்கள் நீளும் ஒரு பிரமாண்ட பிரதேசத்தின் பகுதியாக தாங்கள் மாறிவிட்டிருந்ததைக் கண்டார்கள். தங்களினும் கீழே இருப்பவர்கள் என்று இதுவரை அவர்கள் எண்ணிவந்த மக்களோடு சேர்க்கப்பட்டார்கள்; காலம் கனிந்தபோது கிடைத்ததைத் திருப்பிக்கொடுக்கவும் செய்தார்கள். இந்த நகரங்களிடமிருந்து பிடுங்கிக்கொண்டவற்றில் ஒன்று, பருவகால வணிகம்; அதற்குத் தடை விதிக்கப்பட்டது. வருடத்தின் கடைசி மாதங்களில் துறைமுகத்தை அடைத்துக்கொண்டு வணிகக் கப்பல்கள் - இடையே கடல் அவற்றின் கசடுகளால் மினுமினுக்க - நிற்கும் காட்சியையோ அல்லது சோமாலிகளும் சூரி அராபியர்களும் சிந்திகளும் தெருக்களை நிறைத்துக்கொண்டு வாங்குவதும் விற்பதும் புரியாத சண்டையில் இறங்குவதுமாக இருக்கும் காட்சியையோ, இரவில் திறந்தவெளியில் தங்கி உற்சாகமாகப் பாடிக்கொண்டும் தேநீர் தயாரித்துக்கொண்டும் அழுக்குக் கந்தையில் உடலைக் கிடத்தி ஒருவருக்கொருவர் வேடிக்கை பேசிக்கொண்டுமாக இருக்கும் காட்சியையோ இப்போது பார்க்கமுடியாமலாகிவிட்டது. அதற்கு ஓரிரண்டு வருடங்களுக்குப் பிறகு, வருடத்தின் கடைசி மாதங்களில் தெருக்களும் திறந்தவெளிகளும் அவர்கள் இல்லாமல் சலனமற்று இருந்தன. அவர்கள் கொண்டுவரும் நெய்யும் பசையும், துணிகளும் நேர்த்தியற்ற ஆபரணங்களும், கால்நடைகளும் கருவாடும், பேரிச்சைப்பழங்கள், புகையிலை, வாசனைத்திரவியங்கள், பன்னீர், பத்திகள் இவற்றோடு கொஞ்சம் பல வகையிலான விசித்திரப் பொருட்களும் எங்களுக்கு இல்லாமல் போனபோதுதான் அவர்கள் வராததைப் பெரிதும் உணர்ந்தோம். நகரங்களை நிறைத்திருக்கும் களேபரக் களிப்பை நாங்கள் இழந்தோம். அதன் பின்னர் அவர்களை நாங்கள் மறந்தேவிட்டோம்; சுதந்திரம் கிடைத்தப் பிறகான தொடக்க ஆண்டுகளில் நாங்கள் வாழ்ந்த புதிய வாழ்க்கையில் அவர்கள் கற்பனைக்கு எட்டாதவரானார்கள். எப்படி இருந்தாலும், அவர்கள் ரொம்ப காலத்துக்கு வந்துபோய் கொண்டிருந்திருக்க முடியாது. செல்வச்செழிப்பான வளைகுடா நாடுகளில் சொகுசாக வாழ முடிகிறபோது, அதை விட்டுவிட்டு, பல நூறு மைல்கள் கடல் தாண்டி எங்களிடம் துணியும் புகையிலையும் விற்பதற்காக அவர்கள் ஏன் வரப்போகிறார்கள்?

எனக்குக் குங்கிலியம் கொடுத்த வியாபாரியின் கதை இது. யார் இதைக் கேட்டுக்கொண்டிருக்கிறார்கள் என்று தெரியாததால் இப்படிச்

சொல்லிச் செல்கிறேன். அவன் பெயர் ஹூசைன், பக்ரைனைச் சேர்ந்த பாரசீகன், அசப்பில் அவன் அரேபியனைப் போலவோ இந்தியனைப் போலவோ இருப்பான். வசதிபடைத்த வியாபாரிகளில் அவனும் ஒருவன், பூத்தையல் போட்ட வெளிர் க்ரீம் வண்ணத்தில் பாரசீக வளைகுடாப் பகுதியினரின் கான்ஸூ அணிந்து, வாசனைத் திரவியம் கமகமக்க எப்போதும் சுத்தமாக இருப்பான், கச்சிதமான நடத்தை. பருவக்காற்றின்போது வருகைதரும் வியாபாரிகள் எல்லோரும் இப்படியிருப்பதில்லை. அவன் நடந்துகொள்ளும் விதம் அவனுக்கு இயல்பாக வாய்த்த ஒரு கொடையைப் போல, ஒருவிதமான திறமையைப் போல, பல குணங்களின் சாராம்சத்தைக் கவித்துவத்தோடு தெரிவித்துவிடுவதாக இருந்தது. அவன் வாசனைத் திரவியங்களும் தூபங்களும் விற்பவன் என்றாலும் அவனது நேர்த்தியான நடத்தையும், செல்வச்செழிப்பும், நறுமணப்பூச்சுகளும் சேர்ந்து அவனை நம்பக்கூடாதவனாகவும் வெளிவேஷக்காரனாகவும் காட்டின என்பது உண்மை. ஏதோவொரு காரணத்திற்காக அவன் என்னிடம் நண்பனானான். எதற்காக என்னிடம் நட்புகொண்டான் என்று நான் யோசித்துப் பார்த்ததில்லை என்றல்ல இதன் பொருள், ஹூசைன் இதையெல்லாம் பிரகடனப்படுத்துகிற ஆளும் கிடையாது; எனக்கென்றால், இது எதற்காக, எதற்காக என்று யோசித்துக்கொண்டே இருப்பது கண்ணியமில்லாத காரியமோ என்ற அச்சம். இந்த நட்புக்கு நான்தான் காரணம் என்று என்னை நானே பாராட்டிகொள்வதில் போய் முடிந்துவிடக்கூடாதே என்ற அச்சம்; ஹூசைன் நுட்பமாக வளர்த்துவரும் எங்கள் உறவை விகாரப்படுத்திவிடுவேனோ என்ற அச்சம்.

1960 ஆண்டின் பருவக்காற்று காலம்; சமீபத்தில்தான் நான் சொந்தமாக வியாபாரம் செய்யத் தொடங்கியிருந்தேன், எல்லோரும் அறியும்படியாக. நான் நிதித்துறைச் செயலரின் இயக்குனரகத்தில் நிர்வாக அதிகாரியாக பணிபுரிந்தபடியே, நான்கு வருடங்களுக்கு முன்பிருந்தே இந்த வியாபாரத்தைச் சிறிய அளவில் செய்துகொண்டிருந்தேன். ஆனால் பிரிட்டீஷ்காரர்களுக்கு அவர்களின் நிர்வாகத் துறையில் பணியாற்றுபவர்கள் சொந்தமாகத் தொழில் செய்வதில் கலக்கமிருந்தது; அதிலும் குறிப்பாக நிதித்துறையில் பணியாற்றுபவர்கள் செய்தால். எனக்கும் நல்ல வாய்ப்பு வந்ததால் நானும் கையில் சேர்த்து வைத்திருந்தப் பணத்துடன் மறைமுகமாக வியாபாரம் செய்ய வேண்டியவனானேன். அதன்பிறகு 1958இல் என் அப்பா காலமானார், வியாபாரம் மட்டும் செய்து நான் பிழைத்துக்கொள்ளப் போதுமானச் சொத்துக்களை

அவர் விட்டுச்சென்றிருந்தார். வியாபார வாழ்க்கையென்பது கொடூரமானது, இரக்கமற்றது, காவு கேட்பது, மனஸ்தாபங்களுக்கும் கிசுகிசுக்களுக்கும் வழிவைப்பது. தொடங்கும்போது எனக்கு இதெல்லாம் தெரியாது. அடுத்த சில நாட்களிலேயே என் சித்தியும் இறந்துபோனார். இருவரையும் உரிய மரியாதையோடும் சடங்குகளோடும் அடக்கம் செய்தேன் என்றுதான் சொல்வேன், வேறுவிதமாக விஷமமான முணுமுணுப்புகள் எழுந்தன என்றாலும். இதைப் பற்றி விரிவாகப் பின்னால் சொல்கிறேன். ஹூசைனை சந்தித்தபோது முப்பத்தோரு வயது எனக்கு, சமீபத்தில்தான் அப்பாவையும் சித்தியையும் அடுத்தடுத்து இழந்திருந்தேன், ஒரு வசதியான வீட்டில் தனியாக வாழ்ந்துகொண்டிருந்தேன்; எனக்குக் கிடைத்த சொத்துக்களுக்காகப் பலரது பொறாமைக்கும் ஆளாயிருந்தேன். நரம்பில்லாத நாக்குகள் என்னைப்பற்றி அவதூறுகளைப் பரப்பிக்கொண்டிருந்தன, நான் இருந்த அந்த சிறு நகரில் நான் வளர்ந்துகொண்டிருப்பதற்கான வலுவான அறிகுறி இது என்று நினைத்தேன். இந்த நினைப்பின் மாயையில் என்னைச்சுற்றி வன்மம் வலைவிரிப்பதைப் பார்க்கத் தவறிவிட்டேன்.

பல வருடங்களுக்கு முன்பு, ஆங்கிலேய அதிகாரிகளுக்கு அவர்களின் கல்வியில் ஆர்வம்கொண்டிருந்த பூர்வகுடி பள்ளிமாணவர்கள் கூட்டத்திலிருந்து என்னைத் தேர்ந்தெடுக்கும் நல்லெண்ணம் தோன்றியது, ஆனால் எதற்காக இத்தனை ஆர்வம் காட்டினோம் என்று நாங்கள் எல்லோரும் அறிந்திருந்தோமா என்று எனக்குத் தெரியாது. அது கல்விக்காகத்தான், நாங்கள் மதித்துப் போற்றிய, மதித்துப் போற்றவேண்டும் என்று திருநபியால் போதிக்கப்பட்ட கல்விக்காக; ஆனால் இவர்களின் கல்வியில் ஒருவிதக் கவர்ச்சி இருந்தது, நவீன உலகில் வாழ்ந்துகொண்டிருக்கிறோம் என்ற உணர்வோடு தொடர்புடைய கவர்ச்சி. நாங்கள் உள்ளுக்குள் பிரிட்டிஷாரைப் பார்த்து வியந்து பாராட்டிக்கொண்டுமிருந்தோம் என்று நினைக்கிறேன்; சொந்த நாட்டிலிருந்து இவ்வளவு தொலைவு வந்து இங்கே இருந்துகொண்டிருக்கும் அவர்களின் துணிச்சல், அனைத்தையும் கட்டுப்பாட்டுக்குள் வைத்திருக்கும் அவர்களின் மன உறுதி, முக்கியமான விஷயங்களை எல்லாம் அவர்கள் அறிந்து வைத்திருப்பது - நோய்களைக் குணப்படுத்துவது, ஏரோபிளேன்கள் ஓட்டுவது, திரைப்படங்கள் எடுப்பது. அவர்களைப்பற்றி நாங்கள் உணர்ந்ததை வியந்தோம் என்று ரொம்பச் சிக்கலில்லாமல் சொல்லிவிட்டேன் என்று நினைக்கிறேன், எங்களின் வாழ்க்கைமீது அவர்கள் செலுத்திய அதிகாரத்தை ஒத்துக்கொண்டதற்கும்,

மனதால் மட்டுமின்றி நிஜவாழ்விலும் அதை அப்படியே ஏற்றுக்கொண்டு அவர்களின் தீவிர தன்னுறுதிக்கு அடிபணிந்து போனதற்கும் கிட்டத்தட்ட அதுவே சரியான பதம். அவர்களின் புத்தகங்களில் எங்களைப் பற்றிய அப்பட்டமான வரலாற்றைப் படித்தேன், அப்பட்டமாக இருந்ததாலேயே எங்களுக்கு நாங்கள் சொல்லிக்கொண்ட வரலாற்றை விடவும் அது உண்மையானதாகத் தோன்றியது. எங்களை வேதனைப்படுத்திய நோய்களையும், எங்களின் எதிர்காலத்தையும், நாங்கள் வாழ்ந்துகொண்டிருந்த உலகத்தையும், அதில் எங்கள் இடம் எது என்பதையும் படித்தோம். அவர்கள் எங்களை மறுபடியும் உருவாக்கியதைப் போலிருந்தது, அதை ஏற்றுக்கொள்வதைத்தவிர எங்களுக்கு வேறு வழியே இருக்கவில்லை என்பதைப் போல அவ்வளவு கச்சிதமாகவும் நிறைவுடனும் எங்களுக்கு எங்களின் கதையை சொல்லியிருந்தார்கள். எங்களை மட்டம்தட்ட வேண்டுமென்றே அந்தக் கதையை எழுதினார்கள் என்று நான் நினைக்கவில்லை, அவர்கள் அதை நம்பவும் செய்தார்கள் என்றே நினைக்கிறேன். அப்படித்தான் அவர்கள் எங்களை நினைத்திருந்தார்கள், அவர்களையும் நினைத்திருந்தார்கள், எதிர்த்து வாதிட எங்களது நிஜ வாழ்விலும் பெரிதாய் எதுவும் இல்லாததால் புது தினுசாக இருந்த அந்தக் கதை மறுகேள்வி இல்லாமல் ஏற்றுக்கொள்ளப்பட்டது. அவர்கள் எங்களை அதிகாரம் செலுத்துவதற்கு முன்பு எங்களைப்பற்றி நாங்கள் அறிந்திருந்த கதைகள் காட்டுமிராண்டித்தனமாகவும் விசித்திரமாகவும் தோன்றின; புனிதமும் மாயமும் கொண்ட கட்டுக்கதைகளில் சொல்லப்பட்டிருந்த வழிபாட்டுமுறைகளும் கடைபிடிக்கப்பட்ட சடங்குகளும் வேறு விதமான அறிதலை போதிப்பன, அவற்றை நாங்கள் உறுதியாகக் கடைபிடித்தபோதும் அவர்களின் அறிவோடு போட்டியிட முடியவில்லை. நான் சிறுவனாக இருந்தபோது இதுதான் நடந்திருக்கக்கூடும், பல கூறுகளாலான எங்கள் உலகின் முழுக் கதை பற்றிய அறிதலையோ மறைபொருளையோ அடைய எங்களுக்கு வழியில்லை. பள்ளியிலோ மற்றக் கதைகளை அறிய நேரம் கிடைக்கவில்லை, அவர்கள் கொண்டுவந்த நிஜத் தகவல்களை ஒரு ஒழுங்கோடு எங்களுக்குள் குவித்தார்கள்; அவர்கள் தந்த புத்தகங்கள் மூலமாக, அவர்களின் மொழியில் கற்பித்தார்கள்.

ஆனால் பல இடங்களை வெறுமனே விட்டிருந்தார்கள், அவற்றை ஒன்றும் செய்யவும் முடியவில்லை; கதையில் கால இடைவெளி ஓட்டைகள் விழத்தொடங்கின. அது சண்டையையும்

தாக்குதல்களையும் கொண்டுவரவே, வேறு வழியில்லாமல் அவர்கள் பின்வாங்க வேண்டியிருந்தது. ஆனால் இதனாலெல்லாம் கதைகள் முடிந்துபோகவில்லை. இன்னும் சொல்ல சூயஸிலும், காங்கோவிலும் உகாண்டாவிலும் நடந்த கொடூரப் படுகொலைகளும், சிறுசிறு பகுதிகளில் நடந்த இரத்தக்களரிச் சண்டைகளும் இருந்தன. எங்களின் கொடூரங்களோடு ஒப்பிட்டுப் பார்த்தால் பிரிட்டீஷார் எங்களுக்கு நல்லதையே செய்தார்கள் என்று இதன்மூலம் தோன்றச் செய்யலாம். அவர்கள் செய்த நல்லதோ முரண்பாடுகளால் நிறைந்தது. கொடுங்கோன்மையை எதிர்ப்பதே உன்னதமான செயலென்று எங்களுக்கு வகுப்பறையில் சொல்லிக்கொடுத்துவிட்டு, சூரியன் மறைந்தபிறகு ஊரடங்கைப் பிறப்பித்தார்கள் அல்லது சுதந்திரம் வேண்டி துண்டுசீட்டுப் பிரசுரம் செய்தவர்களைத் தேசத்துரோகிகள் என்று பழிசுமத்தி சிறையில் அடைத்தார்கள். அதனாலென்ன, கடற்கழிகளில் நீரோட்டத்தைச் சரிசெய்தார்கள், கழிவுநீர் வசதி செய்து தந்தார்கள், நோய்த் தடுப்பூசிகளையும் ரேடியோவையும் அறிமுகப்படுத்தினார்கள். இறுதியில் அவர்கள் திடீரென வெளியேறியதுதான் எதிர்பாராததாக இருந்தது, ஏதோ கோபித்துக்கொண்டு போவதைப் போல.

எப்படியோ, படிப்பில் ஆர்வம் கொண்டிருந்த என்னை, வேறு மூன்று மாணவர்களோடு கம்பாலாவில் மேக்கரேரே பல்கலைகழகத்தில் உதவித்தொகையோடு கல்விபயில தேர்ந்தெடுத்தார்கள். எனக்குப் பதினெட்டு வயது, நான் எவ்வளவு அதிருஷ்டசாலி என்று இப்போது தோன்றுகிறது: உலகத்தை முற்றிலும் வேறான விதத்தில் பார்ப்பதற்கு என் கண்கள் அப்போதுதான் திறந்தன; அந்தக் கோணத்திலேயே எங்களைப் பார்க்கவும் - பலவீனர்களாக, சீறற்றவர்களாக.

ஹூசைன். 1960இன் பருவக்காற்று காலம் ஆசிர்வதிக்கப்பட்டிருந்தது: அமைதியாகவும் சீராகவும் வீசியது காற்று, ஏராளமானப் பொருட்கள் ஏற்றியக் கப்பல்கள் டஜன்கணக்கில் துறைமுகத்துக்குப் பாதுகாப்பாக வந்துசேர்ந்தன, ஒன்றுகூடக் கடலில் வழிதப்பவில்லை, திரும்பிப் போகும்படி ஆகிவிடவும் இல்லை. அந்த வருடமும் விளைச்சல் செழித்தது, வியாபாரம் விறுவிறுப்பாக நடந்தது, முரட்டு மாலுமிகளிடையே அவ்வப்போது வெடித்துவிடும் கப்பல் கம்பெனிகளின் உற்சாகமான சண்டைகளும் ஏதுமில்லை. ஹூசைன் இங்கு வரும் மூன்றாவது பருவக்காற்று காலம் அது, நான் புதிதாகத் திறந்திருந்த பர்னிச்சர் கடையில் நான் வைத்திருந்த பொருட்களைப் பார்க்க அவன் வந்தான். அதுவொன்றும் புதிய கடை கிடையாது.

என் அப்பாவின் அல்வாக்கடையை உருமாற்றி, வெள்ளையடித்து, விளக்குகள் ஜோடித்து பர்னிச்சர்களும் இதர வீட்டு அலங்காரப் பொருட்களும் விற்று வந்தேன். இவ்வளவு செய்தும், நெய் உருக்கிய வாசனை அங்கேயே சுற்றிக்கொண்டுதானிருந்தது; நான் மனம் வாடிப்போயிருக்கும் சமயங்களில், அப்பா சிறுசிறு தட்டுகளில் வைத்து அல்வா விற்றுக்கொண்டிருந்த இருட்டு குகை போல கடை தோன்றும். ஆனால் அது அப்படியில்லை, மனச்சோர்வாலும் அவநம்பிக்கையாலும் எழுந்த வேதனைதான் என் மனவாட்டத்திற்குக் காரணமென்றும், அதுபோன்ற சமயங்களை தவிர்க்கமுடியாது என்றும் நான் அறிந்திருந்தேன். எனவே புத்தியோடு நடந்துகொள்ள முயன்றேன். கடை மிடுக்காகவும் அதிக விலைமதிப்போடும் இருந்ததை அறிவேன், அங்கு நான் காட்சிக்கு வைத்திருந்த பொருட்களே தம்மை விளம்பரப்படுத்தின. எனக்கு எப்போதும் பர்னிச்சர்கள் மீது மிகுந்த ஆர்வம். பர்னிச்சர்கள், வரைபடங்கள் மீது. அழகான, நுணுக்கமான விஷயங்கள் இவை. இரண்டு தச்சர்களை வேலைக்கு வைத்து, கடையின் பின்புறம் அவர்கள் வேலைசெய்யக் கூடாரமொன்றைக் கட்டிக்கொடுத்தேன்; தேவைக்கேற்ப அவர்கள் அலமாரி, சோபா, படுக்கை போன்ற பொருட்களைச் செய்தார்கள். இதையெல்லாம் அவர்கள் அழகாகவே செய்தார்கள், அவர்களுக்கு நன்கு தெரிந்த வடிவங்களில், அவர்கள் வேலை செய்ய தோதான மரங்களால். ஆனால், வீடுகளிலிருந்துப் பொருட்களை மொத்தமாக ஏலத்துக்கு எடுத்து அவற்றிலிருந்து விலைமதிப்புள்ளவற்றையும் கலைப்பொருட்களையும் பிரித்து விற்பதில்தான் எனக்கும் பணம் வந்தது. எனக்கு ஆர்வம் இந்தத் தொழிலில்தான் இருந்தது. வர்ணத் தைலம் மினுமினுக்கும் மகோகனியில் மலிவான அலங்காரக் கண்ணாடிகள் வைத்துச் செய்த புதிதான பிரமாண்ட பர்னிச்சர்களை கடைமுழுதும் அடைத்து விற்பதைக் காட்டிலும் - சிறுவியாபாரிகளுக்கும் வாடிக்கையாளர்களுக்கும் இவற்றை விற்றுக் கொஞ்சம் பணம் பார்த்தேன் என்றாலும் - கொச்சியிலோ திருவனந்தபுரத்திலோ செய்த குட்டிச் சந்தன இழுப்பறைப்பெட்டி எனக்கு அதிக வியாபாரத்தையும் சந்தோஷத்தையும் தந்தது. அவசியமென்றால் புதுப்பிக்கும் வேலைகளையும் நானே செய்துகொடுத்தேன் - முதலில் சொந்தக் கணிப்பில்தான் செய்தேன் என்றாலும் என் வாடிக்கையாளர்களுக்கு என்னைவிடவும் விஷயஞானம் குறைவு என்பதால் எனக்கு பாதகமில்லாமல் போனது.

யார் என் வாடிக்கையாளர்கள்? பழம்பொருட்களையும், கலைப்பொருட்களையும் வாங்குபவர்கள், ஐரோப்பியச் சுற்றுலாப்பயணிகளும், இங்கு வசிக்கும் பிரிட்டீஷ் காலனிய அதிகாரிகளும்தான். தென்னாப்பிரிக்காவிலிருந்து ஐரோப்பாவுக்குச் சென்று திரும்பும் காஸ்டில் லைன் பயணியர் கப்பல்கள் எங்கள் ஊரில் ஒருநாள் நின்று செல்லும். இதரக் கப்பல்களும் வந்துபோயின என்றாலும், மேலே போகும்போது ஒருமுறை, திரும்பி கீழே வரும்போது மறுமுறை என்று வாரத்தில் இருமுறை காஸ்டில் வந்தது. பயணிகள் இறங்கியதுமே அவர்களை அங்கீகாரம்பெற்ற வழிகாட்டிகள் - பயணிகளை அவ்வப்போது என் கடைக்குக் கூட்டிவர இவர்களுக்குப் பணம் கொடுப்பேன் - தங்களின் கைக்குள் போட்டுக்கொள்வார்கள். நான் மகிழ்வுடன் வரவேற்று உபசரிக்கும் என் சிறந்த வாடிக்கையாளர்கள் அப்பயணிகள்தான், இங்கு வசிக்கும் காலனிய அதிகாரிகளுக்கும், இதரக் காலனிய நாடுகளைச் சேர்ந்த - குறிப்பிட்டுச் சொல்வதானால் பிரெஞ்சு, டச்சு நாடுகளைச் - சேர்ந்த தூதரக அதிகாரிகள் ஓரிருவருக்கும் கொஞ்சம் விற்றேன். ஒருகாலத்தில் பிரிட்டீஷ் ரெசிடெண்ட்டாக இருந்த கடற்படை உயரதிகாரி ஒருவர், சென்ற நூற்றாண்டைச் சேர்ந்த, வெள்ளியால் ஆன மலாக்கா சட்டகத்தில் பதித்த கண்ணாடியொன்றுக்கு விலைகேட்பதற்காக தனது உதவியாளனை அனுப்பியிருந்தார். ஆனால் விலை அவர்களுக்குக் கட்டுப்படியாகவில்லை. நான் சொன்ன விலையைக் கேட்டதும் அவர் அனுப்பிய அந்த எடுபிடியாள் தனது சிவந்த உதடுகளைச் சுழித்து, ஏதோ யோசித்தபடியே வெறுப்புடன் தன் வெள்ளைநிறத் தலைமுடியைத் தடவினான், ஏதோ நான் அநியாய விலை கேட்டுவிட்டதைப்போல; எனக்குத் தெரியும், அது அவனுக்குக் கைமீறிய விலை. தரையை உதைத்து மேலும் கீழுமாக நடந்தான், அவனது சிவந்த கன்னங்களை ஊதி, ரொம்ப மோசம், ரொம்ப மோசம் என்று சொல்லிக்கொண்டான்; அதிகாரி சொல்லிய விலைக்கு என்னை அடிபணிய வைக்கும் தந்திரம். நானோ எதையும் காதில் போட்டுக்கொள்ளாமல், அவனையே புன்னகையுடன் பார்த்துக்கொண்டிருந்தேன். மலாக்காவை தெரிந்திருந்த எவருக்கும் தெரியும், நான் சொன்னது மிகச்சரியான விலை என்பது.

எனது நாட்டுக்காரர்களுக்கு இந்தப் பொருட்களின் அழகை ரசிக்கத் தெரியாது என்று அர்த்தமில்லை. அழகிலும் அழகானப் பொருட்களை என் கடையில் காட்சிக்கு வைத்திருந்தேன்,

இங்குள்ளவர்கள் அதையெல்லாம் ரசித்துப் பார்க்க உள்ளே வருவதுண்டு. ஆனால் நான் சொன்ன விலையை அவர்கள் தர மாட்டார்கள், அவர்களால் தரவும் முடியாது. ஐரோப்பிய வாடிக்கையாளர்களிடம் இருந்த வெறி - உலகத்தின் அழகானப் பொருட்களை எல்லாம் அவர்களின் நாகரிகத்துக்கும் திறந்த மனதுக்கும் அடையாளமாக, அவர்களின் மண்ணாசைக்குக் கிடைத்தப் பரிசுகளாக, வறண்ட பலவகைப்பட்ட சவன்னாக்களைக் கைப்பற்றியதன் வெற்றியாக வீட்டுக்கு எடுத்துச்சென்று சொந்தம் கொண்டாடும் வெறி - எங்கள் மக்களிடம் இல்லை. இதுவே வேறு சமயமாக இருந்திருந்தால், வெள்ளிபதித்த மலாக்கா கண்ணாடியை எடுத்துச்செல்ல பிரிட்டீஷ் ரெசிடெண்டின் எடுபிடியாள் தயங்கியிருக்கவேமாட்டான், அதிலும் நான் இதுபோன்ற கண்ணாடிகள் உலகத்திலேயே ஒருசிலதான் இருக்கின்றன என்பதை அவனிடம் சொன்ன பிறகு. கைப்பற்றுவது தமது உரிமை என்றோ, இதுபோன்ற சிறந்த பொருட்களை வைத்துக்கொள்ளும் தகுதி எங்களுக்கு இல்லை என்றோ, தான் சொன்ன விலைக்கு அல்லது விலை கொடுக்காமலேகூட அதை எடுத்துச்சென்றிருப்பான். உத்-அல்-கமாரி இருந்த பேழையை கெவின் எடல்மேன் என்னிடமிருந்து எடுத்துக்கொண்டதற்கும் இதே காரணம்தான். அவர்களின் ஆசை எனக்குத் தெரியாததல்ல.

என் கடைக்குள் ஹூசைன் நுழைந்ததுமே அவனை நான் அடையாளம் கண்டுகொண்டேன், உயரமாக, அவனது பிரதேசத்துக்கே உரியத் தோற்றத்துடன் பார்வையில் இருந்து தப்பமுடியாத ஆள். அவன் கடைக்குள் வந்ததுமே என் மனதுக்குள் பெர்ஷியா, பக்ரைன், பாஸ்ரா, ஹருன் அல்-ரஷீத், சிந்துபாத் போன்ற வார்த்தைகள் ஓடின. அவனுடன் எனக்குப் பழக்கம் இல்லை, ஆனால் அவனைத் தெருக்களிலும் மசூதியிலும் பார்த்திருக்கிறேன். பொதுப்பணித்துறை குமாஸ்தாவான ரஜப் ஷாபான் மஹ்மூத் - கடந்த காலத்தில் இவரோடு சில சிக்கலானப் பிரச்சினைகளைச் சமாளித்திருக்கிறேன் - வீட்டில் முந்தைய வருடம் தங்கியிருந்த வியாபாரியென்று ஊரார் பேசிக்கொண்டதில் அவனது பெயர்கூட எனக்குத் தெரியும். 1960இல் அவன் அவருடன் தங்கவில்லை, அவர்களுக்குள் ஏதோ தகராறு, அதற்கொரு வெட்கக்கேடான காரணம் இருந்ததென்றும் பேச்சிருந்தது; இப்போது இங்குதான் வசிக்கிறான், அவனது தாராளகுணம் பேர்போனது. நான் அவனது தாராளகுணத்தை அறிந்ததுமே, எப்படியும் இதற்குள் உள்ளூர் ஏமாற்றுப் பேர்வழிகள் - தமது

இயலாமையையும் பரிதாப நிலையையும் போலியாகப் புலம்பி நம்மைப்போன்ற ஆட்களிடம் பணம் பறித்துப் பிழைக்கும் வெட்கங்கெட்ட ஜென்மங்கள் - அவனிடம் கைநீட்டியிருப்பார்கள் என்று எனக்குத் தெரிந்துபோனது. அவன் என்னிடம் அரபிமொழியில் பேசினான், மரியாதையாக வணங்கி, நலம் விசாரித்து, என் தொழில் செழிக்க வாழ்த்தினான், இது கொஞ்சம் அதிகப்படியாக இருந்தது. எனது அரபிப் பேச்சு கொச்சையாக இருக்குமென்பதால் அவனிடம் மன்னிப்பு கேட்டுக்கொண்டு கிஸ்வாஹிலி மொழியிலேயே பேசினேன். அவனோ வருத்தம் தொனிக்க, மென்சிரிப்புடன், *ஆஹ் சுவாகில். நினாவேசா கிடோகோ கிடோகோ டு,* என்னால் கொஞ்சம் கொஞ்சம்தான் பேசமுடியும் என்றான். அடுத்ததாக, ஆச்சரியப்படுத்தும் வகையில் ஆங்கிலத்தில் பேசினான். ஆச்சரியம் ஏனென்றால், பருவக்காற்று காலத்தில் வரும் வியாபாரிகளும் மாலுமிகளும் கட்டுப்பாடில்லாத முரட்டு ஆசாமிகளாக, கீழ்த்தரமான ஆட்களாக இருப்பதுதான் வழக்கம். ஆனால் இதைவைத்து அவர்கள் கண்ணியம் காப்பவர்களில்லை என்று முடிவுகட்டிவிட முடியாது. ஹுசைன் அவர்களைப் போலவும் இல்லை, அப்படி நடந்து கொள்ளவும் இல்லை, இருந்தாலும், ஆங்கிலம் கற்கப் பள்ளிக்குச் சென்றிருக்கவேண்டும், அப்படி பள்ளி சென்றவர்கள் எவரும் ஒடுக்கமான, அசுத்தமான தோவ் கப்பல்களில் மூர்க்கன்களோடும் தடியன்களோடும் இரும்புக்காதன்களோடும் வேண்டா வெறுப்பாகப் பயணிக்கும் மாலுமிகளாகவோ பருவக்காற்றுக்கால வியாபாரிகளாகவோ ஆகமாட்டார்கள்.

நான் போட்ட நாற்காலியில் அவன் உட்கார்ந்தான், தனது கருத்த மீசையைத் தடவிச் சிரித்தபடியே அவனுக்கு என்ன வேண்டுமென்று நான் கேட்பதற்காகக் காத்திருந்தான். என் கடையையும், அதில் நான் வைத்திருந்த அழகானப் பொருட்களைப் பற்றியும் கேள்விபட்டிருப்பதாகச் சொன்னான். அவனது நண்பருக்கு அன்பளிப்பாகத் தர நுணுக்கமான அழகுடன் கவர்ச்சியாக இருக்கும் பொருளொன்று வேண்டும் என்றான்.

“நண்பரின் குடும்பத்துக்கு” என்றான்.

ஒரு பெண்ணுக்குத் தருவதற்குதான் அந்த அன்பளிப்பு என்று எனக்குப் புரிந்துபோனது, வியாபார நண்பரின் மனைவியாக இருக்கலாம், இல்லாமலும் இருக்கலாம். அவனுக்குக் கடையைச் சுற்றிக் காட்டினேன், முதலில் அவனைக் கவர்ந்தது

கருங்காலியில் செய்த ஒரு குறும்பேழை. அதை நான் முதலில் வாங்கியபோது, முன்பு அதில் பிச்சுவா இருந்திருக்கும் என்று எனக்குத் தோன்றியது. அதன்பின் அவன், வளைந்த திறப்புகளும் சக்கரங்களுமாக வடிவமைந்த தேக்கு நிலைப்பெட்டியின் முன்னால் கொஞ்சநேரம் நின்றான். ஆனால், நுணுக்கமாக வடித்த மூன்று வில்வடிவக் கால்களைக் கொண்டதும், தூரத்திலிருந்துப் பார்த்தாலே கண்ணைப்பறிக்கும் விதத்தில் மெருகேற்றப்பட்ட கருங்காலியால் ஆனதுமான உயரம் குறைவான ஒரு மேஜையின் மீதே அவனது கண்கள் வட்டமிட்டுக்கொண்டிருந்ததை நான் ஏற்கனவே கவனித்தேன். அதற்கு முன்னால், வெள்ளித்தட்டு ஒன்றில் பச்சைவண்ணத்தில் குழிக்கோடுகள் போட்ட ஒரு ஜோடிக்கோப்பைகளை ரொம்ப நேரம் பார்த்தவன், அவற்றின் முலாம்பூசிய விளிம்பைச் சுற்றிலும் ஒரு விரலால் தொட்டுவிட்டு முணுமுணுத்தான். "அழகு. ரொம்ப நேர்த்தி."

"அப்புறம் இது" நாங்கள் கருங்காலி மேஜையருகே வந்தபோது கேட்டான், எனக்குத் தெரியும் அவனுக்கு அதன்மேல் ஆசை.

"இந்தச் சின்ன பொருளா வேண்டும்?" என்று கேட்டேன். நான் சொன்ன விலையைக் கேட்டதும் அவன் நாகரிகமாகப் புன்னகைத்துவிட்டு மறுத்தான். விலை விஷயமாக நயமாகவும் இணக்கமாகவும் பேசி முடிவுக்கு வர நாங்கள் நாற்காலிகளுக்குத் திரும்பினோம். கொஞ்ச நேரம் பேசினோம், எங்களுக்குள் பேரம் படியாது என்பது தெளிவாகத் தெரிந்துபோனதும் ஹூசைன் அதை அப்படியே விட்டுவிட்டு வேறெதைப் பற்றியோ பேசத் தொடங்கினான், எதைப்பற்றி என்று எனக்கு இப்போது ஞாபகமில்லை. இப்படித்தான் நாங்கள் நண்பர்களானோம், அந்த அழகான மேஜையைப் பற்றிப் பேசியும், ஒருவருக்கொருவர் பரிமாறிக்கொண்ட சின்னச்சின்ன உபச்சாரங்களை அனுபவித்தும். ஆங்கிலத்தில் பேசிக்கொண்டதிலும் எங்களுக்கு ஏதோ ஆனந்தம் கிடைத்திருக்கலாம். ஒவ்வொரு நாளும் ஏதோவொரு நேரத்தில் ஹூசைன் கடைக்கு வருவான், என் மேசை என்று அவன் பெயர் வைத்திருந்தது இன்னும் இருக்கிறதா என்று பார்த்துக்கொள்வான், பிறகு அரட்டையடிக்க உட்கார்ந்துவிடுவான். சிலசமயங்களில் வேறு எவராவது இருப்பார்கள், பொழுதைப் போக்கிக்கொள்ளவோ, ஊர்ச்செய்திகளை சொல்லவோ அல்லது கேட்கவோ, எதாவது சின்னதாய் வாங்கவோ வருவார்கள், இதெல்லாம் சிறுநகரத்தில் வாடிக்கையாக நடப்பதுதான். அவர்கள் பேசுவதில் முக்கியமான விஷயம் எதுவுமிருக்காது, இருந்தாலும் ஹூசைன் அதைக் கூர்ந்து

கவனிப்பான், அதில் ஏதாவது புரியாமல் போனால் உடனே அதை விளக்கச்சொல்லி என்னை உதவிக்கு அழைப்பான். இது அவனது தனிப்பட்ட நடத்தையின் ஓர் அம்சம், சுவாரசியமான கிசுகிசு ஒன்றின் முக்கியமான முடிச்சை தவறவிடக்கூடாதே என்ற அவனது ஆர்வமும் இதில் உண்டு. கடையில் யாரும் இல்லையென்றால், அவனது இடது தொடைக்குக் கீழே வலது கணுக்காலை மடித்துவைத்து, உடலைச் சுருட்டி நாற்காலியில் சாய்ந்தமர்ந்து பேசிக்கொண்டிருப்பான்.

ஆப்பிரிக்காவிற்கு அவன் வரும் மூன்றாவது பருவகாலம் இது. இந்தப் பகுதியில் அவனது குடும்பம் முன்பு வியாபாரம் செய்ததில்லை, அவர்கள் தூரக்கிழக்கு பக்கமாகவே இருந்துவிட்டார்கள். அவனது தாத்தா ஜாபர் மூசா ஒரு மிகப்பிரசித்தி பெற்ற வியாபாரி. வியாபாரம் கற்க தனது அப்பாவுக்குத் தெரிந்த பாரசீக வணிகர் ஒருவருடன் அவர் சிறு வயதிலேயே மலாயா, சயாம் பகுதிகளுக்குச் சென்று அங்கேயே தங்கிவிட்டார். மலாயாவில் பல நூற்றாண்டுகளாக பாரசீக, அரபு வணிகர்கள் வியாபாரம் செய்துவந்தார்கள்; ஏழாம் நூற்றாண்டில், திருநபிகளுக்கு மெக்காவில் அருள்வாக்கு இறங்கிய அதே காலகட்டத்தில் ஹத்ராமௌத் வணிகர்கள் இஸ்லாத்தை மலாயாவுக்குக் கொண்டுசேர்த்தார்கள். இந்தியாவிலிருந்தும் சீனாவிலிருந்தும் வியாபாரிகள் அங்கு சென்றார்கள், இவர்கள் அனைவருக்குள்ளும் பலத்த போட்டி. ஆனால் முஸ்லிம் மாகாணங்களும் ஆட்சியும் அமையுமளவிற்கு இசுலாம்தான் மலாயாவில் பெருவாரியாகப் பரவியது. 1500களில் இருந்தே போர்த்துகீசியர்களும் டச்சுக்காரர்களும் அவரவர் வழியில் மலாயாவை கைப்பற்ற முயன்றபோதும், 1850களில் அடாவடியாக உள்ளே வந்த பிரிட்டீஷாரால்தான் முஸ்லிம் மலாய் ஆட்சியதிகாரம் முடிவுக்கு வந்தது. இவையனைத்தின் தாக்கமும் ஹுசைனின் கதையில் இருந்தது.

ஹுசைனின் தாத்தா ஜாபர் மூசா மலாயாவில் வாழத்துவங்கியதில் இருந்தே அவருக்கு நல்லகாலம்தான், அவரது எல்லா முயற்சிகளும் வெற்றிபெற்று இளம் வயதிலேயே நிறையச் சொத்துகள் சேர்த்துக்கொண்டார். பல விதமான வியாபாரங்களிலும் கொடிகட்டிப்பறந்தார், ஆசியக் கடல்களில் அவரது பல கப்பல்கள் ஓடின. உலகத்தின் மீதான ஐரோப்பியர்களின், குறிப்பாக பிரிட்டீஷாரின் பிடி வலுத்த நேரம் அவரிடம் பணம் கொழித்துக்கொண்டிருந்தது. 1880களில் தூரக்கிழக்கு வாணிபத்தில் ஈடுபட்டிருந்த மற்றவர்களை மேம்பட்ட நாகரிகம் என்ற பெயரில்

பிரிட்டீஷார் கசக்கி வெளியே எறிந்தார்கள். அவர்களுக்கு ஒப்பியம், ரப்பர், துத்தநாகம், மரக்கட்டைகள், நறுமணப்பொருட்கள் வேண்டியிருந்தன; முஸ்லீம்கள் அல்லது ஆயிரம் பூதங்களை வழிபடுபவர்களான பூர்வகுடிகள், குறிப்பாக அவர்களின் ஆளுகையில் இல்லாத பிரதேசங்களைச் சேர்ந்த வணிகர்கள் என எவருடைய இடையூறும் இல்லாமல் இவை கிடைக்கவேண்டும். மற்ற இடங்களில் நுழைந்ததைப் போலவே அவர்கள் இங்கு வருவதற்கும் காரணங்கள் இருந்தன. எனவே, நிலைமையைச் சமாளிப்பதற்காக ஜாபர் தனது கப்பல்களின் கேப்டன்களில் இருந்து அவரது அலுவலக ஊழியர்கள் வரை ஐரோப்பியர்களைப் பணியமர்த்தினார். அவரது ஐரோப்பியப் பணியாளர்கள்தான் அவரைக் கட்டுப்படுத்துவதைப் போன்றும், சமயோசிதபுத்தியுடைய அந்த வேலையாட்கள் இல்லையென்றால் அவரது தொழிலே நசிந்துபோகும் என்பதைப்போன்றும் ஒரு தோற்றத்தை உருவாக்கினார். வெளியிலிருந்து பார்க்க அது ஒரு ஐரோப்பியக் கம்பெனி, ஆனால் ஜாபர் மூசாவோ அதன் அலுவலகத்தின் பின்பக்கமிருந்த பழைய மரப்பலகை அறைக்குள் உட்கார்ந்து, இறைவன் தன்மேல் காட்டிய கருணைக்கு நன்றிசொல்லியபடி, புதுப்புதுத் தொழில்களில் இறங்கத் திட்டம் தீட்டிக்கொண்டிருப்பார். தூரத் தெற்குப்பகுதியின் சுலவேசி வரையும், தூரக்கிழக்கில் கிமாரி எனும் கெமார் வரையும், தூரமேற்கில் பக்ரைன் வரையிலும், இடையில் இருந்த மற்ற பகுதிகளிலும்கூட அவரது கப்பல் தொழில் நடந்தது. வீராப்பான ஐரோப்பியக் கம்பெனிகள் திவாலாவதையும், அவர்களின் கப்பல்களின் துணிச்சலானக் கேப்டன்களும் மாலுமிகளும் கூடத் தற்கொலை செய்துகொள்வதையும் துறைமுகக் கிட்டங்கித் திருடர்களாக மாறியதையும் ஜாபர் அமைதியாக கவனித்துக் கொண்டிருந்தார். எல்லோரும் திவாலாகிவிடவில்லை என்றாலும் கணிசமானோர் நிலை அதுதான்; அவர்களின் நீராவிக் கப்பல்களையும், படபடவெனச் சுடும் துப்பாக்கிகளையும், புதிய உலக ஒழுங்கிடம் சரணடையக் காத்திருந்த மலாய் சுல்தான்களையும் மீறி மலாயாவின் பணக்கார வியாபாரிகளில் ஒருவராக ஜாபர் மூசா பகிரங்கமாக வெளியே தெரிந்தது அப்போதுதான்.

சூழ்ந்திருந்த பெரும் ஆபத்து அவருக்கு நன்றாகவே தெரிந்தது. எங்கெல்லாம் முடியுமோ அங்கெல்லாம் பிரிட்டீஷார் மூக்கை நுழைத்தார்கள், விழுந்துகொண்டிருந்த உள்ளூர் அரசாங்க அதிகாரத்துக்குள் உற்சாகமாகப் புகுந்தார்கள், உண்மையறியும் கேள்விகள் கேட்டார்கள், அறிக்கைகள் எழுதினார்கள்,

தூக்கி எறிந்தார்கள், தூதரகங்களையும் ரெசிடண்ட்களையும் சுங்கங்களில் கட்டுப்பாடுகளையும் புகுத்தினார்கள், ஒழுங்கைக் கொண்டுவந்தார்கள், கொஞ்சம் வருமானம் வந்தாலும் போதும் அந்தத் துறையை விட்டுவைக்காமல் கையகப்படுத்திக்கொண்டார்கள். இப்படிபட்ட இடத்தில்தான் இந்தப் பணக்கார பாரசீக வியாபாரி இருந்தார், அரேபியர் என்று அவரை அழைத்த பிரிட்டீஷார் பரப்பிய வதந்திகளாலும் கட்டுக்கதைகளாலும் அவரிடம் இருந்ததைவிடவும் பெரிய சொத்துக்காரராகத் தெரிந்தார்; அவர் மீதிருந்த பொறாமை அவரைப்பற்றி பெயர்போன இரக்கமற்ற சூழ்ச்சிக்காரர், கொடுங்கோலர், அடிமைவியாபாரி, அந்தப்புரத்தில் பெண்களை அடைத்து வைத்திருப்பவர், சிறுவர்களை குதப்புணர்ச்சி செய்பவர் என்றெல்லாம் பேசவைத்து, பிறரை ஏமாற்றிப் பிழைக்கும் இப்படிபட்டவரின் வியாபாரம் தகுதியானவர்களின் கைகளுக்குச் செல்லவேண்டும் என்று கேட்கவும் வைத்தது. அவர் வியாபார முறைகளை ஆய்வு செய்யப்போவதாகவும் ஆளைக்கடத்திக் கொலைசெய்ததாக வழக்கு போடப்போவதாகக்கூடவும் பேச்சிருந்தது. யாரும் இதை ஜாபர் மூசாவின் முகத்திற்கு நேராகச் சொல்லவில்லை, இதெல்லாம் ஐரோப்பியர்கள் அவிழ்த்துவிட்டக் கதை என்பதையும், அதை உண்மையாக்க அவர்கள் துடித்தார்கள் என்பதையும் அவர் புரிந்துகொண்டார். தன்னிடம் வேலைபார்க்கும் ஐரோப்பியர்களின் நடத்தை சரியாகவும் பணிவாகவும் இருந்தாலும், அவர்கள் தங்களின் கண்களில் முன்பு எப்போதுமில்லாத ஏதோ ஒரு கேலியை அடக்கிக்கொண்டிருப்பதை அவர் கண்டார்.

ஜாபர் மூசாவுக்கு ஒரு மகன், இரண்டு மகள்கள்; இவர்கள் அனைவரும் அவரது காலஞ்சென்ற மனைவி மரியம் குஃபாவுக்கு, இறைவன் அவள் ஆன்மாவுக்கு கருணை காட்டுவாராக, மலாயாவில் பிறந்தவர்கள். இந்த சம்பவங்கள் நடக்கும்போது அவரது மகள்கள் ஸெய்னப்பும் அஸீசாவும் நல்ல முறையில் திருமணமாகி, கணவர்மாரோடு பம்பாயிலும் சிராஜிலும் வாழ்ந்து வந்தார்கள். மருமகன்கள் இருவருமே ஜாபருக்கு தூரத்துச் சொந்தம்தான். பல பத்தாண்டுகளாக, அவ்வளவு ஏன், நூற்றாண்டுகளாக இதுதான் வழக்கம். வியாபாரம் செய்ய எவ்வளவு தொலைவு சென்றாலும் அவர்களால் ஒருவருக்கொருவர் தொடர்புகொள்ள முடிந்தது, எனவே அவரவர் மகனுக்கோ மகளுக்கோ திருமணம் என்று வரும்போது பொருத்தமான வரன்கள் கிடைத்தன. ஜாபரின் மகள்களுக்கும் அப்படித்தான் நடந்தது, ஆனால் இப்போது நிலைமை அப்படியில்லை. பிரிட்டீஷாரின் பேராசைவெறி

எல்லைமீறிப் போவதற்குமுன் யாருக்கும் தெரியாமல் மலாயாவில் இருந்து வெளியேறிவிட வேண்டும் என்று ஜாபர் மூசாவின் உள்ளுணர்வு எச்சரித்தது. பம்பாயிலும் சிராஜிலும் இருக்கும் மகள்களின் பெயருக்கு வியாபாரத்தை மாற்றிவிட்டு, தனது மருமகன்களை மேற்பார்வையிடச் சொல்லவேண்டும்; எல்லாம் நல்லபடியாக முடிந்ததும் அவரும் அவரது மகனும் மலாயாவிலிருந்து மொத்தமாக வெளியேறிவிடவேண்டும்.

அவரது மகன் ரெஸா இதற்குச் சம்மதிக்கவில்லை. ஐரோப்பியர்கள் தங்களின் வியாபாரத்தை நடத்துவதைப் போன்று அவர் உருவாக்கி வைத்திருந்த தோற்றத்தையும், தன்னையும் அப்பாவையும் அந்தப் பணியாளர்கள் துச்சமாக நடத்துவதையும் அவன் நீண்டகாலமாகவே வெறுத்துவந்தான். “அவர்களுக்கு இப்போது போர் வேண்டுமோ, அதையும் தான் போட்டுப் பார்ப்போமே” என்றான் அப்பாவிடம். திமிர் பிடித்த இந்த நாய்களை வேலையைவிட்டுத் தூக்கிவிட்டு மலாயர்களையும் இந்தியர்களையும் அரேபியர்களையும் வேலைக்கு வைத்துக்கொள்ளவேண்டும், அதன்பிறகு தயவுதாட்சண்யமே பார்க்காமல் வியாபாரம் செய்ய வேண்டும் என்றான். காலமெல்லாம் தயவுதாட்சண்யமே பார்க்காமல் வியாபாரம் செய்துவந்த ஜாபர் மூசா தனது மகனின் கோபத்தைப் பார்த்து அஞ்சி வருந்தினார். அவர்களொன்றும் கிராமத்து சுல்தான்கள் அல்ல, உலகையே கட்டியாள்பவர்கள். அவர் அவனிடம் நைச்சியமாகப் பேசிப்பார்த்தார், தாங்கள் எதிர்கொள்ள வேண்டியிருந்த நடைமுறைச் சிக்கல்களை எடுத்துச்சொன்னார், கடைசியில் வற்புறுத்தி அவனை வழிக்குக் கொண்டுவந்தார். அவர் பேச்சுக்கு ரெஸா தணிந்துபோனாலும் சமாதானமடையவில்லை, அநீதியைக் கண்டு உள்ளுக்குள் கொதித்துக் கொண்டிருந்தான்.

1899இல் ஜாபர் மூசாவை பக்கவாதம் தாக்கியது. அவரது வீட்டின் அழகானத் தோட்டத்தைச் சுற்றி மதியநடை செல்வது அவர் வழக்கம், அதற்காக மாடிப்படி வராண்டாவில் நடந்து சென்றபோது யாரோ அடிநெஞ்சில் ஓங்கிக் குத்தியதுபோல இருந்தது. அவர் இதயம் வெடித்துவிட்டது. அவரது வீட்டுத்தோட்டக்காரனான அப்துல் ரஸாக் எப்போதும் மதியவேளைகளில் செடிகளுக்கு நீர் ஊற்றுவது வழக்கம்; நடை போகும் முதலாளி ஏதேனும் உத்தரவோ வேலையோ இடுவதற்காக காத்திருப்பான், அந்த உரையாடலோடு அன்றைய வேலை முடிந்தது என்று அவனுக்கு நினைப்பு; அன்று, முதலாளியின் படுக்கையறையை ஒட்டிய வராண்டாவை பார்த்தபடியே தனது மனைவிக்கு மல்லிப்பூ

பறித்துக்கொண்டிருந்தான். ஜாபர் மூசா சுருண்டு விழுவதைப் பார்த்ததும் உலகமே முடிவுக்கு வந்ததைப்போல அவன் ஒருநொடி ஸ்தம்பித்து நின்றுவிட்டான். உடனே அவன் அலறியடித்துக்கொண்டு மாடிக்கு ஓடினான்; விழுந்துவாரி ஓடியதில் அவன் காலில் இருந்த சேறு பாலிஷ் செய்த தேக்குமரப்படிகளில் படிந்தது. முதலாளியைக் கைகளில் ஏந்தினான், அவரை ஒரு குழந்தையைப் போல ஆட்டிக்கொண்டே உதவிக்கு யாராவது வரும்படி கூவினான். யாருமே வரவில்லை. வீட்டின் அந்தப் பகுதிக்கு அந்நேரத்தில் யாருமே வருவதில்லை. அது முதலாளி ஜாபரின் தோட்டவீடு, முன்பு அங்குதான் தனது அன்புமனைவி மரியன் குஃபாவோடு அவர் மாலைவேளைகளில் பேசிக்கொண்டோ அல்லது மனைவி ஓதுவதைக் கேட்டுக்கொண்டோ இருப்பார்; சில சமயங்களில் அவர்களின் மகள்களும் - தாயாரின் இறப்புக்கு முன் அவர்கள் இங்கு இருந்தபோது - பேச்சில் கலந்துகொள்வதுண்டு, அப்போது ஒரே பாட்டும் சிரிப்பும் கும்மாளமுமாக இருக்கும். சிறுவயதில் ரெஸாவும்கூட அவர்களோடு உட்கார்ந்துகொள்வான். அவர்கள் பிரிந்து சென்றபிறகு வீட்டின் இந்தப் பகுதிக்கு, அதுவும் இந்த நேரத்தில் யாருமே வருவதில்லை, தோட்டக்காரனைத் தவிர. இப்படியாக, ஜாபர் மூசா எனும் அந்தப் பிரசித்திபெற்ற அரேபிய வியாபாரி, தயவுதாட்சண்யம் காட்டாத அந்த வணிகர், முகம் முழுதும் கண்ணீரும், கோழையும், துக்கம்தாளாமல் வெடித்த நாளங்களிலிருந்து கசிந்த இரத்தமுமாக இருந்த தோட்டக்காரன் அப்துல் ரஸாக்கின் கரங்களில் இறந்துபோனார்.

“பிரமாண்டமான இறுதி ஊர்வலத்தை நடத்திக்கொண்டே என் அப்பா ரெஸா வியாபாரத்தில் மாற்றங்கள் செய்யத் திட்டமிட்டார்” என்றான் ஹுஸைன். “எல்லாமே வீண், என் தாத்தா சொன்னபடியே வியாபாரம் நொடித்துப்போனது. ஐரோப்பியப் பணியாளர்களை என் அப்பா எவ்வளவு முடியுமோ அவ்வளவு சீக்கிரத்தில் - 1900இல் எச்சமயத்திலோ - வேலையைவிட்டு நீக்கினார், ஆனால் அவரிடம் பணி செய்ய, குறிப்பாக உயர்ந்த பணிக்கு யாருமே முன்வரவில்லை. எல்லோருக்கும் பிரிட்டிஷார் மேல் அவ்வளவு பயம். அதற்குள் பிரிட்டிஷாரின் பாதுகாப்பு ஆளுகையை ஏற்றுக்கொள்வதாக அங்கிருந்த எல்லா சுல்தான்களும் எழுதிக்கொடுத்துவிட்டார்கள். என் அப்பா ரெஸா வேலையை விட்டு நீக்கிய எல்லா கேப்டன்களுக்கும் மேனேஜர்களுக்கும், நாங்கள் ஒப்படைக்கவேண்டிய சரக்குகளுக்காகக் காத்துக்கொண்டிருந்த

எல்லா கம்பெனிகளுக்கும் பெரிய தொகையை, மிகப்பெரிய தொகையை இழப்பீடாகத் தரவேண்டி வந்தது. அவர்மீது கோர்ட்டில் கேஸ் போட்டு அதைப் பெற்றார்கள். காப்பீட்டாளர்கள் அவருக்குக் காப்பீட்டுப்பணம் தர மறுத்துவிட்டார்கள். சுங்க இலாகா எல்லாவற்றையும் தேடிப்பார்த்தது, எல்லாவற்றுக்கும் காலம் தாழ்த்தியது, அவர் லஞ்சம் கொடுத்ததாகக் குற்றஞ்சாட்டியது. ஒருவகையில் அது உண்மைதான். அவர்களுக்கு அதுதான் தேவை என்று அவர் நினைத்துவிட்டார். வயதில் தனது இருபதுகளின் துடிப்பில் இருந்த அவர் தானும் மற்றவர்களைப்போலவே திறமையானவர்தான் என்று நினைத்துவிட்டார், ஆனால் அவர் அப்படியில்லை. முக்கியமாக ஐரோப்பியர்களின் திறமை அவருக்கு இல்லை. எனவே அவர்கள் அவரைக் கொஞ்சம் கொஞ்சமாக நெரித்து அவரது வியாபாரத்தைச் சீர்குலைத்தார்கள். உள்ளூரிலேயே அவருக்கு கடன் கொடுக்க யாரும் முன்வரவில்லை எனும்போது பலம்வாய்ந்த பிரிட்டீஷாரிடமிருந்து கடனுதவியை எப்படி எதிர்பார்க்க முடியும்? 1910க்குப் பிறகு ஜோஹோரையும் வடமாநிலங்களையும் சேர்த்து முழு மலாயாவும் அவர்களின் கைகளுக்குச் சென்றுவிட்டது, தந்திரோபாயங்களுடன் என் தாத்தா கட்டியெழுப்பியிருந்த எங்களின் பெரிய கம்பெனி அந்தப் பத்து வருடங்களுக்குள் சிறுத்துப்போனது, நல்லவேளையாக கடன்கள் ஏதுமில்லை. கடனாளி ஆகிவிடக்கூடாது என்பதில் என் அப்பா பிடிவாதமாக இருந்தார். கடைசியில் வீட்டையும் அதோடு சேர்ந்த அழகான தோட்டத்தையும் விற்கவேண்டிய கட்டாயம். பின்னர், வீடு விலைக்கு வந்தபோது என் தாத்தா பற்றிய எல்லா கதைகளும் மீண்டும் உயிர்பெற்றன, அவர் ஒரு அடிமைவியாபாரி, கிரிமினல், இப்படிப் பலதும். ஆனால் இந்த முறை, தோட்டக்காரனை அவர் சோலி பார்த்ததாகவும் - இப்படிப் பேசுவதற்கு மன்னிக்கவும் - அதனால்தான் அவன் கைகளில் இறந்துகிடந்ததாகவும் கூடுதலாக ஒரு கதை சொல்லப்பட்டது. வெட்கங்கெட்ட மனிதர்கள் வெளிப்படுத்திய அசிங்கங்களிலிருந்து விடுபட்டு என் அப்பா அங்கிருந்து போகவேண்டிய நேரம் அது."

ரெஸா மலாயாவில் தான் வாழ்ந்த வாழ்க்கையைப் பற்றி ஹுசைனிடமும், எப்போதேனும் அதைப்பற்றிக் கேட்கும் மற்றவர்களிடமும் இப்படித்தான் சொல்லியிருக்கிறார், ஆனால் அதைப் பேச அவர் விரும்புவதில்லை. அவருக்குள் அது ஆத்திரத்தைக் கிளப்பியது, அதில் இருந்த அநீதி சில நேரங்களில் அவரை அழவைத்தது. அவர் தன் சொந்த மகனிடமோ

பக்ரைனில் ரெஸாவுடன் கூட்டு வைத்திருந்த வியாபாரிகளிடமோ சொல்லுமளவுக்கு அது அப்படியொன்றும் நல்ல கதையுமல்ல. அவரது தகப்பனார் கஷ்டப்பட்டு சேர்த்துவைத்த சொத்துக்களையெல்லாம் இவர் இழந்த கதை, அதுவும் தொலைதூர தேசத்தில். எந்தவொரு வியாபாரிக்கும் இருக்கக்கூடிய கனவை ஜாபர் மூசா நனவாக்கிக் காட்டினார். தன்னிடம் இருந்ததையெல்லாம் கொண்டு தூரதேசத்தில் வெற்றிகரமாகத் தொழில் செய்து பெரும்பணத்தையும் மதிப்பையும் ஈட்டவேண்டும் என்ற வியாபார ஆசையை நிறைவேற்றினார். ரெஸாவின் நஷ்டம் அதைக் கொடுங்கனவாக்கி விட்டது, ஒரு ஆயுட்காலமாக தந்திரத்தாலும் தியாகத்தாலும் உருவாக்கியதை மகன் இழந்துவிட்டார். ஹூசைன் சொன்னதைக் கேட்டபோது நானும் அப்படித்தான் நினைத்தேன். ரெஸா கதைக்குள் வந்ததுமே, அவர் அனைத்தையும் இழக்கப்போவதை என்னால் யூகிக்கக்கூட முடிந்தது. ஆனால் அவர் அனைத்தையும் இழக்கவில்லை. நொடிந்துபோன வியாபாரத்தில் மீந்ததைக்கொண்டு சயாம், மலாயா, கிழக்கே இருந்த பல பகுதிகளில் இருந்தும் நறுமணத்தைலங்களும் ஊதுபத்திகளும் துணிகளும் இறக்குமதி செய்து அவரால் பக்ரைனில் இன்னொரு வியாபாரத்தைத் தொடங்க முடிந்தது. உலகின் பல இடங்களிலும் நடந்ததைப்போலவே பக்ரைனிலும் பிரிட்டிஷாரின் ஆட்சிதான், ஆனால் அங்கு அவர்களின் அரசாங்கம் கலகலத்துப் போயிருந்தது. எதிரிகளின்மீது தாக்குதல் நடத்தவும், தம் கப்பல்களுக்கு எரிபொருள் நிரப்பவும் மட்டுமே அந்த நாட்டை அவர்கள் உபயோகித்துக்கொண்டார்கள். அத்துடன் பல நூற்றாண்டுகளாக பக்ரைனில் வியாபாரம் செய்துகொண்டிருந்த பாரசீக, அரேபிய, இந்திய வியாபாரிகள் பிரிட்டிஷாரால் அச்சுறுத்தி ஒடுக்க முடியாத அளவுக்குத் தந்திரக்காரர்களாக இருந்தார்கள். 1930களில் அங்கே எண்ணெய் இருப்பதைக் கண்டுபிடிப்பதற்கு முன்புவரை இறக்குமதி வியாபாரத்தோடு போட்டியிடுவதைத் தவிர வேறு எதுவுமே - ஐரோப்பாவிற்கு கொள்ளையடித்துச்செல்ல துத்தநாகமோ, ரப்பரோ அல்லது மண்ணில் இருந்து வெட்டியெடுக்கக்கூடிய தங்கம் போன்ற பொருட்களோ - அங்கு இல்லை.

சிலநேரங்களில் அரியவகை மரக்கட்டைகள் தேவை என்று கேட்டு வரும்போது ரெஸா அவற்றையும் விற்பனை செய்தார். ஆகா(தளபதி) ஒருவர் தனக்காக மாளிகையொன்றைப் புதிதாகக் கட்டிக்கொண்டிருந்தார்; அதன் மாடிப்படிகளுக்குத் தேக்கு மரமும் படுக்கையறைக்கு ஈட்டிமரமும் தச்சர்கள் கேட்டிருந்தார்கள். சிரிய சுல்தானோ ருஷ்யப் பிரபுவொருவரோ ஜெர்மானிய வங்கியாளரோ

தனது செல்வச்செழிப்பை உட்கார்ந்து அனுபவிக்க ஒரு மாளிகை கட்டிக்கொள்ள ஆசைப்பட்டால் அதற்கானப் பொருட்களையும் அவர்களின் வியாபாரிகளுக்கு விற்றார். பெர்சியாவை ஜார் அரசு கூடியவிரைவிலேயே கைப்பற்றிவிடும் என்று நம்பிய ருஷ்யப் பிரபுவொருவர் தான் நீண்டநாட்களாக இருந்த மஷாத்தில் மாளிகைக் கட்டிக்கொள்ள நினைத்தார்; அவர் அனுப்பிய வியாபாரிக்கு ஹூசைன் பொருட்கள் விற்றதையும் சொல்லியிருந்தபோதும் இந்த வியாபார பரிவர்த்தனைகளையெல்லாம் நான் கற்பனை செய்துகொண்டேன். என்ன பொருட்கள் விற்றான் என்று ஹூசைன் சொன்னதை மறந்துவிட்டேன். அவன் சொல்லவே இல்லையோ என்னவோ. பொருட்களை வாங்கவும், மலாயாவில் எஞ்சியிருந்த தனது கொஞ்சநஞ்ச சொத்துக்களைப் பார்த்துக்கொள்ளவும் ரெஸா தனது மிச்சம்மீதிப் பழைய வியாபாரத்தை அங்கு நடத்திக்கொண்டுதான் இருந்தார்.

எது எப்படியோ, அவரது தந்தையாருக்கு மலாயா வியாபாரம் ஆசீர்வதிக்கப்பட்டிருந்ததைப் போல பக்ரைன் வியாபாரம் இவருக்குக் கைகொடுத்தது, முன்னதின் பிரமாண்ட வெற்றி பின்னதில் இல்லைதான். துருக்கியர்களுக்கு எதிரானப் போர் அவருக்கு கெடுதி தரவில்லை, மாறாக நல்லதே செய்தது; வெறிபிடித்த ஆயிரக்கணக்கான ஆங்கிலேய, இந்தியப் படைவீரர்கள் பக்ரைன் வழியாக ஈராக்கிற்குப் போர்புரியச் சென்றதால் இவர் வியாபாரம் செழித்தது (பாவம் ஈராக், இந்த நூற்றாண்டில் ஒன்றில்லாவிட்டால் வேறு ஏதொவொரு காரணத்திற்காக பிரிட்டீஷார் அங்கு சதா சண்டைபோட்டுக் கொண்டே இருக்கிறார்கள்) போர் முடிந்தது, 1918இல், அவர் திருமணம் செய்துகொண்டார்; ஹூசைனுக்கு முன்பு அவருக்கு மூன்று பெண் குழந்தைகள் பிறந்தார்கள். அவரது கடைக்கு நாள்முழுதும் ஆட்கள் வந்துபோய்கொண்டிருந்தார்கள்; ஏதாவது வாங்கவோ விற்கவோ அல்லது நறுமணத்தைல நெடிக்கு நடுவே அமர்ந்து அரட்டையடிக்கவோ, எதற்காக ஆட்கள் வந்திருந்தாலும் அவர்கள் மனதார வரவேற்கப்பட்டார்கள். கடையில் ஓடியாடிய அவரது குழந்தைகளை எல்லோரும் செல்லம் கொஞ்சினார்கள், புகழ்ந்தார்கள், அக்குழந்தைகளும் வயதுக்குமீறிய அடக்கத்தோடு அந்தப் பாசத்தை ஏற்றுக்கொண்டார்கள்.

"தன் குழந்தைகள்மேல் அவருக்கு ரொம்பப் பிரியம்" இதைச் சொல்லியபோது எழுந்த நினைவுகளால் அவன் கண்களில் நீர். "அவர்களுக்கும் அவர்மேல் பிரியம். அவர் அதை ரொம்பவும்....

மனதார உணர்ந்தார், மற்றவர்களும் அவர்கள்மேல் பிரியம்வைக்க வேண்டுமென்று அவர் விரும்பியதாகத் தெரிகிறது."

ஹுசைனுக்கு பத்து வயதானபோது மலாயாவுக்குச் சென்று அங்கிருந்த கொஞ்சநஞ்ச வியாபாரத்தையும் முடித்துக்கொள்ள ரெஸா எண்ணினார்; அங்கு பழைய இடங்களைச் சுற்றிப் பார்க்கவும், தான் அப்படியொன்றும் நொடிந்துப்போய்விடவில்லை என்பதை அங்கிருக்கும் சிலருக்குக் காட்டவும் எண்ணினார். அவரது செழிப்பைக் காட்டும் சாட்சியாக மட்டும் ஹுசைனை அவர் தன்னுடன் கூட்டிச்செல்லவில்லை, பரந்துவிரிந்த உலகத்தைக் கண்டு, அதனோடு ஒத்துவாழத் தன் மகன் கற்றுக்கொள்ள வேண்டும் என்பதற்காகவும்தான். நான்கு மாதங்கள் பயணம் செய்தார்கள் - கடல்வழிப்பயணம், வியாபாரம், இடங்களைச் சுற்றிப் பார்ப்பது, நண்பர்களைக் கண்டு அவர்களோடு தங்குவது எனக் கழித்தார்கள்.

"இருங்கள், இருங்கள்," என்றேன் ஹுசைனிடம். "வரைபடத்தை எடுத்து வந்துவிடுகிறேன். அந்த இடங்களையெல்லாம் எனக்கு அதில் காட்டுங்கள். அவை எங்கிருக்கின்றன என்று தெரிந்துகொள்ள ஆசைப்படுகிறேன்."

அவர்கள் பாங்காக்கிற்கும் சென்றிருக்கிறார்கள், வயதுவந்த பையனாக ரெஸா தனது அப்பாவின் வியாபார நண்பருடன் அங்கு சில மாதங்கள் இருந்திருக்கிறார், அதன்பிறகுதான் அவர்களின் நிலைமை மோசமாகியிருக்கிறது. கால்வாய்களும், இருபுறம் மரங்கள் அடர்ந்த பாதைகளும் அமைந்த அழகிய, அமைதியான துறைமுக நகரம் அப்போது அது; பிற்காலத்தில்தான் பரபரப்பான முக்கியப் பகுதியாகிவிட்டது. உலகத்தின் பல பகுதிகளில் இருந்தும் மக்கள் அங்கு வந்து குவிந்தார்கள்: சீனர்கள், இந்தியர்கள், அரேபியர்கள், ஐரோப்பியர்கள். ஹுசைனுக்கு அதுவொரு அற்புதமான பயணமாக, நம்பமுடியாதப் பயணமாக இருந்தது; அப்போது அவர் பார்த்த காட்சிகள் வாழ்நாள் முழுவதும் அவர் மனதில் தங்கிவிட்டன. அதையெல்லாம் அவன் என்னிடம் கதையாகத்தான் சொல்லியிருந்தான் என்றாலும், அப்போதிருந்து அவை எனக்குள்ளேயும் ஆழமாகத் தங்கிவிட்டன. இதோ இன்றைய தினம் வரை, அவன் சொல்லிய ராயல் தீவின் கோவில் பிரகாரத்தில் நடை செல்வதைப்போலக் கற்பனை செய்துகொள்வேன்; அவன் சொல்லிய அதன் பாசாங்கற்ற அமைதியையும், குவிமாடத்தின் கம்பீரமான தோரணையையும்

நான் கற்பனை செய்துபார்ப்பேன். இங்கு வந்தபிறகு அந்தக் கோவிலின் புகைப்படத்தைப் பார்த்தேன், ஆனால் ஹுசைன் விவரித்த எந்தவொரு அழகையும் புகைப்படத்தால் வெளிப்படுத்த முடியவில்லை.

பாங்காக்கில் அவனது அப்பா கம்போடியாவில் இருந்த வந்த முதல்தர உத்-அல்-கமாரியை நல்ல விலைக்கு வாங்கினார்; அவர்கள் பக்ரைனுக்கு திரும்பி வந்த அதே படகில் அதையும் ஏற்றிக் கொண்டுவந்தார்கள். கெமார்களின் மரம் எனப் பொருள்படும் உத்-அல்-கமாரிதான் மருவி சந்திர மரம் எனப் பொருள்படும் உத்-அல்-கமாரி ஆனது என்று ஹுசைனின் அப்பாதான் சொல்லியிருக்கிறார். அவர்கள் பக்ரைனுக்குத் திரும்பியதுமே ஜப்பானியப் போர் தொடங்கிவிட்டதால் அடுத்த ஏழெட்டு வருடங்களுக்கு உத் கொள்முதல் நடக்கவில்லை; எனவே தான் கொண்டுவந்திருந்த சரக்கை வைத்து ரெஸாவால் கொழுத்த லாபம் பார்க்கமுடிந்தது.

“இன்னும் கூட என்னிடம் அது இருக்கிறது” என்றான் ஹுசைன்; அவனது பயணக்கதையும், உத் வந்துசேர்ந்த கதையும் என்னை ரொம்பவும் ஈர்த்துவிட்டதைப் பார்த்துச் சிரித்துக்கொண்டான். தந்திரக்கார ஹுசைன் அந்த எபோனி மேசையை பேரம் பேசுகிறான் என்பதை அப்போதுதான் நான் உணர்ந்துகொண்டேன். அதை ஒரு நொடி சட்டெனப் பார்த்துவிட்டு திரும்பி என்னை நட்புடன் நோக்கினான்.

“உங்களிடம் இன்னும் உத் இருக்கிறதா?” என்று கேட்டேன்.

எனவே அடுத்தமுறை வந்தபோது அவன் ஒரு சிறிய ஈட்டிமரப் பேழையைக் கொண்டுவந்தான்; அதற்குள் இருந்த மிக அற்புதமான உத்-அல்-கமாரியை முகர்ந்துபார்க்க அன்று எனக்குக் கொடுத்து வைத்திருந்தது. என் கடைக்கு எதிரே சாலையைத் தாண்டியிருந்த காப்பிக்கடைக்காரர் கொஞ்சம் தணல் தந்து உதவினார்; ஹுசைன் அதில் உத் நறுமணப்புகைபோட்டு நாங்கள் சுவாசித்தக் காற்றை சுகந்தமாக்கினான். தெருவில் நடந்துபோனவர்கள் எல்லாம் அப்படியே நின்று நறுமணப்புகை அருகில் வந்து உட்கார்ந்து கொண்டார்கள். காப்பிக்கடைக்காரரோ சாலையைக் கடந்துவந்து படியேறி நின்றபடி “மாஷா அல்லா, மாஷா அல்லா, இதுவொரு அற்புதம், அல்லா கரீம். உங்களுக்குக் காபி கொண்டுவரவா மவுலானா?” என்றார். அதே பெருந்தன்மையோடு அவர் என்னைக் கேட்கவில்லை ஏனென்றால் நான் அவரது வாழ்வை அழித்தவன். காப்பியில்லாமல் அல்வாவைச் சாப்பிட முடியாது என்பது

அனைவருக்கும் தெரியும், எனவே நான் அல்வா கடையை மூடியபோது ஈவு இரக்கமில்லாமல் அவரது தொழிலுக்கும் கத்தி வைத்துவிட்டேன் என்பது அவரது வாதம். நான் அவரைக் கொன்றுவிட்டேனாம். ஆனால் இப்போது என் கடைக்குள் வந்து உட்கார்ந்து, வாசனைக்காற்றை எங்களோடு சேர்ந்து ரசித்துக் கொண்டிருக்கிறார். அதன் நறுமணத்தின் அடர்த்தியில் அந்த தூரதேசங்களில் உலவிய அழகிய மணத்தை உணரமுடியும் என்று நினைத்தேன்; ஏனெனில் ஹுசைன் தன் கதைகளின் மூலம் அந்த இரண்டையும் பின்னிப்பிணைத்து என்னிடம் தந்திருந்தான்; நானும் அதற்கு என்னை முழுதாக ஒப்படைத்திருந்தேன்.

கடைசியில் எபோனி மேசையை நான் ஹுசைனுக்கே கொடுத்துவிட்டேன்.

அதற்கான எங்களின் பேச்சுவார்த்தையின்போது, அவன் விரும்பும்பட்சத்தில் அதை ஒரு நகைச்சுவையாக மாற்றும்பொருட்டு அவனிடம் சிரித்துக்கொண்டே கேட்டேன், "ஒன்று மட்டும் சொல்லுங்கள். இந்த மேசையை ஏன் உங்களுக்கு அவ்வளவு பிடித்திருக்கிறது? விசேஷமான யாருக்கேனும் வாங்குகிறீர்களா?"

அவன் மழுப்பலாகச் சிரித்து நாடகத்தனமாக இமைகளைத் தாழ்த்திக்கொண்டது அவனது அயோக்கியத்தனத்தைக் காட்டியது. "அதுவொரு சிக்கலான விஷயம்" என்றான்.

எனக்கும் தெரியும், எல்லோருக்கும் தெரியும், பொதுப்பணித்துறை குமாஸ்தாவாகிய ரஜப் ஷாபான் மஹ்மதின் அழகான மகனை ஹுசைன் தன் ஆசைக்கு இணங்கவைத்துவிட்டான்; போனமுறை இங்கு வந்தபோது அவன் அவர்களின் வீட்டில்தான் தங்கினான், இப்போதும் அங்கு போய்வந்துகொண்டுதான் இருக்கிறான். இந்தக் கதையை யார் கேட்கிறார்கள் என்று எனக்குத் தெரியாததால்தான், கதைசொல்வதில் குற்றங்குறை இருந்தாலும், நான் சொல்கிறேன். எது எப்படியோ, பொதுப்பணித்துறை குமாஸ்தா ரஜப் ஷாபான் மஹ்மூதின் மகனை ஹுசைன் கவிழ்த்துவிட்டான் என்று வதந்தி பரவியிருந்தது. நானறிந்தவரையில் ஹுசைன் அந்த அழகிய இளைஞனை ஏற்கனவே பாழாக்கிவிட்டான் என்றாலும் எபோனி மேசையை அவன் எந்தளவுக்கு விரும்புவான் என்று எனக்குத் தெரியவில்லை. வயதுக்கோளாறில் தடுமாறும் இளைஞனைக் கவர்வதற்குப் பணமும் பட்டுத்துணியும்தான் பொருத்தமான அன்பளிப்புகள் என்று பேச்சுண்டு. கட்டுக்கடங்கா உணர்ச்சியில் சிக்கித்தவிக்கும் இளையவர்களுக்குப் பொருட்களின் அழகு

புரிவதில்லை. ஒருவேளை இந்த மேசை ரஜப் ஷாபான் மஹ்மூதிற்காகக் கூட இருக்கலாம்; மகனை மோகிக்கிறான் என்பதாலேயே தந்தைமீது மதிப்பை இழந்துவிட்டான் என்று அர்த்தமாகிவிடக்கூடாது என்பதற்காக மரியாதைநிமித்தமாக ஹுசைன் அவருக்கு இதை அன்பளிப்பாகக் கொடுப்பானாக இருக்கலாம். இதுவொரு லஞ்சம். இல்லையென்றால் இதையெல்லாம் விட மிகச்சிக்கலான ஆட்டமொன்றை ஆடுகிறான் இந்தத் தந்திரக்கார பாரசீகன்; மகனை விரும்புவதுபோல் நடித்துவிட்டு உண்மையில் ரஜப் ஷாபான் மஹ்மூதின் அழகான மனைவியான ஆஷாவிற்குதான் அவன் அடிபோட்டிருக்க வேண்டும். அவள் அழகிதான், நான் கொஞ்சம் பழகியவரையில் அவள் மரியாதையும் தன்மானமும் கொண்டவள்தான். இது ஹுசைன் சம்பந்தப்பட்ட காரியம்தான் என்றாலும், கடந்த காலத்தில் அவளுக்கு ஒன்றிரண்டு தொடுப்புகள் இருந்ததாகவும், இப்போதும் அவளுக்கு விருப்பம்தான் என்றும் இதுபோன்ற விஷயங்களைப் பேசும் நியாயஸ்தர்கள் பேசிக்கொண்டார்கள். இதையெல்லாம் தெரிந்துகொள்வது கஷ்டம், இதுபோன்ற விஷயங்களைப் பேசுவதும் இழிவானது; ஆனால் இந்த சிறுநகரத்தின் தினசரி வர்த்தகத்தில் இதுவும் ஒரு செலவாணிதான், இதைப் பேசாமல் இருந்தால் தவறு. ஆனாலும் எனக்கு அதில் அசௌகரியம் இருந்தது. அதையெல்லாம் பேச நான் தீவிரமாக மறுத்தது முட்டாள்தனமாகவும் பாசாங்காகவும் இப்போது தோன்றுகிறது. ஹுசைனுக்கு ஆரம்பத்தில், அவனது பொருட்களையெல்லாம் விற்றுமுடித்துவிட்டு திரும்பிச் செல்வதற்கான பருவக்காற்று வீசும் வரையிலும் காத்துக் கொண்டிருந்த நீண்ட நாட்களில் ஒரு பொழுதுபோக்காக இதை எடுத்துக்கொண்டிருக்கலாம். இதில் நான் செய்ய எதுவுமில்லைதான், ஆனாலும் அந்த சின்னஞ்சிறிய நகரத்தில் இந்த விஷயங்கள் நம் காதில் விழாமல் இருப்பதும் சாத்தியமில்லை.

மேஜைக்காக நான் கேட்கும் விலையின் பாதியை ரொக்கமாகவும், மீதிக்கு உத்-அல்-கமாரி இருபது பவுண்ட் பாக்கெட் ஒன்றும் தருவதாக ஏற்பாடு செய்துகொண்டோம். தாராள மனது அவனுக்கு, இல்லை, நான் என்னைப் பற்றி நினைத்திருந்ததைவிட நன்றாகவே பேரம்பேசியிருக்கிறேன். அவன் எனக்குப் பரிசாக ஒரு மரப்பேழையைத் தந்தான், போர் துவங்குவதற்கு முன்னால் ஹுசைனும் அவரது அப்பாவும் பாங்காக்கில் வாங்கியதில் கடைசியாக எஞ்சிய உத்-அல்-கமாரியை அதனுள் வைத்து. விட்டுச்சென்றுவிட்ட எனது வாழ்வின் ஒரே பயணச் சுமையாக

நான் கொண்டு வந்திருந்த அந்தப் பேழை, என் மறுபிறவிக்கான அத்தியாவசியப் பொருள். கெவின் எடெல்மே என்னிடமிருந்துக் களவாடி வைத்திருக்கும் பேழை.

கெவின் எடல்மேன், ஐரோப்பாவின் வாயிற்காவலன், அந்தக் குடும்ப முற்றத்துப் பழத்தோட்டத்து வாயிற்காப்பாளன். ஒரே வாயில். அதுதான் உலகை விழுங்குவதற்காகக் கிளம்பிய பெருங்கூட்டத்தை அவிழ்த்துவிட்டது; அங்குதான், நாங்கள் கூனிக்குறுகி வந்து உள்ளே நுழைய இறைஞ்சியபடி நிற்பதும். அகதி, புகலிடம் வேண்டுபவன். கருணைக் காட்டுங்கள்.

ஹூசைனோடு எனது வியாபாரப் பரிமாற்றங்கள் கருங்காலி மேஜையை விலைபேசி விற்றதோடு நிற்கவில்லை. பருவக்கால காற்று மோசமாக இருந்த வருடம் அது; தாமதமாக வந்ததோடு, விட்டுவிட்டு வேறுஅடித்தது முதலில். எப்படியோ ஹூசைன் தனது வியாபாரத்தை நீட்டிக்கொண்டு போனான். வேறு ஒன்றும் செய்வதற்கில்லாத அலுப்பினாலோ அல்லது விளையாட்டுத்தனமாகவோ இருக்கலாம். அவனைப் பற்றி கொஞ்சம் நன்றாக எனக்குத் தெரியவந்ததும், அவன் செய்வதில் அதிகமும் விளையாட்டாகக் குறும்புத்தனத்தோடு இருந்தைப் புரிந்துகொண்டேன். இந்தக் குறும்புத்தனம் கொஞ்சம் குழப்பங்களையும் சச்சரவுகளையும் உருவாக்கும்போது, அவனது சிரிப்பில் குரூரக் களிப்பேறி இருக்கும். அவனது மரியாதை, சந்தோஷச் சிரிப்பு இவற்றின் பின்னே இருக்கும் குரூரமான ஏதோ ஒன்று இந்தச் கணங்களில் எனக்குப் புலப்படும். ஒரு கடுமை அல்லது குழப்பமில்லாத, உறுதியான ஒரு வெறி. தான் மதிக்கும் ஒன்றைக் காப்பாற்ற வேண்டும் என்று விரும்பினால் யாரையும் கொல்லக்கூடியவனாக அல்லது தாங்கமுடியாத வேதனையை விளைவிப்பவனாக அவனை என்னால் கற்பனை செய்யமுடிந்தது என்று எண்ணுகிறேன். என்னைப் பொறுத்தவரை அப்படி மதிக்கும்படியாக எதுவுமே இல்லை. எப்படியோ, அவன் வியாபரம் செய்வது அலுப்பைப் போக்கிக்கொள்வதற்கு, ஏதாவது செய்யவேண்டுமே என்பதற்கு என்று எனக்குத் தோன்றியது. அழிவை நோக்கி நகர்கிற வியாபாரம். அது நல்ல வியாபாரமாகத் தெரியவில்லை; என்றாலும் வாசனைப் பொருட்களும் திரவியங்களும் விற்கும் பெர்ஷியன் அவன். கதைகளும் நேர்த்தியான நடத்தைகளும் அவனுக்கு இயல்பாக வந்தன; பலச் சிடுக்குகளில் மாட்டிக்கொண்டிருந்த எங்களைப் போன்ற சாமானியர்களுக்கு எட்டாக் கனிகள் அவை. தினமும் ஆட்டிறைச்சி கிடைப்பதற்கு

உறுதி செய்வதைவிட விஷயங்களைப் பாங்கோடு செய்தால் முடிவு சிறந்ததாக இருக்கும் என்பது அவனுக்குத் தோன்றியதுபோல வேறு யாருக்குத் தோன்றியிருக்க முடியும்?

ஆனால், பாங்காகச் செய்வதற்கு ஆகும் செலவை அவன் குறைத்துமதிப்பிட்டுவிட்டான்; நல்ல தொழிலுக்கான அறிகுறி அல்ல அது; எனவே, ஒரு பெரிய தொகையைக் கடனாகக் கேட்டு என்னை அணுகினான்; கொடுக்கக்கூடிய நல்ல நிலையில் நானுமிருந்தேன். எனது வியாபாரமும் நன்றாகப் போய்க்கொண்டிருந்தது. அதாவது, என் வாடிக்கையாளர்கள் நான் கேட்ட விலையைக் கொடுக்கும் முட்டாள்களாக இருந்தார்கள்; என் தச்சர்களுக்கும் கூலியை உயர்த்திக்கேட்க வேண்டும் என்று தோன்றவில்லை. அல்லது எனக்குக் கிடைத்தவற்றை கெட்டிக்காரத்தனமாக விவேகத்தோடு சேர்த்துவைத்தேன். எதுவாக வேண்டுமானாலும் இருந்துவிட்டுப் போகட்டும்; ஹுசைனுக்குத் தேவையான பணத்தைக் கடனாகக் கொடுக்கும் சந்தோஷமான நிலையில் நானிருந்தேன். இப்படி கடன்வாங்குவது வணிகர்களுக்கிடையே நடப்பதுதான்; அதிலும் குறிப்பாக கடல்கடந்து வரும் வணிகர்களிடையே. இப்போது இதை யாராலும் கனவுகூடக் காணமுடியாது. எங்கேயாவது அரைக்காசு கிடைத்துவிடாதா என்று ஒவ்வொருவரும் அலைந்துக்கொண்டிருக்கும் காலம் இது. ஆனால் அந்த நாட்களில்... என் வயதுக்காரர்களுக்கு இவை துயரம்தரும் வார்த்தைகள்; இவ்வளவும் நடந்துமுடிந்துவிட்ட பின்னர் இவை பயனற்ற வார்த்தைகள். அப்போதெல்லாம், நம்மிடம் ஒருவர் இங்கே பணம் வாங்கிக்கொண்டு வேறெங்கோ தொழில் செய்யப் போவார், அதன்பின் மற்றொரு இடத்தில் இருக்கும் உங்கள் கூட்டாளியிடம் கடனைத் திருப்பிக் கொடுப்பார். அந்தக் கூட்டாளி அங்கிருந்து உங்களுக்குத் தேவையான வியாபாரப் பொருட்களை வாங்கிக் கப்பலேற்றி அனுப்புவார். ஒவ்வொருவருக்கும் இதில் அவர்கள் பங்காக கமிஷன் கிடைத்தது. வியாபாரிகளுக்கிடையே பரஸ்பரம் மரியாதையும் நம்பிக்கையும் நிலவியது; திருமண ஒப்பந்தங்கள் ஏற்பட்டன; குடும்பங்கள் நெருங்கின; வியாபாரம் செழித்தது. ஏதாவது தவறாக நடந்தால் சண்டைச் சச்சரவுகள் வரத்தான் செய்தன, பேர்க்கெட்டுப் போகும் அபாயம்கூட இருந்தது. ஆனாலும் வியாபாரக் கடமைகளும் தன்மானமும் விஷயங்கள் களேபரமாகாமல் தடுத்தன. நிலைமை படுமோசமாகப் போகும்போது சட்ட வல்லுனர்களும் சமய வல்லுனர்களும் - சிலநேரங்களில் ஒருவரே இரண்டுமாக இருப்பார் - தீர்த்துவைக்க

அழைக்கப்படுவார்கள். பிரிட்டீஷார் வந்தபிறகான சில பத்தாண்டுகளில் நிலைமைகள் மாறிப்போனாலும், நிலைமைப் படுமோசமாகப் போகும்போதுகூட, ஆலோசனைக்காக ஒரு குஜராத்தி வக்கீலிடம் - யாரோ ஒரு ஷா & ஷா அல்லது பட்டேல் & ஸன்ஸ் - போவதுதான் நடந்தது; காதிகளிடமல்ல. அந்தக் காலத்தில் இவர்கள் நல்லவர்களாக, பண்போடு இருந்தார்கள்; பின்னர் வந்த வாய்ச் சவடால்காரர்களைப் போல் அல்லாமல்.

எது எப்படியோ, நான் வியாபாரத்துக்குப் புதிது; நான் சொன்னதைப் போன்ற கூட்டாளிகள், என் பணத்தைத் தங்கள் பணம்போல கவனிக்கும் பொறுப்புள்ள மனிதர்கள், எனக்குக் கிடைக்கவில்லை. அம்மாதிரியான கூட்டாளிகள் பொதுவாகச் சொந்தங்களாகவோ அல்லது வாழ்நாள் முழுவதும் அதையே செய்பவர்களாகவோ இருந்தார்கள்; தொழிலைக் கற்றுத் தெரிந்துகொண்டு, பின்னர் அதையே பாரம்பரியமாகக் கடைபிடித்து, தலைமுறைத் தலைமுறையாக, ஒருவர் மறைந்தால் மற்றவர் என்று, பொறுப்புகளுக்கு மேல் பொறுப்புகளை ஏற்றுகொண்டு விட்டுப்போக முடியாதவர்களாகவும் விட்டுவிட முடியாதவர்களாகவும் ஆனவர்கள். எனவேதான் நான் கடனுக்கு உத்திரவாதமாக ஹுசைனிடம் எதையாவது கேட்கவேண்டியிருந்தது.

“நிச்சயமாகத் தருகிறேன்” என்றான் சாதாரணமாக, புன்னகைத்தபடி. அவன் என்னிடம் சொன்னதைவிடப் பெரிய பிரச்சினைகளில் இருக்கிறானோ என்று இது என்னை எண்ணச் செய்துவிட்டது. “அந்தத் தவறை ஒருமுறை நானும் பம்பாயில் செய்தேன். நல்லகாலம் ஒரு சின்னத் தொகைதான். ஆனாலும் ஒரு அணாக்கூடத் திரும்பிக் கிடைக்கவில்லை.”

“பம்பாயா!” என்றேன் நான்.” உங்கள் சாகசத்துக்கு ஒரு அளவே கிடையாதா? அங்கே என்ன செய்துகொண்டிருந்தீர்கள்?”

“நான் படித்தது அங்கேதான். என் அத்தை என்னை அங்கே வரவழைத்தாள். உங்களுக்கு ஞாபகமிருக்கும், என் ஸெய்னப் அத்தை. படிக்கவைக்கிறேன் என்று என்னை அழைத்தாள்” என்றான் ஹுசைன், கொஞ்சம் ஏளனமாக; அத்தையின் அக்கறையை வியப்பதுபோன்ற தொனியில். “பம்பாயில் நான் கற்றுக்கொண்டது ஏராளம். கெட்ட விஷயங்கள் நிறைந்த ஒரு நகரம். நம்மை வெற்றிகொண்டவர்களின் மொழியை அங்குதான் நான் கற்றுக்கொண்டேன். இறைவன் அவர்களுக்கு நல்ல வலிமையைக் கொடுப்பாராக!”

அவன் கடைசியாகச் சொன்னதை அவனது எரிச்சல்மூட்டுகிற முரணான பேச்சுக்களில் ஒன்று என்று நினைத்து ஒதுக்கினேன். ஹுசைன் ஆச்சரியமான ஆவணப் பத்திரம் ஒன்றைக் கொண்டு வந்திருந்தான்; கடனுக்குப் பிணையாக வைப்பதற்காக. அவன் குடியிருந்த வீட்டுச் சொந்தக்காரனான ரஜப் ஷாபான் மஹ்மூதிற்கு முந்தைய வருடம் கடனாக, இவன் என்னிடம் வாங்கப் போகும் அதே கடன் தொகையை, வழங்கியதற்கான ஆவணம் அது; மேலும், அந்த ஒப்பந்தத்தில், பன்னிரெண்டு மாதங்களுக்குள் அந்தத் தொகையைத் திருப்பியளிப்பதாக ரஜப் ஷாபான் மஹ்மூத் ஒத்துக்கொண்டிருந்தார். திருப்பியளிக்காமல் போனால் அதற்கு ஈடாக ரஜப் ஷாபான் மஹ்மூத் வீட்டையும் அதிலுள்ள உடைமைகளையும் எடுத்துக்கொள்ள நேரிடும். ஒப்பந்தம் இருவரும் உறுதிமொழிந்து, ஒரு காஸி முன்னிலையில் கையெழுத்தாயிருந்தது.

"அவரிடமிருந்து பணத்தை வாங்குவதுதானே?" என்று கேட்டேன், ஏன் வாங்கவில்லை என்பது எனக்கு நன்றாகத் தெரிந்திருந்தாலும். ரஜப் ஷாபான் மஹ்மூத் பொதுப்பணித்துறையில் ஒரு குமாஸ்தா, ஹராம் செய்யப்பட்ட பானம், சைத்தானின் மதுப் பிரியர்; இந்த ஒப்பந்தப் பத்திரத்திலிருந்து அவர் அடிமுட்டாள் என்பதும் தெரிகிறது. முந்திய வருடம்தான் அந்த வீடு அவரது அத்தை பீ சாராவிடமிருந்து இவருக்கு வாரிசுரிமையாக வந்தது. இதைத் தவிர அவர் பெயரில் எதுவுமே கிடையாது. கடனுக்கு அபராதமாக வீட்டை அவர் இழப்பதற்கு ஏன் ஒத்துக்கொண்டார்? அவர் வாழ்ந்துவந்ததே அதன் கூரையின் கீழ்தான். வீடு என்று பார்த்தால் அது பிரமாதம் இல்லைதான், ஆனாலும் மானத்தோடு வாழ்வதற்கும் அவரது பாசத்துக்குரியவர்கள் தலைசாய்க்கவும் அது போதுமானதாகத்தான் இருந்தது. அந்தக் கடனைத் திருப்பியடைக்க எங்கிருந்து அவருக்குப் பணம் கிடைக்கப் போகிறது? ஹுசைனுக்கு எல்லாமே தெரிந்திருக்க வேண்டும்; பணத்தைக் கடனாக கொடுத்து இப்படி ஒரு இக்கட்டில் மாட்டிவிடுவதற்கு ஏதோ ஒரு காரணமிருக்க வேண்டும். மஹ்மூதின் மகனை மயக்கிவைத்திருக்கிறான் என்ற வதந்தி உண்மையானால், துராசை என்று தோன்றத் துவங்கியிருந்த ஒன்றைத் தீர்த்துக்கொள்வதுதான் அந்தக் காரணம்.

"பணத்தைத் திருப்பித் தரச் சொல்லி வற்புறுத்த விரும்பவில்லை" என்றான் ஹுசைன்; சந்தேகமில்லை, நான் என்ன நினைக்கிறேன் என்பதை ஊகித்துவிட்டான். " நீங்கள் ஒத்துக்கொள்கிறீர்கள் என்றால் இந்த பத்திரத்தை உங்கள் பெயருக்கு மாற்றிவிடுகிறேன்; அடுத்த வருடம் நான் வருவதுவரையிலும் பிணையாக

வைத்திருங்கள். அப்போது பணத்தைத் தருகிறேன், நீங்கள் பத்திரத்தைத் திருப்பித்தாருங்கள்”

நான் இந்த ஏற்பாட்டுக்கு ஒத்துக்கொள்ளாமல் இருந்திருக்கவேண்டும். அந்தப் பருவக்காற்றுக் காலத்தின் முடிவில் ரஜப் ஷாபான் மஹ்மூதின் குடும்பத்தில் சூறாவளியைக் கிளப்பிவிட்டுப் போனபிறகு அவன் இனி திரும்பிவருவான் என்று எனக்குத் தோன்றவில்லை. எதையும் பொருட்படுத்தாத இந்தத் திமிர்பிடித்த பெர்சியன் என்ன செய்வான், எந்தெந்த ஜின்களையும் பிசாசுகளையும் துணைக்கு வைத்துக்கொண்டிருக்கிறான், என்னென்ன அவமானங்கள் அவமரியாதைகளை வெட்கமில்லாமல் அவன் தாங்கிக்கொள்வான் என்பதையெல்லாம் என்னால் உறுதியாகத் தெரிந்துகொள்ள முடியவில்லைதான். அடுத்த பருவக்காற்றுகாலம் வரும் எட்டு மாதங்கள் என்னென்ன செய்யலாம் என்று யோசித்துக் காத்திருந்தேன்; ஆனால் உறுதியாகத் தெரிந்துவிட்டது, ஹுசைன் திரும்பிவரவில்லை. மற்றொரு வியாபாரி மூலமாக அவன் கொடுத்து விட்டிருந்த, முகமன்களும் மன்னிப்புகளுமான கடிதத்தில், வேறு இடத்தில் வியாபார நெருக்கடி, மறுமுறை சந்திப்போம், இன்ஷா அல்லா அடுத்த வருடம், அதுவரை இறைவன் உங்கள் தொழிலில் மேன்மை துலங்கச் செய்யட்டும் என்று எழுதியிருந்தான். ஒரு பரிசும் கொடுத்துவிட்டிருந்தான், ஒரு வரைபடம். கடலோடிக்களுக்கான தெற்காசிய வரைபடம். அது அவன் தாத்தா ஜாபர் மூசாவுக்குச் சொந்தமானது என்று கடிதத்தில் எழுதியிருந்தான். பார்ப்பதற்கு அது அதிகம் பயன்படுத்தியதுபோல தோன்றவில்லை. அவன் அப்பாவின் ஆவணங்களோடு அது இருப்பதைப் பார்த்தானாம், எனக்குப் பிடிக்கும் என்று தோன்றியதாம். அந்தப் பரிசு என்னைப் புன்னகைக்க வைத்தது. வரைபடங்கள் எனக்கு எவ்வளவு பிடிக்கும் என்பது அவனுக்கு நினைவுக்கு வந்திருக்கிறது. வரைபடம் அவ்வளவு அருமை. பணத்தை அடுத்த வருடம்கூட வாங்கிக்கொள்ளலாம், வீட்டு அடமான ஓலைதான் என்னிடம் இருக்கிறதே. வியாபாரமும் நன்றாகப் போய்க்கொண்டிருக்கிறது, அல்ஹம்தில்லாஹ். இப்படி எனக்கு நானே சொல்லிக்கொண்டாலும், அந்த ஒப்பந்தம் எனக்குள் நிறைத்திருந்த பதற்றங்களை என்னால் அமைதிப்படுத்த முடியவில்லை.

வரைபடங்களோடு நான் பேசுவேன். சில நேரங்களில் அவையும் என்னிடம் ஏதோ சொல்லும். கேட்பதற்கு விசித்திரமாகத் தோன்றினாலும் இது விசித்திரமல்ல, கேள்விப்படாத ஒன்றும்

அல்ல. வரைபடங்கள் வருவதற்கு முன்பு உலகம் எல்லையற்றிருந்தது. வரைபடங்கள்தான் அதற்கு வடிவம் கொடுத்து, பிரதேசம் என்பது, தாக்கி அழித்துச் சூறையாடுவற்கு மட்டுமல்ல, கைப்பற்றுவதற்கும் உரியது என்ற தோற்றத்தைக் கொடுத்தது. கற்பனையின் விளிம்புகளில் இருந்த இடங்களைப் புரிந்துகொள்ளக்கூடியவையாகவும் ஓரிடத்தில் பொருத்தக்கூடியவையாகவும் ஆக்கின. பின்னர் அவசியம் ஏற்பட்டபோது, வரைபடத்தின் வேறெங்கோ எளிதில் அடையமுடியாத பகுதிகளில் பூர்வகுடி வாழ்க்கை வாழ்ந்துகொண்டிருந்தவர்களை, குறிப்பிட்ட ஓரிடத்தில் பொருத்துவதற்கான படிநிலை ஒன்றை கட்டமைக்க வசதியாக இந்தப் புவியியல் உயிரியலாக மாற்றம் பெற்றது.

நான் முதலில் பார்த்த வரைபடம் - அறியாத வயதில் வேறு வரைபடங்களை நான் நிச்சயம் பார்த்திருப்பேன் - ஏழு வயதில் என் ஆசிரியர் காண்பித்தது. எனக்குதான் ஏழு வயது, என்னோடு இந்த அனுபவத்தைப் பெற்ற பலருக்கு என்ன வயதிருந்தது என்பதை உறுதியாக என்னால் சொல்லமுடியவில்லை. அந்த வயது அல்லது அதை ஒட்டிய வயதிருக்கும், அவ்வளவுதான். பள்ளிக்கூடத்தில் சேர்வதற்கு ஒரு குறிப்பிட்ட வயதுக்குக் கீழ் இருக்கவேண்டுமாம், ஏனென்று தெரியவில்லை. முன்பு இதை நான் வினோதமாக நினைத்ததே இல்லை, இப்போது அதைப் பற்றி யோசிக்கும்போதுதான் அதன் விசித்திரம் எனக்கு உறைக்கிறது. ஒரு குறிப்பிட்ட வயதைக் கடந்துவிட்டால், கற்பிக்கக்கூடிய நிலையைத் தாண்டிவிட்டோமாம்; முற்றிப் போன தேங்காயில் தண்ணீர் இல்லாமல் போய்விடுவதைப் போல; அல்லது மரத்திலேயே அதிக நாட்கள் விடப்பட்ட கிராம்பு திரண்டு விதையாகி விடுவதைப் போல. இப்போது யோசித்தாலும் கறாரான இந்த விலக்கல் எதுக்காக என்று விளக்கத் தெரியவில்லை எனக்கு. பிரிட்டீஷ்காரர்கள் எங்களுக்குப் பள்ளிகளை, பள்ளிகள் எப்படி இயங்கவேண்டும் என்ற விதிமுறைகளைக் கொண்டுவந்தார்கள். விதிமுறைகள், பள்ளியில் சேர்வதற்கு ஆறுவயதுதான் இருக்கவேண்டும், அதற்கு மேலிருந்தால் அனுமதியில்லை என்று சொல்லுமானால், அதன்படிதான் நடக்கும். பள்ளிகள் எல்லாம் இதைக் கடைபிடிக்கமுடிந்தது என்பதில்லை, ஏனென்றால் குழந்தைகளைக் கூட்டிக்கொண்டுவரும் பெற்றோர்கள் அவர்களின் வயதைக் குறைத்துச் சொன்னார்கள். பிறப்புச் சான்றிதழ்? அறியாதவர்களான அந்த பரம ஏழைகளுக்கு, அதை வாங்கிவைக்க வேண்டுமென்று தோன்றியதே இல்லை. குழந்தைகளை அவர்கள்

பள்ளிக்கு அனுப்புவதே அதற்காகத்தான், குழந்தைகளும் தங்களைப் போல விலங்குகளாகவே இருந்துவிடக்கூடாது என்பதற்காக.

எங்களின் சொந்த வாழ்க்கையில், தலைமுறைத் தலைமுறைகளாக சுனோனிக்குப் போய்க்கொண்டுதான் இருந்தோம். சுனோனிக்குச் சென்று எழுத்துக்களைக் கற்றுக்கொண்டுதான் நாங்கள் குரானைப் படித்து, திருநபி, சல் அல்லாஹு வலி, தன் வாழ்நாள் முழுவதும் நிகழ்த்திய அற்புதங்களைக் கேட்டறிய முடியும். நேரம் கிடைக்கும்போது, அல்லது சுழித்துச் சுழித்து எழுதப்பட்டிருக்கும் எழுத்துக்களில் கவனம் செலுத்த முடியாத அளவுக்கு வெக்கை அதிகமாக இருக்கும்போது, மரணத்துக்குப் பிறகு காத்திருக்கும் மயிரிக்கூச்செரிகிற தண்டனைகளைப் பற்றிய விவரிப்புகளைக் கேட்டுக்கொண்டிருப்போம். சுனோனியில் வயதைப் பற்றி யாரும் கவலைப்படுவதில்லை. தனியாக வெளிக்குப் போய்வரப் பழகியதும் பள்ளிப் படிப்பு ஆரம்பிக்கும்; குரானை தொடக்கம் முதல் இறுதிவரைப் படிக்கத் தெரிந்துகொள்வது வரையிலும், அல்லது நமக்குத் தப்பித்துப் போவதற்குத் துணிச்சல் வரும் வரையிலும், அல்லது ஆலிம்களுக்கு நம்மை வைத்துக்கொண்டு சமாளிப்பது முடியாதுபோகும் வரையிலும், அல்லது ஆலிமுக்குப் பேருக்கு ஏதோ கொடுப்பதைக்கூட எங்கள் பெற்றோர்கள் கொடுக்க முடியாதுபோகிறவரையிலும் படிப்பு தொடரும். பையன்கள் பலரும் பதிமூன்று வயது வாக்கில் தப்பிச் சென்றுவிடுவார்கள். ஆனால் பள்ளியில் ஆறுவயதில் சேர்ந்து நம்மால் முடிந்தவரை மேலே மேலே போய்க்கொண்டிருந்தால், வருடம்தோறும், ஒரே வயதுக்காரர்கள்தான் ஒன்றாக இருப்பீர்கள். படிப்பில் பின் தங்கியவர்களும் இருப்பார்கள்; அவர்கள் ஒருவருடம் கூடுதலாக, ஒவ்வொரு வகுப்பிலும் ஒன்றோ இரண்டோ வருடம், இருப்பார்கள்; அவர்கள் தங்களின் பள்ளி வாழ்க்கையை இப்படி அவமானப்பட்டே கழிப்பார்கள். பிறர், ஒத்த வயதுகாரர்களாக இருப்போம்; பள்ளி ஆவணங்களில்தான். நம்முடன் படிப்பவர்களுக்கு உண்மையில் என்னதான் வயது என்று நம்மால் ஒருபோதும் உறுதியாகச் சொல்லமுடியாது; கொஞ்சம் வயதாகும்போது, எங்களில் சிலருக்கு இளம் மீசை துளிர்விட்டிருக்கும்; சிலர் கொஞ்ச நாட்களுக்குக் காணாமல்போய், ரகசிய அறிவு அவர்களின் கண்களில் மின்னத் திரும்பி வந்துசேர்வார்கள்; கிராமப்புறத்தில் சத்தமில்லாமல் நடந்த திருமணங்கள்பற்றிய வதந்திகளும் பின்னால் வரும். அந்த நாட்களில் இளம்வயதிலேயே திருமணம் செய்துவைத்துவிடுவார்கள். பெண்களின் பள்ளிகளில் என்ன நிலைமை என்று எனக்குத்

தெரியாது; தெரிந்துகொண்டிருக்கலாமோ என்று இப்போது தோன்றுகிறது. ஒருவேளை பெண்கள் பள்ளியிலிருந்து காணாமல் போனால், மற்றவர்கள் ஒரு நாள் பார்ப்பார்கள், அடுத்த நாள் பார்ப்பார்கள், அதன்பிறகு அவர்களுக்குத் திருமணமாகிவிட்டது என்று ஊகித்துக்கொள்வார்கள். திருமணமாகியிருப்பாள், திருமணம் செய்துகொடுக்கப்பட்டிருப்பாள், அவ்வளவுதான் முடிந்தது. அது எப்படி இருக்கும் என்று நான் யோசித்துப் பார்ப்பேன். என்னை ஒரு பெண்ணாகக் கற்பனை செய்துகொள்வேன், சரியா தவறா என்று சொல்லத் தெரியாதவள், சொல்லக்கூடமுடியாதவள். தோற்கடிக்கப்பட்டவளைப்போல என்னை நான் உணர்வேன்.

நான் பார்த்த முதல் வரைபடத்தைப் பற்றிச் சொல்லிகொண்டிருந்தேன். ஆசிரியர் அதைக் காண்பிக்கும்போது எனக்கு வயது ஏழு, என்னோடு படிக்கும் பிற பையன்களுக்கு என்ன வயதென்று உறுதியாகச் சொல்லமுடியாவிட்டாலும். ஏழு ஒரு அதிர்ஷ்ட எண்; இங்கே வந்தும் ஏழுமாதங்கள் ஆகிவிட்டன; ஆனால், இதனால் அல்ல நான் வரைபடத்தை முதலில் பார்த்த காலத்தை அந்த இலக்கத்தோடு சேர்த்தே சொல்லிவருவது. எனக்கு ஏழு வயதுதான், எனக்குத் தெரியும், ஏனென்றால் நான் இரண்டாம் வகுப்பில் படித்துக்கொண்டிருந்தேன், பிரிட்டீஷ்காரர்களின் நேர்மை இதற்குச் சாட்சியாக இருக்கிறது, நான் படிக்கத் தொடங்கியபோது எனக்கு ஆறு வயது இருந்திருக்கும், விதிமுறைகளின் படி. ஆசிரியர் பாடத்தை ஆரவாரமாக நடத்தினார். பெருவிரலுக்கும் நடுவிரலுக்கும் இடையில் ஒரு முட்டையை வைத்துக்கொண்டார். "முட்டையை நெட்டுக்குத்தாக நிற்கவைக்க யாருக்காவது முடியுமா?" கிறிஸ்டோபர் கொலம்பஸை எங்களுக்கு அவர் அறிமுகப்படுத்தியது இப்படித்தான். மீண்டும் உருவாக்கமுடியாத, அற்புத கணம் அது. கற்பனை செய்திராத, எதிர்பார்த்திராத கண்டம் ஒன்றில் நானே தட்டுத்தடுமாறி விழுந்தது போலிருந்தது. கதை ஆரம்பித்த கணம். கதை வளர்ந்தபோது, அவர் கரும்பலகையில் வெள்ளைச் சாக்குக்கட்டியால் ஒரு வரைபடம் வரையத் தொடங்கினார்: வடமேற்கு ஐரோப்பாவின் கடற்கரை, ஐபேரியன் தீபகற்பம், கடற்பரப்பில் விரிந்தும் பின்னர் உள்ளே சுருங்கியும் சென்று இறுதியில் நன்னம்பிக்கை முனையில் போய் இறங்கும் வடஆப்பிரிக்கக் கடற்கரை. வரையும்போதே இடங்களின் பெயரைக் குறிப்பிட்டுச் சொல்லிக்கொண்டு வந்தார், சிலசமயம் முழுமையாக, சிலசமயம் போகிறபோக்கில். ரூவுமா டெல்டா முனைக்குச் சற்று வளைவாக வடக்கே, எங்கள் நீண்டக்

கடற்பகுதியின் உச்சிமுனையான ஆப்பிரிக்காவின் கொம்பு, அதன்பின் சூயஸ் கால்வாயிருக்கும் செங்கடல் பகுதி, அரேபிய தீபகற்பம், பெர்ஷிய வளைகுடா, இந்தியா, மலேய தீபகற்பம், அங்கிருந்து அப்படியே சீனா. ஒரு துண்டுச் சாக்குக்கட்டியால் தொடர்ச்சியாக கோடிழுத்து அறிந்த உலகின் அரைப் பங்கைக் காண்பித்தவர், இந்த இடத்தில் நிறுத்திவிட்டுப் புன்னகைத்தார். ஆப்பிரிக்காவின் கிழக்குக் கடற்கரைக்குக் கீழே அரைபங்கு தூரத்தில் ஒரு புள்ளி வைத்துவிட்டுச் சொன்னார், “இங்கேதான் நாமிருக்கிறோம், சீனாவிலிருந்து வெகுதொலைவில்.”

மத்தியத்தரைக் கடலின் வடபகுதியில் ஒரு புள்ளி வைத்துவிட்டு, சொன்னார், “இங்கேதான் கிறிஸ்டோபர் கொலம்பஸ் இருந்தார், அவர் சீனாவுக்குப் போக விரும்பினார், ஆனால் எதிர்த் திசையில் ஒரு வழியைப் பிடித்துப்போய்விட்டார்.” என் பச்சைமனதிற்குள் வேறு ஏகப்பட்ட கதைகள் குவிந்துகிடந்தன, எனவே பேராசைக்காரன் கிரிஸ்டோபாலின் சாகசங்களைப் பற்றி அவர் சொன்னதில் பலவும் எனக்கு ஞாபகம் இல்லை. ஆனால், அவர் கடற்பயணத்தைத்தொடங்கிய அதே வருடம்தான் கிராணன்டா வீழ்ந்தது என்றும் அண்ட்லஸிலிருந்து முஸ்லீம்கள் வெளியேற்றப்பட்டார்கள் என்றும் அவர் சொன்னது நினைவிருக்கிறது. இந்தப் பெயர்களும்கூட எனக்குப் புதியவைதான், வேறு பல பெயர்களைப் போல. ஆனால் இந்த விஷயங்களை - கிராணன்டாவின் வீழ்ச்சியும் அண்ட்லஸிருந்து முஸ்லிம்களின் வெளியேற்றமும் - அவர் மிகுந்த பயபக்தியோடும் ஏக்கத்தோடும் சொன்னதால் என் மனதிலிருந்து அந்தக் கணம் போகவே இல்லை. இப்போதும் அவர் எனக்குத் தெரிகிறார்: கட்டையான குண்டு மனிதர்; கான்ஸு ஆடை, குப்பாயம், அதன்மேல் ஒரு வெளிறிய சாம்பல்நிற மேல்கோட்டு. முகத்தில் அம்மைத்தழும்புகள். இருந்தாலும் பொறுமையும் தன்னடக்கமும் புலப்படும் அமைதியான முகம். உலகத்தின் வடிவத்தை, எனது முதல் வரைபடத்தை வரைந்துகாட்டியதில் இருந்த அனாயாசம் என் நினைவில் நிற்கிறது.

முட்டை? அந்தக் கதை இதுதான். கொலம்பஸின் மாலுமிகள் அட்லாண்டிக் கடலுக்கு மேற்கே போனதே இல்லை, ஒருவரும். அவர்கள் அறிந்திருந்ததெல்லாம், இந்தக் கடல் சட்டென்று ஓரிடத்தில் முடிந்து, அதன் நீரெல்லாம் ஒரு பிரமாண்டமான வெடிப்புக்குள் விழுந்து, அங்கிருந்து பூமிக்குக் கீழே குகைகள் பள்ளத்தாக்குகள் வழியாகப் பயணப்பட்டு, பூதங்களும் பிசாசுகளும் மொய்த்திருக்கும் ஆழம்காணமுடியாத குளத்தில் போய் சேர்கிறது

என்பதுதான். பயணமோ நெடுந்தொலைவு, கடினமானதும்கூட. தரை தெரியாத வெற்றுக் கடல். காத்தே(சீனா) எங்கும் தட்டுப்படவில்லை, எவ்வளவு கூர்மையாகப் பார்த்தாலும். கொதித்துப்போன அவர்கள் முணுமுணுக்கத் தொடங்கினார்கள்; நாங்கள் ஊருக்கே போகப்போகிறோம். இறுதியாக, கொலம்பஸ் அவர்களை எதிர்கொள்ள வந்தார், கட்டைவிரலுக்கும் நடுவிரலுக்கும் நடுவில் ஒரு முட்டையை வைத்தபடி. உங்களில் யார் இந்த முட்டையை நேர்க்குத்தாக நிற்க வைக்கமுடியும்? என்று கேட்டார். யாராலும் முடியவில்லை. அவர்கள் வெறும் மாலுமிகள்தான், இதுபோன்ற பெரிய விஷயங்களில் அறிவில்லாத சில்லறை வேடங்கள்தான் அவர்களுக்கு விதிக்கப்பட்டிருக்கிறது. முணுமுணுக்கவும் நிறைவேற்ற முடியாத சதித்திட்டங்களை யோசிக்கவும்தான் முடியும் அவர்களால். கொலம்பஸ் முட்டையின் ஒரு முனையை லேசாகப் பிளந்து - ஆசிரியர் இதைச் செய்து காண்பித்தார் - அதை கப்பல் கைப்பிடிப் பலகையில் நிறுத்திவைத்தார். இதிலிருந்து தெரிந்துகொள்ள வேண்டிய படிப்பினை என்னவென்று எனக்கு நிச்சயமாகத் தெரியவில்லை. உடைக்காமல் முட்டையைச் சாப்பிட முடியாது, அதுபோல கஷ்டப்படாமல் காத்தேயை அடையமுடியாது என்று சொல்வதற்காகவா? இல்லை, மாலுமிகளைவிட கொலம்பஸ் மகா புத்திசாலி, ஆகவே அவர் எதைச் செய்தாலும் சரியாகத்தான் இருக்கும் என்பதைக் காட்டவா? எப்படியோ, மாலுமிகள் கலகம் செய்யும் எண்ணத்தை உடனடியாகக் கைவிட்டுவிட்டு, மகா கானைத் தேடி கப்பலைச் செலுத்தினார்கள். ஏழு வயதுக்காரன் நானும் அதைத்தான் செய்திருப்பேன். ஆசிரியர் வேகவைத்த அந்த முட்டையைக் கவனமாகத் தனது டெஸ்கின் கீழே வைத்தார், பின்னர் சாப்பிடுவதற்காக.

அவர் பள்ளியின் நிரந்தர ஆசிரியர்தான் என்றாலும், அதன்பிறகு அவர் எங்களுக்கு வரவே இல்லை. அந்தக் குறிப்பிட்ட நாளில் எங்கள் வகுப்பாசிரியர் வரவில்லை, எனவே பகல் வேளையில் எங்களை இவர் பார்த்துக்கொண்டார். பகல்வகுப்புகள் முடிந்து எங்கள் வகுப்புக்கு நாங்கள் கிளம்பிச் சென்றுவிட்டோம்; எங்களுக்கு வரைந்துகாட்டிய உலகத்தைப் பார்க்கலாமே என்று பின்னர் வந்து நான் எட்டிப்பார்த்தபோது, கரும்பலகையில் அந்த வரைபடம் அழிக்கப்பட்டிருந்தது.

ஹுசைனுக்கு இதெல்லாம் தெரிந்திருக்காது, வரைபடங்கள் என்னோடு பேசுவதைப் பற்றியும் ஒன்றும் தெரியாது; ஆனால் எனக்கு வரைபடங்களைப் பார்க்கப் பிடிக்கும் என்பதும் நான்

அவற்றைச் சேகரிப்பவன் என்பதும் தெரிந்து, அவன் தாத்தாவின் பழைய வரைபடம் ஒன்றைக் கொடுத்துவிட்டிருக்கிறான், என்னை தாஜா செய்வதற்காக; அவன் தரவேண்டிய பணத்துக்காக. அந்த வெகுமதி வந்தபோது நான் சந்தோஷப்பட்டேன், ஆனால் ஹூசைனைத் திரும்பிப் பார்க்கப்போவதில்லை என்பது கிட்டத்தட்ட எனக்கு உறுதியாகிவிட்டது. இந்தப் பரந்த உலகில் தொலைதூரத்திலுள்ள, செல்வதற்கு கடினமானதும் அதனாலேயே அழகாக இருப்பவையுமான ரங்கூன், சிராஜ் மற்றும் இவைபோன்ற பிரதேசங்களில் வியாபாரம் செய்ய வழி இருக்கும்போது, சந்தனத் துண்டுத் துணுக்குகளையும் பன்னீரையும் விற்பதற்காக இவ்வளவு தொலைவு அவன் ஏன் வரப்போகிறான்?

2

அவள் வரவில்லை. வருவதாகச் சொன்னாலும் அவள் சில நேரங்களில் வரமாட்டாள். அவளுக்குச் சரிப்படும்போது வருவாள், எனக்கு அப்படித்தான் தோன்றும், எல்லா நேரமும் நான் நினைப்பதுபோல் காரியங்கள் நடப்பதில்லை. தொலைபேசி வைத்துக்கொள்ளுங்களேன் என்பாள் அவள், எனக்கோ அதில் விருப்பமில்லை. நான் தொலைபேசி வைத்திருந்ததே கிடையாது, இப்போது ஏன் அதைச் சுமப்பானேன் என்று மறுத்துவிட்டேன். அவள் வந்தாலும் முடிக்காமல் விட்டுவிட்டுவந்த காரியங்கள் தரும் பரபரப்பிலேயே தனது நாட்கள் ஒவ்வொன்றும் கழிவதைப் போலக் காட்டிக்கொள்வாள். அவளுக்குப் பொருந்தவும் செய்யும் அந்தப் பரபரப்பு. அவள் அப்படி தள்ளிப்போட்ட கணங்களுக்கு இடையே லாவகமாகப் புகுந்து புகுந்து வரும்போது தீராத ஆற்றலோடு மிளிர்வாள். அவளது கண்களுக்கு அதுவொரு மாய ஆழத்தைக் கொடுத்தது; குவிந்திருக்கும் ரகசிய இணைப்புப்புள்ளி ஒன்றையோ மறைவான பகுதியையோ அல்லது கணத்தையோ அவை சுரப்பதைப் போலிருக்கும். இங்கேயோ இந்த கணத்திலோ அல்ல, அவளது உண்மையான வாழ்க்கை வேறெங்கோ விரைந்துகொண்டிருக்கும். அவளது பெயர் ரேச்சல். தடுப்புக்காவல் மையத்தில் என்னைச் சந்திக்க வந்த முதல் நாளன்று அவள் இதைச் சொன்னாள். "உங்கள் கேஸை விசாரிக்க எடுத்திருக்கும் அகதிகள் அமைப்பின்

சட்ட ஆலோசகர் நான். என் பெயர் ரேச்சல் ஹோவர்ட்" சிரித்துக்கொண்டே, கைகளை என் முன்பாக நீட்டி, "உங்களைச் சந்திப்பதில் மகிழ்ச்சி" என்றாள்.

என் பெயர் ரஜப் ஷாபான். இது என் நிஜப் பெயரல்ல, உயிர்பிழைக்க மேற்கொண்ட இந்தப் பயணத்திற்காக நான் இரவல் வாங்கிய பெயர். எனக்குப் பல வருடங்களாகத் தெரிந்திருந்த ஒருவரின் பெயர். ஷாபான் என்பது ஆண்டின் எட்டாவது மாதத்தின் பெயர், பத்து பத்து நாட்களாகப் பிரிந்த மாதம்; அம்மாதத்தில்தான் வரவிருக்கும் ஆண்டின் தலைவிதி உறுதிசெய்யப்படும், உண்மையிலேயே மனம் வருந்துபவர்களின் பாவங்கள் மன்னிக்கப்படும். நோன்பு இருக்கும் மாதமும் பெரும் வெப்பம் நிறைந்த மாதமுமான ரமலான் மாதத்தின் முந்தைய மாதம் ஷாபான். இவ்விரு மாதங்களுக்கும் முந்தைய ஏழாவது மாதத்தின் பெயர் ரஜப் - மரியாதைக்குரிய மாதம். ரஜப் மாதத்தில்தான் மிராஜ் இரவு - இறைவனை சந்திக்க ஏழு சொர்க்கங்களின் வழியாக நபிகள் அழைத்துச் செல்லப்பட்ட இரவு - நிகழ்ந்தது. சிறுவயதில் அந்தக் கதையை அவ்வளவு ரசித்துக்கேட்டிருக்கிறோம். ரஜப் மாதத்தின் 27ஆம் நாள் இரவுநேரம் தூங்கிக்கொண்டிருக்கும் நபிகளை தேவதூதர் ஜிப்ரீல் எழுப்புகிறார்; புராக் எனும் ராட்சதப் பறவையின் மீதேறி ஜெருசலேமின் அல் குத்ஸ் பகுதிக்கு வான்வழியே பறந்து செல்கின்றனர். அங்கிருந்த பாழடைந்த மலைக்கோவிலில் ஆபிரகாம், மோசஸ், இயேசுபிரான் ஆகியோரோடு சேர்ந்து பிரார்த்திக்கிறார், பிறகு அவர்களோடு சேர்ந்து ஸித்ரத்துல் முன்தஹா என்னும் வானெல்லையில் இருந்த இலந்தை மரத்தருகே செல்கின்றார், அதுதான் இறைவனுக்கு மிக அருகே செல்லக்கூடிய ஒரே இடம். முஸ்லீம்கள் அனைவரும் ஒரு நாளில் ஐம்பது முறை தொழுகை செய்யவேண்டும் என்று இறைவனிடமிருந்து நபிகளுக்கு ஆணை பிறப்பிக்கப்படுகிறது. திரும்பிவரும்வழியில், மோசஸ் நபிகளிடம் இறைவனிடம் திரும்பிச்சென்று பேரம் பேசச்சொல்கிறார். மோசஸ் நபிகளைவிடவும் இறைவனிடம் நீண்டகாலம் பேசிவருவதால், நபிகள் சொன்னால் இறைவன் கட்டாயம் கொஞ்சமேனும் இறங்கிவரலாம் என்று நினைத்தார். இறைவனும் ஒரு நாளில் ஐந்துமுறை தொழுங்கள் என்று இறங்கிவந்தார். கதையைச் சொல்லும்போது இந்த இடத்தில் மட்டும் கேட்போர் கூட்டத்தில் இருந்து ஒரு பெருமூச்சு எழும். ஒரு நாளில் ஐம்பது முறை தொழுவதை நினைத்துப்பாருங்கள். பிறகு நபிகள் அல் குத்ஸுக்குத் திரும்பி, புராக் ராட்சதப்பறவை மீது ஏறி பொழுது விடியும்முன்னே

மெக்காவுக்குத் திரும்பிவிடுகிறார். அங்கோ, அந்நகரில் இருந்த அறிவிலிகளின் கடும் கண்டனங்களையும் சந்தேகங்களையும் அவர் சந்திக்க நேர்கிறது; அதேசமயம் நம்பிக்கை கொண்டவர்களோ மிராஜ் அற்புதநிகழ்வை பெரும் மகிழ்வுடன் கொண்டாடினார்கள். ரமலானுக்கு முன்பு வரும் ஷாபானும் அதற்கு முன்புவரும் ரஜப்புமாக மொத்தம் மூன்று புனித மாதங்கள். ரமலான் மாதத்தில் நோன்பு கடைபிடிக்கும்படிதான் இறைவனின் உத்தரவு என்றாலும் பக்திமான்கள் மூன்று மாதங்களும் நோன்பிருந்தார்கள். எனது இந்தப் போலிப் பெயரின் நிஜ சொந்தக்காரரின் பெற்றோர்கள் இந்தப் பெயரின் மூலம் அவரை ஒரு புனிதக் கேலிப்பொருளாக்கி விட்டார்கள், அவரது அப்பாவின் பெயர் ஷாபானாக இருக்க அவருக்கு ரஜப் என்று பெயரிட்டிருக்கிறார்கள், அதாவது அப்பாவின் பெயர் ஆகஸ்ட் என்றால் மகனின் பெயர் ஜூலை; பெயர் வைத்தவர்கள் நன்றாகச் சிரித்திருப்பார்கள் என்பதில் சந்தேகமில்லை, ஆனால் அதற்கான விலைகொடுத்தவர் அவர்தான். பெயருக்கு. என் பெற்றோர்கள் எனக்கு அந்தப் பெயரை வைத்திருந்தால் என் கதையும் அதுதான்.

தடுப்புக்காவல் மையத்தில் என்னைச் சந்திக்க ரேச்சல் ஹோவர்ட் வந்திருந்தபோது நான் இதை அவளிடம் சொல்லவில்லை. நான் எதுவுமே சொல்லவில்லை. தடுப்புக்காவல் மையம் என்று அதை அழைப்பது ஏதோ நாடகத்தனமாக இருக்கும். பூட்டிய வாயிற்கதவுகளோ ஆயுதமேந்திய காவலர்களோ கிடையாது, கண்ணுக்கெட்டிய தூரம் வரை ஒரு சீருடையைக் கூட பார்க்கமுடியாது. கிராமப்புறத்தில் இயங்கும் ஒரு முகாம் அது, தனியார் நிறுவனமொன்று அதை நடத்துகிறது. கொட்டகை போன்றோ கிடங்கு போன்றோ தோன்றும் மூன்று பெரிய கட்டடங்கள், அங்குதான் எங்களுக்கு உறங்க இடமும் உண்ண உணவும் கொடுத்தார்கள். குளிராக இருந்தது. வெளியே காற்று ஊளையிடும், ஓலமிடும்; சில சமயங்களில் முழு கட்டடத்தையே பெயர்த்து எறிந்துவிடுவதைப்போல காட்டுத்தனமாக வீசும். என் நரம்புகளுக்குள் இரத்தம் பாய்வதை நிறுத்திக்கொண்டு, கூரிய படிகங்களாக மாறி என் உள்சதையைக் குத்திக் கிழிப்பதைப் போல உணர்ந்தேன். என் கைகால்களை அசைக்காமல் விட்டால் அவை மரத்துப்போயின. நாங்கள் இரண்டு கட்டடங்களில் உறங்கினோம், ஒன்றில் பன்னிரெண்டு பேர், இன்னொன்றில் பத்து பேர் இருந்தோம்; நாங்கள் உறங்கும் பகுதிகள் பலகைகளால் பிரிக்கப்பட்டிருந்தன, கதவுகள் கிடையாது. ஒவ்வொரு கட்டடத்திற்கும் ஒரு கழிவறையும்

ஒரு குளியலறையும் இருந்தன, 'குடிநீர்' என்று எழுதி ஒட்டப்பட்ட ஒரு குழாயும் இருந்தது. அப்படியென்றால் குளியலறை நீரை நான் எச்சரிக்கையாக உபயோகிக்க வேண்டுமா, அந்த தண்ணீர் பாதுகாப்பானதா என்று யோசித்தேன். மூன்றாவது கட்டடத்தில் சாப்பாடு, சதுரவடிவப் பெரிய பெரிய பாத்திரங்களில் உணவு ஒரு வேனில் வந்திறங்கும். சோர்ந்து இருண்ட முகத்துடன் இருக்கும் ஆங்கிலேயன் ஒருவன் எங்களுக்கு உணவு பரிமாறினான், அந்தநாள் வரையிலும் நான் மேற்கொண்டிருந்த பயணங்களில் அப்படியொருவனைப் பார்த்ததேயில்லை; ஆனால் அதன்பிறகு அவனைப் போன்ற நிறைய ஆட்களைப் பார்த்தேன். இங்கு வந்த ஆரம்ப நாட்களில் நான் சந்தித்தப் பலருடைய தோற்றம் உண்மையில் என்னை ஆச்சரியப்பட வைத்தது. பல ஆண்டுகளுக்கு முன்பு நான் கண்ட, முதுகை நேராகவைத்து நடந்து, சிரிப்பென்றால் என்னவென்றே தெரியாத வகையினரைப்போல் இவர்கள் இல்லை. இந்த ஆங்கிலேயனின் பெயர் ஹரோல்ட்; எங்களுக்கு உணவு பரிமாறுவதோடு எங்களின் குளியலறைகளையும் கழிவறைகளையும் அவனது பாணியில் சுத்தமும் செய்வான். சின்னக் கட்டடத்தில் பொதுத் தொலைபேசி, வைத்தியசாலை, ஆலோசனை அறை ஆகியவற்றோடு ஒட்டியிருந்த அலுவலகத்தில் இன்னொருவன் உட்கார்ந்திருப்பான். இரவு அவன் வீட்டுக்குச் செல்வது வழக்கம், ஆனால் ஹரோல்ட் நாங்கள் உணவருந்தும் கட்டடத்திலேயே தூங்கிக்கொள்வான்; எப்போதும் எங்கள் பக்கத்திலேயே இருப்பான். இந்த வேலையிலிருந்து ஹரோல்டுக்கு ஓரிரு இரவுகளுக்கு ஓய்வுகொடுக்க வேறொருவனும் வருவதுண்டு, நான் அங்கு இருந்தவரை அவன் ஒரே ஒருமுறைவந்தான்; அவன் எங்களிடமிருந்து விலகியே இருந்தான், எங்களைத் தவிர்த்தான். தடுப்புக்காவலில் இருந்த நாங்கள் ஹரோல்டை ஓயாமல் கிண்டல் செய்தபடியிருப்போம், அவனோ சோர்ந்த முகத்துடன் அதையெல்லாம் ஒதுக்கிவிடுவான்; மனதுக்குள்ளிருந்த வேலைப்பட்டியலை முடிக்கவேண்டும் என்பதுபோல் அவன்பாட்டுக்கு தன் வேலைகளை மௌனமாக செய்துகொண்டிருப்பான். எங்களைப் போல அங்கு தங்கிச்சென்ற பலரை அவன் பார்த்திருக்கக்கூடும், ஆனால் அவ்வளவு நெருக்கத்தில் நாங்கள் பார்க்கும் முதல் ஆங்கிலேயன் அவன் தான்.

நாங்கள் இருந்த கொட்டகையில் இதற்கு முன்பு தானிய மூட்டைகளோ, சிமெண்ட் மூட்டைகளோ அல்லது வேறேதாவது விலைமதிப்புமிக்கப் பொருட்களோ பத்திரமாகவும் மழைபடாமலும் வைக்கப்பட்டிருக்கலாம். இப்போது அதில்

எங்களை வைத்திருக்கிறார்கள், கட்டுப்படுத்தி வைக்கவேண்டிய ஒரு சாதாரணமான, எந்த மதிப்பும் இல்லாத தொல்லை நாங்கள். அலுவலகத்தில் இருந்தவன் எங்களின் காகிதங்களையும் பணத்தையும் வாங்கிவைத்துக்கொண்டு, உடற்பயிற்சி வேண்டுமென்று நாங்கள் நினைத்தால் கிராமத்திற்கு நடை போய்விட்டு வரலாம் என்றான்; நாங்கள் தொலைந்துவிடாமல் இருக்க முகாமின் கண்ணுக்கெட்டிய தூரம் வரை மட்டுமே நடக்கலாம். "நீங்கள் தொலைந்துவிட்டால் உங்களைக் கண்டுபிடித்துக் கூட்டிவர இங்கு ஆட்கள் கிடையாது. அத்துடன் இங்கு இரவுகளில் ரொம்ப குளிரும், உங்களுக்கு பழக்கமில்லாதது அது" என்றான். குளிர் இன்னும் அதிகமாகும் என்பது எனக்கு முன்பே தெரியும். பிப்ரவரி மார்ச் மாதம் வரை நெப்போலியன் மாஸ்கோவில் இருந்து தன் படைகளை பின்வாங்கவில்லை, அதற்குள் அங்கு எல்லாமே உறைந்துபோய்விட்டது. ருஷ்யத் தாக்குதலை ஜெனரல் குளிர்காலம் தலைமைதாங்கி நடத்தியது. நான் இங்கு நவம்பரில் வந்தேன், பிப்ரவரி வர இன்னும் மூன்று மாதங்கள் இருந்தன; கடுங்குளிர் மாதங்கள் இன்னும் வரவிருந்த நிலையில் அப்போதே அங்கு குளிர் தாங்கமுடியாததாக இருந்தது. இன்னும் குளிர் அதிகமாகலாம்.

முகாமில் இருபத்திரண்டு ஆட்கள் இருந்தார்கள். எங்கள் கட்டடத்தில் இருந்தவர்கள் பன்னிரெண்டு பேர்: நான்கு அல்ஜீரியர், மூன்று எத்தியோப்பியர், அப்போதுதான் பதின்பருவத்திலிருந்து வெளியே வந்திருந்த - எப்போதும் ஒன்றாகவே இருக்கும், ஒருவருக்கொருவர் கிசுகிசுத்துக்கொள்ளும், இரவில் ஒரே படுக்கையில் படுத்துறங்குவதற்கு முன்பு ஒன்றாக அழும் - இரு ஈரானியச் சகோதரர்கள், சூடானியன் ஒருவன், அங்கோலன் ஒருவன் - எங்கள் குழுவிலேயே இவன் வெகு உற்சாகமும் ஊக்கமும் நிறைந்தப் பேர்வழி, அறிவுரைகள்,ஜோக்குகள், அரசியல், ஒப்பந்தங்கள், அங்கோலா போரில் யூனிடாவின் நேர்மை என்று எதையாவது கொட்டிக்கொண்டே இருப்பவன். இங்கு நைஜீரியர்களே இல்லை என்றான் அந்த அங்கோலன். அவர்களில் பலரும் தடுப்புக்காவலில் வைக்கப்பட்டிருந்தார்கள், அவர்கள் பெருந்தொல்லை என்பதால் மனிதர்கள் வாழும் பகுதியில் இருந்து வெகுதொலைவில் பனி உறைந்த வடக்குப்பிரதேசத்தில் சிறைவைக்கப்பட்டுள்ளார்களாம். ஒட்டுமொத்தமாக உலகத்திலேயே அவர்கள் பெருத்துப்போய் விட்டார்களாம். அவன் பெயர் அல்போன்சோ, நைஜீரியர்கள் மேல் அவனுக்கு ஆழமான, தீராத வெறுப்பு இருந்தது; வெறுப்புக்கான காரணத்தை அவன்

சொல்லாதபோதும் அவனது அன்றாட வாழ்க்கை அதனால் ஒளிபெறுவது போலத் தோன்றியது. அவன் இந்த முகாமில் - இதை இராணுவக்குடியிருப்பு என்றுதான் அவன் அழைப்பான் - சில வாரங்களாக இருக்கிறான். அவன் எழுதிக்கொண்டிருந்த புத்தகத்தை முடிக்கத் தேவையான கிராமத்துக் காற்றும் தனிமையும் இங்குதான் கிடைப்பதாகக் கூறி இங்கிருந்து இடம்மாற அவன் மறுத்துவிட்டான். அவன் இடம் மாறிச் சென்று தெருக்களில் ஆங்கிலேயர்களுடன் கலந்துப் பழகி, மாலைப்பொழுதுகளை எல்லாம் அவர்களின் பப்புகளில் இருக்கும் தொலைக்காட்சியில் கால்பந்துபோட்டிகளைப் பார்த்து நேரம்போக்க நேர்ந்தால் அவனது நினைவுகள் மழுங்கிவிடும், அதுநாள்வரை அவன் செய்ததற்கெல்லாம் அர்த்தமே இல்லாமல் போய்விடும். இந்த இராணுவக்குடியிருப்பில், வேரில்லாத தனது சகோதரர்களுடன் வசிப்பதே அவனுக்குப் பிடித்திருந்தது, நன்றி. அடுத்த கட்டடத்தில் இருந்த அகதிகள் அனைவரும் தெற்காசியர்கள், இந்தியா, ஸ்ரீலங்காவை சேர்ந்தவர்கள்; வேறு இடத்தைச் சேர்ந்த இந்திய வம்சாவளியினராகவும் இருக்கலாம். எனக்குத் தெரியவில்லை. அவர்கள் எங்களிடமிருந்து விலகியே இருந்தார்கள், சாப்பிடும்போது அவர்கள் மட்டும் கும்பலாக உட்கார்ந்துகொண்டார்கள்; எங்களால் புரிந்துகொள்ள முடியாத ஏதோ ஒரு மொழியில் அவர்கள் ஒருவருக்கொருவர் பேசிக்கொண்டார்கள்.

மருந்தகம், ஒரு அலுவலக அறை, ஆலோசனைக்கூடம் போன்ற ஓர் அறை இவை அமைந்திருந்த சின்னk கட்டடத்தில்தான் ரேச்சல் ஹோவர்டைச் சந்திக்க நான் அழைத்துச் செல்லப்பட்டேன்.

தன்னிடமிருந்த காகிதங்களை நோட்டம்விட்டு, "உங்களுக்கு ஆங்கிலம் பேசத் தெரியாது என்பது புரிகிறது" என்றாள்; மொழி புரியாவிட்டாலும் நான் அவள் சொல்வதைப் புரிந்துகொள்ளவேண்டும் என்று தீவிர விருப்பம் வெளிப்பட என்னைப் பார்த்து நட்பு பொங்கச் சிரித்தாள். ஆரம்பநாட்கள் அவை. என்னை விசாரணைக்குட்படுத்தி விஷயங்களைப் பதிவு செய்துகொள்ள நான் அப்போது தயாராக இருக்கவில்லை; வேறு எங்கேனும் கொண்டு செல்லப்படவும்தான். நான் அந்த முகாமில் இரண்டுநாட்களாக இருக்கிறேன், கால் மரத்துப்போகிறது என்பதைத் தவிர அந்த இடம் எனக்குப் பிடிக்கவே செய்தது. அந்த கிராமப்புறத்தின் மெத்தை விரித்தது போன்ற பசுமை எனக்குப் பிடித்திருந்தது; தொட்டால் அமுங்கிவிடும் என்பது போல் தோன்றியது. ஈரப்பதம் நிறைந்த காற்றில் மிதந்துவந்த தணிவான

உறுமல் சத்தமும், மோதல் ஒலிகளும் எனக்குப் பிடித்திருந்தன; தூரத்துக் கடலின் முழக்கமோ என்று முதலில் பயந்திருந்தேன், ரொம்பப் பின்னால்தான் அது அருகிலிருந்த பெரிய சாலையின் போக்குவரத்து இரைச்சலாக இருக்கலாம் என்று ஊகித்துக்கொண்டேன். நான் அல்போன்சோவையும் கட்டுப்பாடில்லாத அவனது மகிழ்ச்சியையும் ரசித்தேன், எத்தியோப்பியர்களையும் அவர்களின் நுட்பமான மௌனங்களையும் ரசித்தேன், அல்ஜீரியர்களையும் அவர்களின் பண்பட்ட நடத்தையையும், அவர்கள் ஒருவரையொருவர் சத்தமாகக் கிண்டல் செய்துகொண்டதையும், முடிவேயில்லாத அவர்களின் கிசுகிசுப்புகளையும் ரசித்தேன், அச்சத்துடனும் தீவிர பாவனையுடனும் இருந்த சூடானியர்களை, தமது ஏராளமான கவலைகளுக்குள் மூழ்கிப்போயிருந்த ஈரானியப் பையன்களை ரசித்தேன். கண்ணுக்குத் தெரிந்த இந்த மனிதர்களிடமிருந்து என்னை மீட்டுச்செல்ல நான் இன்னும் தயாராக இருக்கவில்லை. எனக்கு இடம் தருவதற்காக அவர்கள் இடங்களை மாற்றிக்கொண்டார்கள்; என்னை ஷேபே, ஆகா, பெரியவர், மிஸ்டர் என்று அழைத்தார்கள். யா ஹபிபீ, இறைவனையும் உங்கள் அன்புக்குரியவர்களையும் பிரிந்து இவ்வளவு தொலைவு ஏன் வந்தீர்கள்? இங்கிருக்கும் கடுங்குளிரும் ஈரப்பத சீதோஷ்ணமும் உங்களைப் போன்றவர்களின் நைந்துபோன பழைய எலும்புகளைப் பதம்பார்த்து விடுமென்று உங்களுக்குத் தெரியாதா? இதைத்தான் அவர்கள் என்னிடம் சொன்னார்கள் என்று நினைக்கிறேன், ஏனென்றால் அல்போன்சோவைத் தவிர நாங்கள் யாரும் ஆங்கிலத்தில் பேசிக்கொண்டதில்லை; அல்போன்சோவோ அவன் பேசுவதை யார் கேட்கிறார்கள், யார் புரிந்துகொள்கிறார்கள் என்று கவலையே படாமல் கைகளை ஆட்டி ஆட்டி நையாண்டியாகப் பேசிக்கொண்டே போவான்; அதைக் கேட்டு மற்றவர்கள் - குறிப்பாக திமிர்பிடித்த அல்ஜீரியர்கள் - ஏளனமாகச் சிரிப்பதாக எனக்குத் தோன்றினாலும் அவன் கண்டுகொள்ளமாட்டான். பெரும் தன்னம்பிக்கையுடன் அரட்டையடிக்கும் இந்தக் கருப்பனை விடவும் தாங்கள் அந்தஸ்தானவர்கள் என்று அவர்கள் நினைத்துக் கொண்டிருக்கிறார்களோ என்று எனக்குச் சந்தேகம். அல்போன்சோவோ விடாமல் தொணதொணவென்று பேசிக்கொண்டே இருப்பான், அவனை எதுவுமே காயப்படுத்தாது, தொந்தரவு செய்யாது என்பதைப் போல; அவனை வெறித்தனமாகப் பேசிக்கொண்டே இருக்கவைக்கும் அற்பக் குட்டிப் பிசாசுகளை அவனால் கட்டுப்படுத்த முடியவில்லை என்பதைப் போல.

எனக்கு டிக்கெட் விற்றவனோ நான் ஆங்கிலத்தில் பேசத்தெரியாதவனைப்போல இருக்கவேண்டுமென்றும் அல்லது ஆங்கிலம் தெரியுமென்பதை எப்போது ஒத்துக்கொண்டால் புத்திசாலித்தனம் என்பதையும் எனக்குச் சொல்லியிருந்தான்; ஏன் அப்படிச் சொன்னான் என்று இப்போதுவரை எனக்குத் தெரியாது. அதேபோல், என்னுடனிருக்கும் முகாம்வாசிகளும் இதேபோன்ற உத்தியுடன்தான் ஆங்கிலம் தெரியாதவர்களைப் போல் நடிக்கிறார்களா, அப்படி நடிப்பதற்கானக் காரணத்தை அவர்கள் அறிவார்களா அல்லது அவர்களும் யாரோவொரு சாமாத்தியக்கார டிக்கெட் விற்பவன் பேச்சைக் கேட்டு நடிக்கிறார்களா என்றும் எனக்குத் தெரியவில்லை. எதைப் பற்றியும் கவலைப்படாமல் ஆங்கிலத்தில் பேசிய எங்களில் ஒருவனை அவர்கள் உளவுசொல்பவன் என்று எண்ணிப் பயந்தார்கள். எனக்கும் அந்த எண்ணம் வந்ததுண்டு. எனவே, அந்த அபாயகரமான ஆள் கடந்துபோகும் வரை வாய்மூடி மௌனிகளாக இருப்பார்கள். அதிகாரத்திலிருப்போர் தனது குடிகளிடமிருந்து முழுமையாக பணிவையும் பயத்தில் தவழ்ந்துபோவதையும் எதிர்பார்க்கும் பிரதேசங்களிலிருந்து தப்பி வருபவர்கள் நாங்கள்; கசையடிகள், தலையைத் துண்டிப்பது போன்றவற்றைத் தினமும் செய்யாமல் இதை நடைமுறைப்படுத்த முடியாது என்பதால் அதிகாரத்தின் ஏவலாளிகளான போலீசும் ராணுவமும் பாதுகாப்புப் படைகளும் குடிமக்கள் பொறுப்பில்லாமல் கலகம் செய்தால் என்ன அபாயம் நேரும் என்பதைக் காண்பிப்பதற்காக சில்லறைத் தொந்தரவுகளை மீண்டும் மீண்டும் கொடுத்துக்கொண்டிருப்பார்கள். இதோ இந்தப் பிரதேசத்தில் இதன் காவலாளிகளைக் கோபப்படுத்தும் விதிமீறிய செயல்கள் எவை என்பதை நான் எப்படி ஊகிக்கமுடியும்? அவசியமான தந்திரத்தைக் கடைபிடிக்காமல் நான் அவர்களிடம் மாட்டிக்கொண்டு பனிஉறைகிற வடபகுதியிலிருக்கும் ஏதோ ஒரு கோட்டைக்கு என்னைக் கொண்டுபோகும் நிலைக்கோ அல்லது எனது நாட்டிற்கே திருப்பி விமானத்தில் ஏற்றிஅனுப்பப்படும் நிலைக்கோ ஆட்பட விரும்பவில்லை. எப்படியானாலும் இவ்வளவு சீக்கிரமாக என் வேஷத்தை விடவேண்டியதில்லை. ரேச்சல் ஹோவர்டின் வசீகரமான முகத்தின் ஆர்வமானப் புன்னகையைத் திகைக்கவைக்கும் காட்சியை ரசிக்கத்தான் செய்வேன் என்றாலும். மாறாக நான் தலையை ஆட்டி, தோளை மெதுவாகப் பவ்வியத்தோடு குலுக்கி, அவளைப் பார்த்து ஒரு அப்பாவி வெளிநாட்டானின் புன்னகையை உதிர்ப்பேன்.

கருப்பாகவும் சுருள்சுருளாகவும் இருந்த அவளது முடி வேண்டுமென்றே கட்டப்படாமல் சிடுக்குடன் விடப்பட்டிருந்தது. அது அவள் தோற்றத்தை கிளர்ச்சியாகவும் இளமையாகவும் காட்டியதோடு, அவளைக் கருப்பாகவும் கொஞ்சம் வெளிநாட்டுக்காரியாகவும் காட்டியது, இப்படிக் காட்டிக் கொள்வது, சந்தேகமேயில்லை, காரியமாகத்தான். முன்பக்கமாக குனிந்து காகிதங்களைப் பார்த்து முகத்தைச் சுளித்துக்கொண்டாள்; நான் அவளெதிரே மௌனமாக உட்கார்ந்திருந்தேன். அவள் பிறகு தலையைத் தூக்கி என்னைப் பார்த்துச் சிரித்தாள்; ஒரு மொழிபெயர்ப்பாளரைத் தேடிக் கொண்டுவரும்வரையில் ஒன்றும் நடக்காது என்று நினைத்தேன். என் நினைப்பை உறுதிசெய்வதுபோல அவள் பலமாகத் தலையாட்டிவிட்டு, இருகைகளாலும் தன் முடியைப் பற்றி அவளது முகத்தில் இருந்து பின்னுக்குத் தள்ளிவிட்டாள். "இப்போது என்ன செய்வது?" இருகைகளாலும் அவளது முடியைப் பிடித்துக்கொண்டு என்னையே நீண்டநேரம் பார்த்தாள். ஆங்கிலம் பேசவராது என்ற இந்த தந்திரம் அவளுக்கு ஏற்கனவே தெரிந்த விஷயம்தான் என்பதை நான் தெரிந்து கொள்ள விரும்பினாளா அல்லது அவளது முகத்தில் தெரிந்த குறும்புத்தனம் சுவாரசியமான விஷயமொன்றை ஆழ்ந்து அனுபவிக்கும் பாவனையா என்று என்னால் கண்டுபிடிக்க முடியவில்லை. அவள் எழுந்து மேஜையில் இருந்து நகர்ந்து நடந்தாள், அங்கிருந்து என்னைப் பார்க்கத் திரும்பினாள். உண்மையில் அவள் என்னைப் பார்க்கவில்லை என்பதும் தன்னிடமிருக்கும் என்னென்ன வழிமுறைகளைக் கையாளலாம் என்று உள்ளுக்குள் ஒரு தந்திர நோட்டம் விட்டுக்கொண்டிருந்தாள் என்பதையும் நான் கண்டுகொண்டேன். அவள் அப்படி உயரமுமில்லை வலுவான உடற்கட்டுமில்லை, ஆனால் அவளது அசைவுகளிலிருந்த அனாயாசம் அவள் தெம்பாக இருப்பதைச் சொல்லின. தோள்கள் சிக்கென்றிருந்தன, தொடர்ந்து நீச்சல்பயிற்சி செய்பவளாக இருக்கலாம். "உங்களுக்கு நாங்கள் வகுப்புகள் எடுக்க வசதியிருக்கும் இடத்துக்கு உங்களை மாற்றவேண்டும். எப்படியும் இந்தத் தடுப்புக்காவல் மையத்தில் இருந்து உங்களை வெளியே கொண்டுபோக வேண்டும். உங்கள் வயதின் காரணமாக அதில் அப்படியொன்றும் பெரிய கஷ்டமிருக்காது என்று நினைக்கிறேன். நாங்கள் அதைத்தான் முதலில் செய்ய வேண்டியிருக்கும், எங்கள் அதிகார வரம்பில் வரும் பகுதிக்கு உங்களை இடம்மாற்ற ஏற்பாடு செய்யவேண்டும்."

என்னைப் பார்க்காமல் அவள் முகத்தைச் சுளித்துக்கொண்டாள், அடுத்து என்ன செய்யவேண்டுமென்று தெரியாததாலோ, எனக்காக அவள் திட்டமிட்டதை என்னிடம் வார்த்தைகளால் விளக்கமுடியாததாலோ இருக்கலாம்; என்மேல் தனக்கு அக்கறையிருக்கிறது என்பதையும் தான் திறமையானவள்தான் என்பதையும் என்னை உணரவைக்க முயன்றாள். ஆனால் அவள் இன்னும் என்னைப் பார்க்கவில்லை, தனக்குள் நோட்டம் விட்டுக்கொண்டிருந்தாள். அவளுக்கு என் மகள் வயது இருக்கலாம் என்று யூகித்தேன்; முப்பதுகளின் மத்திமத்தில் இருந்தாள், இருந்திருந்தால் என் மகளின் வயதும் அதுதான். என் மகள் என்று அவளை அழைப்பது அபத்தமானது. அவள் ரொம்ப நாள் உயிர்வாழவில்லை, இறந்துபோனாள். ரேச்சல் மீண்டும் மேஜைக்கு வந்து என் எதிரே உட்கார்ந்தாள். நான் கண்களை உயர்த்தி அவளைப் பார்த்தேன், நான் அங்கு இருப்பதை அவளுக்கு உணர்த்த; அவளோ சலனமடையாமல் மௌனமாக என்னை உள்வாங்கிக் கொண்டிருந்தாள். பிறகு தனது கையை நீட்டி என் முழங்கைமீது பதித்தாள். “அறுபத்தைந்து, வீட்டைவிட்டு ஓடிப்போவதற்கு ஏற்ற வயதுதான்” என்றாள் சிரித்துக்கொண்டே. “என்ன நினைத்து இதைச் செய்தீர்கள்?”

அவள் என் மகளை நினைக்க வைத்தது எனக்குப் பிடித்துப்போனது; அதுவும் அந்த நினைப்பு பழியையோ அல்லது வலியையோ நினைவுக்குக் கொண்டுவராமல், இவ்வளவு அந்நியத்தன்மைக்கும் வினோத நிலைக்கும் இடையிலும் ஒரு சிறு சந்தோஷத்தைத் தந்திருந்தது. அவளுக்கு நான் இட்டப் பெயர் ரையா, சாதாரண குடிமகள், எளியப் பழங்குடி என்று அர்த்தம். அந்தப் பெயர் பிரச்சினையைத் தூண்டுவதாகவும், மகள் வளர்ந்தபின்பு அந்தப் பெயரே அவளுக்கு சங்கடம் தருவதாகவும் இருக்குமென்று அவளது அம்மா நினைத்தாள்; எனவே திருநபி அவர்களின் முதல் மனைவியும் அவருக்கு உதவிகள் புரிந்தவருமான கதீஜாவிடம் அவருக்குப் பிறந்த பெண்ணான ருக்கியாவின் பெயரை வைத்தாள். ஆனால் மகள் ரொம்ப நாட்கள் உயிர்வாழவில்லை, இறந்துவிட்டாள். ரகமத்துல்லா அலைஹா.

“நமக்கு மொழிபெயர்ப்பாளர் யாராவது கிடைக்கிறாரா என்று பார்க்கவேண்டும்” தைரியமூட்டும் வகையில் தலையை ஆட்டிக்கொண்டே சொன்னாள் ரேச்சல் ஹோவர்ட்; ஏனெனில் என் மகளின் ஆன்மாவின்மீது இறைவன் கருணைபுரிய வேண்டுமென்ற அர்த்தம்கொண்ட அந்த கடைசி இரண்டு வார்த்தைகளையும் நான்

சத்தமாகச் சொல்லிவிட்டேன்; அவளொரு ஆளாக ஆகும் முன்னரே அவளையும், பிறகு அவளது அம்மாவையும் - அவளது ஆன்மாவின் மீது இறைவன் கருணைபுரியட்டும் - எடுத்துச்சென்றுவிட்டதும் அதே இறைவனும் அவரது தேவதைகளும்தான்; இதெல்லாம் நடந்தது எனக்குத் தெரியவும் தெரியாது, அப்போது நான் அங்கு இருக்கவுமில்லை.

"உங்களுக்கு ஆங்கிலம் கொஞ்சமும் தெரியாதா? பரவாயில்லை, இங்கிருந்து வெளியே சென்றதும் உங்களை ஒரு பள்ளியில் சேர்த்துவிடுகிறோம். ஒரு வயதுக்கு மேல் கற்றுக்கொள்வது சிரமம்தான் என்று நினைக்கிறேன்" என்றவள் மீண்டும் என் வயதை நினைத்துச் சிரித்துக்கொண்டாள். "பரவாயில்லை, முதலில் உங்களை இங்கிருந்து வெளியே கொண்டுசென்றுவிடுகிறோம். நாம் போகப்போகும் இடம் உங்களுக்குப் பிடிக்கும். கடலருகில் இருக்கும் சிறு நகரம் அது. இன்னும் கொஞ்சம் நாட்களில் போகலாம். உங்களுக்குப் படுக்க இடமும், காலை ஆகாரமும் ஏற்பாடு செய்துகொள்ளலாம்; அப்படியே உங்களுக்கான சமூகப் பாதுகாப்பு போன்ற விஷயங்களையும். பிறகு ஒரு மொழிபெயர்ப்பாளரைக் கண்டுபிடிப்போம். உங்களுக்கு இங்கு நண்பர்களோ உறவினர்களோ இருக்கிறார்களா? ஓ, இருப்பார்கள் என்று நம்புகிறேன். கஷ்டம்தான் ஆனால் உங்கள் வயதைக் கருதி செய்ய வேண்டியிருக்கிறது."

கடலருகில் இருக்கும் சிறு நகரம். சரிதான், எனக்குப் பிடிக்கும் என்று நினைக்கிறேன். இன்னும் கொஞ்ச நாட்களில்.

ரேச்சலும், அவளுடன் வந்திருந்த காரோட்டி ஜெஃப் என்பவனும் என்னை முதலில் படுக்க இடமும் காலை ஆகாரமும் தரும் இடத்திற்குக் கூட்டிச்சென்றார்கள். அவன் ரேச்சலை விடவும் ரொம்ப இளையவன், வாட்டசாட்டமாக, உயரமாக சிவந்த கேசத்துடன் இருந்தான்; குரலில் அதிகப்படியானத் தீவிரம். அவன் அப்படித் தன்னைக் காட்டிக்கொள்ள விரும்பாத நேரத்தில் நல்ல சத்தமாக சிரித்துக்கொள்வான், வயிறு நிரம்ப சாப்பிடுவானாக இருக்கும் என்று நினைத்துக்கொண்டேன். கெவின் எடல்மேன் துழாவித் தேடிய எனது சிறிய பையை என்னருகில் வைத்துக்கொண்டு காரின் பின்சீட்டில் அமர்ந்தேன்; என்னிடமிருந்து அவன் திருடிக்கொண்ட உத்-அல்-கமாரி இப்போது அதில் இல்லை, ஆனால் கடைசி நொடியில் அல்போன்சோ என் பைக்குள் திணித்த முகாமில் பயன்படுத்தும் துவாலை இருந்தது. அவன்

கண்களில் ஒருவித நிராதரவு மின்ன, “எப்போதும் உங்களைத் தூய்மையாக வைத்துக்கொள்ளுங்கள்” என்றான். “பாபா, நான் சொல்வது கேட்கிறதா? அவர்கள் உங்களை என்ன செய்தாலும், உங்களைத் தூய்மையாக வைத்துக்கொள்ளுங்கள்.” துவாலையை நினைத்து எனக்குள் பதற்றம், எங்கே நான் கிளம்புவதற்கு முன் யாராவது கண்டுபிடித்துவிடுவார்களோ என்று. சோப்புக் கட்டி அல்லது காலி கோக் பாட்டில் போன்ற ரொம்ப அற்பமானப் பொருட்களைத் திருடியதற்காகவெல்லாம் ஆட்கள் கதறியழ அடிபடுவதை நான் பார்த்திருக்கிறேன். இங்கே இல்லை, அங்கே, என் போன வாழ்க்கையில், என் போன பிறவியில். ஆனால் யாரும் என் பையை ஆராயவில்லை. அலுவலக அறையில் அமர்ந்திருக்கும் நபர் என்னுடன் கார்வரை வந்தார்; அங்கிருந்தவர்களுடன் நான் கைகுலுக்கி, புன்னகையோடு விடைபெறும்வரை காத்திருந்து வழியனுப்பினார். *மாசாலாமா*, அமைதியுடன் செல்லுங்கள் என்றனர். *கிவாஹரி*, உங்களுக்கு நல்லது நடக்கட்டும் என்றேன் நான். என்னை அங்கிருந்து வெளியே கொண்டுவந்ததில் ரேச்சலுக்கும் ஜெஃப்புக்கும் ஒரே குதூகலம்; விதிமுறைகளையும் சட்டதிட்டங்களையும் தாங்கள் சிறப்பாகக் கையாண்டதையும், அரசாங்க அமைச்சர்களின், அதிகாரிகளின் பெயர்களைச் சொல்லி அவர்களின் நம்பிக்கையில்லாத, வேளைக்கு வேளை மாறுகிற தீர்வுகளை தாங்கள் தந்திரமாக முறியடித்துவிட்டதையும் சொல்லிக்கொண்டதோடு, என்னை வெற்றிகரமாக விடுவித்ததை இன்னும் நிலுவையில் இருக்கும் மற்றவர்களின் கேஸ்களோடு ஒப்பிட்டுப் பார்த்தும் தங்களுக்குள் பேசிக் கொண்டார்கள். எங்கள் நாட்டு அரசாங்கத்தால் என் உயிருக்கு அபாயம் இருப்பதைக் கணக்கில் எடுத்துக்கொள்ளும் உயர்மட்டக் கொள்கை முடிவைப் பற்றி யாரும் அவர்களுக்குச் சொல்லவில்லை போலிருக்கிறது; அல்லது என்னை எடுத்துக்கொள்ள அது மட்டுமே போதாது என்று அவர்கள் நினைத்திருக்கலாம்; அல்லது என் நாட்டிலிருந்து வருபவர்களுக்குப் புகலிடம் அளிக்கும் மிக உன்னதமான தார்மீக நடவடிக்கை ஒருபுறம் இருந்தாலும், என்போன்ற வயதுக்காரனை யுனைடேட் கிங்டமில் அனுமதிப்பதில் இருக்கும் லாபநஷ்டக் கணக்குகளை யாரோ பார்க்க ஆரம்பித்திருக்கிறார்கள் போலிருக்கிறது. எனக்கு மருத்துவமனையில் வேலை செய்யும் வயதுமில்லை, இங்கிலாந்தின் எதிர்காலக் கிரிக்கெட் வீரனாகத் தயார்செய்யும் வயதுமில்லை; இந்த வயது எதற்கும் சரிப்படாது – சமூகப்பாதுகாப்பு நிதி உபயத்தில் தங்குமிடம், அரசாங்கச்

செலவில் நல்லடக்கம் இவற்றைப் பெறுவதற்கு மட்டுமே லாயக்கு. ஆனால் அவர்கள் செய்து காட்டிவிட்டார்கள், என்னை உள்ளே கொண்டுவந்துவிட்டார்கள்; அவர்கள் தம் செயலை சந்தோஷமாக வாழ்த்திக்கொண்டதை நான் உள்ளுக்குள் கேலி செய்ததை எண்ணி எனக்கு நானே குறுகிப் போனேன்; அவர்கள் பேசிக்கொள்வது எனக்குப் புரியாததைப் போலத் தொடர்ந்து நடிப்பதற்காகவும், அவர்களுக்கு நான் எவ்வளவு கடமைபட்டிருக்கிறேன் என்று குரல் தழுதழுக்க சொல்ல முடியாததற்காகவும் வருந்தினேன்.

எனக்குப் படுக்க இடமும் காலை ஆகாரமும் ஏற்பாடாகியிருந்த பழைய இருண்ட வீடு பிரதான சாலையில் இருந்து உள்ளொடுங்கிய ஓர் அரவமற்ற தெருவில் இருந்தது. அதை நடத்தியவர் பெயர் சிலியா - இவருக்கு இடம்தர சிலியா ஒப்புக்கொண்டார், அவர் தரும் தேநீரை நாம் மறுக்கக்கூடிய சரியான சமயத்தில் சென்றுவிடவேண்டும், அவர் ஒரு மாதிரி இல்லையா, ஆனால் உண்மையில் அன்பானவர் - முன்வாசலில் நின்று நாங்கள் அழைப்புமணியை அடித்தோம், மாடிக்கு வரச்சொல்லி அவர் கத்தினார். நுழைந்ததும் கூடம் சின்னதாக, இருண்டிருந்தது; தரைமீது பழைய விரிப்பு; அதன் நைந்துபோன சாம்பல்நிறப் பகுதிகளில் சிவப்புத்திட்டுக்கள் லேசாகத் தெரிந்தன. மாடியேறிச் செல்ல சில படிகளே இருந்தன; ஏறியதும் வலதுபக்கம் சட்டென ஒரு திருப்பம், அடுத்து மீண்டும் வலதுபுறமாய் ஒரு திடுக் திருப்பம்; பாதுகாத்துக்கொள்ள ஏற்ற இடம்தான். வலதுகை பழக்கமில்லாத திருடன் எவனாவது நுழைந்துவிட்டால், அவனுக்கு ஆயுதத்தை வீச அங்கு இடமே இருக்காது; அதேசமயம், கட்டையால் அடிபடுவதற்கோ கொதிக்கும் எண்ணெய் வீச்சுக்கோ அல்லது வேறெதேனும் தாக்குதலிலோ அவன் எளிதில் சிக்கிக்கொள்வான். சிலியா கூடத்தில் அமர்ந்து செய்தித்தாள் படித்துக்கொண்டிருந்தார், எதிரே ஒலி அமுக்கப்பட்ட டிவி ஓடிக்கொண்டிருந்தது. நுழைந்ததும் அங்கிருந்த நாற்றம்தான் என்னை முதலில் தாக்கியது, ஒரே சமயத்தில் அது புதியதாகவும் பரிச்சயமான ஒன்றாகவும் இருந்தது; அனுபவத்தில் தெரிந்துகொண்டதால் இப்போது அது என்னவென்று சொல்லத்தெரிகிறது. ஆனால் அப்போது எனக்கென்னவோ மாடிப்படியின் கீழோ அல்லது சுவர்மாடங்களிலோ கோழிகளை வளர்க்கும் அடைசல் வீடுகளில் வீசும் கோழிப்பீயின் முடைநாற்றத்தை நினைவுபடுத்தியது; அவை திடுக்கிடும் திருப்பங்களுடன் மாடிப்படி கொண்ட இதுபோன்ற வீடுகள் அல்ல; மாடிப்படியில் நான் இருட்டில் தட்டுத்தடுமாறி

ஏறும்போது அங்கிருக்கும் கோழிகள் கலவரமடைந்து போடும் ஆத்திரக்கூச்சல் என்னை பயமுறுத்தியது உண்டு. இப்போது புரிகிறது, அது கோழிப்பீ நாற்றம் அல்ல, தூசும் தும்புமாக இருந்த பழைய மூடிய அறைகளின் வாடை அது; பல பத்தாண்டுகளாக நீர் ஊறிப்போய்கிடந்த மெத்தைகள், மனித முடியும், விலங்கு ரோமமும், விதைகளும் உணவுத்துணுக்குகளும் ஒட்டிக்கிடந்த சாயமிழந்த நைந்துபோன தரைவிரிப்புகள், நாட்கணக்காய் படிந்துகிடந்த புகைக்கரி, அறையின் மூலையில் கிடந்த பழந்துணிகளும் மூட்டைகளும் - இவையெல்லாம் சேர்ந்துதான் அந்த முடைநாற்றத்தை உண்டாக்கியிருந்தன. அறையின் ஒரு மூலையில் பித்தளை மாடத்தில் மூன்று பறவைக்கூண்டுகள் இருந்தன; அதிலிருந்த பறவைகள் உயிரோடு இருந்தனவா இல்லையா என்று சொல்லமுடியாதபடி இருந்தன, கூண்டுகளைச் சுற்றி இறைந்துகிடந்த உணவுத்துணுக்குகளை வைத்துதான் அதை முடிவு செய்யமுடியும்.

சிலியாவே நல்ல உயரமாக, கட்டுக்கோப்பான உடலுடன் இருந்தார்; நீண்ட மெலிந்த தலைமுடியை மருதாணிபூசி பழுப்பாக்கியிருந்தார். நாங்கள் நுழைந்ததும் அவர் எழுந்துவந்து உற்சாகமாக எங்களை உள்ளே அழைத்தார். "உட்காருங்கள், கொஞ்சம் தேநீர் குடியுங்களேன்" என்றார்; சிரித்துக்கொண்டே சொன்னாலும் அவர் குரல் மிரட்டுவதைப் போலச் சத்தமாக இருந்தது. "வெளியே ஒரே குளிர், இல்லையா? கெண்டியில் கொஞ்சம் தேநீர் இருக்கிறது, நெருப்புக்குப் பக்கத்தில் வாருங்கள்; அதோ மேஜையில் கோப்பைகள் இருக்கின்றன. உட்காருங்கள். ஹெல்லோ, நீங்கள் இங்கு வந்ததில் சந்தோஷம். இவர்தான் மைக்கேல், மைக். நம்முடைய புது விருந்தாளிக்கு ஹெல்லோ சொல்லுங்கள் மைக்."

அவரைவிட அதிக வயதானவராகத் தெரிந்த ஒருவரைக் கைகாட்டினார்; அப்பெண்ணின் எதிரே நாற்காலியில் அமர்ந்திருந்தவருக்கு எழுபது வயது இருக்கலாம். என்னை ஆதுரமாகப் பார்த்துவிட்டு மீண்டும் அவர் கைகளை வெறிக்கத் துவங்கினார். அவர் தன் கைகளை உற்றுப் பார்த்துக்கொண்டிருப்பதையும், எல்லோரையும் பார்த்து நட்பாகச் சிரிப்பதையும் தவிர எதையும் செய்வதில்லை என்பது எனக்குப் பிறகுதான் தெரியவந்தது; சொல்லப்படும்போது மட்டும் டிவியில் எதையாவது பார்ப்பார் அல்லது தேநீர் குடிப்பார் அல்லது அவரது கருத்தையும் கேட்கும் விஷயங்களில் மட்டும் சுருக்கமாக ஏதாவது - ஆம் அல்லது இல்லை அல்லது ரொம்ப சிறப்பு

என்று - சொல்லிவிட்டு சிலியாவுடன் தான் பகிர்ந்துகொள்ளும் படுக்கைக்குச் சென்றுவிடுவார். “இதோ இவன் இப்ராகிம், அவன் ஜார்ஜி” அறையின் இன்னும் உள்ளே பெரிய மேஜையருகே அமர்ந்திருந்த இரு இளைஞர்களைக் கைகாட்டி சிலியா சொன்னார். இப்ராகிம் கருப்பு சட்டை, அதற்கு மேலே நீலத்தீற்றல் தீட்டிய பச்சை சட்டை அணிந்திருந்தான்; இருவரில் அதிகக் கருப்பாக இருந்த ஜார்ஜி ஜிப் வைத்த பழுப்புநிறத் தோல் ஜாக்கெட் அணிந்திருந்தான். இருவரும் வெகு இயல்பாக என்னைப் பார்த்துக் கையசைத்தார்கள்; சிலியாவின் கண்களிலோ மைக்கின் கண்களிலோ நான் பார்க்காத சந்தேகப்பார்வையை, கொஞ்சம் வீறாப்பை, லேசான வன்மத்தை இவர்களிடம் கண்டேன். இவர்கள் இந்த வீட்டைச் சேர்ந்தவர்களில்லை என்று சொல்லாமலேயே தெரிந்தது. இருவரும் துடுக்குத்தனமாக இளித்துக்கொண்டு ரேச்சலையும் ஜெஃப்பையும் பெயர்சொல்லி அழைத்து முகமன் தெரிவித்தார்கள்; விட்டால் அவர்களுடன் அரட்டையடிக்கத் தொடங்கிவிடுவார்கள் போலிருந்தது. நான் இன்னும் உஷாரானேன். வேண்டியதை நிறைவேற்றிக்கொள்ளத் துடிக்கும் இவ்விளைஞர்கள் பேராசை கொண்டவர்கள், தங்களின் பெரும்பசிகளை வெளிப்படையாகக் காட்டிக்கொள்பவர்கள்; இரக்கமற்றவர்களாகவும் இருக்கலாம், எனக்குத் தெரியவில்லை, ஆனால் நான் உஷாராகவே இருந்தேன். கவனமாக வளர்க்கப்பட்ட அந்த மீசைகள்.

“இப்ராகிம் கொசோவோவைச் சேர்ந்தவன்; மிகக் கொடூரமான செர்பியன்களிடமிருந்தும் அவர்களின் இரத்தவெறியில் இருந்தும் தப்பித்து ஓடிவந்தவன்” சிலியா என்னைப் பார்த்துச் சொன்னார். “இப்ராகிம், நீ சரியாகிவிடுவாய் என்று நினைக்கிறேன், சரிதானே? ஆம், நீ சரியாகிவிடுவாய். இவனது குடும்பத்தினர் எங்கெங்கோ சிதறிவிட்டார்கள்; இவனைத் தெருக்களில் விரட்டி விரட்டிச் சுட்டிருக்கிறார்கள். பயங்கரம். இதோ இவன் தான் ஜார்ஜி செல்லம். ஜார்ஜி செக் குடியரசை சேர்ந்த ரோமா. இவன் இங்கு நீண்டகாலமாக இருக்கிறான். இவனைத் திருப்பி அனுப்ப முயன்றுகொண்டே இருக்கிறார்கள், ஆனால் இவனுக்கு மேல்மாடியில் ஏதோ கோளாறு” - சிலியா தனது வலது நெற்றிப்பொட்டைத் தட்டிக்காட்டினார் - “டாக்டர்கள் ஒப்புக்கொள்ளாததால் குடியேற்ற அதிகாரிகள் இவனை கொஞ்சகாலம் விட்டிருக்கிறார்கள். அங்கே இவனை அடித்துத் துவைத்திருக்கிறார்கள்; காயப்படுத்தியிருக்கிறார்கள். பேஸ்பால் மட்டைகள், இன்னும் பல பொருட்களால் முகத்திலேயே

அடித்திருக்கிறார்கள். இவன் ரோமா என்ற ஒரே காரணத்திற்காக இவன்மேல் இவ்வளவு வன்மம். அந்த செர்பியர்கள்..."

"செக்குகள்..."

"அப்படியானால், செக்குகள்" சிலியா வேண்டாவெறுப்பாகச் சொன்னார். "மனிதர்கள் ஏன் ஒருவரையொருவர் பொறுத்துக்கொண்டு வாழ மாட்டேனென்கிறார்கள் என்று எனக்குப் புரியவில்லை, நிஜமாகவே எனக்குப் புரியவில்லை. அவர்களுக்கு நாங்கள் போரில் உதவிகள் செய்தபோது எந்தப் பாகுபாடும் பார்க்கவில்லை. நீ செக், உனக்கு உதவுவோம், அவன் ரோமா, அவனுக்கு உதவமாட்டோம் என்றெல்லாம் நாங்கள் சொன்னதில்லையே. எல்லோருக்கும் உதவத்தானே செய்தோம். உள்நாட்டு அரசாங்கம் இதுவரை ஜார்ஜியைத் திரும்ப அழைத்துக்கொள்ள விரும்பவேயில்லை. அங்கு அப்படியொன்றும் மோசமில்லை என்றும், இவனை யாரும் தாக்கவேயில்லை என்றும்கூட இவனைச் சொல்லவைக்கத்தான் அவர்கள் முயற்சி செய்துகொண்டிருக்கிறார்கள். பாவம் என் ஜார்ஜி செல்லம், கடைசியில் இவனைத் திருப்பி அனுப்பிவிடுவார்கள் என்றுதான் நினைக்கிறேன்."

"இல்லை, இன்னும் வாய்ப்பிருக்கிறது" ரேச்சல் மறுத்தாள். "எங்களால் முடிந்தவரை முயற்சிகள் செய்துகொண்டுதான் இருக்கிறோம். இவனுக்காக உண்மையிலேயே தீவிரமாகப் போராடுகிறோம். உன் பாடங்களெல்லாம் எப்படிப் போகிறது ஜார்ஜி?"

கண்களில் நெகிழ்ச்சியுடன் அவர்களின் பேச்சைக் கேட்டுக்கொண்டிருந்த ஜார்ஜி தலையை ஆட்டினான்; மானம் மரியாதை எல்லாம் இழந்து கூனிக்குறுகி நிற்கிற ஓர் உருவம்; தனக்கு என்னவாகும் என்று விவாதிக்கும் இந்த மனிதர்களின் உற்சாகம் குறைந்துவிடாமல் அவன் பார்த்துக்கொண்டால்தான் வாழ்க்கை ஓடும் என்றாகிவிட்ட ஒரு பரிதாப ஜென்மம்.

"இவையெல்லாம் என் வளர்ப்புப்பறவைகள் - ஆண்டிகான், காஸெண்டிரா, ஹெலென்" பறவைக்கூண்டுகளை கைகாட்டியபடியே சிலியா என்னைப் பார்த்துச் சொன்னார். "எதற்கு என்ன பெயர் என்று மறந்துபோய்விட்டேன், அவைகளுக்கும் அதிலொன்றும் பிரச்சினையில்லை. நல்லது, நீங்கள் இங்கிருக்கும் எல்லோரையும் சந்தித்துவிட்டீர்கள். நெருப்புக்குப் பக்கத்தில் உட்கார்ந்து கொஞ்சம் தேநீர் குடியுங்கள், வாருங்கள். குளிரில் உறைந்துபோயிருப்பீர்கள்."

"மிஸ்டர். ஷாபானுக்கு ஆங்கிலம் தெரியாது" வருந்தும் தொனியில் ரேச்சல் சொன்னாள்.

சிலியர் என்னைப் பார்த்த பார்வையில் அவநம்பிக்கை தெரிந்தது; அவர் கண்களில் அதிர்ச்சி, என் பொய்யைக் கண்டுகொண்டாரோ என்று நினைத்துக்கொண்டேன். தலையையும் லேசாக உதறிக்கொண்டார், எதிர்பார்த்திராத ஒன்றைக் கேட்ட லேசான அதிருப்தியுடன் வாயைச் சுளித்துக்கொண்டு என்னைப் பார்த்தார். அடைசலானக் கூடத்துக்குள் நுழைந்தது முதலே என் மனம் லேசாகப் பதறிக்கொண்டிருந்தது; யாரோவொரு அழுக்கன் உபயோகித்தப் படுக்கையில் தூங்கவேண்டியிருக்குமோ என்ற பதைபதைப்பும் ஏற்பட்டது. சிலியாவின் சந்தேகப் பார்வையால் மனம் இன்னும் ஒடுங்கிப்போனது. சிலியா, மைக் போன்ற ஆங்கிலேயர்களை நான் பார்த்ததே இல்லை; சிலியாவிடம் திடீர் திடீரென்று பொங்கும் தாய்மையுணர்ச்சியும், உடலசைவுகளில் அடியோட்டமாக, ஆனால் எவர் கண்ணிலும் தப்பிவிட முடியாதபடி வெளிப்படுகிற தளுக்கும் உண்டு; மைக்கிடம் கனிவான முதுமைத் தோற்றம். சோகமும் சோர்வுமாக இருந்த ஹரோல்ட், தடுப்புக்காவல் மைய அலுவலத்தில் மௌனமாக உட்கார்ந்திருந்த ஆள், கெவின் எடல்மேன் ஆகியோரைத் தவிர நான் பார்த்த ஆங்கிலேயர்கள் என்னுடைய பர்னிச்சர் கடைக்கு வந்த வாடிக்கையாளர்களோ அல்லது பயணிகளோதான்; இதைத் தவிர, நான் அரசாங்கப் பணியாளனாக இருந்தபோது இயக்குநரகத்தின் மூத்த அதிகாரிகளை தூரத்தில் இருந்து பார்த்ததுண்டு. அவர்களெல்லாம் அதிகாரம் படைத்தவர்கள், வசதியானவர்கள், சட்டெனக் கோபப்படுபவர்கள்; விரும்பமுடியாத அதிமூர்க்கர்கள். எந்த நொடியிலும் கண்டிப்பையும் வெறுப்பையும் வெளிபடுத்தத் தயாராக இருப்பதைப்போல அவர்களின் ஒவ்வொரு அசைவிலும் தானென்ற செருக்கும், மிகையானப் பெருமிதமும் தென்படும்; அவர்களுக்குள் எப்படிப் பழகிக்கொண்டார்கள் என்று எனக்குத் தெரியாது; ஆனால் நான் அவர்களைப் பார்த்ததில் இருந்து வேறுமாதிரியாக அவர்களை என்னால் நினைத்துப்பார்க்க முடிந்ததில்லை. மேக்கரேரே கல்லூரியைச் சேர்ந்த என் இரு ஆசிரியர்கள் - அவர்களுக்கு மேற்சொன்ன சில குணங்கள் இருந்தபோதும் சமயங்களில் கனிவோடு, மரியாதையாக, உற்சாகமாகப் பழகவும் செய்தார்கள் - தவிர ஆங்கிலேயர் பலரும் இப்படித்தான் இருந்தார்கள். இங்கிலாந்துக்கு நான் வந்த நாள் முதலாக அதிகாரிகளுடனும் பொதுப்பணியாளர்களுடனும் பழகிக்கொண்டிருக்கிறேன்;

என்னை உள்ளது உள்ளபடி பார்க்கக்கூடியவர்கள் - அவரவர் வேலைப்பளுவில் சிக்கித் திணறுபவர்கள், என்னைப்போன்ற பிச்சைக்காரர்களைப் பற்றிய பல கதைகளையும் விவரணைகளையும் தெரிந்து வைத்திருப்பவர்கள் - எவரையும் நான் இன்னும் பார்க்கவில்லை. சிலியா என்னைக் கண்டுகொண்டார், அப்படித்தான் தோன்றுகிறது. அவரது கூரியப் பார்வை என்னை அறிந்துகொண்ட ஒருவித பாவனை, நான் விரும்பாத ஒன்று அது. ஏன் அப்படியென சட்டென நினைவுக்கு வரவில்லை.

“சரி, சைகை பாஷையில் பேசியும், ஒலிகள் மூலமாகவும் நாங்கள் சமாளிக்க வேண்டியிருக்கும்” என்றார் சிலியா எரிச்சலாக. “கவலைப்படாதே ரேச்சல் கண்ணே, எங்களுக்கு அது பழக்கம்தான். இல்லையா மைக்? முன்பு இவரும் ஏதோவொரு மொழி பேசிக்கொண்டிருந்தார். மைக், நீங்கள் என்ன பாஷை பேசினீர்கள்? மலாயா அது? மலாய். மைக், மலாய்தானே பேசினீர்கள்? இவர் மிஸ்டர்...?”

“ஷாபான்” லேசாக முகம் சுளித்தபடி சொன்ன ரேச்சலின் முகத்தில் சிறு புன்சிரிப்பு மீதியிருந்தது; அவளது காற்சட்டையின் முன்புறத்தில் ஒருமுறை அவசரமாகக் கைகளை ஓட்டினாள். அங்கிருந்து கிளம்ப அவளுக்கு இருந்த ஆர்வம் என்னை மேலும் வருத்தியது.

“ஷாபான், ஷாபான், ஷாபான்” சிலியா சொல்லிப்பார்த்தார். “மிஸ்டர் ஷாபான் மலாய் பேசுவாரா? மாட்டாரென்று நினைக்கிறேன்.” கூடத்துக் கதவருகே சென்று சிலியா இருமுறை சூசன் என்று சத்தமாக அழைத்துவிட்டு மீண்டும் நாற்காலிக்கே திரும்பினார். “சூசனை தேநீர் கொண்டுவரச் சொல்வோம். ஷாபான், ஷாபான்.”

சூசனுக்கும் சிலியாவின் வயதுதான் இருக்கும்; கடுகடுப்பும் பதட்டமும் நிறைந்த சிறிய உருண்டை முகம்; சிலியா போன்ற சத்தம்போடும், முரட்டு நபரிடம் வேலை செய்பவர் அப்படித்தான் இருப்பாரென்று புரிகிறது. சிலியா சொல்வதுபடி பார்த்தால் அவர் ஆபீஸ் வேலையையும், சூசன் சமையலும் வீட்டைச்சுத்தம் செய்யும் வேலையையும் செய்கிறார்கள். சூசன் அழைக்கப்பட்ட சில நிமிடங்களில் ரேச்சலும் ஜெஃப்பும் தேநீரை மறுத்துவிட்டு அங்கிருந்து கிளம்பிவிட்டார்கள். ஏன் சென்றார்கள் என்று சூசன் ஒரு தட்டு நிறைய வறுத்த ரொட்டித்துண்டுகளும், ஒரு பாத்திரத்தில் வேகவைத்த பயறும், இன்னொரு தட்டில் ஹாம் துண்டுகளையும் கொண்டுவந்து வைத்தபோதுதான் புரிந்தது. உணவிருந்த பெரிய

மேஜையைச் சுற்றி அமர்ந்து நாங்கள் தேநீர் பருகினோம். ஹாம் துண்டுகளைக் கைகாட்டி வேண்டாமென நான் சிலியாவிடம் தலையாட்டினேன்.

“பன்றி” காதுவரை இளித்துக்கொண்டுச் சொன்னான் இப்ராகிம், அந்த கேலியை ஜார்ஜியிடமும் சொல்லத் திரும்பினான். “முஸ்லிம் இல்லையா, பன்றியிறைச்சி சாப்பிட மாட்டார், மூத்திரத்தில் சாராயவாடை இருக்காது. சுத்தம் சுத்தம் சுத்தம், கழுவு கழுவு கழுவு. கருப்பன்.”

கருப்பன் என்றதைக் கேட்டு ஜார்ஜி வெடித்துச் சிரித்தான். அவன் அப்படிச் சிரித்தது ஒரு கருப்பன் முஸ்லிமாக இருப்பதாலா அல்லது கருப்புத்தோலுடைய ஒருவன் *சுத்தம் சுத்தம் சுத்தம், கழுவு கழுவு கழுவு* என்று தீவிரமாக இருப்பதன் நகைச்சுவையா அல்லது அவர்களுக்குள் ஆபாசமாக கேலிபேசிக்கொண்டார்களா என்று எனக்குத் தெரியவில்லை. இப்ராகிம் என்ன சொன்னாலும் ஜார்ஜி சிரித்தான் என்று பிறகுதான் எனக்குத் தெரியவந்தது. அவர்கள் இருவரும் கிண்டலும் இளிப்புமாக என்னைப் பார்த்தார்கள்; அதிலிருந்த குரோதத்தை என்னால் புரிந்துகொள்ள முடியவில்லை. தாங்கள் அனுபவித்தக் கொடுமைகளைப் பற்றி அவர்கள் சொன்ன முதல் கதையைக் காப்பாற்றுவதற்குப் பின்னர் சொன்ன தேவையானப் பொய்களும், கடைபிடித்த தந்திரங்களும் தாங்கள் துன்பப்பட்டதெல்லாம் உண்மைதானா என்று அவர்களையே சந்தேகம்கொள்ளும்படி செய்திருக்கலாம்; கொடுமைகளை அனுபவித்ததாக அவர்களைப் போலவே சொல்பவர்களின் கதையையும் சந்தேகம் கொள்ளச் செய்திருக்கலாம். குறைந்தபட்சம் பரிவான மௌனத்தையாவது அவர்களிடமிருந்து கோரும்படியான வன்முறையையும் இழிவுகளையும் நான் பார்த்ததில்லை என்றோ அவற்றிற்கு ஆளானதில்லை என்றோ அவர்களுக்கு எப்படித் தெரியும்? யாரும் என் முகத்தில் பேஸ்பால் மட்டையை வீசவில்லைதான், ஆனால் அவர்களுக்குத் தெரியுமா, அவர்களுக்கு எப்படித் தெரியும், நான் அதைவிடவும் மோசமான விஷயங்களைப் பார்த்தவன் என்பது? எத்தனையோ பயங்கரங்களைக் கடந்துவந்த அவர்களுக்கு, யாருக்கு வேண்டுமானாலும் அப்படிபட்ட பயங்கரங்கள் நடக்கலாம் என்பது எப்படி தெரியாமல் போனது?

அவித்தப் பயிறுகளை மைக் கரண்டியால் அள்ளிச் சாப்பிட்டார்; சிலியா தேநீரை உறிஞ்சிக்கொண்டே யாருடைய குறுக்கீடும் இல்லாமல் நிதானமாகப் பேசினார். வளர்ப்புப் பறவைகளைப்

பற்றி, அவர்களோடு விருந்தினர்களாகத் தங்கவந்து பிறகு நண்பர்களாக மாறிவிட்டவர்களைப் பற்றி, அகதிகள் அமைப்பு - அவ்வளவு அன்பானவர்கள் அவர்கள் - பற்றி, அடைக்கலம் தேடி வருவோருக்கு எதிராக நகரத்தில் நடந்த ஆர்ப்பாட்டங்களைப் பற்றி, மிகைப்படுத்தப்பட்ட செய்திக்குறிப்புகள் பற்றி, உலகத்தில் நடந்துள்ள மாற்றங்களைத் தான் மிகக்குறைவாகவே புரிந்துகொண்டது பற்றி எல்லாம் அவர் பேசினார். வறுத்த ரொட்டியை கொஞ்சம் சாப்பிட்டுவிட்டு இப்ராகிம் ஒரு சிகரெட்டைப் பற்றவைத்துக்கொண்டான்; நிரம்பிவழிந்த சாம்பல்தட்டை இழுத்து, தனக்கு மட்டுமேயான தொடுகறியைப் போல, ரொட்டிக்கும் பயறுக்கும் பன்றியிறைச்சிக்கும் சுவைகூட்டு பண்டத்தைப் போலே அவன் தனது தட்டுக்கு மிகப் பக்கத்தில் அதை வைத்துக்கொண்டான்.

"இந்தத் தெருவிலேயே ஒரு சர்ச் இருக்கிறது, செயிண்ட் பீட்டர்ஸ் சர்ச்; நாங்கள் அங்கு போவது வழக்கம். அது எங்களுக்கான சர்ச்" சிகரெட்புகையை இயல்பாக விலக்கிக்கொண்டே சிலியா பேசினார். "இப்போது அதுவொரு கிளப்பாகவோ கபேவாகவோ வேறு எதுவாகவோ மாறிவிட்டது; டிஸ்கோவாக. நாங்கள் அப்படியொன்றும் சமயப் பற்றுள்ளவர்கள் கிடையாது, என்றாலும் முக்கியமான நாட்களில் சர்சிற்கு செல்வது வழக்கம். இப்போது அதுவொரு கிளப்பாகவோ கபேவாகவோ மாறிவிட்டது. ஒரு கிறிஸ்தவ நாடு தன் சர்ச்களை கவனிக்காமல் விடுவது தவறு. மிஸ்டர் நாஷாபின் நாட்டில் ஒரு கோவிலை பார் ஆகவோ வேறெதுவாகவோ மாற்றும் கதையே நடக்காது என்று என்னால் நிச்சயமாக சொல்லமுடியும். நான் அங்கு போனதேயில்லை, இந்தப் பையன்கள் போயிருப்பான்கள், இல்லையா? இவர்களும் வேறென்னதான் செய்யமுடியும்? வேலை தேடிக்கொள்ளவோ, தங்களுக்கென ஒரு வீட்டில் வசிக்கவோ இவர்களுக்கு இங்கு அனுமதியில்லாததால் இங்கேயே அடைந்து கிடக்கிறார்கள். இந்தப் பாவப்பட்ட இப்ராகிம் தனது மனைவியையும் மகளையும் லண்டனில் வசிக்கும் தன் சகோதரனின் குடும்பத்துடன் தங்குவதற்கு அனுப்பிவிட்டான்; அவனது குட்டிமகள் இங்கு பள்ளியில் சேர அனுமதி கிடைக்காததால். பெற்றோர்கள்தான் எதிர்த்தார்கள் தெரியுமா. இந்தக் குழந்தைகள் தங்கள் பள்ளிகளில் படிக்க அவர்கள் விரும்பவில்லை. எவ்வளவு மோசம். இந்தப் பையன்கள் அந்த பாருக்கு சிலமுறை சென்றதுண்டு, நான் போனதில்லை. என்னால் போக முடியவில்லை; வழிபடவும் பிரார்த்திக்கவும்

84

எத்தனையோ முறை சென்றிருக்கும் எனக்கு இப்போது அங்கு போவது தவறாகப் படுகிறது. இதே சாலையில் ஒரு பெயிண்டர் இருந்தார், வீடுகளுக்கு வர்ணமடிப்பவர் இல்லை, அவரொரு ஓவியர். என் அம்மா அவரைப்பற்றி என்னிடம் சொல்லியிருக்கிறார், இல்லாவிட்டாலும் என்னால் அவரை நினைவுகூர முடியுமென்று நினைக்கிறேன். வீட்டின் முன்னால், படிகளின் கீழிருந்த ஒரு பெரிய அறையில் அவரது ஸ்டுடியோ இருந்தது. தளர்வான அங்கி அணிந்து, ஓவியம் வைக்கும் முக்காலி முன் அவர் நின்றுகொண்டிருப்பது தெருவிலிருந்து பார்த்தாலே தெரியும். பெரிய தாடியும் தொப்பையும் - இப்போது பிரசித்தமானது என்று நினைக்கிறேன் - உண்டு. நான் வளர்ந்துவந்த காலத்தில் இங்கு வெளிநாட்டவர்களே கிடையாது, எப்போதேனும் வரும் பிரெஞ்சு பயணிகளைத் தவிர வெளிநாட்டவர்கள் என்று யாரும் கிடையாது. அல்லது நாங்கள் அவர்கள் யாரையும் சந்தித்ததில்லை, அப்படித்தானே மைக்? போருக்குப் பின்னர் வந்த இத்தாலியக் கைதிகளைத் தவிர. அப்போது நீங்கள் இங்கு வந்து சேரவில்லை இல்லையா மைக்? எனக்கு மறந்துபோய்விட்டது. அதற்குமுன்பும் நீங்கள் எவரையும் சந்தித்ததில்லை இல்லையா? மைக் மலாயாவில் இருந்தார். அவரவர் நாடுகளில் நடக்கும் கொடுமைகளால் இப்போது எல்லா இடங்களிலும் வேற்றுநாட்டவர்கள் இருக்கிறார்கள். முன்பு இப்படி இருந்ததில்லை. இதிலிருக்கும் சரிதப்புகள் எனக்குத் தெரியாது, அதற்காக அவர்களைத் திருப்பி அனுப்பிவிட முடியாது இல்லையா? நீ உன் பயங்கரமான நாட்டுக்கே திரும்பிப்போய் அடியும் உதையும் பட்டுக்கொள், எங்கள் வாழ்க்கையைப் பார்க்கவே எங்களுக்கு நேரம் சரியாக இருக்கிறது என்று சொல்லமுடியாது. நம்மால் முடியும்பட்சத்தில் அவர்களுக்கு உதவ வேண்டுமென நினைத்தேன். சகிப்புத்தன்மை வேண்டும். அடைக்கலம் தேடிவந்தவர்களை எதிர்த்துத் தெருக்களில் போராடுபவர்கள் சொல்லும் கண்டதையும் என்னால் புரிந்துகொள்ள முடிவதில்லை. அதுவும் இந்த தேசிய முன்னணியின் ஊர்வலங்கள்; அந்த பாசிசவாதிகளை என்னால் பொறுத்துக்கொள்ளவே முடிவதில்லை. இதற்குமுன் இந்நாட்டில் அகதிகளின் எண்ணிக்கை இவ்வளவு இருந்ததில்லை, அதற்கு நாங்கள் என்ன செய்யமுடியும்? அவர்கள் தப்பிவந்த கொடூரப் பகுதிகளுக்கே எங்களால் அவர்களைத் திருப்பியனுப்ப முடியாது. நாங்கள் என்ன செய்யவேண்டுமென்றே எனக்குத் தெரியவில்லை."

நான் தலையைக் குனிந்தபடி கேட்டுக்கொண்டிருந்தேன், மற்றவர்களும் மௌனமாகக் கேட்டுக் கொண்டிருந்தார்கள். சிலியா

அளந்து அளந்து நிதானமாகப் பேசிக்கொண்டே போனதைப் பார்த்தால் அவர் சோர்வடையும்வரை, நள்ளிரவைத் தாண்டியும் பேசுவாரோ என்று நான் பயந்துபோனேன். நான் படுக்கவேண்டும் என்று சைகை செய்தேன்; ஏதோ அதிகப்படியாக, செய்யமுடியாத ஏதோவொன்றைக் கேட்டுவிட்டதைப்போல சிலியா புருவங்களை நெரித்தார். மணி அப்போது ஆறுதான் ஆகியிருந்தது; என்னை மூச்சுத்திணற வைக்கும் அந்த அறையிலிருந்தும், அதன் பொய்ம்மைப் பாசாங்குகளில் இருந்தும், நெடிகளிலிருந்தும், அலட்சியமும் சித்திரவதையுமான அந்தச் சூழலில் இருந்தும், அதன் அற்பத்தனத்தில் இருந்தும் நான் வெளியேற விரும்பினேன். இருட்டில் தனியாக உட்கார்ந்து என் மூளையைச் சரிபார்த்துக்கொள்ள விரும்பினேன்.

சிலியா மாடிப்படிகளைக் கைகாட்டினார்; வலப்பக்கம் திரும்பி, மீண்டும் திரும்பி, ஒரு சின்ன அறைக்குள் நுழைந்தால், அதன் ஓரத்தில் இருந்த படுக்கையின் மீது அடர்சிவப்புவண்ணப் பழைய விரிப்பு போர்த்தியிருந்தது.

"மிஸ்டர். பாஷாத், இந்த வீட்டில் நான் கிட்டத்தட்ட அறுபது வருடங்களாக வசிக்கிறேன்" நிலைச்சட்டகத்தின் மீது ஒரு கையை வைத்துக்கொண்டு, தனது சாதனையை எண்ணிச் சிரித்தபடியே சிலியா சொன்னார். இந்த வீட்டின் கதையைச் சொல்லப்போகிறார்; செயிண்ட் பீட்டர்ஸ் சர்ச்சில் மலர்களை அலங்கரிக்கும் அவரது தாயார் ஒரு ஓவியனிடம் காதற்வயப்பட்டதையும், தகாத உறவிற்கு ஒத்துழைக்கத் தன் காதலி மறுத்ததால் மனம்நொந்துபோன அந்த முன்கோபி ஓவியன் புயலும் மழையுமாக இருந்த ஓர் இரவில் ஊரைவிட்டு ஓடிப்போனதையும், பிறகொரு நாள் திரும்பிவந்து காதலியின் வீட்டுக் கண்ணாடி ஜன்னல்களைத் தட்டிக் காதலுக்கு இரந்து நின்ற கதையையும் சொல்லத்தான் போகிறார். இல்லை. "அறுபது சொச்ச வருடங்கள், இந்தப் பாவப்பட்ட முதிய மைக்கைப் போலில்லாமல் எனக்குக் கையும் காலும் மனமும் மூளையும் நன்றாகவே இருக்கிறது. மைக் அவரது வாழ்வை அனுபவித்துக் கொண்டுதான் இருக்கிறார் என்றாலும். ஜப்பானியர்கள்தான் மைக்கை இப்படி ஆக்கினார்கள். வரும்போதே இப்படித்தான் இருந்தார், நான் அவருக்கு அடைக்கலம் கொடுத்தேன். இந்த அறையில் நீங்கள் பார்க்கும் ஒவ்வொரு பொருளும் எனக்கு முக்கியமானவை. அவற்றை கவனமாகப் பார்த்துக்கொள்ளுங்கள். குளியலறை அடுத்து இருக்கிறது. எல்லோரும் அதை உபயோகிக்கிறோம், எனவே அதை சுத்தமாக வைத்துக்கொள்ளுங்கள். மற்றபடி இங்கிருக்கும்

எல்லோரையும் சந்தித்துவிட்டீர்கள்; வெகு சீக்கிரமே நீங்கள் ஆங்கிலம் பேசக் கற்றுக்கொண்டு எங்களுடன் அரட்டையடிக்க விரும்புகிறேன். ஓ, இப்ராகிம், ஜார்ஜி செல்லங்களா, மேல்மாடியில் தூங்குங்கள்."

முகத்தில் வெறுப்பும் கண்களில் அடக்கிவைக்கப்பட்ட எரிச்சலும் தெரிய அவர் அங்கிருந்து திரும்பிச் சென்றார். இப்போது என்ன? அவருக்கு நான் அப்படி என்ன தீங்கு செய்தேன்? "எட்டில் இருந்து பத்து மணிக்குள் காலை உணவு பரிமாறப்படும்" போனவர் பாதி உடல் திருப்பி கொஞ்சம் அவசரமாகச் சொன்னார். "நேரத்துக்கு வந்துவிட்டீர்களென்றால் நல்லது. முன்கதவை இரவு பத்துமணிக்குப் பூட்டிவிடுவேன்; நீங்கள் அதற்குப் பிறகு வந்தால் யாராவது வந்து கதவைத் திறக்கும்வரையிலும் நீங்கள் அழைப்புமணியை அடித்துக்கொண்டே இருக்கவேண்டிவரும். குட் ஈவினிங், மிஸ்டர் ஷோனஸ்."

படுக்கைமீது இருந்தப் பழந்துணியை நான் இழுத்தபோது மெல்லிய தூசு மேகம் மேலெழுந்தது. யாரோ படுத்து உபயோகித்ததைப் போன்ற தோற்றமும் வாடையும் படுக்கைவிரிப்புகளில்; தலையணை உறைகளில் இரத்தப்பொட்டுக் கறைகள். கீழே நாற்காலி மெத்தைகளில் அடித்த அதே வாடை - காய்ந்துபோன வாந்தியும் விந்தும் சிந்திய தேநீரும் - இந்தப் படுக்கையிலும் வீசியது. ஏதாவது வந்து விடுமோ என்ற காரணமற்ற பயத்தில் அதில் நான் உட்காரக்கூட இல்லை; நோய்த்தொற்று பற்றி மட்டுமல்ல, மனம் மாசுபட்டுவிடுமோ என்ற பயமும்தான். அங்கே இருந்த சின்ன சோபாவின் அழகைப் பார்த்து - அதன் விளிம்புகளும் உருவமும்தான் அழகு - அதில் உட்கார நினைத்தேன்; ஆனால் அதன் மெத்தையும் படுக்கையிலிருந்த முடைநாற்றமடிக்கும் மெத்தையின் கதியில்தான் இருந்தது. குளியலறையில் அழுக்கு அடை அடையாக இருந்தது; கைகழுவும் தொட்டியில் காய்கறிக்கழிவு போல எதுவோ புள்ளிபுள்ளியாக; குளியல் டப்பில் கருப்பாக எதுவோ படிந்திருந்தது, கழிவறையிலோ ஊடுருவிப்பார்க்க முடியாத கருந்துளை. எனக்குக் குமட்டிக்கொண்டு வந்தது, ஆனால் வேறு வழியில்லை; அந்தக் கருந்துளைக்குள் கூர்பற்களுடன் எதுவோ வாழ்ந்துகொண்டிருக்கிறது, ஒரு ஆணாக நான் அளிக்கப்போகும் கொடைகளின் பாரம் தாங்காமல் அது வெளியே வரலாமென்ற உணர்வோடே இனி எப்போதுமிருப்பேன். ஒரு வயதில் அவற்றிற்கும் ஒருவிதமான மகத்துவம் வந்துவிடுகிறது. நாளை ரேச்சல் என்னைக் கூட்டிப்போக வரும்போது - விபரங்கள் வாங்க

என்று சொல்லியிருந்தாள் - ஆங்கிலம் எனக்குள்ளிருந்து பீறிட்டு வந்துவிடும். அஜாக்கிரதையாக இருந்து செத்துப்போகவா இவ்வளவு தூரம் வந்தேன்? என் கடந்தகால சந்தோஷங்களும் அதற்குச் சமமான துயரங்களும் கலந்து, சிலியாவின் பொக்கிஷமான நினைவுகளை மனதில் ஓட்டியபடியே முன்னிரவைக் கழித்தேன்; நான் ஏலத்தில் எடுத்த வீட்டின் பொருட்களை விலைமதிப்பிடுவதைப்போல அதைச் செய்தேன். மேஜையில் பெரிதாக ஒன்றுமில்லை: கப்பல் அடைக்கப்பட்ட ஒரு பாட்டில், மலிவுவிலை நகைகள் கொஞ்சம், நேர்த்தியற்ற சட்டகங்களில் போட்டோக்கள், ஒரு பிஸ்கட் டப்பா - நாட்டின் எல்லாவகையானப் பழங்களையும் பருப்புகளையும் கோத்து மாலையாகச் சூடிய சீருடையணிந்த கப்பல் கேப்டனின் படம் அதில் அச்சிட்டிருந்தது, பொத்தான்கள், பட்டயங்கள், இறகுகள் என்று ஏதேதோ தட்டுமுட்டுச் சாமான்கள் அதில் இருந்தன. இந்தப் பொருட்களையெல்லாம் பார்ப்பதில் எனக்கு எந்த ஆர்வமும் இருந்திருக்கவில்லை, அவை சிலியாவுக்கு எந்த வகையில் பொக்கிஷமாக இருந்தன என்பதையோ அவள் வாழ்வில் அவற்றின் பங்கு என்ன என்பதையோ கூட நான் அப்போது நினைத்துப்பார்க்கவில்லை என்பது பிறகுதான் எனக்குத் தெரிந்தது.

சுவரில் பொன்முலாம் சட்டமிட்ட ஒரு பெரிய கண்ணாடி இருந்தது; அந்தச் சின்ன இருட்டு அறைக்குப் பொருத்தமில்லாத மிகப் பெரிய கண்ணாடி. முலாம் நன்றாகத்தான் இருந்தது, கண்ணாடியை மட்டும் கொஞ்சம் சீர்செய்ய வேண்டும். ஒன்றிரண்டு பென்னிகளுக்கு இதை வாங்கியிருக்கக்கூடும். அந்த அறையின் தணிந்த வெளிச்சத்தில் மேலெழும்பும் புகையொளியில் தொங்கவிடப்பட்ட ஒரு உருவத்தைப் போல நான் கண்ணாடியில் தோன்றினேன். வெண்டிலேட்டரில் இருந்து வந்த வட்டமான ஒளி சுருக்குக்கயிற்றைப் போல என் கழுத்தில் தொங்கிக்கொண்டிருந்தது. அல்போன்சோ என்னிடம் கொடுத்த துவாலையை தலைக்கு வைத்துக்கொண்டு மேஜையருகில் தரையிலேயே படுத்துக்கொண்டேன். நான் படுத்திருந்த கரடுமுரடான தரைவிரிப்பும் என் வயிற்றைக் கிள்ளிய பசியும் என்னைத் தூங்கவிடாது என்று எனக்குத் தெரியும். பின்னிரவில் என் காதில் விழுந்தது சந்தேகமேயில்லாமல் யாரோ உடலுறவு கொள்ளும் சீரான சத்தம்தான்; சிலியா மைக்கின் மீது ஏறிவிட்டாரா அல்லது வேடிக்கைப்பேச்சின் உச்சத்துக்குப் போய் இரு பையன்களும் செய்யும் வேலையா என்று யோசித்தேன்.

மறுநாள் காலை ரேச்சல் வரவில்லை. கண்களை மூடிக்கொண்டு குளியலறையைப் பயன்படுத்தினேன், தொடவேண்டியதை மட்டும்

விரல்நுனிகளால் தொட்டேன். பிறகு அறையின் திரைச்சீலைகளை விலக்கிவிட்டு, அல்போன்சோ கொடுத்த துவாலையை கீழே போட்டு உட்கார்ந்துகொண்டேன். வீட்டின் பின்புறத்தில் இருந்தது என் அறை. உயரமான குத்துச் செடிகளாலும் மரங்களாலும் இருளடைந்து போய் பராமரிப்பில்லாத ஒரு தோட்டத்தைப் பார்க்க அது அமைந்திருந்தது. ஜன்னல் கண்ணாடிகளில் மழைநீர் வழிந்தது. குளியலுக்குப் பின்னர் என்னால் சரியாகக் கழுவிக்கொள்ள முடியவில்லை; பயறு வழக்கம்போல வயிற்றோட்டத்தைக் கிளப்பிவிட்டிருந்தது. என்னால் முடிந்தவரை காகிதத்தால் நன்றாகத் துடைத்துக்கொண்டேன்; இருந்தாலும் தரையில் உட்கார்ந்தபோது எனக்குக் கீழே ஈரக்கறை படர்வதைப் போலப்பட்டது. வீடு அமைதியாக இருந்தது, எல்லோரும் இன்னும் தூங்கிக்கொண்டிருந்தார்கள். கொஞ்ச நேரம் கழித்து படிகளில் காலடிச்சத்தமும், கோப்பைகளும் தட்டுகளும் எழுப்பும் ஒலியும் கேட்டன; சிலியாவின் வெறுப்பான பார்வையால் வெளியே செல்லவே எனக்கு ரொம்பப் பதட்டமாக இருந்தது. ரேச்சல் வரும்வரை அல்போன்சோவின் இந்த மாயவிரிப்பிலேயே காத்திருந்தால் அவர்களின் அலட்சியத்தில் இருந்து தப்பித்துக்கொள்ளலாம். ரேச்சல் வரவில்லை; அடைசலான அந்த அழுக்கு அறையில் தரையில் எதற்கும் பயனற்றவனாக இருப்பதைத் தவிர வேறொன்றும் யோசிக்கமுடியாமல் உட்கார்ந்திருப்பது என் மனதைப் பிசைந்ததால் நான் எழுந்து கீழே போனேன்.

மைக் தனது வழக்கமான இடத்தில் சத்தமில்லாத டிவி முன்னால் உட்கார்ந்திருந்தார், ஒரு அழுக்குக் கத்தியும் தட்டும் அவர் மடியில் இருந்தன. சிலியா உணவுமேஜையருகே, அவர் முன்னால் விரிந்தநிலையில் செய்தித்தாள். நான் உள்ளே வந்ததும் அவர் தலையைத் தூக்கி என்னைப் பார்த்துவிட்டு, நாற்காலியில் சாய்ந்துகொண்டு இளித்தார். இன்னும் கவுனில்தான் இருந்தார், ரொம்பத் தளர்வான கவுன்; அவர் அதை மட்டும்தான் அணிந்திருந்தார் என்பது இங்கிருந்தே எனக்குத் தெரிந்தது. "குட் மார்னிங் மிஸ்டர்.ஷோபோட். தூங்கியெழுந்தும் ரொம்ப நேரம் படுத்தே கிடந்தீர்களோ?" மேஜையை நோக்கி இயல்பாக கைகாட்டியபடியே கேட்டார். "அதுவும் நல்லதுக்குதான். உங்கள் உடல் நன்கு சூடேறியிருக்கும் என்று நம்புகிறேன். போய் உங்களுக்கு டீ ஊற்றிக்கொள்ளுங்கள். ஓ, மறந்தே போய்விட்டேன். டீ, உறிஞ்சி, உறிஞ்சி குடிப்போமே, அது. போய் ஊற்றிக்கொள்ளுங்கள்." டீயை

ஊற்றிக் குடிப்பதுபோல் சைகை செய்துவிட்டு என்னைப் பார்த்து மீண்டும் இளித்தாள். "அம்மா ஊற்றிக் கொடுக்கட்டுமா?"

கொஞ்சம் டீயை ஊற்றிக்கொண்டு சென்று மைக் பக்கத்தில் உட்கார்ந்தேன்; அவரோடு சேர்ந்து சத்தமில்லாத டிவியைப் பார்த்துக்கொண்டே - சொல்வதற்கு கூச்சமாகத்தான் இருக்கிறது - மேஜையருகே செய்தித்தாள் படித்துக்கொண்டிருந்த சிலியாவின் மேல் ஒரு கண் வைத்திருந்தேன். அவர் அணிந்திருந்த கவுன் முட்டிக்குக் கொஞ்சம்தான் கீழிறங்கியிருந்தது; அவர் படித்துக்கொண்டே இப்படியும் அப்படியுமாக கால்களை லேசாக ஆட்டிக்கொண்டிருந்ததால் அவர் கால்களுக்கு இடையே அவ்வப்போது சிறு இடைவெளி தோன்றி மறைந்தது. ஒரு கட்டத்தில் தன்னையுமறியாமல் தொடைக்குள் கைவிட்டுத் தடவிக்கொண்டார். பக்கத்தில் மைக் சிரிப்பது கேட்டது, திரும்பிப்பார்த்தபோது அவர் கண்கள் டிவியில்தான் இருந்தன. கேலிக்கு ஆளாகவேண்டாமென்று முழுவதும் டிவி பக்கம் திரும்பிக்கொண்டேன். நானும் மைக்கும் நீண்டநேரமாகச் சத்தமில்லாத டிவியையே பார்த்துக்கொண்டு ரேச்சலுக்காகக் காத்திருந்தோம். அங்கிருந்து நகர பயம்; எங்கே போவது, என்ன செய்வது என்றும் தெரியவில்லை; சிலியாவோ பக்கங்களைச் சரசரவென்று திருப்பி, அவ்வப்போது பெருமூச்செறிந்து கொண்டார். படித்துமுடித்து செய்தித்தாளை மடித்துவிட்டு, "நீங்கள் இருவரும் சேர்ந்துவிட்டதைப் போல் தெரிகிறதே. இந்தப் பையன்கள் மீண்டும் காலை உணவை சாப்பிட வரவில்லை. நாள்முழுவதும் தூங்கிக்கொண்டே இருப்பார்கள், மிஸ்டர் ஷோபோட். குழந்தைகளைப் போல். பாவம், அவர்களும்தான் வேறென்ன செய்வார்கள்? விட்டால் தேநீர் நேரம் வரை கூடத் தூங்குவார்கள். மதியம் உண்ண வேண்டியதில்லையே. நாங்கள் இங்கு மதிய உணவு தருவதில்லை மிஸ்டர். ஷோபோட். தினம் காலை ஆகாரமும் தேநீரும் கொடுப்போம், வியாழக்கிழமைகளைத் தவிர; இன்று வியாழன்; சூசனுக்கு விடுமுறைநாள். ஓ, நான் மிஸ்டர் ஷோபோட் என்று அழைப்பதில் உங்களுக்குக் கஷ்டமிருக்காது என்று நினைக்கிறேன். உங்கள் பெயரை அப்படித்தான் என்னால் நினைவில் வைத்துக்கொள்ளமுடியும். உங்களுக்கு அதில் வருத்தமிருக்காது என்று நம்புகிறேன். மைக், மைக், நான் போய் நல்லபடியாக ஆடையணிந்து வருகிறேன். விருந்தினர்கள் இருக்கும்போது காலைவேளை முழுக்க நான் இப்படி கவுனில் திரிந்தால் மைக்குக்குப் பிடிக்காது. பொறாமை வந்துவிடும். உங்களுக்கு இங்கு பழக்கமாகிவிடும் மிஸ்டர் ஷோபோட்.

நீங்கள் கொஞ்சகாலம் எங்களுடன்தான் இருக்கவேண்டுமென்று நினைக்கிறேன்; அடைக்கலம் தேடி வரும் பலர் அப்படி இருந்ததுண்டு. பல பகுதிகளில் இருந்தும் எங்களுக்கு அற்புதமான நண்பர்கள் கிடைத்திருக்கிறார்கள். நீங்கள் ஆங்கிலம் மட்டும் கற்றுக்கொண்டால் போதும், மிஸ்டர் ஷோபோட். நீங்கள் இப்படி என்னைப் பார்த்து விழிப்பதும், உங்கள் மனதில் என்ன ஓடுகிறது என்றுகூடத் தெரியாமல் நான் திணறுவதுமாக பெரும்பாடாய்த்தான் இருக்கிறது.”

அல்போன்சோவின் துவாலையை நோக்கி ஓடினேன், அதில் உட்கார்ந்ததும் யார் கண்ணுக்கும் தெரியாத இடத்திலிருப்பதுபோல் உணர்ந்தேன். இவர்களை எதிர்த்துப் பேச முடியாமல் எனக்கு முட்டுக்கட்டை போட்டுவிட்ட டிக்கெட் வியாபாரியைச் சபித்தேன்; எனக்குள் ஆழமாகப் பதிந்துகொண்டிருந்த தடுப்புக்காவல் முகாமின் மனிதர்களிடமிருந்து என்னைப் பிரித்து, திரும்பி திரும்பிப் போகும் படிகளும், வினோதமான பவாப்புகளும் இருக்கும் இந்த நிலவறைக்குள் என்னைக் கூட்டிவந்த ரேச்சலையும் ஜெஃப்பையும் சபித்தேன். இந்த பவாப்புகளிடம் அபாயத்தையும் அலட்சியத்தையும் நான் உணர்ந்தேன். நாள்முழுதும் நான் ஒன்றுமே சாப்பிடவில்லை; இந்த வயதில் அதுவொன்றும் பெரிய குறையில்லை, ஆனால் யாருமே அதைப் பொருட்படுத்தவில்லையே; நான் சாப்பிட்டேனா இல்லையா, உடல்நலத்துடன் இருக்கிறேனா இல்லையா, சந்தோஷமாக இருக்கிறேனா அல்லது வருத்தப்பட்டேனா என்று அங்கு யாருக்கும் கவலையில்லை. தூங்கியெழுந்த அந்தப் பையன்கள் பபூன்களைப் போல் வெறிக்கூச்சல் போட்டுக்கொண்டு படிகளில் இறங்கி ஓடுவதும், கர்ணகொடூரமாகச் சிரித்தபடியே சிலியா தளுக்குப்பேச்சில் அவர்களைக் கண்டிப்பதும் எனக்குக் கேட்டது. நீதி, மனித உரிமைகள் ஆகியவற்றின் போராளிகளான ரேச்சல் ஜெஃப் இருவரும் என்னை ஒரு விலங்குக்காட்சி சாலையில் ஒப்படைத்துவிட்டு, பின்னர் தங்கள் நண்பர்களைப் பார்த்து ஒரு கிழவனை அருவருப்பான தடுப்புக்காவலில் இருந்தும் அரசாங்கத்தின் பாசிசப்பிடியில் இருந்தும் வெளியே கொண்டுவர எத்தனை மந்திரிகளின் கண்களில் மண்ணைத்தூவினோம், இப்போது அவன் சிலியா மற்றும் அவளது கூட்டாளிகளின் கருணைக்கரங்களில் எப்படி இருக்கிறான் என்பதையெல்லாம் பீற்றிக்கொள்ளப் போய்விட்டார்கள். ரேச்சல், இறைவனின் பெயரால் சொல்கிறேன், உடனே நீ வரவேண்டும்.

மதியத்துக்குப் பின் என் உடல் பலவீனமாகி எனக்கு மயக்கமாக வந்தது; யா லத்தீப் - ஓ நல்லவரே, ஓ தயாளரே - என்று ஓத நேரம் வந்துவிட்டதை உணர்ந்தேன். சிறையில் இருந்த காலத்தில் நோயும் அச்சமும் வாட்டும்போது நாங்கள் கூட்டுத்தொழுகை செய்ததுண்டு; உடல்நலம் பாதித்தவருக்காக, துன்பப்படுபவருக்காக இவ்வாறு எல்லோரும் சேர்ந்து தொழுவது மேலும் பலன் தரும். ஆனால் எனக்காகத் தொழுவதற்கு இங்கு யாருமில்லை, எனக்கு நானே தொழுதுகொண்டால் அதன் மகத்துவத்தை அவமதித்தவனாகி விடமாட்டேன் என்று நம்பினேன். குளியலறைக்குச் சென்று உலூ -கைகள், முகம், முழங்கைகள், பாதங்களைச் சுத்தம் - செய்துகொண்டேன். பிறகு அல்போன்சோவின் துவாலையில் உட்கார்ந்துத் தொழத் தொடங்கினேன். முதலில் வருவது யா லத்தீப் ஓதுவதற்கான நோக்கம், அதன் பிறகு சாத்தானிடமிருந்து தப்பி இறைவனிடம் அடைக்கலம் தேடும் தொழுகை. அதன்பிறகு பிஸ்மில்லா, கருணையாளரும் தயாளருமான கடவுளின் பெயரில். பிறகு அல்-இக்லாஸ் மும்முறை: *இறைவன் ஒருவனே, நித்தியமானவன். அவனுக்கு மகவுமில்லை, அவனுக்குத் தந்தையுமில்லை. அவனுக்கு நிகராக எவருமில்லை.* அதன்பிறகு லாடிஃபன்: *இறைவன் தன் பணியாளர்களிடம் அன்பானவன். அவன் விரும்புபவனுக்கு அவன் தருவான். அவன் வெல்லமுடியாதவன், எல்லாம் வல்லவன்.* அதன்பிறகு திருநபி மீதான அழகான பிரார்த்தனை:

அ சலாது வா சலாமு அலய்கா யா சய்யிதி யா ஹபிபா-ல்லாஹ்,
அ சலாது வா சலாமு அலய்கா யா சய்யிதி யா நபிபா – ல்லாஹ்,
அ சலாது வா சலாமு அலய்கா யா சய்யிதி யா ரசுலா – ல்லாஹ்,

உமக்குத் திருவருளும் அமைதியும் உண்டாகட்டும், ஓ இறை அன்பாளரே,
உமக்குத் திருவருளும் அமைதியும் உண்டாகட்டும், ஓ இறை திருநபியே,
உமக்குத் திருவருளும் அமைதியும் உண்டாகட்டும், ஓ இறைத்தூதரே.

அதன்பிறகு தலையை வலப்பக்கமும் இடப்பக்கமும் ஆயிரம்முறை திருப்பி, *யா லத்தீப்* வரிகளை ஆத்திர அவசமின்றி பொறுமையாகச் சொல்லவேண்டும்.

சொல்லி முடித்து நான் மனந்தேறியபோது இருட்டியிருந்தது; இன்னும் கொஞ்சம் உறிஞ்சி உறிஞ்சி குடிக்கவும், மிச்சம் மீதி உணவுக்கும் பிச்சை கேட்க கீழே போக வேண்டுமா அல்லது வெளியே போய் நேர்கோட்டில் ஒரு அரைமணிநேரம் நடக்கலாமா என்று யோசித்துக்கொண்டிருந்தபோது சிலியா

மேலே ஏறிவரும் சத்தம் கேட்டது. அவர் என்னைத் தேடித்தான் வருகிறாரென்று மனதுக்குப் பட்டதால் நான் உட்கார்ந்திருப்பதை அவர் பார்த்துவிடக்கூடாதென்று துவாலையில் இருந்து எழுந்துகொண்டேன். உள்ளேவர அனுமதிகேட்டு கதவைப் பலமாகத் தட்டிவிட்டு, அவராகவே நுழைந்துவிட்டார். அந்த கதவுக்குத் தாளிடும் வசதியில்லை. "தூங்க ரொம்ப பிடித்திருக்கிறதோ, மிஸ்டர் ஷோபோட்" உற்சாகமாக சொல்லிக்கொண்டே விளக்குப் பொத்தானை தேடித் தடவினார். "உங்களுக்காக ரேச்சல் ஒரு செய்தி அனுப்பியிருந்தாள். இப்ராகிம் ஆபிசுக்கு போன் செய்திருந்தபோது உங்களிடம் சொல்லச் சொல்லியிருக்கிறாள் - அதுதான் வேடிக்கை. உங்களுக்கு ஆங்கிலம் தெரியாது என்பதை அவள் மறந்துவிட்டாள். போகட்டும், பரவாயில்லை. உங்களுக்காக ஒரு தகவல் வந்ததே உங்களுக்குத் தெரியவில்லை என்கிறபோது அது கிடைக்காது போனாலும் உங்களுக்கு வருத்தமில்லை. இங்கு நல்ல வசதியாகவே இருக்கிறீர்கள் என்று தெரிகிறது."

"ரேச்சல்" என்றேன், பிச்சைக்காரனைப்போல என் குரல் கரகரப்பாகக் கேட்டது. நீண்டநேரம் தணிந்த குரலில் தொழுதுக் கொண்டிருந்ததால் என் குரல் கட்டிப்போயிருந்தது.

"ஆமாம், ரேச்சல்தான் தகவல் அனுப்பியிருக்கிறாள், என் டார்லிங். எல்லாம் சரியாக இருக்கிறது, எதைப் பற்றியும் கவலைப்படவேண்டாம் மிஸ்டர் ஷோபோட். உங்கள் நண்பர் மைக்கோடு சேர்ந்து டிவி பார்க்க கீழே வருகிறீர்களா? இன்று காலை நீங்கள் இருவரும் நட்பாக இருந்தீர்களே. வாருங்கள் போகலாம், நாள்பூராவும் இங்கேயே அடைந்து கிடக்கிறீர்களே. இது உடம்புக்கு நல்லதில்லை. வாருங்கள், வந்து எங்களுடன் இருங்கள்" வலதுகையை நீட்டி, இடுப்பை லேசாக ஆட்டிக்கொண்டே சொன்னாள்.

அவள் பின்னாலேயே படிகளில் இறங்கினேன்; ரேச்சல் அனுப்பிய தகவலை அவள் உதிர்க்கிறவரை அவளைப் பிடித்து உலுக்க நினைத்தேன். முன்பு செய்ததைப் போலவே பாதி உடலைத் திருப்பி புருவங்கள் சுருங்க என்னைப் பார்த்துக்கொண்டே பேசினாள். "இதோ வந்துவிட்டார்" என்று நாங்கள் கூடத்துக்குள் நுழைந்தபோது அங்கிருந்த வானரக் கூட்டத்திடம் தெரிவித்தார். மைக் என்னைப் பார்த்து நட்பாகப் புன்னகைத்தார், ஜார்ஜி இளித்துக்கொண்டே கையாட்டினான், இப்ராகிம் போலியாக வணக்கம் வைத்தான். பையன்கள் சீட்டு விளையாடிக்கொண்டிருந்தார்கள். "போய் உங்கள்

நாற்காலியில் உட்கார்ந்துகொள்ளுங்கள்" மைக் பக்கத்தில் இருந்த இடத்தைக் காட்டி சிலியா சொன்னார். ரேச்சல், இறைவன் மேல் ஆணையாகச் சொல்கிறேன், உடனே கிளம்பி வா.

"ரேச்சல்" இப்ராகிமைப் பார்த்துக் கேட்டேன்.

"ரேச்சல்" என்று அவன் கிண்டலாகச் சொல்லி என்னைப் பார்த்து இளித்தான். "நீங்கள் படுகிழவன் என்று சொன்னாள். எதற்கும் லாயக்கில்லையாம். கருப்பன்." அந்த நையாண்டி வார்த்தைகளைக் கேட்டதும் இருவரும் ஒருவரையொருவர் பார்த்துக் கண்கள் மின்னச் சிரித்தார்கள். "அவளுக்குச் சின்ன வயதுக்காரன்தான் வேண்டுமாம்."

"எனக்குத் தெரியாது" சிலியா குழந்தையைப் போலக் குழறினாள். "மிஸ்டர் ஷோபோட்டை பார்த்தால் அவரது சமாச்சாரத்தில் இன்னும் கொஞ்சம் உயிர் இருப்பதுபோலத்தான் தெரிகிறது." அதைக்கேட்டு மீண்டும் சிரித்தார்கள். கருப்பன், மிஸ்டர் ஷோபோட், கழுவு கழுவு கழுவு, சுத்தம் சுத்தம் சுத்தம். அச்சமயம் இப்ராகிம் பற்றியும் ஜார்ஜி பற்றியும் நான் தெரிந்துகொள்ள விரும்பியதாக நினைக்கிறேன்; அவர்கள் சொல்வதைக் கவனித்து, அவர்கள்மீது அனுதாபம் காட்டி, அவர்களை இதுபோன்றதொரு பயணத்தை மேற்கொள்ள வைத்த பயங்கரங்களையும் நோக்கங்களையும் கேட்டறிய விரும்பினேன், ஆனால் நான் கேட்கவில்லை. நான் அதை தெரிந்துகொள்ள அவர்கள் விரும்பவில்லை. அவர்களின் சோகக் கதைகளை தெரிந்துகொள்ளுமளவு எனக்குத் தகுதியில்லை என்று நினைத்துவிட்டார்களோ என்னவோ. அல்போன்சோவின் எதற்கும் துணிந்த நம்பிக்கையை வரம்புமீறிய நடத்தையாக அல்ஜீரியர்கள் கருதியது நினைவுக்கு வந்தது; அவர்களின் பார்வையில் அவனொரு கருப்பன், ஆதாமின் மகன்களில் அவன் தங்களை விடவும் கீழானவன், தனது ஆத்திரத்தை அடக்கிவைத்து எதையும் தாங்கிக்கொண்டுச் செல்லவேண்டியவன்.

சீட்டாடி முடித்ததும் எல்லோரும் எழுந்து செல்லத் தயாரானார்கள், ஏனோ இப்ராகிமிற்கு என்மேல் கொஞ்சம் கரிசனம் வந்தது. கூடத்தின் கதவருகே நின்றுகொண்டு, "ரேச்சல், அப்புறம் வருவாளாம்" என்றான். தான் செய்த பரோபகாரத்தை நினைத்து அறையில் எல்லோரையும் பார்த்துச் சிரித்தான். இரு பையன்களும் கதவருகே போனதும் இப்ராகிம் சிலியாவைக் கூப்பிட்டான்; அவர் சிரித்துக்கொண்டே எழுந்து அவர்களிடம் போனார். சிரிப்பும் சில்மிஷச் சத்தங்களும் கேட்கப் பிறகு அமைதி.

நானும் மைக்கும் மௌனமாக சத்தமில்லாத டிவி திரையையே பார்த்துக்கொண்டு உட்கார்ந்திருந்தோம். சில நிமிடங்கள் கழித்து முன்கதவு திறக்கும் சத்தம் கேட்க, கண்கள் மினுங்க சிலியா திரும்பிவந்தார். மைக்குக்கு எதிரில் இருந்த நாற்காலியில் உட்கார்ந்து பத்திரிகையை எடுத்துக்கொண்டார். ரேச்சல், அப்புறம் வருவாளாம். ஆனால் அவள் வரவில்லை.

ஒரு துண்டு ரொட்டியோ அல்லது உறிஞ்சி உறிஞ்சிக் குடிக்க ஒரு கோப்பை டீயோ கிடைக்குமென்று என்னால் முடிந்தவரையில் கூடத்திலேயே உட்கார்ந்து பார்த்தேன், ஆனால் ஒன்றும் கிடைக்கவில்லை. அன்று சூசனுக்கு விடுமுறை. கடைசியில் சலிப்பும் பசியும் கொடுத்த மயக்கத்தோடு நான் தளர்ந்துபோய் மாடிப்படியேறினேன்; அதில் திடீர் வலப்பக்கத்திருப்பம், மறுபடியும் திடீர் வலப்பக்கத் திருப்பம். நானிருந்த சோர்வில் படுக்கையின் அருவருப்பைச் சட்டை செய்யவில்லை, இரவு குளிர் வேறு ஏறிக்கொண்டே இருந்தது. அல்போன்சோவின் துவாலையை மடித்து நாற்காலியின் பின்புறம் போர்த்திவிட்டு உடைகளைக்கூட மாற்றாமல் அப்படியே படுக்கையில் விழுந்தேன். அல்போன்சோவுக்கு என் நன்றியைக் காட்டவும், நம்மை நாம்தான் காத்துக்கொள்ள வேண்டும் என்ற அவனது உள்ளுணர்வுக்கு மரியாதை செலுத்தும்விதமாகவும் அப்படிச் செய்தேன்; அவன் அளவுக்கு உறுதியாக நின்று என் கௌரவத்தைக் காத்துக்கொள்ள முடியாததை எண்ணியும் அதைச் செய்தேன். அவர்கள் என்ன செய்தாலும் சரி, உங்களைச் சுத்தமாக வைத்துக்கொள்ளுங்கள். என்னால் அதைக் காப்பாற்ற முடியவில்லை, அழுக்கு உடல் மீது அழுக்கு ஆடைகளோடு அருவருப்பானப் படுக்கையொன்றில் படுத்துக்கிடக்கிறேனே. நான் விடுதலையடைந்த முதல் நாள் முடிந்தது; படுத்த மறுநொடி உறங்கிப்போனேன்.

காலை பத்துமணிவாக்கில் அவள் வந்தாள். அப்படியே நேர்க்கோட்டில் நடந்து ஒரு அரைமணிநேரம் நடை போகலாம் என்று நினைத்திருந்தேன் - அப்போதுதான் குழம்பாமல் திரும்பிவரமுடியும் - ஆனால் நான் வெளியே போன நேரம் அவள் வந்துவிட்டால் அவள் அடுத்து வரும்வரையிலும் காத்திருக்கவேண்டுமே என்று பயம். நான் இருந்த இடத்தை விட்டு நகரவில்லை. சிக்கனத்தையும் பொருள் வீணாவதையும் சொல்லி சூசனை சிலியா திட்டிக்கொண்டிருக்க, சத்தமில்லாத டிவி எதிரில் மைக்கும் நானும் உட்கார்ந்திருந்தபோது அவள் வந்தாள்; மெரூன்

நிற சூட் அணிந்து, குதூகலமானப் பரபரப்புடன் உடனே கிளம்ப வேண்டும் என்பதுபோல வந்தாள்.

"இந்த இடத்தில் பொருந்திவிட்டீர்கள் போலிருக்கிறதே, மிஸ்டர் ஷாபான்" என்றாள் ரேச்சல். நான் கோபமாக முணுமுணுத்தேன், ஆனால் அதனால் எந்தப் பிரயோஜனமும் இல்லை. மென்மையும், தொடர்ந்து ஒளிரும் வசீகரப்புன்னகையுமாக இருந்த மைக்கிடம் அவள் அதற்குள்ளாகப் பேசத்துவங்கிவிட்டாள். உள்ளேவந்த சிலியா விஷயங்களைத் தன் கையில் எடுத்துக்கொண்டார்; அந்த வீட்டில் நான் எவ்வளவு வசதியாக இருக்கிறேன் என்றும், அதற்குள்ளாகப் பையன்களுடன் நன்கு பழக்கமாகிவிட்டேன் என்றும், மைக்குடன் நன்றாக ஒட்டிக்கொண்டேன் என்றும், ஒரே குட்டையில் ஊறிய மட்டைகளைப் போல நாள்முழுதும் நாங்கள் இருவரும் டிவியைப் பார்த்துக்கொண்டிருக்கிறோம் என்றும் சொன்னார். அவர் அப்படிதான் சொன்னதாக நினைக்கிறேன், ஒருவேளை நான் தவறாகவும் புரிந்துகொண்டிருக்கலாம்: முகபாவனைகள் எனக்குப் பரிச்சயமில்லாதவை. "அவ்வப்போது முகம் வாடிப்போகிறார்" என்றார் சிலியா. "நாங்கள் சொல்வதெல்லாம் அவருக்குப் புரியாததால் அப்படி இருக்கலாம் என்று நினைக்கிறேன். பேசுவது புரிந்ததா மிஸ்டர் ஷோபோட்? நான் அப்படித்தான் அவரைக் கூப்பிடுவேன். நாங்கள் அவருக்கு வைத்துள்ள செல்லப்பெயர் அது. அவருக்கு அதிலொன்றும் பிரச்சினையில்லையாம், கேட்டுவிட்டேன்."

நான் சொல்லப்போகும் தகவல்களைப் பதிவு செய்துகொள்ள அவர்களுடைய அலுவலகத்துக்கு என்னைக் கூட்டிச்செல்லவே ரேச்சல் வந்திருக்கிறாளென்றும், நான் இப்போதைக்கு சிலியாவுடனும் மைக்குடனும்தான் தங்கவேண்டுமென்பதால் என் பையை உடன் கொண்டுபோகத் தேவையில்லையென்றும், அலுவலகத்துக்கு நடந்தேதான் செல்லப்போகிறோமென்றும் கண்டுபிடிக்க எனக்குக் கொஞ்ச நேரம் பிடித்தது. ரேச்சல் எட்டி நடைபோட்டாள், என்னால் முடிந்தவரை அவளைப் பின்தொடர்ந்தேன். அவ்வப்போது இன்னும் கொஞ்சம் தூரம்தான் என்று சொல்லி என்னிடம் வருத்தம் தெரிவித்தாள். ஆங்கிலேயத் தெருக்களில் நடப்பது எனக்கு அதுதான் முதன்முறை. பரபரப்பும் சந்தடியும் இன்னும் அதிகமாக இருக்குமென்றும் சுற்றியிருப்பவையெல்லாம் புதிதாக, பிரகாசமாக இருக்குமென்றும் நினைத்திருந்தேன். சாயம்போய் அழுக்குப்பிடித்து இடுங்கலாக இருந்த சிலியாவின் வீட்டையே தெருக்களில் இருந்த எதுவோ எனக்கு நினைவுபடுத்தியது; மெதுவாக

நடந்துகொண்டிருந்த முதியவர்களையும், தங்களுக்கு வழிவிடும்படி சத்தமாகச் சொல்லிக்கொண்டே சென்ற இளைஞர்களையும் கடந்தோம். ஆனால் நான் என் வாழ்க்கைச்சங்கிலியில் இருந்து தப்பித்து வேறொரு வாழ்க்கையில் உலாவுவதைப் போல எனக்குள் இருந்த ஏதோவொன்று ஒரு குட்டி சந்தோஷத்தோடு என்னை நடக்க வைத்துக்கொண்டிருந்தது. எனது பழைய வாழ்க்கை முடிந்து புது வாழ்க்கை தொடங்கிவிட்டதாகவும், எனது முந்தைய வாழ்வு ஒரேயடியாக மூடிக்கொண்டது என்ற உணர்வு எனக்குள் உருவானது அப்போதுதான். நான் கற்பனை செய்தது இப்படித்தான்: நான் இங்கு வந்த வளைந்து நெளிந்த பாதை என் பின்னால் இப்போது மூடிக்கொண்டது. சிறுவனாக இருந்தபோது *ஆயிரத்தொரு இரவுகளின்* பல கதைகளிலும் நான் அந்தப் பாதையை பார்த்திருக்கிறேன். அது இல்லாதவொன்றின் கற்பனைதான், ஒரு வாழ்க்கை முடிவுக்கு வந்துவிட்டது என்ற உணர்வு எனக்கு வந்துகொண்டிருந்தாலும், முந்தைய வாழ்க்கை இப்போதும் எனக்குள் துடித்துக்கொண்டுதான் இருந்தது.

ஒரு காய்கறிக் கடைக்கும் பப்புக்கும் நடுவே இருந்த வீடுதான் அலுவலகம். பப் - அப்படித்தான் அதை அழைப்பார்கள் என்று அப்போது எனக்குத் தெரியாது. சாராயக்கடைதான். அப்போதே எனக்குத் தெரிந்திருந்தால் நன்றாக இருந்திருக்கும். என்னை மிகவும் கவர்ந்தது, இந்தக் கடை - *The Royal Dragoon* (அரசுப் படைவீரன்) - வாசலில் தொங்கிக்கொண்டிருந்தப் படம். பளிச்சென்ற உடையும், இறகு வைத்த தொப்பியுமணிந்த முந்தையக் கால ராணுவவீரன் ஒருவனின் படம். பிரதான அலுவலக அறையைத் தாண்டி ரேச்சல் என்னை நேர்காணல் அறைக்கு அழைத்துச்சென்றாள்; அங்கு அவளுடன் பணிபுரிபவர்கள் இருவர் அவரவர் மேஜையில் அமர்ந்திருந்தார்கள். ஒருவன் ஜெஃப், நான் அவனைக் கடந்து போனபோது என்னைப்பார்த்து எந்திரத்தனமாகச் சிரித்துவிட்டு சட்டெனத் தலையை குனிந்துகொண்டான், எங்கே நான் நின்று அவனுடன் பேசி அவன் செய்துகொண்டிருந்த முக்கியமான வேலையைக் கெடுத்துவிடுவேனோ என்று பயந்தவனைப்போல. இப்போது நான் என் நாட்டின் கொடுவாயில் இருந்து காப்பாற்றப்பட்ட மதிப்புமிக்க அகதியில்லை. இப்போது நான் ஒரு கேஸ். ரேச்சல் தனது சூட்மீது அணிந்திருந்த ஜாக்கெட்டைக் கழற்றி நாற்காலியின் பின்பக்கம் மாட்டினாள். அவள் கையிலிருந்த காகிதங்களை மேஜை மீது பரப்பிவைத்து வாசலைப் பார்த்தாற்போல உட்கார்ந்துகொண்டாள். என்னைப் பார்த்துச் சிரித்தாள், அவள்

உள்ளுக்குள் சந்தோஷமாக இருப்பதைப் போலிருந்தது. அதைப் பார்த்து நான் ஒருநொடி குழம்பினேன், தனது வேலையையும் அவளது வாழ்க்கையையும் அனுபவிக்கிறாள் போலிருக்கிறது என்று நினைத்துக்கொண்டேன். ஒரு செங்கல் சுவர் தெரிந்த ஜன்னலைப் பார்த்தாற்போல அவளுக்கு எதிரே அமர்ந்துகொண்டேன்.

“மிஸ்டர் ஷாபான், நான் முன்னரே வரமுடியாததற்கு வருந்துகிறேன்.... ஆனால் இங்கு எங்களுக்குக் கடும் வேலை. ருமேனியாவின் 110 ரோமா மக்களை ஏற்றிக்கொண்டு ஒரு கப்பல் லே ஹாவேரில் இருந்து நேற்று வந்துசேர்ந்தது, எல்லோருமே புகலிடம் தேடிவந்தவர்கள், குடியேற்ற அதிகாரிகளோ அவர்கள் அனைவரையும் திருப்பியனுப்பப் பார்த்தார்கள், அவர்களில் ஒருசிலரை மட்டும் உள்ளே அனுமதிக்கும்படி நாங்கள் வாதாடினோம். அவர்கள் அனைவரும் திருப்பி அனுப்பப்பட்டுவிட்டார்கள், உங்களுக்குத் தெரியுமா, இன்னும் சில நாட்களில் அவர்கள் வேறெதேனும் துறைமுகத்துக்குப் போவார்கள் என்று எனக்குச் சந்தேகம். எது எப்படியோ, நமக்கு ஒரு மொழிபெயர்ப்பாளர் இருந்தால் மேற்கொண்டு பேச வசதியாயிருக்குமென்று நினைத்தேன்” என்றாள் முகத்தை வேடிக்கையாக வைத்துக்கொண்டு. “ஆனால் எனக்கு என்னவென்றால்.... இதற்காக நான் அணுகியவர் இன்று காலை பதில் செய்தி அனுப்பியிருக்கிறார். அவர் உதவத் தயாராக இருப்பதாகத் தெரிகிறது, ஊர்ஜிதமானதும் உங்களுக்குச் சொல்கிறேன். நீங்கள் வருந்திக் கொண்டிருப்பீர்களோ அல்லது நாங்கள் உங்களை கைவிட்டுவிட்டோம் என்று எண்ணிவிடுவீர்களோ என்று நினைத்தே இங்கு உங்களை கூட்டிவந்து விட்டேனே தவிர எப்படி உங்களிடமிருந்து விஷயங்களை வாங்கப்போகிறேன் என்று தெரியவில்லை.”

“மொழிபெயர்ப்பாளர் தேவையென்று நான் நினைக்கவில்லை” என்றேன். இதைச் சொன்னபோது எனக்குள் மௌனமாகச் சந்தோஷப்பட்டுக்கொண்டேன். என் வயதில் உங்களாலும்கூட இதுபோன்ற அற்ப வெற்றிகள் தரும் சந்தோஷத்தை அடக்கமுடியாது; சிறு வயதிலோ அல்லது அதன்பிறகோ நான் எதிர்பாராமல் அறிவுப்பூர்வமாக நடந்துகொண்ட நூற்றுக்கணக்காகத் தருணங்களில் எனக்குக் கிடைத்த சந்தோஷத்தை ஒத்திருந்தது அது. என்னிடம் டிக்கெட் விற்றவன் என்னை என்ன மாதிரியான ஆபத்திலிருந்து காப்பாற்ற அந்த தந்திரமான அறிவுரையைச் சொன்னான் என்று இனியும் நான் கவலைப்படப்போவதில்லை; அவனது அந்த தந்திரோபாயம் அதிகாரமில்லாதவர்களின் மனப்பிரமையிலிருந்து

வந்ததாக இருக்கலாமோ என்றுகூட நினைக்கத் தொடங்கினேன். நான் மௌனமாக தாங்கிக்கொண்ட சிலியாவின் வீட்டில் நடந்த அவமானங்கள் என்னை எதைப்பற்றியும் கவலைப்படாதவனாக ஆக்கிவிட்டது; எனது அந்தச் சிறைவாசத்தில் இருந்து விடுவித்துக்கொள்ள அந்த நொடியின் வெற்றிக்களிப்பு தந்த இனிமை எனக்குத் தேவையாயிருந்தது. சிலியாவும் மைக்கும் அந்தப் பையன்களும் அவர்களுடைய கேடுகெட்ட சிறுபுத்தியால் என் புது வாழ்க்கையைச் சூறையாடுவதற்குள் எவரேனும் அதற்கு பொறுப்பேற்றுக்கொள்ள வேண்டும் என்று தெளிவாகத் தெரிந்தது. அதற்காக ரேச்சலும் ஜெஃப்பும் அவர்களின் பாதுகாப்பான கோட்டைக்குள் இருந்தபடியே வெகு மும்முரமாக மண்டையை உடைத்துக் கொண்டிருந்தார்கள். அதன் விளைவாக என்னைப் பல கைகள் இழுத்துத் தள்ளி, கீறி, பிறாண்டி, அந்த அவமானங்களை நான் மௌனமாகப் பொறுத்துக்கொண்டுபோனதில் மற்றவர்களின் மனநிறைவானக் கதைகளுக்கு நான் கருவி ஆகிக்கொண்டிருந்தேன். அத்துடன் நான் பசியில் செத்துக்கொண்டிருந்தேன். ரேச்சல் அதிர்ந்துபோய் வெறுப்புடன் என்னை முறைத்தாள்.

“அப்படியா கதை” என்றாள், அவள் புன்னகை மறைந்துவிட்டது. “இதற்கு என்ன அர்த்தம்? உங்களுக்கு ஆங்கிலம் பேசவராது என்று ஏன் சொன்னீர்கள்?”

“நான் சொல்லவில்லையே” என்றேன் நான்.

ஒரு நொடி கழித்து, “சரி, ஆங்கிலத்தில் நாங்கள் பேசியபோது நீங்கள் ஏன் பதில் பேசவில்லை?” தேர்ந்த வழக்கறிஞரின் வாதக் கூர்மையுடன் அவள் தனது கேள்வியை மாற்றிக்கேட்டாள்; அவள் குரலில் லேசாக எரிச்சல்.

“பேச வேண்டாமென்றிருந்தேன்” எனக்கெதிரே இருந்த ஜன்னலில் தெரிந்த செங்கற்சுவரை பார்த்துக்கொண்டே சொன்னேன்.

“என்ன!” அவள் கத்தியேவிட்டாள், அவளது எரிச்சல் இப்போது வெளிப்படையாகவே தெரிந்தது.

அப்படியானால் அவளுக்கு *‘Bartleby the Scrivener’* கதை தெரியாது என்று புரிந்துகொண்டேன். அந்த அறைக்குள் நுழைந்து அந்த செங்கற்சுவரைப் பார்த்ததுமே எனக்கு அது நினைவுக்கு வந்துவிட்டது; நான் பேசத்தொடங்கியதுமே அந்த வரியை நிச்சயம் சொல்லவேண்டுமென்று நினைத்துக்கொண்டேன், அவளுக்கும்

அந்த சுவர் அதை நினைவுபடுத்தியதா என்று தெரிந்துகொள்ள. அழகான கதை அது.

"உங்களுக்காக ஒரு மொழிபெயர்ப்பாளரைக் கண்டுபிடிக்க நாங்கள் எவ்வளவு கஷ்டப்பட்டோமென்று தெரியுமா?" என்றாள், மீண்டுமொருமுறை வெறுப்புடன் சீறினாள். "நீங்கள் என்ன மொழி பேசுவீர்கள் என்றுகூட எங்களுக்குத் தெரியவில்லை. உங்கள் பகுதியைப் பற்றி நன்றாகத் தெரிந்தவரும், லண்டன் யூனிவர்சிட்டியை சேர்ந்தவருமான ஒருவரைக் கண்டுபிடித்தோம், அவரும் உங்களுக்கு உதவத் தயாராக இருக்கிறார். உங்களுக்கு உதவ அவருடைய நேரத்தைச் செலவழித்து இங்கு வரத் தயாராக இருக்கிறார். இப்படி எல்லோருக்கும் நிறையத் தொல்லைகளைக் கொடுத்தபிறகு இப்போதுவந்து உங்களுக்கு ஆங்கிலம் நன்றாகத் தெரியும் என்று சொல்கிறீர்கள். ஏன் இப்படிச் செய்தீர்களென்று என்னிடமாவது சொல்ல முடியுமா....?" முகத்தில் விழுந்த கட்டுக்கடங்காத சுருள்முடியை விலக்கிக்கொண்டாள், இம்முறை கோபமும் எரிச்சலுமாக அப்படிச் செய்தாள்; குறிப்பேட்டை அவள் பக்கமாக இழுத்துவைத்து, நான் சொல்லப்போவதையெல்லாம் - எனக்கெதிராக சாட்சியாக்க - எழுதிக்கொள்ளத் தயாரானாள்.

"மன்னித்துக் கொள்ளுங்கள்" என்றேன்.

என் *பிரதேசத்தை* நன்றாகத் தெரிந்தவராமே, அப்படியென்றால் நிச்சயம் என்னைப்பற்றிப் புத்தகங்கள் எழுதியிருப்பார், என்னைவிடவும் என்னைப்பற்றி எல்லாம் தெரிந்தவராக இருப்பார். என் *பிரதேசத்தில்* இருந்த எல்லா முக்கியமான, கவனம் ஈர்க்கும் இடங்களுக்கெல்லாம் சென்று பார்த்து, அவற்றின் வரலாற்று, கலாச்சாரச் சூழல்களைத் தெரிந்துவைத்திருப்பார்; நானோ நிச்சயம் அவற்றையெல்லாம் பார்த்திருக்க மாட்டேன், அவற்றைப் பற்றிய தெளிவில்லாத கட்டுக்கதைகளையும் பிரசித்திபெற்ற பழங்கதைகளையும் மட்டும் கேட்டிருப்பேன். என் *பிரதேசத்துக்கு* பல பத்தாண்டுகளாக அவர் வந்து போய்க்கொண்டு இருந்திருப்பார், என்னை அறிந்துகொண்டு என்னைப்பற்றி விவரித்தும் சுருக்கமாகவும் எழுதி வைத்திருப்பார்; நானோ அவர் தீவிரமாக இயங்கிகொண்டிருந்ததே தெரியாமல் இருந்திருப்பேன்.

"நான் இங்குவர டிக்கெட் வாங்கியபோது, இங்கு போய்ச் சேர்ந்ததும் நான் ஆங்கிலம் தெரிந்ததாக காட்டிக்கொள்ளக்கூடாது என்று அறிவுறுத்தப்பட்டேன்" என்றேன். "எதற்கு என்று தெரியாது, பொறுத்துதான் பார்ப்போமே என்று இருந்துவிட்டேன். இப்போது

நான் அந்த சமயோஜிதத்துடன் இல்லை, பேசிவிடுவதுதான் நல்லது என்று நினைத்தேன். சிலியாவின் வீட்டில் எல்லாமே எனக்கு சிக்கலாகவும் சங்கடமாகவும் ஆகிக்கொண்டிருந்தது, சரிசெய்யவேமுடியாத சூழலுக்குப் போவதற்குள் பேசிவிடலாமே என்று நினைத்தேன்; எனக்கு அதில் விருப்பமில்லை என்றபோதும்."

மீண்டும் இப்படி வாய்விடாமல் என்னால் இருக்கமுடியவில்லை. ஒருவேளை நான் முதல்தடவை சொன்னபோது அவள் காதில் விழாமலிருந்தால் இப்போது தெரிந்துகொள்ளட்டுமே. ஆனால் அவளிடம் எந்த எதிர்வினையுமில்லை. அவள் தனக்குள் போராடிக்கொண்டிருக்கிறாள் என்பது எனக்குத் தெரிந்தது. உண்மையில் அந்த அறையிலிருந்து சடாரென்று வெளியே பாய்ந்து ஜெஃப்பை போய்ப் பார்த்து அவளைத் தொந்தரவுக்குள்ளாக்கிய இந்த விஷயத்தைப் பற்றி அவனிடம் புகார் சொல்லியிருக்க வேண்டும் அவள். ஆனால் அப்படிச் செய்யவில்லை, அவள் கண்களில் வருத்தம் தெரிந்தாலும் அதில் முன்பு கொப்பளித்த கோபம் தணிந்து கொண்டிருந்தது. இது என்னை அவள்மேல் அக்கறை கொள்ள வைத்துவிட்டது. அவள் எவ்வளவு மனவேதனைக்கு ஆளாகிவிட்டாள் ஒரு சின்ன விஷயத்துக்காக, ஒரு அற்ப சூதுக்காக - அவளைப் பொறுத்தவரை அது ஒரு தேவையற்ற தந்திரமாக தோன்றியிருக்க வேண்டும். அவளைப் பற்றிச் சொல்லப்பட்ட கதைகளை மௌனமாக கேட்டுக்கொண்டிருக்க வேண்டியிருந்திருக்காது; வெறுமனே ஏதாவது இரண்டு நிறுவனங்களை அழைத்துப் பெயர் தெரியாத மொழியைப் பேசுகிறவரும், எந்தப் பண்பாட்டைச் சேர்ந்தவர் என்று ஊகிக்கக்கூட முடியாத அளவுக்கு தனக்கு அறிவில்லாமல் இருக்கிற பிரதேசத்தைச் சேர்ந்தவருமான ஒருவருக்கு மொழிபெயர்ப்பாளர் தேவை என்று சொல்லியிருந்தால் போதுமானது. அறிவின்மை என்று இதைச் சொல்லமுடியாது; இன்றையச் சூழ்நிலையில் நான் பேசுகிற மொழி என்னது என்று தெரிந்து நமக்கு என்ன ஆகப்போகிறது என்ற தீவிர நம்பிக்கைதான் அது. எனக்கு என்ன வேண்டும், என்ன விருப்பம் என்பது கண்டுபிடிக்க முடியாமல் இருக்கப்போவதில்லை, இன்றோ நாளையோ நானாகவே என்னைப் புரியவைக்கக் கற்றுக்கொள்ளப்போகிறேன். இன்றோ நாளையோ நான் சொல்வதைப் புரிந்துகொள்ள ஒரு மொழிபெயர்ப்பாளரை அவள் கண்டுபிடிக்கத்தான் போகிறாள். ஆனாலும் எனக்கு அவள்மேல் அக்கறை பிறந்தது. எனவேதான் அவளிடம் என் சூழ்ச்சியைப் பற்றியும் அது உருவாக்கிய சிரமங்களைப்

பற்றியும் சொன்னேன்; நான் சொன்னவிதம் என்னை ஒரு கோமாளியைப் போலத் தோன்றவைக்க, அவள் ஒருவழியாக மீண்டும் புன்னகைத்தாள். இப்போது என்னால் பேசமுடியும் என்பதால், புகலிடம் கேட்கும் எனது வேண்டுகோளை செவிமடுக்க அவள் தயாரானாள். எங்களுக்கு எங்கள் அரசாங்கத்தால் பெரிய அபாயமிருக்கிறது என்று சொன்னால் புகலிடம் கிடைக்கும் என்று சொன்னதைக் கேள்விப்பட்டிருந்தேன் என்றும் புகலிடம் கேட்டுப்போவோம் என்று நான் எப்படி முடிவெடுத்தேன் என்பதையும் அவளிடம் மறைக்காமல் சொன்னேன். அவள் தலையை ஆட்டினாள்; இதெல்லாம் அவளுக்கு ஏற்கனவே புகலிட அமைப்பின் தொடர்பு அலுவலகத்திலிருந்து கிடைத்திருந்தன. நான் சொல்லிமுடித்ததும் அவள் மீண்டும் எனக்கு உதவ முன்வந்தாள்; மிளிரும் திறமையோடும், அவளுக்கேயுரிய புத்திசாலித்தனத்தோடும் அவள், எனக்காகப் புகலிட வேண்டுகோள் ஒன்று தயார்செய்ய வேண்டுமானால் என்னிடமிருந்து இன்னும் சில தகவல்கள் வேண்டும் என்றாள்; சமூகப் பாதுகாப்பு அலுவலரை நான் சந்திப்பதற்கு ஏற்பாடு செய்திருப்பதாகச் சொன்னாள்; வீட்டுவசதித் துறையோடு பேசிக்கொண்டிருப்பதாகவும் மிக விரைவிலேயே எனக்கு ஒரு சின்ன அடுக்குமாடிக் குடியிருப்பு கிடைக்க வாய்ப்பிருப்பதாகவும் ஆனால் இன்னும் கொஞ்சம் அலுவலகச் சம்பிரதாயங்கள் இருப்பதாகவும் தெரிவித்தாள். என் வயதைக் கருதி என் பெயரை ஒரு கவர்மெண்ட் பிளீடரிடம் பதிவுசெய்து வைத்திருக்கிறாள்; நான் கொண்டு வந்திருக்கும் கந்தல்களுக்குப் பதிலாக இங்குள்ள சூழ்நிலைக்குப் பொருத்தமான உடைகளுக்கும் ஏற்பாடு செய்திருக்கிறாள். புகலிடம் தேடி வருவோர்களுக்கு உதவும் அமைப்பிடம் சொல்லி உள்ளூர் கல்லூரியில் எனக்கு ஆங்கில வகுப்பெடுக்கவும் ஏற்பாடு செய்திருக்கிறாள். "இப்போதுதான் அதற்கு தேவையில்லாமல் போய்விட்டதே" என்றாள் பளீரென்ற, மன்னிக்கும் புன்னகையோடு.

"அந்த யூனிவர்சிட்டி ஆளுக்கு போன் செய்து நீங்கள் தேவைப்படமாட்டீர்கள் என்று வேறு சொல்ல வேண்டும்" நான் ஏமாற்றிவிட்டதைப் போல் முகத்தை வைத்துக்கொண்டு சொன்னாள் அவள்.

"உங்களுக்கு இவ்வளவு தொந்தரவு கொடுத்ததற்காக என்னை மன்னித்துவிடுங்கள்" என்றேன் நான். "என் பிரதேசத்தை நன்கு அறிந்த அந்த லண்டன் யூனிவர்சிட்டி மனிதரைத் தொந்தரவு

செய்ததற்காகவும். அவரிடம் நான் மன்னிப்பு கேட்டேன் என்று சொல்லிவிடுங்கள்."

நான் சொன்னதை கவனிக்காமல் அவள் பாட்டுக்கு குறிப்புகளைப் படித்தாள். "லத்தீப் மஹ்மூத். அவர் பெயர். நான் அப்புறமாக அவரை அழைத்து தேவையில்லை என்று சொல்லிவிடுகிறேன்." ரேச்சல் மும்முரமாகக் காகிதங்களை அடுக்கிவைத்துவிட்டு எங்கள் நேர்காணலை முடித்தாள். அந்தப் பெயரைக் கேட்டதில் எனக்கு அதிர்ச்சி. அந்தப் பெயரையும், அந்தப் பெயர்கொண்ட மனிதனையும் - அவன் கதை எனக்குத் தெரியும் - நினைத்துப்பார்த்தேன். அவன் கதையின் ஒரு பகுதி மட்டும் எனக்கு நன்றாகத் தெரியும், ரொம்பவே நன்றாகத் தெரியும்; ஆனால் அப்போது அவன் ஒரு மகனாக, இளவயதுக்காரனாக, வேறொரு பெயர் கொண்டவனாக இருந்தான். அவன் வாழ்வின், நிஜ வாழ்வின் மீதிக் கதையைக் காற்றுவாக்கில் தான் கேட்டிருக்கிறேன். இவ்வளவு தூரம் வந்தும்கூட அவனுக்கு இவ்வளவு அருகில் நான் வந்து சேர்ந்துள்ளதை எண்ணி எனக்குள் எழுந்த பயத்தையும் பதட்டத்தையும் என்னால் கட்டுப்படுத்த முடியவில்லை. எங்கள் பிரதேசத்தை நன்கு அறிந்தவன் அவன்! மாஷா அல்லாஹ், எங்களைப் பற்றிச் சொல்ல வந்திருப்பவன் யாரோ வெளியாள் அல்ல, எங்களில் ஒருவன். இது தெரிந்ததும் என் மௌனத்தை ஏன் உடைத்தேன் என்று வருந்தினேன்.

"லத்தீப் மஹ்மூத், பிரமாதம்" என்றேன்.

"உங்களுக்கு அவரைத் தெரியுமா?" ரேச்சல் குதூகலித்தாள்.

"கொஞ்சம். அவர் ரொம்ப சின்ன பையனாக இருந்தபோது" என்றேன்.

"அவரது பதில்சொல்லும் இயந்திரத்தில் நான் பதிந்த தகவலில் உங்கள் பெயரைச் சொன்னேன் என்று நினைக்கிறேன்" என்றாள் ரேச்சல் சந்தோஷமாக. "நிச்சயம் சொன்னேன். உங்களுக்கு ஒருவரையொருவர் தெரிமென்றால் அவர் கட்டாயம் நம்மைத் தொடர்பு கொள்வார். ஓ, நம்பவே முடியவில்லை. நீங்கள் எப்போதும் மனச்சோர்வுடன் வெறுமனே புன்னகைத்துக் கொண்டிருந்ததைப் பார்த்தபோது, நீங்கள் யாருடனும் பேச வழியில்லாமல் தனியாகவே இருந்துவிடுவீர்களோ என்று நினைத்திருந்தேன். எனக்குப் புரிகிறது, உங்களைத் தனிப்பட்ட முறையில் சொல்லவில்லை. சொல்லுங்கள், அகதி ஆக ஏன் முடிவெடுத்தீர்கள்? சொல்லுங்கள் என்னிடம். உங்கள் உயிருக்கு உண்மையிலேயே ஆபத்து கிடையாதுதானே?

என்னிடம் சொன்னதுபடி பார்த்தால் நீங்கள் அங்கிருந்து வெளியேற வேண்டுமென்றுதானே நினைத்திருந்தீர்கள்..."

"ரொம்ப காலமாகவே என் உயிருக்கு ஆபத்து இருந்தது" என்றேன் நான். "மாட்சிமை பொருந்திய இங்கிலாந்து மகாராணியாரின் அரசு இப்போதுதான் அதைத் தெரிந்துகொண்டு எனக்கு அடைக்கலம் கொடுத்திருக்கிறது. இப்போது இந்த உயிருக்கு எந்த மதிப்பும் இல்லையென்றாலும் எனக்கு இப்போதும் முக்கியம்தான். இந்த உயிருக்கு எப்போதுமே மதிப்பு கிடையாது தானென்றாலும் முன்பு இதற்கு இன்னும் முக்கியத்துவம் இருந்தது."

"பிழைப்புக்கு என்ன செய்தீர்கள், மிஸ்டர். ஷாபான்" என்று கேட்டாள்; என் பேச்சில் தெரிந்த விரக்தியைக் கண்டுதான் அவள் அப்படிக் கேட்டாள் என்பதில் சந்தேகமேயில்லை. மனதுக்குள் அடைந்துகிடந்த வெறுப்பையோ கசப்பையோ காட்டிவிடக்கூடாதென்று நான் அமைதியாகவும், மென்மையாகவும்தான் பேச முயன்றேன்; நல்ல வெளிச்சமான அந்த அறையில் நான் பேசிக்கொண்டிருந்தபோதே எங்களிடையே வார்த்தைகளில் பாரம் ஏறுவதை என்னால் உணர முடிந்தது.

"அங்கிருந்த கடைசி வருடங்களில் வாழைப்பழங்கள், தக்காளிகள், சர்க்கரைப் பொட்டலங்கள் விற்றதைத் தவிர நான் வேறெதுவும் பெரிதாகச் செய்யவில்லை. அதற்கு முன்னால் நானொரு வணிகனாக இருந்தேன், வியாபாரியாக. இரண்டுக்கும் இடையில் பல வருடங்கள் நான் சிறையில் அரசாங்கக் கைதியாக இருந்தேன்." பாவம் ரேச்சல், என் பதிலில் தெரிந்த கொடூரத்தில் ஸ்தம்பித்துப்போய் என் முன்னே உட்கார்ந்திருந்தாள். "ஆனால் இனி எல்லாமே சரியாகிவிடும்" என்று சொல்லத்தொடங்கும்போதே நான் களைத்துப்போய் "இங்கே கடலுக்கருகில். அந்தச் சிறிய பிளாட்டில்."

"நான் இப்போது கிளம்பவேண்டும்" என்றாள், அமைதியாக என்னைப் பார்த்தபடி; அவள் ஸ்தம்பித்துப் போயிருந்தாள் என்று நான் தவறாகச் நினைத்துவிட்டேன் போலிருக்கிறது. "எனக்கு இதைப்பற்றி இன்னும் கேட்கவேண்டும் போலிருக்கிறது. நல்லது, இதைப்பற்றி இன்னும் கேட்பேன்." அவள் முகத்தில் புன்னகை தவழ்ந்தது, மகிழ்ச்சியுடன், குரூரமாக இல்லை. அவ்வளவு கொடூரமாக என்னைப் பேச வைத்துவிட்ட என் சுய கழிவிரக்கத்தை நொந்துகொண்டேன்.

லத்தீப் மஹ்மூத். அவனிடம் இவள் என் பெயரை சொல்லியிருந்தாளென்றால், அவனிடமிருந்தும் கேட்டுக்கொள்ள எனக்கு இன்னும் விஷயங்கள் கிடைக்குமென்று நினைத்தேன். என்னைப் பற்றித் தெரிந்துகொள்ள, இத்தனை வருடங்களாக அவன் வாழ்வில் நடந்த விஷயங்களை என்னிடம் சொல்ல அவன் வருவான் என்று நினைத்தேன்.

ரேச்சலும் அமைப்பும் எனக்காகத் தேடிவைத்த அந்த வீட்டில்தான் நான் இப்போதைக்கு இருக்கிறேன்; அதன் மொழியும் அதன் இரைச்சல்களும் எனக்கு அந்நியமாக இருந்தாலும், அங்கு நான் பாதுகாப்பாக உணர்கிறேன். சில நேரங்களில்தான். மற்ற நேரங்களில், இப்போது எல்லாமே கைமீறிப் போய்விட்டதாக, உணர்ச்சிகரமான நாடகத்தின் நேரமாக இப்போது இது ஆகிவிட்டதாக உணர்கிறேன். இதுபோன்ற நேரங்களில், ஓசைப்படாமல் கடந்துபோய்க்கொண்டிருக்கும் காலத்தைப் பற்றிய பயம் எனக்கு வந்துவிடும்; ஒரே இடத்தில் தனித்துவிடப்பட்டு செய்வதறியாமல் நான் நின்று கொண்டிருக்க, சில நேரங்களில் எல்லோரும் அவர்களின் வேலைகளைப் பார்த்தபடி என்னைக் கடந்து போய்விட்டதைப் போலவும் சிலநேரங்களில் என்னைப்போல ஒரேயடியாக வாயடைத்துப் போன, கைவிடப்பட்ட உலகத்தைப் பார்த்துக் கமுக்கமான சிரிப்போடு கட்டுப்படுத்த முடியாமல் உடலைக் குலுக்கிக்கொண்டு போவதைப் போலவும் தோன்றும். இதுபோன்ற நேரங்களில் நான் சொல்ல வேண்டியவற்றை இடம்பார்த்து நுட்பத்தோடு சொல்லவேண்டிய தாங்க முடியாத பாரத்தால் நான் வீழ்த்தப்பட்டதைப் போல உணர்வேன். எவரோ வடிவமைத்து தன்னிச்சையாக ஓடும் கருவியைப் போல, யாரோ சொல்லும் கதையில் வரும் ஆளைப் போல என்னை நான் உணர்கிறேன். நான் நானில்லை. அதை பற்றி சாகசமான ஒன்றாகச் சொல்லாமல், சுற்றி வளைக்கப்பட்ட ஒன்றாகத் தோன்றச் செய்யாமல், என்னால் எப்போதாவது பேசமுடியுமா? விவாதத்துக்கு அப்பாற்பட்டதற்கு எதிராக வாதிடாமல், மாற்றமுடியாததோடு வெறுப்புகொள்ளாமல்.

3

லத்தீப்

யாரோ ஒருவன் தெருவில் வைத்து என்னை இளிக்கும் பிளாக்கமூர் என்று அழைத்தான், வேறு ஏதோ காலத்தில் இருப்பதைப்போல, வெளிப்படையாக. இளிக்கும் பிளாக்கமூர். நடந்ததைச் சொல்கிறேன், கற்பனை செய்துகொள்ளுங்கள். பாதாள ரயிலிருந்து இறங்கி வேகநடைபோட்டு வேலைக்குப் போய்கொண்டிருக்கிறேன், கொஞ்சம் அவசரஅவசரமாக; ஏனென்றால், ரயில்நிலையத்திலிருந்து வெளியே வந்து, போய்ச்சேரவேண்டிய இடம் மனதில் உருவாக்கியுள்ள தடத்தில் ஒரே நோக்கோடு விரைவதிலிருக்கும் கிளர்ச்சி எனக்குப் பிடிக்கும். தாமதமாகி விடுவேனோ என்ற வழக்கமான பதற்றமும்தான் என்னை அப்படி விரைந்துசெல்ல வைக்கும். நான் அடிக்கடி என் கைக்கடிகாரத்தைப் பார்த்துக்கொள்வேன்; ஆனால் அன்று காலை நான் கடிகாரம் கட்டிக்கொள்ளவில்லை. அதன் வார் சிலமாதங்களுக்கு முன்பு இற்றுப்போய்விட்டது; புதிதாக ஒன்று மாட்டுவதற்கு எனக்கு நேரம் கிடைக்கவில்லை. விளைவு, அதைக் கட்டியிருந்தால் படுவதைவிட அதிகக் கவலை அது இல்லாதபோது படுகிறேன்; நான் சரியான நேரத்துக்குத்தான் போய்க்கொண்டிருந்தாலும் தாமதமாகப் போகிறேன் என்று கற்பனை செய்துகொள்கிறேன். இப்படி நேரத்தைப் பற்றிக் கவலைப்படுவது எதற்கென்றே எனக்குத் தெரியவில்லை. அது ஆரோக்கியமானப் பழக்கமில்லை, தெரிந்ததுதான். என்னவோ நான்

கொஞ்சம் கவலைப்படத்தான் செய்வேன்; தாமதமாகப் போவதை நான் வெறுக்கிறேன்: ஓடியோடிப் போகவேண்டியிருக்கும், என்னைப் பற்றிய எதிர்பார்ப்புக்கு மாறாகத் தாமதமாக அலுவலகத்துக்குப் போய் வருத்தம் தெரிவிக்க வேண்டியிருக்கும் என்பதால்.

ஆக, நான் வேலைக்கு வேகநடைபோட்டு - வேண்டாத கசடுகள், வேலை, மன்னிப்புக்கேட்க விட்டுப்போன விஷயங்கள், கவனிக்காமல் விட்ட கடமைகள் இவற்றிலெல்லாம் மனம் உழன்றபடியிருக்க, கொஞ்சம் ஆனால் தேவையில்லாத கவலையோடு - போய்க்கொண்டிருந்தேன்; டோட்டன்ஹாம் கோர்ட் சாலையிலிருந்து மாலே தெருவை நோக்கி பெட்ஃபோர் ஸ்குயரின் வடக்குப்பக்கமாக நடந்து சென்றுகொண்டிருந்தேன். எதிரில் வரும் ஒரு ஆசாமியைத் தவிர்ப்பதற்காக, நடைபாதையில் இருவரும் நெருங்குகிறபோது அவனும் விலகி இடம்தருவான் என்று எதிர்பார்த்து, நான் மாறி நின்றேன். அவன் வருவதை உண்மையில் நான் கவனிக்கவில்லை; அவன் எதிரே வருவது சட்டென்று உறைக்க நான் வழிவிடத் தயாரானேன். ஆனால் நடந்தது வேறு. அவன் எனக்கு இடம்தரவில்லை; எனவே, நான் இவ்வளவு வழிவிட்டால்போதும் என்று நினைத்திருந்ததைவிட கொஞ்சம் அதிகமாக, அளவுக்கதிகமாகவே, விலகிநிற்க வேண்டியிருந்தது. நான் சற்றுத் தீவிரமாக எடுத்துக்கொண்டுவிட்டேன் என்று தோன்றுகிறது; தோள்களை உயர்த்தி, நடைபாதையிலிருந்து சற்று இறங்கி நின்றேன்; ஊரில் முன்பு பதின்மவயதில் நாங்கள் புத்தகத்தைப் படித்துக் கூட்டுநடனம் கற்றுக்கொள்ள முயலும்போது இப்படித்தான் நிற்போம். கிட்டத்தட்ட என்னைக் கடந்திருப்பான் அவன், அப்போது அவனிடமிருந்து வந்த அந்தச் சீற்றம் என் காதில்விழுந்தது; ஸ்ஸ்ஸ்ஸ்ஸ்ஸ்: கேட்டுப் பழக்கமில்லாத யாருக்கும் - நானும் கேட்டதில்லை - விநோதமான, அச்சம்தருகிற, புராதனமாகத் தோன்றுகிற ஒலி. தலையைத் திருப்பாமல், மனதிற்குள்ளேயே அந்த மனிதனைத் திரும்பிப் பார்த்தேன். பின்னர் உண்மையில் திரும்பி அவனைச் சரியாகப் பார்த்தேன்; நான் கண்டது, விலையுயர்ந்த கனத்தக் கருப்புக்கோட்டு அணிந்து, உயரம் அதிகமில்லாத, தோள்கள் சற்று கூன்விழுந்த ஒரு கிழவனை. சீறல்; வேறுகாலத்துச் சீறல். அதன்பிறகு சொன்னான், “ஏய் இளிக்கும் பிளாக்கமூர்.”

நான் முதலில் இளித்தேனா என்றுகூட எனக்குத் தெரியாது, ஆனால் அந்தச் சமர்த்தனைப் பார்ப்பதற்காகத் திரும்பியபோது உண்மையில் இளித்தேன். ஐம்பதுகளின் பிரிட்டீஷ் திரைப்படங்களில் வருகிற

டக்ட் இன் செய்திருக்கும் ஆங்கிலேயர்களில் ஒருவனைப் போல, சினிமாவில் வரும் வங்கி அதிகாரி அல்லது அரசாங்கப் பணியாளனைப் போல, தன்னால் தீர்க்கமுடியாத ஒரு தார்மீகச் சங்கடத்தில் மாட்டிக்கொண்டிருப்பவனாக, சதைதொங்கும் கடுகடுத்த முகத்தோடு இருந்தான். நாங்கள் பரஸ்பரம் கடந்துவிட்டதால், இப்போது சோகம்கப்பிய கதாநாயகனாகக் காலணியை வேண்டுமென்றே டக்டக்கென்று ஒலிக்கவிட்டு நடந்துகொண்டிருக்கிறான்; ஏய் இளிக்கும் பிளாக்கமூர். கிண்டலுக்காகச் சொல்லவில்லை; அவன் ஏதோ சிக்கலின் நடுவிலிருக்கவேண்டும்; தன்னையே அழித்துக்கொள்வது பற்றி யோசித்துக் கொண்டிருக்கவேண்டும்; உண்மையில் அந்த வெறுப்புச் சீறல் ஒரு அபயக்குரல்தான்; புத்தகத்தில் மட்டுமே பார்க்கக்கிடைக்கும் அந்த ஏச்சு வார்த்தையில் அது பொதிந்திருந்தது. ஒரு விநோதமான வார்த்தை, *Blackamoor, black*க்கும் *moor*க்கும் நடுவில் ஒரு *a*; பழக்க தோஷத்தினாலோ அல்லது படித்த கல்வியினாலோ என்னவோ, என்னை அந்த வார்த்தை, எப்போது அது வழக்கத்துக்கு வந்தது, மக்கள் மனம்போனபோக்கில் தெருக்களுக்கு எடுத்துச்சென்று நடந்துபோகிற ஒரு கருப்பன்மீது பழியாக வீசுகிற அளவுக்கு அது சாதாரணமாக உலாவரும் வார்த்தையா, இல்லை பழைய காலத்துப் பேச்சை உருவாக்குவதற்கான ஒரு இலக்கிய மீள்கண்டுபிடிப்பா என்றெல்லாம் யோசிக்க வைத்துவிட்டது. நான் அலுவலத்துக்குப் போன உடனேயே எனது ஆக்ஸ்போர்ட் சுருக்க அகராதியில் அந்த வார்த்தையைத் தேடினேன்; கிடைத்தது ரொம்பக் கொஞ்சம்: *Negro, black+moor.* இன்னும் முயன்றால் கிடைக்கலாம் என்று *black*ஐத் தேடினவன் பயந்தே போய்விட்டேன்: *blackhearted, blackbrowed, blacklist, blackguard, blackmail, Black Maria, black market, black sheep.* இப்படி வந்துகொண்டேயிருந்தது; எல்லாவற்றையும் படித்துமுடித்ததும் பழிச்சொற்களால் பிறப்பெடுத்தவன்போல என்னை நானே வெறுப்புக்குரியவனாக உணர்ந்து மனமுடைந்துபோனேன். கருப்பு என்பதற்கு பிறத்தியான், கயவாளி, மிருகம், தோல்நிறம் பார்க்காத ஆகச்சிறந்த ஐரோப்பியனின் ஆழ்மனதில்கூட இருக்கும் ஒரு பயங்கர இருட்டுப் பகுதி என்றெல்லாம் சொல்வது எனக்குத் தெரியும், ஆனாலும் ஒரு பக்கத்தில் இவ்வளவு *black black black* இருக்கும் என்பது நான் எதிர்பார்த்திராதது. முன்யோசனையில்லாமல் அதைப் போய்ப் பார்த்து தெரிந்துகொண்டதில் நான் அடைந்த அதிர்ச்சி, என்னை இளிக்கும் பிளாக்கமூர் என்று அந்த ஆசாமி

- அந்தப் பழங்காலத்துச் சோகச் சினிமா கதாபாத்திரம் - சொன்னபோது அடைந்த அதிர்ச்சியைவிடப் பெரிய அதிர்ச்சி. என்னை அது வெறுப்புக்குரியவனாக, இதுபோல வார்த்தைகளோடு சேர்த்துப்பேசப்படுவதில் ஒருவித பீதியடைந்து திடீரென்று வலுவிழந்தவனாக உணரவைத்தது. நான் குடியிருக்கும் இடம், ஒவ்வொரு மூன்றாம் திருப்பத்திலும் எனக்குப் பின்னால் குரைக்கிற, அவமதிக்கிற கேவலமான பேச்சைக் கேட்டுவாழும் இடம்.

இதற்குப் பிறகு *Moor* என்ற வார்த்தைக்குப் பொருள் பார்க்கும் துணிவு எனக்கு வரவில்லை. ஆனால், அந்த வாரத்தின் மிக பரபரப்பான நாளான அன்று மாலை, அன்றைய எனது இறுதி மூன்றுவகுப்புகளும் முடிந்தபிறகு, நூலகத்துக்குச் சென்று *blackamoor*ஐ அகராதிகளுக்கெல்லாம் கொள்ளுப்பாட்டியான *Oxford English Dictionary*இல் தேடினேன். கிடைத்தே விட்டது: 1501இல் அச்சில் புழக்கத்திற்கு வந்த அந்த வார்த்தை, மனிதநேயமிக்க சிட்னி, தன்னிகரில்லாத டப்ள்யூ.ஷேக்ஸ்பியர், விவேகி பேபிஸ் போன்ற ஆங்கில இலக்கியத்தின் மகத்தான ஆளுமைகள் மற்றும் பிற குட்டிப் பிரபலங்களின் பேனாக்களிலிருந்து அப்போது முதல் வந்து விழுந்துகொண்டிருந்திருக்கிறது. இப்போது எனக்குக் கொஞ்சம் தெம்பு வந்தது. கடினமான அந்தக் காலகட்டங்களிலெல்லாம் நான் வாழ்ந்தும், மறக்கப்படாமல், ஏதோ ஒரு காட்டின் சதுப்புநிலத்தில் வேர்பாய்ச்சி ஹூங்காரித்துக்கொண்டோ அல்லது நிர்வாணமாக மரத்துக்கு மரம் தாவிக்கொண்டோ இராமல், இதோ இங்கே பலநூற்றாண்டுகளாக இந்தப் புனிதப் புத்தகத்தில் இளித்தபடியேயிருக்கிறேன்.

அலுவலகத்துக்குப் போனதும் அகதிகள் கவுன்சிலுக்கு அழைத்தேன். அது வேறொரு நாளாகவும் இருக்கலாம். சிறிது நேரத்துக்கு முன்னால் எனது அலுவலகத்தின் தொலைபேசி அழைப்புகளுக்குப் பதிலளிக்கும் இயந்திரத்தில் யாரோ ஒரு தகவலை விட்டிருந்தார்கள்: ஸான்சிபாரிலிருந்து புகலிடம்தேடி ஒரு கிழவர் வந்திருக்கிறார், அவருக்கு ஆங்கிலம் பேசவரவில்லை, அவர் பேசுவதை மொழிபெயர்த்துச் சொல்வதற்கு வர இயலுமா? போனில் பேசியிருந்தப் பெண்மணி, ஸான்சிபாரில் பேசுகிற மொழி எனக்குத் தெரியும் என்று கேள்விப்பட்டதாகச் சொன்னார். சொந்த நாட்டிலிருந்து வருகிறவர் எவரையேனும் நான் சந்தித்தாக வேண்டிவரும்போது எனக்கு எப்போதும் ஏற்படும் பீதியை நான் அடக்கிக்கொண்டேன். நான் எப்படி ஆங்கிலேயனாகவே

மாறிப்போய்விட்டேன், எப்படி வேற்றாளாகிவிட்டேன், எப்படி நாட்டோடு தொடர்பே இல்லாமல் போய்விட்டேன் என்றெல்லாம் சொல்லுவார்களோ அல்லது தங்களுக்குள் எண்ணிக்கொள்வார்களோ? நான் அங்கேயும் இல்லை இங்கேயும் இல்லை என்பதைப் போல; நான் இப்போது நானில்லை, சுயவஞ்சக வேஷதாரி, பக்காக் கைக்கூலி. மேலும், அங்கே பேசுகிற மொழிக்குப் பெயர் கிடையாது அல்லது பெயர்தெரியாது என்பதுபோலப் பேசும்போது எனக்கு வருகிற எரிச்சலையும் நான் கட்டுப்படுத்திக்கொண்டேன்; சொல்லப்போனால், கிரேக்கம் அல்லது டேனீஷ் அல்லது ஸ்விடீஷ் அல்லது டச்சு மொழிகளைப் பேசுபவர்களைக் காட்டிலும் அல்லது இந்த மொழிகள் பேசும் அனைவரைக் காட்டிலும் அதிகமாக கிஸ்வாஹிலி பேசுகிற மக்கள் இருக்கிறார்கள். இருக்கக்கூடும்.

அகதிகள் அமைப்புகளுக்காக நான் இதுபோன்ற வேலையை முன்பும் செய்துகொடுத்திருக்கிறேன். மீண்டும் செய்வதில் எனக்குச் சந்தோஷம்தான். ஆனால் பதிலளிக்கும் இயந்திரத்திலிருந்த அடுத்த தகவல், முதலில் விடுக்கப்பட்ட வேண்டுகோளைச் செயல்படுத்தவேண்டாம் என்று சொல்லிவிட்டது. என்றாலும், அந்த எண்ணைக் குறித்துக்கொண்டு எனது மேஜைக்கு மேலேயிருந்த பலகையில் குத்திவைத்தேன். அங்கே குத்திவைக்கப்பட்டிருந்த பிற காகிதத் துண்டுகள் பலவற்றோடு இப்போது இதுவும் சேர்ந்துகொண்டது. அந்தக் காகிதங்கள் எல்லாம் பின்னால் ஏதோ ஒன்றாக உருப்பெறுவதற்கான அச்சாரங்கள்: ஒரு சிந்தனை, ஒரு கவிதை, எதிலோ ஈடுபட்டிருக்கும் உணர்வு, வேலைச்சுறுசுறுப்பு. எனக்கிருக்கும் பரபரப்பில் எல்லாவற்றிற்கும் கவனம் கொடுப்பது கஷ்டம். பல வாரங்களுக்குப் பிறகு - இல்லை மாதங்களுக்குப் பிறகு, அடுத்த கல்விவருடம் நடந்துகொண்டிருக்கும்போது... ஐம்பதுகளின் பிரிட்டீஷ் திரைப்படங்களின் சோகக் கதாநாயகனான அந்த ஆசாமி என்னை இளிக்கும் பிளாக்கமூர் என்று அழைத்த நாளிலோ அல்லது வேறொரு நாளிலோ... இளவேனில் காலத்தின் பிந்தைய நாளொன்றில் - நான், புகலிடம் தேடிவந்தக் கிழவர் என்னவானார் என்று தெரிந்துகொள்வதற்காக அந்த எண்ணை அழைத்தேன். தெருவில் என்னை என்னென்னவோ பெயர்களில் அழைத்தது எனது ஆள்களைச் சேர்ந்துக்கொள்ளவேண்டும் என்ற விருப்பத்தை எனக்குள் ஏற்படுத்தியிருக்கலாம். இப்படித்தான் விஷயம் தொடங்கியது.

நான் கவிதைகளை வெறுக்கிறேன். அவற்றைப் படிக்கிறேன், கற்பிக்கிறேன், வெறுக்கவும் செய்கிறேன். நானும் கொஞ்சம் எழுதுவேன். மாணவர்களுக்கு அவற்றை (நான் எழுதிய கழிசடைகளையா, அடக்கடவுளே, இல்லவே இல்லை) கற்பித்து, அவற்றிலிருந்து என்னால் எதைப் பிழிந்தெடுக்க முடியுமோ அதை எடுத்து, கவர்ச்சிக்காகச் சொல்மாரி பொழிந்திருக்கும் இடங்களைக் கச்சிதமாக்கி, ஏதோ ஊகத்தில் தட்டிவிட்டதையெல்லாம் பெரும் ஞானதிருஷ்டியாக்குவேன். அவை எதையும் விரிவாகச் சொல்வதில்லை, எதையும் புலப்படுத்துவதுமில்லை, எங்கும் கொண்டுசெல்வதுமில்லை. சுவர் அலங்காரக் காகிதம் அல்லது துறைச்செயலரின் அலுவலகத்துக்கு வெளியே இருக்கும் அறிவிப்பை விட மட்டம். எப்போதும் எனக்குக் குழப்பமில்லாத உரைநடைதான் பிடிக்கும்.

பதிலளிக்கும் இயந்திரத்திலிருந்த அந்த இரண்டாவது தகவல் எனக்கு ஒரு பெரிய ஆறுதலைத் தந்தது; பிறந்த நாட்டை வஞ்சனையாக விடுத்து வாழ்வதற்காக நான் எந்தப் பிராயச்சித்தமும் இனி செய்யவேண்டியதில்லை. என்றாலும் இரண்டாவது தகவலில் நம்பிக்கையில்லாததால் எண்ணைக் குறித்துவைத்துக்கொண்டேன். அவர்கள் திரும்பவும் வருவார்கள் என்று எண்ணினேன்; எனக்கு ஞாபகமூட்டுவதற்காக, என்னை எப்போதும் தயார்நிலையில் வைத்துக்கொள்வதற்காக அந்த எண்ணைப் பலகையில் குத்திவைத்துக்கொண்டேன். தாக்குதல் வருமென்று எதிர்பார்த்துத் தயாராக இருக்கவேண்டும்; அரைத்தூக்கத்தில் மயக்கத்தோடு ஆசுவாசமாக உறங்கிக்கொண்டிருந்தால், தாக்குதல் வரும்போது பரபரப்பாகிவிடும். கடைசியில், எத்தனையோ வாரங்கள், எத்தனையோ மாதங்கள், கழித்து நான் அவர்களை அழைத்தேன், எனக்கு ஆபத்தொன்றுமில்லையே என்று தெரிந்துகொள்வதற்காக. மறுமுனையில் என்னோடு பேசியவன், என்னைப் பற்றியோ அல்லது எனக்கு அழைத்ததைப் பற்றியோ தனக்கு எதுவும் தெரியாது என்றான் சுருக்கென்று. என் பெயரைச் சொல்லிக்கொண்டுதான் பேச்சைத் தொடங்கினேன் - மரியாதை நிமித்தமாகத்தான், அவன் என்னை அடையாளம் கண்டுகொள்ளவேண்டும் என்பதற்காக அல்ல. என்னது? நீங்கள் என்னைக் கேள்விப்பட்டதே இல்லையா? நானும் சுருக்கென்றுக் கொடுத்தேன். நான் எந்தக் கூட்டத்தைச் சேர்ந்தவன் என்பதையும் முன்பின் தெரியாதவரானாலும் யாரிடம் எப்படிப் பேசவேண்டும் என்கிற வரைமுறை அறிந்தவன் என்பதையும்

அவனுக்கு உணர்த்தினேன். அதன்பிறகு சுமுகமாகவும் சரளமாகவும் பேசிக்கொண்டோம். "ஆ, ஆமாம், அந்தக் கிழவர். அது ரொம்ப நாளாகிவிட்டதே, ரொம்ப காலத்துக்கு முன்னால் அல்லவா, ஆனாலும் அவரை எனக்கு நினைவிருக்கிறது. ரேச்சல்தான் உங்களை அழைத்திருக்கவேண்டும். அவள்தான் அவரைக் கவனித்துக்கொள்கிறாள். அவர் இப்போது நன்றாக இருக்கிறார், அப்படித்தான் நினைக்கிறேன். ஒரு வினோதமான ஆள்தான், அவருக்கு ஆங்கிலம் தெரியும், ஆனால் அதில் பேசுவதைத் தவிர்க்க விரும்புவதுபோலத் தோன்றுகிறது." விரும்புவது என்ற வார்த்தையை அவன் அழுத்திச்சொன்ன விதம் அவன் எதையோ மேற்கோள்காட்டுவது போல இருந்தது.

"விரும்புவது. பார்டில்பியைப் போல," என்றேன்; எல்லாம் தெரிந்தவன்போலக் காட்டிக்கொள்ள, நான் இலக்கியம் சொல்லிக்கொடுக்கும் ஆசிரியன் என்கிற என் மேதாவிலாசத்தை நிலைநாட்ட நான் எப்போதும் ஆர்வமாக இருப்பேன்.

"ரேச்சலிடம் உங்களைக் கூப்பிடச் சொல்கிறேன்" என்றான் அவன். எனவே அவனுக்குக் கதை தெரியாது என்று நான் நினைத்துக்கொண்டேன்.

"வேண்டாம், வேண்டாம், அவசியமில்லை. ஆர்வத்தில் கேட்டேன் அவ்வளவுதான்."

"அதில் ஒண்ணும் பிரச்சினை இல்லை" என்றான், அவனது குரலில் நல்லெண்ணம் இயல்பாகவே தொனித்தது, என் பக்கமே அவன் இருப்பதைப் போல, சச் சச் சச்சா மெட்டுக்கு ஆடுவதைப் போல; புகலிடம் தேடி வருவோருக்கு மீட்பர்களாக புனித உடைகளுடன்.

"அப்படியானால் ரொம்ப சந்தோஷம்" என்றேன் நான். "அவர் என்னவானார் என்று தெரிந்துகொள்ள விரும்புகிறேன். ரேச்சலிடம் என் அலுவலக எண் இருக்கிறது, இருந்தாலும் உங்களிடமும் தருகிறேன்." அவள் என்னிடம் பேசவேண்டும் என்று நான் விரும்பவில்லை. உண்மையில் நான் அறிந்துகொள்ள விரும்புவதெல்லாம் எனக்குத் தொந்தரவு இருக்காதே என்பதைத்தான். "பதிலளிக்கும் இயந்திரம் இருக்கிறது, ஆகையால் எப்போது வேண்டுமானாலும் அழைக்கலாம்."

அவள் அழைத்தாள் கொஞ்சம் நேரத்திலேயே, அல்லது மறுநாளோ.

“ரேச்சல் ஹோவர்ட்,” என்றாள், அவசர அவசரமாக சிரத்தையில்லாமல்; என்னிடம் பேசும்போதே அவள் எதையோ படித்துக்கொண்டிருக்க வேண்டும். அந்தக் குரலுக்குரியவளைக் கற்பனை செய்ய முயன்றேன்: இளம்வயது, உடம்பை ஒல்லியாக வைத்துகொள்ளக் கடுமையாகப் பிரயத்தனம் செய்கிறவள், வேலையில் ஒரே பதற்றத்தோடு, தீவிரமாக இருப்பதால் கக்கங்களில் கொஞ்சம் வேர்வை.

“கொஞ்சம் நாட்களுக்கு முன்னால், ரொம்ப நாளிருக்கலாம், நீங்கள் என்னை அழைத்துச் சொல்லியிருந்த அந்த கிழவரைப் பற்றி விசாரிக்கலாம் என்று உங்களை அழைத்திருந்தேன். மொழிபெயர்ப்பாளர் வேண்டுமென்று சொன்னீர்களே, ஸான்சிபார்காரருக்கு. பதிலளிக்கும் இயந்திரத்தில் தகவல் விட்டுச்சென்றிருந்தீர்கள். அவர் எப்படியிருக்கிறார், எல்லாம் நல்லபடியாகப் போகிறதா என்ற நினைப்பு வந்தது.”

“தெரிகிறது, நன்றி,” என்றாள். “அவர் நன்றாக இருக்கிறார், ஒரு அடுக்குமாடி வீட்டுக்குக் குடியேறிவிட்டார், தன்னை உண்மையிலேயே நன்றாகக் கவனித்துக்கொள்கிறார். நன்றாக, மனநிறைவோடு இருக்கிறார், உண்மையிலேயே. அவருக்கு அறுபத்தைந்து வயது என்பதை உங்களிடம் சொன்னேனா? நாட்டைவிட்டு ஓடிவரும் வயதல்லதான், ஆனாலும் வந்திருக்கிறார். அவர் தன்னை அப்படி நினைக்கவில்லை. அவரைப் பற்றி கேட்க அழைத்ததற்கு நன்றி. அவரிடம் சொல்கிறேன்.”

“ரொம்ப உபகாரம்” என்றபடி, பேச்சை முடிக்கத் தயாராகி, போனைக் கீழே வைப்பதற்காகக் கையை இறக்கி, வருகிறேன் நன்றி என்று சொல்ல உதட்டைக் குவித்தேன்.

“நீங்கள் அழைத்தீர்கள் என்பது தெரிந்தால் ரொம்ப சந்தோஷப்படுவார்,” என்றாள் அவள் மகிழ்ச்சியாக. “நீங்கள் இருவரும் ஒருவருக்கொருவர் தெரிந்தவர்கள்தான் என்று என்னிடம் சொன்னார்.”

“அப்படியா?” என்றேன். ரொம்பத் தாமதமாகச் சொல்கிறாள், என் மனதில் தளர்ந்துபோன உணர்வு. “அவர் பெயர் என்ன?”

“தப்பாக எடுத்துக்கொள்ளாதீர்கள். அவர் பெயரைத் தகவல் தந்தபோதே கொடுத்த நினைவு.” என்றாள். “உங்கள் பெயரைச் சொன்னதுமே உங்களைத் தெரியும் என்றார். நீங்கள் அவரைத் தொடர்புகொள்ள விரும்பலாம் என்ற யோசனை வந்தது.

உங்களை அழைத்தபோது அவர் பெயரைச் சொன்னேன் என்பது நிச்சயம்.” தப்பிவந்திருக்கும் அந்தக் கிழவனுக்கு அவ்வப்போது மாலைநேரங்களில் போய் கதைசொல்வதற்கும், விட்டுவந்திருக்கும் தன் ஆன்மாவின் சோக கீதங்களை அவர் உணர்ந்தறிய ஒரு கஸிதா (கதைப் பாடல்) பாடுவதற்கும் சரக்குள்ள ஆளாக நான் இருக்கலாம் என்பது இதில் அடங்கியிருந்தது.

“அவர் பெயர் திரு ஷாபான். திரு ரஜப் ஷாபான்,” என்றாள்; அவள் குரல் சற்று உயர்ந்து ஒலித்தது, ஒன்று சந்தோஷத்தினால் இருக்கவேண்டும், இல்லையென்றால், தான் அந்தப் பெயரைச் சரியாக உச்சரிக்கவேண்டும் என்று சிரத்தையெடுத்துக்கொண்டதால் இருக்கவேண்டும். ரஜப்பில் இருக்கும் ஜவை அழுத்தி உச்சரித்திருக்கவேண்டும் அவள்; ஷாபானில் இருக்கும் ஷவை இழுத்து ஷாவாக உச்சரித்திருக்கவேண்டும். “யாரென்று கண்டுபிடிக்கமுடிகிறதா உங்களுக்கு? ஏதாவது தட்டுப்படுகிறதா?”

“இல்லை” என்றேன்.

“ஓ, என்ன கஷ்டம். அவருக்கு ஏமாற்றமாக இருக்கும். போகட்டும், நீங்கள் அழைத்தீர்கள் என்று சொல்கிறேன்.”

நான் ஒரு இளிக்கும் பிளாக்கமூர். நீங்களும் ஒரு இளிக்கும் பிளாக்கமூர். அவன் ஒரு இளிக்கும் பிளாக்கமூர். அவள் ஒரு இளிக்கும் பிளாக்கமூர். நாங்கள் இளிக்கும் பிளாக்கமூர்கள். அவர்கள் இளிக்கும் பிளாக்கமூர்கள். அந்த *a* ஏன் வந்தது, மற்ற *black*களிலிருந்து போனபிறகும் ஏன் இந்த *blackamoor*இல் மட்டும் அது உயிர்தரித்துக்கொண்டிருக்கிறது, முதல் தரமான புதிர்தான், *Oxford Universtiy Dictionary* காலம்காலமாகச் சேர்ந்துவைத்திருக்கும் ஞானத்துக்குக் கூட எட்டாதது. என் பதின்மவயதில் பார்த்த ஒரு திரைப்படம் நினைவுக்கு வருகிறது: மத்தியத்தரைக்கடலில் வரும் வைகிங் கப்பல்கள் ஓரிடத்தில் வடக்கு ஆப்பிரிக்க ராஜ்ஜியம் ஒன்றின் கருப்பு சுல்தானைச் சந்திக்க நேர்கிறது. சுல்தான் வலதுகையை மடக்கித் தலைக்கு வைத்து, அவரது உடல் அழகிய அட்டைக் கருப்பில் மினுமினுக்கப் படுத்திருக்கிறார் இளித்தபடி. அந்த வைகிங் சூறையாடிகளில் யாராவது அவரை இளிக்கும் பிளாக்கமூர் என்றழைத்து, தங்களது அகன்ற வாளால் அந்த இளிப்பை வழித்தெடுத்தார்களா? ஈடுஇணையற்ற சிட்னி போய்டர்தான் அந்தச் சுல்தான் பாத்திரத்தில் நடித்தார் என்று நினைக்கிறேன்; சுல்தான் படுத்திருக்கும் தோற்றத்தில் எடுத்த புகைப்படம் *Ebony* பத்திரிகையில் அட்டைப்படமாகக்கூட வந்தது

என்றும் நினைவு., எல்லாம் ஞாபகம் வருகிறது; அந்தப் படத்தின் பெயர் *The Long Ships*; உறுதியாகச் சொல்கிறேன், அந்த வைகிங் கடற்கொள்ளையன் சொல்லுவான், ஏய் இளிக்கும் பிளாக்கமூர். ஒரு பிளாக்கமூர் சூரியனைப் போல இருப்பது நடைமுறை சாத்தியமில்லை.

முத்துப்போன்ற கண்கள் அவருக்கு. ரஜப் ஷாபான், என் அப்பாவின் பெயர். யாரோ ஒருவன் அவர் பெயரை வைத்துக்கொண்டு, அவரை உயிர்ப்பித்திருக்கிறான். அந்தப் பெயரை வைத்துக்கொள்ள என் அப்பாவுக்கு இருக்கும் உரிமை அவனுக்கும் இருக்கிறது. என் அப்பாவின் பெயர் ஒன்றும் புனிதமானதல்ல.

தாமதமாகிவிட்டேன், தாமதமாகிவிட்டேன் என்று என்னைவிட அதிகம் கவலைப்படுகிறவர் அவர், என் அப்பாதான். அந்த விஷயத்தில் அவர் சதா புலம்பல் பேர்வழி. அடுத்தவர் தாமதமானால்கூட தான் ஆனதுபோல் கவலைப்படுவார். காத்திருப்பதிலேயே நம் வாழ்வு எப்படி கழிகிறது என்பதை எனக்கு உணரவைத்தவர் அவர்; எவருக்காகவாவது காத்திருப்பது, யாரையாவது பார்க்கச் சென்று காத்திருப்பது, தொழுகைக்கு முஅத்தின் எப்போது அழைப்பார் என்று காத்திருப்பது, ரமலான் தொடங்குவதற்காக அமாவாசை எப்போது வருமென்று காத்திருப்பது, ரமலான் முடிகிற சமயத்தில் அது மீண்டும் வருவதற்காகக் காத்திருப்பது, கப்பல் கரை வருவதற்காகக் காத்திருப்பது, அலுவலகம் எப்போது திறக்குமென்று காத்திருப்பது. அப்பாவுக்கு இப்படிக் காத்திருப்பது எல்லாம் பெரும் வேதனை, வேண்டாமென்று ஒதுக்க முடியாதது; தன்னோடு சேர்த்து என்னையும் பதறவைத்து, கடைசியில் தாமதம் என்றாலே பயப்படும் பழக்கம் எனக்கும் தொற்றிவிட்டது. ஆனால் வேறுபல விஷயங்களைப் பற்றி அவர் ரொம்பச் சாதாரணமாக இருப்பார், கிட்டத்தட்ட அசட்டையாக. அவர் வாழ்க்கையில் எவ்வளவோ கொடுமைகளை அனுபவித்தவர், எனவே அவரைக் கறாராக எடைபோட எனக்குத் தயக்கமாக இருக்கிறது, என்றாலும் அவர் அசட்டையாகத்தான் இருந்தார். அவர் என் அண்ணன் ஹசனை இழந்தது இதனால்தான்; கொஞ்சம் கவனமாக இருக்கவேண்டிய நேரத்தில் அப்படி இருக்காமல் தன் வீட்டை இழந்ததும் இதனால்தான். அதன் பிறகு எதுவும் அவருக்கு மனநிம்மதியைக் கொடுக்கவில்லை. என் அம்மாவை அவர் எப்படி இழந்தார் என்று தெரியவில்லை எனக்கு, மிகச்சரியாகத் தெரியவில்லை.

115

அப்பாவை என் அம்மா வெறுத்தாள் என்பதைப் புரிந்துகொள்ள எனக்கு ரொம்பகாலம் ஆனது. அதன்பிறகும் நான் புரிந்துகொண்டேன் என்று தோன்றவில்லை. அவரோடு அவள் எப்படி இருந்தாள் என்பதைச் சொல்வதற்கு நான் அந்த வார்த்தையை - எனது இருபதுகளையொட்டிய வயதில், வீட்டைவிட்டு ரொம்ப நாட்கள் வெளியே இருந்துவிட்டு வருவதற்கு முன்னால் - பயன்படுத்தியிருப்பேனா என்று எனக்குத் தோன்றவில்லை. ஆனால் ஒரு கட்டத்தில் எனக்கு அது பிடிபட்டுவிட்டது, என் காதில் விழுந்த விஷயங்களை வைத்து, அவரோடு பேசும்போது அவள் குரலின் தொனியை வைத்து, அவள் வாழ்ந்த விதத்தை வைத்து. இந்த வெறுப்பு எப்படி முளைத்தது என்ற கதை எனக்குத் தெரியவே தெரியாது; ஏனென்றால் அவர்கள் என் முன்னால் இதைப் பற்றி பேசுவதில்லை. இதுமாதிரி விஷயங்களைப் பெற்றோர்கள் தங்கள் குழந்தைகளிடம் பேசுவதில்லை, இதுபோன்ற துரதிருஷ்டமான விஷயங்கள் குழந்தைகளுக்கும் நடக்கும்வரையிலும். அப்போது பேசுவார்கள், தாங்கள் இவற்றையெல்லாம் கடந்துவந்துவிட்டோம் என்ற நினைப்பில்.

என் அண்ணன் ஹசன் இதைப்பற்றி பேசியதே இல்லை; மற்ற எல்லா விஷயங்களிலும் ரகசியங்களிலும் அவன் ஞானச் சுரங்கம், ஆர்வமுள்ள தகவல்களஞ்சியம், சட்டப் புத்தகம். அவன் தெரிந்திராத அல்லது விரிந்த, நுட்பமான கோட்பாட்டைக் கொண்டிராத விஷயங்கள் எதுவுமே இல்லை.

எந்தத் தயாரிப்புமில்லாமல் அவன் சர்வசாதாரணமாக விளக்கம்தரவும் விவரிக்கவும் இறங்கிவிடுவான்; ஆனால், சிலநேரங்களில் அவன் கண்டெடுத்து விளக்க ஓரிரு வினாடிகள் தேவைப்படும். ஜூலியஸ் சீஸரின் பிணத்திற்கு முன்னால் புருட்டஸ் பேசும் உரையை என்னிடம் அவன் ஒருமுறை ஒப்பித்தது நினைவுக்கு வருகிறது. ஏதோ ஒரு காரணத்துக்காக அவனது ஆங்கில ஆசிரியர் சொல்லி அவன் அதை உருப்போட்டு வைத்திருந்தான். அதாவது பள்ளிக்கூடத்து ஆங்கில ஆசிரியர்; நீங்களும் நானும் எவ்வளவு ஆங்கிலேயர்களோ அவ்வளவுக்கு அவரும் ஆங்கிலேயர்; கான்ஸூ, கொஃபியா உடைகளில் அவர் வேலைக்கு வருவார்; அவர் இறைப்பற்றுமிக்க ஒரு முஸ்லீம்; எந்த முரண்பாடோ அல்லது பதற்றமோ இல்லாமல் அவர் கடும் ஆங்கிலப்பித்தராகவும் இருந்தார். மாணவர்கள் சிறந்த படைப்புகளின் பகுதிகளை மனப்பாடமாகத் தெரிந்துகொண்டு, ஒவ்வொரு நாளும், ஒன்று மாற்றி ஒன்று, வகுப்பு வகுப்பாக ஒப்பிக்க வேண்டும் என்று ஆசைப்படுவார். கிடைத்தால்

அருமையான பயிற்சிதான். சிலநேரங்களில் வகுப்பின் கடைசியில் அமர்ந்துகொண்டு, கண்ணடைத்து முகத்தில் குறும்புன்னகையோடு அவர், மாணவர்கள் *ஜூலியஸ் சீசரிலிருந்தோ* அல்லது கிப்ளிங்கிலிருந்தோ அல்லது கீட்ஸின் 'லா பெல்லே டாமே சான்ஸ் மேர்ஸி' யிலிருந்தோ எதாவது சொல்வதைக் கேட்டபடியிருப்பார். ஹசன் இதை நேர விரயம் என்று நினைத்தான்; திறந்தவெளி ஓட்டம், பள்ளிகளுக்கிடையே சனிக்கிழமை காலைநேரத்தில் நடக்கும் விவாத அரங்குகள் ('பெண்களுக்கான பொருத்தமான இடம் வீடுதான் என்று இந்தத் தரப்பு நினைக்கிறது') போல; ஆனால் ஆசிரியரின் பாக்கெட்டில் ஒரு தோல்சாட்டை இருந்தது; தங்களுக்குக் கொடுத்திருக்கும் வரிகளை ஒழுங்காகப் படிக்காதவர்கள்மீது அது பிரயோகிக்கப்படும். ஹசன் உண்மையிலேயே அந்த (புரூட்டஸ் சொல்லும்) வலிமையான வரிகளைத் தெரிந்துகொள்ள விரும்பினான் என்றுதான் நினைக்கிறேன்.

ஜூலியஸ் சீசரில் அவன் போட்ட முயற்சியின் உச்சக்கட்டமாக ஒருநாள் அதன் விளைவை ஒரு பெரும் முழக்கமாக என்னிடம் வெளிப்படுத்தினான்; வீட்டிற்கு வெளியே உள்ள தணிவான படிக்கட்டுகளில் நாங்கள் அமர்ந்திருந்தோம்; அவன், பண்டைய ரோம ராஜ்ஜிய அதிகாரசபை உறுப்பினர்போல மார்பின் குறுக்கே கைகளைக்கட்டிக்கொண்டு, தாடையை உயர்த்தி, உடலைச் சற்று சாய்த்து பேசினான்:

ரோமர்களே, என் தேசத்தவர்களே, அன்பர்களே! என் தரப்பைக் கேளுங்கள்; அமைதியாகச் செவிமடுங்கள்: என்மீது நம்பிக்கை வையுங்கள்; நீங்கள் நம்பிக்கை வைத்திருக்கும் என்மீது மரியாதை கொள்ளுங்கள்: உங்கள் அறிவால் என்னைச் சீர்த்தூக்கிப் பாருங்கள்; உங்கள் அறிவைத் தட்டியெழுப்பி என்னைப் பற்றி முடிவெடுங்கள்.

ஜுலியஸ் சீசர் யார், அவருக்கு என்ன நடந்தது, மார்க் ஆண்டனியும் புரூடஸ்ஸும் யார், ரோமனியர்கள் யார், ஷேக்ஸ்பியர் யார் என்றெல்லாம் அவன் என்னிடம் சொன்னபோதும், இந்த உரை என்னைக் கவரவில்லை (எனக்கு அப்போது ஒன்பதோ பத்தோ வயது), ஆரம்ப வரியைத் தவிர. அது எனக்கு அந்த நாட்களில் வாரத்துக்கு இரண்டு மூன்றுமுறை நடக்கும் ஊர்வலங்களில் பேசும் அரசியல்வாதிகளின் வரவேற்புரையை நினைவூட்டியது. அந்த வரியோடு, *I have same dagger for myself* என்ற வரியும்; ஏனென்றால் *dagger* என்ற ஓசை எனக்குப் பிடித்திருந்தது.

With this I depart - that, as I slew my best lover for the good of Rome, I have the same dagger for myself, when it shall please my country to need my death.

dagger என்றால் என்ன? நான் ஹசனிடம் கேட்டேன். அவன் ஏனோ பதில்சொல்லத் தெரியாமல் தடுமாறினான். அதன் பொருள் ஒரு கோப்பை விஸ்கி என்றான் நிச்சயமில்லாமல். அதைப் பற்றி எனக்குக் குறிப்பாக எதுவும் தெரியாது, ஆனால் அது மதுபானம், அது ஹராம் என்பது தெரிந்திருந்தது. இப்போது ஹசனுக்கு கொஞ்சம் தைரியம் வந்துவிட்டது; ரோமனியப் பண்பாட்டில் விஸ்கிக்கு என்ன மதிப்பு, புரூட்டஸ் கூட்டத்தினரிடம் அவர்களுக்குத் தன் உரை பிடிக்கவில்லையானால் தான் விஸ்கி எடுத்துக்கொள்ளப் போவதாக தெரிவித்தான் என்றெல்லாம் என்னிடம் சொன்னான். உங்களுக்குப் பிடிக்கவில்லை என்றால் அதே *dagger*ஐ நானும் எடுத்துக்கொள்கிறேன். அது அவனது மோசமான தருணங்களில் ஒன்று, இதுபோல் தருணங்கள் ஏராளம் இருந்தன; ஆனால், வேறு சில தருணங்களும் உண்டு, அவனது பாணி நம்மைக் களிப்பூட்டும் தருணங்கள். அந்தத் தருணங்களில் அவன் ஜின்கள், புராதன ராஜ்ஜியங்கள் பற்றி, பிராங்கைன்ஸைடின் அரக்கனின் பரிதாப வாழ்க்கை பற்றி, வடதுருவத்தில் - அங்கே அந்தப் பரிதாபத்துக்குரிய அரக்கன் மிதக்கும் பனியில் விரக்தியோடு மாறிமாறி அலைவான் - நடுஇரவில் சூரியன் தெரிவது பற்றி, முஸ்லீம் ஆட்சிக்கால ஸ்பெயினின் மகத்துவத்தைப் பற்றி, நாசி ஜெர்மனியின் பிரமிக்கவைக்கும் கட்டுப்பாட்டைப் பற்றி எல்லாம் பேசினான். அவ்வளவு அனாயாசமான தெளிவோடும் திடமான நம்பிக்கைப் பூச்சோடும் அவன் வாயிலிருந்து வந்துகொண்டே இருக்கும் வார்த்தைகள், நம்மை அவன் சொல்வது அத்தனையும் உண்மை என்று நம்பவைத்துவிடும். ஆனால் என் அம்மா எங்கள் பாவிடம் ஏன் இவ்வளவு வெறுப்பு கொண்டிருக்கிறாள் என்பதைப் பற்றியோ அல்லது கொஞ்சம் எதற்காவது தாமதமானாலும் கோபம் தலைக்கேறிவிடும் எங்கள் பா ஏன் மறுத்துப்பேசுவதில்லை என்பதைப் பற்றியோ ஒரு வார்த்தை அவன் சொல்லிக் கேட்டதாக எனக்கு நினைவில்லை.

ஹசன் என்னைவிட ஆறு வயது பெரியவன்; என் சிறுவயதில் அவன்தான் என் வாழ்வில் நான் விரும்பும் எல்லாமுமாக இருந்தான். அவன் எனக்குத் தேவை என்று தான் அறிந்த தருணங்களில் அன்பையும் ஆறுதலையும் அளித்தான். அவனது பாணியில்தான்

அவற்றை அளித்தான், கடும் சொற்களோடும் சில நேரங்களில் வலிதரும் குத்துகளோடும். நான் சந்தித்த, என்னைப் பதற்றமோ அல்லது சந்தேகமோ கொள்ளவைத்த விஷயங்களுக்கு விளக்கம் சொல்லிக்கொண்டே இருப்பான்; அவன் என்னைக் கூட்டிச்செல்ல சம்மதிக்கும்போதெல்லாம், நான் ஒரு வளர்ப்புப்பிராணியைப் போல அவன் பின்னால் நடக்க, அவனோ முகத்தைத் தீவிரமாக வைத்துக்கொண்டு ஏதாவது புதிதுபுதிதாக வேடிக்கையாகச் சொல்லுவான். அவனது நகைச்சுவையும் குறும்பும் அவனுக்குப் பெயர் வாங்கிக் கொடுத்துக்கொண்டிருந்தன. முடிவெடுக்கமுடியாத விஷயங்களைப் பற்றி அவன் எல்லாம் தெரிந்தவன்போல சிலநேரம் வேடிக்கையான விளக்கங்கள் கொடுப்பான்; நம்மை நசுக்கிவிடுவதுபோல வந்துகொண்டே இருக்கிற தற்செயல் விஷயங்களுக்குக்கூட அவன் காரணம் கற்பித்துவிடுவான்; ஓரிடத்திலும் தன்வேலையைப் பார்த்துக்கொண்டு அமைதியாக இருக்கமாட்டான்; மௌனம் தன்னை மூழ்கடித்துவிடும் என்பதைப் போல ஏதாவது யோசித்து என்னவாவது சொல்லிக்கொண்டே இருப்பான். பளிச்சென்ற புன்னகையோடு, இரட்டைஅர்த்தம் மென்மையாகத் தொனிக்க - வருடம் செல்லச்செல்ல இந்த மென்மை குறைந்துகொண்டே வந்தது - உளறிக்கொண்டே இருப்பான். அவன் என்னை வாழவைத்த வீரன், எதற்கும் கவலைப்படாத எனது சாகசக்காரன், ஆமாம், நான் அவனை ஒரு சகோதரனைப்போல, ஒரு தந்தையைப் போல, ஒரு காதலனைப் போல நேசித்தேன். மற்றவர்களுக்கு அவனது பளிச்சிடும் இளமைமீதுதான் கண். அது எனக்கும் தெரியும். அதன்பின், முடிவில் - உடனேயல்ல கொஞ்சம் காலம் கழித்துதான் - அவன் எதையும் மதிக்காமல் எட்டாதூரத்துக்கு செருக்கோடு நடந்து போனான்; இப்போது நான் அவனை இழந்து விட்டேன்.

தாயைப் போலப் பிள்ளை. என் அம்மா அழகானவர். அவர் பெயர் ஆஷா, திருநபியின் மூன்றாவது மனைவியின் பெயர் - ஆறுவயதில் அவருக்குத் திருமணம் செய்துகொடுக்கப்பட்டவர். மாலையில் அம்மா வெளியே செல்வதற்காக உடையணிந்துகொண்டு, மையிட்டக் கண்கள் ஜொலிக்க, உதடுகள் புதுரத்தம்போல ஈரமாய் மின்னக் கிளம்பும்போது நான் அவரைப் பெருமையோடும் ஒருவித பயத்தோடும் பார்ப்பேன். எனக்கு அவர்மீது பயமில்லை, அவ்வளவாகக் கிடையாது, அடிக்கடி பயப்படுவதுமில்லை; ஆனால் நான் முட்டாள்தனமாக எதாவது சின்னத் தப்புசெய்தாலும் அவர் தன்னிலை மறந்து கோபப்படும்போது மட்டும் பயம்வரும்; எப்படியோ

எனக்கு அவரிடம் பயமிருந்தது. அந்த சமயத்தில் எனக்கு ஒன்பது வயது இருக்குமா என்று தெரியவில்லை. அவரைப் பார்த்தாலே எனக்குப் பயம்; அவர் என் அம்மாவாக இருப்பதில், அவரது சிரிப்பு பளிச்சென்று ஆழமாகப் புரிந்துகொள்ளமுடியாமலிருப்பதில் எனக்கு ஒரு பெருமை. வாசனையில் குளித்து, உடைகளும் கமகமக்க வாசலில் வந்து நிற்கும்போது எனக்கு ஏனோ பயம் உண்டாகும். அதன்பிறகு நண்பர்களையும் அக்கம்பக்கத்தவர்களையும் சந்தித்துப் பேசக் கிளம்புவார். மாலை மயங்கி இரவானதும்தான் வருவார். இதுபோன்ற பின்மதிய நேரங்களில் அவர் ஆண்களைச் சந்திப்பார். என் அம்மாவுக்குக் காதலர்கள் இருந்தார்கள். அவள் பிற ஆண்களோடு படுத்தெழுந்தார். தொழிலாகச் செய்யவில்லை, அப்படி நிறைய பேர்களோடும் இல்லை. ஒன்றிரண்டு மனிதர்களோடு இருக்கலாம். எனக்குத் தெரியவில்லை. பொழுதுபோக்குக்காகவோ அல்லது ஒருவேளை வேறு காரணங்களுக்காகவோ. அங்கொன்றும் இங்கொன்றுமாகச் சில உறவுகள். அப்படித்தான் நினைக்கிறேன். பிற்காலத்தில் அவருக்கு அன்பளிப்புகள் செழிப்பாக வந்துகொண்டிருந்தன, யாரிடமிருந்து என்று அவர் சொன்னதே இல்லை. எனக்கு வயது வரவரத் தெரிய ஆரம்பித்தது; நடப்பவை கொஞ்சம்கொஞ்சமாகப் பிடிபடத் தொடங்கின; நான் பார்த்தவற்றின் பொருள் புரிய ஆரம்பித்தது; பள்ளியில் பையன்கள் என்னை கேலிசெய்தார்கள்; சில நேரங்களில் சிறுமிகள் தெருக்களில் வைத்து சாடைமாடையாகப் பேசி என்னைக் கிண்டல் செய்தார்கள். எல்லாம் எனக்கு இதற்கு முன்பே தெரியும், ஆனால் நான் என்னதெரிந்துகொண்டேன் என்று எனக்கு உறுதியாகத் தெரிந்திருக்கவில்லை. அவர் போட்டுக்கொள்ளும் வாசனைத்திரவியம் எனக்கு படுக்கையறைகளையும் கபடத்தையும் எண்ண வைத்தது, அத்துடன் அவமானத்தின் உச்சத்தையும். பின்னர் வந்த ஆண்டுகளில், சுதந்திரம் கிடைத்தப் பிறகான ஆண்டுகளில், அவர் எதைப் பற்றியும் கவலைப்படாதவராகி விட்டார்; எனவே எதையும் தெரிந்துகொள்வது கஷ்டமாக இருக்கவில்லை. தெருவில் வைத்து என்னைக் குத்திப்பேசுவது நின்றுவிட்டது; அவர் வெளிப்படையாகவே எல்லாவற்றையும் செய்ததால் அப்படி இருக்கும் அல்லது எனக்கும் வயது வந்துவிட்டது, என்னை சித்திரவதைச் செய்தவர்களுக்கும் வயதுவந்துவிட்டது என்பதாலும் இருக்கலாம்; அல்லது ஹசனுக்கு நடந்த விஷயமாக இருக்கலாம்; அல்லது, எல்லோருக்குமே ஏதோ வேறு பிற விஷயங்கள் நடந்திருக்கவேண்டும். அல்லது அவளது காதலர்களில் ஒருவர்

அதிகாரத்துக்கு வந்திருக்கவேண்டும். எப்படியோ - நிச்சயமாக அதன் காரணம் என்னவென்று எனக்கு ஒருபோதும் தெரியப் போவதில்லை - பிற்காலத்தில் யாரும் என் முன்னே அவரைப் பற்றி எதுவும் சொல்லவில்லை.

எனக்கு ஒன்பது வயதான போது, ஹசனுக்கு பதினைந்து வயது; அம்மா தன் மதிய வேளைகளைச் சினேகிதிகளோடும் காதலர்களோடும் கழிப்பதற்குத் தன்னை ஆயத்தப்படுத்திக்கொண்டிருப்பாள்; அப்பா ரஜப் ஷாபான் மஹ்மூத் பொதுப்பணித் துறையில் குமாஸ்தாவாக வேலை பார்த்துக்கொண்டிருந்தார். சிலர் அவரை பின் மஹ்மூத் என்று அவரது தாத்தா, அதாவது என் கொள்ளுத்தாத்தவின் பெயரால் அழைத்தார்கள். அவர் பெயரை எல்லோரும் எதற்காகவோ நன்றாக நினைவில் வைத்திருந்தார்கள்; எதற்கு என்று எனக்கு நினைவில்லை. இது உண்மையல்ல, எதற்காக அவரை நினைத்தார்கள் என்பது எனக்கு நன்றாகவே தெரியும்: அவரது உயர்ந்த ஒழுக்கத்திற்காகவும், அவர் இறைப்பற்றுள்ள ஆத்மா என்பதற்காகவும். அதனளவில் இதனால் எந்த பயனுமில்லை; அவருக்கும் அது பயன்படாமல் இருந்திருக்கலாம்; ஆனாலும் அது அவரையும் பிறரையும் மனிதர்களாக உணரவைத்தது. என் அப்பா இறைப்பற்றாளராக இருக்கவில்லை, அப்போது ஆகியிருக்கவில்லை, அந்த வருடத்தில். அவர் குடிப்பார்; நாங்கள் வாழ்ந்த வாழ்க்கையே அவரை வெட்கக்கேடாகத் தோற்றுப்போன மனிதராக ஆக்கியிருந்தது. அவர் கொஞ்சம் நாகரிகமாக நடந்துகொள்வார் என்றாலும் இதுமாதிரி விஷயங்களை மறைத்துவைக்க வழியில்லை. சில நேரங்களில் நான் தூக்கத்திலிருந்து விழித்தெழும்போது வீட்டில் அடிக்கும் மது வாடையே அவர் வீட்டிலிருக்கிறார் என்பதைச் சொல்லிவிடும். நான்கு அறைகள் கொண்ட வீடு எங்களது; ஹசனுக்கும் எனக்கும் தனியாக ஒரு அறை; நாங்கள் தூங்கும்போது அதை அடைத்துவிடுவோம்; என்றாலும் மதுவாடை என்னைத் தூக்கத்திலிருந்து எழுப்பும். தெருவில் எல்லோருக்குமே அவர் அப்படித்தான் மணம்வீசியிருப்பார்... ஓரிரு முறை, இல்லை இரண்டு முறைக்கு மேல் என்று நினைவிருக்கிறது, வரம்புமீறிக் குடித்து அவரை வீட்டுக்கு கைத் தாங்கலாகக் கூட்டிக்கொண்டுவிடும்படி ஆகியிருக்கிறது; மௌனமாகத் தேம்பியபடியே வந்தார் அவர். அவருக்கே அவமானமாகத் தோன்றியிருக்கலாம் என்று எனக்குப் படுகிறது. அந்த இரண்டு தடவையும், அவர் பின்னர் நாட்கணக்கில் யாரோடும் பேசவில்லை; தலையைக் கவிழ்த்தபடியே ஊர்ந்தார், காலடி ஓசைபடாமல் நடந்துசென்றார்.

என் அப்பா பொதுப்பணித் துறையில் ஒரு குமாஸ்தா. அவர் அங்கே என்ன வேலை செய்தார் என்று எனக்குத் தெரியாது. ஒவ்வொரு நாள் காலையிலும் ஏழு மணிக்குச் சுத்தமான வெள்ளைச் சட்டை, இளம்சாம்பல்நிறக் கால்சட்டை, தோல்ச்செருப்பு அணிந்துகொண்டு வீட்டை விட்டுக் கிளம்பி, கொஞ்சம் நேரம் நடந்து தனது துறையின் டெப்போக்களுக்குப் போவார். அவர் ஒருநாளும் தாமதமாகப் போயிருக்கவே மாட்டார் என்று நான் நினைக்கிறேன். ஒரு மணிக்கு ஐந்து நிமிடங்கள் இருக்கும்போது, காலைவேளை முடிந்துவிட்டதற்கான சைரன் ஒலிக்கும்; அப்போது அவர் மதிய உணவுக்கு வீட்டுக்கு வருவார். வீட்டுக்கு வரும்போதெல்லாம் சோர்வாக வாட்டத்துடன் இருப்பார், வேலை அவரை ஊக்கம் இழக்கச் செய்துவிட்டதைப்போல; அல்லது வெயிலில் நடந்துவந்தது சோர்வடைய வைத்துவிட்டதைப் போல; அல்லது எதுவோ அவரது சக்தியை எல்லாம் உறிஞ்சியெடுத்துவிட்டதைப் போல. வீட்டுக்கு வந்ததும் ஹசனையும் என்னையும் தேடாமலிருக்க மாட்டார்; நாங்கள் கண்ணில் படவில்லையென்றால் பெயர் சொல்லிக் கூப்பிடுவார். பின்னர் முகத்தில் சோகம் கலந்த வெற்றிச் சிரிப்போடு எங்கள் தலையைத் தடவிக்கொடுத்துவிட்டு, மதியச் சாப்பாட்டுக்கு முன்னால் போடும் குளியல் போடப் போவார். அவரது இந்த சடங்கை நாங்கள் பெரிதாக எடுத்துக்கொள்ளவில்லை; ஹசனும் பெரிதாக எடுத்துக்கொண்டான் என்று எனக்குத் தோன்றவில்லை. ஆனால் வயது ஆக ஆக, அப்பா அவன் முகத்தைத் தடவ வரும்போது முகத்தில் கடுகடுப்புடன் தலையைத் திருப்பிக்கொள்ளாமலிருக்க அவனால் முடியவில்லை. நானும் ரொம்ப முயன்று பார்த்தேன்; ஆனால் சில நேரங்களில் அவர் சிரிப்புக்குப் பதில்சிரிப்பு சிரிக்காமல் இருக்கமுடியவில்லை என்னால்.

எனக்கு ஒன்பது வயதும் ஹசனுக்கு பதினைந்து வயதுமாக இருந்த வருடத்து பருவக்காற்று காலத்தில் எங்களோடு தங்குவதற்காக ஒருவர் வந்தார். அவரை ஹுசைன் மாமா என்று எங்களை அழைக்கச் சொன்னார்கள். என் அப்பா அவரை கபேயில் சந்தித்திருக்கிறார், அவரிடம் பேச நேர்ந்திருக்கிறது, பின்னர் இருவருக்கும் பிடித்துப்போய் நெருக்கமாகி விட்டார்கள் என்று எனக்குத் தோன்றுகிறது. சிறுவனாக இருந்த நான் இப்படித்தான் புரிந்துகொண்டேன். ஆனால் இருவரும் பலமுறை சந்தித்து, பல சந்தர்ப்பங்களில் பேசி அதன்பின்னரே நல்ல நண்பர்களாகியிருக்கவேண்டும். ஒரு வெள்ளிக்கிழமை அவர்

எங்களோடு உணவருந்த வீட்டுக்கு வந்தார்; எங்களுக்கு அரிதான சம்பவம் இது. ஏனென்றால் எங்கள் வீட்டுக்கு வருபவர்கள் எல்லாம் என் அம்மாவின் பெண் சினேகிதிகளும் சொந்தக்காரர்களும்தான். அவர்களில் என் அம்மாவின் சினேகிதிகள் யார், சொந்தக்காரர்கள் யார் என்று எனக்கு வித்தியாசம் தெரியாது; ஏனென்றால் நான் அவர்கள் எல்லோருக்கும் பாத்தியதைப்பட்டவன் என்பதைப்போல அழைத்ததோடு, என்னிடம் ஒரே மாதிரியான உரிமையும் எடுத்துக்கொண்டார்கள். ஹுசைன் மாமா அந்த வெள்ளிக்கிழமை மதியம் உணவுண்ண வந்தபோது, அவர் அப்போதும், மை குட் ப்ரண்ட்தான், அப்படித்தான் ஆங்கிலத்தில் சொல்லப்பட்டது. அப்பா அப்படித்தான் அவரைச் சொன்னார். என் அப்பா குரானை வேகமாக வாசிப்பார் என்றாலும் அரபியில் அவரால் பேசமுடியாது; ஹுசைன் மாமாவுக்கோ கிஸ்வாஹிலியில் கொஞ்சம் வார்த்தைகள்தான் தெரியும். எனவே அவர்கள் பரஸ்பரம் ஆங்கிலத்தில் பேசிக்கொண்டார்கள். மை குட் பிரண்ட் எங்கள் வீட்டுக்கு குடியேறும்வரையிலும் எங்களுக்கு மாமா ஆகவில்லை. அவர் நல்ல உயரம், அடர்த்தியில்லாத தேன் வண்ணத்தில் வளைகுடா வணிகர்களின் பாணியிலான வெள்ளியிழையில் பூவேலைப்பாடுகள் செய்த கான்ஸு அணிந்திருந்தார். தரையில் விரிப்பைப் போட்டு அனாயாசமாக உடம்பை வளைத்துப் படுத்துக்கொள்வார், முகத்தில் சோழி போன்ற கவர்ச்சியான சிரிப்புடன். இளிக்கும் பிளாக்கமூர்களாகிய நாங்கள் வசித்த வீட்டைப் பற்றி இனி சொல்கிறேன். ஹுசைன் மாமாவைப் பற்றிய ஞாபகங்கள் என் மனதில் ஏற்படுத்தியிருக்கும் வலியை இது குறைக்கும்.

இரண்டு தள வீடு அது. மேலேயுள்ள மூன்று அறைகளில் நாங்கள் குடியிருந்தோம் - எனக்கும் ஹசனுக்கும் ஒரு அறை, என் பெற்றோருக்கு ஒரு அறை. மூன்றாவது அறை விருந்தாளிகள் வந்தால் இருப்பதற்கும், நாங்கள் உட்கார்ந்து ரேடியோ கேட்பதற்குமான பேச்சு அறை. ஒரு சின்ன மட்டுப்பா, அதன் ஒரு பகுதி சுற்றி அடைக்கப்பட்டிருந்தது; அம்மா சமைப்பது அங்கேதான். மட்டுப்பாவின் திறந்திருந்த பகுதியில் நாங்கள் துணிகளைக் காயப்போடுவோம். மேல் பகுதி இடம் சுருக்கம்தான்; அதில்தான் நாங்கள் எல்லோரும் இருந்தோம்; நன்றாக சினேகத்தோடு அன்னியோன்னியமாக இருந்தோம் என்றுதான் இப்போது நினைத்துப்பார்க்கும்போதும் எனக்குத் தோன்றுகிறது. கீழே, முன்வாசலுக்கு நேரெதிராக ஒரு பெரிய அறை, அதற்குப் பின்னால்

123

ஒரு முற்றம் - அதிலிருந்துதான் மாடிக்குத் திறந்த படிக்கட்டு மேல் ஏறுகிறது. முற்றம், வானம்பார்க்கத் திறந்தவெளி; மாடியின் மட்டுப்பா அதன் மேல் நீண்டிருக்கும். முற்றம் எப்போதும் அமைதியாக, ஜில்லென்றிருக்கும். பெருமழை பெய்யும்போது அங்கே காங்கிரீட் தரையில் குளம்போல தண்ணீர் கட்டிவிடும்; அதில் குதிக்கலாம், வழுக்கிக்கொண்டுபோகலாம். கீழேயுள்ள பெரிய அறை, ரமலான் அல்லது மிலாடி நபி நாட்களிலோ, மரணம் அல்லது திருமணம் இவற்றின்போதோ வீட்டுக்கு அன்னியமான ஆண் விருந்தினர்களை வரவேற்று இருத்துவதற்கு. அதனால்தான் அது முன்வாசலுக்கு அருகிலேயே, ஆண்களின் ஆவல் பார்வை குடும்பத்து அன்னியோன்னியத்தின் மெல்லியத் துடிப்பை ஊடுருவி விடாமல், அமைக்கப்பட்டிருந்தது. என் அப்பா முன்பின் தெரியாத ஆண்களை வீட்டுக்கு அழைத்துவருவதில்லை என்பதாலும், ஒரு சிலரைப்போல் அவர் ரமலான், மிலாது நபிக்கு யாரையும் அழைப்பதில்லை என்பதாலும் அந்த அறை பொதுவாகப் பயன்படாமல்தான் இருந்தது. எனக்குத் தெரிந்து ஒரே முறை, என் அப்பாவின் அம்மா இறந்தபோது, பெண்கள் வந்து அழுவதற்கும் தொழுகை செய்வதற்கும் அது பயன்படுத்தப்பட்டது; ஆனால் அப்போது எனக்கு மூன்று வயதுதான் என்பதால் அந்த சம்பவத்தைப் பற்றி எனக்குச் சரியாக ஞாபகம் இல்லை.

வழக்கமாக அது ஜன்னல்கள் எல்லாம் அடைக்கப்பட்டு, பூட்டியே கிடக்கும். அவசரத்துக்கு எதையாவது போட்டுவைக்க அதைப் பயன்படுத்துவோம். ஆனால் எங்களிடம் அப்படிப் போட்டுவைக்க எதுவுமில்லை; அப்பா ஏனோ அதை எப்போதும் சுத்தமாக, சாமான்கள் இறைந்துகிடக்காமல் வைத்திருக்கவேண்டும் என்று விரும்பினார்; அனைவரையும் அழைத்து அங்கே ஒரு ஏதோ ஒரு விசேஷம் நடத்த அவர் திட்டமிட்டிருப்பதுபோல. சுவரோரத்தில், ஒரு மெத்தை ஜன்னல் கதவுகளின் இடைவெளிவழியாக வரும் வெளிச்சத்திலிருந்து பாதுகாப்பாக, சுருட்டி வைக்கப்பட்டிருக்கும். அறையின் ஒரு மூலையில், துண்டுத்துண்டு பலகைகள் பரப்பிய ஒரு மரக்கட்டில். அந்தப் பலகைகளை மறைத்து ஒரு கோரைப்பாய். அந்த அறை ஒரு புனிதமான அறை; ஆனால் அங்கிருந்த புளித்தநெடி எனக்குப் பருவக்காற்றையும், துறைமுகத்தில் ஆடிக்கொண்டிருக்கும் படகுகளையும், கருவாட்டுவாடை, சூரியன் சுட்டெரித்தத் தோல், கடல்தண்ணீர் ஆகியவற்றின் நெடி வீசும் படகோட்டிகளையும் நினைவுபடுத்தும்; வறண்ட பாறைப்

பிரதேசங்களையும், படகோட்டிகளின் உடலழுக்கும் வேர்வையும் படிந்த பழந்துணிகள் இவற்றையும்.

சுருட்டிவைத்திருந்த மெத்தையை என் அப்பா பொக்காரா என்றழைப்பார், அதைப் பற்றி அக்கறையோடு இருப்பார். ஒவ்வொரு ரமலானுக்கும் முன்னால் அதை முற்றத்தில் கொண்டுபோய் விரித்து சின்னக் குச்சிகளால் தூசிபோகத் தட்டுவோம்; பின்னர் மீண்டும் சுருட்டி ஒரு கான்வாஸ் உறையிலிட்டு வைப்போம். மற்றபடி அந்த அறை பூட்டியே இருக்கும்; கொஞ்சம் சாக்குகள், பெட்டிகள், பித்தளைப்பூட்டுள்ள ஒரு மரப்பெட்டி இவற்றைத் தவிர அது கிட்டத்தட்ட காலிதான். ஒரு முறை நான் வீட்டில் தனியாக இருந்தபோது அந்த அறையின் சாவியைத் தேடியெடுக்க வேண்டும் என்ற வெறி வந்துவிட்டது. நான் அம்மா துணிகள் - விலைமதிப்புள்ள அல்லது ரகசியமான எவற்றையாவது மறைத்துவைக்க அவருக்குப் பிடித்தமான இடமும் இதுதான் - வைக்கும் அடுக்கில், மருந்து பாட்டில்களுக்கு பின்னால், அலமாரியில் நகைகள் வைக்கும் இழுப்பறையில், மிதியடிகளின் கீழே, ஜன்னல்களுக்கு மேலிருந்த அடுக்குகளில், காலிப் பூச்சாடிகளில், கால்சட்டைப் பைகளில் எல்லாம் தேடினேன்; இறுதியில் எப்படியாவது நான் கண்டுபிடித்து விடுவேன் என்பதில் எனக்கு சந்தேகமே இருக்கவில்லை. அதில் மதிப்புள்ள ஏதோவொன்றோ அல்லது அபாயகரமான எதுவோ இருக்கும் என்று நினைத்தல்ல நான் தேடியது.

வாசல் நிலையின் மேலிருந்த சிறு வெடிப்பில் அது செருகிவைப்பட்டிருந்தை நான் கண்டுபிடித்துவிட்டேன்; வீட்டின் முன்வாசலைத் தொட்டு உள்ளே கட்டப்பட்டிருந்த திட்டியில் நாற்காலியைப் போட்டு ஏறித்தான் அதை நன்றாகப் பார்க்கமுடிந்தது. அந்த அறை எப்போதும்போல இருட்டாகக் குளிர்ந்து இருந்தது. ஆனால் இப்போது அதில் இரண்டு பெரிய மண் ஜாடிகள் காணப்பட்டன; சொந்தக்காரர் ஒருவருக்காகவோ அல்லது நண்பர் ஒருவருக்காகவோ அல்லது நண்பரின் சொந்தக்காரருக்காகவோ அல்லது சொந்தக்காரரின் நண்பருக்காகவோ கொண்டுவைக்கப்பட்டிருக்கலாம். அந்த ஜாடிகளைப் பார்த்ததும் எனக்கு அவற்றிலிருந்து வெளிவரும் ஜின்களைப் பற்றியும் அவை இளம்பெண்களைக் கடத்திப்போனதைப் பற்றியும், தன் காதலியின் அறைக்கே அவற்றால் கொண்டுசெல்லப்பட்ட இளவரசனைப் பற்றியுமான கதைகள் நினைவுக்கு வந்தன. இதுபோன்ற கதைகள் எனக்குத் தெரியும்: அதிருஷ்டக்கட்டையான மீனவன் ஒருவன் தனக்கு ஏதாவது நல்லதாகக் கிடைக்காதா என்ற

பரிதவிப்போடு வீசிய வலையில் ஒருநாள் ஒரு ஜாடி மாட்டுகிறது; ஒரு வழியாகத் தனக்கு நல்லகாலம் பிறந்துவிட்டதென்று அவன் முதலில் குஷியாகிவிடுகிறான்; கரைக்கு வெறும் வலையை கட்டியிழுத்துக் கொண்டுபோகாமல் ஒரு பெரிய வாளைமீனை எடுத்துக் கொண்டுபோகிறோம் என்று எண்ணிக்கொள்கிறான்; ஆனால் வலை இழுக்கமுடியாதபடி பயங்கர கனத்தோடு இருக்கவே, அதில் ஏதோ இறந்துபோன மிருகம், கழுதையோ நாயோ, இருக்கலாம் என்று சந்தேகப்படுகிறான். ஆனால் கரையில் போய் பார்த்ததும்தான் தெரிகிறது, அது ஒரு பெரிய மண்ஜாடி, ஒரு மெலிந்த குள்ளன் அளவுக்குப் பெரியது. அதன் வாய் கனமான வெள்ளியால் மூடப்பட்டிருந்தது. நல்லது, அல்ஹமதில்லாஹ், எனக்கு ஏதாவது கிடைக்கட்டும், தனக்குள் சொல்லிக்கொண்டான், தனக்குக் கிடைத்த இந்தச் சின்னப் பொக்கிஷத்தை அவன் என்ன செய்யப்போகிறான் என்று இறைவன் பார்த்துக்கொண்டுதானே இருப்பான். அதிருஷ்டமில்லை, அதிருஷ்டமில்லை என்று சும்மா புறுபுறுத்துக்கொண்டே இருப்பதில் அர்த்தமில்லை; சிறந்த நீதிமானாகிய இறைவன் நாம் அவனது கருணையில் நம்பிக்கை வைக்கிறோமா இல்லையா என்று கவனித்துக்கொண்டே இருக்கிறான்; சும்மா புறுபுறுத்துக்கொண்டே இருந்தால் அவன் இன்னும் அதிகமானக் கஷ்டத்தைத் தந்து அவன்மீது நமக்கிருக்கும் நம்பிக்கையைச் சோதிப்பான். எனவே மீனவன், அல்ஹமதில்லாஹ், ஏதாவது கிடைக்கட்டும் என்று சொல்லிக்கொண்டான்; அந்த வெள்ளி மூடிக்கு ஏதோ கொஞ்சம் கிடைக்கும்; அந்த ஜாடிக்கும், அதன் உள்ளே ரொம்ப மோசமாக இல்லாதிருக்குமானால், கிடைக்கும். இந்த எண்ணத்தோடு அவன் மூடியைத் திறக்கப் போராடினான், கடைசியில் இழுத்தெடுத்து விட்டான். அடுத்தகணமே ஜாடியின் உள்ளேயிருந்து பெரும்புகை, கறுப்பு மஞ்சள் சிவப்பு நிறங்களில், பீறிட்டுக் கிளம்பியது. நெருப்பு, நிலவறைகள், அரிப்புள்ள சருமம் இவற்றின் நெடியோடு. அதிர்ச்சியில் கீழே விழுந்துகிடந்த மீனவன் எப்படியோ எழுந்து ஓட்டம் பிடித்தான். அவன் கொஞ்சம் தூரம்கூட போயிருக்கமாட்டான், ஒரு பெரிய, பிரமாண்டமாகிக் கொண்டேவரும், சூரியனைக்கூட மறைக்கும்படியான அந்தப் புகைத்திரள் இறுகித் திரண்டு வெள்ளித்தோலால் மூடிய உடலோடு, கையில் பளபளக்கும் நீண்ட வாளுடன் ஒரு ஜின்னாக உருப்பெற்றது. மீனவன் வேறுவழிதெரியாமல் திகைத்து நின்றான்; வானுயர உயர்ந்து நின்ற அந்த ஜின் குனிந்து அவன்மீது புராதன கந்தக மூச்சுக்காற்றை விட்டது. "நான் ஓராயிரம் ஆண்டுகளுக்கும்

மேலாக இந்த ஜாடியில் அடைப்பட்டிருந்தேன்" உறுமியது ஜின், "ஜின்களுக்கும் விலங்குகளுக்கும் எஜமானனாக இருக்கும்படியாக ஆண்டவனின் ஞானக்கட்டளையால் பணிக்கப்பட்ட சாலமன் என்னை இதில் இட்டான். அவன் இதை மூடி மாபெரும் மந்திரக்கட்டும் போட்டுவிட்டான்; எவ்வளவோ முயன்றும் என்னால் இதைத் திறக்கமுடியவில்லை. நான் சிறைப்பட்ட முதல் நூறாண்டுகளில் யார் என்னை விடுவிக்கிறார்களோ அவர்களுக்கு ராஜ்ஜியங்களும் செல்வமும் அறிவும் ஞானமும் மரணமற்ற வாழ்வும் அளிப்பேன் என்று உறுதியெடுத்தேன்; இரண்டாவது நூறாண்டுகளில் விடுவிப்பவர்களுக்கு ராஜ்ஜியங்களும் செல்வமும் மட்டும் அளிப்பேன் என்று உறுதியெடுத்தேன். அடுத்த நூறாண்டுகளில் இந்த அடைப்பைத் திறப்பவனை, மூன்று நூற்றாண்டுகளாக என்னை இதனுள் சிறை வைத்திருந்ததற்காக, கொல்லுவேன் என்று சூளுரைத்தேன். இப்படி ஒவ்வொரு நூறாண்டுகளிலும் என்னை திறக்கப்போகிறவனைக் கொல்வதற்காக புதியபுதிய கொடூரமான வழிகளை நான் கண்டுபிடித்து வைத்தேன். இதோ கிடைத்துவிட்டாய் நீ, அருவருப்பானக் குட்டி ஜந்துவே, உனக்குக் கிடைத்திருக்கிறது வெகுமதி. நீ இப்போது என்வசம், கொடூரமாகச் சாகப்போகிறாய் நீ."

தான் எப்படியும் சாகத்தான் போகிறோம் என்பதைப் புரிந்துகொண்ட மீனவன், கலங்காதவன்போலத் தன்னைக் கொஞ்சம் காட்டிக்கொண்டு சட்டென்று ஒரு திட்டத்தைத் தீட்டுகிறான். "நீங்கள் இந்த ஜாடியிலிருந்துதான் வந்தீர்கள் என்பதையோ அல்லது சாலமன் அரசன்தான் உங்களை உண்மையிலேயே சிறைப்படுத்தினான் என்பதையோ நான் நம்பவில்லை. ஐயா, நீங்கள் இவ்வளவு பெரியவனாக, இவ்வளவு பிரமாண்டமாக, இவ்வளவு திடகாத்திரமாக இருக்கிறீர்கள்; உங்கள் கால் கட்டைவிரல்கூட இந்த ஜாடிக்குள் போகாது" இதைக்கேட்டு அந்த ஜின் கலகலவென்று சிரித்து, "இதோ காண்பிக்கிறேன் பார்" என்றது. அது மீண்டும் தன்னை ஒரு பெரும் புகைத் திரளாக மாற்றிக்கொண்டு ஜாடிக்குள் மறுபடியும் குடிபுகுந்தது; கெட்டிக்கார மீனவன் சடாரென்று பாய்ந்து ஜாடியை மூடி போட்டு அடைத்து, ஜாக்கிரதையாகக் கடலில் உருட்டிவிட்டான். கொஞ்சம் தலையையுயர்த்தி மேலே பார்த்து சொல்லிக்கொண்டான்: அல்ஹமதில்லாஹ், நன்றி இறைவா.

நான் ஒரு ஜாடியைக் கட்டிலின் அருகில் நகர்த்திச் சென்று, கட்டிலில் கால்வைத்து ஜாடிக்குள் இறங்கினேன். நின்றால் ஒன்பது வயதுக்காரனான என் தோள்பட்டை அளவுக்கு அது

இருந்தது; ஆனால் அதன் வயிற்றுப்பகுதியில் உட்கார்ந்தால் ஆள் மறைந்துவிடுவேன் என்பதைத் தெரிந்துகொண்டேன். அந்த ஜாடி இருண்டு குளுகுளுவென்றிருந்தது; அதில் என் மனதுக்குப்பிடித்த ஈரத்தன்மையும் இருந்தது - வெக்கையான மதியநேரத்தில் நீர் வறண்ட கிணற்றின் அடியில் நிற்பதுபோல. சோதனைக்காக நான் அல்ஹமதில்லாஹ் என்று சொல்லிப்பார்த்தபோது என் குரல் கீழே நீண்ட அடைப்புக்குள் எதிரொலித்தது; அந்த ஓசை எவரது குரல் என்று கண்டுபிடிக்கமுடியாதபடி தட்டையாக இருந்தது. என்னவோ என் தலையை அழுத்திக் குரல்வளையோடு நெருக்கிவிட்டதைப்போல. வேறு வார்த்தைகளைச் சொல்ல முயன்று பார்த்தேன், வேறு உலகங்களைக் கற்பனை செய்தேன், அப்படியே தூங்கிப் போய்விட்டேன் (இல்லை நான் தூங்கவில்லை; அலிபாபா இப்படித்தான் தூங்கிப்போய், விழித்தெழும்போது தான் நாற்பது திருடர்களின் குகையிலிருப்பதைக் கண்டான்.) போகட்டும், இந்த அறையில்தான் ஹுசைன் மாமா அந்த வெள்ளிக்கிழமை எங்களோடு உணவருந்த வந்தார்; அடுத்த வாரம் அவர் அங்கே குடியிருக்கவும் வந்துவிட்டார்.

நான் முன்னோக்கித்தான் பார்க்க விரும்புகிறேன்; ஆனாலும் எப்போதும் பின்னோக்கிப் பார்ப்பதிலேயே போய் முடிகிறது; பல வருடங்களுக்கு முன்னால், அதன்பிறகு நடந்த சம்பவங்களால் - என் மனதைப் பற்றிப்பிடித்து எனது சாதாரண செயல் ஒவ்வொன்றையும் பாதித்த சம்பவங்கள் அவை - பலம் குன்றிவிட்ட காலத்தில் நுழைந்துவிடுகிறேன். என்றாலும் நான் திரும்பிப் பார்க்கும்போது, சில விஷயங்கள் இன்னமும் ஒரு குரூர ஒளியோடு பளிச்சிடுவதையும், ஒவ்வொரு ஞாபகமும் என் ரத்தத்தைச் சுண்டவைப்பதையும் காண்கிறேன். அது தோழமையற்ற இடம், நினைவுகளின் பிரதேசம்; அழுகும் மரத்துண்டுகளும் துருப்பிடித்த ஏணிகளும் கிடக்கும் பாழடைந்த இருட்டுச் சேமிப்புக்கிடங்கு - சிலநேரம் அங்கே நாம் கைவிடப்பட்ட பொருள்களுக்கிடையில் அரக்கப்பரக்கத் தேடி நேரம் போக்கிக்கொண்டிருப்போம். இப்போது இங்கே ஜில்லென்ற, இருள்மயங்கும் மாலைநேரம்; ஏற்கனவே ஒளிபாய்ச்சத் தொடங்கிவிட்ட கதகதக்கும் தெருவிளக்குகள்; வாகனங்களின், வந்தவண்ணமிருக்கும் மக்களின் தணிந்த சந்தடி - பூச்சிகள் முகாமிட்டு வாய் ஓயாமல் ஓசைகொடுப்பதைப் போல நிற்காத சலசலப்பு. நான் வாழ்ந்த மற்ற இடம், சலனமற்றுச் சின்னக் குசுகுசுப்போடு இருக்கும்; பேச்சில் ஓசையிருக்காது; ஆட்கள்

அதிகம் நடமாட மாட்டார்கள்; இருளடைந்ததும் நிசப்தமாகிவிடும். அங்கேதான் நான் அவரை, பாவப்பட்ட என் அப்பாவைக் காண்கிறேன். அவர் அதிக உயரமில்லை, அமைதியானவர், காலம் தவறாதவர், தூய வெள்ளைச் சட்டையணிந்து, தலையை ஒருபுறமாக லேசாகச் சரித்து, கண்களை கீழே தணித்துக்கொண்டு தினமும் அலுவலகத்திற்கு நடந்துபோவார். மதிய உணவு நேரத்தில் வீட்டுக்குவந்து, தன் இரு மகன்களின் முகத்தையும் தடவிக்கொடுத்துவிட்டு, குளித்துக் குட்டித் தூக்கம் போடுவார். சாயங்காலம் வெகுநேரத்துக்குப் பிறகு அவர் வெளியே கிளம்பிப்போவார்; சில நேரங்களில் அலங்கோல உடையில் குடிபோதையின் கூச்சத்துடன் பாதி ராத்திரி வீடு திரும்புவார். இவரைப் போலவே இவரது அப்பா இருந்திருந்தால் இவர் என்ன நினைப்பார் என்று சிலநேரம் நான் கற்பனை செய்து பார்ப்பேன். அல்லது இவரது அப்பா உயிரோடு இருந்து இவர் இப்படி ஆனதைப் பார்த்தால் என்ன நினைப்பார் என்று யோசிப்பேன். என் அப்பா தன் அப்பாவைப் பற்றியோ, அப்படி ஒருவர் இருந்தார் என்றோ சொல்லி நான் பார்த்ததில்லை. அவர் தலையைக் குனிந்தபடியே நடப்பதற்கு, தன் தந்தை இருந்திருந்தால் தன்னை மதித்திருக்க மாட்டார் என்பதால் இருக்கலாம்; அல்லது நாங்கள் அவரை மதிக்கவில்லை, எங்கள் குழந்தைகளிடமும் அவரைப் பற்றி சொல்ல விரும்ப மாட்டோம் என்பதால் இருக்கலாம்; அல்லது என் அம்மாவின் அன்பைத் தான் இழந்துவிட்டோம் என்று எண்ணியதாலும் இருக்கலாம். பிற்காலத்தில்தான், இந்த விஷயங்களைப் பற்றியெல்லாம் எனக்கு நினைக்க வேண்டிவந்தது; என்னென்னவெல்லாமோ நடந்து, எது வேண்டுமானாலும் நடக்கலாம் என்றானபோது; புனிதம் என்று எதுவுமில்லை என்றானப் பின்பு. அப்போதுதான் எனக்கு என் அப்பாவின் அப்பா ஒரு வீணாய்ப் போன மனிதர், குடித்து, வேசைகளிடம் கிடையாய்க் கிடந்து, இளம்வயதில் செத்துப்போன முரட்டுப் பேர்வழி என்பது தெரியவந்தது.

என் அப்பாவை ஒரு பாவப்பட்ட சாதாரணமான மனிதர் என்று எண்ணவோ அல்லது என் அம்மா அழகானவர், என் அப்பாவை நேசிக்கத்தெரிந்தவர்தான், ஆனாலும் தன் அன்பை அவருக்கு அளிக்காதவர் என்றெல்லாம்கூட யோசிக்கவோ தெரியாத சின்ன வயசு எனக்கு அப்போது. ஆனால் அப்பா சாதாரணமானவர், நிச்சயமாக ஹுசைன் மாமாவைவிடச் சாதாரணமானவர்; ஹுசைன் மாமா எங்களுக்குப் பெரிதாகத் தெரிந்தார். ஹுசைன்

மாமா தன் பசிதெரிந்து ஆற்றிக்கொள்பவர்; ஒரு சரியான இளிக்கும் பிளாக்கமூர்; என்றாலும் அவர் எங்களோடு வந்து தங்கியது அப்பாவுக்கு மகிழ்ச்சியையும் உற்சாகத்தையும் கொண்டுவந்தது. என் அப்பாவோ இருட்டைக் கண்டு பயப்படுகிறவர்.

இந்த ஏற்பாடு எப்படி நடந்தது என்று எனக்கு நினைவில்லை; ஒரு நாள் மதியம் நாங்கள் எல்லோரும் அந்த அறையைச் சுத்தப்படுத்தி, மண்ஜாடிகளை முற்றத்துக்கு மாற்றி, ரமலான் நாள் போல மெத்தையைத் தூசித் தட்டிச் சுருட்டிவைத்ததும், அந்த அறை சட்டென்று ஆழ்ந்த அம்பர் வண்ணத்தில் பளிச்சிட்டது. அப்பா சிரிப்பும் வேடிக்கைப்பேச்சுமாக இருந்தார்; ஹுசைன் மாமாவோடு ஆங்கிலத்திலேயே பேசிப்பழகப் போவதால் தன் ஆங்கிலம் இனி உருப்பட்டுவிடும் என்றெல்லாம் அவரைச் சீண்டினார். இந்தப் புதிய ஏற்பாட்டிற்கு அம்மாவின் தயக்கமுணுமுணுப்புகளை அவர் பெரிதாக மனதில் போட்டுக்கொள்ளவில்லை. ஒரு மாசத்துக்குத்தான், பருவக்காற்றுக் காலம் முடியும்வரைக்கும்தான் என்றார் அப்பா. அப்போது ஹுசைன் மாமாவும் கூட இருந்தார். ஒவ்வொரு நாள் காலையிலும் அப்பாவுக்கும் அம்மாவுக்கும் வணக்கம் சொல்லிவிட்டுப் பள்ளிக்குப் போகும்போது கீழே திறந்திருக்கும் வாசலில் நின்று ஹுசைன் மாமாவுக்கும் வணக்கம் தெரிவித்துவிட்டுப் போவேன். ஒவ்வொரு நாள் காலையிலும் சத்தம்காட்டாமல் அவர் எனக்கு ஒரு ஷில்லிங்கும் ஹசனுக்கு இரண்டு ஷில்லிங்கும் தருவார்; தரும்போது, தனது தானத்தை யாரிடமும் சொல்லக்கூடாது என்பதைப் போல வாயில் விரலை வைப்பார். மதியத்தில் அப்பா அவரோடு சேர்ந்து உணவருந்துவார், பின்னர் இருவரும் ஒன்றிரண்டு மணி நேரம் அளவளாவுவார்கள். அதன்பிறகு அப்பா அவரால் தவிர்க்கவே முடியாத மதியத் தூக்கத்துக்குக் கிளம்புவார். மாலையில் இருவருமாக கஃபேக்கோ, நடப்பதற்கோ செல்வார்கள், பின்னர் திரும்பிவந்து ஹுசைன் மாமா வைத்திருந்த ரேடியோவில் ஆங்கில நிகழ்ச்சிகள் கேட்பார்கள். சில நேரங்களில் வேறு சிலர் - இவர்கள் என் அப்பாவிடம் சினேகத்தோடு இருந்தவர்களா என்று எனக்குத் தெரியாது - வந்து அவர்களோடு அமர்ந்து பேசிக்கொண்டும் பேச்சைக் கேட்டுகொண்டும் இருப்பார்கள். ஆங்கிலமும் அரபியும் கிஸ்வாஹிலியும் கலந்து அவர்கள் சத்தமாக விதவிதமான மொழிகளில் வேடிக்கையாகப் பேசிக்கொண்டிருப்பார்கள். அந்த அறையிலிருந்து வரும் சிரிப்பொலியும் சத்தமும் ஒட்டுமொத்த வீட்டையே நிரப்பும். சுற்றியலைந்து காப்பி விற்பவர்கூட எங்கள்

வீட்டிற்குப் பாரா கொடுக்க ஆரம்பித்துவிட்டார்; ஒவ்வொரு இரவும் வந்து கனவான்கள் யாருக்காவது காப்பி தேவைப்படுமா என்று பார்ப்பார்; அப்படியே கொஞ்ச நேரம் நின்று அவர்களின் ஃபோஹ் ஃபோஹ் ஃபோஹ் பேச்சை -அவர்களின் ஆங்கிலத்தை அவர் அப்படித்தான் பேசிக்காட்டினார் - ரசித்துக்கேட்பார். கோவாக்காரர் நடத்தும் அழுக்கான பாருக்கு அப்பா போவது அப்போது நின்றது. அவர் அங்கேதான் போவாரா என்று எனக்குத் தெரியாது; எனக்குத் தெரிந்து அங்கே இருந்த பார் அது ஒன்றுதான், எனவே அங்கேதான் அவர் போவார் என்று எண்ணிக்கொண்டேன். பார்கள் எல்லாம் துருப்பிடித்த கம்பி கிரில்போட்ட ஜன்னல்களோடு, அதே போலத்தான் இருக்கும் என்று நான் வெகுகாலம் எண்ணியிருந்தேன். என் அம்மா மாலை வீடு திரும்பும்போது அந்த அறைக்குள் பார்க்காமலே அங்கிருக்கும் ஆண்களுக்கு வந்தனம் சொல்வார்; பின்னர், நாங்கள் அங்கிருக்கிறோம் என்று தெரிந்தால் நடந்துபோய்க்கொண்டே எங்கள் பெயரை அழைத்து தன்னோடு மேலே வரச் சொல்லுவார்.

ஹூசைன் மாமா மேலே வந்ததே இல்லை. அவர் வரவேண்டிய அவசியமும் இருக்கவில்லை. கீழே முற்றத்தின் கோடியில் ஒரு குளியலறை இருந்தது; அதாவது, டாய்லெட், ஒரு தண்ணீர் குழாய், ஒரு அலுமினிய வாளி, நீர் மொண்டுகொள்ள ஒரு ப்ளூ பிராண்ட் தாவர வெண்ணெய் டப்பா ஆகியவை கொண்ட அறை; எல்லாமே பாங்காக, சுத்தமாக இருக்கும், வேறு வீடுகளில் நீங்கள் பார்ப்பதைவிடச் சுத்தமாக. கொஞ்சம் இருட்டாக இருக்கும்தான்; அதுவும் இரவில் படுபயங்கரமாக இருக்கும்; மேலேயுள்ள கழிவறைக்குள் யாராவது இருந்து, அவசரமாக முட்டிக்கொண்டிருந்தால் மட்டுமே அதைப் பயன்படுத்த வேண்டிவரும். ஆனால் ஹூசைன் மாமாவோ கடல் கடந்து பல நூறு மைல்கள் பயணம் செய்து இங்கே வந்திருப்பவர், குளியலறைக்கு தான் வந்த காரியத்தில் கண்ணாய் இருப்பாரே தவிர இந்த இருட்டுப் புரட்டு எல்லாம் கவனிக்கமாட்டார்; எதுவானாலும், அவர் மேலே வந்ததே இல்லை. ஏதாவது அவருக்கு வேண்டுமென்றால், படிக்கட்டின் கீழே நின்றபடியே அப்பாவை அழைப்பார். அப்பா வெளியே போயிருந்தாலோ அல்லது மதியத் தூக்கத்திலிருந்தாலோ அம்மா பதிலளித்தாலும், தன் முகத்தைக் காட்டமாட்டார், மறைந்து நின்று பதில்கொடுப்பார். நானோ ஹசனோ இருந்தால், மரியாதைக்காகப் படிக்கட்டில் மேல்படியில் வந்து நிற்போம், அல்லது கீழே விரைந்துபோய்

ஹுஸைன் மாமா கொண்டு வந்திருப்பவற்றை வாங்கிவருவோம். யார் பதில்சொன்னாலும் சரி, அவர் தான் சொல்லவேண்டியதைக் கண்களைத் தாழ்த்திக்கொண்டுதான் சொல்லுவார், ஒருவேளை என் அம்மா மேலே படிக்கட்டில் நின்றிருந்து தான் கவனக்குறைவாய் மேலே பார்க்கப்போய் அம்மாவுக்குச் சங்கடமாகிவிடக்கூடாதே என்றுதான். தினமும் அவர் ஏதாவது வாங்கிக்கொண்டு வருவார்: இரவு உணவுக்குக் கொஞ்சம் மீன்; காப்பிக்கொட்டையும் இனிப்புப் பேரீச்சைப்பழமும்; ஒருமுறை சோமாலிய மாலுமி ஒருவனிடமிருந்து கோராத் துண்டால் இறுக்கமாக வாய்கட்டப்பட்ட ஒரு குடம் தேன் வாங்கிக் கொண்டுவந்திருந்தார்; மற்றொருமுறை குங்கிலியமும் மரப் பிசினும்; சிலநேரங்களில் விசித்திரமானப் பொருட்களைக் கொண்டுவந்து எதுவும் சொல்லாமல் கைகளில் தருவார்; அப்படித்தான் எனக்குச் சீன மொழிக் கையேடும், ஹசனுக்கு ஜெபமாலையும் கிடைத்தன.

வழக்கமாக அவர், என் அப்பா மதியத் தொழுகை முடிந்து வீட்டிற்கு வருவதற்கு சற்று முன்னால் வருவார். அறைக்கதவைத் திறந்துவைத்து, மெத்தையில் அமர்ந்து படிப்பதற்கான கண்ணாடியோடு தனது குறிப்புப் புத்தகத்தில் கணக்குப் பார்த்துக்கொண்டிருப்பார் அல்லது குரான் படித்துக்கொண்டிருப்பார். மூக்குக்கண்ணாடியை கொஞ்சம் விளையாட்டுக்காகப் போட்டுக்கொண்டிருக்கிறாரோ என்று எப்போதும் தோன்றும்; அது உண்மையில் அவருக்குத் தேவையில்லை என்பதைப் போல; அவர் உண்மையிலேயே கணக்குப் பார்க்கவோ குரான் படிக்கவோ இல்லை, நாங்கள் வீட்டிற்கு வெளியே போகும்போதோ வரும்போதோ சந்தித்துக்கொண்டால் முகமன் கூறிக்கொள்வோம். நாங்கள் ஒன்றும் சொல்லாமல் போனால் அவர் எங்களைத் திரும்பக் கூப்பிடுவார். இப்படி அழைத்து மரியாதைக் காண்பிக்கக் கேட்பது எங்களைச் சங்கடப்படுத்தவில்லை. பெண் விருந்தாளிகள் கடந்துபோகும்போது வணக்கம் சொன்னால் அவரும் தலையைத் தூக்கிப் பார்க்காமல் மரியாதைக் காண்பித்து பதில் சொல்வார். அப்பா வீடு திரும்பியதும் கீழே வாசலில் நிற்பார்; இருவரும் கொஞ்சம் வார்த்தைகள் பரிமாறிக்கொள்வார்கள்; பேச்சுக் கொஞ்சத்தோடு நிற்காது, அடிக்கணக்கில் நீண்டுகொண்டே போகும், ஆங்கிலத்தில் பேசிச் சிரித்து ஜோக்கடித்துக்கொண்டு நம்மால் புரிந்துகொள்ளமுடியாத ஆரவாரமாக இருக்கும். அப்பா என்னையும் ஹசனையும் அழைத்து ஒருவிதமான சோகத்தோடு எங்கள் முகத்தைத் தடவிக்கொடுப்பது மறந்துவிடுகிற அளவுக்குப் பேச்சு ஓடும். அவ்வப்போது ஹுஸைன் மாமாவின் சாப்பாட்டோடு

தன் சாப்பாட்டையும் அப்பா கீழே கொண்டுவரச் சொல்லுவார்; இருவரும் சேர்ந்து சாப்பிட்டபடி பேசிக்கொண்டு ஒரு மணி நேரம் உட்கார்ந்திருப்பார்கள்.

ஹுசைன் மாமாவின் மதிய உணவிருக்கும் தட்டைக் கீழே கொண்டுவருவது ஹசனின் வேலை. அம்மா முதலில் அவருக்குச் சாப்பாடு கொடுத்துவிடுவார்; அதன் பிறகுதான் நாங்கள் எல்லோரும் மேலே சேர்ந்திருந்து சாப்பிடுவோம். உண்டபிறகு ஹசன் தட்டை எடுத்துவருவதற்காகக் கீழே போவான்; அதன்பின் ஆங்கிலம் கற்கவென்று மீண்டும் கீழே போவான். அவன் ஆங்கிலம் கற்கவேண்டும் என்பது ஹுசைன் மாமாவின் யோசனை. ஒரு நாள் மாலை அப்பாவின் வற்புறுத்தலுக்காக ஹசன் புரூடஸ்ஸின் உரையை சொல்லிக் காண்பித்தான், தினமும் தன்னிடம் அவன் ஆங்கிலம் கற்றுக்கொள்ளட்டும் என்று சொல்லுமளவுக்கு ஹுசைன் மாமா பிரமித்துப் போய்விட்டார். ஹசனுக்கு அந்த மொழியில் நல்ல திறமை இருக்கிறதாம், அவர் சொன்னதாக அப்பா எங்களிடம் பெருமையாகச் சொன்னார். எனவே ஒவ்வொரு நாளும் ஹசன் அவசரவசரமாக மதிய உணவைச் சாப்பிட்டுவிட்டு, ஹுசைன் மாமா கூப்பிடுவதற்காகக் காத்திருப்பான். என் அப்பா கீழே பேசிக்கொண்டிருந்தால் கீழேயிருந்து அழைப்பு வரும்வரையிலும் ஹசன் எரிச்சலோடு நிலைகொள்ளாமல் அங்குமிங்கும் நடந்தபடியிருப்பான். மதிய உணவுக்குப் பிறகு நான் குரான் வகுப்பிற்குப் போகவேண்டும், தினமும், மழையோ வெயிலோ பெருவெள்ளமோ எதுவானாலும். எனவே ஹசன் என்ன படித்தான் என்று தெரிந்துகொள்ள எனக்குச் சந்தர்ப்பம் வாய்க்கவே இல்லை. ஹசனும் ஏனோ அதைப் பற்றி என்னிடம் பேச ஈடுபாடு காட்டவில்லை. ஆனால் எப்போது பார்த்தாலும் ஹுசைன் மாமா இதைச் சொன்னார், ஹுசைன் மாமா அதைச் சொன்னார் என்று சொல்லத் தொடங்கினான். அவர் இதைச் செய்திருக்கிறார் தெரியுமா? அதைப் பார்த்திருக்கிறார் தெரியுமா? அங்கே இருந்திருக்கிறார் தெரியுமா? அவர் இன்றைக்கு என்ன தந்திருக்கிறார் பார்த்தாயா? ஒரு கைக்கடிகாரம், ஒரு மைபேனா, ஒரு நோட்டுப்புத்தகம், விலையுயர்ந்த சில பொருட்கள். எனக்குக் கதைகேட்பதில் ஆர்வமுண்டு -ஆனாலும் என் அம்மா சொன்ன வியாபாரிகளும் ஏழைமக்களும், வசீகரமான இளவரசிகளும் கோபக்கார ஜின்களும் கதைகளைப் போல இவை அவ்வளவு உற்சாகத்தைத் தரவில்லை. அன்பளிப்புகள் பற்றி எனக்குப் பொறாமையும் இருந்தது; ஆனாலும் பொறுக்கமுடியாத பொறாமையல்ல, ஏனென்றால்

ஹசன் அவனுக்குக் கிடைத்தவற்றை என்னோடு தாராளமாகப் பகிர்ந்துகொண்டான். ஆனால் எல்லாவற்றிற்கும் மேலாக ஹூசைன் மாமாவுக்கு என்னையும் பிடிக்கவேண்டும் என்று விரும்பினேன், ஹசனை அவருக்குப் பிடித்ததைப்போல. மதிய வேளையில் அவர் என்னை அவரின் அறைக்கு அழைத்து, தன்னருகில் அமர்த்திக் கதைகள் சொல்லவேண்டும், விலைகூடிய அன்பளிப்புகள் தரவேண்டும் என்று விரும்பினேன்.

என் பெற்றோர்கள் தங்களின் வீட்டை இழக்கக் காரணமான அந்த ஒப்பந்தம் இந்த சமயத்தில்தான் போடப்பட்டிருக்கவேண்டும். பெரியவர்களின் இதுபோன்ற சமாச்சாரங்களில் இருக்கும் சிக்கல்களைக் அறியவோ அல்லது புரிந்துகொண்டிருக்கவோ முடியாத அளவுக்கு ரொம்பச் சின்னவயது எனக்கு அப்போது. எல்லாக் குழந்தைகளைப் போல நானும் எங்கேயாவது உளறிவிடுவேனோ என்றுதான் இதைப் பற்றி என்னெதிரில் அவர்கள் வாயே திறக்கவில்லை. அப்பா ஹூசைன் மாமாவோடு போட்டுக்கொண்ட ஒப்பந்தம் பற்றி நான் கேள்விப்படும்போது, அது பெரிய சிக்கலாக மாறி, பெரும் மனத்தாங்கலாகவும் வஞ்சகச் செயலாகவும் பேசும்படி ஆகி விட்டிருந்தது. ஹூசைன் எங்களோடிருந்த ஒன்றிரண்டு மாதங்கள் அப்பா எவ்வளவு சந்தோஷமாக இருந்தார், ஒரு புதிய நண்பர் கிடைத்ததில் எவ்வளவு திருப்தியாக இருந்தார், அதற்கு முன்பைவிட அப்போதுதான் எப்படி அவர் ஓர் அப்பாவாக இருந்தார் என்பதெல்லாம் எனக்கு நினைவுக்கு வருகிறது. தன்னம்பிக்கையோடும் தான் சொல்வதுதான் சரி என்ற பிடிவாதத்தோடும், அவருக்குப் பிடித்தவற்றையும் வேண்டியவற்றையும் பிறர் உடனே செய்யவேண்டுமென்ற எதிர்பார்ப்புக் கொண்டவராக, அவரை ஆட்கொண்டிருந்த விஷயத்தில் தன்னை ஈடுபடுத்திக்கொள்வதற்காக எங்களை ஒதுக்கித் தள்ளிவிட்டு, தான் ஒரு ஆண் என்ற தோரணையில் உலகநடப்புதெரிந்த தனது ஆண் சினேகிதர்களுடன் வருவதும்போவதுமாக இருந்தார். தலையைக் குனிந்தவாறே சென்ற, சில நாட்களில் மௌனமாகக்கூட இருந்த ஒருவரை, கெட்டகெட்டதாகப் பேசிக்கொண்டு எதைப்பற்றியும் கவலைப்படாமல் உரக்கச் சிரிப்பவராகப் பார்ப்பது புதிய பரிமாணம்தான். இந்த உற்சாகமும் தன்னம்பிக்கையும்தான் ஹூசைன் மாமாவோடு வியாபாரத்தில் இறங்குகிற அளவுக்கு அதிகப்படியான துணிச்சலை அவருக்கு அளித்துவிட்டது என்று

எனக்குத் தோன்றுகிறது. கட்டிலினருகில் சாம்பிராணித் தட்டிலிருந்து புகை மெல்லியதாக எழுந்துகொண்டிருக்க, அவர்கள் இருவரும் பொக்காரோவில் கைமேல் தலைவைத்துச் சாய்ந்தபடி, ஒரு கால் உயர்ந்திருக்க, முகங்களை அருகருகே வைத்து அடங்கிய குரலில் பேசிக்கொண்டிருந்த விஷயங்களில் இதுவும் இருந்திருக்கவேண்டும். அவர்கள் ஆங்கிலத்தில்தான் பேசினார்கள், எனக்கு அது வெறும் ஃபோஹ் ஃபோஹ் ஃபோஹ்தான், அவர்கள் அப்படித் தணிந்த குரலில் பேசவேண்டிய அவசியமே இல்லை; ஆனால் அவர்கள் விஷயமே அப்படித்தான்: வேறுயாரும் கேட்டுவிடுவார்களோ என்ற அச்சத்தில் இப்படி மயக்குகிற தொனியில் குசுகுசுப்பது. அந்த ஒப்பந்தம் பற்றி நான் பின்னர் தெரிந்துகொண்டது என்னவென்றால், அப்பா வீட்டின் பேரில் கடன் வாங்கி ஹூசைன் மாமாவின் வியாபாரத்தில் பங்காளியாவார்; தொழில் முடங்கிப்போய்விட்டால் - அப்படித்தான் ஹூசைன் பின்னால் சொன்னார் - அந்தக் கடனை அடைக்க அப்பாவிடம் பணம் இல்லை என்றால் அந்த வீட்டை விட்டுக்கொடுத்துவிடவேண்டும். சுருக்கமாக இதுதான் விஷயம். அந்த ஒப்பந்தம் இப்படித்தான் ஏற்பட்டிருக்கவேண்டும் என்பது என் ஊகம்: ஹூசைன் மாமா என் அப்பாவிடம், இந்த ரகசிய ஏற்பாட்டின்மூலம் அவருக்கு ஊரில் முக்கியத்துவம் கிடைக்கும் என்றும், அவரைத் துணிச்சல்காரராகவும் விஷயம் தெரிந்தவராகவும் தோற்றமளிக்கச் செய்து ஒரு சரியான ஆண்மகனாகக் காட்டும் என்றும் ஆசைமூட்டியிருக்கவேண்டும்.

ஒரு நாள் மாலை நான் குரான் வகுப்பிலிருந்து சற்றுச் சீக்கிரமாக வீட்டுக்கு வந்தேன்; வயிற்றுப்போக்கு படுத்தியதால் ஆசிரியர் என்னைப் போக அனுமதித்திருந்தார். நான் தெருவிலிருந்து கண்டதை வாங்கித் தின்றதால் வந்திருக்கவேண்டும். எனது அவஸ்தைக் கண்கூடாகத் தெரிந்தது, கூச்சமில்லாமல் வயிற்றைப் பிடித்துக்கொண்டு முனகினேன், அனுமதி கேட்பதற்குக்கூட முடியாமல் கழிப்பறைக்கு ஓடினேன்; திரும்பிவந்ததும் ஆசிரியரே என்னை வீட்டுக்குப் போகச் சொல்லிவிட்டார். வீட்டுக்கு வந்ததுமே இன்னொரு முறை முட்டிக்கொண்டு வந்துவிட்டது, ஆனால் கழிப்பறையில் ஆள் இருந்தது. கீழே இருந்த இருட்டுக் கழிப்பறைக்கு ஓடினேன், ஆனால் அங்கேயும் ஆள் இருந்தது. மீண்டும் மாடிக்கு ஓடி, கழிப்பறைக்கு வெளியே நாட்டியமாடத் தொடங்கினேன், உள்ளே யாரிருந்தாலும் உடனே வெளியே வாருங்கள் என்று குரல்கொடுத்துக்கொண்டே. ஷவரில் தண்ணீர் முழுவீச்சோடு விழுந்துகொண்டிருந்தது; பெருத்த ஓசையோடு வேகமாகத்

தண்ணீர் விழும்போது தன்னை மறந்துநிற்கும் யாருக்கும் அதை நிறுத்தவே தோன்றாது. ஆனால் நானோ தவித்துக்கொண்டிருந்தேன், கதவைத் தட்டுத்தட்டென்று தட்டினேன்; எந்த நிமிடத்திலும் வெடித்துவிடுபவனைப் போல இருந்த ஒன்பது வயதுக்காரச் சிறுவனின் பரிதாபக் குரலில் சிணுங்கினேன். ஹசன் கதவைத் திறந்து, தண்ணீர் சொட்டச்சொட்ட, மேலெல்லாம் தண்ணீர் மினுங்க நின்றான்; பின்னர் கண்களைத் தாழ்த்தியபடியே என்னைக் கடந்து போனான். நான் செய்யவேண்டியதைச் செய்ய உள்ளே விரைந்தேன்; என் அவஸ்தை விலகி நான் கழுவிக்கொண்ட பிறகுதான் ஒரு சின்ன அச்சத்தின் வலியை மனதில் உணர்ந்தேன்.

ஹசன் முதலில் கதவைத் திறந்தபோது அவன் கண்கள் ஏதோ சங்கடத்தில் விரிந்து உருண்டுத் தெரிந்தன; அது அவமானமாகவோ குற்றவுணர்வாகவோ இருக்கலாம். அதன் பின்னர் அவன் ஒரு வார்த்தைகூடப் பேசாமல் கண்களைத் தாழ்த்தியபடியே, அவனைப் பற்றிக்கொண்டிருக்கும் எதையோ ஆழ்ந்து யோசித்தபடி நடந்தான். அவன் இப்படியெல்லாம் இருக்கவே மாட்டான். இதுமாதிரி மதிய நேரத்தில் அவன் குளித்து நான் பார்த்ததே இல்லை. மினுங்கும் நிர்வாண உடம்போடு அவன் நின்றான், பின்னர் அப்படியே குளியலறையை விட்டு வெளியே நடந்தும் போனான்; வழக்கமாக அவன் குளியலறைக்கு வெளியே உடையில்லாமல் இருந்ததே கிடையாது. என் பெற்றோர் யாராவது இருந்திருந்தால் இப்படி அவன் நிர்வாணமாக இருப்பது பொறுத்துகொள்ளமுடியாத அநாகரிகமாக அவர்களுக்குத் தோன்றியிருக்கும். ஹசனுக்கு உறுதியான, நல்ல உடல்கட்டு; வாலிபன்; சமீபகாலமாக அவனுக்கே தான் முதிர்ந்துவிட்டோம் என்பது ரொம்பவும் மனதில் பதிந்துவிட்டதால் நாங்கள் இருவரும் அறையில் தனியாக இருக்கும்போதுகூட தனது உறுப்பை மறைத்துக்கொண்டுதான் இருப்பான்; முன்பெல்லாம் அவனுக்குத் தோன்றினால் கவலையே படாமல் அதைத் தொங்கப்போட்டுக்கொண்டு அலைவான். அவன் முகத்தில் இப்போதோ நடக்கக்கூடாதது ஏதோ நடந்துவிட்டதுபோன்ற பாவம்; முன்பெல்லாம் ஏடாகூடமாக ஏதாவது நடந்துவிட்டால் கோபத்தோடு வெறிக்கப் பார்த்தவன் அவன்; அல்லது வெறுப்போடு எதிர்ப்புக்காட்டித் தப்பியோடியவன். நான் அறைக்குத் திரும்பியபோது அவன் போயிருந்தான்; எனக்கு உடம்பு ரொம்பப் படுத்தியதால் அந்த மதியநேரத்தில் அவன் வினோதமாக நடந்துகொண்டதைப் பற்றி யோசிக்கவோ, ஞாபகப்படுத்திக்கொள்ளவோ என்னால் முடியவில்லை. எனது

வயிற்றுப்போக்கு அதிகமாகி, காய்ச்சல் வந்ததோடு நாள் கணக்கில் வலியோடு வயிற்றிலிருந்து போய்க்கொண்டே இருக்க நான் மயக்க நிலைக்குப் போய்விட்டேன்.

நான் இந்த உலகத்துக்கு மீண்டபோது, எனக்கு சுயநினைவு வந்தபோது, கண்விழித்துப் பார்த்தபோது, எங்கள் அறையில் நான் தனியாக இருப்பதை உணர்ந்தேன். ஹசனின் கட்டில் படுக்கை இல்லாமல் வெறுமையாக இருந்தது. நான் மூன்று நாட்கள் - அதென்ன எப்போதும் மூன்று நாட்கள்? - சுயநினைவில்லாமல் இருந்தேன். சிலநேரங்களில் நான் பிழைப்பேனா என்றுகூட இருந்ததாம். பெற்றோர்கள் தங்கள் குழந்தைகளைப் பற்றி வழக்கமாகச் சொல்வதுதான் இது என்று தோன்றினாலும், அவர்கள் விலைமதிப்பற்ற தங்கள் குழந்தையின் உயிரைப் பற்றி உண்மையிலே பயந்தார்கள் என்பது தெரிந்தது. எனக்கு என்ன வந்திருக்கிறது என்று அவர்களுக்குத் தெரியவில்லை; மருத்துவருக்கும்தான் - அவருக்கு அப்படித் தெரியாமலிருப்பது ஒன்றும் புதிதல்ல. பொதுவாக, அவர் எல்லோருக்குமே ஊசிப் போட்டுவிடுவார், அவருக்கு வரும்படி கூடும் என்று; ஏதாவது மருந்தோ மாத்திரையோ தனது சொந்த மருந்துக்கடையிலிருந்து கொடுப்பார், அப்போதுதான் நோயாளிகள் திரும்பத்திரும்ப அவரிடம் வருவார்கள். நோய் இன்னதென்று கண்டுபிடிப்பதில் அவரது திறமைமீது என் பெற்றோர்களுக்கு நம்பிக்கை இல்லை என்பதால், நோய் தொற்றிவிடக்கூடாது என்று ஹசனை முதலிலேயே அறையிலிருந்து வெளியே அனுப்பிவிட்டார்கள். குடும்பத்தின் தலைக் குழந்தை, ஆகாய ராஜ்ஜியத்தின் அடுத்த அதிபதி அவன். வரவேற்பறையில் பாய்போட்டுத் தரையில் அவனைப் படுக்கவைத்தார்கள். ஆனால் இந்த ஏற்பாட்டைக் கேள்விப்பட்ட ஹுசைன் மாமா அதற்குச் சம்மதிக்கவில்லை. தரையில் படுப்பது அவனுக்கு அசௌகரியமாக இருக்கும், போகிற வருகிறவர்களுக்கு இடைஞ்சலாக இருக்கும். எப்படியோ அவருக்கு, ஹுசைன் மாமாவுக்கு, அவனை அங்கே இருந்து கிளப்பி கீழேயுள்ள அறைக்குக் கூட்டிக்கொண்டுபோய்விட வேண்டும். இப்போது அப்பாவும் மறுப்புச் சொல்லவில்லை. எனவே, ஹசனின் படுக்கையைச் சுருட்டியெடுத்துக் கீழே கொண்டுபோனார்கள். இனி கூடக் கொஞ்ச நேரம் நீ ஆங்கிலம் கற்றுக்கொள்ளலாம், அப்பா ஹசனிடம் சொல்வதாக நான் கற்பனை செய்துகொண்டேன்.

எனக்கு நினைவுதிரும்பிய அன்று ஹசன் எங்கள் அறைக்கே மீண்டும் வந்தான், ஆனால் அவனுக்கு அது பிடிக்கவில்லை.

முடியாமல் கிடக்கும் என் பக்கம் பெயருக்குக்கூடப் பார்க்காமல், சுவரைப் பார்த்துத் திரும்பிப் படுத்துக்கொண்டான். அம்மா முதலில் என்னோடு போய் படுக்கச் சொன்னதற்கு அவன் வாக்குவாதம் செய்ததை நான் கேட்டேன். அதன்பிறகு அம்மா கோபம் தலைக்கேறி பிடிவாதமாக வற்புறுத்துவதையும் பார்த்தேன். உனக்குப் பிடிக்கிறதோ இல்லையோ நீ உன் அறையில்தான் தூங்கப்போகிறாய், பாவத்துக்குப் பிறந்தவனே என்றாள் அவள். இப்படிக் கோபப்பட்டு அவனிடம் பேசிப் பழக்கமில்லை என்பதால் அதற்குமேல் அவனால் ஒன்று சொல்லமுடியவில்லை. அவள் ஏன் இவ்வளவு கோபப்பட்டாள், அவளது கோபம் ஹசன்மீதா அல்லது ஹுஸைன் மீதா என்று என்னை அது யோசிக்கவைத்தது. ஹுஸைன் மாமா எங்களோடு தங்கியிருப்பது பற்றி அவள் என்ன நினைக்கிறாள் என்று முன்பு யோசித்திருக்கிறேன். ஹுஸைன் மாமாவைப் பற்றி எதுவும் அவர் சொல்லி நான் கேட்டதேயில்லை. ஆனால் சிலநேரங்களில் அவர் கடைபிடிக்கும் மௌனமே அவர் நினைத்ததைச் சொல்லாமல் சொல்வதுபோல இருக்கும். அப்பா மேலே எங்களிடம் ஹுஸைன் மாமா இதைச் சொன்னார், இதைச் செய்தார் என்றெல்லாம் கதைவிட்டுக்கொண்டு இருப்பார்; அவரது தொனி எங்களையும் கலந்துகொண்டு உற்சாகமாக இருக்க அழைக்கும், வேண்டுகோள் கூட விடுக்கும். ஆனால் அம்மா ஒருவார்த்தைக்கூட பேசாமல் முகத்தில் சலனமில்லாமல் உட்கார்ந்திருப்பாள். அப்பாவின் கூச்சப்படும்படியான இந்த உற்சாகத்தினால்தான் அம்மா அவரிடம் வெறுப்போடு நடந்துகொள்கிறாளோ என்று தோன்றும்; வேறு பல சந்தர்ப்பங்களிலும் இப்படித்தான். ஆகவே, ஹுஸைன் மாமா எங்களோடு வந்து தங்கியது அம்மாவுக்குப் பிடித்ததா இல்லையா என்று தெளிவாகச் சொல்லமுடியவில்லை. பிறசமயங்களில், அம்மா அவரின் அழைப்புக்கு மாடிப்படியின் மேலே நின்றுகொண்டே பதில் கொடுப்பார்; அவருக்கு மதியச் சாப்பாடு கொண்டுபோகவேண்டிய நேரம் வந்ததும் எல்லாம் சரியாக இருக்கவேண்டும், அவர் எங்களைப் பற்றி நல்லவிதமாக நினைக்கவேண்டும் என்பதில் அவள் பதற்றமாக இருப்பதுபோலத் தோன்றும்.

அடுத்துவந்த சில தினங்கள் நான் வீட்டிலேயே தங்கிவிட்டேன்; படுத்தபடுக்கையாக இல்லை என்றாலும் பள்ளிக்கூடம் போகுமளவுக்குத் தெம்பாக இல்லை. ஹசனுக்கு இன்னமும் என்மீது கோபம் போகவில்லை; என்னவோ, அவன் என்னிடம் அதிகம் பேசுவதில்லை. மதியம் வழக்கம்போல அவன் ஆங்கிலம் கற்றுக்கொள்ள ஆர்வத்தோடு போய்விட்டு, ஒரே நேரத்தில்

உற்சாகமும் அவஸ்தையும் முகத்தில் தெரிய திரும்பிவந்தான். வழக்கமாக எனக்குப் போகவேண்டிய வகுப்புகள் இருந்ததால், அவன் ஹுசைன் மாமாவிடம் என்ன படிக்கிறான் என்று பார்க்கமுடிந்ததில்லை. எனவே, பாடங்கள் அவனுக்குக் கஷ்டம் போலிருக்கிறது, அதனால்தான் இப்படி முகம் வேதனையோடு இருக்கிறது என்று நினைத்துக்கொண்டேன். அப்போதுதான் நான் அம்மாவின் கண்களில் அந்தப் பார்வையைப் பார்த்தேன்; ஹுசைன் மாமா பற்றிய பயம் அவளுக்கிருக்கிறது என்று எனக்குத் தெரிந்தது. நான் வீட்டிலிருந்த நாட்களில் அம்மாவைச் சுற்றியே வீடு பூரா நடந்துகொண்டிருந்தேன்; அவள் சமையல் செய்யும்போது சமையலறையில் கூடவே இருந்தேன். அவள் பேசியதும் சிரித்ததும் எனக்குச் சந்தோஷம் மூட்டியதும், வழக்கமாகத் தாய்மார்கள் உடம்பு முடியாத தங்கள் குழந்தைகளிடம் நடந்துகொள்வதைப் போல கேலிசெய்ததும் என் கற்பனையில் வருகின்றன. ஆனால் ஒரு சந்தர்ப்பம் எனக்கு நினைவில் இருக்கிறது. கீழே முன்வாசல் கதவில் சாவி போடும் சத்தம் கேட்கிறது, அம்மா அமைதியாக அமர்ந்திருக்கிறாள், அவளது கண்கள் மட்டும் இரண்டு பக்கமும் நகர்ந்தபடி, எதையோ அவதானித்து விரிகின்றன. அதன்பின் அவள் உமிழ்நீரை விழுங்கிக்கொண்டு கண்களைச் சிமிட்டுகிறாள். ஏனோ எனக்கு அவள் ஆபத்தில் இருக்கிறாள் அல்லது உடல்நலமில்லாமல் இருக்கிறாள் என்று தோன்றுகிறது. என்னைப் பார்த்து சிரித்தாளோ என்னவோ. அவள் நாடகபாணியில் கண்களை இருபக்கமும் அசைத்ததும், பின்னர் உமிழ்நீரை விழுங்கியதும் கண்களைச் சிமிட்டியதும்கூட என் கற்பனையாக இருக்கலாம். ஹுசைன் மாமா வந்தபோது நான் வீட்டில் எங்கோகூட இருந்திருக்கலாம், கதவில் சாவி போடும் சத்தம் கேட்டு அம்மா அப்படியானது நான் பின்னால் கற்பனை செய்ததாகக்கூட இருக்கலாம். அம்மா அவரோடு பேசியதும் அதன்பிறகு அவர் பின்னால் அவரது அறைக்குச் சென்றதும் வேறுநாளாக இருக்கலாம், அதே நாள் இல்லவே இல்லை.

நான் வெளியே விளையாடப் போயிருக்கிறேன் என்று அவர்கள் நினைத்திருக்கவேண்டும். வெளியே என்னைப் போக அனுமதிக்கும் அளவுக்கு நான் தேறிவிட்டிருந்தேன், எனவே நான் அக்கம்பக்கத்தவர் வீடுகள் ஒன்றில் விளையாடப் போயிருக்கிறேன் என்று நினைத்திருக்க வேண்டும். நான் போயிருந்தேன்தான். ஆனால் திரும்பி வந்துவிட்டேன்; வந்தவன், அறையிலிருந்து எடுத்து முற்றத்தில் மாற்றிவைத்திருந்த பெரிய மண்ஜாடிகளில் ஒன்றின்

உள்ளே நுழைந்திருந்தேன். ஜாடியின் அமைதியான உட்புறத்தில் சுருண்டு உட்கார்ந்துகொண்டு, மேல்மாடி மட்டப்பாவுக்கு மேலே தெரிந்த துண்டு ஆகாயத்தைப் பார்த்தபடியிருந்தேன். அம்மாவின் குரல் கேட்டதும், திடீரென்று எழுந்து நின்று அவளை பயத்தில் துள்ளவைக்கவேண்டும் என்று நினைத்துக்கொண்டு உள்ளூரச் சிரித்தேன். ஆனால் அவள் தொடர்ந்து தணிந்த குரலிலேயே பேசுவது கேட்டதும் நான் தயங்கினேன். நான் மெதுவாக எட்டிப் பார்த்தேன், அம்மாவும் ஹுசைன் மாமாவும் அவரது அறையின் வாசலுக்கு வெளியே கொஞ்சம் விலகிநின்று பேசிக்கொண்டிருப்பதைக் கண்டேன். அம்மா “நான் உள்ளே வரவேண்டுமா?” என்று சொல்லுவது கேட்டது; அம்மா ஹுசைன் மாமாவைக் கடந்து நடந்து அறைக்குள் நுழைந்தாள், பின்னாலேயே ஹுசைன் மாமாவும் சென்று கதவைச் சார்த்திக்கொண்டார். நான் பார்த்தது இதைத்தான்; எனக்கு எதுவும் புரியவில்லை என்றாலும் என்னவோ ஒருமாதிரி இருந்தது; என்னைப் பார்க்காமல் விட்டார்களே என்பதில் மிகப் பெரிய ஆசுவாசம்.

இதற்குப் பிறகு வெகுசீக்கிரமே ஹுசைன் மாமா பருவக்காற்று வியாபாரம் முடிந்து திரும்பிச் சென்றுவிட்டிருக்கவேண்டும். ஏனென்றால் அந்த வருடத்தில் அவரைப் பற்றிய வேறு ஞாபகங்கள் எதுவும் எனக்கில்லை. ஹுசைன் மாமா இருந்தபோது வந்துகொண்டிருந்த நபர்கள் எல்லோரும் கொஞ்சம் நாட்கள் வந்துவிட்டு, பின்பு வருவதை நிறுத்திக்கொண்டார்கள். அப்பாவும் கொஞ்சம் நாட்கள், அவரின் நல்லமனதைப் பற்றியோ அல்லது அவரது சாகசங்களைப் பற்றியோ பேசிக்கொண்டிருந்தார், பிறகு அதுவும் குறைந்து போயிற்று. சிறிது நாட்களில் வீடு மீண்டும் அமைதியாகிவிட்டது, அப்பாவும் பழையபடி அமைதியான மனிதராகிவிட்டார். ஆனால் அவர் நடந்துகொள்ளும் விதத்தில் அவ்வப்போது இதுவரையில் இல்லாத கடுமை வெளிப்பட்டது, குறிப்பாக அம்மாவிடம். முன்பெல்லாம் அம்மா வெறுப்பு காட்டும்போது, அருவருப்பாலும் உளைச்சலாலும் மனமுடைந்தவர்போல, முகத்தைத் திருப்பிக் கொள்பவர், இப்போது அம்மாவிடம் உறுமிக்கொண்டு காறி உமிழ்ந்தார். இந்தச் சமயங்களில் அவரது வாயில் தென்பட்ட வெறுப்பை நான் அதற்கு முன் பார்த்ததே இல்லை. ஆனால், ஹுசைன் மாமா ஊர்விட்டுப் போனதை அப்பா ஒருவிதமான இழப்பாக உணர்ந்தார் என்றால், ஹசன் தான் கைவிடப்பட்டதுபோல பெரும் துக்கத்திலிருந்தான். யாரோடும் அவன் பேசுவதில்லை; வீட்டிலிருந்தாலும் அவன்

படுக்கையில் சுவரைப் பார்த்தபடி படுத்திருப்பான். அல்லது ஹூசைன் மாமா கொடுத்திருந்த நோட்டுப் புத்தகத்தில் ஏதாவது எழுதிக்கொண்டு அல்லது விமானத் தபாலுக்கான காகிதத்தில் கடிதம் எழுதிக்கொண்டிருப்பான். தனியாக நடந்தோ அல்லது சைக்கிளிலோ தொலைதூரம் போவான்; தான் பழகிவந்த பையன்களின் கூட்டத்தில் கலந்துகொள்ளும் ஆர்வத்தை அவன் இழந்துவிட்டது போலிருந்தது. வதந்திகள் சட்டென்று கிளம்பின; பள்ளிகளில் பையன்கள் இவற்றுக்காக என்னைக் கேலிசெய்தார்கள். எங்களின் விருந்தாளி அவனைச் சுவைத்ததாகச் சொன்னார்கள்; அவனிடமிருந்து தேனெடுத்ததாக. இப்படிச் சொல்வது கொடூரம், ஆனால் இப்படிக் கொடூரமாகத்தான் அவர்கள் சொன்னார்கள். ஹசனோடு பெரிய வகுப்பில் படித்த ஒருவன், அவனுக்கு ஒருகாலத்தில் நண்பனாக இருந்தவன், நான் குரான் வகுப்புக்கு நடந்துசெல்லும்போது தெருவில் என்னைத் துரத்திவந்து, எனக்குப் புதிதாக ஒரு அப்பா வந்திருக்கிறாராமே அது உண்மையா என்று கேட்டான். தெரு மூலைகளில் வெட்டிப்பொழுதுப் போக்கிக்கொண்டிருக்கும் விடலைகளை - அவர்கள் எப்போதும் அதைத்தான் செய்துகொண்டிருப்பதுபோல இருக்கும் - கடந்துசெல்லும்போது என்னை அவர்கள் கேலிசெய்கிறார்களோ என்று தோன்றும், செய்கிறார்கள் என்ற பயமும் இருந்தது.

அதன்பிறகு ஹசனை நிம்மதியாகவே இருக்க விடவில்லை அவர்கள், அந்தச் சதைச் சூறையாடிகள். அவர்கள் செய்தவற்றிலோ அல்லது செய்யத் துடித்தவற்றிலோ தன்பாலின விஷயம் எதுவுமில்லை. அவனது பொலிவு, இயல்பான மெல்லழகு இவற்றின் மேல் அவர்கள் பித்தாக இருந்தார்கள்; அவன் நடந்துபோகும்போது முணுமுணுத்தார்கள், பணமும் அன்பளிப்புகளும் அளித்தார்கள்; அப்பட்டமான களவாணிப் புன்னகையையும். ஒருவன் என்னிடம் வீட்டில் கொண்டுகொடுக்கச் சொல்லி ஒரு கடிதத்தைக் கொடுத்தான்; பள்ளிக்கூட நோட்டு ஒன்றிலிருந்து கிழித்து, சிட்டா புத்தகத்தின் பக்கம் அல்லது மளிகைப் பட்டியலின் அளவில் அது ஏகதேசமாக மடிக்கப்பட்டிருந்தது. வீட்டுக்கு வந்ததும் அதைப் படிக்க முயன்றேன், ஆனால் ஆங்கிலத்தில் எழுதியிருந்ததால் எனக்கு ஒன்றுமே புரியவில்லை. ஹசன் அதைப் படித்துவிட்டுத் துண்டுத்துண்டாகக் கிழித்து ஒரு பழைய உறையில் போட்டு, தன் பையில் வைத்துக்கொண்டான், எங்காவது தூரத்தில் எறிவதற்காக. அவனை அவர்கள் நிம்மதியாக இருக்கவே விடவில்லை; அவர்களின் பார்வை, பேச்சு, எதேச்சையான தொடுதல் என எல்லாமும்

எதையோ குறிப்புணர்த்தின. கொடுமையான விளையாட்டிற்கும் திட்டமிட்ட மோகத் தொடரலுக்கும் நடுவில் ஏதோ ஒன்று. ஹசன் பாடுதான் பெரும்பாடாகிவிட்டது. அவனிடமிருந்த துணிச்சலும் கலகலப்பும் காணாமல்போய்விட்டன; இவர்களது உடலிச்சையைக் குறிப்புணர்த்தும் செய்கைகளிலிருந்தும் அவனுக்கு வலியைமட்டுமே அளித்த வசீகர அழைப்புச் சைகைகளிலிருந்தும் முகத்தைத் திருப்பிக்கொள்ள அவன் கற்றுகொண்டான். இன்றோ அல்லது என்றோ ஒரு நாள் அவனை அவர்கள் சோர்வடையச் செய்துவிடுவார்கள் என்று நான் நினைத்தேன்.

இப்படியிருக்கும்போது ஒருநாள் ஹசனுக்கு விமானத் தபால் ஒன்று வந்தது. ஒரு மதியச் சாப்பாடு நேரத்தில் அப்பா அதைக் கொண்டுவந்தார்; வீட்டுக்கு வந்ததும் எங்களை அழைத்துப் பழையமாதிரி கன்னத்தைத் தடவிக்கொடுப்பதை அவர் நிறுத்திவிட்டிருந்தார், ஹசன் ஒருநாள் அவரது கையைத் தட்டிவிட்டதற்குப் பிறகு. அன்று அப்பா முன்னால் வந்து, தான் தடவிக் கொடுக்க முயன்ற கன்னத்தில் பளாரென்று ஒன்று கொடுத்தார்; அதன் பிறகு அவர் எங்களைத் தொடவே இல்லை. கடிதத்தைக் கொண்டுவந்திருந்த அன்று அவர் மாடிக்கு வந்ததும் ஹசனை அழைத்து அவன் கையில் அதைக் கொடுத்தார். அந்த விமானத் தபால் உடைக்கப்பட்டிருந்தது; அதைக் கொடுக்கும்போது அப்பாவும் மகனும் ஒரு நீண்ட பார்வையைப் பரிமாறிக்கொண்டார்கள். அது ஹூசைன் மாமாவிடமிருந்து வந்திருந்தது. ஹசன் அது மட்டும்தான் சொன்னான், அதற்குமேல் எதுவும் சொல்லவில்லை. அவனுக்கு வேறு ஏதோ முகவரியில் அவரிடமிருந்து கடிதங்கள் வந்துகொண்டிருக்கவேண்டும். ஏனென்றால், கொஞ்ச நாட்கள் கழித்து அவன் என்னிடம் ஹூசைன் மாமா, இன்னும் சில மாதங்களில், அடுத்த பருவக்காற்று காலத்தில் மீண்டும் வரப்போவதாகச் சொன்னான்.

அவர் வந்த சமயத்தில் எங்கள் வீடு சின்னச்சின்னக் குடும்பத் துயரங்களினால் குலைவுக்கு ஆளாகியிருந்தது. அம்மாவுக்கும் அப்பாவுக்கும் ஒத்துப்போகவே இல்லை, ஹசனுக்கு இப்போது அவனது வயதை மீறிய புதிய சினேகிதங்கள் உருவாகியிருந்தன. அம்மா மதியத்தில் கிளம்பிப்போனால் பாதி இரவில்தான் வருவாள். அப்பாவும் வீட்டுக்குத் தாமதமாகத்தான் வந்தார், குடி வாடையோடு. புதிய சினேகிதர்களோடு ஹசன் என்ன செய்துகொண்டிருந்தான், அவர்கள் ஆசை காட்டிய வதைகளுக்கு தன்னை இரையாக்கிக் கொண்டுவிட்டானா என்பதெல்லாம்

எனக்குத் தெரியவில்லை. நான் அவனிடம் கேட்டதே இல்லை. ஹுசைன் மாமா இம்முறை வந்தபோது எங்களோடு தங்கவில்லை; அவரும் அப்பாவும் சேர்ந்து ஒப்பந்தமிட்டிருந்த வியாபாரம் சரியாகப் போகவில்லை, கடன் இன்னும் அடைபடாமலிருக்கிறது என்பதைச் சொல்வதற்காக ஒருமுறை வந்தார். ஹுசைன் மாமாதான் அந்தக் கடனுக்கு உத்திரவாதி என்பதாலும் வியாபாரம் போகப்போக செழித்துவிடலாம் என்பதாலும், அந்த ஒப்பந்தப் பத்திரம் அவர் கையிலேயே இருந்தது. விஷயம் இவ்வளவு எளிதானதாக இருந்திருக்க முடியாது. ஆனால் இப்படித்தான் என்னிடம் சொல்லப்பட்டது. ஹுசைன் எங்களிடமிருந்த வீட்டைக் களவாடிவிட்டது போலத்தான்; ஏனென்றால் அப்பா அந்தக் கடனை அடைப்பதற்கான பணத்தைத் தயார்செய்யும் வாய்ப்பு கிடையவே கிடையாது. கொலைகாரன். இப்போது திரும்பிப் பார்க்கும்போது கிட்டத்தட்ட நம்பமுடியாமல்தான் இருக்கிறது. ஹுசைன் மாமா அவ்வப்போது வீட்டுக்கு வந்தார், வழக்கம்போல அன்பளிப்புகளுடன் - மீன்கள், பழங்கள், பிசின், குங்கிலியம், துணிவகைகள்; ஒரு முறை ஹசனுக்காகப் பளபளக்கும் கருங்காலி மேஜையொன்றைக் கொண்டு வந்தார்; பின்னால் அப்பா இதை உடைத்துப்போடப் போனார், அதன் பிறகு எப்படியோ கீழேயுள்ள அறையில் போய் அது தஞ்சமடைந்தது.

இந்த நேரங்களில் ஹசன் வீட்டில் இருப்பதே இல்லை; அப்படி இருக்கும்போதும் அவன் அம்மாவோடு ஓயாத வாக்குவாதத்தில் மாட்டிக்கொண்டிருப்பதுபோலத் தோன்றும். எங்கே போயிருந்தாய் என்று நான் கேட்கும்போதெல்லாம், அவன் நண்பர்களைப் பார்க்கப் போனதாகவோ அல்லது ஹுசைன் மாமாவைப் பார்க்கப் போனதாகவோ சொல்லுவான். அவன் இப்போது என்னைக் கண்டுகொள்வதே இல்லை. அவன் என்னோடு கொடூரமாக நடந்துகொள்ளவில்லைதான், ஆனால் நானறிந்திராத, நான் வர அவன் விரும்பியிராத ஓர் தொலைதூரப் பிரதேசத்தில் அவன் வாழ்ந்தான். பருவக்காற்றுக் காலம் முடிந்து ஹுசைன் மாமா கிளம்பிப் போனபோது, ஹசன் காணாமல் போய்விட்டான். சுருக்கமாகச் சொன்னால். ஹுசைன் மாமாவோடு நெஞ்சைநிமிர்த்தித் தொடுவானை நோக்கி நடந்துபோனான்; அதன்பின் அவனைப் பற்றி நாங்கள் கேள்விப்படவே இல்லை. முப்பத்து நான்கு வருடங்களுக்கு முன்னால்; அந்த நேரத்தில் அதை நம்பவே முடியவில்லை, இப்போது இன்னும் அதை நம்பமுடியவில்லை

- அவன் இப்படித் தைரியத்தை வரவழைத்துக்கொண்டு ஒருவன் பின்னால் புதுமணப் பெண்ணைப் போலப் போனான் என்பதை.

ஹசன் போனது எங்கள் குடும்பத்தின் சின்னக் கதையை முடிவுக்குக் கொண்டுவந்த இறுதிக்கட்டத்தின் ஒரு காட்சி மட்டும்தான். ஹுசைன் மாமா அந்த ஒப்பந்தத்தைக் கைமாற்றிவிட்டு, அந்தப் பணத்தில் கடனை அடைத்துவிட்டார். அவர் அதை சலேக் ஓமர் என்ற மரக்கடை வியாபாரி, எங்களுக்கு ஒரு தூரத்து, ஆனால் பேச்சுவார்த்தையில்லாத உறவினரிடம் விற்றுவிட்டார்; அந்தவீடு சலேக் வசம் வந்துவிட்டது. இரண்டு வருடங்கள் கழித்து சலேக் ஓமர் வழக்கில் வென்று அந்த வீட்டையும் அதிலுள்ளவற்றையும் தன்வசப்படுத்திக்கொண்டார்; நாங்கள் வெளியேற்றப்பட்டோம். இதற்கிடையில் என் அப்பா, ரஜப் ஷாபான் மஹ்மூத், குடிப்பதை விட்டுவிட்டு பக்திமானாகிவிட்டார் - மரியாதைக்குரிய அவரது தாத்தா மஹ்மூதோடு மக்கள் ஒப்பிட்டுப் பேசும் அளவுக்கு. அம்மாவைக் கண்டுகொள்ளவதே இல்லை. அம்மாவோ, விடுதலைக்கு முந்தைய வருடங்களில் புதிய உறவுகளையும், தனது வாழ்க்கைக்கு ஒருவிதமான சுவாரஸ்யத்தையும் கண்டடைந்துவிட்டாள்.

இப்போது, அந்த வீட்டை நாங்கள் இழந்து முப்பத்திரெண்டு வருடங்களுக்குப் பிறகு, ஒருவர் ரஜப் ஷாபான் என்று பெயரை வைத்துக்கொண்டு இங்கிலாந்துக்கு புகலிடம் தேடி வந்திருக்கிறார்; அவருக்குத் தான் சொல்வதை மொழிபெயர்க்க ஓராள் வேண்டும். அது என் அப்பா அல்ல, அவர் எப்போதோ போய்ச்சேர்ந்திருப்பார்; உயிரோடு இருந்தாலும் இவ்வளவு தூரம் பயணப்பட்டு வந்திருப்பார் என்று என்னால் கற்பனை செய்யக்கூட முடியவில்லை. அது அந்த ஆளின் உண்மையான பெயராகக்கூட இருக்கலாம். வில்லங்கத்துக்காகவோ அல்லது பாஸ்போர்ட் மோசடியின் பகுதியாகவோ அல்லது வேடிக்கைக்காகவோ அந்தப் பெயரைக் கடன்வாங்கியிருக்கலாம்; இல்லை, நான்தான், வெறுப்பிலும் மன உளைச்சலிலும் பிரமைபிடித்து இப்படியெல்லாம் கற்பனை செய்கிறேனாகக்கூட இருக்கலாம். ஏதோ ஒன்று நிகழப்போகிறது என்பதன் முன்னறிவிப்பாகக்கூட இருக்கலாம். ஆனால், நான் யாரோ குறும்புசெய்கிறார்கள், என் அப்பாவின் பெயரை வைத்துக்கொண்டிருப்பது ஏதோ வேடிக்கைக்காக இருக்கும் என்று நம்பினேன். அந்த யாரோ சலேக் ஓமராகத்தான் இருக்கும்; தன் புத்திசாலித்தனத்தை எண்ணித் தனக்குள் புன்னகைத்தபடி இருக்கும் அவர் மனதில்தான் வேடிக்கை என்று தோன்றுகிற இப்படிப்பட்டவையெல்லாம் - அவர் வேடிக்கையெல்லாம்

இறுதியில் அவருக்கு மட்டும்தான் வேடிக்கையாக இருக்கும் - ஓடும் என்று நான் எண்ணினேன். அது சலேக் ஓமர்தான் என்று நான் நினைப்பதற்கு உண்மையான காரணம் எதுவுமில்லை, ஒரு உள்ளுணர்வுதான், அந்த மனிதனுக்கு எங்களைத் தொலைத்துக்கட்ட இன்னும் என்ன இருக்கிறதோ என்ற பரிதாபகரமான பயம்தான். நான் இதைக் கண்டுகொள்ளக்கூடாது, மனதில் தோன்றும் முடிவற்றக் கதைகளை உதறிவிடவேண்டும் என்றெல்லாம் விரும்புகிறேன்; ஆனால் என்னால் முடியாது, என்ன நடக்குமோ என்று நினைத்து மனங்கலங்கிக் குழம்பிக்கொண்டு, எனது கோழைத்தனத்தையும் தேவையற்ற பயங்களையும் நினைத்து கூனிக்குறுகிக் கொண்டுதான் இருப்பேன் என்பது எனக்குத் தெரியும். எனவே நான் புகலிடம் வழங்கும் அலுவலகத்தை அழைத்து, ரேச்சல் ஹோவர்ட்டிடம் கூடிய விரைவில் திரு ரஜப் ஷாபானைச் சந்திக்க ஏற்பாடு செய்யும்படிக் கேட்டுக்கொண்டேன்.

4

பல வருடங்களுக்கு முன்பு ஒருமுறை நான் சலேக் ஓமரைச் சந்திக்கப் போயிருந்தேன். அவர் என்னை வரவேற்றவிதம் கண்டு அசந்துபோனேன். என்னைக் கேவலப்படுத்தி விரட்டிவிடுவார் என்று எதிர்பார்த்தேன். திறந்திருந்த வீட்டின் கதவருகே நின்று, உள்ளேயிருந்த இருளுக்கு முகம் கொடுக்காமல், எரிச்சல் ஏற்படுத்தாததுபோல் என் குரலை மாற்றி அழைத்தபோது அப்படித்தான் நினைத்தேன். இருளுக்குள் இருந்து யாராவது வெளியே வந்து என்னை முறைக்கலாம், திக்கற்றவன்போல் நிற்கும் என்னை மௌனமாகப் பரிகசிக்கலாம்; வீடுதேடி வந்துவிட்டதால் வேறுவழியில்லாமல் என்னை உள்ளே அனுமதிக்கலாம் என்று எதிர்பார்த்தேன். மரக்கடை வியாபாரி சலேக் ஓமரைப் பார்க்க வந்திருப்பதாகச் சொல்வேன். பழிதீர்க்கும் ஒருவன் எதிரில் சென்று நிற்பேன், வந்த காரியத்தைச் சொல்லிவிட்டு கிளம்பிவிடுவேன். கிளம்பு, கிளம்பு, அவர்கள் எல்லோரிடமிருந்து விலகு.

வீட்டின் இருட்டுக்குள்ளிருந்து உயரமாய், கட்டுமஸ்தானாக ஒருவன் வாசலுக்கு வந்தான்; என்னைப் பார்த்ததும் அவன் முகம் ஒருவித சந்தோஷ ஆச்சரியத்தில் விரிந்தது. இவன் சலேக் ஓமரின் ஆள். தேவையான வேலைகளைச் செய்து கொடுப்பவன்; அவரது மரக்கடையில் வேலை பார்ப்பான், தெரியாதவர்களோ வியாபாரிகளோ குரல் கொடுத்தால் வாசலுக்குவந்து பதில்

சொல்வான், படிகளைக் கூட்டிப்பெருக்குவான், கடைகண்ணிக்குப் போய்வருவான், அவனது எஜமானருக்கு மட்டுமே தெரிந்த, அறிந்த பல வேலைகளையும் செய்துதந்தான் என்பதிலும் சந்தேகமில்லை. எல்லோரும் அவனை ஃபாரு, காண்டாமிருகம் என்று கூப்பிட்டார்கள்; அப்படி அழைத்ததற்கானக் காரணங்களை மறந்துவிட்டேன், இப்போது அது அவசியமுமில்லை. குரல்கொடுத்தால் அவன்தான் வாசலுக்கு வந்துபார்ப்பான் என்பதை மறந்துவிட்டேன். நான் கேவலமாகப் பார்க்கப்படலாம், ஆராயப்படலாம் என்று நினைத்து கவனமாக உடையணிந்து வந்திருந்தேன், ஆனால் அவனது கண்கள் என் முகத்தைத் தாண்டிச் செல்லவில்லை. என் வருகையை எதிர்பார்த்துக் காத்திருந்தவனைப் போல அவன் கண்களில் ஆர்வமும் எச்சரிக்கையும் இருந்தன. புன்னகைப்பான் என்பது போலத் தோன்றியது; ஆனால் உணர்ச்சியை வெளிக்காட்டவில்லை, அசிரத்தை பாவம் முகத்தில் வந்துவிட்டது.

"அவரைப் பார்க்க வந்திருக்கிறேன்" என்றேன்.

"உங்களை வரவேற்கிறேன்" கொஞ்சமும் தயக்கமின்றிச் சொல்லிவிட்டு, வீட்டின் இருட்டுக்குள் என்னை அழைத்தான். "உங்கள் வீட்டில் எல்லோரும் நன்றாக இருக்கிறார்கள் என்று நம்புகிறேன்."

எதுவும் தெளிவாகப் புலப்படாத அந்தச் சூழலில் என்னை முதலில் தாக்கியது மூச்சுத்திணறும் அளவு சுவர்களிலும் விரிப்புகளிலும் இருந்த ஆழ்ந்த, அடர்த்தியான வாசனை. சில அடிகள் நடந்ததும் அவன் வெளிச்சமும் காற்றோட்டமும் நிறைந்த கூடத்துவழிக்குச் செல்லும் கதவைத் திறந்துவிட்டான். அதுவொரு சிறிய உள்முற்றம், ஓராள் உயரத்துக்கு அதன் சுவர்கள் முழுவதும் ஓடுகள் பதிக்கப்பட்டிருந்தன. கடற்கரையில் சிலநேரங்களில் காணக்கிடைக்கும் உடைந்த மட்பாண்டங்களின் பீங்கான் பளபளப்புடன் இருந்த, காலத்தின் வயதேறிய மெல்லிய நீலவண்ண ஓடுகள். ஒரு சுவரின் எதிரில் இரண்டு குட்டைப் பனைகள் பெரிய களிமண்பானைகளில் வளர்ந்திருந்தன - சில வருடங்களுக்கு முன்பு நான் ஒளிந்துவிளையாடிய அலிபாபா ஜாடிகளும் இதே சாம்பல்வண்ண களிமண்ணால் ஆனவைதான். கட்டுப்படுத்திக்கொள்ள முடியாமல் மேலே பார்த்தேன்; முதல் மாடியில் பின்னல்தட்டி வேய்ந்திருந்த நீண்ட பால்கனி கீழேயுள்ள கூடத்துவழியைப் பார்த்தவாறு அமைந்திருந்ததைக் கண்டேன்.

அங்கு தணிந்த குரலில் பெண்கள் பேசிக்கொண்டிருந்ததைக் கேட்டேனென்று நினைக்கிறேன்.

"டுனா ம்கெனி" (விருந்தாளி) என்று என்னை வரவேற்றவன் குரல்கொடுத்தான்; மென்மையும் நளினமுமாக இருந்த அந்தக் குரல் - நல்ல பயிற்சியெடுத்துப் பழக்கப்படுத்தப்பட்ட குரல் - இப்படியொரு தோற்றமும் குணாதிசயமும் கொண்டவனின் குரலா என்று ஆச்சரியப்படும்படி இருந்தது. பார்க்க ஆள் வந்திருக்கிறார்கள். பேச்சுசத்தம் ஒரு நொடி அடங்கி மீண்டும் தொடங்கியது.

இடதுபுறம் இருந்த முதல் அறைக்கு நான் அழைத்துச் செல்லப்பட்டேன். என்னை வரவேற்றவன் உள்ளே நுழையுமாறு என்னிடம் கேட்டுக்கொள்வதைப் போலக் கதவுக்குப் பக்கத்தில் நின்றுகொண்டான். அவன் கண்கள் மரியாதையுடன் தாழ்ந்திருந்தன, ஆனால் அதில் மீண்டும் சிரிப்பு தெரிந்ததைப் போலிருந்தது; நான் அவனருகில் ஒரு கேலிப்பொருளைப் போல் நின்றுகொண்டிருப்பதை நினைத்துச் சிரிக்கிறானா அல்லது ஆயிரத்தொரு இரவுகள் கதையில் வரும் கட்டுப்பாடற்ற அலியைப் போலத் தான் நடந்துகொள்ள வேண்டியிருப்பதை நினைத்துச் சிரிக்கிறானா என்று யோசித்தேன். எனக்கு இவனை முன்பே தெரியும், இவன் கண்களைத் தெருக்களில் பார்த்திருக்கிறேன், சில வருடங்களுக்கு முன்பு ஹசனை அவை பார்த்த விதம்; இவன் கொடுத்த கடிதமொன்றை ஹசனிடம் கொண்டுசென்று கொடுத்துமிருக்கிறேன். என்னிடம் கடிதம் கொடுத்தனுப்பியன் இவனில்லை என்றால் இவனைப் போலவே தோற்றமளிக்கும் வேறு ஒருவன். அதேபோல் சில வருடங்களுக்கு முன்பு நான் பார்த்தது இவன் கண்களை இல்லையென்றால், இதே போலிருந்த கண்களைப் பார்த்திருந்தேன். அந்த கமுக்கமான சிரிப்பைக் கண்டு நடுங்கினேன்.

நான் நுழைந்த அறை பெரிதாக, சதுரமாக இருந்தது; சுவர்களில் முலாம்போட்ட விளிம்புகளுடன் இரண்டு பெரிய கண்ணாடிகள். கண்ணாடிகளையும் அவற்றில் தெரிந்த என் பிம்பத்தையும் பார்க்காமல் என்னால் இருக்கமுடியவில்லை. அருகருகே இருந்த அவையிரண்டும் கதவைப் பார்த்தபடி இருக்கவே சட்டெனத் தெரிந்த என் பிம்பம் என்னை எனக்கே சிறிதாக்கிக் காட்டி பயமுறுத்தியது. பார்வையைத் திருப்பிக் கொள்ளும் முன் அவை இப்படிச் சொல்லின: உன்னைப் பிடித்துவிட்டேன். இந்தப் பரிதாபமான உருவம்தான் நீ. கடலைப் பார்த்தபடியிருந்த

ஜன்னலையொட்டி ஒரு நாற்காலியில் சலேக் ஓமர் உட்கார்ந்திருந்தார். படித்துக்கொண்டிருந்தார் என்று நினைக்கிறேன். நான் உள்ளே நுழைந்ததும் அவர் தன் தோள்பட்டை பக்கம் பார்த்துவிட்டு மீண்டும் திரும்பி ஒருநொடி கடலைப் பார்த்தார்; பிறகு எழுந்து நின்ற அவர் நான் அருகே வரக் காத்திருந்தார்.

இப்போது நான் இதோ, அந்தக் கொலைகாரனுக்கு சில அங்குல இடைவெளியில் நின்றுகொண்டிருக்கிறேன்; பலவருடச் சண்டை சச்சரவுகள், அவமானங்களுக்குப் பிறகு என் அப்பாவிடமிருந்து அவரது வீட்டையும் சாமான்களையும் தட்டிப் பறித்தவர். அவரது வஞ்சகச் சூது, குரூரம், வெட்கங்கெட்டப் பேராசை இவற்றைப் பற்றியெல்லாம் நான் கதைகதையாகக் கேள்விப்பட்டிருக்கிறேன். ஒருவருக்கொருவர் பார்த்துக் கொள்ளும் சந்தர்ப்பம் மிகுந்த நாங்கள் வசித்த பகுதியில், சலேக் ஓமரின் உருவத்தை எங்காவது தெருக்களில் கண்டால் அவர் முகத்தை ஏறிட்டுப் பார்க்காமலே கடக்க நான் பழகிக்கொண்டேன், அவரை நான் பார்த்ததாகவே காட்டிக்கொள்ளக்கூடாது. ஒருவரை எப்படி புறக்கணிப்பது எனத் தெரியாத வயது எனக்கு அப்போது. வழியில் பார்த்துவிட்டால் அவருக்கு வணக்கம் சொல்ல வேண்டுமென்பதுதான் சிறுவயது முதலே எங்களுக்குச் சொல்லிக்கொடுக்கப்பட்ட மரியாதைப்பாடம். அப்படி அவருக்கு நான் வணக்கம் சொல்லிவிட்டால் அது என் அப்பாவுக்கும் அம்மாவுக்கும் செய்யும் துரோகமாகிவிடும். இப்போது அவரெதிரே நிற்கிறேன்; அவர் முகம் ஒல்லியாக உறுதியுடன் இருப்பதைக் கண்டேன்; ஏதோ குறையைக் கண்டுபிடிப்பதுபோல அவர் கண்கள் என்னையே தீவிரமாக உற்றுப் பார்த்துக்கொண்டிருந்தன; ஏமாற்றமளித்துவிடுவேன் என்று எதிர்பார்க்கும் ஒரு பெற்றோரைப் போல, ஒரு ஆசிரியரைப் போல; தன்னை அசுத்தப்படுத்திக்கொள்ளாமல் அசிங்கத்தைத் தான் கடந்து விட்டதைப் போலவும், அதில் தட்டுத்தடுமாறி விழுந்து எழுந்து வந்த எங்களைக் கேலி செய்து தூற்றலாம் என்பதைப்போலவும்; வெளிச்சத்தை வைத்திருப்பவரும் தீயது எது நல்லது எது என்று சொல்லக்கூடியவருமான டாய் குரு தான் என்பதுபோல; பிரிட்டீஷார் தம் வெற்றிப்பரிசுகளாக ஊருக்கு எடுத்துச் செல்வதற்காக மக்களின் அற்ப சொத்துக்களை அவசர அவசரமாகக் கொள்ளையடித்துக் கொடுத்து, பிரிட்டீஷாரின் புட்டங்களை நக்கிக்கொடுக்கும் கேடுகெட்டவன் தானல்ல என்பதுபோல; சில வருடங்களுக்கு முன்பு நான் பார்த்த மனிதன், நேர்த்தியான உடையணிந்து மெல்லிய உடலுடன் எங்கள்

வாழ்க்கையின் இடிபாடுகள் மீது ஏறிநின்று, நிதானமாகப் பேசிக்கொண்டிருந்தாலும் அவனைச் சுற்றியிருந்த எல்லாவற்றையும் வாரிச்சுருட்டிக் கொண்டுபோய்விடும் தீவிரத்துடன் கண்களைச் சுழற்றியவன் தானல்ல என்பது போல.

எங்களுடைய வீட்டுப்பொருட்களையெல்லாம் இந்த அழகான வீட்டுக்கு ஏற்றிக்கொண்டு வந்த பாரவண்டிகளைப் பின்தொடர்ந்து போனபோதுதான் நான் இவரைப் பார்த்தேன். என் அப்பா என்னைத் தடுத்தபோதும் நான் வண்டிகளின் பின்னாலேயே போனேன். எல்லாப் போர்வைகள் - மரச்சாமான்கள், பொக்காராவையும் சேர்த்து எல்லா ஜமக்காளங்கள், பழைய வெள்ளிமுகச் சுவர்க்கடிகாரம், என் அம்மாவின் தையல்மிஷின், என் அப்பாவுக்கு யாரிடமிருந்தோ பரம்பரைச்சொத்தாகக் கிடைத்தப் பித்தளையிலான வண்ணக்கண்ணாடி மதுக்கிண்ணங்கள், சட்டகம் போட்டு சுவற்றில் தொங்கிக்கொண்டிருந்த குரான் வசனப்பலகைகளையும் கூட - மூன்று வண்டிகளில் ஏற்றியனுப்பினார்கள். எங்கள் உடைகளையும், எங்கள் தொழுகைப் பாய்களையும், சமையல் பாத்திரங்களையும் மட்டும் நாங்களே வைத்துக்கொள்ள விட்டுவிட்டார்கள். வருடக்கணக்காக நாங்கள் படுத்துப் புரண்டு, எங்களின் உடல்நாற்றங்கள் படிந்துகிடந்த அழுக்கு மெத்தைகளையும் கூட விட்டுவைக்கவில்லை அவற்றினுள்ளே அடைத்திருந்தப் பஞ்சை வெளியே எடுத்து ஓரிரு நாட்கள் வெயிலில் காயவைத்தால், அதில் இருக்கிற மூட்டைப்பூச்சிகளும் செத்துப்போகும், எங்களை அறியாமல் வழிந்த உடல்திரவங்களின், வியர்வையின் நாற்றமும் ஓடிப்போய்விடும்; பிறகு அதைப் புதிய மெத்தை உறைகளுக்குள் அடைத்துக் கொள்வார்கள் என்று நினைத்துக்கொண்டேன். வண்டிகளிலிருந்துப் பொருட்களை இறக்கும்வரை அங்கேயே நான் நின்றிருந்தபோதுதான் சலேக் ஓமரைப் பார்த்தேன்; அக்குவேறு ஆணிவேறாகக் கிடந்த எங்கள் வாழ்க்கைகளின் நடுவில் நடந்துகொண்டிருந்தார்; அதில் சிலதை மட்டும் எடுத்துக்கொண்டு மற்றதை - அற்பத்தொகைக்குதான் போகும் என்று அவர் நினைத்ததை- உடனே ஏலம் விடும்படி உத்தரவிட்டுக்கொண்டிருந்தார்.

நான் இதற்குமேல் அவரருகே செல்லமாட்டேன் என்பதைக் கண்டுகொண்டதும் அவர் தனது உடலைத் தளர்த்தி, சாய்ந்து உட்கார்ந்துகொண்டார். வெகுநேரம் கழித்து என்னை அருகிலிருந்த நாற்காலியில் உட்காரச் சொல்லிக் கைகாட்டினார். கடமையே என்று அவர் உட்காரச்சொன்னதை நான் கண்டுகொள்ளாமல் அங்கிருந்த

விலையுயர்ந்தப் பொருட்களைத் திமிராக நோட்டம்விட்டேன்; வசதியான நாற்காலிகள், விரிப்புகள், பித்தளையில் செதுக்குவேலை செய்த கருப்பு அலமாரி, தங்கமுலாம் சட்டமிட்டக் கண்ணாடிகள். அவை அனைத்துமே அழகும் உபயோகமும் கொண்டப் பொருட்கள்தான் என்றபோதும் அவை அந்த அறைக்குள் புலம்பெயர்ந்து வந்தவர்கள் போல நின்றுகொண்டிருந்தன; பெருமையையும் கௌரவத்தையும் பறைசாற்ற அங்கு அசையாமல் நின்றுகொண்டிருந்தனவே தவிர அவற்றின் முழுமையான உயிர் வேறெங்கோ இருந்ததைப்போல் தோன்றின. யாருடைய மேதைமையையோ செல்வச்செழிப்பையோ கொண்டாடிக்காட்ட, நன்கு வெளிச்சமூட்டப்பட்ட அரங்கிலோ மியூசியத்திலோ, இடைவெளிகளில் கயிறு கட்டிப் பார்வைக்கு வைக்கப்படும் பொருட்களைப் போலத்தான் அவை காட்சியளித்தன. கொள்ளைப்பொருளைப் போல.

“உன் அம்மா அப்பா நலமா?” மெல்லக் கேட்டார். எனது மௌனத்தையும், திமிரான நினைப்பையும் பார்த்துக் களிப்படைந்து இப்போது அவர் முகத்தில் சிரிப்பு; அவர் முகத்தில் தெரிந்த கடுமையான ஏமாற்ற உணர்ச்சி இப்போது போய்விட்டது. அவருக்குச் சரிசமமாக நிற்க வேண்டுமென்பதற்காக நான் எனக்குள்ளே கடுங்கோபத்தை உருவாக்கிக்கொண்டிருந்ததால் என் உதடுகள் லேசாக நடுங்குவதை உணர்ந்தேன். பேச வாய்திறந்தால் எங்கே குரல் நடுங்கிவிடுமோ என்று பயம். (வேதனைப்பட்டு விடுவோமே என்ற பயத்தால் அல்ல என் குரல் நடுங்கியது.)

“இஸ்மாயில்” நான் வந்த காரணமென்று அவர் நினைத்திருந்ததைச் சொல்லச்சொல்லி என்னை அவசரப்படுத்தினார். “உன் அப்பா அம்மா நலமாக இருக்கிறார்களா? என்னிடமிருந்து அவர்களுக்கு ஏதாவது உதவி வேண்டுமா?” நான் போயிருப்பது அவரது வீட்டுக்கு, ஆகவே இது வியாபாரத்தைப் பற்றி இருக்காது, கைமாறோ, உதவியோ பிச்சை கேட்டு அங்கு வந்திருக்கிறேன் என்று அவர் நினைத்திருக்கலாம். ஒருவிதத்தில் பார்த்தால் நான் அங்கு போனதும் அதற்குதான் என்று நினைக்கிறேன்.

“அம்மா என்னை அனுப்பினார்” என்றேன், என் குரலில் சிறு நடுக்கம். இந்த வேதனையான வேலையை என்னிடம் கொடுக்கவேண்டாம் என்று என் அம்மாவிடம் எவ்வளவோ கெஞ்சினேன், அம்மாவோ என்னைக் கெஞ்சினார்; வேறுவழியில்லாமல் ஷேக் அல்-ஜபால் முன்பு வந்து நிற்கிறேன்.

அவர் முகத்தில் புன்னகை விரிந்தது, ஆனால் சட்டென அதை நிறுத்திவிட்டார். "அப்படியென்றால் எஜமானியம்மாவிடம் எதாவது சேதி சொல்ல உன்னை அனுப்பியிருப்பார்" என்றபடியே கதவை நோக்கிப் போனார்.

"உங்களிடம் பேசத்தான் அனுப்பினார்" என்றேன், விஷயத்துக்கு வந்துவிட்ட தைரியத்தில் என் குரல் பலப்பட்டது. "சிறிய கருங்காலி மேஜையைப் பற்றிப் பேச."

இப்போது பக்கத்திலிருந்த ஒரு நாற்காலியில் உட்கார்ந்துகொண்டார், சற்றுமுன்பு கடலைப் பார்க்க அவர் உட்கார்ந்திருந்ததில் அல்ல. முன்பக்கமாகச் சாய்ந்து, வலது முழங்கையை கால்முட்டிமேல் வைத்து, உள்ளங்கையால் தாடையைத் தாங்கிக்கொண்டார். முன்னால் அடியெடுத்துவைத்து, ஊன்றியிருக்கும் அந்த முழங்கையைக் காலால் தட்டிவிட்டு, முகத்தில் ஓங்கியொரு குத்து விடவேண்டும் என்ற எனது வெறி இவ்வளவு ஆண்டுகளுக்குப் பிறகு இப்போது நினைத்தாலும் எனக்குள் கொதிக்கிறது. சின்ன முஷ்டி, குத்துவிட்டுப் பழக்கமில்லாதது, குத்துவிடும் அளவுகூட வளராத முஷ்டி. அவரை விடவும் அது எனக்குதான் ரொம்ப வலித்திருக்கும், அது இன்னும் கேலிக்கூத்தாகிப் போயிருக்கும். கருங்காலி மேசையைப் பற்றி நான் என்னமாதிரி அபத்தமானக் கோரிக்கையை வைக்கப்போகிறேன் என்று எதிர்பார்த்து அவர் மெத்தனமாக உட்கார்ந்திருந்ததைக் கண்டு என் மனம் சங்கடப்பட்டது இப்போதும் எனக்கு நினைவிருக்கிறது. "அம்மா அது எங்களுடையது இல்லை என்று சொல்லச் சொன்னார். அது ஹசனுடையதாம். அவனுக்கு அன்பளிப்பாகக் கிடைத்தது. எனவே அதை நீங்கள் திருப்பித்தர வேண்டுமென்று விரும்புகிறார். ஹசன் திரும்பி வந்தால் அதைக் கேட்பான் என்பதால் மேஜையை நீங்கள் திருப்பித் தரவேண்டுமாம். அவருக்கு அது வேண்டுமாம். அது ஹசனுடையது. அன்பளிப்பாகக் கிடைத்தது. அது எங்களுடையது இல்லை என்று சொல்லச் சொன்னார். எனவே அதை நீங்கள் எடுத்துச்சென்றிருக்கக் கூடாதாம். அது ஹசனுடையது."

இப்படியே நான் பேசிப்பேசி களைத்துப்போகும்வரை அவர் காத்திருந்துவிட்டுப் பிறகு ஒரு இருபது நொடிகள் என்னை அமைதியாக இருக்கவிட்டார்; அவ்வளவுநேரம் நான் உளறியதெல்லாம் எனக்குள் எதிரொலித்தன. பிறகு சொன்னார், "எனக்கு அவ்வளவாக சட்டம் தெரியாதென்பதால் உன் வாதம் எந்தளவுக்கு வலுவானது என்று எனக்குச் சொல்லத்

தெரியவில்லை என்பதில் எனக்கு ரொம்பவும் வருத்தம்தான். வீட்டையும் அதில் விட்டுச்செல்லப்பட்டப் பொருட்களையும் நான் சொந்தமாக்கிக் கொண்டேன். அந்தப் பொருட்களை விற்றுக் கிடைத்தப் பணத்தை உன் அப்பாவுக்கு அனுப்பிவைத்தேன், அவர் அதை வாங்க மறுத்துவிட்டார். பிறகு அதை உன் அம்மாவுக்கு அனுப்பினேன், அவரும் வாங்கிக்கொள்ளவில்லை. எனவே நற்காரியங்களுக்குப் பயன்படட்டும் என்று அதை ஜுமா மசூதியின் பொறுப்பாளர்களிடம் கொடுத்துவிட்டேன். அந்த சின்ன மேஜையை மட்டும் நானே வைத்துக்கொண்டேன், இப்போது அதைத்தான் உன் அம்மா கேட்டனுப்பியிருக்கிறார். ஆனால் மன்னித்துவிடுங்கள், அதை நான் விற்றுவிட்டேன். இதை உன் அம்மாவிடம் சொல்லிவிடு. உன் பெற்றோர்களுக்கு என் நன்றிகள்."

மேஜை அவர் கடையில்தான் விற்பனைக்கு வைக்கப்பட்டிருக்கிறது. எங்களின் பழைய வீட்டில் அதைப் பார்த்திருந்த யாரோ கடையில் விற்பனைக்கு வைக்கப்பட்டிருந்ததைப் பார்த்து என் அம்மாவிடம் சொல்லியிருக்கிறார்கள். அப்போதுதான் அது ஹசனுடையது என்பது என் அம்மாவுக்கு நினைவுவந்து, அதைத் திரும்பப்பெற முயன்றார். பாவம் ஹசன், அவனைப்பற்றி நாங்கள் பேசுவதேயில்லை; மேஜையைப் பற்றி அம்மா பேச்செடுக்கும் போதெல்லாம் அவன் எங்களை விட்டுப்போன துயரமும் குற்றச்சாட்டுகளும் மீண்டும் மனதில் எழுந்தன. அந்த மேஜையை எப்படியாவது திரும்பப் பெற்றுவிடவேண்டுமென்பது என் அம்மாவுக்கு திடீரென முக்கியமான விஷயமாகிப்போனது. அது முடியாத காரியமென்று நான் சொன்னபோதும் அம்மா என்னை முயன்று பார்க்கச்சொல்லிக் கெஞ்சினார். ஹசனுக்காக, அவருக்காக, அவர் எனக்காகச் செய்திருக்கும் எல்லாவற்றுக்குமாகச் செய்யச் சொன்னார். நானும் முயன்று பார்த்தேன், கடைசியில், ஜெயித்த இறுமாப்பில் இளித்துக்கொண்டிருக்கும் இந்த மனிதனின் எதிரே வந்து நிற்கிறேன். என்னை வழியனுப்பும் சிறு உரைக்குப் பிறகு சலேக் ஓமர் ஃபாருவை அழைத்து என்னை வெளியே விட்டுவரச்சொன்னார். லெப்ட் ரைட், லெப்ட் ரைட், என் வணக்கங்களை உன் பெற்றோரிடம் தெரிவித்துவிடு. நானும் வெளியேறித்தான் இருந்தேன், நான் அங்கிருந்து வெளியேறினேன்; இப்போது நினைத்துப் பார்த்தால், நான் சலேக் ஓமரின் அந்த வீட்டைவிட்டு வெளியேறி, நாட்டை விட்டு வெளியேறி, வருடக்கணக்காகப் பயணித்து கடலுக்குப் பக்கத்தில் இருக்கும் அவரது மற்றொரு வீட்டுக்கு வந்து சேர்ந்திருப்பதைப் போலத்

தோன்றுகிறது. இதுவொரு விநோதக் கற்பனை. எதற்காகவும் மூச்சையுடைப்பதோ உடலை வருத்துவதோ வீண். எது நடக்கவேண்டும் என்று ஆரம்பத்திலேயே எழுதியிருக்கிறதோ அதுதான் நடக்கும்.

வெளியேறினேன். வெளியேறிச் சென்றடைந்தேன்; இதைப்பற்றி நான் வருடக்கணக்காக நினைத்து நினைத்துப் பார்த்ததில், அந்த நினைவு கெட்டிதட்டிப்போய், கரணைபிடித்து, உருமாறிவிட்டது; அதுவே அதற்கு ஒருவித புனிதத்தன்மையை கொடுத்துவிட்டிருந்தது. அங்கிருந்து வெளியேறி என்னுடைய பதினேழாவது வயதில் நான் கிழக்கு ஜெர்மனிக்குப் படிக்கச் சென்றேன். இன்று அது நம்பமுடியாததாகத் தோன்றலாம்; ஏனென்றால் அது மிக ஆவேச வேகத்தோடு நாம் கற்பனை செய்ய முடியாத அளவுக்கு மோசமான இடமாக மாறிவிட்டது; நேர்மையற்ற முரட்டு அரசாங்கமும் கொதிப்படைந்த வேலையில்லாத - குடியேறிகளின் எரியும் வீடுகளின் தீப்பிழம்புப் பின்னணியில் மழித்த தலையுடன் புகையுருக்களாகக் காட்சிப்படுத்தப்படுகின்ற - நியோ பாஸிஸ்டுகளுமாக டிவிகளுக்குத் தீனிபோடுகிற நாடாகிவிட்டது. அந்த காலத்தில் இதுபோல் இல்லை. மெய்யான முரட்டுத் தன்னம்பிக்கையோடு ஜொலிக்கும் புதியதொரு அமைப்பாகத்தான் அப்போது அது எங்களுக்குக் காட்சியளித்தது. எங்கள் நாடு விடுதலையடைந்ததற்குப் பிறகான ஆரம்ப வருடங்களில் என்னென்னவோ நிகழ்ந்தன, அவை எல்லாவற்றையும் இங்கே சொல்ல முடியாது - எங்களைப் போன்ற அறிவாளிகள், தாங்கள் வெளிப்படுத்தியிருக்கும் பேருண்மைகளை கண்டடைவதற்கு எடுத்துவைத்த சின்ன அடிகளைப் பற்றி விரிவாகச் சொல்ல விரும்பாமல் சோம்பலாக இருக்கும்போதும் இப்படித்தான் சொல்லிக்கொள்வோம்.

ஆரம்பகாலத்தில் யுனைட்டேட் ஸ்டேஸ் ஆஃப் அமெரிக்காவும் ஜனாதிபதி ஜான் கென்னடியும் எங்கள்மீது ஈடுபாடு காட்டினார்கள், அரசுமுறைப் பயணமாக எங்கள் ஜனாதிபதியை வாஷிங்டன் வரச் சொல்லி அழைப்பு விடுத்தார்கள். அந்தப் பயணம் பற்றிய சலனப்படம் ஒன்றும் இருந்தது; அதில் எங்கள் ஜனாதிபதி சிரித்தமுகத்தோடு வெள்ளை மாளிகையின் புல்வெளியில் ஹாலிவுட் மற்றும் ராக் அண்ட் ரோல் இவற்றின் பேரரசருடன் நின்றுகொண்டிருப்பார்; அந்தப் படத்தைத் திரையரங்குகளில் பல வாரங்கள் எந்தத் திரைப்படம் போடுவதற்கு முன்னாலும் காண்பித்துக்கொண்டிருந்தார்கள். யுனைட்டேட் ஸ்டேஸ்

இன்ஃபர்மேஷன்ஸ் சர்வீஸ் அதன் தூதரகத்தின் ஒரு பகுதியாக குளிரூட்டப்பட்ட நூலகம் ஒன்றை வாசிப்பு அறையுடன் திறந்தது. மெத்தென்ற நாற்காலிகள், பளபளக்கும் மேஜைகள், தடித்த கண்ணாடிப் புத்தக அலமாரிகளின் ஒழுங்கான வரிசை; நீட்டிமடக்கும் விளக்குகள் அமைந்த மேஜையில் அடுக்கடுக்காகப் புத்தங்கங்கள், வரிசையாகப் பத்திரிகைகள். அறுபது வருட காலனியாட்சி காலத்தில் பிரிட்டீஷாருக்கு இதை யோசிக்கத் தோன்றவே இல்லை. இங்கிலீஷ் கிளப் லைப்ரரி ஒன்று இருந்தது உண்மைதான், கறாராக அதன் உறுப்பினர்களுக்கு மட்டும். கம்பி வலையிட்ட ஜன்னல்களும், ஆட்களை உள்ளே அனுமதிக்கவும் அல்லது மறுக்கவும் வாசலில் மேஜைபோட்டு அமர்ந்திருக்கும் ஒரு காவல்காரனுமாக இருந்தது. சுதந்திரம் கிடைத்து, கடலைக் கட்டியாண்டவர்கள் கிளம்பிப் போன பிறகு அதன் கதவுகளை அடைத்துப் பூட்டுப் போட்டுவிட்டார்கள். வெளியே தெருவிலிருந்து பார்க்க அது பயன்படுத்தப்படாத கிடங்கு அல்லது சேமிப்புக்கூடத்தைப் போலத் தோற்றமளித்தது. அங்கே இருந்த புத்தகங்கள் என்னவாயின என்று எனக்குத் தெரியவில்லை - விட்டுவிட்டுச் சென்றார்களா, கப்பலில் எடுத்துக்கொண்டு போனார்களா, விற்றுவிட்டார்களா என்று. சிலபுத்தகங்கள் களவாடப்பட்டு வெளியே வந்து சுற்றிக்கொண்டிருந்தன; அந்த நூல்நிலையத்தின் விதி கடைசியில் என்னவாயிற்று என்று தெரிவதற்கு முன்னால் நான் ஊர்விட்டிருந்தேன். அதற்கு அடுத்ததாகச் சிறந்து விளங்கியது, எங்கள் பள்ளி நூல்நிலையம். பணி முடிந்து நாடு திரும்பும் நிர்வாக அதிகாரிகளுக்குப் பிடித்த இடமாக அது பல ஆண்டுகள் இருந்தது. அவர்கள் தங்களிடம் அதிகப்படியாக இருந்த புத்தகங்களை அங்கே கொடுத்தார்கள். ஒருவேளை பள்ளியின் ஆசிரியர்களில் பெரும்பாலானோர் ஐரோப்பியர்கள் - ஆங்கிலேயர், ஸ்காட்லாந்துக்காரர், ருடீஷியர், தெற்காப்பிரிக்கர் - என்பது காரணமாக இருக்கலாம்; நாடு விட்டுச் செல்லும் வெற்றிவீரர்கள், ஐரோப்பிய அறிவின் கனிகளைப் பொறுப்பானவர்களின் கரங்களில்தான் தாங்கள் விட்டுச் செல்கிறோம் என்று திருப்தியோடு திரும்பியிருப்பார்கள். நாங்கள் எங்கள் அதிருஷ்டத்தை அவ்வப்போது சோதிப்போம்; நாங்கள் எதைப் படிக்கவேண்டும் என்று வடிகட்டித்தான் புத்தகங்களை வைத்திருந்தார்கள் என்பதும் எங்களுக்குத் தெரியும். சில நேரம் எங்களுக்கு நல்லது வாய்த்தது. நூலகத்தின் ஒரு பகுதி எங்கள் வரம்புக்கு அப்பால் பட்டது. ஆனாலும் அந்தக்

குவியலுக்குள் கள்ளத்தனமாக எட்டிப் பார்த்தபோது பெரிதாக எதுவும் என் கண்ணுக்குப் புலப்படவில்லை - வரைபடங்கள், லத்தீன் உரைநடை நூல்கள் இவற்றுடன் அன்னிய தொனியில் ஒரு குரல். கனவான்களுக்கான அந்த நூலகத்தில் மறைவான மூலை ஒன்று இருக்கும் என்பது என் கற்பனை - அரேபிய இரவுகளின் பர்டன் மொழிபெயர்ப்பு அல்லது இதுபோன்ற சமாச்சாரங்கள். அறிவாளிகள் மட்டுமே புரிந்து அனுபவிக்கும் பலான விஷயங்கள் பற்றி வயதுவந்த உள்ளூர் பையனுக்குப் பெரிதாக ஒன்றும் புரியாது. அந்த நூலகத்திலிருந்தப் புத்தகங்களுக்கு ஒரு தோற்றமும் வாசனையும் இருந்தது; தொடர்ந்து புரட்டிப் புரட்டி அவற்றின் முதுகுப்பக்கம் வெளிறியோ அல்லது கருத்தோ போயிருந்தது; அவற்றில் முன்னாள் எஜமானர்களின் மாற்றமுடியாத வரலாற்றுச் சுவடுகள்; அவற்றில் காணப்பட்ட அவர்களின் பெயர்களோ அல்லது அவர்களுக்கு அளித்தவர்களின் பெயர்களோ அல்லது ஓரங்களில் எழுதியிருக்கும் குறிப்புகளோ அவர்கள் ஒரு நாள் வந்து திரும்பிக் கேட்க வசதியாக எழுதப்பட்டவை போலச் சில நேரம் தோன்றும். சில நேரங்களில் நாங்கள் ஒழுங்காக இருப்போம். சிலநேரங்களில் திட்டையும் வெறுப்புப்பேச்சையும் கேட்டபடி நடுங்கிக்கொண்டு அமர்ந்திருப்போம்; இந்த வெறுப்புப் பேச்சை நாங்கள் முதல் முறையாகக் கேட்பதால் அது மனதை இன்னும் அரிக்கும்.

ஆனால், யுஎஸ்ஐஎஸ் நூலகம் ரொம்ப வித்தியாசம். அங்கே குளிர்சாதன வசதியோடு பத்திரிகைகளையும் செய்தித்தாள்களையும் வாசிக்கலாம்; வேறுசத்தங்கள் கேட்காமல் அடைத்த சிறு அறையில் குஷன்வைத்த இயர்போனை காதில் மாட்டிகொண்டு ஒலித்தட்டுகளைக் கேட்கலாம் (ஆமாம், இந்த ஜாஸ் ஜாஸ் என்கிறார்களே அது என்ன?). புத்தகங்களைப் படிக்க இரவல் பெறலாம். புத்தகங்கள் அற்புதமாக இருந்தன: பெரிதாகவும் கனமாகவும், பளபளக்கும் காகிதத்தில், விளிம்பில் சரிகையும் வெள்ளியுமிட்ட கட்டி அட்டையோடு, புத்தகத்தின் பெயரும் ஆசிரியர் பெயரும் முதுகில் புடைப்பாகப் பொறிக்கப்பட்ட புத்தகங்கள். இந்த ஆசிரியர்களின் பெயர்களைக் காலனியக் கல்வி உதிர்த்ததே இல்லை. ரால்ஃப் வால்டோ எமர்சன், நத்தானியேல் ஹார்த்தோர்ன், ஹெர்மன் மெல்வில், ஃபிரடெரிக் டக்ளஸ், எட்கர் ஆலன் போ. இந்தப் பெயர்கள் ஒரு உயர்வான ஆர்வத்தைக் கிளர்த்தின; ஏனென்றால் இவர்களின் படைப்புகள் தாங்களே எல்லோரையும் பாதுகாக்கப் பிறந்தவர்கள், தாங்களே மேலானவர்கள்

என்ற உபதேசவியாதி தொற்றாதவை. இந்தப் புத்தங்களை எடுத்துச் செல்ல அனுமதித்தார்கள் என்பதும் வீட்டில் மேஜைக்குப் பதிலாகக் கவிழ்த்துப்போட்ட பெட்டியில் அவற்றை வைத்ததும் அவை என் அறையிலிருந்த பிறபொருட்களை அற்பமானவையாகத் தோன்றச் செய்தன என்பதும் இப்போது நம்புவதற்குக் கடினமாக இருக்கும்.

பிறகு எங்கள் ஜனாதிபதி அமெரிக்கர்களிடம் ஏமாற்றமடைந்தார். இதற்கு ஒரு காரணம், அந்தக் காலகட்டத்தில் ஆப்பிரிக்கா முழுவதுமே அமெரிக்கா மீதான வெறுப்புக் குரல் ஓங்கிக்கொண்டே இருந்ததுதான். காங்கோவில் பாட்ரீஸ் லுமும்பாவின் படுகொலைக்குப் பின்னால் அவர்கள் இருந்ததை அவர்களே வெளிப்படையாகக் காண்பித்துக் கொடுத்தார்கள் - தற்புகழ்ச்சிக்கார சிஐஏ அதிகாரிகள் சிலருக்கு பொறுப்பற்றக் கூற்றுகள் சிலவற்றை வாய்விடாமல் இருக்கமுடியவில்லை. உள்நாட்டில் அவர்கள் கருப்பு அமெரிக்கர்களை - குடிமக்களாகத் தங்களுக்கு ஓட்டுரிமையும் சம உரிமைகளும் வேண்டும் என்று விரும்பியதற்காக - கொன்று கொண்டிருந்தார்கள். இந்த விருப்பம், உலகம் முழுதும் ஐரோப்பியர் அல்லாத மக்கள் மீதான அராஜகத்திற்கு எதிரான எங்களின் குரலிலும் தொனித்தது. அமெரிக்கக் காவல்துறை ஊர்வலமாகச் சென்ற கருப்பர்கள்மீது நாய்களை ஏவிவிடும் புகைப்படங்களையும், இனப்பாகுபாடு கொடுமைசெய்யும் காவல்துறை இதைச் செய்யும் புகைப்படங்களையும் அருகருகே செய்தித்தாள்கள் வெளியிட்டன; அமெரிக்கர்களும் சிஐஏவும் எல்லாவற்றிலும் தலையிட ஆசைப்படுவதுபோலத் தோன்றியது; சின்ன விஷயம், பெரிய விஷயம் எது அவர்களின் கவனத்துக்கு வந்தாலும் அவற்றைத் தங்களுக்குச் சாதகமாக வளைத்து தங்களின் கட்டுப்பாட்டுக்குள் கொண்டுவர முயன்றார்கள். நாட்டின் வளர்ச்சிக்கு முக்கியமானவை என எங்கள் ஜனாதிபதி கருதிய திட்டங்களுக்கு யு எஸ் அரசாங்கம், மீக நீண்ட பேச்சுவார்த்தைக்குப் பிறகும்கூட, முதலீடு செய்ய மறுத்ததும் அதனோடுள்ள உறவு குடைசாய்ந்துவிட்டது. சீனாவின் மக்கள் அரசாங்கம் எங்களுக்குப் பணம்தர ஒப்புக்கொண்டது. சோவியத் யூனியன் கடனாக ஆயுதங்களைத் தர முன்வந்தது. ஜெர்மன் டெமாக்ரெடிக் ரிபப்ளிக், நிர்வாகவியலிலும் அறிவியல் தொழில்நுட்பத்திலும் பயிற்சி தர முன்வந்தது.

ஆக, சுதந்திரமடைந்த முதல் பத்தாண்டுகளின் பாதியிலேயே அமெரிக்கர்கள் நாங்கள் அவர்களின் எதிரிகளோடு உறவாடிக் கொண்டிருக்கிறோம் என்று எங்களைக் கைவிட்டுவிட்டார்கள். இதற்கிடையில் எங்கள் ஜனாதிபதி சோசலிசத்துக்கு மாறியிருந்தார்.

குறுகிய காலத்துக்குள் அவர் அதன் சித்தாந்தவாதியாகவும், அவர் பாணியிலான சோசலிசத்தின் முன்மாதிரியாகவும் ஆனார். அவர் சொற்பொழிவுகள் நிகழ்த்தினார், சட்டங்களை இயற்றினார்; மனித குலத்தை இவை எல்லாம் ஒரு நாளில் எப்படித் தூக்கி நிறுத்தப் போகின்றன என்பதை விவரித்துப் புத்தகங்கள் எழுதினார். அது எப்படி வேண்டுமானாலும் இருந்துவிட்டுப் போகட்டும். எங்களுக்கு மிக்கைல் ஷோலக்கோ *(டான் நதி அமைதியாக ஓடிக்கொண்டிருக்கிறது)*, அந்தோன் செக்கோவ் *(தேர்ந்தெடுத்த கதைகள்)* ஆகியோரைப் படிப்பதற்கு வாய்ப்பு கிடைத்தது; இவர்களின் புத்தகங்கள் குறைந்த விலையில் வாங்கக் கிடைத்தன. அதைப் போலவே, ஜிடிஆர் தகவல் மையத்தில் ஷில்லர் நூல் தொகுதிகள் புரட்டக் கிடைத்தன (பிரதிகள் இரவலுக்குக் கிடையாது). *தி லிட்டில் ரெட் புக்*கின் பிரதிகளும் சட்டையில் குத்திக்கொள்ள தலைவர் மாவோவின் படம்பொறித்த பேட்ஜ்களும் கிடைத்தன என்பதைச் சொல்லவேண்டியதில்லை.

கிழக்கு ஜெர்மனியில் பல் மருத்துவப் படிப்புக்குச் செல்ல நான் தேர்ந்தெடுக்கப்பட்டேன். இந்தச் செய்தி கல்வித்துறையைச் சேர்ந்த ஒரு அலுவலர் மூலமாக எனக்கு நேரடியாகத் தெரிவிக்கப்பட்டது. நானும் வேறு பன்னிரெண்டு பேர்களும் ஒரு கூட்டத்தில் கலந்துகொள்வதற்காக அங்கே அழைக்கப்பட்டிருந்தோம். ஜிடிஆர் தூதரகத்தைச் சேர்ந்த ஒருவரும் அங்கே இருந்தார்; அவருக்கு வெள்ளி முடி, வெறுப்பூட்டும் சிவந்த உதடுகள். கூட்ட நடவடிக்கைகள் தொடங்குவதற்கு முன்னர் முதலில் அவரது முகத்தில் கோபம் தென்பட்டது; கொஞ்சம் படபடப்பவராகவும் எரிச்சல்காரராகவும் தெரிந்தார். கூட்டம் தொடங்கி நடந்துகொண்டிருக்கும்போது முகத்தில் புன்னகை மிளிர ஆரம்பித்துவிட்டது. ஜிடிஆரில் கல்விபயில கல்வித்தொகைக்கு நாங்கள் எல்லோரும் கேட்டுக்கொண்டிருந்தோம்; வந்திருந்த நூற்றுக்கணக்கான விண்ணப்பங்களிலிருந்து எங்களை அமைச்சர்தான் தெரிவு செய்தாராம், அந்த அலுவலர் சொன்னார். சிலர் மருத்துவர்களாகவும், சிலர் பொறிஞர்களாகவும் படிக்க இருந்தார்கள்; நான் பல் மருத்துவராக, டட்காரி வா மெனோ. அந்தக் கடைசி வார்த்தை வந்தபோது எல்லோரும், என்னையும் சேர்த்துதான், சிரித்தோம். ஜிடிஆர் அதிகாரி ஒரு கணம் முறைத்துவிட்டு, பின்னர் உறுதியோடு, ஊக்கமளிப்பதுபோல தலையை அசைத்தார். பல் மருத்துவராக ஆவதில் தவறொன்றும் இல்லை. என்ன படிக்க விரும்புகிறீர்கள் என்று எங்கள் விருப்பத்தை யாரும் கேட்கவில்லை; எனவே, அமைச்சர் - அல்லது அவரால் இந்தப் பணிக்காக

நியமிக்கப்பட்டவர் - எங்கள் ஒவ்வொருவருக்கும் எதைத் தெரிவு செய்திருக்கிறார் என்பதை அறிந்துகொள்ள நாங்கள் பதற்றமாக இருந்தோம்; எப்படி தெரிவு செய்தார்கள் என்பதைப் பற்றிக் கவலைப்படவில்லை. பல் மருத்துவர் என்றதும் முதலில் எனக்குப் பெரிய அடியாகத்தான் இருந்தது; ஆனால் பின்னர் நாங்கள் எங்களின் எதிர்காலத் தொழிலின் பெயரை வைத்து பரஸ்பரம் அழைத்துக்கொண்டபோது எனக்குப் பழகிப் போய்விட்டது. அதன்பிறகு தூதரக அதிகாரி பேச்சைத் தொடங்கி, ஏற்பாடுகள் என்னென்ன என்று விளக்கினார்: ஆவணங்களைத் தயார்செய்வது, பயணம், ஒரு வருடம் மொழிக் கல்வி, அதன் பிறகு தொழிற்கல்வி. இதையெல்லாம் சொல்லிவிட்டு முடிவாக, ஜெர்மன் சகோதர்களின் வரவேற்பு வந்தனத்தையும், இரு நாடுகளுக்கிடையேயான நட்பில் அவர்களுக்கிருந்த பெருமையையும் சந்தோஷத்தையும் சொல்லி முடித்தார்.

நான் பல் மருத்துவராவதில் என் அம்மாவுக்குச் சந்தோஷம் இல்லை. என்னால் அதைக் காணமுடிந்தது. நான் பல் மருத்துவராகும் விஷயத்தைச் சொன்னதும் அவரை அறியாமல் முகத்தில் வெறுப்பு தோன்றியது. பல் மருத்துவராவதில் எந்தத் தவறுமில்லை என்றேன் அவரிடம்; ஆனால் நான் கொடுத்த நம்பிக்கைப் போதவில்லை அவருக்கு. பலவீனமாகச் சிரித்தார்; காரணமில்லாத ஒரு அவநம்பிக்கை அவரிடம் தெரிந்தது. சில நாட்கள் கழித்து என்னைக் கல்வித்துறை அலுவலகத்துக்கு மீண்டும் அழைத்தார்கள்; இம்முறை நான் மட்டும்தான்; எங்களோடு முன்பு பேசிய அதே அலுவலர் என்னிடம், எப்படி என்று தெரியாமல் ஒரு பிழை நடந்துவிட்டதாகத் தெரிவித்தார். அமைச்சர் ஷேக் அப்தல்லா கல்ஃபான் என்னை மருத்துவம் படிக்கத்தான் தெரிவு செய்திருந்தாராம்; இடையில் எப்படியோ யாரோ என் பெயரை பல் மருத்துவத்துக்கு மாற்றிவிட்டார்களாம். இதைச் சொன்னபோது அந்த அலுவலரே ஏதும் புரியாதவர்போலத் தோற்றமளித்தார்; இந்தக் குழப்பத்திற்குப் பின்னால் ஏதாவது சதி இருக்குமோ என்று கொஞ்சம் சந்தேகப்படுபவர்போலவும் தோன்றினார். இதில் பூடகம் எதுவும் இல்லை என்று எங்கள் இருவருக்குமே தெரியும். இந்த சம்பிரதாய நாடகத்திற்காக நான் அந்த அலுவலருக்கு நன்றிக் கடன்பட்டிருந்தேன்; என் அம்மா அமைச்சரின் காதலி. எனக்குத் தெரிந்தவரையில், என் அம்மா அவருக்குச் சேவைசெய்யும் இருவரில் அல்லது மூவரில் அல்லது அதற்கு மேலும் இருந்தால் அத்தனைப் பேர்களில் ஒருவர். அரசாங்கத்தில் மேலே வந்துகொண்டிருக்கும்

ஒருவர் அவர்; தான் கூப்பிட்டால் இத்தனைபேர் வருகிறார்கள் என்று தன் சாமானின் அதிகாரபலத்தைக் காண்பிப்பதில் அவருக்குச் சந்தோஷம் இருக்கலாம். இல்லை. நான் அம்மாவைப் பற்றி ரொம்பக் கடுமையாகப் பேசுகிறேன்; அவர் ஏன் அப்படிப் போனார் என்று எனக்கு தெரியவே தெரியாது. என்னவாக இருந்தாலும், அமைச்சரின் அலுவலகக் கார் அவருக்காக வந்து, முதலில் நாங்களிருந்த வீடு அப்பாவின் கையைவிட்டுப் போனபின்னர் குடியேறிய சிறிய வீட்டின் தெரு முனையில் காத்திருக்கும். அதன் பின்னர் என் அம்மா, அவசரப்படாமல் எந்த பயமும் இல்லாமல், இதில் ரகசியம் ஒன்றுமில்லை என்றுக் காட்டுவதைப்போல, நிதானமாக வெளியே நடந்து போவார்; தனது காதலனைச் சந்திக்கப்போகும் ஓர் அழகு மங்கையைப் போல.

இந்தத் தொடர்புதான் எனக்குக் கல்வித்தொகை கிடைப்பதற்கும் இப்போது மருத்துவப் படிப்புக்கு மாறுவதற்கும் உதவியது என்பதில் எந்தச் சந்தேகமுமில்லை. அந்த அலுவலர் சொன்னதும் நான் தோளைக் குலுக்கி, பல் மருத்துவம் படிக்கத்தான் நான் ஆசைப்படுகிறேன் என்றேன். அவர் சிரித்துக்கொண்டு, அமைச்சர்தான் இந்த முடிவை எடுத்திருக்கிறார் என்றும் எனக்கு அமையப்போகும் நல்ல எதிர்காலத்தை நான் வீணாகக் கெடுத்துக்கொள்ள வேண்டாம் என்றும் சொன்னார். பல் மருத்துவத்தைத்தான் நான் *நிஜமாகவே விரும்புகிறேன்* என்றதும், அந்த அலுவலர் - அவர் ஆசிரியராக நீண்ட காலம் பணியாற்றி, சமீபத்தில்தான் இந்த அமைச்சகத்துக்கு வந்திருந்தார் - மௌனமாக என்னையே நீண்ட நேரம் பார்த்துக்கொண்டிருந்தார்; உன் அம்மா விரும்ப மாட்டாள் என்று தன் வாயிலிருந்து வருவதைத் தடுத்துக்கொண்டிருக்கிறார் அவர், எனக்கு அப்படித்தான் தோன்றியது. அம்மா விரும்பவில்லை; ஆனாலும் அவர் தோள்களைக் குலுக்கிக் கொண்டு, உடம்புக்குப் பார்க்கும் மருத்துவராக இருப்பது பல் மருத்துவராக இருப்பதைக் காட்டிலும் அதிக கௌரவமானது என்று தான் நினைத்ததாகச் சொன்னார். அவளுடைய தாழ்மையான அபிப்ராயம் அது; பல் மருத்துவரென்றால், எச்சிலில் விரலைவிட வேண்டும், நாறும் வாயில் கறைபடிந்த பற்களைத் தொடவேண்டும். ஆனால், இன்னமும் நீ பிடிவாதமாக இருக்கிறாய் என்றால், அப்புறம் உன் இஷ்டம்.

அப்பாவிடம் நான் பல் மருத்துவம் படிக்க ஜிடிஆர் போகிறேன் என்றதும் அவர் மெதுவாகத் தலையை ஆட்டிவிட்டு, மீண்டும் ஓதத் தொடங்கினார். அவர் இருக்கும் இடத்திற்குப் பெரிதாக எதுவுமே

எட்டாது. வீட்டைத் திரும்பப் பெறும் போராட்டத்தின் இடையில் என் அப்பா இறைவனைக் கண்டடைந்தார். கோவாக்காரரின் பாருக்குப் போவதைச் சுத்தமாக விட்டுவிட்டார். தனது நேரத்தை மனந்திரும்புவதிலும், தொழுகையிலும் ஓதுவதிலும் கழித்தார். இறைபக்தி அவருக்கு வெறும் வார்த்தையாக இருக்கவில்லை; ஒரு நாள் சமாச்சாரமுமல்ல; ஒரு நாள் குடித்து ஒன்பது நாள் தாகமில்லாமல் இருக்கமுடியாது. அவர் ஒரு ஷேக் ஆகிவிட்டார்: சில நேரங்களில் கூட்டம் சேர்த்துத் தொழுகை நடத்துவார்; அலுவலகத்திலிருந்து வந்தபிறகு நாள் முழுவதும் குரான் ஓதுவதிலேயே கழிப்பார்; மாலைநேரங்களில் மசூதியில் ஷரியச் சட்டங்களையும் கொள்கைகளையும் படித்துக்கொண்டிருப்பார். பளிச்சென்ற வெள்ளைச் சட்டையும் கவனமாகத் தேய்த்த ப்ரௌன் கால்சராய்களும் போய்விட்டன; வேலைக்குப் போகும்போதுகூட இப்போதெல்லாம் கான்ஸூவும் கொஃபியாவும் மஹ்பாதி செருப்பும்தான். கடைசியில் சொந்த வீட்டை இழந்து நகரத்தின் மற்றொரு பகுதியில் இரண்டு அறையுள்ள ஒரு வீட்டுக்குப் போகவேண்டி வந்ததும்கூட அவரிடம் எந்த மாற்றத்தையும் ஏற்படுத்தியதுபோலத் தோன்றவில்லை. நாங்கள் முன்பு குடியிருந்த பகுதி வரை நடந்தேபோய், அவருக்குத் தெரிந்த மக்களோடு தொழுகை செய்வார்; இறைவன்மீது இவருக்கு இருந்த பக்தி அவர்களுக்குக் கொண்டாடுவதற்குரிய ஒன்றாக இருந்தது. புதிய வீட்டில் அவர் இருப்பதே இல்லை. வீட்டில் இருக்கும்போது, தொழுகையிலும் ஓதுவதிலும் ஈடுபட்டிருப்பார். அம்மாவோடு பேசும்போது பார்வையைத் தாழ்த்திக்கொண்டு பேசுவார்; நான் அவரிடம் பேசப்போனாலே ஒழிய அவராக என்னிடம் பேசமாட்டார். நான் ஜிடிஆர் செல்லத் தயாராகிக் கொண்டிருந்த காலகட்டத்தில் அவர் இமாம் ஆகியிருந்தார்; தினசரித் தொழுகையை மசூதியில் உயர்ந்த தொனியோடு பாடும் குரலில் நிகழ்த்துவார்; நல்லடக்கச் சடங்குகளை அற்புதமான சரளத்தோடு நடத்திவைப்பார். மதம், சட்டப் பிரச்சனைகள் பற்றி அவரிடம் ஆலோசனைக்கு வரும்போது மறுக்கமுடியாத உறுதியோடு தீர்ப்புகளைச் சொல்வார். அவரது வாழ்க்கையின் மைய அச்சு இப்போது இடம்மாறிவிட்டதுபோலவும் முன்பிருந்த இடத்திலிருந்து வேறான இடத்தில் அவர் இருப்பதுபோலவும் தோன்றியது. அவருக்கு மட்டுமே கேட்கிற ஒத்திசைவான தாளமும் அதிர்வும் அங்கிருந்தன. எனவே அவர் தலையை அசைத்துவிட்டு, மீண்டும் ஓதத் தொடங்கினார்; அதற்கு என்ன அர்த்தம் என்று எனக்குப்

புரிந்தது: ஒழிந்துபோ, எனக்குக் கொஞ்சமும் கவலையில்லை; போ, போய், வேண்டுமென்றால், கம்யூனிஸ்டாக ஆகு. நானும் என் இறைவனும் சரியான நேரத்தில் உன்னைத் தாங்கிப் பிடிக்க வரும்போது நீ புரிந்துகொள்வாய், உனக்கு என்ன நடக்கவிருந்தது என்பதை.

நான் ஊரைவிட்டுக் கிளம்பிய முன்தினம் மதியம் அப்பா என்னைப் பெயர் சொல்லி அழைத்து அவருடன் மசூதிக்கு வரச்சொன்னார். பின்மதியத்தின் பளீரிடும் சூரியவெளிச்சத்தில் அலைகள் உள்நோக்கிவந்த கடற்கழியின் தடுப்புச்சுவரை ஒட்டினாற்போல ஒன்றாக நடந்துசென்றோம். என் கையோடு அவர் கையை லேசாகச் சேர்த்துக்கொண்டார், நெருக்கத்தின் மெல்லிய சிறகடிப்பு. என் அப்பா சிறிய மனிதர்; கான்ஸூவும் கொஃபியாவும் அணிந்து, எப்போதும்போல கண்கள் தாழ்ந்திருக்க, அவர் கை என் கைக்குள் சிறகடிப்பதைப்போல் பிணைத்திருக்க, அவர் வழக்கத்தைவிடவும் சிறியதாகத் தோன்றினார். கண்கள் தாழ்த்தி நடக்கும் இரண்டு போலி தத்துவஞானிகளைப் போல நாங்கள் தெரியக்கூடாதென்பதற்காக நான் முகத்தை உயர்த்திவைத்துக்கொண்டேன்; அவர் இப்போதும் ஹசனை நினைத்துப்பார்ப்பாரா, ஹசன் இங்கிருந்து போனதா அல்லது வீட்டை இழந்ததா, எது அவரை இப்படி எல்லாவற்றையும் விட்டுவிட்டு இறைவனைத் தேடி ரீங்காரமிடும் தேனீயாக மாற்றியது என்று யோசித்துக்கொண்டே அவரோடு நடந்துசென்றேன். அல்லது என் அம்மாவால் அவர் காயப்பட்டுவிட்டாரா? அந்த வேதனையை ஆற்றும் களிம்பையும் ஆறுதலான உதவியையும் இறைவனின் வார்த்தைகளிலும் அவனைத் துதி பாடுவதிலும் கண்டடைந்து விட்டாரா? அவர் சொல்லவந்ததை சொல்லக்கூடிய வலிமையை பெற்றதும் என்னிடம் என்ன சொல்வார் என்றும் யோசித்தேன். நாங்கள் கடந்து சென்ற ஆட்கள் அவருக்கு மரியாதையுடன் வணக்கம் தெரிவித்தார்கள், இறைவனின் சேவகனாக, அவன் சிருஷ்டித்த உயிராக அவர் பணிவுடன் அவர்களுக்கு பதில் வணக்கம் சொன்னார்.

“எல்லாம் தயார் செய்துவிட்டாயா?” என்று கேட்டார்.

“செய்துவிட்டேன்” என்றேன். “தயார்செய்ய பெரிதாய் ஒன்றுமில்லை.”

அவர் என்னை இந்தப் பழைய வீட்டுக்குக் கூட்டிவந்தார்; அதனெதிரே கொஞ்ச நேரம் நின்றோம். வீட்டுக்குப் புதிதாக வெண்ணெய் க்ரீம் வண்ணம் பூசப்பட்டிருந்தது, ஜன்னல்கள் பழுதுபார்க்கப்பட்டு முன்பக்கப் படிகளுக்கு சிமெண்ட் பூசியிருந்தது.

நான் நின்ற இடத்திலிருந்து பார்த்தால் வீடிருந்த சந்துமுனையில் ஒரு துண்டுக் கடல் தெரிந்தது; இந்த நேரத்தில் பின்புறமிருந்த மாடியில் கடற்காற்று வீசும் என்று எனக்குத் தெரியும். "இது நம்முடைய வீடு" என்றார் என் அப்பா. "இது உனக்கு, எனக்கு, உன் அம்மாவுக்குச் சொந்தமான வீடு."

"ஹசனுக்கும்" என்றேன். அவர் ஒன்றும் சொல்லவில்லை.

"இது என் அத்தைக்குச் சொந்தமாக இருந்தது, என் அப்பாவின் சகோதரி அவர், அவர் எனக்கு இந்த வீட்டை விட்டுச்சென்றார்" ஹசனின் பெயர் தேய்ந்து மறைந்தபிறகு அப்பா சொன்னார். "அந்த ஆட்கள் நம்மிடமிருந்து அதைத் திருடிக்கொண்டார்கள். இதை மட்டும்தான் உனக்காக நான் கடைசியில் விட்டுச்செல்லப்போகிறேன். உன் பரம்பரைச்சொத்து."

நான் சிரித்துவிட்டிருப்பேன், நிஜமாகத்தான். இது கொக்குத் தலையில் வெண்ணெய் வைத்துப் பிடிக்கற விஷயம். ஒருநாளும் நடக்கப் போவதில்லை. ரொம்ப சந்தோஷம், அருமை இளவரசே. பக்திமுற்றிய இந்தக் கிழட்டுப் பிணம் என்னை இவ்வளவு தூரம் இழுத்து வந்தது வாழ்நாள் பூராவும் நான் இந்தப் பங்காளிச் சண்டைப் போட்டுக்கொண்டிருக்க தூண்டிவிடத்தானா? "இந்த வீட்டை நான் மறந்துவிடக்கூடாது என்று சொல்ல வருகிறீர்களா? அதைத்தானே சொல்ல வருகிறீர்கள், பா? ஒருநாள் நான் திரும்பிவந்து இதை அடைய வேண்டுமென விரும்புகிறீர்களா?

ஒரு நொடி கழித்து அவர் கையை மீண்டும் என் கையோடு சேர்த்துக்கொண்டு நடக்கத் தொடங்கினார்; நான் கூட வருவதை உறுதிசெய்துகொள்ள என்னுடன் லேசாக ஒட்டியே நடந்தார். நானும் போனேன், ஆனால் உண்மையில் அந்தக் கையை விலக்கிவிட்டு அங்கிருந்து போய்விடவேண்டுமென்றுதான் விரும்பினேன். அவர் தனக்குத்தானே என்ன கதை வேண்டுமானாலும் சொல்லிக்கொள்ளட்டும், தனது சிறுமையையும் தனது தோல்விகளையும் பற்றி. முதலில் ஹசனை அவர்கள் இழந்ததை என்னால் தாங்கவே முடியவில்லை, அடுத்து அவனது இழப்புக்கு எப்படி வருந்துவது என்றுகூட எனக்கு அவர்களால் காட்டித்தர முடியாததையும். அவர் என்னை மசூதிக்குக் கூட்டிச்சென்று அவரருகில் உட்கார வைத்துக்கொண்டார், மாலைநேரத் தொழுகைக்காகக் காத்திருந்தோம்; அதை அவர்தான் ஏற்று நடத்தினார். அவருக்குப் பின்னால் மசூதியின் முழு நீளத்துக்கு முதல்வரிசை வரை ஆட்கள் வந்துசேரும்வரை

அவர் தொழவந்தவர்களைப் பார்த்து நின்றார்; பிறகு திரும்பி கிப்ளாவுக்குள் சென்று தொழுகையைத் தொடங்கினார். தொழுகை முடிந்ததும், பாதியுடல் திருப்பி சம்மணக்கால் போட்டு உட்கார்ந்து, திருநபியையும் அவரது தோழர்களையும் குடும்பத்தையும் வாழ்த்தி அவர் ஓதிய வரிகளை நாங்கள் திருப்பி ஓதினோம். எல்லோரும் வாழ்த்துப்பாடல்களைப் பாடிக்கொண்டிருந்தபோதே அவர் கிப்ளாவில் இருந்து எட்டிப்பார்த்து என்னை கிட்டே வரும்படி சைகை செய்தார். "இறைவனில்லாத அந்த இடத்துக்குக்குப் போனதும் தொழ மறந்துவிடாதே" என்றார். "நான் சொல்வது உனக்குப் புரிகிறதா? நீ என்ன செய்தாலும் சரி, இறைவனை இழந்துவிடாதே, உன் மார்க்கத்தை இழந்துவிடாதே. அங்கே இருள் இருக்கிறது."

அந்த வார்த்தைகளும் என் பரம்பரைச் சொத்துதான். அவர் என்னிடம் கடைசியாக அதைத்தான் சொன்னார் என்று நினைக்கிறேன். ஏனென்றால் அதன்பிறகு நான் உடனே மசூதியை விட்டுக் கிளம்பிவிட்டேன், மறுநாள் காலை நான் தூங்கியெழுந்தபோது அவர் வேலைக்குப் போய்விட்டிருந்தார். அன்று மதியம் நான் பெர்லினுக்கு விமானம் ஏறிவிட்டேன். அம்மாவின் கடைசி வார்த்தைகள்? எனக்கு எதுவும் ஞாபகமில்லை, ஞாபகம் வைத்துக்கொள்ளும்படி எதுவுமில்லை. பாஸ்போர்ட் பத்திரமாக இருக்கிறதா என்று பார்த்துக்கொள்ளச் சொல்லியிருக்கலாம்; அல்லது அவர்கள் என்னை ஏமாற்றிவிடாமல், ஜெர்மானியர்கள் ஏதாவது தந்திரம் செய்து என்னை ஏமாற்றிவிடாமல் கவனமாக இருக்கச் சொல்லியிருக்கலாம். அதை ஏற்கனவே பலமுறை சொல்லியிருந்தார்; விமானநிலையம் செல்லும் வழிநெடுக டாக்சியிலும், அங்குக் கட்டாயச் சோதனைக்கும், பாதுகாப்பு உலுக்கல்களுக்கும் நான் ஆளாகுவதற்கு முன்பு அவருக்கு குட்பை சொன்னபோதும் இதையேதான் சொன்னார் என்று நினைக்கிறேன். அவர் ஆடைகளில் உத் மணமணக்க அழகான தணிந்த முகத்துடன் என்னை வழியனுப்பி ஒரு முத்தத்தைக் காற்றில் பறக்கவிட்டார்; எல்லோர் கண்களும் அவர்மேல்தான் இருந்தன.

அவரிடம் நான் கடைசியாக என்ன சொன்னேன் என்று நினைவில்லை. நான் அங்கிருந்து கிளம்பியபோது அவர் என்ன நினைத்துக்கொண்டார் என்றோ அல்லது அவரைக் கூட அப்போது நினைத்துப்பார்த்தேனா என்றோ எனக்கு ஞாபகமில்லை. தடுப்பரணைக் கடந்து பயணிகளுக்கானப் பகுதிக்குள் நுழைந்தபோது பயத்திலும் பதட்டத்திலும் நான் நடுங்குவதை உணர்ந்தேன்.

164

முதன்முறையாகப் பறக்கப்போகிறேன், முட்டாள்தனமாகவோ சங்கடப்படும்படியோ எதையும் செய்துவிடக்கூடாதே என்ற பயம்தான் அது. அப்போது நான் அம்மாவைப் பற்றி நினைத்துப்பார்க்கவில்லை; என் வாழ்வில் நடக்கவிருப்பவைகளின் மேல் அந்த நொடி ஒரு நீண்ட நிழலாகப் படியப்போவதை நினைத்துப்பார்க்கவில்லை. என்னைச்சுற்றி நடந்த அனைத்தையும் நான் கவனித்திருக்கவேண்டும், அப்போதுதான் கிளம்புவதற்கு முந்தைய நொடிகள் எப்படியிருந்தன என்பதைப் பின்னர் நினைவுகூர முடியும் என்பதை நான் நினைத்துப்பார்க்கவில்லை. அடுத்துவந்த மலட்டு வருடங்களில் நினைத்துப்பார்த்துக்கொள்ள காட்சிகளையோ, உருவங்களையோ வாசனைகளையோ நான் கைப்பற்றி வைத்துக்கொள்ளவில்லை; அன்று என் அழகானத் தாயைப் பிரிந்த விதம் மௌனத்தைக் கிழித்துக்கொண்டு வெளியேறி, அந்த நினைவின் ஆற்றமுடியாத துக்கம் என்னை நடுங்கவைக்கும்.

நாங்கள் அங்கிருந்து அக்டோபர் மாதம் கிளம்பினோம்; அப்போது ஜெர்மானியப் பள்ளியாண்டு தொடங்கி இரண்டு அல்லது மூன்று வாரங்கள் கழிந்திருந்தன. நான் மட்டும்தான் பல்மருத்துவம் படிக்கப்போனவன் என்பதால் என்னைமட்டும் வேறொரு நகரத்துக்கு அனுப்பிவிட்டார்கள். முதல் வருடம் நாங்கள் ஜெர்மன் மொழி கற்க வேண்டும், நாங்கள் படிக்கப்போகும் இடத்துக்கு அருகிலேயேதான். அந்தப் பகுதியோடு நாம் பழக்கமாகிக் கொள்ளலாம் என்பதால் இதுவும் நல்லதுக்குதான் என்று எனக்குத் தோன்றியது, ஆனால் நாங்கள் விமானத்திலிருந்து இறங்கியபின் மேற்கொண்ட ரயில் பயணத்தின்போது மற்றவர்களுடன் சேர்ந்து இருக்கவே நான் விரும்பினேன். என்னை நொய்ஸ்டாட் எனும் நகரத்துக்கு அனுப்பிவைத்தார்கள், ஆனால் அந்த முதல் பயணம் எனக்கு நினைவேயில்லை. யாரோ என் கையில் டிக்கெட்டைக் கொடுத்து ரயிலேற்றி விட்டார்கள்; எல்லாம் எப்படி நடக்கவேண்டுமோ அப்படி நடந்தது. சில வித்தியாசமான விஷயங்கள் மட்டும் நினைவிருக்கிறது: ஒருகட்டத்தில் மழைபெய்யத் தொடங்கியது; மழைநீர் ஜன்னல் கண்ணாடியில் பட்டு ஒழுகியதில் புழுதிக்கோடுகள் தெரிந்தன. அந்த ரயில்தான் எவ்வளவு வேகமாக ஓடியது, அல்லது அப்போது அப்படி எனக்குத் தோன்றியிருக்கலாம், எவ்வளவு இரைச்சல் போட்டது என்று எனக்கு நினைவிருக்கிறது. நிலக்காட்சிகள் மங்கலாய், பசுமையாய், சாம்பல்நிறமாய், புழுதியாய் மாறி மாறித் தெரிந்தன; சில நேரங்களில் ஒழுங்காகவும் சீராகவும்

தெரிந்தன ஆனால் மப்பும் மந்தாரமுமான உணர்வையே அது கொடுத்தது. ரயில்பெட்டியில் எங்கோ ஜன்னல் திறந்திருந்தது, அதுவழியாக கடுங்குளிர் காற்று வீசியது. நான் எந்த நிறுத்தத்தில் இறங்கவேண்டுமென்பது எனக்கு எப்படித் தெரிந்திருந்தது என்றுகூட எனக்கு நினைவில்லை. என்னைக் கூட்டிப்போக யாரோ வந்திருந்தார்கள், ஆனால் அங்கிருந்து எப்படிக் கல்லூரி விடுதிக்குப் போனோம் என்று நினைவில்லை, அப்படியானால் வண்டியில்தான் அங்கு போயிருப்போம். பிறகுதான் எனக்குத் தெரியவந்தது என்னைக்கூட்டிப் போக வந்தவர் விடுதி காப்பாளர் - நடுவயதுக்காரர், புரிந்துகொள்ள முடியாத சங்கதிகளாக மாணவர்களைப் பார்க்கும் மனிதர், சிரிக்கவே மாட்டார், அவருக்கு இடப்பட்ட வேலைகளை ஏதோ அநியாயமாகத் தன்மேல் திணிக்கப்பட்டவைபோல் பாவித்து செய்வார். அவர் இத்தனைக் கண்டிப்போடு நடந்துகொண்டவிதம் என் பழைய பள்ளியின் காப்பாளர் போலவே இருந்தது, ஆனால் மற்ற மாணவர்களோ அவரது முதுகுக்குப் பின்னால் பாசிஸபாணி சல்யூட் செய்து அவரது பயங்கரமான தோற்றத்தைக் கேலி செய்தார்கள். இங்கிருப்பவர்களில் ஒரு வகைமாதிரியை கண்டுகொண்டதில் எனக்கு மகிழ்ச்சியே. உறுமியபடியே புகையைக் கக்கிச் செல்லும் வேன் ஒன்றை அவர் சிலசமயங்களில் ஓட்டிச்செல்வார்; அப்படியானால் என்னைக் கூட்டிப்போக ரயில்நிலையத்திற்கு அந்த வண்டியில்தான் அவர் வந்திருக்கவேண்டும். நாங்கள் விடுதிக்கு பஸ்ஸில் போய் சேரவில்லை என்பது மட்டும் எனக்கு நிச்சயாகத் தெரியும், ஏனெனில் ஜிடிஆரில் நான் முதன்முதலாக செய்த பஸ் பயணம் எனக்கு நன்றாகவே நினைவிருக்கிறது.

விடுதி கான்கிரீட்டும் கண்ணாடியும் ஆஸ்பெஸ்டாசும் வைத்துக் கட்டப்பட்ட சதுரமான நவீனக் கட்டடம்; அதில் அறையொன்றுக்கு இரு மாணவர்கள் எனச் சூடேற்றப்படாத சிறுசிறு அறைகள் இருந்தன. கூர் திருப்பங்களுடன் குறுகிய நடைபாதைகள்; எனவே வெளியே இருந்து பார்ப்பதற்கு கட்டடம் அற்புதமாக இருந்தாலும் உள்ளே இடநெருக்கடியில் மூச்சு முட்டியது. அந்த இடம் பழக்கமாகும் வரையிலும் எனக்கு மூச்சுவிட சிரமமாக இருப்பது போலிருந்தது; அழுகின காய்கறி நாற்றமடித்தக் காற்றை உள்ளிழுக்கத் திணறியபடி மௌனப் பதட்டத்துடன் படுக்கையில் கிடப்பேன். முழு கட்டடத்திலுமே சூடேற்றும் வசதி மிக மோசமாக இருந்ததால் ஜன்னல்களைத் திறப்பதேயில்லை. கட்டடத்தின் ஏதோவொரு மூலையில் ஒரு

ஜன்னலைத் திறந்தாலும் போயிற்று, கடுங்குளிர்காற்று ஒவ்வொரு இண்டு இடுக்கு வழியாகவும் உள்ளே பாய்ந்துவிடும்; அதைச் செய்த குற்றவாளி உடனடியாகத் தேடிக்கண்டுபிடிக்கப்பட்டு அவனுக்கு தண்டனை வழங்கப்படும். இது எனக்கு ஒரு கதைச்சம்பவத்தை நினைவுபடுத்தியது: *The Scarlet and the Black* கதையில் வரும் செல்வச்சீமாட்டியின் சொத்துகளை அடையும் ஒரு தோராய ஆசையில் அவளுடன் சென்று தங்கும் ஜூலியன், இரவில் அவனது படுக்கையறை ஜன்னல்வழியாகப் புகைபிடிப்பான். அவனுக்குத் தெரியாது சீமாட்டிக்குப் புகையிலை நாற்றம் அறவே பிடிக்காதென்பது; அவனது ஜன்னல் திறந்திருந்ததால் கடுங்காற்று அங்கிருந்த ஒரு இண்டு இடுக்கு விடாமல் வீட்டுக்குள் நுழைந்து அவனைக் காட்டிக்கொடுத்துவிட, சொத்தை அடையமுடியாமல் அவன் அங்கிருந்து துரத்தப்படுகிறான். அல்லது இது *Vanity Fair* கதையில் வரும் சம்பவமா? எது எப்படியோ, எங்களின் அற்புதமான விடுதிக்கட்டடத்தில் அடுத்தவருக்குத் தெரியாமல் ஒரு ஜன்னலைக்கூடத் திறக்கமுடியாது என்பதுமட்டும் நிச்சயம்; எனவே பலவித நெடிகள் ஒன்றன்மேல் ஒன்று மேவி வீசும் ஒரு பனிப்புகைக்குள்தான் நாங்கள் வாழ்ந்தோம், சுவாசித்தோம், தின்றோம், வெளியேற்றவும் செய்தோம்.

என்னோடு அறையில் தங்கியிருந்த மாணவன் கினியைச் சேர்ந்தவன், அவன் பெயர் அலி. விடுதியில் இருந்த எல்லா மாணவர்களுமே வெளிநாடுகளைச் சேர்ந்தவர்கள்தான் - அதாவது, இருண்ட வெளிநாடுகள். ஆரம்பத்தில் அலிக்கு என்மீது கிண்டலான வெறுப்பொன்று இருந்தது. ஆரம்பத்தில் மட்டும்தான், ஒரு மரியாதைக்காக, எங்களிடையே ஒரு படிநிலையை உருவாக்குவதற்காகவும் இருக்கலாம். அவன் நன்றாக ஆங்கிலம் பேசினான், நாங்கள் நண்பர்களாவதற்கு முன்பு அவனிடம் நான் உதவி கேட்டபோதெல்லாம் அதை வைத்தே தவறாக வழிகாட்டினான். முதல் நாளன்று அவன் படுக்கையில் உட்கார்ந்துகொண்டு, நான் கொண்டுவந்த கொஞ்சப் பொருட்களை எடுத்துவைப்பதைப் பார்த்தபடி சிரித்துக்கொண்டே கேள்விகள் கேட்டான். ஏதாவது சாக்லேட்டுகள் கொண்டுவந்திருக்கிறாயா? டாலர்கள்? இது கிழக்கு ஐரோப்பா. இங்கே எதுவுமே கிடையாது. ஆப்பிரிக்காவின் அதே கதிதான் இங்கும். அந்தக் கோமாளி டி- ஷர்டுகளை எப்போது போட்டுக்கொள்ளலாமென்று கொண்டுவந்தாய்? எலும்பை உறையவைக்கும் குளிர்தான் இங்கு எப்போதும். உனக்கு என்ன வயது? பதினெட்டு! (நான் பொய் சொல்லியிருந்தேன்.) வெள்ளைகாரப்

பெண்ணைப் போட்டிருக்கிறாயா? எதற்காகக் காத்திருக்கிறாய்? ஒவ்வொரு இரவும் இங்கே இறைச்சிக் கஞ்சிதான். அதில் சின்னச் சின்ன உலர்ந்த இறைச்சி உருண்டைகள் இருக்கும்; நிஜமான இறைச்சி எப்படியிருக்குமென்றே இங்கு யாருக்கும் தெரியாது; சாப்பாட்டில் இருப்பது இறைச்சியா அல்லது ஆட்டுப்புழுக்கையா அல்லது ஆஸ்பெஸ்டாஸ் கோலியா என்றுகூடத் தெரியாது.

சீக்கிரத்திலேயே அவனது விஷயங்கள் எனக்குப் பழகிவிட்டன; அவன் என்னை மோசமாக நடத்தும்போதெல்லாம் நான் ஆத்திரப்படுவதையோ வருந்துவதையோ - உண்மையில் நான், அவன் தன்போக்கில் பேசிச் சந்தோஷப்பட்டுக் கொண்டிருக்கட்டும் என்று புன்னகையோடு இருப்பேன் - விட்டுவிட்டதும், அவனும் என்னைக் காய்ச்சுவதைக் குறைத்துக்கொண்டு, அதற்குப் பதிலாகப் பரிகாசம் செய்யத் தொடங்கினான். எனக்கு வேறு வழியில்லை. அவன் வலிமையுடன், தானென்ற இறுமாப்புடன் இருந்தான்; கேலியும் கிண்டலும் அனுபவ அறிவும் இருந்த அவனது ஒவ்வொரு வார்த்தையின் முரட்டு சக்தியும் என்னைச் சங்கடப்படுத்தின. நான் அவனோடு ஒரே அறையில் தங்கியிருப்பதால் அவனுக்கு என்னைப் பிடிக்கவேண்டுமென விரும்பினேன். ஒரு சகோதரனைப் போலவெல்லாம் பிடிக்கவேண்டாம்; என்னை நோட்டமிட்டு, தொந்தரவு செய்து, என்னை முட்டாளாக்கிப் பார்க்காமல் இருந்தால் போதும். அப்போது நான் இதை நினைத்துப்பார்க்கவில்லை. அங்கிருந்த ஒவ்வொருவருக்கும் நண்பன் இருந்ததையும், அப்படி இல்லாதவர்கள் தளர்ந்துபோய் அச்சத்துடன் தோன்றியதையும் கண்டேன். விட்டுக்கொடுத்து அவன் போக்கிலேயே போவதுதான் சரி என்று ஏன் நான் நினைத்தேன் என்று எனக்குத் தெரியவில்லை; எப்படியானாலும் அது புத்திசாலித்தனமான முடிவுதான். இன்னொரு நல்லவிஷயம், நான் ரொம்பவும் அதை யோசித்து யோசித்து மூளையைக் குழப்பிக்கொண்டிருக்க அவசியமில்லாமல் ஆகிவிட்டது. இப்படி மீண்டும் மனதில் பட்டது. அதேநேரம் அலியின் நடவடிக்கைகள் மிகையானவையோ- அவனது இயல்பைவிடவும் கடினமானவனாகவும் கொடூரமானவனாகவும் காட்டிக்கொண்டானோ - என்றெனக்குத் தோன்றியது. எது எப்படியோ, சில நாட்கள் சென்றதும் என்னை அவன் விஷயங்களில் கூட்டாளியாக்கிக் கொண்டான்; நான் எப்போது வருகிறேன் போகிறேன் என்று தெரிந்துகொள்ள விரும்பினான். எனவே அவனுக்கு கீழ்படிந்து நடப்பதைத் தவிர எனக்கு வேறு வழியில்லாமல் போனது.

அந்த விடுதியிலிருந்தவர்கள் எல்லோருமே ஆண் மாணவர்கள், கருப்பிலேயே வெவ்வேறு நிறத்தவர்கள், எல்லோருமே ஆப்பிரிக்கர்கள் - எகிப்தியர், எத்தியோப்பியர், சோமாலியர், காங்கோவியர், அல்ஜீரியர், தென்னாப்பிரிக்கர். அந்த நிலத்தடிக் கல்லறைக்குள் நாங்கள் நூற்றுக்கும் மேற்பட்டோர் நெருக்கிக்கொண்டு இருந்தோம்; முரட்டுத்தனமும் இரைச்சலும் கொண்ட கோளாறான இடம்போல் தோன்றினாலும், விவரமான, துல்லியமான கணக்கில் முன்னுரிமைகளும் விலக்குகளும் விருப்புவெறுப்புகளும் கொண்ட ஓர் ஒழுங்குமுறை அங்கு இருந்தது. இவ்வளவு இரைச்சலுக்கும் ஆட்டத்துக்கும் வன்முறைக்கும் மத்தியில் நான் அதற்குமுன்பு வாழ்ந்ததில்லை; தொடக்கத்தில் அதில் பெரும்பாலானவற்றை எவ்விதக் கேள்வியோ யோசனையோ இல்லாமல் நான் ரசித்தேன். என் பெற்றோர்கள் ஒன்றாகப் படுத்துறங்கிய வீட்டைத் தவிர வேறெந்த கூரையின் கீழும் என் வாழ்நாளில் நான் தூங்கியதில்லை. அவர்கள் இஷ்டத்திற்கு வீட்டுக்கு வருவதும் போவதுமாக இருந்தாலும் இரவுகளில் அவரவர் படுக்கைகளில்தான் படுத்துறங்கினார்கள். இனி நான் ஒருபோதும் அவர்களோடு ஒரே வீட்டில் வாழப்போவதில்லை என்பது அங்கிருந்து கிளம்பியபோது எனக்குத் தோன்றவேயில்லை. ஒருபோதும் அவர்களோடு ஒன்றாக வாழக்கூடாது, அவர்கள் முகத்தையே இனி பார்க்கக்கூடாது, கடும் வீழ்ச்சியிலும் அவர்களின் விஷமேறிய வாழ்க்கையிலும் அவர்கள் கிடந்து உழலுட்டும் என்று அப்போது ரொம்பவே விரும்பினேன். இப்போது நினைத்துப்பார்த்தால் குற்ற உணர்வு எழுகிறதே தவிர அப்போது அப்படித்தான் விரும்பினேன், உண்மையிலேயே அப்போது அதைத்தான் விரும்பினேன்.

நான் வகுப்புகளில் மகிழ்ச்சியாக இருந்தேன், வகுப்புகளை விரும்பினேன். காலையில் சந்தோஷமும் எதிர்பார்ப்புமாகத்தான் எழுந்திருப்பேன், வகுப்புகளுக்குச் செல்லவேண்டுமென்பதால். விடுதிக்கு அடுத்து ஒரு சிறு கட்டடத்தில் எங்கள் வகுப்பறைகள் இருந்தன; பயிற்சி அறைகள், வசதியான மேஜைகள், நல்ல கதகதப்பான சூழல் என்று அந்த இடமே அதிநவீனமாக இருக்கும். பகலில் நீண்டநேரம் அங்கு கழித்தோம், மாலைவேளையிலும் கூடுதல் வேலைகள் செய்ய எதிர்பார்க்கப்பட்டோம். விடுதியை விடவும் இங்கு வெதுவெதுப்பாக இருக்குமென்பதால் பள்ளிக்கட்டடம் மூடும்வரை கூட நான் அங்கு இருப்பேன். இயற்கையாகவே எனக்கு ஜெர்மன் மொழி கற்க நாட்டம் இருந்ததென்றும், என் உச்சரிப்பு ரொம்பவே நன்றாக இருப்பதாகவும் என்

ஆசிரியர் கூறினார். எல்லா ஆசிரியர்களும் ஜெர்மானியர்களாக இருந்தார்கள். அவர்கள் பேசிய ஒரே அந்நியமொழி ஆங்கிலம்; மாணவர்கள் பலருக்கு ஆங்கிலம் தெரியாதென்பதால் ஆசிரியர்கள் சொல்வதைத் தவறாகப் புரிந்துகொள்வதும் அடங்காமல் இருப்பதும் மாணவர்களின் துடுக்குத்தனமுமாக அங்கு ஒரே களேபரமாக இருக்கும். ஆசிரியர்களுக்கும் அப்படியொன்றும் மாணவர்கள் மேல் விருப்பம் இருந்ததாக எனக்குத் தெரியவில்லை. ஒட்டுமொத்தமாகப் பார்த்தால் நாங்களும் நல்ல மாணவர்களாக இல்லையென்று நினைக்கிறேன். ஒரே சிரிப்பும் கிண்டலுமாக இருந்தோம். இதில் பெரிய விசித்திரம் ஆசிரியர்களை விட மேலானவர்கள்போல் - அவர்களுக்குத் தெரிந்ததெல்லாம் கல்யாணத்தில் பாடும் பாடல்கள் இரண்டோ அல்லது உரக்கப்பாடும் பிரார்த்தனைப்பாடலோ அல்லது ஹார்மோனியத்தை வாசிப்பதோ மட்டும்தான், ஆனால் அதைவிட உபயோகமான, சிக்கலான விஷயங்கள் எங்களுக்குத் தெரியும் என்பதுபோல் - மாணவர்கள் நடந்துகொண்ட விதம்தான். எங்களை யாரென்று எண்ணிக்கொண்டிருந்தோம் நாங்கள்? அப்போதும் யோசித்துப் பார்த்தேன், இப்போதும் யோசித்துப் பார்க்கிறேன். வேறு எவரோ ஒருவரின் காய்நகர்த்தலில் மாட்டிக்கொண்ட அப்பாவி கைப்பாவைகள் நாங்கள் என்பது எங்களுக்குப் புரிந்துபோயிருக்கலாம்; அவர்கள் எங்களைப் பிடித்தார்கள், இங்கே கொண்டுவந்து சேர்த்தார்கள். சிறைப்படுத்தியும் விட்டார்கள். ஒரு கைதி, கலவரம் செய்யத்தான் வாய்ப்பில்லை. சிறைக்காவலரின் அதிகாரத்தை லேசாக எதிர்த்தாவது பார்ப்போம் என்று நினைப்பதைப் போன்றதா எங்களுக்கு இருந்த இந்த ஏளன உணர்வு? அல்லது இன்னும் சொல்லப்போனால், எங்கள் ஆசிரியர் ஒருவர் சொன்னதைப் போல, எங்கள் நாடுகளிலும் எங்கள் உணவிலும் இருந்த வெப்பம் எங்களின் ஊக்கத்தையும் நோக்கத்தையும் முடக்கிப்போட்டு, எங்களின் உள்ளுணர்வுக்கும் தானென்ற எண்ணத்துக்கும் எங்களைக் கைதியாக்கி விட்டது. ஞாயிறுகளில் மட்டும் எங்களுக்கு வகுப்புகளில்லை.

வழக்கமான வேலைகளும், அந்நியத்தன்மையும் என்னைச் சோர்வடைய செய்ததால் வகுப்புகளுக்குப் போவதைத் தவிர வேறெதற்கும் நான் விடுதியைவிட்டு நகரவில்லை; அங்கு வந்துசேர்ந்த இரண்டு வாரங்களுக்குப் பிறகு ஒரு ஞாயிறு பின்மதியம் அலியோடு நடைபோனேன். நொய்ஸ்டாட் புதிதாக உருவான நவீன நகரம், வரிசையாக நிற்கும் சாம்பல் மற்றும் நீல நிற வீடுகளின் இடையே காற்று வீசும் இருண்ட பாதைகள். காலி

நடைபாதைகள்; திறந்தவெளிகளும் காலியாகவே இருந்தன. சாம்பல் அல்லது நீல வர்ணம்பூசிய ஜன்னல் சட்டகங்கள் கொண்ட, சரளைக்கல் பதித்த வீடுகள், அவற்றின் சாய்வானக் கூரைகளில் அங்கொன்றும் இங்கொன்றுமாய் டிவி ஆன்டெனாக்கள். தாழ்வான செங்கற் கட்டடமொன்று இருந்தது, அதில் மூன்று தனித்தனி அறிவிப்புப்பலகைகள் தெரிந்தன - தபால் நிலையம், பலசரக்குக் கடை, ஒரு காய்கறிக்கடை - பார்ப்பதற்கு அதன் தாழ்ந்த, இருண்ட வாசல் எங்கோ நிலத்துக்குக் கீழே செல்வதுபோலிருந்தது. வாசற்படி அருகே காலி அட்டைப்பெட்டிகள். மற்ற இரண்டு கடைகளுக்கும் உலோகச் சட்டகங்களுக்குள் பதித்தக் கண்ணாடிக் கதவுகள், அவற்றில் பூட்டும் சங்கிலியும் போடப்பட்டிருந்தன. வீடுகளின் இடையே ஓடிய கம்பிகளில் தொங்கிய துவைத்த துணிகளைத் தவிர ஒரு மனித ஜீவன் கண்ணில் சிக்கவில்லை.

"இன்று ஞாயிற்றுக்கிழமை. அதனால்தான் இவ்வளவு காலியாக இருக்கிறது. தூங்குவதற்கு மட்டும்தான் இந்த ஊர், வேலைசெய்ய டிரெஸ்டென்" என்றான் அலி, ஒரு பஸ்நிலையத்தைக் கைகாட்டி. "இங்கிருந்து ரொம்ப தூரமில்லை. பஸ் டிக்கெட்டுக்குப் பணம் கிடைத்ததும் நாம் அங்கு ஒருநாள் போவோம். ஒரு நாளை அங்கு கழிப்போம்."

"நாம் டிரஸ்டென்னுக்கு பக்கத்திலேயா இருக்கிறோம்?" என்று கேட்டேன். "டிரெஸ்டென் பக்கத்தில் எனக்கு ஒரு நண்பர் இருக்கிறார்."

"ஊரைச் சேர்ந்தவரா?"

"ஜெர்மானிய நண்பர்" என்றேன்.

"என்ன மாதிரியான ஜெர்மானிய நண்பர்?" அலி நம்பாமல் சிரித்துக்கொண்டே கேட்டான். "நீ இங்கு வந்தே இரண்டு வாரம் தான் ஆகிறது, வகுப்புகளுக்கும் டாய்லெட்டுக்கும் போவதைத் தவிர நீ அறையை விட்டு வெளியே போனதேயில்லை."

"பேனா நண்பர்" என்றேன். "எல்லேகே"

அலி கிண்டலாக விசிலடித்தான். "அட சைத்தானே, எவ்வளவு சீக்கிரம் முடியுமோ அவ்வளவு சீக்கிரம் நாம் எல்லேகேவை போய் பார்த்தாக வேண்டும். அவள் போட்டோ இருக்கிறதா?"

"என்னிடம் இல்லை" என்றேன்.

அவள் பெயரைச் சொன்னதே எனக்கு துரோகமாகத்தான் பட்டது, ஏனெனில் அதைச் சொன்னதும் அலி அப்படித்தான் விசிலடிப்பான் என்றும் ஜெர்மானியப் பெண்ணுடன் படுப்பதைப் பற்றிப் பேசத் தொடங்கிவிடுவான் என்றும் எனக்குத் தெரியும். அதுவும் இப்போது அவனிடம் அவள் போட்டோவைக் காட்டிவிட்டால் அவ்வளவுதான்; அவள் முகத்தை, அவள் ஆடைகளை கேலிசெய்து எதாவது சொல்வான் அல்லது போட்டோவை வைத்து ஆபாசமாக எதாவது செய்துகாட்டுவான். ஆமாம், என்னிடம் அவளது போட்டோ இருந்ததுதான். அவளது முகவரியோடு சேர்த்து அதையும் கொண்டுவந்திருந்தேன்; அவளைச் சந்தித்துவிடுமளவு அருகில் இருப்பேன் என்று நினைத்து அல்ல, அவளுக்குக் கடிதம் எழுதி ஆச்சரியப்படுத்தலாம் என்று நினைத்துதான். நான் ஜெர்மனி வரும் விஷயத்தை அவளிடமிருந்து வேண்டுமென்றே மறைத்துவிட்டேன், அதற்கான வாய்ப்பு கிட்டியதுமே அவள்தான் முதலில் நினைவுக்கு வந்தாள் என்றபோதும். அவளை ஆச்சரியப்படுத்த நான் எழுதவிருந்த கடிதத்தின் முதல்வரி கூடத் தயார். ஹேய், சங்கதி தெரியுமா, நான் ஜிடி ஆரில் இருக்கிறேன்.

கிழக்கு ஜெர்மனியை சேர்ந்த இந்த மாணவர்களுக்குப் பேனா நண்பர்கள் வேண்டுமென்ற அறிவிப்புடன் பள்ளி அறிவிப்புப் பலகையில் மேலும் இரண்டு மூன்று பெயர்களுடன் அவளது பெயரையும் முகவரியையும் பார்த்தேன். நேரத்தைப் போக்கச் சும்மா எழுதிப்போட்டேன், மகிழ்ச்சியும் குதூகலமுமாய் பதில் கடிதம் வந்துசேர்ந்தது. யாரும் தனக்கு எழுத மாட்டார்கள் என்று நினைத்திருந்தாளாம், ஆனால் ஆயிரக்கணக்கான மைல்கள் அப்பாலிருந்து அவளுக்கு என் சேதி வந்துசேர்ந்திருக்கிறது. கிட்டத்தட்ட இரண்டு வருடங்களாக நாங்கள் கடிதங்கள் வழியாக நட்பு கொண்டோம், அரட்டையடித்தோம்; எப்போதாவது எழுதினோம், என்னவென்று நினைவிலில்லை. இத்தனை வருடங்களுக்குப் பிறகு நினைத்துப் பார்க்கிறேன், எங்களுக்குள் எழுதிக்கொண்ட ஒரு விஷயம் கூட ஞாபகமில்லை; அலியுடன் இருந்தபோதாவது அவை நினைவில் இருந்ததா என்றும் என்னால் நிச்சயமாகச் சொல்லமுடியவில்லை. புத்தகங்களோ அல்லது நண்பர்களுடன் சேர்ந்து செய்த விஷயங்களோ வேண்டுமானால் நினைவிருக்கலாம். அவள் எனக்கு அனுப்பிய கருப்பு வெள்ளை போட்டோவில் ஆறு தோழிகள் கோட்டும் நாகரிக ஷூக்களும் அணிந்து வரிசையாக நின்றுகொண்டிருந்தார்கள், எங்கோ வெளியில் சென்றபோது எடுத்ததுபோன்றிருந்தது.

“இடதுபுறமிருந்து இரண்டாவதுதான் நான்.” சிறுத்தைத் தோல் கோட் அணிந்திருந்தாள்; நடுவில் வகிடெடுத்த வெளிர்நிறக் கூந்தல். அவளது இடதுதோள்பட்டை கேமராவைப் பார்த்து லேசாகத் திரும்பியிருக்க, இடது பாதம் வலதை விட அரையடி முன்னால் இருந்தது. கச்சிதமான போஸ், ஆனால் அவளது நட்புகலந்த அந்தக் கிண்டலான சிரிப்பில் தெரிந்த தன்னம்பிக்கையும் புத்திசாலித்தனமும், அவள் பகடிசெய்துகொண்டிருந்த புகைப்பட பாணியை நன்கு தெரிந்தவள்போல் காட்டியது. போட்டோவில் இருந்த மற்ற ஐந்து பெண்களும் கேமராவை விட்டு ஒன்று வேறெங்கோ அல்லது அதையே நேராகவோ பார்த்தபடியிருந்தார்கள் - எல்லாவற்றையும் உள்ளே மறைத்து, கேமராவின் கண்காணிப்பில் இருந்து தப்பிப்பதைப்போல. நான் அவளுக்குக் கடிதம் எழுதும்போது, அவள் அந்த போட்டோவில் இருந்ததைப் போலவே புன்னகைத்து நான் எழுதியதைப் படிப்பாள் என்று கற்பனை செய்துகொண்டேன்.

எனது மற்ற பேனா நண்பர்களை விடவும் அவள் எழுதிய கடிதங்கள்தான் எனக்கு ரொம்பவே மகிழ்ச்சி தந்தன. ஆமாம், எனக்கு இன்னும் சில பேனா நண்பர்கள் இருந்தார்கள்; கிராகோவை சேர்ந்த ஆடம், இன்வெர்னெஸ்சை சேர்ந்த ஹெலன், பஸ்ராவை சேர்ந்த ஃபாதில். அவள் என் வயதை ஒத்திருந்ததோ அல்லது அவள் நன்றாக எழுதியதோ காரணமாகயிருக்கலாம். கீட்ஸை (எனக்கு கீட்ஸ்தான் பிடிக்கும்) விட பைரன் அதிகத் தகுதியானவன் என வாதிட்டு எனக்கு அறிவுறுத்துவான் ஆடம்; அல்லது நடைபயணத்தின்போதோ மலையேற்றத்தின் போதோ எடுத்த தனது புகைப்படங்களை என்னுடன் பகிர்ந்துகொள்வான். அரைக்கால்சட்டையும் பூட்ஸும் குட்டைக்கை சட்டையும் அணிந்து, நுரைபொங்கும் ஓடையருகே தோள்பையுடன் ஒரு பாறையின் மீது அமர்ந்திருந்த ஆடமின் புகைப்படம் எனக்கு இப்போதும் நினைவிருக்கிறது. அந்தப் புகைப்படத்தைப் பார்க்கும்போதெல்லாம் நான் திருப்பிப் புன்னகைக்கும் அளவு அவன் அவ்வளவு தன்னம்பிக்கையுடன் அதில் சிரித்துக்கொண்டிருந்தான். அவனது கடிதங்களில் இருந்து வந்த அவனது அவசரமில்லாத தொனியை என்னால் கேட்கமுடியும், எங்கள் இருவருக்குமிடையே இருந்த வயது வித்தியாசத்தால் ஆரம்பத்தில் இருந்தே அவனொரு அண்ணன் ஸ்தானத்தில் உரையாடுவான். உண்மையைச் சொல்வதானால், அவன் அனுப்பியக் கடிதங்களையும் படங்களையும் என்னால் உயிர்ப்புடன் பார்க்கமுடிந்ததில்லை. இன்வெர்னெஸ்சை சேர்ந்த

ஹெலன் உறைபனியைப் பற்றியும், புது பாப் பாடல்களைப் பற்றியும் எழுதுவாள்; அவளது அபிமான திரைநட்சத்திரங்களின் படங்களைப் பத்திரிகைகளிலிருந்தும் செய்தித்தாள்களிலிருந்தும் வெட்டியெடுத்து அனுப்புவாள். அவள் கேள்விகள் கடற்கரைகளையும் கடலைப் பற்றியும், வெப்பக் காலநிலையில் வாழ்வது எப்படியிருக்கும் என்பதைப் பற்றியும் இருக்கும். அவள் கடிதங்களில் இருந்த பத்தியை மீண்டும் மீண்டும் படித்துப் பார்த்தாலும் அவள் என்ன சொல்ல வருகிறாளென எனக்குச் சிலசமயங்களில் புரியவே புரியாது. அவளுக்கு கீட்ஸ் மீது ஆர்வமில்லை. ஃபாதிலுக்கும்தான், இருந்தாலும் அவன் பஸ்ராவைப் பற்றியும் வாழ்க்கையைப் பற்றியும் மிக அழகான வரிகளில் கடிதங்கள் எழுதுவான். ரொமாண்டிக்ஸில் ஏதோ மென்மையும் போலித்தன்மையும் இருப்பதாக அவன் நினைத்தான். போலி லட்சியவாதம், போலி தீவிரவாதம். விட்மேன், இக்பால் ஆகியோரின் சமரசமற்ற தொனிகளையே அவன் விரும்பினான். யூஎஸ்ஐஎஸ் நூலகம் மூலம் எனக்கு விட்மேனைத் தெரிந்திருந்தது; எனவே விஷயம் தெரிந்தவனைப் போல அப்போது காட்டிக்கொண்டேன் என்றாலும் *Leaves of Grass* படித்து மனநிறைவு கிடைக்காமல் வெறுத்துப்போனேன். அப்போது எனக்கு ரொமாண்டிக்ஸ்தான் பிடித்திருந்தது. சொல்ல வருத்தமாகத்தான் இருக்கிறது, எங்களது காலனிய அறியாமையினால் நாங்கள் இக்பாலை கேள்விபட்டதே இல்லை. ஃபாதிலின் கடிதங்கள் எனக்கு மிகப்பிடிக்கும், முடியாதென்று தெரிந்தும் அவனைப்போல் எழுத ரொம்பவே முயன்றுத் தோற்றுப்போனேன். அவனது தெளிவான, கோலாகலமான மொழியழகின் பக்கத்தில்கூட என்னால் போக முடியவில்லை; அத்தனை முழுமையாக, சமநிலையோடு வாக்கியங்களை அமைக்க அவன் எப்படிக் கற்றுக்கொண்டான் என்று பொறாமையோடு நினைத்துப்பார்ப்பேன். அடுத்து எல்லேகே: அவள் எழுத்திலும் கீட்ஸ் கிடையாது, வெறும் அரட்டைப்பேச்சுதான், சந்தேகமேதும் எழாத வேடிக்கையான வரிகள். ஒரு நண்பன் எழுதும் கடிதங்கள் போல் அவை இருந்தன, அவற்றைப் படிக்கும்போது நான் சிரித்துக்கொள்வேன்.

அலி அவளையோ அல்லது அவள் நட்பில் நான் அடைந்த சந்தோஷத்தையோ ஆண்விடுதி மாணவனின் மனநிலையிலிருந்து கேலி செய்வதை நான் விரும்பவில்லை. அவளை நிஜ உருவமாகவோ அல்லது ஒரு பெண்ணாகவோ நான் எண்ணிப் பார்த்திருந்தேன் என்று நினைக்கவில்லை, ஆனால் போட்டோவில் பார்க்கையில் அவள் வசீகரமாகவே தோன்றினாள். அதற்காக

அந்தக் கடிதங்களுக்குப் பின்னால் நான் தொடக்கூடிய ஒரு கரம் இருந்ததாகவோ தோள்மீது கைபோட்டுக்கொள்ள ஒரு உடல் இருந்ததாகவோ நான் நினைத்துப் பார்த்ததேயில்லை. கிண்டலும் சிநேகமுமான ஒரு சிரிப்பு மேவிய குரலைத்தான் நான் அதில் கேட்டேன். அந்த நினைவே அத்தனை நெகிழ்வாக இருந்தது. என் மௌனத்தை பார்த்த அலி எதுவும் பேசவில்லை; அந்த நேரம்பார்த்து பயல்கள் கூட்டமொன்று புட்பாலைத் தட்டிக்கொண்டே எங்கள் பக்கமாக வந்துகொண்டிருந்ததைப் பார்த்தோம். அலி பதட்டமாவதை உணர்ந்தேன்; அவனைப் பார்த்தபோது அவனது சதுரமுகம் ஜிவுஜிவுக்க, கைகளை மடக்கியும் திறந்தும் தயாராகிக் கொண்டிருந்தான். நான் மட்டும் அந்தப் பயல்களில் ஒருவனாக இருந்திருந்தால் இவனது கட்டுமஸ்தான உடலைப் பார்த்ததும் ஒதுங்கித் தெருவைக் கடந்து போயிருப்பேன். ஆனால் இவர்கள் தைரியமான ஜெர்மன் பயல்களாயிற்றே, கிட்டே வரவர அவர்களின் இளிப்பு பெரிதாகிக்கொண்டே போனது; எங்களைக் கடந்து சென்றபோது அவர்களால் சிரிப்பை அடக்கவே முடியவில்லை. *"Afrikernische"* - ஆப்பிரிக்கர்கள் என்றான் ஒருவன், உடனே எல்லோரும் ஓவென சிரித்தார்கள். அவர்களின் அடாவடித்தனமும், சிரிப்பும் சேர்ந்து அந்த வார்த்தையை அசிங்கமாக்கின. அந்த சாதாரணக் கிண்டல் அதிர்ச்சியாக இருந்தது, ஆனால் இதற்கு நாங்கள் பழகிக்கொள்ளும் காலம் வரும்; இதுபோன்ற அவமானங்களில் இருந்து மீள்வதற்குப் பழகிக்கொள்ளும் காலமும் வரும் என்பதுதான் இன்னும் மோசம்.

பின்னர், இருட்டில், சில அங்குல இடைவெளியில் இருந்த எங்கள் படுக்கைகளில் படுத்துக்கிடந்தபோது அலி கேட்டான், "அந்தப் பெண், அதான் உன் பேனா தோழி, அவளுக்காகத்தான் ஜிடிஆருக்கு வந்தாயா?" அவன் கிண்டலாக எங்கள் ஜெர்மன் ஆசிரியர்கள் உச்சரிப்பதைப் போல 'ஜி'யை அழுத்தி, 'ஆர்'ஐ ர்ர்ரென உருட்டி கம்பீரமாகச் சொன்னான்.

"ஓ இல்லை, அதற்கும் இதற்கும் சம்பந்தமேயில்லை" என்றேன் நான் ஆச்சரியப்பட்டு சிரித்துக்கொண்டே. எனக்குப் பல இடங்களையும் விஷயங்களையும் பார்க்கும் ஆர்வம் இருந்தது. உலகில் எங்கு அனுப்பியிருந்தாலும் நான் போயிருப்பேன், ஏனெனில் எனக்கு அங்கிருந்து கிளம்புவதற்கான காரணம் அதுவாக இல்லை. எனக்கு அங்கிருந்து வெளியேற வேண்டும், அவ்வளவுதான். ஆனால் நான் அலியிடம் அதைச் சொல்லவில்லை. "படிப்பதற்காக, ஒரு தொழிலைக் கற்றுக்கொள்வதற்காகத்தான் நான் ஜிடிஆருக்கு

வந்தேன். வந்த வேலை முடிந்ததும் நான் மீண்டும் என் நாட்டுக்கே திரும்பிப்போய்விடுவேன்; அங்கு போய் என் மக்களுக்கு என்னால் முடிந்த உதவிகளைச் செய்வேன்" என்றேன் அவனிடம்.

அலி இருட்டில் சிரித்தான். "என் இளம் முன்னோடியே, அதற்காகத்தான் இங்கு வந்தாயா? எனக்கு இங்கு வரவே பிடிக்கவில்லை. பிரான்ஸுக்கு போகத்தான் எனக்கு ஆசை, ஆனால் சகோதரத்துவ சோஷலிஸ நாடுகளுக்குப் போகத்தான் உதவித்தொகைகள் கிடைத்தன; ஒன்று இங்கு வரவேண்டும் அல்லது பனிக்கட்டிகளை அகற்றும் வண்டி ஓட்டக் கற்றுக்கொள்ள சோவியத் யூனியனுக்குப் போகவேண்டும். இங்கிருக்கும் எல்லா மாணவர்களுமே வேறெங்காவது போகவேண்டுமென்று ஆசைப்படுபவர்கள்தான் என்று நினைக்கிறேன்."

நானும் அதை நினைத்துப்பார்த்ததுண்டு; இங்கு இருக்கப் பிடிக்காததால்தான் இம்மாணவர்கள் வகுப்புகளிலும் ஆசிரியர்களிடமும் மோசமாக நடந்துகொள்கிறார்களோ என்று நினைத்ததுண்டு. கொக்ககோலாவும் நீலநிற ஜீன்ஸும் இருந்த நாட்டுக்குப் போகவே எங்களுக்கு ஆசை; ஆனால் அந்த சொகுசு வாழ்க்கைக்காக மட்டுமே அங்கு செல்ல விரும்பினோம் என்று அர்த்தமில்லை. நான் ஏன் இங்கு வந்தேன்? என் அம்மா விரும்பிக் கேட்டுக்கொண்டதால். ஒருநாள் காலை எல்லேகேவின் கடிதங்களில் ஒன்றை என் அம்மாவிடம் மொழிபெயர்த்துக் கூறியதும், அவர் "நீ ஏன் அங்கு போகக்கூடாது? அங்கு படிக்க உதவித்தொகை கிடைக்குமென்று கேள்விபட்டிருக்கிறேன். நீயும் பெற்றுக்கொள்ளலாமே?" என்று சொன்னார். தொடர்ந்து பல வாரங்களாக அவர் கொடுத்த நச்சரிப்பாலும் தள்ளலாலும் நான் விண்ணப்பித்தேன். அங்கிருந்து கிளம்பி வெளியேபோய் பரந்துவிரிந்த உலகத்தைக் காண விரும்பினேன். ஜிடிஆர் போவதற்கு அவர் எனக்கு வழிசெய்து கொடுத்தார்; ஆனால் நான் தேர்ந்தெடுப்பதாக இருந்தால் மாஸாசூசட்ஸ்தான் போயிருப்பேன். எவ்வளவு அழகான பெயர், மாஸாசூசட்ஸ்.

"நீயேன் இங்கு வந்தாய்?" அலியைக் கேட்டேன்.

"என் அம்மாவுக்கு நான் இங்கு வரத்தான் ஆசை" என்றான் அவன்.

"என் அம்மாவுக்கும்" என்றேன் மீண்டும் ஆச்சரியத்தில் சிரித்துக்கொண்டே. "ஏன்? எப்படி?" நாங்கள் இருவரும் சமயோஜிதக் காரர்களான எங்கள் அம்மாக்களின் கெட்டிக்காரத்தனத்தை

நினைத்துச் சிரித்துக்கொண்டோம். சிரித்துக்கொண்டிருந்தாலும், இருவருமே அவர்களை நினைத்து ரொம்பவே ஏங்கினோம், உள்ளுக்குள் கடுமையாக வருந்தினோம்.

“நான் இங்கு பாதுகாப்பாக இருப்பேன் என்று அவர் நினைத்தார்” என்றான் அலி.

அன்றிரவு அவன் என்னவெல்லாம் சொன்னான் என்று எனக்கு ஞாபகமில்லை, ஆனால் அதுபோன்ற விஷயங்களை அப்போதுதான் முதன்முறையாக என்னிடம் அவன் பேசத்தொடங்கினான். அவனுடைய அப்பா செகுவ் டோரேவின் சிறையில் இருந்தார், அவரைப் போன்ற பல இண்டெல்லிஜென்ஷியா அங்கு இருந்தார்களாம். அவன் சொன்ன அந்த வார்த்தை எனக்கு நினைவிருக்கிறது. அவன் அப்பா பிரான்சின் லியானில் பத்து வருடங்கள் ஆங்கில ஆசிரியராகப் பணிபுரிந்தார். அவனது அண்ணன் கபீரும், அலியும் அங்குதான் பிறந்தார்கள். அதன்பிறகு 1960இல் அகமது செகுவ் டோரே - பத்தொன்பதாம் நூற்றாண்டில் பிரஞ்சு படையெடுப்பாளர்களை எதிர்த்துப் போரிட்ட சமோரி டோரேவின் கொள்ளுப்பேரன் - கடும் எதிர்ப்புகளுக்கிடையே கினிக்கு சுதந்திரம் வென்றுதந்தார். தன் நாடு காலனியத்திலிருந்து விடுதலையானப் பிறகும் வேறு நாட்டில் தங்கியிருக்கும் அவமானம் உறுத்தியதால் அலியின் அப்பா திரும்பிச்செல்ல முடிவெடுத்திருக்கிறார். காலப்போக்கில் உற்சாகம் வெறுப்பாக மாறிவிட்டது, என்ன தவறான முடிவு எடுக்கப்பட்டதோ தெரியாது. ஆனால் செகுவ் டோரே சிறு அளவிலான கலகத்தைக் கூட - ஏற்கனவே பல படுகொலை முயற்சிகள் நடந்தேறியிருந்தன - பொறுத்துக்கொள்ளும் நிலையில் இல்லை. திரும்பிவந்த பல இண்டெல்லிஜென்ஷியாக்களுக்கும் நடந்ததுபோலவே அலியின் அப்பாவும் கடைசியில் கைதுசெய்யப்பட்டார். இதுநடந்து மூன்று வருடங்கள் இருக்கும். சிறையிலிருந்து விடுதலையாகி வருபவர்களிடமிருந்தோ அல்லது அங்கே பணிபுரியும் தெரிந்தவர்களுக்கு பணம் கொடுத்தோ அவன் அப்பா உயிருடன் இருப்பதை உறுதி செய்துகொண்டார்கள். அவன் அப்பா கைதாகிய இரண்டு வருடங்கள் கழித்து அவன் அண்ணன் காணாமல் போனான். கூட வேலைபார்த்த நண்பனைப் பார்க்க ஒரு மாலைவேளை சென்றவன் பிறகு வீடு திரும்பவில்லை. அவன் நாட்டைவிட்டு ஓடிப்போய்விட்டான் என்று சிலர் புரளி கிளப்பிவிட்டார்கள், நாட்டின் தொல்லையில் இருந்து

தப்பிக்கப் பலரும் அப்போது அப்படி ஓடிப்போனார்கள். ஆனால் அவனை இப்படி இழிவுபடுத்தி அவனுக்கு ஏற்பட்ட கேட்டை மூடிமறைத்து தங்களைப் பாதுகாத்துக்கொள்ளும் பாதுகாப்புப் படையினரின் முயற்சியே அது. அவன் இப்போதும் எதாவது சிறைச்சாலையில் உயிரோடிருக்கலாம் அல்லது அவனை எப்போதோ கொன்று விட்டிருக்கலாம். அவனைப்பற்றிய தகவலே கிடைக்கவில்லை. அப்போதுதான் அலியை அங்கிருந்து கிளம்பி, அவன் பாதுகாப்பாக இருக்கக்கூடிய ஏதாவது இடத்துக்குப் போகச்சொல்லி அவன் அம்மா வற்புறுத்தியிருக்கிறார்; இல்லாவிட்டால் அவன் கொனாக்ரியில் இன்றோ நாளையோ எதிலாவது ஆழம் தெரியாமல் காலை விட்டுவிடுவான். தனக்கு ஏதாவது பிரச்சினை ஏற்பட்டால் சொந்தக்காரர்களிடம் போய்விடுவதாகவும், தன்னைப்போன்ற எதற்கும் உதவாத கிழவியை அவர்கள் தொல்லை செய்யமாட்டார்கள் என்றும் அவர் அவனிடம் சொல்லியிருக்கிறார். இப்படியாக ஜிடிஆருக்குப் போக அவன் அரசாங்க உதவித்தொகைக்கு விண்ணப்பித்தான்; ஒருவழியாக இங்கு வந்து ஒன்றுசேர்ந்திருக்கிறோம்.

ஆமாம், நாங்கள் ஒன்றுசேர்ந்திருக்கிறோம்தான், ஆனால் அவனது கதையின் பெரும்பகுதி காலஓட்டத்தில் தேய்ந்துபோய்விட்டது. அவனது அப்பா கைது செய்யப்பட்டப்பிறகு அவர்கள் அவனது பாட்டியின் வீட்டுக்குச் சென்றுவிட்டார்கள்; அந்தப் பாட்டி இவர்களுக்குச் சொன்ன ரொம்ப மர்மமான, பிடிகொடுக்காத கதைகள் எப்படியோ இவர்களின் மனதை உற்சாகப்படுத்தி, இவர்களின் பயங்களைப் புனிதப்படுத்தியிருக்கின்றன. அலி லியானில் அவனது பத்து வயதுவரைப் போன பள்ளியைப் பற்றி, அங்கிருந்த அவனது நண்பர்கள் - கரீம், பாட்ரிஸ், ஆண்டன் (அவர்களின் பெயர்கள் எப்படியோ என் நினைவில் தங்கிவிட்டன) - பற்றி, அவன் கொனாக்ரியில் இருந்து கிளம்புவதற்கு முன்பு சில மாதங்களாக தான் பார்த்த ஒரு பெண்ணைப் பற்றியெல்லாம் சொன்னான். மிகப்பெரிய துறைமுகமான கொனாக்ரி பற்றி, அந்நகரத்தில் கடுமையாக, நீண்ட நேரம் பெய்த மழை பற்றிச் சொன்னான். இன்னும் என்னென்னவோ சொன்னான். அவனிடம் நான் என்னவெல்லாம் சொன்னேன் என்று எனக்கு ஞாபகமில்லை. என் பழக்கமோ என்னமோ தெரியவில்லை பேசும்போது நான் ரொம்ப ஜாக்கிரதையாக இருந்தேன் என்று நினைக்கிறேன். நானும் சொல்லவேண்டுமென்று அலி எதிர்பார்த்தது போல் எனக்கு நினைவில்லை, ஆனால் ஒருவரையொருவர் நம்பி

பரமரகசியமான விஷயங்களைப் பேசிக்கொண்டபோது நான் நிச்சயம் அவனிடம் சொல்லியிருப்பேன். ஒளித்துவைக்கும் அளவு அவை அப்படியொன்றும் முக்கியமில்லை, அலி அவன் அனுபவித்த இழப்புகளையும் அடக்குமுறைகளையும் சொல்லியபோது நான் அவனிடம் என் குடும்பத்தின் உணர்ச்சிபொங்கும் கேலிக்கூத்தான நாடகங்களைச் சொல்லியிருப்பேன் என்பதை நினைத்துப்பார்த்தால் சங்கடமாகத்தான் இருக்கிறது. ஹசன் எப்படி போனான் என்பதை அவனிடம் சொல்லவில்லை என்றுமட்டும் நிச்சயம் தெரியும்; அவனது அண்ணன் ஒரு மாலைவேளையில் காணாமல்போய்விட்டதை அவன் சொன்னபோது நான் எனக்கும் ஒரு அண்ணன் இருந்தான், அவன் அடிவானத்தில் எங்கோ தொலைந்துபோய்விட்டான் என்றுமட்டும் சொன்னேன்.

நான் ஜெர்மனிக்கு வந்துசேர்ந்த ஒருமாதம் கழித்து எல்லேகேக்கு கடிதம் எழுதினேன், ஆனால் பதிலில்லை. அலி என்னைப்பார்த்துச் சிரித்தான். அவளுக்கு நீ ஆயிரக்கணக்கான மைல்களுக்கு அப்பால்தான் இருக்கவேண்டும், அவள் வீட்டு வாசற்படிக்கு வரக்கூடாது என்றான். சில வாரங்கள் கழித்து நான் மீண்டும் எழுதினேன், இந்தமுறை ஏறக்குறைய உடனேயே பதில்வந்துவிட்டது; என்னை வரவேற்று ஒரு அழகானக் குறிப்பும், நான் சொல்லியிருந்தபடி நான் விரும்பும்பட்சத்தில் அவளைச் சந்திக்கவும் வரச்சொல்லியிருந்தாள். யோசிக்கத் தேவையில்லை. அது வெறும் எண்ணம்தான்.

அச்சமயம் பனிக்காலத்தின் உச்சம், கடுங்குளிர் தொடங்கிவிட்டது. புதுவருடத்தின் போது நாங்கள் திட்டமிட்டபடியே டிரெஸ்டென்னுக்குப் போய் குளிர்தாங்கும் ஆடைகள் வாங்கிக்கொண்டு அப்படியே நகரத்தில் முழு நாளும் சுற்றிவந்தோம். எங்களிடம் நிறைய பணம் இல்லை, அங்கு வாங்குவதற்கும் நிறையப் பொருட்கள் இல்லை, எனவே மக்கள் எங்களை உற்றுப்பார்ப்பதைச் சட்டைசெய்யாமல் அந்த அழகான நகரத்தை நாள்முழுதும் சுற்றிவந்தோம். டிரெஸ்டென்னில் இருந்து இருபது நிமிடப் பயண தூரத்தில் இருந்த அதன் புறநகர் என்று சொல்லப்படும் ஒரு பகுதியில் தான் நான் மாதக்கணக்காக இருந்தேன் என்றாலும் எனக்கு அந்நகரைப்பற்றி ஒன்றும் தெரியவில்லை. அதன் மத்திமக்கால வெற்றிகள், அதன் செழுமை மற்றும் தனித்துவம், அதன் பெரும் தொழிற்சாலைகள், அதன் அழகான கட்டடங்கள் பற்றியெல்லாம் எனக்குத் தெரியவில்லை. ஜெர்மன் பேரரசின் தேர்தலில்

பங்குகொள்ள உரிமைபெற்றிருந்த சாக்சோனி இளவரசர்களின் பெருமைகள் எனக்குத் தெரியவில்லை. அவர்களைப் பற்றி நான் கேள்விபட்டதுகூட இல்லை. எல்பே நதியின் மிகப்பெரிய துறைமுகம் டிரஸ்டென் என்றுகூட எனக்குத் தெரியவில்லை. அங்கு எல்பே இருப்பது கூட எனக்குத் தெரியாது. 1945ஆம் ஆண்டு மே மாதம் நடந்த பேரழிவு பற்றித் தெரியவில்லை. அல்லது அதன்மீது ஏவப்பட்ட வேறு பயங்கரங்கள் பற்றியோ அல்லது அதன் எதிரிகள் மீதும் பலிகள் மீதும் அது ஏவிய பயங்கரங்கள் பற்றியோ எனக்குத் தெரியவில்லை. நியூபவுண்ட்லேண்டின் மீன்பிடிக் கரைகள் பற்றியும், லண்டன் மற்றும் கிராம்வெல்லின் பெரும் தீவிபத்து பற்றியும், மேஃபேகிங் முற்றுகையைப் பற்றியும், அடிமை வியாபார ஒழிப்பு பற்றியும் எனக்குக் கொஞ்சம் தெரிந்திருந்தது ஏனெனில் நான் தெரிந்துகொள்ளவென எனது காலனியக் கல்வி அவ்வளவுதான் எனக்குக் கற்றுக்கொடுத்திருந்தது; டிரெஸ்டென்னையோ அல்லது பலப்பல மற்ற டிரெஸ்டென்களையோ பற்றி எனக்கு எதுவுமே தெரிந்திருக்கவில்லை. இத்தனை நூற்றாண்டுகளாக அவை அங்கேயே இருந்திருக்கின்றன, எனக்குத் தெரியாமல், என் இருப்பை அறியாமல். தெரிந்துகொண்டு நிம்மதியாக இருந்திருக்க முடியுமா? திகைக்க வைக்கும் எண்ணம் இது.

ஆனால் அலி என்னைப்போல் எதுவும் தெரியாதவனல்ல. எனக்கு அல்ஸ்டாட்டை சுற்றிக்காட்டினான், கட்டடங்களின் பெயர்களைச் சொன்னான், 1945 மே மாதம் நடந்த குண்டுவெடிப்பை நேரில் பார்த்தவனைப்போல விவரித்தான். ஸ்விங்கர் மாளிகைக்குச் சென்று ரபேய்லின் சிஸ்டின் மடோன்னா பார்த்தோம். கலைப்பொருட்கள் மியூசியத்துக்கு நான் போவது அதுவே முதன்முறை; அலி எனக்கு முன்னால் செல்ல அந்த இடத்துக்குப் புதியவனாக நான் சந்தோஷமாக நடந்தேன். ஸ்டேட் ஓபரா ஹவுசை கடந்துபோனோம் ஆனால் உள்ளே நுழைய முடியவில்லை. ஆயுதமேந்திய காவற்காரர் அலியின் வேடிக்கையான மன்றாடல்களுக்கு காதுகொடுக்காமல் எங்களைத் திருப்பி அனுப்பிவிட்டார்.

அடுத்த நாள் எல்லேகேயிடமிருந்து கடிதம் வந்திருந்தது. எங்களைச் சந்திக்க வரவும்; எந்த பஸ்ஸைப் பிடிக்கவேண்டும், அவள் எங்கு என்னைச் சந்திப்பாள் ஆகிய தகவல்களுடன். அந்த வாரம் முழுவதும் அலி என்னை நச்சரித்துக்கொண்டே இருந்தான்; நான் தனியாகப் போனால் தொலைந்துபோய்விடுவேன், இல்லையென்றால் எல்லேகேவை சந்திக்கும்போது ஜெர்மன் குண்டர்களிடம் மாட்டிக்கொள்ளும் எனக்கு உதவி தேவைப்படலாம்

என்று சொன்னான். “நீ ரொம்ப சின்ன பையன்” என்றான். “அனுபவம் இல்லாதவன். புதருக்குள்ளிருந்து வந்த பரிதாபமான உயிரினம். சிறுத்தைத்தோல் கோட்டை சந்திக்கும்போது உனக்குக் கொஞ்சம் உலக அறிவு தேவைப்படும்.” அவனை நான் கூட்டிப்போகவில்லை; அதற்குள் நான் அவனிடம் போட்டோவை காட்டியிருந்ததால்தான் சிறுத்தைத்தோல் கோட் அவனது கவனத்தை ஈர்த்திருந்தது. ஞாயிறன்று நகர முனையத்திற்கு பஸ்ஸில் போய், சொல்லியிருந்தபடியே டிக்கெட் அலுவலகம் அருகே காத்திருந்தேன். எல்லேகே அங்கு வந்து என்னைச் சந்திப்பாள், பிறகு நாங்கள் இருவரும் கொஞ்ச தூரம் பஸ்ஸில் பயணித்து அவள் வீட்டுக்குப் போவோம், அங்கு அவளது அம்மாவும் என்னைச் சந்திக்க ஆவலுடன் காத்திருப்பார், இதுதான் திட்டம். சந்திப்பின்போது என்னைவிட அவள் உயர்ந்தவளாக காட்டிக்கொள்ளமாட்டாள் என்று நம்பினேன். நான் சந்தித்த பல ஜெர்மானியர்களால் அப்படி நடந்துகொள்வதை தவிர்க்கமுடியவில்லை.

சிறுத்தைத்தோல் கோட்டை எதிர்பார்த்து கண்கள் பூத்து நின்றிருந்தேன் - அந்த போட்டோ இரண்டு வருடப்பழையது, இப்போது அந்த கோட் அவளிடம் இல்லாமல் போயிருக்கலாம், அல்லது நுனிமடங்கி, மங்கலாகி எங்காவது ஒதுக்கிவைக்கப்பட்டிருக்கலாம் என்று தெரிந்திருந்தபோதும். சிறுத்தைத்தோலை எதிர்பார்த்திருந்த தீவிரத்தில் எனக்கு ரொம்ப பக்கத்தில் இருந்து பேசியவனை நான் கவனிக்கவில்லை. “நான்தான் எல்லேகே” என்றான் அவன்.

இல்லை, அந்த திடீர்த்தாக்குதலை எப்படி எதிர்கொண்டேன் என்று விளக்க நான் முயற்சிகூட செய்யமாட்டேன். வாய்பிளந்து, ஆச்சரியத்தில் அலறிவிட்டேன் என்றே நினைக்கிறேன்.

“நான் ஜான்” என்றபடியே கை நீட்டினான். முகம் நிறைய சிரித்துக்கொண்டிருந்தபோதும் அவன் கண்களில் சஞ்சலம் தெரிந்தது. அலி மட்டும் இருந்திருந்தால் அவன் கையைத் தட்டிவிட்டு அங்கிருந்து விசுக்கெனச் சென்றிருப்பான். எல்லேகேவுக்கு என்னவாயிற்று? என்னை கேலிசெய்ய வந்திருக்கும் அவளது காதலனா இவன்? அவளுடைய அண்ணனோ? அவன் கையைப் பற்றிக் குலுக்கினேன்; அவனது சிரிப்பு ஆசுவாசமானதொரு இளிப்பாக மாறுவதைக் கவனித்தேன். “நடந்ததைச் சொல்லிவிடுகிறேன்” என்றான்.

பஸ் முனையத்தில் இருந்து கொஞ்ச தூரம் நடந்து சென்று அங்கிருந்த சிறு பூங்காவின் பெஞ்சில் அமர்ந்தோம். ஜானுக்கு அழகான வட்ட

சிரித்த முகம்தான் என்றாலும் எல்லேகேவை தேடிவந்த இடத்தில் ஏதோவொரு ஜானுடன் பஸ் ஏற நான் விரும்பவில்லை; அவனும் இந்தச் சந்திப்பால் மகிழ்ந்ததைப் போலத் தெரியவில்லை. அவன் சொன்ன கதை இதுதான், நானும் அதை நம்பி அவனுடன் பஸ் ஏறி அவன் அம்மாவை சந்தித்து டீ குடிக்கக் கிளம்பினேன். எல்லேகே என்று யாருமில்லை, அதாவது நான் நினைத்திருந்ததைப் போல் இல்லை. ஆப்பிரிக்காவில் ஜிடிஆர் ஆற்றிய பணிகளைப் பற்றிப்பேச அவர்களின் கல்லூரிக்கு ஒரு விருந்தினர் வந்திருக்கிறார். உள்ளூரைச் சேர்ந்தவர், நகரக் கல்வித்துறை அதிகாரி, ஆப்பிரிக்க நாடொன்றில் தன்னார்வலராக ஒரு வருடம் பணியாற்றிவிட்டு அப்போதுதான் திரும்பியிருந்தார். அது எங்கள் நாடுதான். ஜிடிஆர் செய்துகொண்டிருந்த முக்கியமானப் பணி குறித்துப் பேசிய அவர், ஜெர்மானிய இளைஞர்கள் சகோதரத்துவத்துடன் ஆப்பிரிக்க இளைஞர்களோடு பழகவேண்டுமென அது விரும்புவதையும் ரொம்பவே நம்பிக்கையுடன் பேசியிருக்கிறார். எங்கள் பள்ளி முகவரியை எழுதிக்கொடுத்திருக்கிறார்; நட்புக்கரம் நீட்டச்சொல்லி எங்கள் பள்ளி முதல்வருக்கு தங்களின் பெயர்களை அனுப்பச் சொல்லி அந்த மாணவர்களிடம் சொல்லியிருக்கிறார். சகோதர உறவுகளைப் பேணச்சொல்லும் வழக்கமானக் குப்பைப் பிரச்சாரத்தைத்தான் அந்த விருந்தினரும் செய்தார் என்று நினைத்துக்கொண்ட ஜான் சட்டென எல்லேகேவை உருவாக்கிக் கடிதம் எழுதியிருக்கிறான்; பதில் வருமென்று அவன் எதிர்பார்க்கவில்லை. அல்டோன்ஸ்டாட்டில் இருந்த அவர்களின் முகவரிக்கு நான் எல்லேகே பெயருக்குக் கடிதம் அனுப்பியபோது அவன் திக்குமுக்காடிப்போய் குதூகலமடைந்திருக்கிறான். கடிதத்தை வாசித்த அவனது அம்மாவுக்கும் ஒரே சந்தோஷம். எனக்கு அவன் பதில்கடிதம் எழுதியதும் தன் அம்மாவிடம் கொடுத்து அதன் தொனியைச் சரிபார்க்கச் சொல்லியிருக்கிறான்; எல்லேகேவின் பேச்சுநடை தவறாகிப்போகுமோ என்று அவனுக்குப் பயம். பிறகு அவன் அம்மாவும் இந்த சதியில் கூட்டு சேர்ந்திருக்கிறார். ஜான் எழுதியக் கடிதங்களை எனக்கு அனுப்புவதற்கு முன்பு அவர் படித்திருக்கிறார்; சிலசமயம் சிலதை அதில் சேர்த்திருக்கிறார்; எல்லேகேவுக்கு நான் எழுதிய கடிதங்களை வாசித்திருக்கிறார்.

“அது சும்மா வேடிக்கைக்குத்தான்” என்றான் ஜான் மன்னிப்பு கேட்கும் தொனியில் சிரித்துக்கொண்டே. “நீ கோபப்படமாட்டாய் என்று நம்புகிறேன்.” ஒரு அங்குலமோ என்னவோ அவன் என்னைவிட உயரம், ஒரு வயது கூடுதலாய் இருக்கலாம். அதைவிட

அதிகமிருக்காது. எல்லேகேவின் பேச்சாக நான் கற்பனை செய்திருந்ததை விடவும் ரொம்பவே தெளிவில்லாமல் பேசினான். "ஒரு போட்டோ அனுப்பியிருந்தீர்களே" என்றேன். "சிறுத்தைத்தோல் கோட்."

நான் போட்டோ கேட்டபோது அவனுக்கு என்ன செய்வதென்று தெரியவில்லையாம். என் முதல் கடிதம் கிடைத்த நாள்முதலே அவன் இதைப்பற்றி யோசித்திருக்கிறான். என்னவொரு ஏமாற்றுக்காரன்? செக்கஸ்லோவேகியாவில் இருந்த உறவினப்பெண் ஒருநாள் அந்தக் குழு போட்டோவை அவனது அம்மாவுக்கு அனுப்பியிருக்கிறாள். அவர்கள் அவனது அம்மாவின் குடும்பத்தினர், செக்கஸ்லோவேகியாவில் வாழ்ந்துவந்தார்கள். போட்டோ கச்சிதமாக இருந்தது. அவன் எல்லேகேவாக இருந்தால் எப்படி தோன்றியிருப்பான் என்று நினைத்திருந்தானோ அதேபோல் அப்பெண் இருந்திருக்கிறாள். அவன் சொன்னது எனக்குப் புரிந்தது; நானும் எல்லேகே அப்படித்தான் இருக்க விரும்பினேன் என்றேன் அவனிடம்; எனவே நாம் சென்று பஸ்ஸைப் பிடிப்போம் என்று சொன்னேன். ஜிடிஆருக்கு வந்தபிறகு நான் எழுதிய கடிதத்துக்கு அவன் ஏன் பதில் எழுதவில்லை என்று கேட்டேன்; அவன் கவலையோடு தோள்களைக் குலுக்கிக்கொண்டதில் இருந்து என்ன சொல்லவந்தான் என்பதை இப்போது புரிந்துகொண்டேன். "நான் உன்னை கோபப்படுத்த விரும்பவில்லை" என்றான். "எல்லேகேவுக்கு பதிலாக நீ என்னைச் சந்திக்கவேண்டும். ஆனால் பதிலெழுதாமல் இருப்பது ரொம்ப அராஜகம்; அது அன்பில்லாத செயலாகப் பட்டது. எனவேதான் உன்னை அழைத்து எங்களைச் சந்திக்கவைத்து எல்லாவற்றையும் சொல்லிவிட நினைத்தோம். இப்போது உன்னைப் பார்த்ததும் எனக்கு ரொம்ப சந்தோஷமாக இருக்கிறது."

நாங்கள் மீண்டும் கைகுலுக்கிக் கொண்டோம், மீதிப் பயணம் முழுவதும் தொந்தரவில்லாத விஷயங்களைப் பேசினோம். காலேஜ் எப்படி? டிரெஸ்டென்னில் என்னவெல்லாம் பார்த்தாய்? எத்தனை வருடங்களுக்கு மொழி வகுப்புகள் இருக்கின்றன? தொழில்நுட்பப் பல்கலைக்கழகத்தில் வாகன வடிவமைப்பு படிக்கும் மாணவன் அவன் என்று கண்டுகொண்டேன். "மொழிவகுப்பு முடிந்ததும் நீயும் அங்கு வருவாயென நினைக்கிறேன்." உயரமானப் பழைய கட்டடமொன்றின் முதல் தளத்தில் அவர்கள் வசித்தார்கள். படிக்கட்டு அழுக்காக தூசுபடிந்து போயிருந்தது; மின்சார வயர்கள்

அடிக்கூரையில் வளைய வளையமாகத் தொங்கிக் கொண்டிருந்தன. ஜான் கதவை மென்மையாகத் தட்டினான், கொஞ்ச நேரத்தில் வெள்ளை முடியுடன் ஒரு வயதான பெண்மணி வந்து கதவைத் திறந்தார். உயரமாய், ஒடிசலாய் இருந்தார்; இளவயதில் அழகாக இருந்திருக்ககூடிய கச்சிதமான முகம். பெரிய, நிச்சலமான, கலக்கமில்லாத பழுப்புநிறக் கண்கள்; அச்சமும் அழுத்தமும் கடந்தவையாக இருக்கலாம். மரியாதையான வரவேற்பைக் குறிப்புணர்த்தும் விதமாகத் தலையை லேசாகச் சாய்த்து சிரித்தார். என்னை உள்ளேவரும்படி சைகைசெய்துவிட்டு அவரது கையை நீட்டினார். மிதியடியில் என் பாதங்களை துடைத்துக்கொண்டே கீழே பார்த்தபோதுதான் தெரிந்தது, மிதியடியில் இரத்தம். ஜானின் அம்மாவும் இரத்தத்தைப் பார்த்துவிட்டார், ஏனெனில் அவரது மெல்லிய அலறல் என் காதில் விழுந்தது.

என் ஷூவின் அடிப்பகுதியை எதுவோ குத்தி என் பாதத்தைக் கிழித்திருக்கிறது, எனக்கே தெரியாமல். ஊரிலிருந்து நான் கொண்டுவந்த ஷூக்கள்; மெல்லிய அடிப்பாகத்துடன் எடைகுறைவாக, காற்றோட்டமாக இருப்பதற்காக முன்பாகம் தளர்வாகத் தைக்கப்பட்டு, சூடுதகிக்கும் தெருக்களில் நடப்பதற்கென்றே வடிவமைக்கப்பட்டிருந்தவை. நான் அங்கிருந்து கிளம்பும்போது அதுதான் பேஷனின் உச்சத்தில் இருந்தது. ஜெர்மனிக்கு அது சரிப்படவில்லை, அதன் ஈரத்துக்கும் குளிருக்கும் அது லாயக்கில்லை, வழவழ நடைபாதைகளில் சறுக்கிவிட்டது. அதை அணிந்துகொண்டு வெளியே நடப்பதே வேதனை; நடக்க நடக்க என் பாதங்கள் மரத்துக்கொண்டே போய் ஒரேயடியாக செத்தேபோகும். நான் மீண்டும் உள்ளே வந்ததும் அது சூடேறும்போது இன்னும் வேதனை. என் சாக்ஸும் மெல்லியதாக இருந்தது, பலமுறை போட்டுக்கிழித்த வெப்பமண்டல சாக்ஸ். கச்சிதமாகப் பொருந்திய அந்தச் சின்னச் செருப்புக்குள் போட்டுக்கொள்ள தடிப்பான சாக்ஸ் எதுவும் எனக்குக் கிடைக்கவில்லை. மழைபெய்தால் தண்ணீர் உள்ளே போய், நான் நடக்க நடக்க சதக் புதக்கென்று சப்தம் போடும். முதன்முதலாக நான் உறைபனியில் - அந்த விசித்திரமான பொருளில் - கால்வைத்ததுமே, முதல் அடி வைத்ததுமே என் பின்பாகம் தரையில் பட தொம்மென விழுந்தேன். அடுத்தடுத்த ஒவ்வொரு காலடியிலும் என் பின்பாகம் தரையில் பட விழுந்துகொண்டே இருந்தேன். புதிதாக பாலே நடனம் கற்றுக்கொள்பவனைப் போல - அல்லது அதில் நடக்காமலே இருக்க - நான் பழகிக்கொண்டேன். உள்ளேயே உட்கார்ந்து அதை

ஜன்னல்வழியாகப் பார்த்துக்கொண்டிருக்க. என் ஷூவை மாற்ற சில நாட்களுக்கு முன்பு நானும் அலியும் டிரெஸ்டென்னுக்குப் போனது தோல்வியில் முடிந்தது; எங்கே எனக்கு இரத்தம் உறைந்து போய் என் பாதங்களை வெட்டியெடுக்கவேண்டி வருமோ என்று அலி நினைத்தான், அத்துடன் நான் ஷூவைக் கழற்றும்போது வந்த நாற்றத்தை அவனால் தாங்கிக்கொள்ள முடியவில்லை. “எப்பவோ மாற்றியிருக்க வேண்டும். ரொம்ப நாளாக்கிவிட்டாய்” என்றான் அவன். ஆனால் எங்களால் டிரெஸ்டென்னில் ஷூ வாங்க முடியவில்லை, நாங்கள் அதைத் தேடிக்கூடப் போகவில்லை. அதற்கு பதிலாக தெருக்களில் நடந்தோம்; அழகழகானக் கட்டடங்களைக் காட்டி அலி அவற்றின் கதைகளைச் சொன்னான். வாக்னருக்குப் பிடித்த டிரெஸ்டென்னில் இருந்த ஸ்டேட் ஓபரா ஹவுஸ், ஷில்லர் கூட அந்தத் தெருவில் கொஞ்சகாலம் வாழ்ந்திருக்கிறார். ஷில்லர், ஜிடிஆர் கலாச்சார நிறுவனத்தின் எங்கள் ஷில்லர்! அவர் நிஜமாகவே இருந்தவர் என்று அது காட்டியது, பழங்கதையிலிருந்தோ பழங்காலத்திலிருந்தோ வெளிப்படும் கற்பனை உருவமாக அல்ல. அவ்வளவு நேரமும் என் பாதம் மரத்துப் போய்க்கொண்டே இருந்தது, காலைவெட்டும் எண்ணம் பயமுறுத்தியது.

இதோ இப்போது ஜானுடைய அம்மாவின் குடியிருப்பு வாசலில் அவர்களின் கால்மிதியில் இரத்தம் ஒழுக நிற்கிறேன்; என் பாதம் மரத்துப்போனதால் இரத்தம் வருவதுகூடத் தெரியாமல் இருந்திருக்கிறேன். அவர் முன்னே வந்து என்னைக் கையைப்பிடித்து உள்ளே இழுத்துப்போனார். மன்னிக்கச்சொல்லிக் கெஞ்சிக்கொண்டே ஜான் பின்னாலேயே வந்தான்; இவ்வளவு களேபரத்துக்கும் நடுவே அவன் கதவைச் சாத்தித் தாளிட்டதை நான் கவனித்தேன். ஜானின் அம்மா என்னை சோபாவில் உட்காரவைத்தார், அவர் முகத்தில் அனுதாபத்தின் வேதனை தெரிந்தது. என் பாதத்தை எதில் வைப்பது என்று சுற்றுமுற்றி பார்த்துவிட்டு, ஜன்னலுக்குக் கீழே இருந்த சிறிய காகிதக்கட்டில் இருந்து ஒரு பழைய செய்தித்தாளை உருவினார். ஜன்னலின் இருபக்கமும் புத்தக அலமாரிகள், அவை ஜன்னலை மூடியிருந்த அடர்சிவப்பு திரைச்சிலைகளின் உயரம் இருந்தன. மரச்சட்டமிட்ட இரண்டு போட்டோக்கள் அலமாரி அடுக்கின்மீது; பின்புலத்தில் மலைகள் தெரிய ஸ்போர்ட் ஜெர்ஸி அணிந்த ஒரு ஆணின் படம் ஒன்று; தளர்வான கவுன் அணிந்த உயரமான பெண்ணொருத்தியின் அருகே நாற்காலிமீது நின்றபடி அரைக்கால் சட்டை போட்ட

ஒரு சிறுவன், தனது முகத்தை கேமரா பக்கமாகப் பாதித்திருப்பி தோள்மீது தாடையை தாங்கிக்கொண்டிக்கும் படம் இன்னொன்று. கணப்படுப்பின் ஒருபக்கத்தில் மற்றொரு புத்தக அலமாரி, அதனருகே பழுப்புநிறத்தில் பழைய நாற்காலியொன்று. அதன் பின்னால் ஒரு மேசையில் காகிதங்களும் பத்திரிகை இதழ்களும் சிறு அடுக்காகக் கட்டி ஒரு ஓரமாக வைக்கப்பட்டிருந்தன. முன்னர் வைத்திருந்தப் படத்தை எடுத்துவிட்டச் சுவடொன்று சுவற்றுத் தட்டுமாடத்தின் மேலே தெரிந்தது, அறையைச் சுற்றிலும் பார்த்தபோது அதுபோன்ற இன்னும் இரண்டு சுவடுகள் தென்பட்டன.

ஜான் கந்தல் துணியும் அலங்காரமான ஒரு பெரிய கண்ணாடிப்பாத்திரமும் கொண்டுவந்தான், அதில் சுற்றிலும் உருவேலைப்பாடுகள் செதுக்கப்பட்டு, பாத்திர விளிம்பில் பாதி பாரபோலாக்கள் போன்ற சீரான இடைவெளிகள் இருந்தன. அவனது அம்மாவின் அருகில் பாத்திரத்தை வைத்துவிட்டு, என்னெதிரில் முழந்தாளிட்டு உட்கார்ந்தான். "உன்னைக் கொடூரமாக வரவேற்று விட்டோம்" என்றான் ஜான். அவனது அம்மா தனக்குள்ளேயே ஏதோ சொல்லிக்கொண்டு என் இடதுகால் ஷூவின் கயிறைக் கவனமாக அவிழ்த்தார். ஷூவை அவிழ்ப்பதற்காக என் பாதத்தை உயர்த்தியபோது இரத்தத்தில் ஊறியிருந்த செய்தித்தாளும் அதோடு வந்தது. ஜானின் அம்மா அதைக் கிழித்தெடுத்துவிட்டு என் ஷூவை மெதுவாகக் கழற்றினார். ஜான் என் காலை தரையில் படாமல் உயர்த்திப் பிடித்துக்கொள்ள, அவர் இரு கைகளாலும் என் சாக்சை உருவியெடுத்தார்; பாதம் இருந்த நிலையைப்பார்த்து உச்சுக் கொட்டினார். துணியை மூன்று நான்காகக் கிழித்து, அதிலொன்றை பாத்திரத்து நீரில் நனைத்து, என் குதிகாலை சுத்தம் செய்யத் தொடங்கினார். தண்ணீர் சில்லிட்டது, ஆனால் அதுகொடுத்த கிளர்ச்சி வலியைக் குறைத்தது. கொஞ்ச நேரம் கழித்து அவர் "உள்ளே எதுவும் பொத்துக்கொண்டு இல்லையென்று நினைக்கிறேன்" என்றார். பிறகு ஒரு சுத்தமானத் துணியை நீரில் நனைத்து என் கால்விரல்களுக்கு இடையே, உள்பாதம், குதிகால் என்று என் பாதம் முழுவதையும் சுத்தம் செய்தார். இன்னொரு துணியை பட்டை பட்டையாகக் கிழித்து என் காயத்துக்குக் கட்டு போட்டுவிட்டார்; இதையெல்லாம் அவர் குந்தியமர்ந்துகொண்டு, புன்சிரிப்புடன் செய்தார்.

"உன்னைச் சந்திப்பேன் என்று நினைத்தேன், ஆனால் அது நீயாக இருப்பாய் என்று நினைக்கவில்லை" என்றார் அவர்.

அவர் சொன்னது எனக்குப் புரியவில்லை, முகத்தைச் சுளித்திருப்பேன் என்று நினைக்கிறேன், ஆனால் எனக்கு அதில் ஏதோ புரியத்தான் செய்தது; அவருடைய விருப்பத்தை, அவர் ஆசைப்பட்ட ஏதோவொன்றை ஏதோவொரு ஆச்சரியமான வழியில் பூர்த்தி செய்திருக்கிறேன்; அதை செய்தது நானாக இருந்துவிட்டேன். உன்னைச் சந்திப்பேன் என்று நினைத்தேன், ஆனால் அது நீயாக இருப்பாய் என்று நினைக்கவில்லை. விந்தையான முறையில் இதில் அர்த்தம் தொனித்தது. ஒரு டாக்டரோ அல்லது நாம் பயணம் செல்லும் விமானத்தின் பைலட்டோ இதை நம்மிடம் சொல்லியிருந்தால் நிச்சயமாக நாம் பயத்தில் வேர்த்து வழிந்திருப்போம், ஆனால் வயதான ஜெர்மானியப் பெண்மணியொருவர் - ஒரு காலத்தில் அழகியாக இருந்திருக்கக் கூடியவர் - நம் எதிரில் குந்தியமர்ந்து, நம் காயத்தை சுத்தம்செய்தபிறகு, கொஞ்சமும் கலங்காமல், சொல்லப்போனால் ஆறுதலோடு இதைச் சொல்லும்போது, நாம் விஷேசமானவர் என்பதை உணரமுடியும். அப்படித்தான் நம்புகிறேன், ஒரு கதையின் ஆரம்பத்தில் நாம் அப்படி உணர்வோம். எது எப்படியோ, நான் உணர்ந்தேன்.

“தூக்கிவிடவா…?” என்ற ஜான் அவர் எழுந்திருக்க கையை நீட்டினான்.

“சரி” என்றவர் அவன் கையைப் பிடித்து எழுந்து நின்றதும் நன்றிசொல்லும் விதமாக அவனைப் பார்த்துச் சிரித்தார். அவர் செய்த எல்லாச் செயல்களும் பரிவுடன், நிதானமாக இருந்தன. எவ்வளவு மோசமான சம்பவம் நடந்தாலும் அவர் அதே திகைப்படையாத சிரிப்புடனே இருப்பார் என்று நினைத்துக்கொண்டேன். “உனக்கு ஞாபகம் இருக்கிறதா, இருபது வருடங்கள் கழித்து ஒடிசஸ் தன் வருகையை அறிவித்துக்கொள்ளாமல் வீட்டுக்குத் திரும்பும்போது, அவன் மனைவி பினலோப்பால் அவனை அடையாளம் காணமுடியாமல் போகும். உனக்கு ஞாபகம் இருக்கிறதா? அந்தக் கிழவி யூரெக்லிடாவோ எவளோதான் அவனைக் கண்டுபிடிப்பாள்; அவன் வீட்டுக்குள் நுழையும்முன் அவன் பாதங்களைக் கழுவும்போது அவளுக்குத் தெரிந்துவிடும். இந்தக் கதைகளில் இப்படிதான் நடக்கும், அவன் குழந்தையாக இருந்தபோது அவள்தான் அவனுக்குச் செவிலித்தாயாக இருந்தவள். உனக்கு ஞாபகம் இருக்கிறதா? ஒவ்வொரு மாவீரனுக்கும் அல்லது இளவரசனுக்கும் தாய்ப்பாலூட்டவென்றே ஒரு இளைத்தக் கிழவி இருப்பாள்; அரண்மனை அடுப்படிச் சாம்பலுக்கு பக்கத்தில்

ஒதுங்கி உட்கார்ந்திருப்பாள். ஓடிசஸின் பாதத்தில் இருந்த வடுவை யூரெக்லிடா கண்டுகொண்டதும் வீட்டின் எஜமானர் திரும்பிவந்துவிட்டார் என்று அவளுக்குத் தெரிந்துபோகும். எதிர்காலத்தில் நீ திரும்பிவரும்போது எங்களாலும் உன்னைக் கண்டுகொள்ள முடியும் இல்லையா?"

அந்த சமயத்தில் எனக்கு ஒடிசஸ் வீடு திரும்பிய கதையோ அல்லது ஹோமரைப் பற்றி அப்படியொன்றும் பெரிதாகவோ அல்லது இலியாடோ அல்லது ஒடிசியோ தெரியாது. *Jason and the Argonauts, Hercules Unchained, Helen of Troy* போன்ற திரைப்படங்களில் காட்டியிருந்ததுதான் எனக்குத் தெரிந்தவை. இந்தப் படங்களின் வழியாக நான் தெரிந்துகொண்ட ஒடிசஸை எனக்குப் பிடிக்கவில்லை. கிரேக்கர்கள் மரக்குதிரையொன்றை செய்து அதன்மூலம் ட்ராய் நகரத்துக்குள் புகுந்து, உள்ளே போனதும் அம்மக்களை கொலைசெய்து ஊனப்படுத்தி பாலியல் வன்கொடுமை செய்து அந்த நகரத்தையே தீயிட்டுக் கொளுத்திய சதிகாரச்செயல் அவனுடையதுதானே? இந்த விஷயத்தில் நான் ட்ரோஜன்களின் பக்கம். ஆனால் ஜானின் அம்மா சிரிப்புடன் சொல்லிக்கொண்டிருந்தார், அதிலிருந்த வேடிக்கையை அனுபவிப்பதைப்போல. ஜானைப் பார்த்தேன், அவனும் அதேபோல் சிரித்துக்கொண்டிருந்தான்; புத்தக அலமாரி பக்கமாக முகத்தைப் பாதி திருப்பிக்கொண்டிருந்தான், எந்த நிமிடமும் அதிலிருந்து ஒரு புத்தகத்தை எடுத்து எங்களுக்கு சத்தமாக வாசித்துக்காட்டத் துவங்கிவிடுவான் என்பதுபோல. அடுத்த நிமிடம் அதேபோல் அவன் ஒரு புத்தகத்தை உருவி, அவன் விரலை அதிலிருந்த வரிகளில் ஓட்டினான்; அவன் அம்மா காத்திருந்தார்.

"யூரிக்ளியா" ஜான் கடைசியில் அவசரப்படாமல் சொல்லிவிட்டு, ஒரு வரியையும் வாசித்துக்காட்டினான். "வடு இருந்த காலை தன் கைகளில் ஏந்தி, அதை கெட்டியாகப் பிடித்ததுமே யூரிக்ளியா அந்த காலை அடையாளம் கண்டுகொண்டு சட்டென அதைக் கீழே விட்டாள்."

"அவளேதான்" என்றார் அவர். "யூரிக்ளியா. பினலோப்பின் தோட்டத்தில் அந்தக் கிழவி நிழலோடு நிழலாக ஊர்ந்துபோவாள். அயூர்பாச் அந்த வழியை அவ்வளவு பிரமாதமாக விளக்கியிருப்பார். அந்த சம்பவத்தை அயூர்பாச் எப்படி சொல்லியிருந்தார் தெரியுமா? ஓ, நான் உனக்குப் புத்தகத்தைத் தருகிறேன். உனக்கு ஜெர்மன் வாசிக்கத் தெரியுமா?" "இன்னுமில்லை" என்றேன். "அப்படியொன்றும் சிரமம் கிடையாது" முகத்தில் பரிவுபொங்க

சொன்னார். “சரி, உன்னால் வாசிக்க முடியும்போது நான் தருகிறேன்” என்றார். அவர் சரளமாக ஆங்கிலம் பேசினார், ஆனால் எனக்குப் பரிச்சயமில்லாத ஏதோவொரு வேறுபாட்டுடன். கந்தல் துணிகளையும் பாத்திரத்தையும் அங்கிருந்து எடுத்துச் சென்றுவிட்டு, கொஞ்சம் காப்பி கொண்டுவந்து கொடுத்ததும் அவர் கேட்டார் “எதனால் இங்கு வந்தாய்? உன் அழகான நாட்டைவிட்டு எது உன்னை இங்கே வரவழைத்தது? உன் கடிதம் வந்தபோது நாங்கள் மனமுடைந்து போனோம். சின்னச் சின்ன விஷயங்களுக்குக் கூட நாங்கள் இங்கு பயந்தபடி வாழ்ந்துகொண்டிருக்கும்போது நீ அங்கே கடலுக்குப் பக்கத்தில், சுதந்திரமாக, பிரகாசமான சூரிய வெளிச்சத்தின் கதகதப்பில் வாழ்கிறாய் என்ற நினைப்பே எனக்கு அவ்வளவு சந்தோஷமாக இருக்கும். நம்மில் ஒருவராவது பாதுகாப்பாக இருக்கிறோமே என்று. பார், நான் சொல்வதைக் கேட்டு ஜான் இப்போதே கவலைப்படத் தொடங்கிவிட்டான், எங்கே நீ எங்களைக் காட்டிக்கொடுத்து விடுவாயோ என்று.”

“இல்லை...” என்று மறுத்தான் ஜான் - இரத்தம் தோய்ந்த என் ஷூவுக்கு பதிலாக அவனுடைய உபரி ஷூ பொருந்துமா என்று ஆராய்ந்துகொண்டே எங்கள் உரையாடலில் அரைகவனம் செலுத்திக்கொண்டிருந்தான் அப்போது. என் ஷூ வழக்கத்துக்கு மாறாகப் பெரிய அளவில் இருக்கிறதே என்ற கவலையை விட அவன் அப்போது வேறெதைப்பற்றியும் கவலைபட்டதாக எனக்குத் தெரியவில்லை. நான் எழுதிய அந்த வசீகரமான கடிதங்களை வைத்து நான் கடலருகே சுதந்திரமாக, வெதுவெதுப்பாக வாழ்ந்துகொண்டிருந்ததாக நினைத்திருக்கிறார்கள் என்று புரிந்தது; நானும் இவர்கள் வசிக்கும் இடம் இப்படிதான் இருக்குமென்று கற்பனை கூடச் செய்ததில்லை. நான் இவர்களையே கற்பனை செய்ததில்லை, அவ்வளவு ஏன் இவர்கள் இருந்தார்கள் என்றுகூட எனக்குத் தெரியாது - நான் கற்பனை செய்திருந்ததெல்லாம் சிறுத்தைத்தோல் கோட்டுக்குள் இருந்து புன்னகையுடன் வந்த குரலை மட்டும்தான்.

“ஜான் எல்லேகே இல்லை என்று தெரிந்தபோது உனக்கு அவன்மேல் கோபம் வந்ததா?” நாற்காலியில் சாய்ந்துகொண்டு சிரித்தபடியே கேட்டார், நான் கோபப்பட்டிருக்கமாட்டேன் என்ற நம்பிக்கையுடன். “ரொம்ப ஏமாற்றமாக இருந்ததா?”

“முதலில் இருந்தது” கசப்புக் காப்பியை உறிஞ்சிவிட்டு கஷ்டப்பட்டு முகச்சுளிப்பை கட்டுப்படுத்தி கொண்டே சொன்னேன். என் பாதம்

இப்போது விண்விண்ணென்று தெறித்துக்கொண்டிருந்தது; வலியால் மட்டுமல்ல, வீரமும் கொடூரமும் நிறைந்த பண்டைக்காலக் கதைகளில் அது வகித்த பங்கு, அதன் மறைமுகமான அர்த்தம் இவற்றாலும்தான். தொற்று ஏற்படாமல் இருக்க நான் மருத்துவமனைக்குச் சென்று ஊசி போட்டுக்கொள்ள வேண்டியிருக்குமோ?

“நல்லது, என் பெயர்தான் எல்லேகே” என்றார் அவர். “உண்மைதான். சோம்பேறி ஜானுக்கு வேறுபெயர் யோசிக்கக் கஷ்டம். நீ நினைத்ததுபோல் இல்லையென்றாலும் நீ எல்லேகேவை நேரில் சந்தித்துவிட்டாய் என்று சொல்லிக்கொள்ளலாம், அது உண்மையாகவும் இருக்கும்.”

“சிறுத்தைத்தோல் கோட் அணிந்திருக்கும் அந்தப் பெண்ணின் நிஜப்பெயர் என்ன?” என்று கேட்டேன். “செக்கஸ்லோவேகியாவில் இருக்கும் உங்கள் உறவினப்பெண். உங்கள் குடும்பம் அந்நாட்டை சேர்ந்தது என்று ஜான் சொன்னான்.”

“அவள் பெயர் பீயட்ரிஸ், இருட்டில் வழிகாட்டுபவள் என்று அர்த்தம்” என்றார். “ஆமாம், எங்கள் குடும்பம் அந்நாட்டைச் சேர்ந்ததுதான். மோஸ்ட் எனும் இடத்துக்கு அருகே, நகரத்தில் இல்லை. ஆனால் அதற்குப் பக்கத்திலிருந்த ஒரு கிராமத்தைச் சேர்ந்த பெரிய பண்ணையார்கள் அவர்கள். இப்பகுதியின் எல்லைக்கு ரொம்ப பக்கத்தில்தான் மோஸ்ட் இருக்கிறது. நீ ஜானுடன் அங்கே சென்று பார். அவனே அங்கு போய் பல வருடங்கள் ஆகின்றன.”

“நான் வந்ததும் அவர்கள் என் பாஸ்போர்ட்டை எடுத்துவைத்துக் கொண்டார்கள்” என்றேன். “எனக்கு அது கஷ்டமாக இருக்கிறது. ஏன் அப்படிச் செய்தார்கள்? ஒருவேளை நான் இங்கிருந்து போக விரும்பினால்? அல்லது மோஸ்ட்டுக்கு போகவேண்டுமென்றால்? விடுதியில் சேர்ந்தவுடனேயே அங்கு அலுவலகத்தில் இருந்த பெண்மணி என் பாஸ்போர்ட்டை எடுத்துக்கொண்டு ஒரு அடையாள அட்டையைக் கையில் கொடுத்தார். அவர்களுக்கு என் மேல் நம்பிக்கையில்லை என்பதை வந்ததுமே தெரிந்துகொண்டதில் எனக்குப் பதட்டமாக இருந்தது; ஆனால் அவர்களிடம் சண்டை போடவும் பயம்.”

“நான் குழந்தையாக இருந்தபோது மோஸ்ட் ஆஸ்திரியாவில் இருந்தது” என்றார் எல்லேகே. “ரொம்ப காலத்துக்கு முன்பு.” ஜானைப் பார்த்து கொஞ்சம் வருத்தமாக, மன்னிப்புகேட்கும்

பாவனையில் சிரித்தார். "இவன் இந்தக் கதைகளை பலமுறை கேட்டுச் சலித்துவிட்டான்; நான் தொடங்கியதுமே அவன் மனம்வாடிவிட்டது."

இல்லையென்று பலமாகத் தலையை ஆட்டியபடி "அந்த காலத்தைப் பற்றி அவனுக்குச் சொல்லுங்கள் அம்மா" என்றான் ஜான். "நீங்கள் ஒவ்வொருமுறையும் வித்தியாசம் வித்தியாசமாகச் சொல்வீர்கள், எனவே எனக்கு அது அலுத்தே போகாது. ப்ளீஸ், சொல்லுங்க அம்மா."

ஜான் சொன்னதைக் கேட்டு "ஓ வேண்டாம், முதல் சந்திப்பிலேயே நம் புது நண்பரைச் சலிப்படையச் செய்துவிடவேண்டாம்" என்று சிரித்துக்கொண்டே சொன்னார் எல்லேகே. "ஆனால் கதைகளைப் பற்றி நீ சொன்னதென்னவோ உண்மைதான். நம் கைவிரல்களின் வழியாக அவை நழுவி, வளைந்து நெளிந்து உருமாறி வெளியே வந்து விழுந்துகொண்டே இருக்கின்றன."

"அந்த காலத்தைப் பற்றிக் கேட்க ஆசைப்படுகிறேன்" என்றேன் நான்; வேறெதையும் சொல்ல மரியாதை இடங்கொடுக்கவில்லை என்பதோடு அவர்களின் உரையாடலில் இருந்த ஏதோவொரு சக்தி என்னை இழுத்தது.

"நல்லது, அழகானத் தோட்டங்களுடன் ஒரு பெரிய வீடு இருந்தது" என்றார் எல்லேகே. "அதைத் தோட்டம் என்பதைவிட பூங்கா என்று சொல்லலாம், காடுவழியே ஓடிவந்த சிற்றோடை அங்கிருந்த சிறு ஏரியில் கலந்தது. அங்கு புல்வெளிகளும், எப்போதும் பூத்துக்குலுங்கும் மலர்ப்படுக்கைகளும், அழகிய பழத்தோட்டங்களும் இருந்தன. பழத்தோட்டத்தில் வசந்தகாலத்தில் மலரும் பூக்கள் கோடையில் பரிபூரணப் பழமாகி நிற்பது கண்கொள்ளாக் காட்சியாக இருக்கும். அடர் ஊதாநிறப் பூக்கள் - மரத்தின் உள்ளூறுப்புகளில் இருந்து பிழிந்தெடுத்ததைப் போன்று அப்படியொரு அடர் ஊதாவண்ணப் பூக்கள் - பூக்கும் பூவரசு மரத்தோப்பொன்று இருந்தது. வண்டி போகும் பாதை ஒன்று இருந்தது; வண்டிக்காரன், பணியாள், தொழுவங்கள், குதிரைகள், குதிரைக்காரன்கள் ஆகியோரோடு இட்ட வேலைகள் செய்ய ஏனைய வேலைக்காரர்கள் படையும் அவர்களின் குடும்பங்களும் அங்கிருந்தன. வண்டிப்பாதையோரம் எல்லாவகையான மரங்களும் இருந்தன. பல தலைமுறைகளுக்கு முன்பே எங்கள் மூதாதையருக்கு மரங்களின் மீது காதல் தோன்றியிருக்கிறது. இருநூறு வருடப் பழமையான கஷ்மீரிய மரமொன்று இருந்தது, கஷ்மீரிய சைப்ரஸ்

மரம்; உள்ளேயிருந்து எதுவோ வெளியேறத் தவிப்பதுபோல் அம்மரம் முறுக்கிக்கொண்டு கிளைபரத்தி நிற்கும். எங்கள் பால்யகாலத்தின் கவர்ச்சியான மரம் அது.

"இவையெல்லாம் இழந்துபோனவையின் ஞாபகங்கள்" ஒரு நிமிடம் நீடித்த மௌனத்துக்குப் பிறகு, எங்கள் இருவரையும் மாறிமாறிப் பார்த்துக்கொண்டே, கசப்புக் காப்பியை முகம்சுளிக்காமல் அருந்தியபடி சொன்னார் எல்லேகே. "அவை இருந்ததை விடவும் ரொம்ப எளிமையாக நான் சொல்கிறேன் என்று நினைக்கிறேன். பனிக்காலத்திலும் கூட ஒவ்வொரு அறையிலும் வைக்கப்பட்டிருந்த அழகானப் பூக்கள் எனக்கு நினைவிருக்கிறது. இப்போது அந்தப் பூக்களை நினைக்கும்போது என் உயிருக்குள் ஏக்கம் நிறைந்துபோகிறது, ஏனென்று தெரியவில்லை. அந்த வேலைக்காரர்களையும் நினைத்துக்கொள்கிறேன்; நாம் நினைத்துக் கூடப் பார்க்காத கீழ்மட்ட வேலைகளைச் செய்தவர்கள், அடிப்படை வசதிகள்கூட இல்லாமல் வாழ்ந்தவர்கள். இதெல்லாம் போருக்கு முன்பு. ரொம்ப கொடூரமானப் போர் அது, நிறைய பேரழிவுகள். ஆஸ்திரியா போரில் தோற்றுப்போனது, அடுத்ததிலும் தோற்றது, பிறகு எல்லாவற்றையும் தோற்றது."

நினைவுகளால் அவர் வருந்துவதைக் கண்டேன், ஜானும் வருந்துவது தெரிந்தது, ஆனால் எனக்கு இன்னும் கேட்கவேண்டும்போல் இருந்தது. அங்கிருந்து இங்கு எப்படி வந்தார்கள்? அலமாரியில் இருந்த இரண்டு போட்டோக்களை ஏறிட்டேன். "அது ஜானா?" என்று கேட்டேன்.

"இல்லையில்லை" என்றார் அவர் சிரித்துக்கொண்டே. "தினந்தோறும் அவனை நேரில் பார்த்துக்கொண்டிருக்கும்போது நான் ஏன் அவன் போட்டோவை அலமாரியில் வைத்துக்கொள்ளப்போகிறேன்? அது என் அம்மாவும் என் தம்பியும், இடதுபக்க போட்டோவில் இருப்பவர் என் அப்பா. நாங்கள் கென்யாவுக்குக் கிளம்புவதற்கு முன்பு எடுக்கப்பட்ட போட்டோக்கள்; ஆஸ்திரியாவுக்கு குட்பை சொல்லும்விதமாக கார்பாதியன் மலைகளுக்கு நாங்கள் சுற்றுலா சென்றபோது எடுத்தவை."

"கென்யா!" நான் வியந்தேன். ஆங்கிலத்துக்கான காரணம் இப்போது புரிகிறது. கார்பாதியன் என்று நானும் சொல்லிப்பார்க்க ஆசைப்பட்டேன், எத்தனை அழகான வார்த்தை; மாசாசூஸட்ஸ் அளவுக்கு மிருதுவும் நயமும் அதில் இல்லையென்றாலும்

192

அதற்கென ஒரு வழுக்கலும் ரகசியத்தன்மையும் இருந்ததுதான். “நீங்கள் குடியேறிகளா?”

அவர் உடல் விலுக்கென வெட்டியது. “ஆமாம், குடியேறிகள்தான்.”

“கென்யாவுக்கு ஏன்?”

பதில் சொல்வதற்கு முன்பு ஒரு கணம் நிறுத்திவிட்டு மீண்டும் பேசத்தொடங்கினார், கவனக்குவிப்பால் அவர் முகம் சுளிப்பதைப் பார்த்தேன். “நீ கேட்ட விதத்தில் இந்தக் கேள்வியை எவராவது என்னிடம் இதுவரை கேட்டதுண்டா என்று தெரியவில்லை. வேறெங்கும் போகாமல் கென்யாவுக்கு ஏன் போனோம் என்று நீ கேட்கவில்லை என்று நினைக்கிறேன். அப்படித்தான் கேட்டாயென்றால் கென்யாவோ வேறெந்த இடமோ அப்போது எல்லாமே ஒன்றுதான். நாங்கள் ஐரோப்பியர்கள். எங்களுக்கு விருப்பமான எந்த இடத்துக்கும் எங்களால் போக முடிந்தது. ஏன் நாங்கள் அப்படிப் போய் அம்மக்களின் பொருட்களைத் திருடி அதை எங்களுடையதாக ஆக்கிகொண்டு, வஞ்சனை செய்தும் வற்புறுத்தியும் கொழித்தோம் என்று கேட்கிறாயா? எங்களுக்கு உரிமையில்லாததை சண்டைபோட்டும் கொன்றும் ஏன் பிடுங்கிக்கொண்டோம் என்றா கேட்கிறாய்? இதெல்லாம் செய்வதற்கு எங்களுக்கு உரிமை இருக்கிறது, கருத்த தோலும் சுருள்முடியும் கொண்ட மக்கள் மட்டுமே குடியிருந்தப் பகுதிகளில் எங்களுக்கு உரிமை இருக்கிறது என்று கருதப்பட்ட காலத்தில் நாங்கள் வாழ்ந்துகொண்டிருந்தோம்; காலனியம் என்றால் இதுதான் அர்த்தம்; நாங்கள் விரும்பிய இடத்தைப் பிடித்துக் கொள்வதைச் சாத்தியமாக்கிய வழிமுறைகளைப் பற்றி நாங்கள் கண்டுகொள்ளாமலிருக்க வேண்டியதை எல்லாம் செய்தார்கள். என் பெற்றோர்கள் ங்காங் குன்றுகளில் நிலத்தை வாங்கி, காப்பி விளைவிக்கத் தொடங்கினார்கள். அங்கிருந்த பூர்வகுடி மக்கள் சமாதானமாகப் போனார்கள், வேலையாட்களும் மலிவாகக் கிடைத்தார்கள். அதுபோன்றதொரு நிலை அங்கு எப்படி சாத்தியமானது என்று என் பெற்றோர்கள் கேட்கவுமில்லை அப்படிக் கேட்க எவரும் தூண்டவுமில்லை; ஆனால் அங்கு நாங்கள் வாழ்ந்தகாலத்தில் அதை நாங்கள் புரிந்துகொண்டோம். உனக்கு ங்காங் தெரியுமா? நைரோபிக்கு போயிருக்கிறாயா?”

“இல்லை, எனக்கு எதுவுமே தெரியாது” என்றேன் நான். “எங்கும் போனதுமில்லை.”

“டிரெஸ்டென்னுக்கு போயிருக்கிறாயே” என்றான் ஜான் சிரித்துக்கொண்டு.

எங்கள் பேச்சைப் பொருட்படுத்தாமல் “‘ஏன் கென்யா?’ என்ற உன் கேள்வியில் ஒரு அப்பாவித் தொனியும் இருக்கிறது” என்றார் எல்லேகே, தன் கதையில் இருந்து எங்களை நகரவிடாமல். “ஐரோப்பாவிலிருந்தும் அதன் போர்களிலிருந்தும் தப்பிச்செல்ல. என் பெற்றோர்களுக்கு அதற்குமேலும் ஆஸ்திரியாவில் தங்க விருப்பமில்லை; எனவே எஸ்டேட்டில் அவர்களுக்கு வந்த பங்கைக் கொண்டுவந்து ந்காங்கில் அந்த விவசாயநிலத்தை வாங்கினார்கள். அது நடந்தது 1919இல், பிரமாதமான காரியங்களாக நாங்கள் நினைத்ததையெல்லாம் சாதித்துக்கொண்டு அங்கு நாங்கள் 1938 வரை இருந்தோம். நாங்கள் பயணத்தின்மூலம் நிறையக் கற்றுக்கொண்டோம்; ஆனால் தேவையான அளவு கற்றுக்கொள்ளவில்லை என்று எனக்கு இப்போது புரிகிறது. காலம் செல்லச்செல்ல, அங்கு நாங்கள் செய்ததும், உணர்ந்ததும் பிரமாதமானவை இல்லை என்று தோன்றுகிறது.”

“கென்யாவில் வாழ்ந்த வாழ்வைப்பற்றி என் அம்மா ஒரு சுயசரிதை எழுதியிருக்கிறார்” என்றான் ஜான். “ஜெர்மன் மொழியில். ரொம்ப அழகான எழுத்து அது.”

“அதுவொரு பொய்யான நினைவேக்கம், அவ்வளவுதான்” என்றார் எல்லேகே, சிரித்துக்கொண்டே ஜானை மறுத்தார். “இப்போது எழுதியிருந்தால் சலிப்பூட்டும் கிழவியைப்போல பயங்கரமானக் கதைகளைச் சொல்லி எல்லோரையும் கஷ்டப்படுத்தியிருப்பேன். போர் தொடங்கப்போகும் நேரத்தில் நாங்கள் ஏன் ஜெர்மனிக்கு வந்தோமென்று உனக்குத் தெரியுமா? ஏனென்றால் போர் தொடங்கிவிட்டால் நாங்கள் சிறைபடுத்தப்படலாம் என்று அதிகாரிகள் எச்சரித்திருந்தார்கள், மீண்டும் ஆஸ்திரியர்கள் ஆவதில் என் பெற்றோருக்கும் ஏதோ ஒருவிதப் பெருமிதம்தான். ஆனால் அவர்கள் அறிந்திருந்த ஆஸ்திரியாவாக அது அப்போது இல்லை. அவர் வாழ்ந்த பகுதி செக்கஸ்லோவேகியா என்று பெயரிடப்பட்டு, ஆஸ்திரியாவின் மீதிப்பகுதி முழுவதும் ஜெர்மனியோடு இணைக்கப்பட்டிருந்தது. என்றாலும் அவர்கள் கென்யாவில் பிரிட்டீஷாரிடம் சிறைபட்டுக் கிடப்பதைவிட, கொள்ளை வணிகர்களையும், கூரியத் தொப்பியும் வெள்ளிச்சரிகைச் சீருடையும் அணிந்து வெற்றித் திமிர் பிடித்திருந்த ராணுவ அதிகாரிகளையும் கொண்ட ஜெர்மனிக்கே போய்விடுவது என்று

எண்ணி அங்கே சென்றுவிட்டார்கள். சிறை சென்று அவமானப்பட்டு நிக்கர்களின் கேலிக்கு உள்ளாவதைவிட அங்கிருந்து கிளம்பிவிடலாம் என்று எண்ணினோம். மன்னித்துக்கொள், நாங்கள் அவர்களை அப்படித்தான் அழைத்தோம். நாங்கள் மன்னிக்க லாயக்கற்றவர்கள் என்று நினைத்தால் என்னை மன்னிக்காதே. ஆனால் நாங்கள் அப்படித்தான் அழைத்தோம், இப்போதும் அதையே சொல்லி நான் அவமதிக்கிறேன் என்று எண்ணாதே, நாங்கள் எவ்வளவு பரிதாபகரமான ஆணவத்துடன் அப்போது இருந்தோமென்று உனக்கு விளக்குகிறேன். பூர்வகுடி மக்களின் அனுமதியோடுதான் எங்களால் அவர்கள்மீது ஆதிக்கத்தை செலுத்தமுடியும் என்று என் அப்பா சொல்வார். எல்லா ஐரோப்பியர்களும் இந்த மெல்லிய எல்லைக்கோட்டை மனதில் கொள்ளவேண்டும். அதைத் தாண்டிவிட்டால் பூர்வகுடிகள் மீதிருக்கும் அந்த மர்மமான தார்மீக அதிகாரம் காணாமல் போய்விடும். பாவம் அப்பா, எங்கள் பெயரால் நடந்த சித்திரவதைகளும் படுகொலைகளும்தான் தங்களுக்கு அந்த அதிகாரத்தையே கொடுத்தது என்பதை நினைத்துப் பார்க்கவில்லை. ஹெகலையும் ஷில்லரையும் படித்ததாலும் திருச்சபை பிரார்த்தனைகளுக்குப் போனதாலும் நாங்கள் பெற்றிருந்த கட்டுப்பாடான நடத்தையும், நீதியும்தான் எங்களுக்கு அந்த மர்மமான அதிகாரத்தைக் கொடுத்தது என்று அவர் நினைத்தார். அவர்கள் விட்டவை, விலக்கித் தள்ளியவை, இறுமாப்பான தன்னம்பிக்கையோடு ஒருதலைப்பட்சமாக அவர்கள் வழங்கிய தீர்ப்புகள் இவற்றைப் பற்றியெல்லாம் கவலைப்பட வேண்டியதில்லை. படைவகுப்புகள் பற்றியோ சிறைச்சாலைகள் பற்றியோ கவலைப்பட வேண்டியதில்லை. பூர்வகுடிகள் எங்களைப் பார்த்து அஞ்சியது எங்களின் தார்மீக ஆதிக்கத்தால்தான். ஓ இருக்கட்டும், அதன் பங்கு நமக்கும் கூடிய விரைவில் கிடைத்துவிடும், தத்துவமும் கவிதையும் இந்தப் புதிரை இன்னும் பெரிதாக்கிதான் விட்டிருக்கிறதே தவிர குறைக்கவில்லை. ஆனால் நிக்கர்கள் எங்களைப் பார்த்து கேலியாகச் சிரிக்கும்படி கென்யாவில் நாங்கள் இருக்கமுடியாது. ஐரோப்பாவும் அதன் போர்களும் எங்கள் பெற்றோரை மீண்டும் பிடித்துக்கொள்ள, நாங்கள் டிரெஸ்டென்னுக்கு வாழ வந்துசேர்ந்தோம். இதோ இந்த வீட்டில். எங்கள் பழைய வீட்டிலிருந்து இது ரொம்ப தொலைவில்லை. ஓ டியர், இதிலிருந்து கதை ரொம்ப மோசமாகப் போகும், அலுப்பூட்டும் என் கதையை இதற்குமேலும் சொல்ல நான் விரும்பவில்லை. நீ பீயட்ரிஸைப் பற்றித்தான் தெரிந்துகொள்ள விரும்பினாய் இல்லையா, ஆனால் நான் பேசத்தொடங்கிவிட்டால் நிறுத்துவது முடியாத காரியமாகிவிடுகிறது. வயதின் அகங்காரம்."

“போட்டோக்களைப் பற்றிக் கேட்டேனே” என்றேன். உறுதியாகச் சொல்ல விரும்பினேன், ஆனால் குரல் பலவீனமாக, பிணங்கிக்கொண்டு வந்தது. காயத்தின் காரணமாக எனக்கு ஜுரம் ஏறுவது போலத் தோன்றியது, இருட்டிவிட்டதால் குடியிருப்பில் குளிர் நடுக்கியெடுத்தது.

“அசாந்தே” (நன்றி) கிஸ்வாஹிலியில் சொல்லிவிட்டு அவர் சிரித்தார். “இன்னும் எனக்குச் சில வார்த்தைகள் ஞாபகமிருக்கின்றன. என் அன்பு நண்பா, உன்னை நாங்கள் என்ன பெயர்சொல்லிக் அழைக்கலாம்? இஸ்மாயில் என்று கூப்பிடலாமா? உன் நண்பர்கள் உன்னை அப்படித்தான் அழைப்பார்களா?”

“லத்தீப்” என்றேன். நான் பிளேனிலேயே முடிவு செய்துவிட்டேன். எனக்கென இருந்த பெயரை இனி நான் சொல்லப்போவதில்லை, லத்தீப் தான் என் பெயர், அதன் மென்மையாலும் சொல்லும்போது எழும் மிருதுவாலும்; அது கடவுளின் பெயர், மரியாதையுடனே அதைச் சூட்டிக்கொண்டேன், கோபமோ நிந்தனையோ கிடையாது. என் இயற்பெயர் இஸ்மாயில் ரஜப் ஷாபான் மஹ்மூத். என் ஆவணங்களில் இருந்த பெயர்கள் இவை: என் பெயர், என் அப்பாவின் பெயர், என் தாத்தாவின் பெயர், என் கொள்ளுத்தாத்தாவின் பெயர். பயணம் தொடங்கியபோது விமானப் பணிப்பெண் என்னை மிஸ்டர். மஹ்மூத் என்று அழைத்தாள், ஜிடிஆரின் அலுவலர்களும் என்னை அப்படியே அழைத்தார்கள். என் ஊரில் என்னை இஸ்மாயில் ரஜப் - என் பெயர், அடுத்து என் அப்பாவின் பெயர் - என்றுதான் அழைப்பார்கள் என்று அவர்களை மறுத்துப்பேச எனக்கு வாய்ப்பு கிட்டவில்லை. அதை மறுக்க நான் விரும்பவில்லை. அத்துடன் பெயரில் மெல்லிய நயம் வேண்டி அப்போதிலிருந்து என்னை லத்தீப் என்று அழைத்துக்கொள்ள நினைத்தேன். அன்றிலிருந்து நான் இஸ்மாயில் மஹ்மூத், நண்பர்களுக்கு லத்தீப். அலி என்னை அப்படிதான் கூப்பிடுவான், விடுதியில் இருப்பவர்களும் அப்படிதான் என்னைக் கூப்பிடுவார்கள், ஜானும் எல்லேகேவும் கூட என்னை அப்படியே அழைக்கலாம். “இஸ்மாயில் என் பெயர். நண்பர்கள் லத்தீப் என்று கூப்பிடுவார்கள்” என்றேன்.

“எல்லாம் எப்படி மாறிப்போகிறது பாரேன்” கண்களில் ஒருவித சந்தோஷம் மின்ன எல்லேகே சிரித்துக்கொண்டே சொன்னார். “எல்லேகே ஜானாக இருக்கிறான், இஸ்மாயில் லத்தீபாக மாறிவிட்டான், இரண்டுமே இனிமையாக இருக்கின்றன.” *Romeo* and Juliet இல் இது குறிப்பிடப்பட்டிருப்பதைச் சொன்னேன்; மனதாரச் சிரித்து அவரும் அதை அறிந்திருந்ததை உறுதிசெய்தார். "லத்தீப், உனது அந்த மிகமெல்லிய ஷூவை நாங்கள் சுத்தம்செய்து தைத்துத் தரும்வரை, இந்த மோசமான காலுடன் இன்று இரவு உன்னால் விடுதிக்குத் திரும்பிச்செல்ல முடியும் என்று எனக்குத் தோன்றவில்லை. இதைவிட நல்ல ஷூ உனக்குத் தேவையென்று நினைக்கிறேன். இன்றிரவு எங்களோடு தங்கிவிடேன், நாளை ஜானே உன்னை விடுதியில் கொண்டு விட்டுவிடுவான். நடந்ததை நாளை அவன் அவர்களிடம் விளக்கிவிடுவான். இப்போது நாம் எதாவது சாப்பிடலாம்."

ஜானின் முகத்தில் பதட்டம் தெரிந்தது, வேண்டாமெனத் தலையை ஆட்டி, "இல்லை அம்மா, இரவே அவன் விடுதிக்குத் திரும்புவதுதான் நல்லது. நான் போய் அவனை விட்டுவிட்டு வருகிறேன். வெளிநாட்டு மாணவர்கள் இரவுக்குள் திரும்பவேண்டுமென்பதில் அவர்கள் ரொம்பவே கறாராக இருப்பார்கள். அப்புறம் நம்மையும் கேள்விகேட்பார்கள். நான் போய் அவனை விடுகிறேன். வேண்டுமானால் அவன் அடுத்த வாரம் இங்கு மீண்டும் வரட்டும்" என்றான்.

எல்லேகே ஒரு ஆண் என்று நான் சொன்னதும் அலி வெறுப்பானான். அல்லது, எல்லேகே என்ற பெயரில் எனக்குக் கடிதம் எழுதிக்கொண்டிருந்தவனின் அம்மாவின் பெயர்தான் எல்லேகே என்பதுகூட அவனை வெறுப்பேற்றியிருக்கலாம். "இந்த ஜெர்மானியர்களின் வேடிக்கைவிளையாட்டுகளே தனி ரகம்தான். அவர்களிடமிருந்து விலகியே இரு. உன்னிடமிருந்து எதைப் பிடுங்கிக்கொள்வார்களோ தெரியாது" என்றான்.

ஆனால் நான் விலகவில்லை, மீண்டும் அவர்களைப் பார்க்க டிரெஸ்டென்னுக்கு நான் முதன்முறை கிளம்பியபோது நான் ஏதோ அவனுக்கு துரோகம் செய்வதைப் போல என்னைச் சிடுசிடுப்பாக முறைத்தான். என் பாதம் இப்போது ஆறிவிட்டது; ஆனால் அது கடுங்குளிரான பிப்ரவரி மாதம், வீட்டுக்குள்ளேயே என் பாதங்கள் மரத்துப்போய், விறைத்துக்கொண்டன. அலி அவனிடம் கூடுதலாக இருந்த ஷூக்களைப் போட்டுப்பார்க்கச் சொன்னான்; அவை எனக்குச் சரியாகப் பொருந்தியதும் அவன் ஏமாற்றத்தில் முகம் சுளித்தான். "என்னுடன் வா"என்றேன். "உன்னைப் பார்த்தாலும் அவர்கள் நிச்சயம் சந்தோஷப்படுவார்கள்." அவனோ பழிப்புகாட்டி

முடியாதென தலையை ஆட்டினான். "அவர்கள் விளையாட்டுக்கு நான் பொம்மை கிடையாது" என்றான். "நீயும் அதிகாரிகளிடம் எந்தப் பிரச்சினையும் வராமல் பார்த்துக்கொள். அவர்கள் வம்பு செய்பவர்களைப் போல எனக்குப் படுகிறது."

பஸ்ஸில் ஒரேயொரு பயணிதான் இருந்தார்; குள்ளமாக, கருப்பாக இருந்த அவர் தனது இருக்கையின் பின்பக்கம் சாய்ந்துகொண்டு தொடர்ந்து ஐந்து நிமிடங்கள் என்னையே உற்றுப்பார்த்துக் கொண்டிருந்தார். கூலியாட்கள் அணியும் கனத்தக் கருப்பு கோட் அணிந்திருந்தார்; அதன் தோள்பட்டைப் பகுதி அவரது காதுகளுக்கு நெருக்கமாக இருந்தது, இருக்கைக்கம்பி மீது அவர் முழங்கைகளை நீட்டிவைத்து வாகாக உட்கார்ந்து நெடுநேரம் என்னையே முறைத்தார். ஜன்னலுக்கு வெளியே பார்த்துக்கொண்டிருந்த நான் அலியின் ஷூக்களுக்கு மானசீகமாக நன்றிசொன்னேன், எனக்கு ரொம்ப இறுக்கமாக இருந்த அவை என் பெருவிரல்களைக் கடித்துக்கொண்டிருந்தபோதும். பனிபொழியும்போல் இருந்தது. மீண்டும் பஸ்சுக்குள் கண்ணை ஓட்டியபோது, அந்த ஆளின் நீர்மையான விழிகள், ஒரு ஆழமான ரகசியத்தை அவிழ்ப்பதுபோல் என்னையே கவனித்துக்கொண்டிருப்பதைக் கண்டேன். அவரது பெரிய மீசையில் அங்கங்கே நரைமுடி, நான் அவரைப் பார்த்தபோது அது பதட்டத்துடன் லேசாகத் துடித்தது. பின்காட்டிக் கண்ணாடி வழியாக ஓட்டுநரின் கண்கள் தெரிந்தன, அதில் வேடிக்கைச் சிரிப்பு தெரிந்தது. ஐந்து நிமிடங்களுக்குப் பிறகு அந்த ஆள் செருமிவிட்டு மீண்டும் முன்பக்கமாகத் தன் முகத்தைத் திருப்பிக்கொண்டார். அவர் உடனே ஹம் செய்து, ராகம்போட்டு, மென்மையாகப் பாடத்துவங்கினார்; சத்தமில்லாமல் சிரித்ததில் அவர் தோள்கள் குலுங்கின. நான் மீண்டும் ஓட்டுநரின் கண்களைப் பார்க்க, அவரும் சிரித்துக்கொண்டிருந்தைக் கண்டேன். அவர்கள் எதற்காகச் சிரிக்கிறார்கள் என்று எனக்குப் புரியவில்லை. பஸ் ஆற்றைக் கடந்தபோது சூரியன் வெளியே வந்தது; விளிம்பில் தொங்கிக்கொண்டிருந்த சூரியனின் ஒளியால் ஆற்றின் நீர் ஈயத்தாள் போல் அலையலையாக மின்னியது; அந்த ஒளி, ஆற்றில் கரைகட்டி நின்ற கப்பல்களின் அடர்ந்த உடலும், வடக்கயிறுகளும் சேர்ந்த பின்னல் நிழலை படகுத் துறையில் விரித்திருந்தது.

ஜானையும் எல்லேகேவையும் இரண்டாவது முறை சந்திக்கப்போனது எனக்குச் சரியாக நினைவில்லை. அடுத்தடுத்த சந்திப்புகளில் அது கலந்துவிட்டது; அவர்களின் அன்பான உபசரிப்பும், எளிய உணவையும் ஏராளமான - சில சமயங்களில் அற்புதமான -

பாத்திரங்கள் தட்டுகள் கரண்டிகளோடு கொண்டாட்டத்துடன் பரிமாறியதும் அந்தச் சந்திப்புகளை மனதில் பதியவைத்து விட்டன. மங்கி மறைந்துபோன ஒருவித கம்பீரம் அவற்றில் தெரிந்தன. நான் கேட்ட கேள்விகள் ஒவ்வொன்றிற்கும் அவர்கள், தங்களைச் சோதிப்பதற்காக நான் கேட்டதைப் போலவும், தாங்கள் பொய்யாக எதையும் புகுத்திக் கதையின் சமநிலையை மாற்றி அதை சாகசக்கதை ஆக்கிவிடவில்லை என்று தங்களைக் காபந்து செய்துகொள்வது போலவும் பதிலளித்தார்கள். அவர்களின் தன்னம்பிக்கை என்னை ஆச்சரியப்படுத்தியது; எல்லேகே தனது பெற்றோர்கள் கென்யாவில் தங்களைப்பற்றி என்ன நினைத்தார்கள் என்று சொல்லும்போது அவரிடம் தெரிந்த தன்னிரக்கம் மிகுந்த கர்வமா? அல்லது வேறொன்றா, அதாவது கேள்விக்கே இடமில்லாதவை என அவர்கள் எண்ணும் கருத்துக்களின் தகுதிமீது சிறிதும் மனக்குறுகுறுப்பில்லாமல் அவர்கள் கொண்டிருக்கும் தீவிர நம்பிக்கையா? நான் அவர்க்ளிடம் காண்பது எதை என்று யோசித்தேன். இப்போதென்றால் இது எனக்கு இன்னும் தெளிவாகப் புரிந்திருக்கும்; அதாவது, காலனியாதிக்கத்தின் அட்டூழியங்களாலோ அல்லது நாஸிப் போரின், இனவொழிப்பின் அராஜகங்களாலோ அல்லது ஜிடிஆரின் சர்வாதிகாரச் சீரழிவுகளாலோ கருத்துகளுக்கான நீடித்த வேட்கையை முற்றிலுமாக அழித்துவிட முடியவில்லை. அப்போது எனக்கு ரொம்ப குறைவாகவே தெரிந்திருந்தது; யதார்த்தத்தின் தொடர்பு மங்கிய அந்த டிரெஸ்டென் குடியிருப்பில் அவர்கள் நடந்து கொண்ட விதத்தில் எனக்கு வசீகரமான ஒரு வினோதத்தன்மை தென்பட்டது. “வாழ்க்கை நம்மை இப்படித்தான் ஆக்கிவிடுகிறது” என்றார் எல்லேகே ஒருமுறை. “நம்மை இப்படி ஆக்கும், பிறகு நம்மைத் திருப்பிப்போட்டு வேறுமாதிரியும் ஆக்கும்.” அவர் சொல்லாமல் விட்டது, நம்மை அது எப்படி ஆக்கினாலும் நமக்குப் பிடிபடுகிற ஏதோவொன்றை நாம் கெட்டியாகப் பிடித்துக்கொள்கிறோம் என்பதை.

மற்ற எல்லா விஷயங்களையும் விட, எல்லேகேயும் ஜானும் சொன்ன கதைகளால்தான் எங்கள் சந்திப்புகளின் நினைவுகள் ஒன்றோடு ஒன்றாகிக் கலந்தன. டிரெஸ்டென்னில் இருக்கும் இந்த வீட்டுக்கு எல்லேகே வந்தபோது அவருக்கு வயது இருபத்தெட்டு; அப்போது ஒரு முழுவீட்டில் வசித்தார்கள், இப்போதோ மூன்று அறைகள் மட்டுமே அவர்களுக்கென அனுமதிக்கப்பட்டிருந்தன. அவரது பெற்றோர்கள் செல்வச்செழிப்புடன் திரும்பிவந்தார்கள். எல்லேகே கென்யாவுக்காக ஏங்கியிருக்கிறார், அங்கே அவர்

விட்டுவந்த ஆணுக்காக - ஜானைப் பார்த்து இளித்தார் - ஏங்கியிருக்கிறார். அவர் பெயர் டேனியல், அவர் கேட்டிருந்தால் எல்லேகே அங்கேயே தங்கியிருப்பாராம். "ஆனால் அப்படிச் செய்திருந்தால் ஜான் எனக்குக் கிடைத்திருக்க மாட்டானே, தங்கி என்ன பயன்?" ஏக்கமும் மனவேதனையும் வாட்டிய அந்தக் காலகட்டத்தில்தான் அவர் தனது கென்ய வாழ்க்கையைச் சுயசரிதையாக எழுதத் துவங்கியிருக்கிறார். அவரது பெற்றோர்கள் அவரை ஆர்வத்துடன் உத்வேகப்படுத்தியிருக்கிறார்கள். அவர்களும் கென்யாவுக்காக ஏங்கினார்கள்; ஜெர்மனி இருந்தநிலை கண்டு அதிர்ந்து போயிருந்தார்கள்.

சுடேட்டனுக்கான ஜெர்மனியின் கோரிக்கைகள் ஆகஸ்ட் 1938இல் இறுதிமுடிவை எட்டின; அதன்பிறகு பிரச்சினைகளுக்கு மேல் பிரச்சினை உருவாகிக் கடைசியில் போரை நோக்கிப் போனதால் அவரால் சுயசரிதையை எழுதிமுடிக்கமுடியவில்லை. எல்லேகே போரைப் பற்றிப் பேசவில்லை, தலையை குலுக்கிக்கொண்டு வேறுபக்கமாகப் பார்க்கமட்டும் செய்தார். அவரது சகோதரர் ஜோசப் வட ஆப்பிரிக்காவில் கொல்லப்பட்டார், 1945ஆம் ஆண்டு நடந்த கொடூர குண்டுவெடிப்புக்கு முன்பே அவரது தந்தை இறந்துவிட்டார். தெருவில் மயங்கிவிழுந்துவிட்ட அவரைத் தெருவில் போகிற யாரோ சிலர் வீட்டுக்குத் தூக்கிவந்திருக்கிறார்கள். அதன்பிறகு 1949இல் ஜிடிஆர் ஆட்சிக்கு வந்திருக்கிறது. அந்த வருடம்தான் அவரது தாயார் இறந்தார், அவர்களின் வீட்டைப் பறித்துக்கொண்டார்கள்; ஜானின் அப்பாவான கோன்ராடை அவர் சந்தித்த வருடமும் அதுதான்.

"அவர்தான் நாங்கள் வசிக்கும் இந்தக் குடியிருப்பை மீட்டுக்கொடுத்தார். நிர்வாகத்துறையில் இப்போது அவர் பெரிய ஆளாக இருக்கிறார், ஆனால் அப்போதோ அவர் கட்சிப்பணியில் தீவிரமாக இருந்த ஒரு கணித ஆசிரியர் மட்டுமே. அன்பானவர், ஆனால் கோபக்காரர், அடங்காதவர். அவர் ஆர்வம் கொண்டிருந்த சில விஷயங்களை என்னால் உங்களுடன் பகிர்ந்துகொள்ள முடியாது. அவர் நாங்கள் வாழ்ந்த காலத்தைச் சரியாகப் புரிந்துகொண்டவர் என்று நினைக்கிறேன்."

"செக்கஸ்லோவாகியாவில் இருந்த குடும்பம் என்னவானது" என்று கேட்டேன்.

"போருக்குப் பிறகு அவர்களெல்லாம் வெளியேற்றப்பட்டார்கள்" என்றார் எல்லேகே. "சுடேட்டன், சிலேசியா, கிழக்கு

பிரஷ்சியா என எல்லா இடங்களிலிருந்தும் ஜெர்மானியர்கள் வெளியேற்றப்பட்டார்கள். லட்சக்கணக்கில். டிரெஸ்டென், ஆயிரக்கணக்கான அகதிகள் ஊர்ந்து ஊர்ந்து செல்கிற இடிபாட்டுக் குவியலாக இருந்தது. அழிக்கவேண்டுமென்ற எங்களின் தீராத வெறியால் எல்லா இடங்களும், எல்லாமும் பாழாகிப்போயின."

"பீயட்ரிஸ் என்னவானாள்?" கேட்டேன்.

"அவளது தாத்தா ஒரு செக்" என்றார் எல்லேகே, அவளுக்காக சந்தோஷமாகச் சிரித்தபடியே.

ஜானும் நானும் அங்கு செல்லவேண்டுமென்று அவர் சொன்னார். இப்படித்தான் எங்கள் பயணத்துக்கான திட்டம் தொடங்கியது. மோஸ்ட்டுக்கு பஸ் பிடித்துப் போனோம்; அங்கிருந்து ப்ராக், ப்ராடிஸ்லாவா, புடாபெஸ்ட் என்று போய், அப்படியே ஸாக்ரெப் வரை முடிவில்லாத ஒரு அழகிய பயணமாகத் தொடர்ந்து, அதன் பிறகு ஆஸ்திரியாவின் கிராஸை நோக்கி ஒரு பதட்டமான ரயில் பயணம். ஜான் தப்பிச்செல்ல தீட்டம் தீட்டுகிறான் என்று நாங்கள் கிளம்புவதற்கு முன்பே எனக்குத் தெரிந்துபோனது; அவன் என் நண்பன் என்பதாலும், நான் வயதில் சிறியவனாக இருந்ததால் எனக்கு எதுவும் பெரிதாக தெரியாது என்பதாலும் நான் அவனுடன் சென்றேன்; எங்கே போகிறேன் என்றோ எனக்கு என்ன ஆகுமென்றோ நான் கவலைப்படவேயில்லை. அவனும் எல்லேகேவும் சேமித்தப் பணத்தைக்கொண்டு பயணம் செய்தோம்; ஜெர்மன் எல்லையை அடைந்ததும் நாங்கள் ஜிடிஆர் அகதிகள் என்று சொல்லிக்கொண்டோம். எங்களை ம்யூனிக்கிற்கு அனுப்பியபோது அங்கு ஒரு பாதுகாப்பான விடுதியில் மூன்று வாரங்கள் தங்கியிருந்தோம்; எல்லேகேவை நினைத்து ஜான் வருத்தத்திலும் குற்ற உணர்ச்சியிலும் மருகினான். எங்களை விசாரித்த குடியேற்ற அதிகாரியிடம் நான் இங்கிலாந்து போக விரும்புவதாகச் சொன்னபோது அவர் சிரித்துக்கொண்டே ஒருமுறை மட்டும் கிடைக்கும் உதவித்தொகைக்கு ஏற்பாடு செய்துகொடுத்தார்; அந்தப் பணம் நான் ஹாம்பர்கிற்கு போகும் ரயில்செலவுக்குச் சரியாக இருந்தது. ம்யூனிக் ரயில்நிலையத்தில் ஜானும் நானும் விடைபெற்றுக்கொண்டோம்; அதன்பிறகு நாங்கள் எங்குமே ஒருவரையொருவர் பார்க்கவோ பேசவோ வாய்க்கவில்லை. "இந்த வீரசாகசத்துக்குள் உன்னை வலிந்து இழுத்துவிட்டதில் உன் வாழ்க்கையை நான் நாசமாக்கிவிடவில்லை என்று நம்புகிறேன்"

என்றான் ஜான். எங்கே என்னைத் தடுத்துவிடுவானோ என்ற பயத்தில் நான் அலியிடம் சொல்லிக்கொள்ளாமலேயே கிளம்பிவிட்டேன்; அவன் எங்கிருக்கிறான், என்ன செய்கிறான் என்று சில சமயங்களில் நினைத்துக்கொள்வதுண்டு. 1984இல் செகுவ் டோரே இறந்ததும் கோண்டேவின் புதிய அரசு சிறைச்சாலைகளைத் திறந்தபோது நான் அவனை நினைத்துக்கொண்டேன். இருண்ட பாதாளச் சிறைகளிலிருந்து தப்பிக் குற்றுயிரும் குலையுயிருமாக வெளியே வந்தவர்களில் அவனது அப்பாவும் ஒருவராக இருப்பாரோ என்று யோசித்தேன்; தட்டுத்தடுமாறி வந்தவர்கள், வெளியுலகத்தில் குவிந்துகொண்டேயிருக்கும் இடிபாடுகளுக்கிடையில் தாங்கள் வந்துசேர்ந்திருப்பதைப் பார்த்துத் திகைத்துப் போயிருப்பார்கள். கோடைகாலத்தில் அந்த மூன்று மாதங்களில் நான் மத்திய ஐரோப்பா முழுவதையும் ஒரு சுற்று வந்துவிட்டேன்; பல்கேரியாவுக்கு மட்டும் போகமுடியாததை எண்ணி எனக்கு வருத்தம்.

இங்கிலாந்தின் பிளைமவுத்தில் வந்து இறங்கியபோது உலகத்தின் கடல்களையெல்லாம் சுற்றிவிட்டு வந்துசேர்ந்ததைப் போல உணர்ந்தேன். கப்பலின் மாலுமிக்கூட்டத்தோடு சேர்ந்து நானும் இறங்கி அவர்களோடு வாயிலைக் கடந்தேன். யாரும் என்னைத் தொந்தரவு செய்யவோ அல்லது என் பெயரைச் சொல்லச்சொல்லவோ இல்லை. மணிக்கணக்காக அந்த டவுனில் நடந்தேன், இதுவரை என் பயணத்தில் கூடவே வந்த நம்பமுடியாத அளவான அதிர்ஷ்டத்துக்கு நன்றி சொல்லிக்கொண்டேன். யாருமே என்னை அங்கு கண்டுகொண்டதாகத் தெரியவில்லை. என்னை விரட்டியடிக்கவோ அல்லது அங்கிருந்து என்னை வெளியேற்றும்வரை சிறைவைக்கவோ யாருமே முயலவில்லை. அங்கு யாருக்கும் என் பணிவிடைகளோ அல்லது விசுவாசமோ வேண்டியிருக்கவில்லை. பின்மதியத்தின்போது சில்லென்று மழை விழுந்தது, என்ன செய்வதென்று தெரியாமல் நான் துறைமுகத்துக்கே திரும்பி நடந்தேன். மீண்டும் கப்பலில் ஏறிப் போய்க்கொண்டே இருக்கலாம், அதுவாக எங்கு சென்று முடிகிறதோ பார்ப்போம் என்று நினைத்துக்கொண்டேன். எனக்கு விதித்திருப்பதின் மீது சென்று முட்டும்வரை இப்படியே வாழ்ந்துவிடலாம். பயமும், குறைந்துகொண்டே வந்த மனவுறுதியும் என்னை அப்படி நினைக்கவைத்தது. என் வாழ்க்கையை யாரோ ஒருவரிடம், சம்பவங்களிடம் ஒப்படைத்துவிடுவது. ஆனால் நான் துறைமுகத்துக்குப் போய்ச்சேர்ந்தபோது கப்பல் கிளம்பிவிட்டிருந்தது, என் பயணம் முடிந்துபோனது. வாயிற்காவலர் எனக்கு ஏதாவது

உதவி தேவையா என்று விசாரித்தார்; நான் தேடிக்கொண்டிருந்த கப்பலின் பெயரை அவரிடம் சொன்னதும் என்னைத் துறைமுகப் போலீசாரின் அலுவலகத்துக்குக் கூட்டிச்சென்றார். "நானொரு அகதி" ஒட்டவெட்டிய நரைமுடி மீசையோடிருந்த விறைப்பான அந்த போலீஸ்காரரிடம் சொன்னேன். அவர் நிமிர்ந்து உட்கார்ந்து, முகத்தை இன்னும் விறைப்பாக வைத்துக்கொண்டார், ஆர்வமற்ற சந்தேகப்பார்வையுடன் என்னைப்பார்த்து முகம் சுளித்தார்.

"நல்லது, சார், அது ரொம்பப் பெரிய வார்த்தை" என்றார். "கப்பலைத் தவறவிட்டுவிட்ட ஒரு மாலுமி நீங்கள் என்று எனக்குப் புரிகிறது. எனக்கு உங்கள் பதிவுத்தகவல்கள் தெரிந்தால் நன்றாகயிருக்கும், பிறகு உங்கள் குழுவினரோடு எப்படியாவது உங்களைச் சேர்த்துவிடலாம்."

"நானொரு அகதி" என்றேன். "ஜிடிஆரில் இருந்து வருகிறேன்."

"எங்கிருந்து?" நரைத்தத் தலையை லேசாகத் திருப்பி அவரது இடதுகாது முழுவதையும் என்னிடம் காட்டி - நான் சொன்ன அந்த புரியாத வார்த்தையைப் பிடித்துக்கொள்வதுபோல் - கேட்டார்.

"கிழக்கு ஜெர்மனியில் இருந்து" என்றேன்.

அவர் இனிய அதிர்ச்சி தோன்றச் சிரித்தார்; தன் நாற்காலியில் சாய்ந்துகொண்டு, இந்த வேடிக்கையானத் திருப்பத்தை நினைத்து மனதில் சந்தோஷத்தோடு அசைபோட்டார். சின்னச்சின்ன நையாண்டி நாடகங்கள் சேர்ந்த வாழ்க்கையின் இந்த எதிர்பாராதக் குட்டித் திருப்பத்தை வைத்துப் பின்னர் சொல்வதற்காகப் பெருங்கதை ஒன்றை மனதில் கட்டமைத்துக் கொண்டிருக்கிறார் என்று கற்பனை செய்தேன். நானும் அவருடன் இளித்தேன், நானும் அந்த நகைச்சுவையைப் புரிந்துகொண்டேன் என்றோ அல்லது என் முட்டாள்தனத்தைப் பகிர எனக்கும் சம்மதம்தான் என்றோ அவருக்குத் தெரிவிக்கும் வகையில். "குட்டென் டேக்" என்றார். அவர் கேட்ட கேள்விகளுக்கு பதிலளித்தேன்; சில நிமிடங்களுக்குப் பிறகு நான் சொன்ன அல்லது செய்த அல்லது செய்யப்போகிற எதுவோ அவரை எனக்கு உதவத் தூண்டியிருக்கிறது. என் வயதை அவர் கேட்டதும் நான் பதினெட்டு என்றதாலும் இருக்கலாம்; தலையை ஆட்டிச் சிரித்துக்கொண்டார், இறுக்கமான நொடிநேரச் சிரிப்பு, சிரித்தவிதம் நிஜமாகவே வசீகரமாக இருந்ததுதான் என்றாலும் அதுவொரு சிரிப்பு மட்டுமே. நட்புக்காகச் செய்யப்படும்

ஒரு சின்ன கைகுலுக்கல் போல மட்டுமே. "பதினெட்டு வயதில் எல்லோரும் முட்டாள்தனங்கள் செய்வதைப்போல" என்றார். துறைமுகப் போலீசார் அலுவலகத்திலேயே இரவைக் கழித்தேன், போலீஸ்காரர் அவரது காப்பியையும் சாண்ட்விச்சுகளையும் என்னிடம் பகிர்ந்துகொண்டதற்கு நன்றி நினைத்துக்கொண்டேன். கப்பலை விட்டு இறங்கியதிலிருந்து நான் எதுவுமே சாப்பிடவில்லை. ஜிடிஆரில் நான் கழித்த காலத்தைப் பற்றியும், மத்திய ஐரோப்பாவில் நான் செய்த பயணங்களையும் சொல்லச்சொல்லி அவர் கேட்டுக்கொண்டார். சொல்லச்சொல்ல எனக்கே அது ரொம்பப் பெரிய விஷயமாகப் பட்டது; அவரிடம் விவரித்தபோதுதான் பயணத்தின்போது நான் கவனிக்காமல் விட்ட காட்சிகளும், தகவல்களும் என் நினைவுக்கு வந்தன. நான் இன்னும் உன்னிப்பாகக் கவனித்திருந்தால் அதையெல்லாம்தான் பார்த்திருப்பேன் என்று நினைத்து அவற்றைக் கூடுதலாகச் சொன்னேனோ என்னவோ. இன்னும் கொஞ்சம் விரிவாகச் சொல்லும்படி அவ்வப்போது இடைமறித்தாரே தவிர மற்றபடி என்னை அவர் என்போக்கில் பேசவிட்டார்; பதில்சொல்லத் தூண்டும் கேள்விகளைக் கேட்டுக்கொண்டே சுழல்நாற்காலியில் சாய்ந்துகொண்டார். "ஹங்கேரி எப்படி இருந்தது? ஜிப்சிக்கள் அங்கிருந்துதானே வருகிறார்கள்? நமக்குள் ஒரு ஜிப்சி உண்டென்று என் வயதான அம்மா சொல்வார்; ஆனால் எல்லாக் குடும்பத்துக்காரர்களும்தான் தங்கள் பரம்பரையில் ஜிப்சி இருந்ததாகச் சொல்லிக்கொள்கிறார்கள்." பேசிக்கொண்டே தூங்கிவிட்டேன் போலிருக்கிறது, ஏனெனில் முதல் வெளிச்சம் பட்டு நான் கண்விழித்தபோது நான் தனியாக இருந்தேன், என்மீது ஒரு போர்வை போர்த்தப்பட்டிருந்தது. எனக்கு அவ்வளவு சீக்கிரம் தூக்கம் வராது, ஆனால் பயமும் பதட்டமும் சேர்ந்து என்னை உறக்கத்துக்குள் அமுக்கிவிட்டது போலும்.

அவர் பெயர் வால்டர். காலை ஷிப்ட்டுக்கு ஆள் வரும்முன்னர், அகதிகள் அமைப்பொன்றின் பெயரையும் விலாசத்தையும் என்னிடம் கொடுத்து, என்னைக் கிளம்பச் சொன்னார். "தெருக்களில் சுற்றித் திரியாமல் நேராக இவர்களிடம் போ. வாயிற்கதவுகளுக்கு எதிர்ப்புறம் பிரதான சாலையில் ஒரு பொதுக் குளியலறை இருக்கிறது. போய்க் குளி" என்றார். "அப்படியே முடியை வெட்டிக்கொள். இந்த வயதுக்காரர்கள் எல்லாம் ஒரேமாதிரிதான் இருக்கிறீர்கள்."

5

இடைவெளிகள்

என் குடியிருப்பின் வாசல்நிலையில் இடது கையை நீட்டிவைத்து சாய்ந்து நின்றிருந்தேன். ஒரு கணக்காகத்தான் அப்படி நின்றிருந்தேன்; ஒருவிதத் தயார் நிலையில். படிக்கட்டின் கடைசித் திருப்பத்தில் திரும்பி, வலதுகையால் கைப்பிடியைப் பற்றிப்பிடித்து ஆசுவாசம் எடுத்துக்கொள்ளும் அவனைப் பார்த்தேன். பெரிய நிலைஜன்னலின் வெளிச்சம் அவன்மீது விழுந்துகொண்டிருக்கிறது. காலைவேளைகளில் வீடுகளுக்கு இடையேயுள்ள நடைபாதையில் இறங்கும் சூரிய ஒளி அந்த ஜன்னலின் வழியே வெளிச்சத்தை உள்ளே பரப்பும். அதன் கற்றைகளில் தூதும் மரஞ்செடிகளின் இலைத்துணுக்குகளும் மெல்லியப் புகைத்திரளைப் போல மிதந்துகொண்டிருக்கும். ஆனால் முன்மதியத்தில் ஒளி சுற்றுச்சுவர்களில் சொட்டுச்சொட்டாக இறங்கும்; அப்போது படிக்கட்டு மெல்லிய பழுப்பு நிறத்தில் ஒளிபெறும். இந்த முன்மதிய ஒளியின் நீர்மை வெளிச்சத்தில்தான் இப்போது அவன் நின்றுகொண்டிருக்கிறான். சுத்தமாகச் சவரம் செய்த ஒடுங்கிய முகம், சற்று முன்புறமாகச் சாய்ந்த உடம்பு. அவன் முகம் வாட்டத்துடன் உணர்ச்சியற்றிருந்தது; இறுக்கத்தோடு. இரண்டுமுறை தெருவில், இங்கிலாந்து தெருக்களில், அவனைப் பார்த்து தெரிந்தமாதிரி இருக்கிறதே என்று யோசித்திருக்கிறேனோ, நான் நினைக்கிற ஆள்தானா இவன் என்று யோசித்திருக்கிறேனோ என்று தோன்றுகிறது.

இங்கிலீஷ் தெருக்களில் பல நேரங்களில் பலரை, அவர்கள் எவ்வளவு விசித்திரமாகவும் அந்நியமாகவும் தோன்றுகிறார்கள் என்று வியந்துகொண்டே, கடந்துபோயிருக்கிறேன். அவர்களில் நானறிந்தவர்கள் யாராவது இருக்கலாமோ என்று யோசிப்பேன், இருக்கவாய்ப்பில்லை என்பது எனக்குத் தெரிந்திருந்தாலும்கூட. இவனையும் அப்படித்தான் கடந்துபோயிருக்கலாம், இவனிடமுள்ள ஏதோ ஒன்று எனக்குத் தெரிந்த ஒருவனை நினைவுபடுத்துகிறதே என்று நான் எண்ணியிருக்கலாம் என்று நினைக்கிறேன். அது யாராக இருக்கும் என்று எனக்குப் பொறிதட்டும் வரையிலும் அதை நினைத்துக்கொண்டிருந்திருக்க மாட்டேன் போலிருக்கிறது. ஒருவேளை அந்த ஞாபகம் திரண்டு என்னைப் பற்றிப் பிடித்து அதனோடு தொடர்புடையதான, நான் மனதில் கவனமாக ஒதுக்கிவைத்திருக்கும் வேறு எண்ணங்களைத் துணைக்கழைப்பதற்குள் நான் அதிலிருந்து விரைந்து விடுபட்டிருக்க வேண்டும். தெளிவான துல்லியச் சாடைகள் எல்லாம் காலம் செல்லச்செல்லக் கலங்கிக் குழம்பிவிடுகின்றன. எனக்கு வயதாகிக் கொண்டிருக்கிறது என்றுதான் இதற்கு அர்த்தம். வெயிலும் பனியும் சித்திரத்தில் உள்ளோரின் அடையாளங்களை ஒவ்வொன்றாக மங்கச் செய்து, உருவங்களை வெறும் தோல்மூடிய நிழல்களாக மாற்றிவிடுகின்றன. இவ்வளவு மங்கல் மூட்டத்துக்குப் பிறகும் பல அடையாளங்கள் எஞ்சத்தான் செய்கின்றன, முழுமையில் மிஞ்சிப்போன ஏதோ துணுக்குகளைப் போல. முகமழிந்து போயிருந்தாலும் கண்களில் தெரியும் இணக்கமானப் பார்வை - ஓர் பாடலின் மெட்டு புலனுக்கு அப்பால் சென்றுவிட்டாலும் அதன் இசையை நினைவுபடுத்தும் ஒரு வாசனையைப் போல; வீடும் அதன் இருப்பிடமும் மறந்துபோய்விட்டாலும் நினைவில் தங்கியிருக்கும் ஓர் அறையைப் போல; வெட்டவெளிப் பாதையின் ஒருபுறத்துப் பச்சைவயல்போல. காலம் இப்படியாக நம் வாழ்நாளின் சித்திரங்களை உருக்குலைத்து விடுகிறது. அல்லது அகழ்வாராய்ச்சியின் வார்த்தைகளில் சொல்வதானால், நம் வாழ்வின் அடையாளங்கள் ஒன்றன்மீது ஒன்றாக அடுக்குகளாகப் படிகின்றன; ஏதோ சில நிகழ்வுகளின் மோதலில் சில அடுக்குகள் பெயர்ந்துபோய்விடுகின்றன. எதேச்சையாக விட்டுப் போன சில துண்டுகள் எதிர்பாராமல் வெளிப்படுகின்றன.

என் குடியிருப்பின் வாசலில் நின்றுகொண்டிருந்த என்னைப் பார்க்கும் அந்தக் கண்களை, வெறுமையான சாந்தப் பார்வையின் பின்னால் எல்லாவற்றையும் மறைக்க முயன்று தோற்ற கண்களை,

எனக்கு நினைவிருக்கிறது என்று என்னால் சொல்லமுடியவேண்டும் என்று ஆசைப்படுகிறேன்; என்னைப் பார்க்கத்தான் அவை வருகின்றன என்பது எனக்குத் தெரிந்திராவிட்டால் நான் அவற்றைக் கடந்துபோயிருப்பேன். அவற்றின் பிடிவாதமான ஆர்வமின்மையை உணர்ந்து நானும் என் ஆர்வத்தை அடக்கிவைத்திருப்பேன். அவன் கடைசிப் படிக்கட்டுகளில் ஏறிவரும்போது அவனை எதிர்கொள்ளத் தயாராகக் கையை நிலையிலிருந்து எடுத்தேன். அவன் தடுக்கி விழுந்துவிடக்கூடாது என்ற கவனத்துடன், ஆனால் வேகமாக மேலேறி, என்னெதிரே வந்து நின்று அகலச் சிரித்து வலதுகையை நீட்டினான்.

"சலாம் அலைக்கும்" புன்சிரிப்புடன் எச்சரிக்கையோடு சொன்னான். முகமன்கள் அனைத்தையும் உள்ளடக்கிய இந்த முகமனைச் சொல்லி, அவன் யாரென்று நான் யோசிப்பதற்கு வழியில்லாமல் செய்தான். நான் தலையை ஆட்டிக்கொண்டு கைகொடுத்தேன். பதிலாகச் சொல்லவேண்டிய முகமனை நான் சொல்லவில்லை. அலைக்கும் சலாம். நான் இதைச் சொல்லாதது அவனுக்கு உறைத்தது என்பதைப் புரிந்துகொண்டேன். இனி அவன் மேலும் கொஞ்சம் எச்சரிக்கையாவான் என்று சந்தேகப்பட்டேன். எச்சரிக்கையோடு நடப்பதுதான் நல்லது என்று எனக்கும் பட்டது. என் கையை விட்டுவிடாமல் அவன் என் முகத்தை ஆராய்ந்தான். கூண்டிலடைபட்ட சிறு விலங்கொன்றின் உடலைப் போல பயங்கர வெதுவெதுப்பான அவனது கரத்தில் சக்தியற்ற எலும்பும்தோலுமான எனது பெரிய கரம் இருந்தது. "லத்தீப் மஹ்மூத்" என்றான்.

நான் மீண்டும் ஒரு முறை தலையை ஆட்டி, அவன் கரத்தை லேசாக அழுத்திவிட்டு, விடுவித்துக்கொண்டேன். "வாருங்கள்" என்று சொல்லி எனக்கு முன்னால் அவன் உள்ளே செல்வதற்காக வழிவிட்டேன். எதிரே சமையலறை, இடதுபுறத்தில் கூடம், வலதுபுறத்தில் படுக்கையறை, இந்த வீட்டில் எங்கு என்ன நடக்கப் போகிறது என்று அளவெடுப்பதுபோல நாங்கள் இருவரும் திறந்திருந்த வாசலில் நின்றோம். அவன் சுற்றிலும் வேகமாக நோட்டமிடுவதைப் பார்த்தேன். சமையலறை வாசலுக்கு அருகிலிருந்த அலமாரிமீது நான் ஒட்டியிருந்த அண்டலூசியன் கிராமப்புறத்தின் சிறிய சித்திரத்தில் சில நொடிகள் அவன் பார்வை லயித்தது. சற்று நேரத்துக்கு முன்பு நானும்தான் அதைப் பார்த்தபடி நின்றிருந்தேன், நான் ஊகிக்க விரும்புவதற்கும் மேலான ஏதோ ஒன்றை அது சொல்கிறதோ என்ற யோசனையோடு.

ஆனால் அதில் மேலும் ரகசியங்களைத் தேடுவது வியர்த்தம் என்று உணர்ந்து அப்படியே விட்டுவிட்டேன். காலையில் லாவண்டர் தெளித்தேன், சாம்பிராணிப்புகை போட்டேன். முதுமையினதும் மரணத்தின் வருகையினதும் வாசனையை வீட்டுக்கு அளிப்பதற்காக; வாசனைதெளித்த எனது சவக்கோடி, தனக்குக் குறிக்கப்பட்ட நாளை எதிர்பார்த்துக் காத்திருக்கும் பெட்டியைச் சற்றுமுன் நான் திறந்ததைப் போல இருந்தது.

"உங்களைச் சந்திக்க வரவேண்டும், என் வணக்கங்களைத் தெரிவிக்க வேண்டும் என்று நினைத்தேன்" என்றான் அவன்; அந்தச் சின்னக் கூடத்தில் என்னெதிரே நின்று, விரல்நுனிகளைச் சற்று இறுத்திச் சேர்த்துப் பிடித்தபடி. "அகதிகளுக்கான அமைப்பு என்னைச் சில தினங்களுக்கு முன்பு தொடர்பு கொண்டது... பல மாதங்களுக்கு முன்பு. உங்களிடம் சொல்லியிருப்பார்கள் என்று நினைக்கிறேன். உங்களுக்கு ஒரு மொழிபெயர்ப்பாளர் தேவை என்று நினைத்தார்கள்; பின்னால் தேவையில்லை என்பது தெரிந்துவிட்டது" என் குறும்பை அறிந்தவன்போல புன்னகைத்தான்.

"உங்களுக்கு ரொம்பவும் பரிவு" என்றேன். பேச்சு இப்படி இணக்கமாகப் போவதற்காகப் புன்னகைத்தேன். "ஆங்கிலத்தைப் பொறுத்துவரை, எடுத்தவுடனேயே அதில் பேசவேண்டாம் என்று சொல்லியிருந்தார்கள். 'புகலிடம் வேண்டும் என்பதைத் தவிர வேறெதுவுமே அவர்களிடம் சொல்லக்கூடாது' எனக்கு டிக்கெட் விற்றவன் சொன்னது இதுதான். இதை அழுத்திச் சொன்னான்."

"எதற்காக?" என்று கேட்டான் ஆர்வத்தோடு. எதற்காக என்பது உனக்குத் தெரியுமே என்று அவனிடம் சொல்ல நான் விரும்பினேன். "ஆங்கிலம் தெரியவில்லை என்றால் ஒரு அந்நியனாக, அகதியாகத் தெரிவோம்; நம்பும்படியாக இருக்கும் என்று நினைத்திருக்கலாம்" அவன் ஊகித்துக்கொண்டான். "அதுவே ஒரு நிபந்தனையாகி விடுகிறது நம்மை அகதியாக ஏற்றுக்கொள்ள. விவரித்துச் சொல்ல எந்தக் கதையும் நம்மிடம் இருக்கவேண்டியதில்லை"

"சங்கடமான கேள்விகளுக்கு பதிலளிப்பதையும் ஒரு விதத்தில் தவிர்க்க முடியும்" என்றேன் நான். "அப்படியில்லை என்றால் எனக்கு டிக்கெட் விற்றவன் குறும்புக்காகச் சொல்லியிருக்க வேண்டும். அவன் குறும்புக்காரன்தான். அதில் அவனுக்குப் பெருமைவேறு உண்டு. ஆனாலும் அதனால் எந்தத் துன்பமும் நேரவில்லை. உங்கள் அன்பு வருகை அதனால்தான் நிகழ்ந்திருக்கிறது."

“நான் முன்பே வந்திருக்கவேண்டும்” என்றான். “நீங்கள் இங்கே வந்து கிட்டத்தட்ட ஆறுமாதங்கள் ஆகிவிட்டன.”

அவன் ஏன் வரவில்லை? வரவேண்டுமா வேண்டாமா என்று அவன் தடுமாறியதையும் அதன்பிறகு அதைப் பற்றி யோசிக்காமலேயே இருந்ததையும், பின்னர் ஆர்வமடைந்து என் பெயரையும் வரவையும் அறிந்து கொந்தளித்ததையும் என்னால் கற்பனை செய்ய முடிந்தது. அவனுக்கு வரவேண்டும்போலவும் இருந்தது, வரவேண்டாம்போலவும் இருந்தது. வாழ்க்கை எப்போதுமே இறுதியில் அதன் தெளிவற்ற தர்க்கத்தைத் திணித்து, ஆசைக் கணங்களைக் கலைத்துவிடுகிறது.

“கிட்டத்தட்ட ஏழு மாதங்கள்” என்றேன், என் குரல் கணீரென்றிருந்ததை நான் உணர்ந்தேன். “வருவதற்கு நிறைய நாட்கள் காத்திருந்துவிட்டீர்கள் லத்தீப் மஹ்மூத், நீங்கள் வரவிரும்புவதாகச் சில நாட்கள் முன்னால்தான் என்னிடம் சொன்னார்கள்; ரேச்சல். அவள் உங்கள் பெயரைச் சொல்லிவிட்டு நீங்கள் வரவிரும்புவதையும் சொன்னாள். ஆறுமாதங்களுக்கு முன்னால் முதல்முதலாக உங்களோடு பேசியபோதே அவள் என்னிடம் உங்களைப் பற்றி சொன்னாள்.”

“நான் முன்னமே வந்திருக்க வேண்டும்” என்றான் நேரத்தைக் கடத்துவதற்காக. தான் பெயரை மாற்றிக்கொண்டு விட்டதால் அல்லது தன் தலையில் முடி குறைந்து நரையும் கருமையுமாக இருப்பதால் எனக்கு அவனை அடையாளம் தெரிந்திருக்காது என்று அவன் நினைத்திருக்கலாம். தான் யாரென்பதை நான் கண்டுகொண்டதை அவன் அறிந்துகொண்டான் என்பது அவன் கண்களில் தெரிந்ததாக எனக்குத் தோன்றியது. நாங்கள் இப்போது கூடத்தில் நேரெதிர் கோணத்தில் போடப்பட்ட நாற்காலிகளில் அமர்ந்திருந்தோம். எங்களுக்கு இடையே செவ்வக வடிவமான உயரம்தணிந்த ஒரு மேஜை. பேச்சை மேலும் தொடர்வதற்கு முன்னால், தெர்மோவில் நான் ஏற்கனவே போட்டுவைத்திருந்த தேநீரை இரண்டு சிறியக் கோப்பைகளில் ஊற்றினேன்.

“உங்கள் அப்பாவின் பெயரைத் தனதாக்கி வைத்துக்கொண்டிருக்கும் ஆள் யார் என்று பார்க்கும் ஆர்வத்தில்கூட நீங்கள் சீக்கிரம் வரவில்லையே என்பது என்னை ஆச்சரியப்படுத்துகிறது” என்றேன்.

இதுதான் அந்தத் தருணம். அடையாளம் கண்டுகொண்டுவிட்ட கணம். ஒருவரைப் பற்றி ஒருவர் யோசித்தபடி அமைதியாக

அமர்ந்திருந்தோம். அவன் என்ன யோசிக்கிறான், அவன் முன்னால் உணர்ச்சிகளை வெளிப்படுத்தாமல் நிதானமாக அமர்ந்திருக்கும் நான் என்ன யோசிக்கிறேன் என்று அவன் நினைக்கிறான் என்று நான் யோசித்துக்கொண்டிருந்தேன். தான் எதற்காக இங்கு வந்திருக்கிறோம் என்று அவன் யோசிக்கிறானோ எனச் சிந்தித்தேன்.

"நீங்களாகத்தான் இருப்பீர்கள் என்று எனக்குப் பட்டது" என்றான் அவன்.

நான் பேசுவதற்காகக் அவன் காத்திருந்தான். முகத்தில் எதையும் ஏற்றுக்கொள்ளும் விதமான ஒரு குட்டிப் புன்னகை; நான் அவன் பேசட்டும் என்றிருந்தேன், பதற்றமில்லாமல். எங்களின் போலிப் பெயர்களைக் கழற்றிப் போட்டதும் இனியதும் கொடியதும் கலந்த ஞாபகங்கள் எப்படி மேலெழும்பி வருகின்றன என்பது வியப்பாக இருந்தது எனக்கு. அந்தக் குட்டிப் புன்னகையும் அதில் தெரிந்த விச்ராந்தி அல்லது சமாதானமும் எனக்கு ஆசுவாசமளித்தன. அவன் சண்டை போட வரவில்லை.

"நானாகத்தான் இருப்பேன் என்று எப்படி உங்களுக்குத் தோன்றியது?" அமைதியாகவும் இயல்பாகவும் கேட்டேன். அவன் வெளிப்படையாகப் பேசியதில் நான் வியப்படைந்திருந்தேன் என்றாலும் என் குரலில் அதன் சுவடு தெரியாமல் மறைத்தேன். அவன் தோள்களைக் குலுக்கிக்கொண்டான் "தெரியவில்லை. உள் மனது அப்படி சந்தேகித்தது. அந்தப் பெயரிலிருந்த குறும்பு அது நீங்களாக இருக்கலாம் என்று சொன்னது"

அவன் இவ்வளவு வெளிப்படையாகப் பேசியதால் என்னால் சந்தோஷப் புன்னகை பூக்காமல் இருக்கமுடியவில்லை. "ஒரு கவிஞரின், தீர்க்கதரிசியின் அகக் குரலாக அது இருந்திருக்க வேண்டும். இவ்வளவு துல்லியமாக உங்களை யோசிக்க வைத்திருக்கிறது."

"அது எப்படி உங்களுக்குத் தெரியும்?" சிறிது நேரம் அமைதியாக இருந்துவிட்டுக் கேட்டான். தான் ஒரு கவிஞன் என்பது எனக்கு எப்படித் தெரிந்தது என்று வியந்திருப்பான். தன்னைப் பற்றி எனக்கு என்ன தெரிந்திருக்கும் என்று தான் நினைத்திருந்ததைவிட அதிகம் எனக்குத் தெரிந்திருக்கிறது என்பது அவனுக்கு வியப்பளித்திருக்க வேண்டும். பொருளற்ற இந்தச் சின்னச்சின்னப் பேச்சுகளை நான் மிகவும் ரசித்தேன், சின்னச்சின்ன வேடிக்கைச் சீண்டல்கள், போக்குக்காட்டுவது; மறைவாக ஒரு சின்னக் குத்து இங்கே,

நாசூக்கான சாடைப் பேச்சு அங்கே. எனது வாழ்வு இவ்வளவு வெறுமையாக மதிப்பற்றுப் போன பின்பும், நான் அதன் பிரமாண்ட வெறுமையில் இன்னும் திளைக்க ஆசைப்படுகிறேன்.

"ஓ நீங்கள் ஒரு பெயர்பெற்ற கவிஞன் என்பது எல்லோருக்குமே தெரியும்" என்றேன், அதற்குரிய மரியாதையுடன் மனதாரச் சொல்வதுபோல. "நீங்கள் படித்து மேலே வந்தது, லண்டனில் ஒரு பல்கலைக்கழகத்தில் பேராசிரியராக இருப்பது எல்லாம் முதலில் கேள்விப்பட்டோம். அதன்பிறகு உங்களின் கவித்திறனையும் கேள்விப்பட்டோம். புதிய பெயரில் எழுதிக்கொண்டிருக்கிறீர்கள்தானே! வேறுமொழியைச் சொந்தமாக்கி அதில் இவ்வளவுச் சிறப்பாகக் கவிதை எழுத முடிகிறதென்றால்! உங்கள் காதுகள் எவ்வளவு இசைப்புலனோடு இருக்கவேண்டும்! யாரோ ஒருவர் அவரது உறவினர் அனுப்பியிருந்த பத்திரிக்கை ஒன்றில் உங்களின் கவிதைகளை என்னிடம் காண்பித்தார். எங்களுக்கு ரொம்பப் பெருமிதமாக இருந்தது. லத்தீப் என்னைப் பார்க்க வருகிறார் என்று ரேச்சல் சொன்னபோது எனக்குப் பெருமையாக இருந்தது. ஆனால், நீங்கள் ஒரு நாள் வருவீர்கள் என்று மட்டும் எனக்குத் தெரியுமே தவிர, எப்போது வருவீர்கள் என்று தெரியாது."

"நான் பேராசிரியரும் அல்ல, பெயர்பெற்றக் கவிஞரும் அல்ல" என்றான் அவன். என் புகழ்ச்சி பிடிக்காததுபோல முகம் சிவக்கப் பார்வையைத் திருப்பிக்கொண்டான். "ஒரு சிறுபத்திரிகையில் கொஞ்சம் கவிதைகள் எழுதியிருக்கிறேன். அந்தப் பத்திரிகைக்காரர்கள் அப்படி தாராள் மனப்பான்மையோடு இருந்தால்தான் அவர்களால் பத்திரிகையை நடத்தமுடியும்... யாராவது அதைத் தெரிந்து வைத்திருக்கிறார்களா என்பது ஆச்சரியம்தான்."

"இல்லை. பலருக்குத் தெரியும்" என்றேன் நான். தனது சாதனைக்காக எதற்காக இப்படி அவன் தன்னைத் தண்டித்துக்கொள்கிறான், எனது சின்ன ஒரு கைதட்டலைக்கூட அவனால் ஏன் ஏற்றுக்கொள்ள முடியவில்லை என்று எனக்கு யோசனையாக இருந்தது. அவன் சாதனை, உண்மையான, அசலான சாதனைதான். நான் கிண்டல் செய்கிறேன் என்று நினைத்திருப்பான் போலிருக்கிறது. தன்னிடமே ஈவு இரக்கமற்று நடந்துகொள்பவன் அவன் என்று என்னை இது எண்ணச் செய்தது.

"என் அப்பாவின் பெயரை எதற்காக வைத்துக்கொண்டீர்கள்?" என்று கேட்டான், என் கண்களை நேராகப் பார்த்து, என்னிடமிருந்து ஓர் ஒப்புதல் வாக்குமூலத்தைக் கோருவதைப் போல, மரியாதைக்காகவாவது விட்டுக்கொடுக்காமல். "அவருக்கு நீங்கள் செய்ததெல்லாம் போதாதா, அவர் பெயரையுமா எடுத்துக்கொள்ளவேண்டும்? அவர் பெயரில் புனிதம் எதுவுமில்லைதான். எத்தனையோ பெயர்கள் இருக்கும்போது இதை எதற்காகத் தேர்ந்தெடுத்தீர்கள்? நீங்கள் அவருக்குச் செய்ததெல்லாம் போதாதென்றா?"

இந்தக் கேள்வியைக் கேட்பான், அதுவும் அடக்கிவைத்த ஆத்திரத்தோடு கேட்பான் என்று எனக்குத் தெரியும். ஆனால் இப்போது அவன் கேட்டபோது எனக்குப் பேசவரவில்லை. செய்ததெல்லாம் என்றால் எவையெல்லாம்? அவருக்கு நான் என்ன செய்தேன்? என்ன பதில் சொல்வது என்று எனக்குக் குழப்பமாக இருந்தது. இந்தத் தருணத்துக்காக நான் தாங்கிக்கொண்டு வந்த எல்லா சம்பவங்களாலும் சோர்வடைந்திருந்தேன். ஆனால் நான் பதில் சொல்லியாக வேண்டும் என்பதும் தெரிந்தது. இல்லாவிட்டால் அவன் என்னை பாவம்செய்த போக்கிரிக் கிழவனாக நினைத்துவிடுவான். இந்த வீட்டுக்கு வரும்போது என்னைப் பற்றி அவன் என்ன நினைத்துக்கொண்டு வந்தானோ, அதே எண்ணம்தான் அவன் திரும்பிப் போகும்போதும் இருக்கும். நான் முன்பு பாவியாகவும் போக்கிரியாகவும் இருந்திருந்தாலும், அந்த இளம்வயதின் முட்டாள்தனத்தையும் குறும்பையும் எடுத்துச்சொல்லி, நற்பெயரை மீட்டெடுப்பதற்கான, அதற்குப் பரிகாரம் சொல்லிப் புரியவைப்பதற்கான அனுபவ முதிர்ச்சியை இந்த வருடங்கள் எனக்கு தந்திருக்கின்றன... எனக்குத் தீர்க்கவேண்டிய கணக்கு ஒன்றிருக்கிறது. பாவமன்னிப்புக் கேட்பதற்கு இவனைக் காட்டிலும் பொருத்தமானவன் எனக்குக் கிடைப்பான் என்று சொல்வதற்கில்லை. எனக்குத் தெரிந்தவற்றைத் தானும் தெரிந்துகொள்ள வேண்டுமென்று அவன் விரும்புகிறான்; இல்லாதவற்றை இட்டு நிரப்ப, அவன் வாழ்வில் ஏதோ ஓரிடத்தின் நடுவிலுள்ள இடைவெளிகளைக் கேட்டறிய. அப்படித்தான் நான் நினைத்தேன்.

"என் வாழ்க்கையைக் காப்பாற்றிக் கொள்வதற்காக உன் அப்பாவின் பெயரை வைத்துக்கொண்டேன்" என்றேன். "நான் இந்தப் பெயரை எடுத்துக்கொண்டது உன் அப்பா அதை

அழிப்பதில் அனேகமாக வெற்றி பெற்றதற்குப் பிறகு. இதிலுள்ள இனிய முரண் அதுதான்."

1963இல் நான் திருமணம் செய்துகொண்டேன். அதே வருடம்தான் நான், ரஜப் ஷாபான் மஹ்மூத்தின் மீது அவரது வீட்டைச் சுவாதீனம் செய்வதற்காகப் போட்டிருந்த வழக்கில் வெற்றிபெற்றேன். பிரிட்டீஷார் வேண்டாவெறுப்பாக நாட்டிலிருந்து வெளியேறி, அவர்களின் சாம்ராஜ்ஜியம் முடிவுக்குவந்து, அதனால் விளைந்த களேபரத்திலும் வன்முறையிலும் எங்களை விட்டுவிட்டுச் சென்றதற்கு முந்தைய வருடம் அது. நான் அவள்மீது, என் மனைவியின்மீது, காதலில் விழுந்தேன். அவளிடம் எப்படி உணர்ந்தேன் என்பதை இந்த வார்த்தைகளில் சொல்வதற்கு அப்போது நான் கூச்சப்பட்டிருப்பேன்தான். அவள் குடும்பத்தை எனக்குத் தெரியும். அவளையும்கூட முன்பே தெரிந்திருக்கலாம். தெருவில் விளையாடும் குழந்தைகளோடு குழந்தையாய், அவளது அம்மா அல்லது சித்தியிடமிருந்து சேதி கொண்டுவருபவளாய், இளஞ்சிவப்பு பினாபோரும் கிரீம்வண்ண மேல்சட்டையும் அணிந்து பள்ளிக்கு நடந்துசெல்பவளாய் அவளை நான் பார்த்திருக்கலாம். பெண்களைப் பொறுத்தவரை அப்படித்தான் விஷயங்கள் அன்றிருந்தன. குறிப்பிட்ட ஒரு வயதிற்குப்பின் அவர்கள் வீட்டுக்குள் மறைந்துவிடுவார்கள்; அவர்கள் இருந்தார்கள் என்பதே மறந்துபோய்விடும், பல வருடங்கள் கழித்து மணப்பெண்களாகவும் தாய்மார்களாகவும் வெளிப்படுவதுவரையிலும். என் பர்னிச்சர் கடைக்கு வந்தார்கள் அவர்கள், சல்ஹாவும் அவள் அம்மாவும் - ஒரு சோபா வேண்டியிருந்தது அவர்களுக்கு, பச்சை வெல்வெட் துணியில். அந்தத் துணியை அவர்களே கொண்டு வந்திருந்தார்கள். மேம்பாஸாவிலுள்ள உறவினர் ஒருவர் அன்பளிப்பாகத் தந்தது என்றார் சல்ஹாவின் அம்மா: அழகானத் துணி; தொட்டுப்பாருங்கள், எவ்வளவு மென்மை; அதன்மேல் கையை ஓட்டும்போது அதன் வண்ணம்தான் எப்படி அலையோடுகிறது. புதிய சோபாவுக்கு அந்தத் துணியை இட்டால் பொருத்தமாக இருக்கும் என்று அவர்கள் நினைத்தார்கள். சல்ஹா, இந்தப் பெயரின் கடைசி எழுத்தை ஒலிக்க எனக்குப் பிடிக்கும்; அந்த எழுத்தை உள்ளே இழுப்பதை அல்லது விழுங்குவதைப் போன்ற உணர்வு. அந்தக் கடையில் வைத்தே நான் அவள்மீது காதலில் விழுந்துவிட்டேன். ஆனால் எனக்கு ஏற்பட்டிருப்பது என்ன உணர்ச்சி என்பதே தெரியாத அளவுக்கு நான் உணர்ச்சியற்ற அப்பாவியாக இருந்தேன். இதைப்

பற்றி அதிகமாக மறுத்துப்பேச இப்போது நான் விரும்பவில்லை, ஆனால் எனக்குள் என்ன நடந்தது என்று விளக்க அப்போது என்னிடம் வார்த்தைகள் இல்லாமலிருந்திருக்க வேண்டும். எனக்குத் தெரிந்த வார்த்தைகளோ என்னைச் சிறுபிள்ளையாக எண்ணிக் கூச்சப்பட வைத்தன. அப்போது எனக்கு முப்பத்திரெண்டு வயது, இவ்வுலகத்துக்கு இரக்கத்தையும் அன்பையும் போதித்த நாசரேத் ஈஸா நபியின் ஊழிய வாழ்க்கை முடிவடையவிருந்த வயது. ஆனால் என்னிடமோ ஆணுக்கும் பெண்ணுக்குமிடையிலான குழப்பமில்லாத இந்த அன்பை கற்பனை செய்யக்கூட வார்த்தைகள் இருக்கவில்லை. நான் அந்த அம்மாவிடம் யாராவது விருந்தாளி வந்திருக்கிறார்களா என்று கேட்டேன். சல்ஹாவைத்தான் அப்படிக் குறிப்பிட்டேன். "இல்லை இல்லை, இது என் மகள் சல்ஹா. அதற்குள் அவளை மறந்துவிட்டாயா?" நான் திக்கித் திணறி வியாபாரம் தொடர்பாக ஏதோ பேச முயன்றுகொண்டிருக்கையில் சல்ஹா அவள் அம்மாவின் அருகில் புன்னகைத்தபடி நின்றிருந்தாள். அப்படியானால் வேறெங்கோ வசிக்கிறாளா என்று கேட்டேன். இல்லை, அவள் இங்கேயேதான் வசிக்கிறாள் என்றாள் சல்ஹாவின் அம்மா. பலமுறை கடையைக் கடந்துபோயிருக்கிறார்களாம், எனக்கு இப்போதெல்லாம் தொழிலில்தான் கண்ணாம்.

அவர்கள் இந்தக் கடையைக் கடந்து சென்றிருக்கலாம், சந்தேகமில்லை. ஆனால் தங்களின் மானத்தை மறைக்கவென பெண்கள் அணிந்துகொள்ள வேண்டியிருந்த பலமுழ கறுப்புத்துணிக்குள்ளே யாரிருந்தார்கள் என்று எனக்குத் தெரிந்திருக்காது. உச்சந்தலை முதல் உள்ளங்கால்வரை மூடும் புய்புய் (புர்கா) உடையில் தங்களைப் பொதிந்துகொண்டு பெண்கள் கடந்துசெல்லும்போது நான் தலையைத் திருப்பிக்கொள்வேன். கூச்சநாச்சமில்லாமல் நாம் ரசித்துக்கொண்டிருப்பது நம் தங்கையா அல்லது சகோதரனின் காதலியா என்று நமக்கு எப்படித் தெரியும்? எனக்குச் சகோதரியுமில்லை சகோதரனுமில்லை, ஆனாலும் இந்த எண்ணம் எனக்கு இருந்துகொண்டிருந்தது. சிலர் தங்கள் சொந்த மகள்களே கடந்துபோகும்போது தங்களின் இச்சைத் தினவை அவர்கள் கேட்கும்படியாக வெளிப்படுத்தி, மறுகணமே அந்தக் குட்டிப் பெண்களும் கேலியாக வந்தனம் தெரிவித்தக் கதைகளும் உண்டு. இல்லை இல்லை, சல்ஹா கடந்துபோனதை நான் பார்த்ததில்லை; உணர்ச்சிகளேயற்ற வியாபாரி என்று அவள் அம்மா என்னைச் சொன்னாலும், எதிர்பாராத விதமாக

என் கடைக்கு வந்த சல்ஹாவை மீண்டும் பார்த்ததில் நான் சந்தோஷமடைந்தேன்; அவள்மீது க்காதலில் விழவும் செய்தேன்.

அதன் பின் இருமுறை அவர்கள் கடைக்கு வந்தார்கள்; ஒரு முறை அவள் தெருவில் வைத்து என்னோடு பேசினாள். வெறும் முகமன்தான். பேசக்கூடாத ஒன்றும் பேசிவிடவில்லை. "ப்வனா சலேக் நலம்தானா?" அவளைக் கடந்துசெல்ல இருந்த நான், கருப்பு புய்புய் முகத்திரையிலிருந்து அந்தக் குரல் கேட்கும்வரையிலும் அவள்தான் அது என்று நினைக்கவே இல்லை. அதன்பிறகு அவள் குரலை அடையாளம் கண்டுகொண்டேன். ஒரு மாதம் கழித்து சோபா தயாரானபோது, நான் அவளைப் பெண் கேட்டேன், அவர்கள் ஒப்புக்கொண்டார்கள். அதற்கு ஒரு மாதம் கழித்து 1963 நவம்பரில் நாங்கள் திருமணம் செய்துகொண்டோம். என் வாழ்க்கையில் மிகவும் இன்பமான நாள் அது. இதுபோல பிறர் சொல்வதைக் கேட்டு, அதிலிருந்த நயமற்ற மிகை என்னை நெளியவைத்திருக்கிறது. ஆனால் என்னைப் பொறுத்தவரையில் அந்த நாள் உண்மையில் அப்படித்தான். மனப்பூர்வமாகச் சொல்லவில்லை என்று நான் நினைத்தவர்களைப் பொறுத்தவரையும்கூட இது உண்மையாக இருக்கலாம்.

எளிமையான திருமணத்தையே நான் விரும்பினேன்: திருமணச் சடங்கை எங்களுக்குள் தனிப்பட்ட முறையில் நடத்திவிட்டு, அதன்பிறகு தெரிந்தவர்கள் உறவுகள் ஒரு சிலரை அழைத்து ஒரு விருந்து சாப்பாடு. ஆனால் அவளது பெற்றோர்கள் கேட்கவில்லை. செலவு செய்யப் போவது பெண்ணின் பெற்றோர்களாகிய நாங்கள், சல்ஹாவின் அப்பா என்னிடம் சொன்னார், இதில் நீங்கள் தலையிடாதீர்கள். சல்ஹா அவர்களின் கடைசி மகள், அவள்மேல் தங்களுக்கு அன்பு கிடையாது என்று யாராவது சொல்வதை அவர்கள் விரும்பவில்லை. மகளின் திருமணத்தை ஜாம்ஜாமென்று நடத்துவோம், அதனால் நாங்கள் பரதேசியானாலும் பரவாயில்லை. எனவே மூன்று நாட்கள் திருமணக் கொண்டாட்டத்துக்கு ஏற்பாடு செய்தார்கள்: பாட்டு இசை ஆட்டம்; திருமணச் சடங்கு முடிந்ததும் பிரியாணியோடு விருந்து; அந்த நிகழ்ச்சிக்காக விசேஷமாகத் தயார்செய்த ஹல்வா; பாட்டு இசையோடு ஊர்வலமாக என் வீட்டுக்கு அவளைக் கொண்டுவிடுவது. அந்த மூன்று நாட்களும் சமோசா, மஹாமரி இனிப்புப் பண்டம், எள்ளு ரொட்டி - தொடுகறிகள், பாதாம் ஐஸ்கிரீம் ஜீலேபி என்று உணவுகள் வந்துகொண்டேயிருந்தன. விருந்தாளிகள் கூட்டமோ கூட்டம். அவர்களில் சிலருக்கு வீட்டுக்குப் போகவேண்டுமென்றே

தோன்றவில்லை. சோம்பேறிகள், ஓசியில் உடல்வளர்ப்பவர்கள் என்பது இவர்களைப் பற்றிய எனது எண்ணம். பல ஆயிரம் பணம் வெட்டிச் செலவு.

ஆனால், திருமணத்தைப் பிரமாண்டமாக நடத்தினால் எனக்குச் சங்கடமாகிவிடும் என்று பயந்தேன்; ஏனென்றால் எனக்கென்று ஒரு குடும்பம் இல்லை; அல்லது என்னோடு நேசத்தோடு பேசும் குடுமபத்தினர் என்று யாருமில்லை. எனக்கு நண்பர்களோ நெருக்கமானவர்களோ இல்லை; நான் பல வருடங்கள் விடாமல் நட்புகொண்டிருந்த ஒரு சிலரும் ரஜப் ஷாபான் மஹ்மூத் வீடு விவகாரத்துக்குப் பிறகு எனக்கு எதிராகத் திரும்பினார்கள். இதற்குச் சில மாதங்கள் முன்புதான் நான் அந்த வழக்கில் வெற்றிபெற்றிருந்தேன்; அந்தத் தீர்ப்பின்படி நடந்துகொண்டால் அது ரஜப் ஷாபான் மஹ்மூத்தையும் அவர் குடும்பத்தையும் அந்த வீட்டைவிட்டு வெளியேற்றுவதில் போய் முடியும் என்பதால் நான் அதைக் கட்டாயப்படுத்தக் கூடாது என்ற உணர்வு அப்போது அங்கே வலிமையாக இருந்தது. நானறிந்த வரையில், இதைப் பற்றி என்னிடம் பேசிய சிலரது வார்த்தைகளில் இந்த உணர்வு வெளிப்பட்டது. எல்லாவற்றைப் பற்றியும் அவர்களுக்கு அபிப்ராயங்கள் இருந்தன; அவற்றைச் சொல்லவும் அவர்கள் தயங்கியதில்லை. தாங்கள் புத்திசாலிகள், தன்மானமுள்ளவர்கள் என்ற எண்ணத்தால் பெருத்துப் போன மனிதர்கள் இவர்கள்; இவர்களது மகா ஞானத்தின் ஆதாரம், தங்களைத் தவிர பிறரெல்லாம் முட்டாள்கள் என்ற நம்பிக்கைதான். அவர்களின் அபிப்ராயத்தைப் பற்றி நான் கவலைப்படவில்லை. ஆனால் இதைப் பற்றி மௌனமாக இருப்பவர்களின் எண்ணமும் இதுவாகத்தான் இருக்குமோ என்றுதான் நான் அஞ்சினேன். சல்ஹாவை மணமுடிக்கக் கேட்கும்போதும், அவர்கள் இந்த எண்ணம் காரணமாக எனக்குத் தரமறுப்பார்கள் என்றுகூடத் தோன்றியது. ஆனால் நான் நினைத்தது தவறு, திருமண விழாவைப் பற்றி நான் நினைத்ததும் தவறுதான். அப்போதுதான் நான் உற்சாகமாகவும் சந்தோஷமாகவுமிருந்தேன்; என்னை அவ்வளவு அதிருஷ்டசாலியாக, மனநிறைவோடு உணர்ந்த நாள் ஒருபோதும் இதற்குமுன்னால் எனக்கு அமைந்ததில்லை. முன்பு என்னைச் சுற்றியிருந்த மனிதர்களின் இலட்சணம் இதுதான்.

அவளுக்குப் பத்தொன்பது வயது; எனக்கு முப்பத்திரெண்டு. இன்றைக்குக் கேட்பதற்கு ரொம்ப வயது வித்தியாசம் என்று பட்டாலும், அப்படியொன்றும் பெரிய வித்தியாசமில்லை. தனது வயதில் ஐந்து அல்லது ஆறு வருடங்கள் அவள் மறைவில்

கழித்திருந்தாள், ஒரு பெண்ணாக மொட்டுவிட்டு மலர்ந்து; அவளைக் கேட்டு ஒரு ஆண்மகன் வரும்வரையிலும். அவள் எங்குமே போனதில்லை, எதையும் படித்ததில்லை. ரேடியோகூடக் கேட்டதில்லை. அந்த வருடங்களின் நாட்கள் வீட்டுவேலைகளைச் செய்து சந்தோஷம்கொள்வது, அவளைப் போலவே கட்டுப்பாட்டிலிருந்த பிற பெண்களை வீட்டுக்கு வரவேற்கவும் அவர்களின் வீட்டிற்குச் செல்லவும் தன்னை அலங்கரித்து ஒப்பனை செய்வது எனக் கழிந்தன. நான் சுற்றியலைந்து கொஞ்சம், ரொம்பக் கொஞ்சம் விஷயங்களைக் கற்றுக்கொண்டேன்; பிரிட்டீஷாருக்காக வேலைபார்த்து, விமோசனமே இல்லாத எங்களது உலகம் எப்படிச் செயல்படுகிறது என்பதையும் கொஞ்சம் புரிந்துகொண்டேன். ஒரு வியாபாரத்தைத் தொடங்கிச் செழிப்பாக நடத்தி, இரண்டு வீடுகளும் சொந்தமாக்கிக் கொண்டேன். திருமணத்திற்கு முன்னால் நாங்கள் பேசிக்கொண்டது மிகக் குறைவு; தனியாக இருவரும் இருந்ததே இல்லை. கருப்பு உடை மூடாமல் அவளை நான் பார்த்ததுமில்லை. ஆனாலும் நாங்கள் அதிருஷ்டசாலிகள்தான்; இருவருமாகச் சேர்ந்து வாழ ஆரம்பித்தபோது பெரிய கஷ்டங்கள் எதுவுமிருக்கவில்லை. என்னைப் போலவே அவளுக்கும் வீடு பிடித்துப் போனது; மேல்மாடியிலிருந்த அறையில் இருவரும் அமர்ந்து, சில அடிகள் அப்பாலிருந்த கடலைப் பார்த்து வெளிவராந்தா வாசல் திறந்திருக்க, மற்றொரு வாசல் முன் தோட்டத்தின் மேலிருந்த பால்கனியைப் பார்க்கத் திறந்திருக்க, ரேடியோ கேட்டுக்கொண்டோ அல்லது சீட்டு விளையாடிக்கொண்டோ இருப்பதற்கு அவளுக்குப் பிடிக்கும். அதுவரைப் பேசிக்கொள்ளாதவற்றை எல்லாம் இங்கேதான் இருவரும் பேசிக்கொண்டோம். துணைகளிடையேயான மௌனத்தின் இனிமையினை அறிந்துகொண்டோம்.

எப்போதுமே நாங்கள் தனியாக இருந்தோமென்றல்ல. எங்கள் வழக்கப்படி, மக்கள் வந்து போனார்கள்; பெண் விருந்தாளிகள், சல்ஹாவே தங்களை வரவேற்றுப் பொழுதைக் கழிக்கவேண்டும் என்று விரும்பி வந்தார்கள். அந்த வீட்டுக்குப் பெண் விருந்தாளிகள் பல வருடங்களாக வரவே இல்லை, சித்தியின் மரணத்துக்குப் பிறகு. எனவே, இவர்கள் வந்தபோது எனது வாழ்வின் அந்தரங்கமான பிரதேசத்துக்குள் நுழைந்து என்னை அதிலிருந்து வெளியேற்றியதைப் போல நான் உணர்ந்தேன். மேல் அறையைத் துறக்கவேண்டி வந்துவிட்டது; கீழறையில் கேட்கும் ஓயாத பேச்சின் ஏற்ற இறக்கங்களைச் செவிமடுக்க வேண்டியவனானேன். சல்ஹாவுக்குப் பழக்கமானக் கூட்டாளிகள் அவர்கள்; அவர்கள் இல்லையென்றால்

அவளுக்கு வெறுமையாக இருந்திருக்கும்; அவள் வளர்ந்த எல்லாக் குடும்பங்களோடான உறவு, வரம்புகட்டிய அந்த உலகத்தின் சினேகப்பூர்வமான தொடர்பும்கூட, அறுந்து போய்விட்டதாக உணர்ந்திருப்பாள். நான் கிண்டலுக்காகச் சொல்லவில்லை. அவர்கள் என்னிடமிருந்து அவளை எடுத்துக்கொண்டு, தாங்களே வைத்துக் கொள்வதாக எனக்குப் பட்டது. இன்னும் கர்ப்பம் தரிக்காததற்காக அவளை ஏதேதோ பேசி வேதனையடையச் செய்தார்கள் என்று எண்ணினேன்.

அதை நினைத்து அவள் வருந்தினாள். இரண்டு வருடங்களில் மூன்று முறை அவளுக்குக் கரு கலைந்தது; அதனால் நொந்து, சோர்ந்து, துக்கம் பீடித்தவளானாள். இந்த இரண்டு வருடங்களில் அவள் உடல் சீர்குலைந்ததை, மெலிந்து எடை குறைந்ததை, அடிக்கடி எதிலும் மனம் ஒன்றாமல் எதுவும் பேசத் தோன்றாமல் வருந்தியபடியே இருப்பதைப் பார்த்தேன். குழந்தை பெறுவதைப் பற்றி அப்புறம் கவலைப்படலாம், முதலில் உடம்பைச் சரிப்படுத்திக்கொள்வோம் என்று அவளிடம் கெஞ்சினேன். என் அன்புக்குரியவளிடம். அவளுக்குச் சிகிச்சையளிந்த மகளிர் மருத்துவர், அவளது கர்ப்பப்பை அபாயகரமான நிலையில் திரும்பி இருக்கிறது என்றும் கருவுற்றதும் அவள் ஓய்விலேயே இருந்தால்தான் பிரசவம் நல்லபடியாக நடக்கும் என்றும் சொன்னார். பெண்கள் அவர்களின் பேச்சால் அவளுக்கு வேதனையளித்தார்கள் என்று நினைத்தேன்; ஒருவேளை அப்படி இல்லாமல்கூட இருக்கலாம். அவளுக்கும் அவர்கள் வேண்டியிருந்தது, வேறு எதையும் அவளால் கற்பனை செய்துபார்க்கக்கூட முடியாது. சுதந்திரம் கிடைத்தப் பிறகான வருடங்கள் அவை; பொருளாதார நெருக்கடி மிகுந்த காலகட்டம், வன்முறையும் நிச்சயமின்மையும் பீடித்த ஆண்டுகள் என ஒரு குழந்தையைப் பெற்றெடுத்து வளர்ப்பதற்குப் பொருத்தமில்லாமல் உலகம் பாழ்பட்டுக் கிடந்தது. எங்களுக்குத் திருமணமாகி மூன்று ஆண்டுகள் கழித்து அவள் கர்ப்பம் தரித்தாள். மருத்துவர் சொன்னதுபோல, படுக்கையிலேயே இருந்தாள். மருத்துவர் பொதுவாகச் சொல்லியிருந்தபடி பின்பற்றிவந்தோம், ஏனென்றால் கர்ப்பிணியைப் பார்த்து ஆலோசனை சொல்ல அந்தப் பெண் மருத்துவர் இப்போது இல்லை. அந்தப் பெண்மணி அதற்குள் நாட்டை விட்டு தப்பிப் போயிருந்தாள், நாட்டிலிருந்து தப்பிச் சென்று வேறெங்கோ கௌரவத்தோடு வாழ்ந்துவரும் பிறரைப் போல. எனவே, சல்ஹாவின் அம்மா அவளைப் பார்த்துக்கொள்வதற்காக எங்களோடு வந்தார்.

சல்ஹா ஒரு பெண் குழந்தை பெற்றெடுக்கும் பாக்கியம் பெற்றாள். அவளுக்கு அது பெரிய சோதனைதான்: படுக்கையோடு படுக்கையாய் இருப்பது, வயிற்றில் குழந்தை, நாங்கள் வாழ்ந்த அந்தக் காலகட்டமோ நெருக்கடிகளும் போதாமைகளுமான காலகட்டம். நான் பயந்துகொண்டேயிருந்தேன்; சின்னதாக ஏதாவது தவறு நடந்தால்கூட விளைவு மோசமாக இருக்கும் என்பதால் நான் பயந்தேன்; மருத்துவர் இல்லை, மருந்துகள் கிடையாது, சல்ஹாவின் அம்மா எனக்குத் தெரியாமல் ரகசியமாக வாங்கிக் கொடுத்தப் பட்டைகளும் பொடிகளும் மட்டும்தான். ஆனாலும் நாங்கள் அதிருஷ்டம் செய்திருந்தோம். வேலைசெய்யவிடாமல் அவளை வலுக்கட்டாயமாக ஓய்வில் வைத்திருந்ததில் சல்ஹாவுக்கு ஆத்திரமும் வருத்தமும் வந்தன; அவள் உடம்புக்கு எது ஒத்துக்கொள்ளும் எது ஒத்துக்கொள்ளாது என்பது எங்களுக்குப் பிடிபடாமல் ஆகிவிட்டது. ஆனால் கடைசி மாதங்களில் அவள் உடம்பு தேறிவந்தது; உடம்பு எடைகூடி, புதிய தெம்பும் வந்தது. அதுபோக, அவளுக்குத் துணையாக ஏகப்பட்டப் பேர்கள் வந்தார்கள். பகலிலும் இரவிலும் அவளது சினேகிதியோ அல்லது அவள் அம்மாவோ யாரோ ஒருவர் எப்போதும் உடன் இருந்தார்கள்; சில நேரம் பேச்சும் சிரிப்புமாயிருக்கும். சில நேரங்களில் அவர்கள் அவளின் படுக்கைக்கு அருகில் தரையில் படுத்தபடி நிம்மதியாகக் குறட்டை விட்டுக்கொண்டிருப்பார்கள். எங்கள் மகள் பிறந்ததும், நான் அவளுக்கு ரைய்யா, குடிமகள், என்று அழைக்க, அவள் வாழ்க்கை பெயர் சொல்லும்படியாக அமைய விரும்பினேன்; எங்களை ஆண்டவர்கள் எங்களை மனிதத் தன்மையோடு நடத்த, நாங்கள் பிறந்த நாட்டின் பூர்வகுடிகளாக, குடிமக்களாக நடத்த விடும் கோரிக்கையாக. ஒரு பாரம்பரியம் மிக்க பெயர் அது, கைப்பற்றி ஆக்கிரமிக்கப்பட்ட தேசங்களின் குடிமக்களைக் குறிப்பதற்கு நூற்றாண்டுகளாகப் பயன்படுத்தப்பட்ட பெயர் அது என்றேன் நான் சல்ஹாவிடம். ஆக்கிரமித்தவர்கள் முஸ்லீம்கள், ஆக்கிரமிக்கப்பட்டவர்கள் முஸ்லீம் அல்லாதவர்கள்; மக்களை அவர்கள் விரும்பியபடி வாழும் சுதந்திரத்தை பிடுங்கிவிட்டு, காரியமில்லாத உரிமைகளை அளிப்பதற்குப் பெயர் பெருந்தன்மையல்ல என்பதெல்லாம் உண்மைதான். ஆனாலும் குடிமகனின் உரிமை என்ற கருத்து உன்னதமானது, அதை நாம் நமக்கு வேண்டியபடி பயன்படுத்திக்கொள்ள முடியும். சல்ஹாவோ அந்தப் பெயர் வேண்டவே வேண்டாமென்று விட்டாள்; தேவையில்லாத சச்சரவுக்கு வழிவகுக்கும், யாருக்கும்

வேறு அர்த்தமெல்லாம் தெரியப்போவதில்லை, பிற்காலத்தில் அந்தப் பெயரே குழந்தையைக் கேலிப் பொருளாக்கிவிடும் என்றாள். எனவே அவளுக்கு ருக்கியா என்ற பெயரை, திருநபிக்கு முதல் மனைவி கதீஜாவிடம் பிறந்த மகளின் பெயரை, இட்டோம். வீடே கூச்சலும் கும்மாளமுமாய் இருந்தது; அத்துடன் களிப்பும் எதிர்பாராத மாற்றங்களும் வீட்டை நிறைத்தன. வந்துபோகும் பெண்களின் பேச்சும் சிரிப்புமான அரவம் கேட்டுக்கொண்டே இருந்தது.

"நான் ஒருமுறை உங்கள் வீட்டுக்கு வந்தேன்" என்றான் லத்தீப் மஹ்மூத். "உங்களுக்கு நினைவிருக்கிறதா என்று எனக்குத் தெரியவில்லை. அது நடந்தது ரொம்ப காலத்துக்கு முன்பு. ஒரு ஆயுட்காலம் கடந்து இதோ உங்களின் இந்த வீட்டுக்கு வந்திருக்கிறேன். ஒரு முளையில் சிறு துண்டு கயிற்றால் நம் கால்கள் கட்டப்பட்டுள்ளன, சதாகாலமும் அங்கேயே நிலத்தைப் பிறாண்டிப் பிறாண்டிக் கீறிக் கொண்டிருக்கிறோம், ஆனால் நமக்கு பல உலகங்களைத் தாண்டி வந்துவிட்டதாக நினைப்பு."

"நீங்கள் வந்தது எனக்கு நினைவிருக்கிறது" என்றேன். அடுத்ததாகப் பேச்சை எங்கு கொண்டுசெல்ல விரும்புகிறான் என்பதைத் தெரிவிக்க அவன் ஏதாவது சொல்லுவான் என்று காத்திருந்தேன். ஆனால் அவன் அதற்குத் தயாரில்லை.

"இப்போது நீங்கள் சொல்வதால் நானும் சொல்கிறேன்; நான் அன்று உங்கள் வீட்டுக்கு வந்தபோது பெண்களின் பேச்சரவம் கேட்டது. அந்த வருடம்தான் நான் ஜெர்மனிக்குச் சென்றேன்" என்றான்; மென்மையாகப் பேசினான், கடந்தகாலத்தில் எப்படி இருந்தோம் என்பதைப் பின்னர் நடந்த நிகழ்ச்சிகளின் வெளிச்சத்தில் வைத்துச் சிந்தித்து, அன்று என்ன செய்தோம், எப்படி இருந்தோம் என்று பார்க்கும்போது இருக்கும் அதே விசார மனோநிலையில் அவன் இப்போது இருந்தான். அப்போது நமக்கிருந்த அப்பாவித்தனத்தையும் தொலைந்துபோன பிடிமானத்தையும் நினைத்து நமக்கு வலிக்கும். அந்தப் பிடிமானத்தை நாம் நம்மிடம் இப்போது இல்லாதுபோய்விட்ட தைரியமாகத்தான் எண்ண விரும்புவோம். "1966. நான் ஊரைவிட்டுக் கிளம்புவதற்கு முன்பு உங்கள் வீட்டுக்கு வந்தேன், நான் கிளம்புவதற்குப் பன்னிரெண்டு நாட்களுக்கு முன்பு. அழகான வீடு அது; தரையோடு பாவிய அதன் முற்றம், அது எனக்கு நினைவிருக்கிறது, அதைப் பார்த்தபடியிருக்கும்

கிராதியிட்ட பால்கனி, அந்தக் கிராதியின் அலங்கார வடிவங்களின் ஊடாக ஒளிர்ந்த வெளிச்சம். தொட்டிகளில் குறும்பனைகள் இருந்தன; ஒரு சுவற்றைத் தொட்டு ஏதோ வளர்ந்திருந்தது. மல்லிகை என்று நினைக்கிறேன். சரிதானே? மல்லிகை சுவரிலும் வளருமா? இருக்கும். இதுபோன்ற முற்றத்தை நான் அதற்கு முன்னால் பார்த்ததில்லை; அதன்பிறகு படங்களில் பார்த்திருக்கிறேன், 'ஒரு கடற்கரை வீட்டின் பாரம்பரியமான அச்சுஅசல் முற்றம், மூர்களின் இஸ்லாமியக் கட்டடக்கலையின் தாக்கத்தை இது பிரதிபலிக்கிறது' என்பது போன்ற ஏதோ வரிகளும் அவற்றில் இருக்கும். தரையோடுகளையும், கிராதியிட்ட பால்கனியையும் நான் பார்த்ததே இல்லை, அதுவும் இவ்வளவு சிறிய வீட்டிற்குள்; எனவே அதை அச்சுஅசல் வீடாக எனக்கு நினைக்கத் தோன்றவில்லை. ஒருவேளை கடற்கரையின் வேறு பிரதேசங்களில் அதுபோன்ற அச்சுஅசல் வீடுகள் இருக்கலாம். அப்படித்தானே? கடற்கரையின் வேறு பிரதேசங்களுக்கு நான் போனதில்லை."

"ஓ அப்படியா? ரேச்சல் நீங்கள் *நமது* பிரதேசத்தைப் பற்றிய வல்லுனர் என்றல்லவா சொன்னாள்' என்றேன் நான், என் ஆச்சரியத்தை மறைக்கமுடியாமல். எப்படியோ ரேச்சல் மேல் பழியைப் போட்டு, முரண்போல எதையோ சின்னதாகப் புரட்டிச் சொல்லி பேச்சை இயல்பாக்கி விட்டேன்.

"நான் எதிலும் வல்லுனன் அல்ல" என்றான் அவன், தன்னையே கேலிசெய்பவனாக. "நான் ஆங்கில இலக்கியம் கற்றுக்கொடுக்கிறேன். அங்கே இருந்தபோது நான் எங்குமே போனதில்லை; அதன்பிறகு திரும்ப அங்கே போகவுமில்லை. ஒரு முறைகூட. முப்பது வருடங்களுக்கு முன்னால் நடந்தது. இப்போது எனக்குத் தெரிகிறது, உங்கள் முன்னால் அமர்ந்திருக்கும் நான் அந்த வீட்டை மீண்டும் காண்கிறேன். இப்போது நான் இங்கே உங்களின் மற்றொரு வீட்டில் இருக்கிறேன், நீங்கள் விட்டுவிட்டு வந்த வீட்டைப் போல அத்தனை அழகில்லை இது." இதை அவன் ஒரு புன்சிரிப்போடு, மரியாதைக் குறைவாக எதுவும் சொல்லிவிடவில்லை என்பதைப் போல், சொன்னான். "உங்களைப் பார்க்க வருவது ஒருவேளை நான் விட்டுவிட்டு வந்திருக்கும் ஒரு சிறுதுண்டு இடத்துக்கு வருவதுபோல் இருக்கலாம். கேட்பதற்கு பயமாக இருக்கிறதா?"

"ஆமாம்" என்றேன்; அவன் தலையாட்டினான், அவனுக்கும் பேச இன்னும் ஏதோ இருப்பது தெரிந்தது.

“வாசலுக்கு ஒருவன் வந்தான். உங்களிடம் வேலை பார்ப்பவன். எதற்கும் துணிந்த, எல்லா வேலைக்கும் தயாராக இருக்கும் வகையான ஆள். இப்படி நான் சொல்வது சரிதானா என்று எனக்குத் தெரியவில்லை. அவனை எல்லோரும் ஃபாரு என்றழைத்தார்கள். அவன் வாசலுக்கு வந்தபோது எனக்கு அவன் *ஆயிரத்தொரு இரவுகள்* கதைகளில் வரும் சிடுசிடுத்த பவாப்பை (வாயிற்காப்போனை)ப் போலத் தோன்றினான். தன் எஜமானரின் அறை வாயிலைக் காக்கும் முரட்டுத் தடிக் கருப்பன்.”

“ஃபாரு ஆமாம். அவன் நிஜப் பெயர் நூஹூ.”

“நீங்கள் சிரிப்பதற்கு இதில் என்ன இருக்கிறது என்று எனக்குப் புரியவில்லை” என்றான் லத்தீப் மஹ்மூத், என்னை முறைத்தான், மரியாதைக் குறைவாக நடக்கின்றான் என்று தோன்றும்படி. என் முகத்திலிருந்து சிரிப்பை நான் நிறுத்தும்வரைக் காத்திருந்தான், நானும் அவன் விரும்பியபடி செய்தேன். “அவனை நினைத்தால் உங்களுக்கு அன்பு பொங்குகிறது போலிருக்கிறது. *ஆயிரத்தொரு இரவுகளில்* வரும் பவாப்புகள் சிறுபையன்களாக இருக்கும்போதே காயடிக்கப்படுகிறார்கள். தங்கள் எஜமானர்களின் உடைமைகளை, அவற்றின்மீது சபலமில்லாமல், காப்பதற்காக. அதனால்தான் அவர்கள் தடியர்களாகவும் அப்பிராணிகளாகவும் ஆனார்கள், ஏனென்றால் கீழேயிருந்து அந்த ஓயாத உந்துதல் அவர்களுக்கு உருவாவதில்லை. அந்தக் கதைகளில் அதை எப்படிக் காட்டுகிறார்கள் தெரியுமா? அவர்களைக் காயடிப்பதன் மூலம். அதை எப்படிச் செய்கிறார்கள் தெரியுமா? கத்தியால் கீறுகிறார்களா அல்லது கல்லால் விதைகளைச் சிதைக்கிறார்களா? கல்லால் இருக்காது, ஏதாவது ஏடாக்கூடமாக ஆகிவிடலாம், அபாயகரமாகக் காயம்பட்டுவிடலாம். எனவே, கத்திதான், காயடிக்கும் வித்தை. ஃபாருவைப் பற்றிச் சொல்லும் கதைகளெல்லாமே அவனது காமத் தொந்தரவு பற்றியவைதான். எனவே, அவன் விஷயத்தில் நீங்களும் அப்படி ஏதாவது செய்திருக்கலாம். அவனுக்கு என்ன ஆயிற்று?”

“அவனைக் கட்டுப்படுத்துவதற்கோ அல்லது காயடிப்பதற்கோ அவன் என் அடிமையல்ல” என்றேன்.

“அவனது அருவருப்பான நடவடிக்கைகளை வைத்துப் பிறரை மிரட்ட முடியும் என்றிருக்கும்போது எதற்காக அவனைக் கட்டுப்படுத்தப் போகிறீர்கள்?” என்று கேட்டான், இப்போது அவனிடம் கோபம் கொப்பளித்தது. அவனது பேச்சை நிறுத்தவோ, உன் பேச்சு அளவுகடந்துவிட்டது என்று சொல்லவோ

எனக்குத் தோன்றவில்லை. இவ்வளவு தூரம் பேசுவான், அல்லது இதற்காகத்தான் வந்திருக்கிறான் என்று நான் நினைக்கவில்லை. “நீங்கள் செய்துவந்ததே அருவருப்பானத் தொழில்தானே? அடுத்தவன் கஷ்டத்தில் விற்றுச் சம்பாதிக்க ஏதாவது இருக்கிறதா என்று ஆதாயம் பார்ப்பது, ஃபாரு அதற்கு மிகப் பொருத்தமான ஆளாக இருந்தான், அப்படித்தானே? அருவருப்பானக் காரியங்களை தான் செய்துகொண்டு, எஜமானரின் கௌரவத்திற்கு பங்கம்வராமல் பார்த்துக்கொள்வான்.”

அதன் பிறகு, அவனுக்கே தான் அதிகம் பேசிவிட்டோம் என்று தோன்றியதைப் போல, பேச்சை நிறுத்தி, ஜன்னல் வழியே பார்த்தபடி ஒரு நிமிடம் மௌனமாக இருந்தான். அந்த ஜன்னல் வழியாகவும் கடல் தெரியும், ஒரு தூரத்துக் காட்சியாக, நுனிவிரலில் நின்றுப் பார்த்தால் பெருங்கடலின் வெறும் ஒரு படலமாக. ஆனால், வெயில் தினங்களில் அந்த உலோக நீரில் ஒளி பட்டு பிரதிபலிப்பதைக் காணலாம். அவன் வந்திருந்ததும் ஒரு வெயில் தினம்தான், இதை அவனிடம் சொல்ல நான் விரும்பினேன். நுனிவிரலில் எக்கி நின்று வீடுகளின் கூரைகளுக்கு அப்பால் பார்த்தால் கடல் கண்ணில் படும் என்று. “இவ்வளவு வருடங்கள் கழித்து நான் உங்களோடு சண்டை போடுவதற்காக இங்கே வரவில்லை” என்றான் சோகப் புன்னகையோடு, தன்மீது அதிருப்தியடைந்தவனாக. புன்னகை அளவில் சிறியதுதான் என்றாலும் அதன் மன்னிப்புகோரும் பாவம் முகம் முழுக்கப் பரவி, கண்களுக்குள் ஊடுருவியது. “உங்களைப் பார்ப்பதற்காக, யார்தான் நீங்கள் என்று பார்ப்பதற்காக வந்தேன். நான் நினைக்கிற ஆள்தான் நீங்கள் என்று பார்ப்பதற்காக. உங்களோடு சண்டைபோடவோ அல்லது உங்கள் வீட்டிலேயே உங்களிடம் மரியாதைக் குறைவாக நடந்துகொள்ளவோ அல்லது உங்கள் மீது தீர்ப்புசொல்லவோ வரவில்லை. நாம் வேண்டாம் என்று விரும்பினாலும்கூட, தீர்ப்பு சொல்லாமலிருப்பது எப்போதும் சாத்தியமில்லைதான். இன்றைக்கு அவனை நினைத்துக்கொண்டே இருந்தேன், இங்கே வரும்வழியில், உங்கள் ஃபாருவை. முன்பு உங்கள் வீட்டுக்கு வந்ததை எண்ணியபோது, அவனும் அவனது அருவருப்பான தோற்றத்திற்கு அந்தப் பெயர் எப்படிப் மிகப் பொருத்தமாக இருந்தது என்பதும் நினைவுக்கு வந்தன. அவனைப் போன்ற பவாப்புகளும் அலிகளும் சுயமான உணர்வில்லாதவர்களாக, ஆனால் கீழ்த்தரமாக நடந்துகொள்வதில் ஆர்வம் கொண்டவர்களாக இருப்பதைப் பற்றியும், இவர்களைப் பயன்படுத்திக்கொள்வதற்குத்

தயாராக மனிதர்கள் எப்போதும் இருந்துகொண்டிருப்பதைப் பற்றியும் யோசித்தபடி வந்தேன்."

இந்தத் தீர்ப்பைக் கேட்டுக்கொண்டேன், இதற்கு முன்பும் நான் கேட்டிருக்கிறேன்; நானும் முன்பு இதுபோலத் தவறாக எடைபோட்டிருக்கிறேன் என்று சொல்வதைத் தவிர பதிலாகச் சொல்வதற்கு என்னிடம் வேறு எதுவுமில்லை. ஆத்திரப்பட்டுக் கொண்டு அவன் கிளம்பிப் போவதையும் நான் விரும்பவில்லை; அவன் கனிவோடு புன்னகைத்தான், எனவே நான் சமாதானப்படுத்துவதுபோல பேசினேன். காப்பி தரவா என்று நான் கேட்டபோது அவன் மறுத்தான். தேநீர் போட்டுத் தரவா என்று கேட்டேன், எழும்பிச் செல்ல எனக்கு விருப்பமில்லாவிட்டாலும். நான் சோர்ந்து, உற்சாகம் இழந்துபோயிருந்தேன். இத்தனை ஆயிரம் ஆண்டுகளுக்குப் பிறகு பழையக் கொடுமைகளையெல்லாம் மீண்டும் எடுத்துப்பேசுவதற்கு என் மனதில் தெம்பு இருக்கிறதா என்று எனக்குத் தெரியவில்லை. அதுபோக, சமீபமாக சில நேரங்களில் என் கைகளும் கால்களும் சக்தியற்றுப் போய்விட்டது போல், அவை வெறும் எலும்புக் குச்சிகளாக மட்டுமே இருப்பது போன்ற உணர்வு ஏற்படுகிறது. இம்மாதிரி நேரங்களில் என்னால் நகர்வதை யோசித்துக்கூடப் பார்க்கமுடியாது. ஆனால், அவன் தேநீரும் வேண்டாமென்று மறுத்துவிட்டான்.

"அவன் பெயர் நூஹு. என் அப்பாதான் ஃபாரு என்று அவனுக்குப் பெயரிட்டார். பல வருடங்களுக்கு முன்னால்" என்றேன், என் குரலின் கனத்தை மாற்றி, மிருதுவாக்கி. "அப்பா அல்வா விற்றுக்கொண்டிருந்தார், அவரும் நூஹுவும்தான் தயார்செய்வார்கள். உண்மையில் நூஹுதான் எல்லாவற்றையும் செய்வான், கஷ்டமான வேலைகள் எல்லாவற்றையும். அடுப்புக்கு விறகு கீறுவான்; விறகு கிராம்பு கட்டையாகத்தான் இருக்கவேண்டும். அப்பா அதில் கறார். அதுவும் ஒரு குறிப்பிட்ட அளவு காய்ந்து இருக்கவேண்டும்; அப்போதுதான் சூடு சீராக இருக்கும், எரியும் கிராம்பு கட்டையின் தனித்த வாசனை அல்வாவில் படரும். நெய், மாவு, சீனி இவற்றை அளந்தெடுப்பது நூஹுதான்; ஒவ்வொருநாளும் செய்யப் போகும் அல்வாவுக்கு தகுந்ததுபோல ஒவ்வொன்றின் அளவும் மாறும். பாதாம், முந்திரி தோல் நீக்கி வைப்பான், வாசனைப் பொருட்களைத் தூசு நீக்கிப் பொடித்து வைப்பான். இந்த முன்னேற்பாட்டிற்கே ஒரு நாள் ஆகிவிடும். நூஹு ஐந்தடி அகலமான பெரிய வெண்கல அல்வா வார்ப்பைக் கழுவி நெய்தடவி அடுப்பில்

ஏற்றுவான். அதன் பிறகு, தெருப்பார்வையில் அல்வா கிளறியபடி அப்பா உட்காந்திருக்கும் பீடத்துக்குக் கீழே உள்ள அடுப்பைப் பற்றவைப்பான். அப்பா தயாரானதும் நூஹூ போடவேண்டிய பொருட்களைக் கொண்டுவந்து, வாணலியில் கொட்டக் கொட்ட அப்பா கிளறிக்கொடுப்பார். கொழுந்து விட்டெறியும் அடுப்பு வேலை என்பதால் இதற்குள் இருவருக்கும் வேர்த்துப் போயிருக்கும். சில நேரங்களில் தெருவில் வருவோர்போவோர்கள் கொஞ்சம் நின்று பார்ப்பார்கள். கீழே ஆவேசமாக அடுப்பு எரிய, பீடத்தில் நின்றுகொண்டோ அல்லது உட்கார்ந்துகொண்டோ அல்வாவை நீண்ட கைப்பிடியுள்ள அகப்பையால் கிளறிக்கொண்டிருப்பதற்கு அபாரமான திறமை வேண்டும். அல்வா சரியான பதத்திற்கு வரும்வரை கிளறிக்கொண்டே இருக்கவேண்டும்; இல்லாவிட்டால் மாவும் நெய்யும் சேர்ந்து சில வினாடிகளில் உருண்டைப் பிடித்துவிடும். நூஹூவின் பலத்தைப் பார்த்து அப்பா, அவன் கிளறிக்கொடுக்கும்போது புகழாரம் பாடுவார். 'பாருங்கள் அவனை, காண்டாமிருகத்தைப் போல' இப்படித்தான் அவனுக்கு அந்தப் பெயர் வந்தது. 'பாருங்கள் இந்தப் ஃபாருவை.' நூஹூ பூரித்துப் போய் கோமாளிச் சிரிப்புச் சிரிப்பான்.

"அப்பாவிடம் அவன் வேலைக்கு வரும்போது அவன் குட்டிப் பையன்தான். ஒன்பதோ பத்தோ வயது இருக்கும். நான்தான் அந்த வேலைகளை எல்லாம் செய்தேன், அல்வா தயாரிப்பதில் அப்பாவுக்கு உதவுவது, அதன்பிறகு எண்ணெய் பிசுக்கான பனியனோடு கடையில் அமர்ந்து சின்னத் தட்டுகளிலோ அல்லது கொண்டுபோக விரும்புபவர்களுக்கு அரைப் பவுண்டு நார்க்கூடையிலோ விற்றுக்கொண்டிருப்பது. ஆனால் எனக்கு வேறு திறமைகள் இருந்தன, அம்மா அப்படித்தான் நினைத்துக்கொண்டிருந்தார், இறைவன் அவரது ஆன்மாவுக்குச் சாந்தியை அளிக்கட்டும், எனவே என்னைப் பள்ளிக்கு அனுப்பவேண்டும் என்று சொல்லிக்கொண்டே இருந்தார். இப்படியாக, நூஹூ பல வருடங்கள் அல்வா தயார்செய்தான், கடையில் உட்கார்ந்து அதை விற்றான் அல்லது சொன்ன வேலைகளைச் செய்தான். ஒரு கட்டத்தில் அவன் குடும்பத்தில் ஒருவனாகத் தன்னைக் கருதிக்கொண்டான். வீட்டில் வேறு வேலைகள் இருந்தால் அவற்றையும் செய்வான். என்னை யாராவது மோசமாகப் பேசினார்கள் அல்லது மிரட்டினார்கள் என்றால் அவன் போய் தட்டிக்கேட்பான். இப்படியாக அவன் தன்னை எங்களிடம் நிலைநிறுத்திகொண்டான்."

“இப்படியிருக்கும்போது அப்பா திடீரென இறந்துபோனார். அப்போது உங்களுக்கு ரொம்பச் சின்னவயது, இதெல்லாம் ஞாபகம் இருந்திருக்காது என்று நினைக்கிறேன்; ரொம்பச் சின்ன வயதில்லை என்றாலும்கூட இவ்வளவு வருடங்கள் அதை ஞாபகம் வைத்திருக்க மாட்டீர்கள். திடீரென்றுதான், ஒரு நாள் காலையில் படுக்கையிலிருந்து எழுந்தவர் ஓங்கரித்து வாந்தி எடுத்தார், எடுத்துக்கொண்டே இருந்தார், அப்படியே இறந்துபோனார். அவர் இளம் வயது இல்லைதான், ஆனால் உடம்பு முடியாமல் இருக்கவில்லை, எனவேதான் ஆச்சரியமாக இருந்தது. ஒரு பத்து வருடங்களுக்கு முன்புதான் அவர் மறுமணம் செய்திருந்தார், அம்மா இறந்து நிறைய வருடங்கள் கழித்து, இறைவன் அவரது ஆன்மாவுக்கு சாந்தியை அளிக்கட்டும். நீங்கள் முன்பு வந்த வீட்டுக்கு அதன்பிறகுதான் குடிவந்தார்கள். நான் வெளியூரில் படித்துக்கொண்டிருந்தேன். ஊருக்குத் திரும்பியபோதுதான், அவர் புதிய வீட்டுக்குக் குடிபெயர்ந்ததும் எனக்கு ஒரு சித்தி வந்திருப்பதும் தெரியவந்தது. எப்படியோ, அப்பா போனபிறகு, அல்வா வியாபாரத்தை விட்டுவிட்டேன். என்றாவது இது நடக்கும் என்று நூஹூ எப்போதாவது நினைத்துப் பார்த்திருப்பானா என்று எனக்குத் தெரியவில்லை; ஆனால் நான் வியாபாரத்தை நிறுத்தியதும் அவன் செய்வதறியாமல் ஆகிவிட்டான். அவன் எங்கே தங்கியிருக்கிறான் அல்லது அவனுக்குக் குடும்பம் உண்டா இதெல்லாம் எனக்குத் தெரியாது என்பது அப்போது எனக்கு உறைத்தது. அவன் ப்யூனியில் வீடொன்றில் ஓர் அறையை வாடகைக்கு எடுத்துத் தங்கியிருக்கிறான் என்பதும் அவன் குடும்பம் பேம்பாவில் இருக்கிறது என்பதும் பின்னர் தெரியவந்தது. இவ்வளவு வருடங்கள் அவன் என் அப்பாவுக்காக உழைத்தான், இனி எனக்காக உழைப்பான், நான் என்ன செய்யச் சொன்னாலும் செய்வான். வேலையிலிருந்து நின்றுகொள் என்று அவனிடம் சொல்வதற்கு என்னால் முடியவில்லை. அவன் கடையை பெருக்குவான், தகவல் கொண்டு போய்க் கொடுத்து வருவான், பர்னிச்சர்களை வாடிக்கையாளர்களுக்கோ கிடங்கிற்கோ ஏற்றிக்கொண்டுபோவான். ஒவ்வொரு நாளும் காலையிலேயே வேலைக்கு வந்துவிடுவான்; நான் சொல்ல வேண்டும் என்றே இல்லை, அவன் எதையாவது செய்துகொண்டிருப்பான். எஜமானரின் உடைமைகளுக்கு ஒரு பவாப்பாக அவனை அவனே நியமித்துக்கொண்டான்.”

“நீங்கள் அவன் தவறே செய்யாமல் பலிகடா ஆனவனாகக் காட்டவிரும்புகிறீர்கள்” என்றான் லத்தீப் மஹ்மூத்; அவன் முகம்

அவன் ஏதோ கதைகட்டப் போகிறான், தனக்குச் சாதகமான கதைகளைச் சொல்லப் போகிறான் என்று என்னை எண்ண வைத்தது. "அடக்குமுறையிலும் ஒரு கண்ணியம் கொண்டவன். உங்களையும்கூட அவனது கஷ்டத்திலிருந்து பயனடைந்தவராகக் காட்டிக்கொள்ளுகிறீர்கள். ஆட்களை அவன் உருட்டுவதையும் மிரட்டுவதையும் நீங்கள் நிச்சயம் பார்த்திருப்பீர்கள். தெருக்களில் நெஞ்சை நிமிர்த்தி நடந்துபோகும் பிற போக்கிரிகளோடு இவனும் உரத்துக் கிண்டல் செய்வதை நீங்கள் கேட்டுமிருப்பீர்கள். அவன் சின்னப் பையன்களைக் குறிவைத்து அலையும் இழிபிறவி என்பதும் உங்களுக்குத் தெரிந்திருக்கும்; அவர்களுக்குப் பைசாவும் அல்வா பாக்கெட்டுகளும் கொடுத்து, அவர்கள் தன் வழிக்கு வரும்வரையிலும், அல்லது இவனது ஈடுபாட்டைப் பார்த்து இழுக்கப்பட்டப் பிறரின் கைகளில் அவர்கள் சிக்கும் வரையிலும் வாரக்கணக்கில் தொல்லைசெய்வான்; அதன்பிறகு அவர்கள் அவமானத்தில் குறுகிப்போய் மற்றவர்களுக்கும் தங்களைக் கொடுப்பார்கள். அவனும் அவனைப் போன்றவர்களும், இளம் பையன்களைப் பின் தொடர்ந்து பயமுறுத்தி, மானத்துக்குப் பயந்து அவர்கள் இவர்களுக்கு அடங்கிப்போகும் வரையிலும் தொல்லை கொடுப்பார்கள். உங்களுக்கும் தெரியும் இதெல்லாம். பல ஆண்டுகளுக்கு முன்னால் உங்கள் வீட்டுக்கு வந்தபோது நான் பார்த்தது இதைத்தான். நீங்கள் பள்ளிக்கூடத்துக்குப் போய்க்கொண்டிருக்க, தனது குழந்தைப் பருவம் மறுக்கப்பட்டு உங்கள் அப்பாவின் அடுப்பில் வேலைசெய்யப் பணிக்கப்பட்ட ஒரு பலிகடாவையல்ல நான் பார்த்தது. நான் பார்த்தது, தனது கொடூரத்தைப் பற்றிய கர்வத்தோடு நடக்கும் ஒரு ஆட்கொல்லியை, இளம் வயதுப்பையன்கள், ஏழைகள் இவர்களின் சதையை வதைப்பவனை. ஓ கடவுளே, மீண்டும் உங்களோடு சண்டை போடுகிறேன்."

"ஒருவேளை என்னோடு சண்டைபோடவேண்டும் என்று நீங்கள் விரும்புவதைத் தவிர்க்க முடியாது போலிருக்கிறது" என்றேன் நான்.

"சண்டைப் போடாமலிருக்கத்தான் நான் விரும்புகிறேன்" என்று சொல்லிவிட்டுப் புன்னகைத்தான்.

அது உண்மைதானா என்று உறுதிப்படுத்திக்கொள்வதைப் போல ஒரு கணம் அவனையே பார்த்துக்கொண்டிருந்தேன். "பார்டில்பி என்றேன். நான் சொல்லவேண்டுமென்று சொல்லவில்லை, தணிந்த முணுமுணுப்பாக வந்து விழுந்துவிட்டது.

“எழுத்தர் பார்டில்பி” என்றான், முகம் நிறைந்த சிரிப்பு. அவன் கண்களைச் சுற்றி ஆச்சரிய ரேகைகள், ஒரு திடீர் சந்தோஷம். “உங்களுக்கு அந்தக் கதை தெரியுமா! ரொம்ப அழகான கதை. உங்களுக்கு அது பிடிக்குமா? உங்களுக்குப் பிடிக்கும், எனக்குத் தெரியும். தோற்றுப்போன அந்த மனிதனின் எதற்கும் அடங்காத இயல்பு எனக்குப் பிடிக்கும்; அவன் வாழ்வின் உன்னத வெறுமை. உங்களுக்கு இது எப்படித் தெரியவந்தது, சொல்லுங்களேன். அதைப் படித்தீர்களா? ரொம்ப காலத்துக்கு முன்னால் இந்தக் கதையை பல வருடங்கள் வகுப்பில் எடுத்திருக்கிறேன், நான் வேலைக்குச் சேர்ந்த புதிதில்.”

“படித்தேன் அவ்வளவுதான். ரொம்ப காலத்துக்கு முன்னால். ஏதாவது வீட்டுப் பொருட்களை வாங்கும்போது இதுமாதிரி ஆச்சரியமானப் புத்தகங்களும் வரும், குறிப்பாக பிரிட்டீஷ்காரர்கள் ஊரைவிட்டு சென்றுகொண்டிருந்தபோது. நான் வியாபாரம் ஆரம்பிக்கவும் அவர்கள் நாட்டைவிட்டு போகவும் சரியாக இருந்தது; ஒருவிதத்தில் அவர்கள் எனது சிறந்த வாடிக்கையாளர்கள்; அவர்களிடமிருந்து நிறைய கற்றுக்கொண்டிருக்கிறேன்.”

“ஆமாம். உங்களுக்குப் பிரிட்டீஷாரைப் பிடிக்கும் என்று பேசிக்கொண்டார்கள்” என்றான் அவன், அந்தப் புன்சிரிப்பு வேறு எதையோ அதற்குள் அடக்கிவைத்திருந்தது.

“எனக்குத் தெரியும்” என்றேன்.

“உண்மையில், அவர்கள் இதைவிட ரொம்ப மோசமாகச் சொன்னார்கள்”, என்றான், இளித்தான், தன் தந்தையிடமிருந்து தெரிந்துகொண்டிருந்த ஞானத்தைத் திருப்பிச் சொல்வதை அவனால் தவிர்க்க முடியவில்லை. “நீங்கள் பிரிட்டீஷாரின் புட்டத்தை நக்குபவர், காலனியர்களின் கைக்கூலி” என்றார்கள்.

“ஆமாம், எனக்குத் தெரியும்” என்றேன், ஆனால் அவன் அப்பா ரஜப் ஷாபான் மஹ்மூத்தான் இந்தக் கதைகளைக் கட்டிவிட்டவர்; இது தவிர, நான் பிரிட்டீஷாருக்குப் பெண்களைக் கூட்டிக்கொடுத்தேன், அவர்களுக்காக உளவுபார்த்தேன், வேறு என்னவெல்லாமோ செய்தேன் என்றும் பரப்பியிருந்தார். “அவர்களுக்குப் பர்னிச்சர் விற்பனை செய்தேன்; அவர்கள் நாடு விடும்போது அவர்களின் வீட்டுச் சாமான்களை வாங்கினேன். ஆமாம், வேறு கதைகள் உண்டென்று எனக்குத் தெரியும். சிலநேரம் அவர்களுக்காகப் புத்தகங்கள் வாங்கிக்கொடுத்தேன். ஏதோ நூற்றுக்கணக்கில்

வாங்கிக் கொடுத்தேன் என்று இதற்கு அர்த்தமில்லை, இங்கே ஒரு டஜன், அங்கே கொஞ்சம் அவ்வளவுதான். சொல்லப் போனால் புத்தகங்களை ஒரு அதிகாரியிடமிருந்து வாங்கி இன்னொருவரிடம் கொடுத்தேன், பர்னிச்சர்கள் சிலவற்றைக் கொடுத்ததைப் போல. மதிப்புள்ளப் பொருட்கள் என்று அவர்களை நினைத்திருந்தால் அவற்றை விட்டே போயிருக்கமாட்டார்கள். அவர்கள் புத்தகங்களை நேசித்தார்கள், விதவிதமான விஷயங்கள்பற்றி அவர்கள் வாங்கிவைத்திருந்துக் கவனமாகக் கட்டி எடுத்துச் சென்ற புத்தகங்களின் எண்ணிக்கையே அதை நமக்கு உணர்த்திவிடும். ஒருவேளை இந்தக் குறிப்பிட்ட புத்தகங்கள் அவர்களுக்கு அலுத்துப் போயிருக்கலாம் அல்லது வீட்டில் ஏற்கனவே வேறு பிரதிகள் இருந்திருக்கலாம். அந்தப் புத்தகங்களை எல்லாம் நேரம் கிடைக்கும்போது படிப்போம் அல்லது படிக்க முயற்சியாவது செய்வோம் என்று நினைத்து வைத்திருந்தேன்."

"என்னவிதமானப் புத்தகங்கள் அவை?" என்று கேட்டான், புன்னகைத்தபடியே, மனக்கொதிப்பில் சொல்லியக் குற்றச்சாட்டுகளை இன்னமும் யோசித்துக்கொண்டு.

"நான் எதிர்பார்ப்பவைதான் அதிகமும்: கவிதைத் தொகுப்புகள், காலனியர்களின் சாகசங்கள், குழந்தைகள் நூல்கள் - இவற்றில் சில காலனியர்கள் வழங்கிய பள்ளிப்பாடங்களில் இடம்பெற்று நமக்கும் பரிச்சயமானவைதான். ரூட்யார்ட் கிப்ளிங்க், ரைடர் ஹாக்கார்ட், ஜி.ஏ.ஹெண்டி. கிப்ளிங்க்தான் ஏராளம், என்னவோ அவர்களுக்கு அவை அலுத்துப் போய்விட்டவைபோல. அப்புறம் *ஆர்ஜின் ஆஃப் ஸ்பீஷிஸ்*, இதன் சில பிரதிகள்; உறுதியான நம்பிக்கை கொண்டிருந்த காலத்தைச் சேர்ந்த தகவல் நூல்கள், *த ஹிஸ்டிரி ஆஃப் த வேர்ல்டு* வகையறா, அப்புறம் சில பழைய வரைபடங்கள். அவை ரொம்ப சுவாரஸ்யமானவை, வரைபடங்கள்தான், ஒன்றுக்கொன்று போட்டிபோட்டுக்கொண்டு சுவாரஸ்யப்படுத்தின. உலகத்தில் எவ்வளவு பகுதி சிவப்பு தீட்டப்பட்டிருக்கிறது போன்ற விஷயம் அல்ல; பெரியதிலிருந்து சிறியது என்ற வரிசை முறையைக் காட்டும் வரைபடங்கள்: பிரிட்டிஷ் சாம்ராஜ்யத்திலிருக்கும் உலகத்தின் மிக உயர்ந்த மலை, அதன்பிறகு மற்ற மலைகளும் அவை எந்தெந்த சாம்ராஜ்யங்களுக்குச் சொந்தம்; உலகத்தின் மிக உயரமான அருவிகள், நீளமான நதி, ஆழமானக் கடல், மிக வறண்டப் பாலைவனம்; மலையிலிருந்து வரும் வெளிச்சத்தை கண்களைச் சுருக்கிப் பார்க்கும் வயதான முகங்கள்; சவன்னாவில் நிற்கும் வயிறு தள்ளிய ஒல்லி அனாதைக் குழந்தைகள் - கையில்

குச்சுக்கட்டுகளுடன் உடலில் பொட்டுத் துணியில்லாமல்; நதிக்கரையொன்றில் - ஏற்றம் இறைத்துக்கொண்டிருக்கும் தலைப்பாகைக் கட்டிய விவசாயிகள். ஆனால் இந்தப் புத்தகங்களுக்கு இடையில் ஹெர்மென் மெல்வில்லின் சிறுகதை நூலும் எனக்குக் கிடைத்தது. நான் அவரைப் படித்ததே இல்லை, அப்போது கதைகளைப் படித்துமுடிக்கவும் முடியவில்லை; அதன்பிறகு படித்து முடித்துவிட்டேன்தான். அப்போதுதான் 'ஸ்கீர்வனர் பார்டில்பி' படித்தேன்; அது என்னை ரொம்ப உருக்கிவிட்டது என்று நினைக்கிறேன். நான் இங்கே வந்தபோது என்னவோ அந்தக் கதை எனக்கு நினைவுக்கு வந்தது, அதன்பிறகு என்னால் அதை மனதிலிருந்து எடுத்துப் போடவே முடியவில்லை. அவ்வப்போது அது வந்துகொண்டே இருக்கிறது."

எங்கள் வீட்டுச் சாமான்களிலும் புத்தகங்கள் இருந்தனவா? அவன் கண்களில் இந்த எண்ணத்தின் துடிப்பை நான் பார்த்ததாகத் தோன்றுகிறது. புத்தகங்கள் இருந்ததா என்று எனக்கு நினைவில்லை. அவன் கண்களைத் தாழ்த்தித் தாடையில் கைவைத்துக்கொண்டு என் எதிரே அமர்ந்திருந்தான். நம்பமுடியாத அடக்கத்தையும் நாகரிகத்தையும் அது காண்பித்தது.

"நான் வந்து கேட்டதுபோல வேறு மக்களும் பொருட்களை மீண்டும் தரக்கேட்டு வருவார்களா?" என்று கேட்டான், ஒரு வழியாக. "உங்களுக்கு நினைவிருக்கிறதா?"

"இல்லை, நினைவே இல்லை" என்றேன். "விற்கவேண்டும் என்று அவர்கள் விரும்பியவற்றையோ, வேண்டாம் என்று நினைத்த பர்னிச்சர்களையோ விற்றார்கள். அது ஒரு வியாபாரம்."

"ஹசன், என் அண்ணனுக்குச் சொந்தமான ஒரு சின்னக் கருங்காலி மேஜை. அது நினைவிருக்கிறதா? அதைத் திருப்பிக் கேட்டு நான் வந்தேன். நினைவிருக்கிறதா?" என்றான், கை இன்னும் தாடையிலேயேதான் இருந்தது. சிறிது நேரம் கழித்து நிமிர்ந்து உட்கார்ந்து என்னைப் பார்த்தான், அபாண்டங்களைச் சொல்லத் தயாராக. "உங்கள் நண்பர் ஹுசைன் அவனைத் தட்டிச் செல்வதற்கு முன்னால் அவனுக்கு வாங்கிக் கொடுத்தது. முப்பது நான்கு வருடங்களுக்கு முன்பு. காலம் ரொம்பத்தான் கடந்துவிட்டது, ஆனாலும் இந்த விஷயங்கள் இன்னும் மனதை அரித்துக்கொண்டேதான் இருக்கின்றன. அவனைப் பற்றி அதன் பிறகு எதுவுமே தெரியவில்லை. ஒரு வரிகூட அவன் எழுதியனுப்பவில்லை, நான் அங்கே இருந்தவரையிலும். அந்த

மேஜையை நீங்கள் ஏன் திரும்பத் தரவில்லை அவருக்கு? என் அம்மாவுக்கு. ஏன் தரமாட்டேன் என்றீர்கள்? அந்த வீடு உங்களுக்குதான், அதிலிருந்த ஒன்றிரண்டு பர்னிச்சர்கள், உடைசல்கள் எல்லாமும்தான். உங்களுக்கென்று அழகான வீடு சொந்தமாக இருந்தது, மனைவியும், கதிஜாவிடம் திருநபிக்குப் பிறந்த மகளின் பெயர்சூட்டப்பட்ட உங்கள் மகள் ருக்கியாவும் இருந்தார்கள். இதற்குமேல் அந்த மேஜையும் ஏன் உங்களுக்கு வேண்டியிருந்தது?"

"தெரியவில்லை" என்றேன். "பேராசை, சிறுபுத்தி. நான் செய்தது வியாபாரம். நான் திருப்பிக் கொடுத்திருக்கவேண்டும் என்று தோன்றுகிறது." அவனுக்கு நான் நினைத்திருந்ததைவிடக் குறைவாகத்தான் தெரியும் என்பது அவன் கண்களில் தெரிந்தது. அவன் கண்கள் அவனுக்காக வருந்திக்கொண்டிருந்தன, அன்று ஒரு காரியமாக வந்து பட்ட அவமானத்திற்காக. பெர்ஷியக் காதலனோடு ஓடிப்போன அவன் அண்ணனுக்காக அவை வருந்தின. அந்த மேஜை தொடர்பானச் சிறுமையில் அவை வருந்தவில்லை; நான் பின்னர் அதிக விலை கொடுக்க வேண்டிவந்த சிறுமை அது. அவன் கண்கள் அவனுக்காக வருந்தின. அந்த மேஜையைக் கவனக்குறைவாக விட்டு வந்த தவறுக்காக. அப்படித்தான் நான் எண்ணினேன்.

"முப்பத்து நான்கு வருடங்களுக்கு முன்பு. அவன் அதன்பிறகு திரும்பிவந்தானா? ஹசன்தான். யாருடமிருந்தும் எனக்கு எந்தத் தகவலும் இல்லை. அவனைப் பற்றி ஏதாவது செய்திகள் உண்டா என்றுகூட எனக்குத் தெரியாது", என்றான்.

நான் நீண்டதோர் கணம் அவனுக்காகக் காத்திருந்தேன்; அவன் மேற்கொண்டு எதுவும் பேசாததால், அவனிடம் "காப்பி தரட்டுமா?" என்று கேட்டேன்.

அவன் சொன்னதற்கு நான் பதில் சொல்லாததை அவன் உணர்ந்துகொண்டான், அவனிடமிருந்து ஒரு சின்னப் பெருமூச்சு வெளிப்பட்டதைக் கண்டேன் - தன் சகோதரன் என்னவானான் என்று தெரிந்துகொள்ள உண்மையில் தான் விரும்பவில்லை என்பதைப் போல. "வேண்டாம், வேண்டாம், காப்பி இனியும் வேண்டாம். நன்றி. ரொம்ப நேரம் நான் இங்கே இருக்கக்கூடாது" என்றான். "உங்கள் மகள் ருக்கியா, அவளுக்கு இப்போது என்ன வயதிருக்கும்? ஒரு முப்பது இருக்குமா?"

“இரண்டாவது பிறந்தநாளுக்கு முன்னாலேயே இறந்துபோய்விட்டாள் அவள்.” என்றேன். “அவளை என்னவள் என்று சொல்வதில் அர்த்தமில்லை என்று தோன்றுகிறது. அவள் அதிக காலம் இருக்கவில்லை. அவள் இறக்கும்போது நான் அங்கில்லை, அவள் அம்மா, சல்ஹா, இறக்கும்போதும்கூட.” என் அன்புக்குரியவள் இறக்கும்போது.

ருக்கியா 1967 ஜனவரி 24இல் பிறந்தாள். மேஜையைக் கேட்டு அவன் வீட்டுக்கு வந்தபோது சல்ஹா படுக்கையில்தான் இருந்திருப்பாள்; அவன் கேட்ட குரல்கள் அவள் தன் அம்மாவிடமோ அல்லது வந்திருந்த விருந்தினர்கள் யாரிடமோ பேசிக்கொண்டிருக்கும்போது கேட்டவையாக இருக்கவேண்டும். நான் அறிந்திருந்த காலம் கொஞ்சம்தான் என்பதால்- அவளை இழந்துவிடுவேன் என்ற எண்ணத்தோடே இருந்திருப்பேனோவென்று இப்போது தோன்றுகிறது - அவளைப் பற்றி நான் நினைப்பதெல்லாம் கற்பனையாகவோ அல்லது கனவாகவோ இருக்கும் என்று சிலநேரம் எனக்குப் பயம் வரும். அவளோடு வாழ்ந்த அந்த நான்கு வருடங்களிலும் நம்பமுடியாத என்னென்னவோ நடந்துவிட்டன; எனவே எவை உண்மையில் நடந்தவை, எது நான் கொடுங்கனவு கண்டு பீதியடைந்தவை என்று என்னால் உறுதியாகச் சொல்லமுடியவில்லை. பிறர் அவளைப் பற்றிச் சொல்லும்போதும், அவள் செய்த எதையாவது குறிப்பிடும்போதும், நான் அவளை அறிந்திருந்த காலத்தில் அவளைப் பற்றிய ஏதாவது ஞாபகங்களைச் சொல்லும்போதும்தான் எனக்கு அவள் நிஜம் என்று தோன்றுவாள்.

இப்போது, இவ்வளவு காலத்துக்குப் பிறகு, அன்று அப்படி நடந்துகொண்டது, அந்த மேஜையைக் கொடுக்க மறுத்தது, ஒரு முரட்டுப் பிடிவாதமாகத் தோன்றுகிறது. மறுத்துப் பேசாமல் அதைக் கொடுத்திருந்தால் மரியாதையாக, பெருந்தன்மையாக, நாகரிகமாகக்கூட இருந்திருக்கும். திருப்பிக்கொடுப்பது என் கௌரவத்துக்கு அவமானம் என்று நான் கொடுக்காமல் இருந்தேன்; அந்த சமயத்தில் நான் இந்த உணர்ச்சிகளுக்கெல்லாம் அப்பாற்பட்டவன் என்று எண்ணிக்கொண்டிருந்தேன் என்றாலும். எனவே, என்னைப் பற்றி அந்தக் கணம் வரையிலும்கூட நடந்துகொண்டிருந்த அவதூறுச் சச்சரவுகளில் பங்கெடுக்க மறுத்துவந்தேன்.

ஹுசைன் என்னிடம் கடன்கேட்டதை நான் பெருமையாக உணர்ந்தேன் என்று தோன்றுகிறது. வரைபடத்தில் புள்ளிகளாக மட்டுமே நான் அறிந்திருந்த தூரப்பிரதேசத்து அழகான இடங்களைப் பற்றி - மிகத் தொலைதூரத்தில் இருந்த, மிகவும் பெயர்பெற்றவையாக இருந்ததாலேயே அழகானவையாகத் தோன்றிய இடங்களைப் பற்றி - சொல்வதற்கு நிறைய கதைகள் வைத்திருக்கும் ஒரு மனிதனாக இருந்தான் அவன். அவன் அந்த இடத்திற்கெல்லாம் போயிருக்காவிட்டாலும், கதைகள் அவனைச் சுற்றிப் பின்னப்பட்டு, அந்தப் பிரமாண்ட உலகின் பகுதியாக அவனைத் தோன்றச் செய்தன. அத்தோடு இந்தக் கதைகளை அவன் மிக அன்னியோன்னியத்தோடு என்னிடம் சொன்னான், அவற்றை ஆங்கிலத்தில் சொன்னான்; நாங்கள் இருந்த இடத்தில் - நாங்கள் இருந்தது ஒன்றுக்குமாகாத ஒரு அற்ப ஊர் - அவன் சொன்னவிதம் பரஸ்பரம் எங்களுக்கிடையே உள்ள வித்தியாசத்தின் தீவிரத்தை என்னை உணரும்படிச் செய்தது. இந்த வித்தியாசம்தான் எங்களை நண்பர்களாக்கி இருக்கவேண்டுமென்று நினைத்தேன். நான் மயங்கிப்போய்விட்டேன். அவன் என்னிடம் கடன் கேட்டது என்னையும் அந்த உலகத்தின் ஆளாகப் பட்டம்சூட்டியதுபோல, அவன் என்னைத் தனது நம்பிக்கைக்குரியவனாக ஏற்றுக்கொள்வதுபோல, என்னை ஆரத்தழுவியதுபோலத் தோன்றியது. அதுபோக என்னிடம் பணமும் இருந்தது; செழிப்பாகத்தான் இருந்தேன்; எனவே அவன் கடன் கேட்டபோது ஒருவிதமான கர்வம் எனக்குள் கிளம்புவதை என்னால் தடுக்கமுடியவில்லை. மயங்கினேன் என்பது உண்மைதான் என்றாலும், ஹுசைன் அடுத்த வருடம் திரும்பி வருவான் என்ற நம்பிக்கை இல்லாதிருந்தால் நான் கடன்கொடுக்க ஒப்புக்கொண்டிருப்பேன் என்று தோன்றவில்லை. அந்த நேரத்தில் அவனை நான் நம்பினேன்; அவன் ஒரு இளைஞனைத் துரத்திக்கொண்டிருக்கிறான் என்ற வதந்தி எனக்கும் தெரிந்திருந்தாலும் கூட. ரஜப் ஷாபான் மஹ்மூதின் வீட்டின்மீதோ அதிலிருக்கும் பொருட்களின்மீதோ எனக்கொன்றும் ஈடுபாடு இருக்கவில்லை. ஹுசைன் அந்த வீட்டில் குழப்பத்தை உருவாக்குவான், அந்த இளைஞனைத் தட்டிக்கொண்டுப் போய் அந்தத் தாயை அவமானத்திற்கு உள்ளாக்குவான், அதன்பின்னர் தனது இந்தத் தந்திரச்செயல்களை, இதுபோன்ற சாகசக்கதைகளைக் கேட்டுச் சுகிப்பவர்களிடம் சொல்லுவான், அவர்களும் பிறரிடம் அவற்றை கேலி பரப்புவார்கள் என்பதெல்லாம் எனக்குத் தெரியாது.

அவன் போனபிறகுதான், அந்த இளைஞன் யாரிடமும் சொல்லாமல் கொள்ளாமல் காணாமல் போனபிறகுதான் இவையெல்லாம் வெளியே வந்தன. ஹுசைனே ஒருவேளை அவனது ஆராதகர்களிடம் தான் பத்திரமாக வெளியேறுகிற வரை ரகசியத்தைக் காக்கச் சொல்லியிருக்கலாம்; அல்லது எல்லா அவதூறுகளையும் போலவே, இவற்றின் முழுவிவரங்களும் கசிய நாளாகியிருக்கலாம்; அல்லது இவற்றில் சில கட்டிவிடப்பட்டவையாகக் கூட இருக்கலாம்.

வார்த்தைகளாலும் மௌனத்தாலும் பேசுவதுபோலவே, சைகையாலும் தெரிவித்து பேச்சை நகர்த்தினேன். நான் சொல்லவேண்டியவற்றில் சில அவனுக்குத் தெரிந்திருக்கும்; இங்கே நான் சொல்வதுபோல அவனிடம் நான் பேசவில்லை; ஆனாலும் பேச்சை நகர்த்தத்தான் செய்தேன். சிலவிஷயங்களைச் சொல்லிக் கேட்பது தாங்கமுடியாததாக இருக்கும். எனவே நான் காத்திருந்து, அவன் என் வார்த்தைகளை எப்படி எடுத்துக்கொள்கிறான் என்று நிதானித்து, மெல்ல மெல்லப் பேச்சைக் கொண்டு சென்றேன். அவன் தலையை அசைத்துக் காட்ட நான் மேலே தொடர்ந்தேன்.

இதுதான் அந்தக் கதை; பல கோப்பைகள் காப்பியோடு இணக்கமான பேச்சுப் பரிமாற்றம்வழி வெளிப்பட்டக் கதை; நேர்மையோடும் அக்கறையோடும் அந்தரங்கமாகப் பகிர்ந்துகொண்ட கதை: ஹுசைன் அவர்களின் குடும்பத்தோடு தங்கியிருந்தபோதே அந்த இளைஞனை வசப்படுத்த முயன்றுகொண்டிருந்தான், இப்படி ஏதோ நடக்கிறது என்று சந்தேகப்பட்ட அவன் அம்மா தனது பையனை விட்டுவிட்டால் தன்னைத் தருவதாகச் சொன்னாள். ஏற்கனவே அவளைப் பற்றி வதந்திகள் இருந்தன; ஆகவே வெட்கத்தைவிட்டு அவள் இப்படிச் சொன்னது கொஞ்சம் நம்பும்படியாக இருந்தது. ஹுசைன், அவள் தன்னைக் கொடுக்க முன்வந்ததை ஏற்றுக்கொண்டான். அவளை அவன் என்னவெல்லாம் செய்யச் சொன்னான் என்ற விவரங்கள்கூட இருக்கின்றன; இந்த விஷயத்தை விவரிப்பது வெறும் அசிங்கம். அவன் ரஜப் ஷாபான் மஹ்மூதிடம் வியாபார ஒப்பந்தம் செய்துகொண்டது இந்த நேரத்தில்தான். அவன் சொன்ன ஏதோ ஒரு வியாபாரத்தில் அவரையும் பங்குதாரர் ஆக்குவது; அவரது வீட்டை அடமானம் வைத்து அவன் வாங்கப் போகும் கடன்தான் அதற்குப் பங்குத் தொகை. அடுத்த வருடம் அவன் வந்தது அந்தத் தொழில் நொடிந்துபோனது என்பதைச் சொல்லத்தான்; ஆனால் பீதியடையத் தேவையில்லை என்றும் சொன்னான். இதற்குள் அவன் அந்த இளைஞனை மயக்குவதில்

வெற்றிபெற்றிருந்தான். அவனைத் தன் பின்னாலேயே பக்ரைன் வரும்படி ரகசிய ஏற்பாடும் செய்திருந்தான். அந்தப் பருவக்காற்றுக் காலத்தின் முடிவில் அவன் பக்ரைன் திரும்ப, இளைஞனும் காணாமல் போனான். இதுதான் கதை.

1960ஆம் வருடப் பருவக்காற்றுக் காலம், என்னை அவன் சந்தித்து நட்பு ஏற்படுத்திக்கொண்ட வருடம், என்னிடம் கடன் கேட்டுப் பெற்றுக்கொண்டு அதற்கு ஈடாக ரஜப் ஷாபான் மஹ்மூதோடு அவன் செய்திருந்த ஒப்பந்தப் பத்திரத்தை என்னிடம் தந்துவிட்டுப் போன வருடம். நான் நன்றாக யோசித்திருக்க வேண்டும், ஆனால் செய்யவில்லை. சட்டப்படி எழுதிச் சாட்சி முன்னிலையில் ஒப்பமிடப்பட்ட ஒப்பந்தம்தானே, அடுத்த வருடம் அவனே வந்து பணத்தைத் தந்து அதை வாங்கிக்கொள்ளப் போகிறான் என்று எண்ணி இருந்துவிட்டேன்.

அவனது வசியக் கதைகள் தெரியவந்து எங்கும் பேசப்பட்டபோதுதான் எனக்குப் புரிந்தது, ஹுசைன் திரும்பி வரமாட்டான் என்பதும் என்னையும் ஏமாற்றி வலையில் வீழ்த்திவிட்டான் என்பதும். அவன் அப்படி ஒரு வியாபாரம் செய்திருக்கவே வாய்ப்பில்லை; ரஜப் ஷாபான் மஹ்மூதோடான ஒப்பந்தம் மோசடிசெய்யும் எண்ணத்தோடு வில்லங்கமாகப் போடப்பட்ட கேவலமான ஒரு துண்டுக் காகிதம். தன் கூத்தியின் கணவனை வசப்படுத்தி வீட்டை எழுதிவாங்கக் கட்டப்பட்ட கதை. ரஜப் ஷாபான் மஹ்மூதிடம் பணத்தைத் திருப்பித்தர வற்புறுத்தும் எண்ணம் தனக்கில்லை என்று ஹுசைன் என்னிடம் சொன்னது உண்மையாகத்தான் இருக்கவேண்டும். அதை எதிர்பார்ப்பது வெறும் ஒரு ஊகநம்பிக்கை, முட்டாள்தனம், தனக்குப் பிடித்தவர்களைக் கைக்குள் போட்டுக்கொண்டிருந்த அந்த மனிதனை அவமானப்படுத்துவது. இந்த சமயத்தில்தான் அவன் என்னைப் பற்றித் தெரிந்துகொண்டான்; நான் தொழிலுக்குப் புதியவன், பெரிய தொடர்புகளோ கௌரவமானக் குடும்பப் பின்னணியோ இல்லாதவன்; அவனது வளமான மூளையில் ஏதோ முளைவிட்டது; என் மூக்கின்கீழே அந்தக் காகிதத்தை அசைத்துக்காட்டி, ஆயிரக்கணக்கில் ஷில்லிங்கை வாங்கிவிட்டான், திருப்பித் தருவதாக வாக்குறுதியளித்து.

தொழில் எனக்கு முதலில் நன்றாகத்தான் போய்க் கொண்டிருந்தது; ஆனால் எனது அதிருஷ்டம் நீண்டகாலம் தொடரவில்லை; எனவே நான் இழந்த பணம் என்னைத் தொந்தரவு செய்துகொண்டே இருந்தது. 1961 மார்ச்சில், எங்களுக்கு ஒருவித குறைந்த அளவிலான

சுய ஆட்சி அளிப்பதற்காக பிரிட்டீஷார் தயாராகி, அதற்காக நடத்திய தேர்தல் கலவரத்திலும் கொலைகளிலும் போய் முடிந்து, அவசரநிலை பிரகடனப்படுத்தும்படி ஆனது. நிலைமையைக் கட்டுக்குள் கொண்டுவரவும், கென்யாவிலிருந்து பறந்துவந்த கிங்க்ஸ் ஆப்பிரிக்கன் ரைஃபிள்சுக்கு உதவவும் முறையான ராணுவம், பிரிட்டீஷ் ராணுவம்தான், வரவழைக்கப்பட்டது. எங்களை ஆண்டவர்களுக்குப் போதும்போதுமென்றாகி விட்டது. எனவே ஆட்சி பிரிட்டீஷ் கைகளில் திரும்ப வந்ததும் நாட்டுக்கு விடுதலையளிப்பது பற்றிய பேச்சுவார்த்தையைத் தொடங்கினார்கள். நாட்டைவிட்டு கிளம்பும் அவசரத்திலிருந்தவர்களுக்கு விலைகூடிய பொருட்களை வாங்குவதில் ஆர்வமிருக்கவில்லை; சுற்றுலாப் பயணிகளின் கப்பல்கள் இங்கே வந்து ஒரு நாள் தங்கிச்செல்வதும் இப்போது நின்றுவிட்டது. நான் நடத்திவந்த தொழில் கிட்டத்தட்ட முடிந்துபோனதுபோல்தான். எனவே, எனது பர்னிச்சர் தொழிலை விரிவுபடுத்துவது அல்லது உள்ளூர் மக்களுக்காகத் தயார்செய்யும் பர்னிச்சர்களின் தரத்தை உயர்த்துவது இதுதான் பொருத்தமான நடவடிக்கையாக எனக்குத் தோன்றியது. இதற்கான எந்திரங்கள், தொழில்நுட்பம், புதிய இடம் ஆகியவற்றிற்கு நான் கொஞ்சம் அதிகமாக முதலீடுசெய்ய வேண்டும். எனது தச்சர்கள் கைகளால் வேலை செய்தார்கள். மரம் அறுப்பது, வடிவமைப்பது எல்லாம் கைகளால்தான்; அவர்கள் வர்ணமடிக்கவும் வார்னீஷ்பூசவும் அதிக நேரமெடுத்துக் கொண்டதோடு, சில நேரம் ஏனோதானோவென்று அடித்துவைத்தார்கள். நாகரிகம் மாறிக்கொண்டிருந்தது; நவநாகரிக வடிவத்திலும் வழவழப்பிலும் பர்னிச்சர்கள் தயார்செய்ய எனக்குப் புதிய எந்திரங்கள் தேவைப்பட்டன. பெரியபெரிய உற்பத்தியாளர்கள் என்ன செய்கிறார்கள் என்று பார்த்துவர நான் தாரேசலாம் போனேன். அவர்கள் எல்லோரும் இந்தியர்கள்; வியாபாரம், அரசியல் இவைபற்றி தங்கள் மனக்குறைகளை என்னிடம் கொட்டித் தீர்த்தார்கள். எப்போது வேண்டுமானாலும் கவிழலாம் என்ற நிலையில் இருந்தது அவர்களின் தொழில். எனக்கென்னவோ அவர்கள் செழிப்பாக இருப்பதாகவும், உண்மைநிலையைப் பற்றி மூச்சுவிடாமல் ரகசியம் காக்கும் அவர்களின் பழக்கத்தில் என்னிடம் வேண்டுமென்றே அரைகுறை உண்மைகளைச் சொல்வதாகவும் எனக்குத் தோன்றியது. ஆனாலும் நான் என்ன செய்யவேண்டுமென்று ஒருவிதமாகத் தெரிந்துகொண்டு, எவ்வளவுப் பணம் தேவையென்றும் அனுமானித்துக்கொண்டேன்.

1961 தேர்தல் முடிந்தபிறகு, ஹுஸைன் தன்னைப் பற்றி எந்தச் செய்தியையும் எவர் மூலமும் சொல்லி அனுப்பாத நிலையில், நான் பக்ரைனுக்கு எழுதினேன். வரைபடம் அன்பளிப்பாக அனுப்பியதற்கு நன்றி கூறிவிட்டு, அது எனக்கு எவ்வளவு சந்தோஷத்தைத் தந்தது என்பதையும் சொன்னேன். அதன்பிறகு, நான் அளித்தக் கடனை எப்போது திருப்பித் தருவதாக உத்தேசம் என்றுக் கேட்டுவிட்டு, எனக்குப் பணம் ஏன் தேவைப்படுகிறது என்பதையும் விளக்கினேன். அவன் எனக்கோ அல்லது ஒரு வழக்கறிஞர்மூலமாக நான் அனுப்பிய கடிதத்திற்கோ பதில் தரவில்லை. என்ன செய்வதென்று தெரியாமல் குழம்பி நின்றேன். அந்த வருடம் ஜுலையிலோ என்னவோ, ரஜப் ஷாபான் மஹ்மூத்திற்கு, ஒரு விஷயம் தொடர்பாகப் பேசவேண்டும் வரமுடியுமா என்று கேட்டுக் கடிதம் அனுப்பினேன். நான் யோசித்து வைத்திருந்தது இதுதான், இப்போதும்கூட அது எனக்கு நியாயமானதாகவும் கௌரவமானதாகவும்தான் தோன்றுகிறது: அவர் ஹுஸைனோடு போட்டுக்கொண்ட ஒப்பந்தம் என்னிடம் எப்படி வந்தது என்பதை விளக்கிச் சொல்வேன்; நான் அதை வாங்கியிருப்பது ஏதோ விதத்தில் அவருக்குத் தெரிந்திருக்கும் என்று நான் நினைக்கவில்லை. எனக்கு அந்த வீட்டையோ அதிலிருக்கும் பொருட்களையோ கைப்பற்றும் ஆசை இல்லை, எனக்குத் தேவையெல்லாம் விடுதலையடைந்தப் பிறகு வரப்போகும் மாற்றங்களை எதிர்பார்த்து என் தொழிலில் மேற்கொண்டு முதலீடுசெய்யத் தேவையான பணம்தான் என்பதையும் விளக்குவேன். அவரிடம் நான் சொல்ல உத்தேசித்திருந்தது இதுதான்: அந்த வீட்டைப் பிணையாக வைத்து நான் வங்கியில் கடனுக்கு ஏற்பாடு செய்ய அவர் ஒத்துக்கொள்ள வேண்டும்; அந்த வீடு ஏற்கனவே என்னிடம் அடமானமிருப்பது வங்கிக்குத் தெரியாது; எனவே வங்கியில் கடன் ஏற்பாடான உடனேயே நான், ஹுஸைனோடு அவர் போட்டிருந்த ஒப்பந்தத்தையும் என்னோடு அவன் போட்டிருந்த ஒப்பந்தையும் கிழித்தெறிந்துவிட்டு, அதை என் நட்டக்கணக்கில் காட்டிவிடுவேன். பதிலாக, நான் ரஜப் ஷாபான் மஹ்மூதோடு புதிய ஒரு ஒப்பந்தத்தைப் போட்டுக்கொள்வேன். அவர் என் பெயரில் வங்கியில் வாங்கியிருக்கும் கடனைக் குறிப்பிட்டத் தவணைகளில் திருப்பிச் செலுத்துவேன்; அதற்குப் பிணையாக என் வியாபாரம் இருக்கும். இந்த வழியில், வீடு, வங்கியில் அடமானமாக வைக்கப்பட்டிருந்தாலும், திரும்பவும் அவர் கைக்கு வந்துவிடும், நானும் என் தொழிலில் பணத்தை முதலீடு

செய்து அவருக்காக வங்கிக் கடனைக் கட்டி வருவேன். அவருக்கு இழப்பதற்கு எதுவுமில்லை, வீடும் காசு செலவுசெய்யாமல் திரும்பக் கிடைத்துவிடும். நான் யோசித்துவைத்த இந்த ஏற்பாட்டில், தந்திரக் கணக்குவழக்கோ அல்லது கண்கட்டி வித்தையோ எதுவுமில்லை.

நூஹூவை வீட்டிற்கு அனுப்பி நான் தகவல் சொல்லிவிட்டேன், ரொம்பச் சாதாரணமாகத்தான்: நான் அவரோடு ஒரு விஷயம் பற்றிப் பேச விரும்புகிறேன், நேரம் கிடைக்கும்போது என்னை வந்து பார்த்தால் நான் நன்றியுடையவனாக இருப்பேன் என்று. நூஹூ ஒரு தகவலும் கொண்டு வராமல் திரும்பினான்; ரஜப் ஷாபான் மஹ்மூத் அவன் சொல்வதைக் கேட்டுவிட்டு, நன்றி சொல்லி, கதவைச் சாத்திவிட்டாராம். இந்த மனிதரோடு மேற்கொண்டு எதுவும் செய்துகொள்ள எனக்கு விருப்பம் இருக்கவில்லை. எனது அன்புக்கோ அல்லது மரியாதைக்கோ லாயக்கான மனிதர் அல்ல அவர். அவர் குடும்பத்திற்கு இந்தப் பேரழிவு உண்டாவதற்கு முன்பு அவர் பணிவானத் தோற்றத்தோடு நடந்துபோவார்; ஆனால் முகத்தில் மட்டும் ஒரு துயர பாவனை இருக்கும், வாழ்க்கை என்னவோ அவருக்குக் கெடுதல் செய்துவிட்டதுபோல. பகல்வேளைகளில், திடீரென்று ஏதோ சத்தம் கேட்டுக் குதிப்பதைப் போல் நடந்து போவார்; மாலைமயங்கும் வேளைகளில் தெருத்தெருவாகச் சுற்றுவார், பணத்திற்காக யாராவது பெண்கள் வருவார்களா என்றுத் தேடி. பின்னர் குடிக்கப் போவார். இறைவன் அதை அருந்தக்கூடாது என்று கட்டளை இட்ட போதும், அங்கே அருந்துவது தனக்கு அவமானம் என்ற அச்சம் கொஞ்சமும் அவருக்கு இருக்கவில்லை; இறைவன் கட்டளையை நிந்திப்பது பெருந்தண்டனைக்கு உள்ளாக்கும் என்பது தெரிந்தும் அப்படி நடப்பது கடைந்தெடுத்த முட்டாள்தனம். ஒவ்வொருவரும் என்றோ ஒரு நாள் இறைவனுக்குப் பதில் சொல்லித்தான் ஆகவேண்டும்; அது அவர்கள் பாடு, இறைவன் பாடு; ஆனாலும் அந்த இடத்தில் குடிப்பது என்பது இருக்கும் மரியாதையை இழப்பது போல.

அவரது அப்பா ஷாபானும் இப்படித்தான்; ஆனால் அதற்கு அவர் தாத்தா மஹ்மூத் ஒரு பக்திமானாக இருந்ததுதான் காரணம் என்றார்கள் மக்கள். சில நேரங்களில் விஷயம் இப்படித்தான் ஆகிறது, பக்திமானின் குழந்தைகள் துஷ்டர்களாக மாறிவிடுகிறார்கள்; என்னவோ சாத்தானே, மனிதனின் மனவுறுதி எவ்வளவு மெல்லியது என்று காட்டித் தீயதின் சக்தியை நிரூபிப்பதற்காக, அவர்களைக் கெட்டுப்போகவும் பாவம்செய்யவும் தேர்வுசெய்ததுபோல். ஷாபான் மஹ்மூதும் கொஞ்சமும் வெட்கமில்லாமல் பாவங்களைச்

செய்துவந்தார்; குடித்துத் தெருக்களில் புரளுவார்; இரவு முழுக்க உச்ச ஸ்தாயியில் பாடிக்கொண்டிருப்பார்; வேசைவிடுதிகளுக்குப் போவார், கிட்டத்தட்ட அவற்றில் ஒன்றில்தான் குடியிருந்தார். பகல்வேளைகளில் அவர், தன்னைத் தானே பரிவுடன் பார்ப்பவனைப் போல், தன்னைவிட்டால் ஆளில்லை என்ற தோரணையில் நடந்துபோவார். அவர் நாற்பதின் ஆரம்பத்திலேயே - அவரது அப்பா இறப்பதற்கு ஒரு வருடத்துக்கு முன்பு- இறந்து, மேலும் யாருக்கும் தொல்லை கொடுக்காமல் சீக்கிரமாகப் போய்ச் சேர்ந்தார். அப்பா இறக்கும்போது ரஜப் ஷாபான் மஹ்மூதிற்கு ஏழோ எட்டோ வயதுதான் இருக்கும், என்னைவிட ஒன்றிரண்டு வருடம் அதிகம். எதற்காகவோ நான் ஷாபான் மஹ்மூதின் மீது பீதியோடே இருந்தேன் என்பது எனக்கு நினைவிருக்கிறது. அவரைத் தெருவில் பார்த்தால் நான் தயக்கமோ இங்கிதமோ இன்றி எதிர்த்திசையில் ஓட்டம்பிடிப்பேன். அந்த ஆறேழு வயதில் இங்கிதம் என்ன இங்கிதம். நான் அவரைக் கண்டு பயப்படுகிறேன் என்பது அவருக்குத் தெரியும்; ஒரு முறை நான் போலிஸ் ஸ்டேஷனுக்கு எதிரே வேப்பமர நிழலில் மற்றக் குழந்தைகளோடு விளையாடிக்கொண்டிருந்தபோது, ஓசையில்லாமல் வந்து என் தோள்மீது கைகளைப் போட்டார், நான் அலறியடித்துக்கொண்டு ஓடுவதைப் பார்ப்பதற்காக. பின்னர், தெருவிலிருந்தவர்களோடு அவரும் நான் காரணமில்லாமல் ஓடியதைக் கேலிசெய்து சிரித்தார்.

ரஜப் ஷாபான் மஹ்மூதும் அதே வழியிலேயே ஏன் நடந்துகொண்டார் என்று எனக்குத் தெரியவில்லை. இது கொஞ்சம் கொஞ்சமாக, யாருக்கும் தெரியாமல் நடந்திருக்கவேண்டும். தனது பலவீனங்கள் அவரையே வெட்கமடையச் செய்திருந்தன என்பது எல்லோருக்கும் தெரியும். அவரது மனைவி பற்றிய வதந்திகள் பரவியபோது அவருக்கு இது வேண்டியதுதான் என்று எல்லோரும் நினைத்தார்கள். அவளுக்கு அவர்மீதும் மரியாதை போய்விட்டது; தன்மீதும் மரியாதை போய்விட்டது. நல்ல காலம் இதுபோன்ற கேவலத்தைப் பார்ப்பதற்கு அவரது தாத்தா உயிரோடு இல்லை. இந்தக் கதைகள் எல்லாம் எவ்வளவு தூரம் உண்மை என்று எனக்குத் தெரியாது. நான் அவர் பெண் மேய்ந்தும் பார்த்ததில்லை; அவர் குடித்தும் பார்த்ததில்லை; ஆனால் அப்படித்தான் பேசிக்கொண்டார்கள். அவை உண்மையோ இல்லையோ, அவரைப் பற்றி இப்படியெல்லாம் கதைகள் பேசுவதற்கு அவரது மூடத்தனம்தான் காரணம் என்று எனக்குத் தோன்றியது. பின்னர் அந்த வீட்டில் பேரழிவு வந்திறங்கியபோது

அவர், மதத்தை நோக்கித் திரும்பினார்; அந்தப் பித்தின் வன்மை என்னையே வெட்கப்பட வைத்துவிட்டது. அவரது பணிவானத் தோற்றம் இன்னும் கூடியது, குரல் சிணுக்கமாக மாறியது, பலிக்குக் கொண்டுசெல்லப் படுவதுபோல் தலையைக் கவிழ்த்து ஒரு பக்கமாகத் திருப்பி நடக்கலானார். நடந்தவை எல்லாம் அவர் செய்த தவற்றுக்கான தண்டனை என்பதைப் போன்ற ஒரு வெளித்தோற்றம், ஒரு தோரணை. வேலை முடிந்த பின்னர் மசூதியே கதியென்றுக் கிடந்தார்; ஓதுவதும் தொழுவதுமாக, என்னவோ மரணத்திற்குப் பின்னரான கழுவாய்க் கூடத்தில் இருப்பதைப் போல; தன் வாழ்க்கையை மெல்லமெல்லச் சாகடித்துக்கொண்டு வாழ்வதுபோல. ஹுசைனிடம் அவர் பட்ட துயரமும் அவமானமும் அவமரியாதையும் அவரது மனதைத் திருப்பிவிட்டனவோ, விஷயங்களைச் சீர்தூக்கிப் பார்க்கும் உணர்வை அவரிடமிருந்து பறித்துவிட்டனவோ என்று அப்போதிருந்து எனக்குத் தோன்றிகொண்டே இருந்தது.

என்றாலும் அவருக்குக் கெடுதல் நடந்திருக்கிறது, எனவே நான் முன்வைத்த யோசனை நியாயமானதுதான் என்றாலும் அவரால் ஏற்றுக்கொள்ள முடியவில்லை. அத்தோடு, நானும் வேறுவிதமாக அவருக்குத் தவறிழைத்திருக்கிறேன் என்று அவரே எண்ணியிருந்தார். ஆனாலும் அந்த நேரத்தில் இது அவர் மனதில் எவ்வளவு தூரம் இருந்தது என்று என்னால் உறுதியாகச் சொல்ல முடியவில்லை. பல நாட்கள் கழிந்தப் பின்னரும் அவரிடமிருந்து மேற்கொண்டு எந்த பதிலும் வராததால், நான் ஒருநாள் மாலை மக்ரிப் தொழுகை முடிந்ததும் மசூதியில் வைத்து அவரிடம் பேசினேன். நான் மசூதிக்கு எப்போது முடியுமோ அப்போது போவேன், இறைவனின் கட்டளையைக் குறித்த நேரத்தில் நான் நிறைவேற்றாததை அவர் புரிந்துகொள்வார் என்று நம்பினேன். இப்படியாக நான் என்னைப் படைத்தவனுக்கு ஏராளம் கடன்பட்டிருந்தேன். அன்று நான் ரஜப் ஷாபான் மஹ்மூதை வழக்கமாக அவர் இருக்கும் இடத்தில், மிஹ்ராப் திசைமாடத்திற்கு ஒன்றிரண்டடி தள்ளி, சந்திக்கலாம் என்று எதிர்பார்த்தேன். அவரிடம், எங்களிடையே உள்ள விஷயத்தைப் பற்றிப் பேச நானே வரலாமா அல்லது அடுத்த நாள் முன்மதியம் - அவர் வேலைவிட்டுத் திரும்பும் சமயம், மத்தியான வெக்கையில் அனைவரும் தூங்கப்போயிருப்பார்கள் என்பதால் நானும் வழக்கம்போலக் கடையை மூடியிருக்கும் வேளை - என்னைப் பார்க்க வர அவருக்கு நேரம் கிடைக்குமா என்று கேட்டேன். வருகிறேன் என்றார். அங்கே எதிர்பார்க்கலாம்.

நான் என் கடையின் மடக்குக் கதவுகளில் ஒன்றை லேசாகத் திறந்துவைத்திருந்தேன், போவோர் வருவோர் நாங்கள் என்னவோ பேசக்கூடாத விஷயத்தைப் பேசிக்கொண்டிருக்கிறோம் என்று எண்ணிவிடக்கூடாது என்பதற்காக; எங்களுக்கும் கொஞ்சம் தெருக் காற்றும் கிடைக்கும். நான் கடைக்கு வருபவர்களை வழக்கமாக உட்காரவைக்கும் மரபெஞ்சில் அவர் அமர்ந்தார். பின்புறம் கொஞ்சம் சரிவான மடக்கு பெஞ்ச் அது, முதுகின் வளைவுக்கும் பிருஷ்டத்தின் புடைப்புக்கும் வசதியாகச் சற்று லேசாகக் குழிந்திருக்கும். நாம் உட்காரும்போது மேல் பின் பலகைகள் கொஞ்சம் நகர்ந்து நம்மைப் பொருத்திக் கொள்ளுவதுபோல தோன்றும். பின்புறத்து பலகையின் மேல்கட்டை விளிம்பில் பித்தளையில் பூவேலைப்பாடு போட்டிருக்கும். அதன் மடக்குச் சட்டகம், கருப்பு வர்ணம்பூசிய எடைகுறைவான வார்ப்பிரும்பாலானது. அந்த பெஞ்ச் ஒரு காலத்தில் குஜராத்தி வட்டிக்கடைக்காரர் ஒருவருக்குச் சொந்தமானதாக இருந்தது. 1939 போருக்கு முன்பு வரையிலும் அவர் அதிகாரத்தோடு இருந்தார்; ஆனால் அதன்பிறகு அவரது வியாபாரம் வீழ்ச்சியடைந்தது. பின்புறப் பலகையின் நடுவில் பொருத்தியிருக்கும் பித்தளைப் பட்டையில் அவர் பெயர் பொறிக்கப்பட்டுள்ளது, 1926 என்ற வருடத்தோடு - அவர் வியாபாரம் உச்சத்திலிருந்த காலகட்டமாக இருக்கலாம் - அவரது வாரிசுகளில் ஒருவர், அப்போது ஒரு பயண முகவராக இருந்தவர், தனது அலுவலகத் தளவாடங்களை நவீனப்படுத்த முடிவெடுத்து, இதையும் இதுபோன்ற ஒன்றிரண்டு பொருட்களையும் எனக்கு விற்று, அந்தத் தொகையை தன் அலுவலகத்தில் புதியவற்றை மாட்டிக்கொடுக்கப்போகிற எனது தச்சர்களின் கூலியின் பகுதித்தொகையாகக் கழித்துக்கொண்டார். ரஜப் ஷாபான் மஹ்மூத் கண்களைத் தாழ்த்தி, தலையை லேசாகத் திருப்பி இந்த அழகான நினைவுப்பொருளில் உட்கார்ந்திருந்தார். நான் அவரருகில், என் மேஜைக்கு முன்னாலிருந்த நாற்காலியில் அமர்ந்திருந்தேன். அவரது நடத்தை எனக்கு நம்பிக்கையைத் தரவில்லை.

கடல் கொந்தளித்து காற்று வடகிழக்காகத் திசைமாறி முடிவில் பருவமழையைக் கொண்டுவருகிற கஸ்காஸித்(வடக்குக் காற்று) பருவம் தொடங்கப்போகும் ஒரு சூடானப் பிற்பகல் அது. மண்குடுவையிலிருந்து வாசனைக்காகப் பெருங்காயம் போட்டிருந்த தண்ணீரை இருவரின் குவளைகளிலும் ஊற்றினேன். மண்ணின் விசேஷக் குளுமையும் வாசனைப் பிசினின் சுவையும் மணமும்

கொண்ட இதுபோன்ற தண்ணீர் எனக்குப் பிடிக்கும். அவர் ஹுசைனோடு போட்டுக்கொண்ட ஒப்பந்தப்பத்திரம் என் கைக்கு எப்படி வந்தது என்பதை விரிவாகச் சொல்லிப் பேச்சைத் தொடங்கினேன். நான் சந்தேகப்பட்டதுபோலவே அவருக்கு அது என் கைவசம் இருப்பது தெரியாது. அவர் வியப்போடு, சின்ன அதிர்ச்சியோடுகூட இருக்கலாம், என்னைப் பார்த்தபடியே இருந்தார்; அவர் அழப்போகிறார் அல்லது கதறிக் குரலெழுப்பி ஓடப்போகிறார் என்று எனக்கு ஒரு கணம் தோன்றியது. நான் என் யோசனையைச் சொல்லத் தொடங்கியபோது அவர் லேசாக முறைத்துவிட்டுக் கண்களைத் தாழ்த்திக்கொண்டார். எனது திட்டத்தை அவர் பதிலளிக்கும் வரையிலும் வற்புறுத்திக்கொண்டோ அல்லது ஏதாவது அலங்கார வார்த்தைகள் சொல்லிக்கொண்டோ இருக்காமல், நேரடியாகச் சொல்லிவிடவேண்டும் என்று தீர்மானித்திருந்தேன். அவர் ஏற்றுக்கொள்ள மாட்டார் என்றுதான் எதிர்பார்த்தேன்; அவருக்கு இறுதியில் அதை ஏற்றுக்கொள்வதைத் தவிர வேறு வழியிருக்கும் என்று நான் உண்மையில் நம்பவுமில்லை. ஆனால், அவர் ஏற்றுக்கொள்ள மறுத்தார்.

நான் சொல்லி முடித்ததும் ஓரிரண்டு நிமிடம் அவர் மௌனமாக இருந்தார், கண்கள் இன்னமும் தாழ்ந்தேயிருந்தன, மேலே ஏதாவது சொல்லவேண்டும் என்ற உணர்வைக் கட்டுப்படுத்த எனக்கு ரொம்பச் சிரமமாக இருந்தது. பின்னர் என் முகத்தைப் பார்த்து, நான் சொல்லி இப்போது அவர் காதில் விழுந்தவை எல்லாவற்றையும் உண்மையில் நான்தான் சொல்கிறேனா என்பதைத் தன்னால் நம்ப முடியவில்லை என்றார். தனக்கும் தன் குடும்பத்தாருக்கும் இவ்வளவு நடந்தபோன பிறகும் எப்படி என்னால் அவர் அருகில் உட்கார்ந்துகொண்டு இதையெல்லாம் சொல்லமுடிகிறது. அந்த அயோக்கியப் பொய்யன், நாய், சாத்தானோடு சேர்ந்துகொண்டு முதலிலிருந்தே நான் திட்டம் போட்டிருக்கவேண்டும். அவர் அவன் பெயரைச் சொல்லவில்லை. இப்படியொரு ஏற்பாட்டை நானும் அவனும் எங்களுக்குள் ஆரம்பத்திலேயே செய்துகொண்டிருக்க வேண்டும். இப்படி மேலும் மேலும் சொல்லிக்கொண்டுபோனார். “நீதான் உண்மையில் என்னிடம் இதைப் பற்றிப் பேசுகிறாய் என்பதை என்னால் நம்பவே முடியவில்லை உண்மையாகவே நம்ப முடியவில்லை. ஆரம்பத்திலிருந்தே நீங்கள் திட்டம் போட்டு வைத்திருக்கவேண்டும்.” நான் பேச முயலும் ஒவ்வொரும் முறையும் அவர் எச்சரிப்பதுபோல ஆள்காட்டி விரலைத் தூக்கிக் காட்டுவார். பேசாதே. அவர் இமைகளில் வேர்வை

முத்துக்கோத்து முத்துக்கோத்து கன்னங்களில் வழிந்தது. அவமானத்திலும் ஆத்திரத்திலும் அவர் விழிகள் பொங்கின, கோபமான வார்த்தைகளுக்கு இடையிடையே இறைவன் பேரை உச்சரித்து தன்னைச் சமாதானப்படுத்திக்கொண்டார். அவர் ஒருவழியாகப் பேச்சை நிறுத்தியதும் நான், இவ்வளவுப் பணத்தை இழக்கும்படியான ஒரு விஷயத்தைத் திட்டமிட்டிருப்பேனா என்றும் நான் சொல்லும் யோசனையில் அவருக்கு அதிக இக்கட்டு கிடையாது - ஏனென்றால் ஒப்பந்தம் *நம்மிருவருக்குள்*தான், அவர் வாங்கப் போகும் கடனுக்கு என் வியாபாரம் பிணையாக இருக்கும் - என்றும் விளக்கினேன். ஆனால் என் வார்த்தை எதுவும் அவர் காதில் ஏறியதாகத் எனக்குத் தோன்றவில்லை.

நான் பேசி முடித்ததும் அவர் எழுந்து நின்று, திரைப்படங்களில் வரும் நாடகபாணி இளவரசனைப் போலக் கையை நீட்டி, என்னைக் குற்றம் சாட்டும் தோரணையில் ஆள்காட்டி விரலை உறுதியோடுச் சுட்டிக்காட்டினார். “நீ ஒரு திருட்டுப்பயல்” என்றார். “என் அத்தையின் வீட்டை அவளிடமிருந்து திருடினாய், இப்போது இதையும் என்னிடமிருந்து திருட வந்திருக்கிறாய். உனக்கும் உன்னைச் சேர்ந்தவர்களுக்கும் நாங்கள் அப்படி என்னதான் செய்துவிட்டோம், இப்படி எங்களைப் பழிவாங்குவதற்கு? அல்லது நாங்கள் பலமற்றவர்கள், முட்டாள்கள் என்று நினைத்துக்கொண்டு செய்கிறாயா? நீ ஒரு திருட்டுப்பயல்.” அவர் குரல் உயர்ந்துகொண்டே போனது, என்னைச் சுட்டிச் சுட்டி உமிழ்ந்துகொண்டே பின்பக்கமாகவே - நான் எழுந்துத் தாக்கிவிடுவேன் என்று அஞ்சுவதுபோல - நடந்து வாசலை நோக்கிப் போனார். பின்காலால் எட்டிஉதைத்துக் கதவை முழுவதுமாகத் திறந்து, அங்கேயே ஓரிரண்டு கணங்கள் புசுபுசுத்தபடி நின்றார். “திருட்டு நாய்” இறுதி ஆசிர்வாதத்தை வழங்கினார். “அந்த வீட்டை எங்களிடமிருந்து திருடினாய், இப்போது எங்களுக்கென்று ஏதோ சின்னதாக ஒன்றிருப்பதையும் திருடிக்கொள்ள ஆசைப்படுகிறாய். ஓ, இறைவன் இப்படியும் ஒரு அயோக்கியனைப் படைத்திருப்பான் என்று என்னால் நம்ப முடியவில்லை.” இந்த வார்த்தையோடு அவர், பளிச்சென்றிருந்த சூரியவெளிச்சத்தில் இறங்கி மறைந்தார்.

நாங்கள் அதிக நேரம் ஒன்றும் பேசிக்கொண்டிருக்கவில்லை, பத்துப் பதினைந்து நிமிடங்கள் பேசிக்கொண்டிருந்திருப்போம். அவர் தண்ணீர் குவளையைத் தொடவே இல்லை, எனவே நான் அதை எடுத்துக்கொண்டு வாசலுக்குப் போய் தெருவில் விசிறினேன். தெருவில் ஒரு ஜீவன் இல்லை, ஆனாலும் எனக்கென்னவோ

தெருவில் ஒரு கூட்டமே ரஜப் ஷாபான் மஹ்மூத் என்னைக் குற்றஞ்சாட்டுவதைக் கேட்டுக்கொண்டிருந்ததுபோல தோன்றியது. மக்களோடு எப்போதும் சேர்ந்தே வாழ்வதால் உண்டாகும் சித்தபிரமை இது. அங்கு யாருமே இல்லை. இதுபோன்ற சந்தர்ப்பங்களில் கேட்பதற்கு ஆட்கள் இருக்கவேண்டும் என்று அவசியமில்லை. ரஜப் ஷாபான் மஹ்மூத் கோபத்தில் இந்தக் கதையைத் தாமதிக்காமல் யாரிடமாவது கொட்டித்தீர்க்கப் போகிறார் என்பது எனக்கு உறுதியாகத் தெரிந்தது. கடன் வாங்குவதற்காக நானே வங்கிகளுக்குப் போனேன். நகரத்திலிருக்கும் மூன்று வங்கிகளை அணுகினேன், எல்லோருமே மறுத்தார்கள். பிரிட்டீஷ் வங்கி மேலாளர்கள் எங்களுக்குக் கடன் தரமாட்டார்கள். அந்த மூன்று வங்கிகளின் மேலாளர்களும் பிரிட்டீஷ்காரர்கள் என்று நினைக்கிறேன். அல்லது ஐரோப்பியர்கள். எங்களுக்கு என்று நான் சொல்வது இந்தியர்கள் அல்லாத வியாபாரிகள் அல்லது வணிகர்களை. தோன்றியது சொன்னேன் அவ்வளவுதான். அவர்கள் பணம், அதை நிர்வகிக்க அவர்கள் யாரை வேண்டுமானாலும் நியமிப்பார்கள், எவருக்குப் பணம் கொடுத்தால் அதைச் சரியாகப் பாதுகாத்து பெருகவைத்துத் தருவார்களோ அவர்களுக்குக் கொடுப்பார்கள். வங்கி மேலாளராக இருக்கும் ஐரோப்பியர் எங்களை நம்பகமானவர்கள் என்றோ அல்லது வியாபாரத் திறமையுள்ளவர்கள் என்றோ நினைப்பதில்லை, எனவே எங்களுக்குக் கடன் கொடுக்க, என் அறிவுக்கு எட்டியவரை, எப்போதும் மறுத்து வந்திருக்கிறார்கள். இதைத்தான் சொன்னேன். ஆக எனக்கு ஒன்றும் செய்ய ஓடவில்லை. இனி, நான் செய்த வரலாறு காணாத குற்றங்களுக்காக இத்தனைப் பேச்சு பேசியபிறகு, ரஜப் ஷாபான் மஹ்மூதோடு எந்த ஏற்பாடும் செய்துகொள்ளச் சாத்தியம் இல்லை. அந்தக் குற்றச்சாட்டுகள் எனக்கு அதிர்ச்சியாக இருந்தன, அவற்றைக் கேட்டு நான் வியப்படையவில்லைதான். யாரும் இதுவரை இப்படி என் முகத்திற்கெதிரே அவற்றைச் சொன்னதில்லை; ஆனால், சில வம்புவளர்க்கும் யோகிகள் என்னிடம் சொன்னதிலிருந்து இதுபோன்ற வதந்தி நிலவுகிறது என்ற விவரம் எனக்குக் கிடைத்திருந்தது.

“ஆக, நீங்கள் அந்த வீட்டை எடுத்துக்கொள்ளும் நடவடிக்கையை மேற்கொண்டதற்கு அந்தக் கர்வம்தான் காரணம்” என்றான் லத்தீப் மஹ்மூத், நான் விவரித்த எனது ஏமாற்றத்தை ரசித்து, என்னைப் பார்த்து கேலியாகச் சிரித்தபடி. நான் சொல்ல வேண்டியதைக்

கேட்கும் பொறுமை அவனுக்கு இருக்கப்போவதில்லை, எனது பொய்களுக்காகவும் கட்டுக்கதைகளுக்காகவும் என்மீது ஆத்திரப்பட்டு வெளியேறிவிடுவான் என்றெல்லாம் நான் பயந்திருந்தேன். இங்கே நான் விவரித்தவற்றை எல்லாம் அவனிடம் சொல்லவில்லைதான், ஆனால், கிட்டத்தட்ட, மிகக் கிட்டத்தட்ட, ஏகதேசமாகச் சொன்னேன்.

"ஆமாம், கர்வமாகத்தான் இருக்கவேண்டும்" என்றேன். "அநியாயமான குற்றச்சாட்டுகளும் சேர்ந்துதான். அதுபோக, நான் சொன்னதுபோல, எனக்குப் பணத்துக்கு அவசரம். வேறு வழியில்லை என்று எனக்குத் தோன்றியது."

அவன் தலையை ஆட்டினான். அவனுக்குப் பசியெடுக்கும், நான் மேலும் பேசுவதற்கு முன்னால் கிளம்பிப்போக விரும்புவான் என்று எண்ணினேன்; ஆனால் அவன் அசைவதாக இல்லை; போகவேண்டும் என்று மட்டும் சொல்லிக்கொண்டிருந்தான். நான் அவனுக்குச் சாப்பாடு தரட்டுமா என்று கேட்கவில்லை. அவனுக்கு அளிப்பதற்கு அதிகமாக எதுவும் இல்லை; சாப்பாட்டு விஷயத்தை அவன் ஏற்றுக்கொண்டிருக்க மாட்டான். இரவில் நான் பழத்தையோ அல்லது சுரைக்காய்த் துண்டையோ அல்லது பூசணித்துண்டையோ வேகவைத்து அதில் சர்க்கரைத் தூவிச் சாப்பிடுவேன். அப்புறம் ஒரு கோப்பை வெதுவெதுப்பான தண்ணீர் குடிப்பேன்; இரவைச் சமாளிக்க எனக்கு இவை போதும். இதுவரைக் கேட்டதோடு அவன் போய்விட்டு, பின்னர் வரட்டும் என்று நான் விரும்பினேன், ஆனால் அவனை இப்போது விடவும் மனமில்லை. பேச்சை ஓரிடத்தில் நிறுத்திவிட்டு, அவனிடம் சொல்ல வேண்டும்: இப்போதைக்கு இவ்வளவு போதும், எனக்குச் சோர்வாக இருக்கிறது, இப்போது போய்விட்டு இன்னொரு நாள் வா.

"அன்று அவர் வீட்டுக்குத் திரும்பி வந்தது எனக்கு நினைவிருக்கிறது", லத்தீப் மஹ்மூத் அமைதியாகச் சொன்னான், என்னிடமிருந்து பார்வையை அகற்றி, நினைவுகளைப் பின்னோக்கித் திருப்பியபடி. "அவரது அத்தையிடமிருந்து நீங்கள் எப்படி வீட்டைத் திருடிக்கொண்டீர்கள், இப்போது எங்கள் வீட்டையும் கவர்வதற்கு விரும்பினீர்கள் என்ற கதையெல்லாம் நினைவுக்கு வருகிறது. அந்த நாள் எனக்கு நினைவிருக்கிறதா என்று தெரியவில்லை, ஆனால் அந்தக் கதை எனக்கு நினைவிருக்கிறது. என் இளமைகாலத்துக் கதை அது. "பார்டில்பி" கதையைப் படித்தபோது என் அப்பாதான் ஞாபகத்துக்கு வந்தார். தன்னால் இனி எதுவும் செய்வதற்கில்லை

என்று மனமுடைந்துபோன அப்பா; அவரை வதைத்த நீங்களும் நினைவுக்கு வந்தீர்கள். பின்னால் அந்தக் கதையை நான் வேறுவிதமாக வாசித்த போது, அவர் கையறுநிலையில் எதுவும் செய்யமுடியாமல் இருந்தார் என்பதைக் கண்டேன்; ஆனால் முதல் தடவை அப்படித்தான் அவர் இருந்ததாகத் தோன்றியது. அந்தக் கதை நெகிழவைப்பது. நீங்கள் சொன்னது நினைவுக்கு வருகிறது. நெகிழவைப்பது. அப்படியானால் அவர் ஏன் உங்களை நெகிழ வைக்கவில்லை. என் அப்பா. அவர் நெகிழவைப்பவராகத் தோன்றவில்லையா? அவரை வதைத்தவர் என்று உங்களை நான் சொல்வதை நீங்கள் மறுப்பீர்களா? நீங்கள் விரும்பமாட்டீர்கள் என்று தெரியும்தான், ஆனாலும், அப்படிச் சொல்வது உங்களுக்கு எரிச்சல்மூட்டுவதாக, பொருத்தமற்றதாக, வரம்புமீறி அவமானப்படுத்துவதாகத் தெரிகிறதா?"

நான் தலையை அசைத்தேன்; எனக்குச் சோர்வாக இருந்தது, அவன் போகட்டும் என்று விரும்பினேன்; அவன் போனபிறகு இனிப்பிட்ட ராஜ்மா டப்பாவைத் திறந்து அப்படியே குளுமையாகச் சாப்பிடவேண்டும் என்று எண்ணினேன். பழைய துயரங்கள் எல்லாம் மீண்டும் கிளம்பி வரும் சவாலை எதிர்கொள்ளும் தெம்பு என் மனதுக்கு இருக்கிறதா என்று எனக்குத் தெரியவில்லை.

"நடந்தது இதுதான் என்று உண்மையில் நம்ப முடியுமென என்னால் ஒரு கணம் முன்புவரை யோசிக்கமுடியவில்லை" என்றான் லத்தீப் மஹ்மூத், கோபத்துடன்; அவனும் சோர்வடைந்திருக்க வேண்டும். "இப்படி நடக்கவே வாய்ப்பில்லை. நீங்கள்தான் காரணமென்று எண்ணியிருந்தேன். ஏனோ தெரியவில்லை. நீங்கள்தான் என்று நினைப்பதற்கு என்னிடம் காரணங்கள் எதுவுமில்லை, ஒரு ஊகம், ஒரு உள்ளுணர்வுதான். அப்படி நினைத்தாலும் நான் இங்கே வர விரும்பவில்லை. உங்களிடம் ஆத்திரத்தில் கத்துவதைத் தவிர அதில் செய்ய எதுவும் இருப்பதாக எனக்குப் படவில்லை; அதுவும் மிக நீண்ட நாள் கழித்து சந்திக்கும்போது அதைச் செய்ய நான் விரும்பவில்லை. நான் உண்மையிலேயே கோபத்தோடு இருக்கவில்லை என்று தோன்றுகிறது; ஆனால் கோபத்தோடு இருந்திருக்கலாமோ என்றும் தோன்றுகிறது. நான் யாரிடமாவது கோபத்தோடு இருக்கிறேன் என்றால் அது என்னிடம்தான். உண்மையில் எனக்கிருப்பது, விஷயங்களை அறியாமலிருந்ததைப் பற்றிய எனது குற்றவுணர்ச்சியும், அறிந்திருக்கவில்லை என்பதை விட்டுக்கொடுக்காமல் மறைக்கும் எண்ணமும்தான். எனது வாழ்க்கைக்கும் அந்தக் காலகட்டத்துக்கும் இடையில் நான் ஏற்படுத்திக்கொண்ட இடைவெளி பற்றிய

உணர்வு. இப்படி உங்களிடம் பேசுவதில் ஒன்றும் உங்களுக்கு ஆட்சேபணை இல்லையே? நான் இங்கே வந்திருக்கிறேன், நீங்களும் வெளிப்படையாகப் பேசிக்கொண்டிருக்கிறீர்கள், இப்படி நடக்கிறது என்று என்னால் உண்மையிலேயே நம்ப முடியவில்லை. இது வாய்ப்பா இல்லையா என்றெல்லாம் எனக்கு யோசிக்கத் தோன்றவில்லை இல்லை. நீங்கள் சொல்வதை நான் கேட்க விரும்பவில்லை. இந்த வாய்ப்பை நான் விரும்பினேன் என்றும் தோன்றவில்லை. ஆனால் நான் வந்ததால் நிச்சயம் நான் விரும்பித்தான் இருக்கவேண்டும். நான் என்ன செய்கிறேன் என்பது எனக்குத் தெரிவதால், நான் நடந்துகொண்டதுபோல நடந்துகொள்ளும் சலுகையை நானே எனக்கு அளிக்க விரும்பினேன். என்னை நானே அப்படி வழிநடத்தியதுபோல் உணர்ந்தேன், ஒன்று மாற்றி ஒன்று என இக்கட்டுகள் எதிலும் தடுமாறிவிழாமல், மறைந்துகொள்ளாமல், எதையும் இழக்காமல் நடந்தேன். நாம் ஒளிவுமறைவில்லாமல் மரியாதையோடு பேசிக்கொண்டோம்; நான் இங்கே வரும்போது, நாம் இப்படி நடந்துகொள்வோம் என்று கனவுகூடக் காணவில்லை. நீங்கள் ஒருவிதமான ஞாபகச் சின்னத்தைப் போல, எனது பூர்வீகத்தின் ஒரு உருவகமாக இருப்பீர்கள் என்றும், நரகத்தின் ஆழத்திலிருந்து எழுந்துவந்து உள்ளத்திலிருப்பவற்றை மறைத்தபடி, ஜின்னைப் போல நீங்கள் காரியமற்றக் குமுறலோடு அசையாமல் அமர்ந்துகொண்டிருக்க, நான் வந்து உங்களைச் சோதித்துப் பார்ப்பேன் என்றும் கற்பனை செய்திருந்தேன் போலிருக்கிறது. நான் இப்படிச் சொல்வதில் உங்களுக்கு ஆட்சேபணை இல்லையே?"

"வேண்டுமென்றால்," என்றேன். "எந்த ஜின்னை நீங்கள் குறிப்பிடுகிறீர்கள்? எந்த ஜின் அப்படி அசையாமல் அமர்ந்துகொண்டு உள்ளத்திலிருப்பவற்றை மறைத்தபடி காரியமற்றக் குமுறலோடு இருக்கிறது?"

"எந்தக் கதை என்று கேட்க விரும்புகிறீர்களா?" என்று கேட்டான், புன்முறுவலோடு, சின்ன முகச்சுழிப்போடு, எதையோ தேடி எடுக்கப் பார்க்கிறான்." நினைவுக்கு வரவில்லை. மனதில் ஒரு பிம்பம் மட்டும் இருக்கிறது.

"கொம்பு இருக்கிறதா? அந்த பிம்பத்திலிருக்கும் ஜின்னுக்கு கொம்பிருக்கிறதா? பிரமாண்டமான தலையின் நடுவில் ஒரு கொம்பு?" என்று கேட்டேன்.

"ஆமாம்", என்றான் வெற்றிக்களிப்போடு, முகம் முழுக்கச் சிரிப்பாக. ஒரு வினாடி அவன், யோசித்து யோசித்துத் தன்னைத்தானே வதைத்துக்கொள்ளும் ஒருவனாக அன்று மாலை நேரம் முழுவதும் தோன்றியதுபோல் இல்லாமல் அவனது அம்மாவைப் போலத் தோன்றினான். தன்னையே பலிகொள்ளும் அவளது கவர்ச்சியின் ஏதோ ஒன்று இவனிடமும் இருந்தது. "நீங்கள் கெட்டிக்காரர்தானே? அப்படியானால் எதில், எந்தக் கதையில் என்பதை எனக்குச் சொல்லுங்கள்."

"கமார் ஸமான் கதை" என்றேன். "ஆயிரத்தொரு இரவுகளில், ஆடாமல் அசையாமல் அமர்ந்திருக்கும் ஒரே ஜின் அந்தக் கதையில்தான் வருகிறது. நெற்றியின் நடுவில் கொம்புடன். எனக்குப் பிடித்த ஜின். அது ரொம்ப வினோதமானது; என்னை அப்படித்தான் நீங்கள் கற்பனை செய்திருக்கிறீர்கள்."

"இல்லை, இல்லை. நிச்சயம் 'கமார் ஸமான்' இல்லை. அந்தக் கதை எனக்கும் மிக நன்றாகத் தெரியும்" என்றான் அவன்.

"சரி, அப்படியானால், வேறெந்தக் கதை? நீங்கள்தான் மெத்தப் படித்தவர். இப்படி நரகத்தின் ஆழத்திலிருந்து எழுந்துவந்து, அசையாமல் அமர்ந்துகொண்டு, மனதிலிருப்பதை மறைத்தபடி, காரணமில்லாமல் கோபத்தோடிருக்கும் ஜின் வேறு எந்தக் கதையில் வருகிறது? நீங்கள் சொல்வது 'கமார் ஸமான்' கதையில் வரும் ஜின்னுக்குத்தான் சரியாகப் பொருந்துகிறது."

"இல்லை, அது இல்லை. எதிலென்று இப்போது நினைவுக்கு வர மறுக்கிறது, ஆனால் கண்டுபிடித்துவிடுவேன். மறுமுறை வரும்போது சொல்கிறேன்."

வெளியே மாலை மங்கிக்கொண்டு வந்தது; வெளிச்சமிருந்தது, ஆனால் இதயத்தை அழுத்துகிற சோகமான நீர்த்தச் சாம்பல் வெளிச்சம். நேரமாகிக் கொண்டிருக்கிறது என்பதை அவனுக்கு உணர்த்துவதற்காக நான் ஜன்னலுக்கு வெளியே பார்த்தேன். இன்னொரு நாள் அவன் வரப்போகிறான் என்றால் இப்போது அவன் போகலாம்; நான் கொஞ்சம் ஓய்வாக எனது எண்ணங்களை ஒருமைப்படுத்துவேன். என் பாதாளக் கல்லறையில் விஷயங்களை மீண்டும் சீரமைப்பேன்.

"உங்களை ரொம்ப சோதித்துவிட்டேனா? நான் கிளம்பி விடுகிறேன்" என்றான் அவன். "ஒன்றை மட்டும் சொல்லுங்கள். என் அப்பாவின் குற்றச் சாட்டுகள் அநியாயமாகப் பட்டதால் அந்த விஷயத்தை

உடனடியாக முடித்ததாகச் சொன்னீர்கள். என்ன அநியாயம்? அதை எனக்கு விளக்கமாகச் சொல்வீர்களா?”

நான் தலையை அசைத்தேன். “அது பெரிய கதை. கேட்பதற்கும் கஷ்டமான கதை. இன்றைக்கு இவ்வளவு போதாதா?”

“உங்களுக்கு மேலே சொல்லமுடியுமென்று தோன்றினால் என்னாலும் கேட்க முடியும்.” என்றான். இப்படி வலியுறுத்திக் கேட்கிறோமே என்று நினைத்து அவன் கூச்சப்படுவது முகத்தில் தெரிந்தது. ஆனால், நான் சொன்னதெல்லாம் சரிதான் என்று நிரூபிப்பதற்கு மேற்கொண்டுச் சொல்லித்தான் ஆகவேண்டும் என்று கட்டாயப்படுத்துவதைப் போன்ற ஒரு சின்ன அதிகாரத் தோரணையும் அதில் இருந்தது.

நான் அவனிடம் சொல்வேன் என்பது எனக்குத் தெரியும். எனக்கு அதைச் சொல்லிக் குற்றவுணர்ச்சியிலிருந்து வெளிவரவேண்டும். மன்னிப்புக் கோருவதற்கோ அல்லது எனது பாவங்களைக் கழுவுவதற்கோ அல்ல. ஏனென்றால் அவற்றிற்குக் காரணம் சிறுமையும் வீண்பெருமையும்தானே தவிர அயோக்கியத்தனமல்ல. அவற்றின் விளைவுகளை நானும் பிறரும் போதுமான அளவு அனுபவித்தாகி விட்டது. இந்தப் பாவங்களின் சுமை சிறிதும் குறையப் போவதில்லை.அந்த நிகழ்வுகள், கதைகளின் பாரத்தை இறக்கி வைக்க யாரிடமாவது சொல்ல வேண்டியிருந்தது. இதுவரை என்னால் சொல்லவே முடியாமலிருந்த கதைகள், நிகழ்வுகள்; புரிந்துகொண்டு யாராவது செவிமடுக்க மாட்டார்களா என்ற எனது ஏக்கம் இப்படிச் சொல்வதன்மூலம் நிறைவேறும். இவன் என் வாக்குமூலத்தைக் கேட்கப் போகிறவன். இவன் என்னிடம் கேட்டவற்றை நான் இவனுக்குச் சொல்லப் போகிறேன் என்பது எனக்குத் தெரியும். இவனிடம் சொன்ன பிறகு, நிறுத்தவேண்டும் என்று எனக்குப் படும் இடத்தில் நிறுத்தி இவனிடம், ஷகர்ஜாத்கூட சூரிய உதயத்தில் தனக்குச் சிறிது ஓய்வு கிடைக்கும்படி பார்த்துக்கொண்டாள் என்பேன். எனக்கிருக்கிற சாதகத்தைப் பயன்படுத்திக் கொள்வேன், நான் நிஜமாகவே உணராதப் பெரும் தயக்கத்தைக் காட்டி நடிப்பேன்; அப்படியாவது இவன், அவனுக்கு வேண்டியதையெல்லாம் நான் சொன்னபிறகு போகிறானா என்பதை உறுதிசெய்வதற்குத்தான். அவன் தன்னைப் பற்றி நல்லதாகவே சொல்லியிருக்கிறான்; அதற்கு மாறுபாடாக நானும் நடந்துகொள்ள விரும்பவில்லை. எனவே, ஒரு பாத்திரத்தில்

பால் சேர்க்காமல் சர்க்கரை போட்டுத் தேநீரைத் தயார்செய்து வைத்துவிட்டு வந்து தொடர்ந்தேன்.

அந்த வீட்டின் உடைமையாளர் யார் என்பதைச் சூழ்ந்திருந்த சிக்கல்கள் எனக்கு முதலில் தெரியவந்தது, 1950இல் நான் மேக்கரேரே கல்லூரியில் படிப்பு முடித்துத் திரும்பியபோதுதான். நான் மூன்று வருடங்களுக்கு மேலாக வெளியே இருந்தேன், படிப்பு முடிந்தபோதும் ஊருக்குத் திரும்ப அவசரம் காட்டவில்லை. கம்பாலாவில் எனக்கு இரண்டு மிகச் சிறந்த நண்பர்கள் கிடைத்தார்கள்: கென்யாவின் மலிந்தீயைச் சேர்ந்த சேஃபு அலி, அவன் நுண்கலைப் படிப்புப் படித்துவந்தான்; மற்றவன், விக்டோரியா ஏரியின் தாங்கனிக்கா கரைப் பகுதியிலிருந்த பூக்கோபாவில் வசித்த ஜமால் ஹுசைன், அவன் வணிக நிர்வாகம் படித்துக்கொண்டிருந்தான். எல்லாவற்றின்மீது பேராவல் கொண்டவன் சேஃபு; தனக்காவே, தன் மனசாட்சியின் திருப்திக்காகவே பேசுவது போலிருக்கும் அவன் பேசுவது, கலைஞன் என்ற சொல்லுக்குப் பொருத்தமானவன். ஜமால் அவன் குடும்பத்தினர் விரும்பியதால் வணிகம் படித்தான்; சேஃபு சுங்க வரிக்கு எதிராகக் கடும் விமர்சனத் தாக்குதலைத் தொடங்கும்போது, ஜமால் பொறுப்புகள், வாழ்க்கைக்குத் தேவையான திறமைகள் ஆகியவற்றிற்கு கடமையோடு குரல்கொடுக்க வருவான். நான் குடிமை நிர்வாகம் படித்துக்கொண்டிருந்தேன்; காலனிய அரசாங்கத்தில் ஒரு குமாஸ்தாவாக ஆகிப் பாழாய்ப்போகப் போகிறேன் என்றுதான் அப்போது தோன்றியது. விடுதியில் எங்கள் அறைகள் ஒரே வராண்டாவில் அடுத்தடுத்து இருந்தன. படித்ததுதான் வேறுவேறு வகுப்பில், மற்றபடி எல்லாம் சேர்ந்தேதான் செய்தோம். பல்வேறு போட்டிகளுக்காகவும் தேர்வுகளுக்காகவும் நாங்கள் சேர்ந்தே படித்தோம். சாப்பிட ஒரே குழுவாகப் போவோம். அப்போதெல்லாம் செந்நிற மாணவர் சீருடையோடு - நாங்கள் என்னவோ பூமத்திய ரேகையிலுள்ள ஆக்ஸ்போர்டில் இருப்பதுபோல - போனால்தான் எங்களை சாப்பாட்டுக்கூடத்துக்குள் அனுமதிப்பார்கள். நகரத்தில் சேர்ந்தே சுற்றுவோம், கால்பந்து விளையாடுவோம், பிரமாண்டமான அத்தி மரங்களின் நிழலில் ரொட்டி உண்போம், ரமலானின் போது சேர்ந்தே நோன்பு திறப்போம், ஈகைத் திருநாளைச் சேர்ந்தே கொண்டாடுவோம். எல்லாம்.

இதெல்லாம் பதின்ம வயதின் விஷயங்கள், அப்படித்தான் நினைக்கிறேன்; வேறு சில மாணவர்கள், நாங்கள் கழிவறைக்குக்கூட சேர்ந்துதான் போகிறோம், என்று இப்படி என்னென்னவோ

சொல்லி எங்களைக் கிண்டல் செய்வார்கள். என்னவானாலும் அற்புதமானக் காலகட்டம் அது. வாழ்நாள் முழுக்கத் தொடரும் என்று நாங்கள் நினைக்கும் அளவுக்கு எங்கள் தோழமை இருந்தது. எங்களில் யாரும் அப்படிச் சொன்னதாக எனக்கு நினைவில்லை, ஆனால் நான் அப்படி எதிர்பார்த்திருந்தேன் என்பது இப்போது தெரிகிறது; சகோதரனோடு இருக்கும் உறவைப் போல, சரியா தப்பா என்று ஆராயாத நிரந்தரத் தோழமை. மன்னித்துக் கொள்ளுங்கள், எனக்குச் சகோதரர்கள் கிடையாது. இதுபோன்று ஒப்பிட்டுப் பேசுவதன்மூலம் ஒருவேளை எனக்கிருந்த இன்னொரு நல்லவிதமான எதிர்பார்ப்பைச் சொல்கிறேன் போலிருக்கிறது; ஒரு சகோதரன் வேண்டும் என்று விரும்பினேன்; இருந்தால் எப்படி இருக்கும் என்று கற்பனை செய்தேன். படிப்பு முடிந்தபிறகு எங்களுக்குப் பிரியவே மனதில்லை. இந்த நல்ல நண்பர்களைப் பிரிவதுதான் வேறெந்தப் பிரிவைக் காட்டிலும் எனக்கு அதிகத் துயரம் தந்தது. என் அருமை அம்மாவின் மரணத்தைத் தவிர, இறைவன் அவர் ஆத்மாவுக்குச் சாந்தியைக் கொடுக்கட்டும்; என் பதினோரு வயதில் அவர் இறந்தபோது அது ஒரு பிரிவு என்று தோன்றாமல் பெரியதொரு இயற்கைப் பேரழிவைப் போல, பெரிய நிலநடுக்கத்தைப் போல, பேரலையைப் போல, கிரகணத்தைப் போல என்னை உணரவைத்தது.

எனவே, பிரிவின் கணத்தைத் தள்ளிப் போடுவதற்காக சிலமாதங்களுக்குப் பரஸ்பரம் வீடுகளுக்குப் போய், ஒன்றோ இரண்டோ மாதங்கள் அல்லது எங்கள் பெற்றோர்களோ அல்லது நானும் சேஃபுவும் பணியமர்த்தப்படப்போகும் அலுவலகங்களோ அனுமதியளிக்கும் வரையிலும், தங்குவது என்று தீர்மானித்துக்கொண்டோம். இதன் ஒரு தொடக்கமாக, மற்றவர்கள் எல்லோரும் போனபின்னரும் நாங்கள் கல்லூரி விடுதியில் தங்கியிருந்தோம்; இரவு தாமதமாகப் படுக்கப் போவோம், சீட்டு விளையாடுவோம், டென்னிஸ் கற்றுக்கொண்டோம், ஏதாவது செய்துகொண்டிருந்தோம். இளமையில், வீட்டிற்கு வெளியே இருக்கும் தைரியத்தில் தோன்றுகிற, யாரும் கேள்விகேட்கமுடியாத விளையாட்டுத்தனத்தோடு நாங்கள் இருந்தோம். கடைசியில் விடுதிக்காப்பாளர், அன்பும் புரிதலும் கொண்ட அந்த மனிதர், பொறுமை இழந்து எங்களை விரட்டிவிட்டார். அதன்பிறகு பூக்கோபாவுக்குப் போய், ஜமால் குடும்பத்தோடு தங்கினோம். எண்டேபேயிலிருந்து ஏரிப்படகு ஒன்றைப் பிடித்து அதைத் தாண்டினோம்; வழிமுழுவதும் மழை பெய்தது நினைவிருக்கிறது;

கரையிலிருந்த கணக்கற்ற பாப்பிரஸ் புற்செடிகளை அது வீழ்த்திவிட்டது, ஏரியின் நீர்ப்பரப்பு பாதரச வண்ணத்தில் மாறியது. மேகம் மூடி இருண்டிருந்த ஆகாயத்தில் மின்னல் வெட்டிக்கொண்டே இருந்தது. காற்றோ வெருண்டுபோன ஜீவனைப் போல ஓலமிட்டுக்கொண்டே இருந்தது. நான் அந்த ஏரியைத் தாண்டியது அதுதான் முதலும் கடைசியும். எனக்கு இந்தப் பயங்கரக் காட்சிகள்தானா பார்க்க கிடைத்திருக்கவேண்டும் என்ற வருத்தம் இருக்கிறது; கொட்டும் மழையில் படகு தடுமாறிய போது பயணிகள் எல்லோரிடமும் ஏற்பட்ட பீதியைப் பற்றிச் சொல்லவே வேண்டாம்.

ஜமால் ஹுசைனின் குடும்பத்தினர் இரும்பு சாமான் கடை நடத்திவந்தார்கள்; பிரதானச் சாலையிலிருந்த அந்த இருளடைந்த பெரிய கடையில் இரும்புப் பானைகளும் வாணலிகளும், சுத்திகளும் ஆணிகளும், பூச்சித்திரப் போட்ட எனாமல் கோப்பைகளும் தட்டுகளும் நடைபாதை வரையிலும் பிதுங்கிக்கொண்டிருக்கும். இதுபோக, நகரத்து விளிம்பில் காற்றோட்டமான ஒரு கொட்டகையில் சைக்கிள்களும் விவசாய யந்திரங்களும் விற்கும் தொழிலும் இருந்தது. போர் முடிந்த தொடக்கத்தில் வியாபாரங்கள் சூடுபிடித்தபோது அவர்கள் விவசாய சாதனக் கிடங்கிற்கு அடுத்ததாக கார் ஷோரூமும் பெட்ரோல் ஸ்டேஷனும் திறந்தார்கள்; ஆஸ்டின் காருக்கான விசேஷ ஷோரூம் அதுவாக இருக்கலாம் இல்லையென்றால் மாரிஸ் கார்களாகவும் இருக்கலாம். அது பிரிட்டீஷ் ஆட்சியில் தான்கனிக்கா இருந்த காலம், ஃபோர்ட் அல்லது ப்யூஷோ போன்ற பிறநாட்டுக் கார்களுக்கு மொத்த விற்பனையாளராக ஆவது அவ்வளவு எளிதல்ல. சுருங்கச் சொன்னால் ஜமால் குடும்பம் தொழிலில் செழித்துவந்தது, குறைந்த காலத்தில் அது பெரிய பணக்காரக் குடும்பமாக மாற இருந்தது. யார் யார் வேலை செய்கிறார்கள், யாருக்கு யார் என்ன உறவு என்றெல்லாம் நான் யோசித்ததில்லை; ஆனால், மாமன் சித்தப்பா மச்சான்கள் என்று ஏகப்பட்ட பேர் சோர்வில்லாமல் வேலை செய்தார்கள்; சில நேரங்களில் பெரிய தோரணையோடு நிமிர்ந்து நடந்தார்கள்; இன்னும் சில நேரங்களில் ஒன்றாகச் சேர்ந்து சளசளவென்று பேசித் தங்களுக்குள் வம்பையும் தகவல்களையும் பரிமாறிக்கொண்டு, ஓயாத அவர்களின் வேலைகளின் அழுத்தத்திலிருந்து கொஞ்சம் ஆசுவாசமாக இருப்பார்கள். வீட்டிலும் சித்திகள் மாமிகள் கொழுந்திகளுக்கு ஒழிவில்லாத வேலைகள்; சமைப்பது, துணித் துவைப்பது, அங்குமிங்கும் போவது வருவது; பரஸ்பரம் என்னென்னவோ

கூச்சலிட்டுக்கொள்வது போலத் தோன்றும். என்னென்னவோ என்று நான் சொல்வதற்குக் காரணம் அவர்கள் தங்களுக்குள் குஜராத்தியில் பேசிக்கொள்வதால் என்ன பேசுகிறார்கள் என்று எனக்குப் புரியாது. எனவே, இது அவர்களுக்குள் எப்போதும் நடக்கும் சின்னச்சின்னப் பூசல்களா அல்லது பெருக்குவது இன்று, யாரின் முறை என்பதுபோன்ற நடைமுறை விஷயங்கள் பற்றிய வார்த்தைப் பரிமாற்றமா என்று அந்தக் கூச்சலை வைத்துச் சொல்ல முடியவில்லை. ஆனால், முதலாவதாக நான் சொன்னதுதான் இருக்கும் என்பதை அவர்களின் பேச்சில் தெரிந்த கடுகடுப்பு சொல்லியது.

அந்தப் பெரிய குடும்பம் முழுவதும் அடுத்தடுத்து இருந்த இரண்டு பிரமாண்டமான வீட்டில் குடியிருந்தார்கள்; இரண்டு வீட்டுக்கும் புழக்கடை பொது; சுற்றிலும் அது கோழி வலையாலும் துவரைச் செடிகளாலும் வேலியிடப்பட்டிருந்தது. புழக்கடையில் - அதை ஜமால் தோட்டம் என்று அழைத்தான் - கொஞ்சம் வாழைகள், மல்லிச் செடிகள், ஒரு கொய்யா மரம், பின்வாசலையொட்டி சின்னக் கீரைப் பாத்தி. இவற்றோடு ஒரு கோழிக்கூண்டும் இருந்தது. புழக்கடையின் ஒரு மூலையில் கான்கிரீட் தளம்போட்டு தண்ணீர்க் குழாய் வைத்திருந்தது, ஞாயிறு தவிர மற்ற நாட்களில் துணி துவைப்பதற்கென்று ஒருவர் வந்து துவைப்பார்; புழக்கடையின் எல்லாப் பக்கங்களிலும் குறுக்கும் மறுக்குமாக கொடிகள் கட்டியிருந்தார்கள். நானும் சேஃப்புவும் தங்குவதற்குப் புழக்கடையிலிருந்த ஒரு வெளிவீட்டைத் தந்தார்கள். அந்த வீட்டில் தனித்தனி வாசல்கொண்ட இரு அறைகளும் இரண்டுக்கும் மத்தியில் ஒரு கழிப்பறையும் இருந்தன பூட்டியே இருக்கும் மற்றொரு அறை வீட்டு மளிகைப் பொருட்கள் வைப்பதற்கான அறையாக இருந்தது. சிலநேரங்களில் ஒரு மச்சான் வந்து வீட்டுக்கு தேவையான மளிகைப் பொருட்களை எடுத்துக்கொண்டு போவார்.

நாங்கள் வந்ததுமே அங்கே பதற்றம் உருவாயிருப்பதை நான் உணர்ந்துகொண்டேன். நாங்கள் வரப்போவதை ஜமால் முன்கூட்டியே குடும்பத்தினரிடம் சொல்லவில்லை; எங்களைப் பற்றி அவர்களிடம் சொல்லியிருப்பதால் நண்பர்கள் வீட்டுக்கு வந்து தங்கினால் குடும்பத்தினர் சந்தோஷப்படுவார்கள் என்று நினைத்துக்கொண்டு விட்டான். கம்பாலாவிலிருந்த கடைசி மாதங்களில் இதுபோன்ற நல்லெண்ணம்தான் எங்களைச் சந்தோஷமாக வைத்திருந்தது. எங்கள் மூவரில் ஜமால்தான் விடுமுறை கிடைக்குபோதெல்லாம் வீட்டுக்குப் போகுமளவுக்கு

கம்பாலாவின் அருகில் இருந்தான், படகில் ஏரியைத் தாண்டினால் ஊர். சேஃபுவும் முதலாமாண்டு இறுதியில் குடும்பத்தில் யாரோ இறந்துவிட்டார்கள் என்று கடற்கரைப் பகுதிக்குப் பயணம் போனான். ஜமால் கம்பாலாவிலிருக்கும் தனது நண்பர்களைப் பற்றிக் குடும்பத்தில் சொல்லியிருக்கிறான் என்பது எனக்குத் தெரிந்தது; ஏனென்றால் அவனது மச்சான்களில் சிலர் எங்களின் சில்லறை சாகசங்களைப் பற்றி எங்களிடம் சொன்னார்கள். இவற்றையெல்லாம் வைத்து ஜமால் எங்களை அவர்கள் தன் அறையில் அல்லது சகோதரர்கள் மச்சினர்களோடு தானிருக்கும் அறையில் படுத்துக்கொள்ள விடுவார்கள் என்று நினைத்துவிட்டான். ஆனால் அந்தக் குடும்பத்தினரின் ஒன்றுக்குள் ஒன்றான, அவரவர்களுக்கென்று கடமைகளோடிருக்கும் வாழ்க்கையைப் பார்த்ததுமே, அந்த வீட்டின் இளம்பெண் உறவுகளைப் பார்த்ததுமே எனக்குத் தெரிந்துவிட்டது, இந்த வீட்டில் நாங்கள் அழையா விருந்தாளிகளாகத்தான் இருப்போம் என்பது. சாமான்கள் வைக்கும் இடத்தில் எங்களுக்கு இடம் கொடுத்தது ஜமாலை வருத்தியது; நாங்கள் மரியாதைக் குறைவாக அதை எடுத்துக்கொள்வோமோ என்ற எண்ணம் அவனை அரித்தது.

அவை சாமான்கள் வைக்கும் இடமல்ல; அறைகளுக்கு நடுவிலிருந்த கழிப்பறையே அதற்கு அத்தாட்சி; ஆனால் அந்த அறைகள் வீட்டு வேலைக்காரர்களுக்கு அல்லது தோட்டக்காரர்களுக்கு ஒதுக்கப்பட்டவை. அப்படி யாரையும் அந்தக் குடும்பம் வைத்துக்கொள்ளாததால் வேறு விஷயங்களுக்கு அதைப் பயன்படுத்தி வந்தார்கள். காலையில் கண்விழித்து வெளியே வந்ததுமே தோட்டம் பார்க்கக் கிடைப்பது எவ்வளவு அற்புதம், குடும்பத்தினருக்குத் தொந்தரவு கொடுக்காமல் எப்படி இரவு வெகுநேரம் வரையில் சீட்டு விளையாட முடிகிறது, எப்படி எங்கள்போக்கில் நாங்கள் இருக்கிறோம் என்றெல்லாம் சொல்லி நாங்கள் ஜமாலை கலாட்டா செய்தோம். ஆனால் அங்கே வேறு சில சிக்கல்கள் இருந்தன. எங்களுக்குத் தனியாகச் சாப்பாடு; ஜமாலின் சகோதரிகளில் ஒருத்தி சாப்பாடு எடுத்துவருவாள், பூச்சித்திரம்போட்ட எனாமல் ஒரே பாத்திரங்களில்தான் எப்போதும்; என்னவோ எங்களுக்கென்றே அவற்றை ஒதுக்கி வைத்ததுபோல. ஜமாலுக்கு ஏதாவது வேலை இருந்துகொண்டிருந்தது; அவன் அவற்றை எங்களிடம் சொல்வதுமில்லை. எல்லாவற்றுக்கும் மேலாக, மாமிகளும் கொழுந்திகளும் நாங்கள் புழக்கடைக்கு வந்தால் முகத்தில் எரிச்சலுடன் உற்றுப்பார்த்து, முகத்திற்கெதிரேயே எங்களைப்

பற்றி குஜராத்தியில் பேசுவது சேஃபுவை புண்படவைத்தது. சில நாட்கள் கழித்து ஜமால், தனக்கு தினமும் வியாபார இடங்கள் ஒவ்வொன்றுக்கும் போக வேண்டியிருக்கிறது, எனவே, தான் எங்களிடம் உறுதியளித்ததுபோல வேறு இடங்களுக்கு அழைத்துக்கொண்டு போகமுடியவில்லை என்று சொன்னான். என்றாலும், அதற்கு அடுத்துவந்த ஞாயிற்றுக்கிழமையில் ஏரியிருக்கும் சாலையில் சில மைல் தூரத்தில் அந்தக் குடும்பத்தினர் பிக்னிக் போனபோது நாங்களும் உடன் போகமுடிந்தது.

ஒருவழியாக நாங்கள் இரண்டொரு வாரங்கள் அங்கே இருந்தோம். ஒரு நாள் மதியம், சேஃபுவும் நானும் வாசலுக்குச் செல்லும் வழிநடை வழியாகச் சாலைக்குச் சென்று அங்கிருந்து ஏரிக்கரையோரமாகக் காலாற நடப்போம் என்ற எண்ணத்துடன் வீடுகளின் பின்புறமாக நடந்து போய்க்கொண்டிருந்தோம். ஜமால் தன்னால் வெளியே வரமுடியுமானால் தானும் நடையில் கலந்துகொள்வதாகச் சொல்லியிருந்தான். ஆனால் இப்போது அவனை எங்குமே காணோம். திடீரென்று மேலேயிருந்து எங்கள்மீது சூடான நீர் வந்து விழுந்தது. நாங்கள் இருவரும் டக்கென்று தலையை உயர்த்திப் பார்த்தபோது மாடி ஜன்னலில் ஒரு பெண்முகம் எங்களைப் பார்த்து இளித்துவிட்டு உள்ளே மறைந்தது. அதன்பின் உற்சாகச் சிரிப்பு கேட்டது; ஒரு கணம் கழித்து வேறு மூன்று பெண் முகங்கள் ஜன்னலில் தோன்றி எங்கள் கோலத்தை ரசித்தன. இதற்கு மேல் எதுவும் வேண்டியதில்லை; அதுவும் எங்கள்மீது அவர்கள் கொட்டியது சோப்புத் தண்ணீர் என்பது எங்கள் இருவருக்கும் விளங்கிய பிறகு. நாங்கள் சுத்தம்செய்துவிட்டு வேறு உடை மாற்றி, எங்கள் பொருட்களை எடுத்து வைத்துக்கொண்டிருக்கும்போது ஜமால் வீட்டிற்குள்ளிருந்து சத்தம்போட்டபடியே வேகமாக வெளியே வந்தான். வந்ததுமே ஒரே விளக்கங்கள் தருவதும் மன்னிப்புக் கேட்பதுமாக இருந்தான். சேஃபு, தனது பெரிய பெட்டியை எடுத்துக்கொண்டு அறையிலிருந்து வெளியே வரப் போராடிக்கொண்டிருந்தான். அவன் பின்னால் நானுமிருந்தேன். நாங்கள் சாலையை அடைந்ததும் அவன் ஜமாலைப் பார்த்துச் சொன்னான்:" நீங்கள் திமிர்பிடித்த மடக் கழிசடைங்க, நீங்கள் எல்லாரும்தான்." நான் ஜமாலிடம், "அவன் முகவரி உன்னிடம் இருக்கிறதுதானே, அவனுக்கு எழுது. விஷயத்தை இப்படியே விட்டுவிடாதே" என்றேன். ஆனால் அவன் எழுதவே இல்லை. ரொம்பக் கஷ்டமாக இருந்தது. ஒருவேளை எழுதுவதற்கு அவனுக்கு மிகவும் கூச்சமாக இருந்திருக்க வேண்டும் அல்லது ஒருவேளை

இதில் எழுதுவதற்கு ஒன்றுமில்லை என்று முடிவுசெய்திருக்கலாம். பூகோபாவில் வளரும் இனிப்பு பிளம்ஸ்களும் பின்மதிய நேரத்தில் ஏரி வைலட் வண்ணத்தில் ஒளிருவதும் எனக்கு நினைவுக்கு வருகின்றன.

சேஃபுவும் நானும் பஸ் பிடித்து ம்வான்சாவுக்குப் போய் அங்கிருந்து இன்னொரு பஸ்ஸில் கிசுமூ, அங்கிருந்து நைரோபி போகும் ரயிலைப் பிடித்து கடைசியில் மாம்பாஸா வந்தடைந்தோம். நான்கு நாட்கள் பயணம், ஒரு இரவு பஸ் டிப்போவில் தூக்கம், மற்ற நாட்கள் ரயிலில். நாங்கள் மாம்பாஸாவில் சேஃபுவின் உறவினர் ஒருவரின் வீட்டில் தங்கிவிட்டு, அங்கிருந்து அடுத்த நாள் காலையில் பஸ் பிடித்து மாலிந்தி கிளம்பினோம். கடற்கரைப் பகுதிக்குத் திரும்பி வருவது என்பது வீட்டுக்குத் திரும்புவதுபோல; எல்லாவற்றுக்கும் மேலாக, எனக்கு விதிக்கப்பட்ட இடம் இதுதான் என்பதை அறிந்துகொள்வது போல. கம்பாலாவில் நான் கற்றவை எல்லாம் நொறுங்கிக் கொண்டிருந்தன, நான் எந்த அளவுக்கு அறியாமையில் இருந்திருக்கிறேன் என்பதும், எல்லாம் தெரிந்ததுபோன்று நாங்கள் வாழ்ந்த சின்ன வாழ்க்கையும். கடல் பிரதேசத்துக்குத் திரும்பியதும், பரந்த, உன்னதமான ஏதோ ஒன்றின் பாகமாக என்னை உணர்ந்தேன், என்னில் ஒருபகுதியான வாழ்க்கையின், பயனற்ற கந்தல்கோலமான வாழ்க்கை என்று அவசரத்தில் முடிவுகட்டிய வாழ்க்கையின் பாகமாக. மூன்று மாதங்கள் நான் சேஃபுவுடனும் அவனது பல உறவினர்களுடனும் கழித்தேன்; கடற்கரையை ஒட்டி வடக்கே பாடே, லாமூ வரை எல்லா இடங்களுக்கும் பயணம் போனோம்; இடையிடையே சேஃபுக்குத் தெரிந்தவர்களோடு அல்லது தெரிந்தவர்கள் பெயர் சொல்லித் தெரிந்துகொண்டவர்களோடு சில நாட்கள் தங்கிவிட்டு, பின்னர் அங்கிருந்து பஸ்ஸையோ படகையோ பிடித்து வேறிடத்துக்குச் செல்வோம். நான் போன இடங்களிலெல்லாம் எங்களை அந்தக் குடும்பத்துப் பிள்ளைகளைப் போல நடத்தினார்கள்; இருந்த சௌகரியங்களை எங்களோடு பகிர்ந்துகொண்டார்கள். நாங்கள் போன இடங்களிலெல்லாம் யாராவது ஒருவர் சேஃபுவை அறிந்திருந்தார்கள், அவன் அதற்கு முன்னர் சந்தித்தே இராத மனிதராக அவர் இருந்தாலும். நம்பவே முடியாத நாட்கள் அவை, போன இடங்களில் மனிதர்கள் என்னையும் இரு கரம் நீட்டி ஏற்றுக்கொண்டார்கள். சேஃபு என்னை கென்யாவிலேயே தங்கி வேலைத் தேடிக்கொள்ளச் சொல்லிப் பார்த்தான்; அது என்னால் முடியாது என்பது அவனுக்குத் தெரியும். ஏனென்றால்,

படிப்பை முடித்துவிட்டு மூன்று ஆண்டுகள் காலனிய நிர்வாகத்தில் பணியாற்ற வேண்டும் என்ற நிபந்தனையோடுதான் எனக்குப் படிப்பதற்கு உதவித்தொகை வழங்கப்பட்டிருந்தது.

கடற்கரைப் பிரதேசத்துக்கு வந்து சில வாரங்கள் கழித்து நான், அப்பாவுக்கு எங்கிருக்கிறேன், எப்படி என்போக்கில் வீடு திரும்பிக்கொண்டிருக்கிறேன் என்று கடிதம் எழுதிப் போட்டேன். பதில் வருமென்று நினைத்து நான் எழுதவில்லை. முந்தைய மூன்று அல்லது அதற்குக் கொஞ்சம் கூடுதல் ஆண்டுகளில், நீண்ட இடைவெளிகளில் நான் அவருக்கு எழுதிய மிகக் குறைவான கடிதங்கள் ஒன்றுக்குக்கூட அவர் பதில் எழுதியிருந்தால்தானே! அவருக்கு அன்பில்லாததால் எழுதவில்லை என்று எனக்குத் தோன்றவில்லை; அவர் அன்பில்லாதவர் என்று நான் நினைக்கவுமில்லை. எழுத வேண்டியது என் கடமை என்று நான்தான் அவ்வப்போது ஏதாவது தகவல் தெரிவிப்பேன்; அப்பாக்களோ, இதைச் செய், அதைச் செய்யாதே என்று ஏதாவது சொல்வதற்கு இருந்தால்தான் கடிதம் போடுவார்கள். நான் மலிந்தியில் இருக்கும்போது அவர் கடிதம் வந்தது; நான் ஊர்த் திரும்பும் நாள் வந்துவிட்டதாகவும், அரசாங்க அலுவலர் ஒருவர் நான் எங்கே இருக்கிறேன் என்று விசாரிப்பதற்காகத் தன்னைப் பார்க்க வந்ததாகவும் எழுதியிருந்தார். எவ்வளவு சீக்கிரம் முடியுமோ அவ்வளவு சீக்கிரத்தில் பணியில் சேர வேண்டியது கட்டாயம், எனது கடமை, இதை நான் மறந்துவிட்டதாகத் தோன்றுகிறது. எதுவானாலும், நான் உடனே ஊர் திரும்ப வேண்டும், நான் கவனிக்க வேண்டிய வேறு விஷயங்களும் இருக்கின்றன; நான் எந்தக் கப்பலில் வருவேன் என்று நிச்சயம் தெரிவிக்கவேண்டும், ஏனென்றால், அவர் அங்கே வந்து சந்திக்க விரும்புகிறார். கடைசி கட்டளை அவரது இரண்டாம் திருமணம் பற்றிய மறைமுக அறிவிப்பு; ஆனால், அதன் அர்த்தம் நான் ஊர் திரும்பும்வரையிலும் எனக்கு புரிந்திருக்கவில்லை.

அப்பா இரண்டு ஆண்டுகளுக்கு முன்பே திருமணம் செய்திருந்தார். அவர் என்னிடம் இதைத் தெரிவித்தபோது, எனக்கு இது தேவையில்லாத வேலை என்று பட்டது. துறைமுகத்திலிருந்து இருவரும் நடந்தபடியே வீடு திரும்பிகொண்டிருந்தோம்; ரொம்ப காலத்துக்குப் பிறகு ஊர்த் திரும்பும் பரவசத்தில் இருந்தேன் நான்; பார்த்துப் பல வருடமான மக்களோடு முகமன்களைப் பரிமாறிக்கொண்டிருந்த என்னால் அவர் சொன்னதில் அதிகம் மனம் செலுத்தமுடியவில்லை; ஆனாலும், மக்களுக்குச் சிரித்தபடி

கைகாட்டிக்கொண்டு செல்வதற்கு இடையிலும் இந்த எண்ணம் என் மனதில் ஓடிக்கொண்டிருந்தது என்று படுகிறது: உங்களைப் போல் வயசாளிகள் எதற்குத் திருமணம் செய்துகொள்ள விரும்புகிறீர்கள்? அவரிடம் அப்படி எதுவும் நான் கேட்டுவிடவில்லை என்பது வேறுவிஷயம். கேட்டிருந்தால், என் திமிர்பேச்சுக்காக ஒரு வினாடிகூட யோசிக்காமல் அந்தத் தெருவில் வைத்தே என்னைப் புடைத்திருப்பார். எப்படியோ, நான் அப்படிக் கேட்காமல் இருந்தது பற்றி இப்போது சந்தோஷப்படுகிறேன். வாழ்வதற்கான விருப்பமோ அல்லது ஒரு துணையுடன் குறிக்கோளோடு இருப்பதற்கான விருப்பமோ ஒருபோதும் நம்மிடம் இல்லாமல் போய்விடுவதில்லை என்பது எனக்குத் தெரிகிறது. நான் அந்தச் செய்தியைக் கேட்டு மோசமாக நினைப்பேனோ என்று அவர் கவலையோடிருந்திருக்க வேண்டும்; ஏனென்றால், அம்மாவை நாங்கள் இருவரும் நேசித்த விதம் அப்படி. ஆனால் என்னை இந்தத் திருமணம் தொந்தரவு செய்யவில்லை, அப்போதும் சரி, எப்போதும் சரி. நாங்கள் அந்த வீட்டுக்கு, மறுமணத்துக்குப் பிறகு அவர் குடிவந்திருந்த வீட்டுக்கு, திரும்பியபோது இதற்கு முன்னால் அந்த வீட்டில் வாழ்ந்தவர்களின் நினைவு எனக்கு வந்தது. “இதுதான் உன் அம்மா” என்றார் அப்பா, அவரது மனைவியும் நானும் நாகரிகமாக முத்தமிட்டுக் கொண்டு, சம்பிரதாயமாக இரண்டு வார்த்தைப் பேசினோம். ‘அவரது மனைவி’ என்று சொல்லாமல் ‘என் சித்தி’ என்று சொல்லியிருக்கவேண்டும், ஆனால் அவரை எனக்கு அப்படி நினைக்கவே தோன்றவில்லை. அவர் என் அப்பாவின் மனைவி. அவரை இதற்கு முன்பே பீ மரியமாக எனக்குத் தெரியும்; அப்படித்தான் நான் அவரை எப்போதும் அழைத்துவந்தேன், இதில் மரியாதைக் குறைவு எதுவுமில்லை.

அந்த வீட்டில் முன்பு வாழ்ந்தவர்களை எனக்குத் தெரியும் என்று சொன்னேன்; அது, அவர்களுக்கும் எனக்கும் தூரம் என்ற எண்ணத்தை உருவாக்கியிருக்கலாம். அவர்கள் யாரென்று எனக்கு நன்றாகத் தெரியும் என்று சொல்லியிருக்கவேண்டும் நான். பீ மரியத்தின் முன்னாள் கணவர் ஒரு நகோதா, கப்பல் தலைவர்; ஒரு வணிகர். அவர் யார் என்று எல்லோருக்கும் தெரியும். தெருக்களில் பார்க்கும்போதே இவர் நகோதா எனப் பளிச்சென்று தெரியும், கம்பீரமாக நடந்துபோகும் கடல் காரார்; சரக்குகளையும் நடைமுறைகளையும் நோட்டமிட்டபடி, சுமைக்கூலிகளையும் மாலுமிகளையும் அலையோட்டம் தணிவதற்கு அல்லது காற்று குறைவதற்கு முன்பாகக் கிளம்பச் சொல்லிச் சத்தம் கொடுத்து

விரட்டிக்கொண்டிருப்பார். தனது வேலையாக அவர் கடந்துபோகும் போது மக்கள் அவரை முகமன் தெரிவித்துக் கூப்பிடுவார்கள், சில நேரம் அவரின் பெயரைச் சொல்லி, சில நேரம் அவர் தொழிலைச் சொல்லி. அவர் இறந்தது எனக்கு நினைவில்லை, அப்படியானால் நான் வெளியே கம்பாலாவில் இருந்தபோது அது நடந்திருக்க வேண்டும். துக்க காலம் முடிந்ததுமே என் அப்பா பீ மரியத்துக்குக் கொக்கி போட்டிருக்கவேண்டும். எப்படி இது நடந்தது என்றோ எதற்காக அவர் இதைச் செய்தார் என்றோ அல்லது பீ மரியம்தான் இப்படிச் செய்ய என்ன காரணம் என்றோ எனக்கு விளங்கவில்லை. நான் அவர்களோடு வாழ்ந்த காலத்தில் அவர்கள் இருவரும், இதைப் பற்றியெல்லாம் கவலைப்படாமல், தாங்கள் செய்தது சரி என்று உறுதியாக இருப்பதைப் போலத் தோன்றினார்கள்; இவ்வளவுதான் நான் சொல்லமுடியும். எனக்கு அவர்களைத் தெரியாமலிருந்திருந்தால், அவர்கள் மறுமணம் செய்துகொண்டு சில ஆண்டுகள்தான் ஆனவர்கள் என்று நினைக்காமல், என்னவோ பல ஆண்டுகள் சேர்ந்தே வாழ்பவர்கள் என்று எண்ணியிருப்பேன். ஒருவர் என்ன நினைக்கிறார் என்று மற்றவருக்குத் தெரியும் போலிருக்கும்; எந்த விஷயத்திலும் இருவரும் முரண்பட்டு நான் பார்த்ததே இல்லை. என் அப்பா எதையாவது தாக்கினால் பீ மரியமும் ஒரு சிறு கூழாங்கல்லையோ அல்லது சின்ன கை அம்பையோ வீசுவார் என்பது நிச்சயம். அவரது வழிமுறைகள் பொதுவாக என் அப்பாவின் வழிமுறைகளைவிட நுட்பமானவை. என் அப்பா சொன்னதையே சொல்லிக்கொண்டிருப்பார்; அவர் நினைத்ததுபோல நடக்கவில்லை என்றால் புண்பட்டுவிடுவார். அப்பாவுக்கு ஏதாவது ருசியாகச் சாப்பிட வேண்டும் என்று ஆசை வந்தாலும் அல்லது பீ மரியத்துக்கு ஏதாவது காரியம் பிடிக்காமல் போனாலும், அவர்கள் இருவரும் பரஸ்பரம் எரிச்சல்படாமல் இருப்பதுபோலத் தோன்றுவார்கள்; குறைந்த பட்சம் என் எதிரில். சுருக்கமாகச் சொன்னால், இருவரும் மனநிறைவோடு வாழ்ந்தார்கள். இப்படிச் சொல்வதன் மூலம் எல்லாவற்றையும் நான் சாதாரணமாக எடுத்துக்கொண்டேன் என்றோ அல்லது அவர்கள் என் மனத்தைக் கவரவில்லை என்றோ காண்பித்துக்கொள்ள நான் விரும்பவில்லைதான்.

எனக்குத் தெரிந்ததெல்லாம் இதுதான், நான் திரும்பி வந்து சில வாரங்கள் ஆனதும், என்ன நடந்தது என்பது வதந்தியாக முடிவில் என்னை எட்டுவதற்கு முன்பாக நான் தெரிந்துகொண்டுவிட வேண்டும் என்பதற்காக, அப்பா சொன்னது. நான் புரிந்து கொண்டு,

நம்பியவற்றைதான் இங்கே மீண்டும் சொல்கிறேன். அந்த அளவுக்கு நான் என் அப்பாவின் மீது மரியாதை வைத்திருக்கிறேன்; பல விதங்களில் அவர் ஏதும் தெரியாதவராக, முரட்டுக் குணத்துடன், வாழ்க்கையில் அடிபட்டு வந்த அந்தக்கால மனிதர்களின் பேராசையுடன் இருப்பவர்தான் என்றாலும். அவர் என்ன புரிந்துகொண்டாரோ அதை என்னிடம் சொன்னார், எதை என்னிடம் சொல்லலாமோ அதைச் சொன்னார் என்றும் நான் நம்புகிறேன். அவசரப்பட்டு பீ மரியத்தைத் திருமணம் செய்துகொண்டாரா, அவரது சொத்தைப் பார்த்துப் பாய்ந்தாரா என்றெல்லாம் நான் அவரிடம் கேட்கவில்லை; அப்படிக் கேட்கவும் என்னால் முடியாது. அவருக்கு அது அவமரியாதையாகப் பட்டிருக்கும். வசதியான விதவையை வேறு எவருக்கும் முன்னால் கைப்பற்றிய தன்னை அவர் அதிருஷ்டகாரனாகவும் சாமர்த்தியசாலியாகவும் எண்ணியிருக்க வேண்டும். அவர் அப்படிப்பட்டவரா அல்லது பீ மரியம் மீது பல காலமாக ஆசையோடு இருந்து சந்தர்ப்பம் வந்ததும் சட்டென்று செயலில் இறங்கினாரா, எனக்குத் தெரியவில்லை.

எனக்குத் தெரிந்ததெல்லாம் இதுதான்: பீ மரியத்தின் முதல் கணவர், ஊரில் எல்லோருக்கும் பிடித்தமான, தெருவில் பார்ப்பவர்கள் புன்னகையோடு நலம்விசாரிக்கும் நகோதா நாசருக்கு ஒரு நாளும் ஓயாத குடும்பச் சொத்துச் சண்டைக் கதை ஒன்றிருந்தது. அவரது உறவினர்கள் அவருக்கு அவரது அப்பாவிடமிருந்து வர வேண்டிய சொத்தைக் கொடுக்கவில்லை. அவர் பிறப்பதற்கு முன்பே எல்லாவற்றையும் எடுத்துக்கொண்டு, பனிக்குடத்துக்குள் நிம்மதியாக அவர் எதைப் பற்றியும் தெரியாமல் தூக்கத்தில் இருந்தபோது தங்களுக்குள் பங்கும் போட்டுக்கொண்டு விட்டார்கள். தன் அப்பா இறந்த பிறகுதான் அவர் பிறந்தார், ஒரு அனாதையாக; அவர் வெளியே வருவதற்குள்ளேயே, அவரது ஆண் உறவுகள் இருந்ததையெல்லாம் எடுத்துக்கொண்டு, தங்களுக்குள் பங்கு போட்டுக்கொண்டார்கள்; அவருக்கென்று எதுவும் விட்டுவைக்கவில்லை. பழையகாலத்தவர்கள் சொல்வதுபோல, செத்தால் போர்த்துவதற்கு ஒரு துண்டுத் துணிகூட வைக்கவில்லை. இது நடந்தது ஓமனில், மஸ்கட் நகரத்தில். அவர் அம்மாவுக்கு கணவனின் சொத்தில் ஒன்றும் கிடைக்கவில்லை. மாறாக, துக்க நாட்கள் முடிந்ததும், அவரிடம் அவர் கணவரின் சகோதரர் ஒருவர் தான் அவரைத் திருமணம் செய்துகொள்ளுவதாகச் சொன்னார். அவருக்கு ஏற்கனவே இரண்டு மனைவிகளும் ஒரு பெரும் கூட்டமாக அவர்களின் குழந்தைகளும் இருந்தார்கள். நாசரின்

அம்மாவுக்குப் பாதுகாப்பும் மரியாதையும் கொடுப்பதற்காக இதைச் செய்ய முன்வந்ததாக அவர் சொல்லிக்கொண்டார். நாசரின் அம்மாவுக்கு இதை ஏற்றுக்கொள்வதைத் தவிர வேறு வழியில்லை; தான் அவமானப்பட்டு சீரழியழியாமலிருப்பதற்கு வேறு வழி இருப்பதாக அவருக்குப் படவில்லை. நாசரின் அம்மாவின் புதிய கணவர், நாசரையும் எடுத்துக்கொண்டு, தன்னைச் சார்ந்து வாழும் ஒரு உறவினனைப் போல வீட்டில் வளர்த்தார்.

நாசருக்கு விவரம் தெரிகிற வயது வந்ததும், அவரது அம்மா அவரிடம் வாரிசுரிமையாக அவருக்கு வரவேண்டியவை எப்படிக் களவாடப்பட்டன என்பதைச் சொன்னார். வீட்டின் ஒரு இருண்ட மூலையில் முடங்கித் தன் அப்பாவிக் கணவரை நினைத்து அழுதுகொண்டிருந்தபோது, தாங்கள் இருவரும் எப்படி வஞ்சிக்கப்பட்டோம் என்பதைச் சொன்னார். அவர்கள் செய்தது இறைவன் விதித்த ஷரியத்துக்கு எதிரானவை என்பதைச் சொன்னார்; அதில் பாரம்பரியச் சொத்து எப்படிப் பிரிக்கப் படவேண்டும் என்பது துல்லியமாகச் சொல்லப்பட்டிருக்கிறது. அது இதுதான்: ஒருவர் இறந்துபோனால் அவரது சொத்துக்கள் இப்படிப் பிரிக்கப்படவேண்டும்: 1) முதலில், இறந்துபோனவரின் கடன்களை அடைக்க வேண்டும்; அவரது வியாபாரம் தொடர்பாகவோ அல்லது அரசாங்கத்திற்கோ செலுத்தப்பட வேண்டிய தொகைகளைச் செலுத்தவேண்டும்; 2) எஞ்சியிருக்கும் சொத்தின் பாதியை உயிரோடிருக்கும் ஆண் வாரிசுகள் சரிசமமாகப் பிரித்துக்கொள்ள வேண்டும்; 3) மீதமிருப்பதில் மூன்றில் ஒரு பங்கை உயிரோடிருக்கும் மனைவியருக்குப் பகிர்ந்தளிக்க வேண்டும்; 4) மீதி இருப்பதை பெண் வாரிசுகள் பகிர்ந்துகொள்ள வேண்டும். நாசர்தான் அவர் அப்பாவுக்கு ஒரே ஆண் வாரிசு என்பதால், ஆணோ பெண்ணோ உண்மையில் ஒரே வாரிசு அவர்தான் என்பதால், அவர் அப்பாவின் சொத்தில் பாதியையாவது பெறுவதற்குப் பாத்தியதை உள்ளவர் அவர். மஸ்கட்டிலிருக்கும் இரண்டு வீடுகளும் அவர்களின் சொந்த ஊரில் கொஞ்சம் பேரிச்சை மரங்கள் இருந்த ஒரு துண்டு நிலமும் இந்தப் பாதிச் சொத்தாக அவருக்குச் சேரவேண்டியவை. அவரது தாயார்தான் அவர் அப்பாவின் ஒரே மனைவி என்பதால், எஞ்சியச் சொத்தில் மூன்றில் ஒரு பங்கு அவருக்குச் சேரவேண்டும். உறவுக்காரக்களுக்கு நாசரின் அம்மா வயிற்றில் குழந்தையோடிருப்பது தெரியும், எனவே குழந்தைக்காகக் கேட்பதற்கு எதுவும் விட்டுவைக்கக் கூடாது என்று அவசர அவசரமாகச் சொத்தைப் பங்கு போட்டுக்கொண்டார்கள்.

நாசரின் அம்மா உறவுக்கார ஆண்களில் ஒருவரைத் திருமணம் செய்துகொண்டு, தனது பங்கையும் விட்டுக்கொடுத்துவிட வேண்டும். அவர்கள் செய்தது வஞ்சகம், பெரும் பாவம். ஷரியத் தெளிவாக இருக்கிறது; குரானில் விளக்கமாகச் சொல்லப்பட்டிருக்கிறது; அம்மாவுக்கும் எந்த சுராவில் எத்தனையாவது வரி என்று சொல்லத் தெரியவில்லைதான். திருநபியே அனாதையாகப் பிறந்தவர்தான்; அவருக்குத் தந்தையின் சொத்தாக எதுவும் கிடைக்கவில்லை. அவருக்குப் பாத்தியப் பட்டதை அவரது சித்தப்பாக்கள் எடுத்துக்கொண்டுவிட்டார்கள். பாவம் அவரோ தாத்தாவின் பொறுப்பில் விடப்பட்டு, பாலைவனத்தில் நாடோடிகளால் வளர்க்கப்பட்டார். இப்படி அநீதிகள் இழைக்கப்படக்கூடாது என்பதற்காகத்தான் அல்லா அருளிச்செய்த குரானில் சொத்தில் யார்யாருக்கு எவ்வளவு கொடுக்க வேண்டும் என்று குறிப்பாகச் சொல்லியிருக்கிறது.

சின்ன வயதிலேயே, பனிரெண்டு பதிமூன்று வயதில், நாசர் பருவக்காற்று காலத்தில் முதல் முறையாக எங்கள் பகுதிக்கு வந்தார்; கப்பல் உதவியாளனாக; அதன்பிறகு ஒவ்வொரு ஆண்டும் வந்தார். இப்படித்தான் கடல் பயணத்தில் தனக்கு இருக்கும் திறமை அவருக்குத் தெரியவந்தது; மஸ்கட்டிற்குத் திரும்பியதும் அவர் மாலுமியானார்; அவரது சித்தப்பா, அவரைக் கப்பல் தலைவர்கள் பலரோடும் வேலைக்காக அனுப்பி வைத்து, அவர்களிடமிருந்து நாசரின் கூலியைப் பெற்றுக்கொண்டார். இப்படியே பல வருடங்கள் ஓடின; சித்தப்பா மட்டும் சாகவில்லை என்றால் இதுபோலத்தான் இன்னமும் ஓடியிருக்கும். சித்தப்பாவின் மகன்கள் குடும்பப் பொறுப்பை ஏற்றுக்கொண்டாலும் அவரைப் பழைய மாதிரிதான் நடத்துவார்கள். அம்மா பாதுகாப்பாக இருந்தாள்; சித்தப்பாவிடம் அவருக்குக் குழந்தைகள் பிறந்தன; நாசர் மட்டும் அவர்களைச் சார்ந்து வாழும் ஒருவனாகவேதான் இருந்தார். அவரால் எவ்வளவு சம்பாதிக்க முடியுமோ அவ்வளவு சம்பாதித்துக் கொடுக்க வேண்டும். அவர் அம்மாவோ, அப்பாவின் சொத்தில் பங்கு கேட்கச் சொல்லி அவரை ஓயாமல் நச்சரிப்பதும் தூண்டிவிடுவதுமாக இருந்தார். ஆனால் நாசர் கேட்கப் போனால், அப்படி கேட்பதற்கான தைரியம் வந்தால்கூட, அவரது சகோதர்கள் அவரைக் குடும்பத்திலிருந்து அடித்துத் துரத்திவிடுவார்கள். அப்புறம் தன் வாழ்க்கை யாருக்குமே தெரியாமல் முடிந்துவிடும். ஆகவே, ஒரு பருவகாலத்தில் போனவர் திரும்பவே இல்லை; அம்மாவுக்கு, தன்னால் எப்போது முடிகிறதோ அப்போது வருவேன் என்று ஒரு

கடிதம் எழுதிப் போட்டார்; இதன் பொருள், தேவைப்பட்டால்தான் வருவேன் என்பதுதான் - வேறு வழியில்லை என்றால் அல்லது அம்மாவுக்குத் தான் இல்லாமல் இருக்க முடியவில்லை என்றால். அப்போது அவருக்குப் பதினேழு பதினெட்டு வயதுதான். கடற்கரைப் பிரதேசங்கள் முழுவதும் வணிகம் செய்யும் கப்பல்களில் அவருக்கு மாலுமி வேலை இருந்துகொண்டே இருந்தது. கடின உழைப்பாளியாகவும் கூர்மதியோடும் சிக்கனமாகவும் இருந்தார். முப்பதையொட்டிய வயதிலேயே பல சின்னச் சின்ன வியாபாரங்களில் பங்குதாரராக இருந்ததோடு, அவர் தலைவராக இருந்தக் கப்பலின் உடைமையாளர்களில் ஒருவராகவும் இருந்தார்.

இத்தனை வருடங்களில் ஒரு முறைகூட நாசர் மஸ்கட் போகவில்லை. ஒரு பருவகாலத்தின் போது அவருக்கு சித்தப்பாவிடமிருந்து கடிதம் வந்திருந்தது, ஒரு வியாபாரியிடமிருந்து நேரடியாக அது அவர் கைக்கு வந்தது. அவர் வளமாக இருப்பதற்கு அதில் பாராட்டு இருந்தது; அவரது பெயர் மஸ்கட் வரை போயிருந்தது. நாசரின் அம்மா உயிருடன் இருக்கும்போதே ஒரு திருமணம் செய்துகொண்டு, அதில் கலந்துகொள்ளும் சந்தோஷத்தை அம்மாவுக்குக் கொடுக்கவேண்டும், எனவே ஊருக்கு வரச் சொல்லிக் கேட்டுக்கொண்டிருந்தார் சித்தப்பா. அவர்கள் ஏற்கனவே அவருக்குப் பெண்ணைப் பார்த்து வைத்திருக்கிறார்கள்; அவரது மைத்துனிகளில் ஒருத்தி. இந்த பருவகால முடிவில் அவர் வருகையை எதிர்பார்க்கிறார்கள். நாசர், தனக்கு ஏற்கனவே திருமணமாகிவிட்டது, இன்னொரு மனைவி தனக்கு வேண்டாம் என்று களிப்போடு பதில் எழுதிப் போட்டார், தன் வணிகமும் உடல்நிலையும் அனுமதிக்கும்போது வருவதற்கு முயற்சி செய்வதாகவும் எழுதியிருந்தார். ஆனால் அது ஒருபோதும் நடக்கவில்லை. ஆனால் தன்னைப் பற்றி தனது உறவினர்களுக்குத் தெரிந்துவிட்டது என்பது அவருக்குப் புரிந்தது; தனக்கு ஏதாவது ஆகிவிட்டால் தன் குடும்பம் என்னவாகுமோ என்ற பயம் அவருக்கு வந்துவிட்டது. ஆகவே அவர் வீடு வாங்கியபோது அதை பீ மரியம் பேரிலேயே பதிவுசெய்தார்; தான் எதிர்பாராமல் இறந்துபோனாலும் - கடலில் வேலைக்குச் செல்பவர்களுக்கு எப்போது என்ன நடக்கும் என்று சொல்ல முடியாது - அதை உறவுக்காரர்கள் பிடுங்கிக்கொண்டு போகமுடியாது; குழந்தைகள் பிறந்தால், தன் வியாபாரத்தை அவர்களின் பெயரில் எழுதிவைத்து விடவும் நினைத்திருந்தார்; அவர்களின் பாதுகாப்புக்கு. ஆனால் குழந்தைகள் பிறக்கவில்லை, துயரம்தான். இதுவும் உறவுக்காரர்களின் காதுக்குப் போனது; அவர்கள் வேறு ஒரு பெண்ணைத் தர

மீண்டும் முன்வந்தார்கள். அவரது அப்பாவின் பெயரைச் சொல்ல வாரிசு இல்லாமல் போய்விடக்கூடாது என்று அவர் அம்மா சொல்லிக்கொண்டே இருப்பதாக வேறு எழுதினார்கள்.

அவரது குடும்பத்தார்கள் அவரைக் கண்டுபிடிக்கும் வரையிலும் நாசர், பீ மரியத்தோடு மனநிறைவான வாழ்க்கைதான் வாழ்ந்துவந்தார்; புதிதாக உறவுகொண்டாடிக்கொண்டு அவர்கள் வர ஆரம்பித்ததும், அவர் ஒரு தீர்மானம் எடுத்தார். எல்லாவற்றையும், வியாபாரம் முழுக்க, பீ மரியத்தின் பேருக்கு மாற்றிவிடுவது என்று முடிவுசெய்தார்; உயிரோடிருக்கும் போது ஒருவர் தான் விரும்பியவரின் பெயருக்குத் தன் சொத்துகளை எழுதிவைக்க சட்டரீதியாக எந்தத் தடையுமில்லை. இப்படிச் செய்தால், அவருக்கு ஏதாவது ஆகி உறவுக்காரர்கள் அவர்களுக்கு வேண்டியதை எடுத்துக்கொண்டாலும், அவரது மனைவிக்கு ஒரு பாதுகாப்பு இருக்கும். ஆனால், இந்த ஏற்பாட்டை யாருக்கும் தெரியாமல் செய்யவேண்டும், அவரது பங்குதாரர்களுக்கும் கூட்டாளிகளுக்கும் இதனால் அச்சம் உருவாகக் கூடாது என்பதற்காக நாள் தள்ளிப் போட்டுக்கொண்டே வந்தார். கடைசியில் இறைவன் அவரை அழைத்துகொண்டு விட்டான்; அவர் பயந்ததுபோலக் கடலில் வைத்தல்ல, அவர் படுக்கையிலிருந்து சீக்கிரமாக எழுந்த ஒருநாள் அதிகாலையில் பக்கவாதம் அவரைக் கொண்டு சென்றுவிட்டது. துக்கம் அனுஷ்டித்துக்கொண்டிருந்த பீ மரியம் ஆண்கள் எவரையும் சந்திக்கவோ அல்லது வியாபாரத்தை கவனிக்கவோ முடியாமலிருந்த போது, மஸ்கட்டிலிருந்து ஒரு சொந்தக்காரன் சொத்தில் பாத்தியதைக் கேட்டு வந்தான். ஆண் வாரிசு இல்லாததால், நாசரின் சொத்தில் கடன்களை அடைத்தது போக மீதியிருந்ததை உறவுக்காரர்கள் எடுத்துக்கொள்ளச் சட்டம் அனுமதித்தது. வீட்டைத் தவிர. அது பாதுகாப்பாக இருந்தது. எஞ்சியிருந்த சொத்தில் மூன்றில் ஒரு பங்கு சட்டப்படி பீ மரியத்துக்குக் கிடைத்தது; சொத்தில் பெரும்பகுதி உறவுக்காரர்களுக்குப் போய்விட்டது. இந்த விஷயம் தெரியவந்தவர்கள் பீ மரியத்தின் அதிருஷ்டத்தை நினைத்துச் சந்தோஷப்பட்டதோடு, நகோதா நாசரின் கெட்டிக்காரத்தனத்தையும் புகழ்ந்தார்கள். அவர் வாழ்ந்திருந்த காலத்தைவிட மரணமடைந்த பின்தான் எல்லோருக்கும் பிடித்தவர் ஆனார் என்றுகூடச் சொல்லலாம். இறைவனின் தீர்ப்புக்கு எதிராக யாரும் ஒரு வார்த்தைப் பேசவில்லை.

இனி, பீ மரியம் யார், அவர் யாருக்கு எப்படி உறவு என்பதைச் சொல்கிறேன். நாசரின் கதையைச் சிக்கல்கள் இல்லாமல் சொல்ல

வேண்டும் என்பதற்காக இதைச் சொல்லாமல் வைத்திருந்தேன். மரியம் இறைப்பற்றாளர் மஹ்மூதின் கடைசி மகள்; அவர்கள் மூன்று பேர்: மூத்தவர் சாரா, அடுத்தது ஷாபான், அடுத்து வந்தவர் மரியம். ஷாபான் வேறு யாருமில்லை; ரஜப் ஷாபான் மஹ்மூதின் அப்பாவான அதே மொடாக்குடி வெறி நாய் ஷாபான்தான். கதையை விரிப்பானேன், என் அப்பாவின் மனைவி பீ மரியம், ரஜப் ஷாபான் மஹ்மூதின் அத்தை.

நாசர் பீ மரியத்தை மணந்தபோது மரியத்தின் அப்பா உயிரோடிருந்தார்; அந்தக் கிழவர் இந்தத் திருமணத்துக்கு ஒத்துக்கொண்டதை நகோதாவின் அதிருஷ்டமாகப் பலர் நினைத்தார்கள். கடல் வேலைக்குச் செல்பவர்கள்மீது பயங்கர சந்தேகம் இருந்து வந்தது. என்ன சந்தேகம்? கடல் வேலைக்குச் செல்பவர்கள் நாகரிகமான வாழ்க்கையிலிருந்து மாதக்கணக்கில் தூரத்தில் இருப்பதால், அவர்களுக்குள் என்னென்ன வக்கிரங்கள் இருக்கும் என்று யாருக்கும் தெரியாது. அப்புறம் இருக்கவே இருக்கிறது, கடலும் அதன் கட்டுப்பாடற்ற வெறுமையும். அது மனங்களைப் புரட்டிப் போட்டு, அவர்களை தீவிர உணர்ச்சியுள்ளவர்களாகவும் விசித்திரமானவர்களாகவும், ஏன் ஒருவிதமான வன்முறை கொண்டவர்களாகவும் ஆக்கிவிடுகிறது. ஆனால் இறைப்பற்றாளர் மஹ்மூதிற்கு எந்தத் தயக்கமும் இருக்கவில்லை; பீ மரியத்துக்கும்தான்.

மரியத்தின் சகோதரன் ஷாபானும் உயிரோடுதான் இருந்தார்; மாலைவேளைகளில் அதிகமும் தள்ளாடித் தள்ளாடித் தெருக்களைச் சுற்றிவந்து பாடியபடி, அவரது அப்பாவுக்கு அவமானத்தையும் சங்கடத்தையும் கொண்டு வந்துகொண்டிருந்தார். ஆனால் பீ மரியத்துக்கு கணவராக அமைந்தவரைப் பற்றி அவருக்கு சந்தோஷம் இருந்தது. அவரது தாராள மனமும் நல்ல இயல்பும் எல்லோருக்கும் தெரிந்திருந்தது. வியாபாரத்திலேயே மும்முரமாக இருக்கும் அவரை மசூதியில் பார்ப்பது அரிது. ஷாபானுக்கும் நேரம்காலமில்லாமல் மசூதிக்குப் போய்க்கொண்டே இருப்பவர்களைக் கண்டால் ஆகாது.

மூத்தவர், அக்கா பீ சாரா, பீ மரியத்துக்கு முதல் திருமணம் ஆனபோது, மூன்றாம் முறையாகத் திருமணமாகியிருந்தார். முதல் இரண்டு கணவர்கள் ஒருவருக்குப் பின்னால் மற்றவராகப் போய்ச் சேர்ந்திருந்தார்கள். மூன்றாவதாக வாய்த்தவர், குட்டையான கொழுக்கு மொழுக்கு ஆள். பாந்தமான ஆசாமி, மூக்குப் பொடிக்கு அடிமை, இருக்கும் இடம் தெரியாமல் இருப்பவர். பீ சாரா

பீ மரியத்தைவிட நான்கு வருடம்தான் பெரியவர்; ஆனால் சீக்காளியைப் போல, சோகமாகவே இருப்பார். நல்லது நடக்கும் என்ற நம்பிக்கையே அவருக்குக் கிடையாது. எனவே, சின்ன வம்பு அல்லது அவதூறு கிடைத்தாலும் அதை ஊதிப் பெரிதாக்குவதில் அவருக்கு அலாதிப் பிரியம். குழந்தைகள் இல்லை; அவருக்கு இருக்கும் வியாதிகளை வைத்துப் பார்த்தால் பிறப்பதற்கு இன்னும் வாய்ப்பிருப்பதாகத் தோன்றவில்லை. ஆனால் முன்பு திருமணமாகி விதவையானது பயனில்லாமல் போய்விடவில்லை. இரண்டாவது கணவர் இறந்ததும் வசிக்க அவருக்கு சின்ன வீடொன்று சொத்தாகக் கிடைத்தது. அந்த வீட்டினால்தான் அவருக்கு மூன்றாவதாக ஒரு கணவர் கிடைத்தார் என்று சொல்வது குரூரம்; அவரது பக்தியை விட்டுவிட்டோமானால், பிறரைக் கவர்வதாக அவரிடம் பெரிதாக ஒன்றுமில்லை, கெட்டதையே நினைத்துக்கொண்டிருந்தது பலரை அவரிடமிருந்து ஓட வைத்தது. பீ சாராவுக்கு அவரது இரண்டாவது கணவரிடமிருந்து வந்த இந்தக் குட்டி வீட்டால்தான் பின்னால் ரஜப் ஷாபான் மஹ்மூதிற்கும் எனக்கும் பிரச்சனை வந்தது.

நகோதா நாசர் திடீரென்று இறந்த நேரத்தில் ஷாபான் ஏற்கனவே போய்ச் சேர்ந்திருந்தார். பத்து வருடத்துக்கு முன்பாக, என்னவென்றே தெரியாத ஒரு சின்ன சீக்கு வந்து உடனே இறந்துபோனார். பின்னர் சில மாதங்களில் அவர் அப்பா மஹ்மூத் போனார். பீ சாராவின் மூன்றாவது கணவரும் போய்ச் சேர்ந்தார்; சாரா இன்னொரு ஆளைத் தேடப் போகவில்லை. அல்லது, கணவன்மார்களை வேகமாக பரலோகம் அனுப்பும் அவரது புகழ் எங்கும் அதிர்ச்சியை உண்டாக்கியிருக்க வேண்டும்; எனவே அவரைத் திருமணம் செய்துகொண்டு சீக்கிரமாக உலகத்தை விட்டுப்போகத் தயாராக இருக்கிற ஒருவரை அவரால் கண்டுபிடிக்கமுடியவில்லை. அவர் ரஜப் ஷாபான் மஹ்மூதை, அழகான அவரது மனைவி, இரண்டு குழந்தைகளோடு தன்னோடு வசிக்க அழைத்தார். அவர்களை உடனேயே வரச் சொல்லியிருக்கலாம், ஆனால் ரஜப் ஷாபான் மஹ்மூதின் அம்மா இறந்துபோகும் வரையிலும் காத்திருக்க வேண்டியிருந்தது. சாராவுக்கு அந்தப் பெண்மணியைத் தன்னோடு வைத்துக்கொள்ள முடியாது, அவரது அருவருப்பான, அசுத்தமான பழக்கவழக்கங்களைக் காரணம் சொன்னார்: குடலைப் புரட்டும் குசுக்களைக் கொஞ்சமும் கூச்சமில்லாமல் அவிழ்த்துவிட்டுக்கொண்டே இருப்பது, அந்த வாயுக்களின் தாக்குதலில் ஆட்கள் தலைதெறிக்க ஓடுவதைப் பார்த்துச் சிரிப்பது. இந்தச் சாதனையை நேரில் பார்த்த அனுபவம் எனக்கில்லை,

ஆனால் அவர் இப்படிச் செய்வார் என்பது ஊரறிந்த விஷயம். அவருக்குக் குடலில்தான் ஏதோ பிரச்சினை இருக்க வேண்டும்; மற்றபடி அவர் மூளையில் ஒரு கோளாறும் இல்லை என்று சொல்லிக் கொண்டார்கள்.

ஆக நகோதா நாசர் - சந்தேகமில்லாமல் கடைசி தருணம் வரையிலும் மனைவி பெயரில் சொத்துக்களை எழுதி வைக்க வேண்டும் என்று கவலைப்பட்டுக்கொண்டிருந்தவர் - இறந்தபோது, பீ மரியத்துக்கு இந்த உலகத்திலிருந்த ஒரே சொந்தக்கார ஆண் ரஜப் ஷாபான் மஹ்மூத் மட்டும்தான். சில விஷயங்களுக்கு ஆண் உறவுக்காரர் வேண்டும் - பேச்சுவார்த்தைகளின்போது உடன் இருக்க வேண்டும், ஏற்பாடுகளுக்கு ஒப்புதல் அளிக்க வேண்டும்; பொதுவாக மரியாதை சம்பிரதாயங்கள் ஒழுங்காக நடக்கிறதா என்பதை உறுதி செய்ய ஆள் வேண்டும். ரஜப் ஷாபான் மஹ்மூதிற்கு அப்போது முப்பதை நெருங்கும் வயது, திருமணமாகி இரண்டு குழந்தைகளுக்குத் தகப்பன். ஆனால் மென்மையான சுபாவம், நடத்தை. நாசரின் பேராசைப்பிடித்த உறவுக்காரர்களால் அவர் பயந்துபோயிருக்கலாம். பீ சாராதான் அவரை என் அப்பாவிடம் ஆலோசனை கேட்கச் சொன்னார்; வேறு ஒன்றுமில்லாவிட்டாலும் அப்பா கடனில்லாமல் தொழில் நடத்திக்கொண்டிருப்பவர்; எச்சரிக்கையாகக் கையாள வேண்டிய விஷயங்களை அவரிடம் நம்பி கொடுக்கலாம் என்ற பெயரும் அவருக்கிருந்தது.

பல வருடங்களுக்கு முன்பு, பீ சாரா என் அம்மாவின் சிநேகிதியாக இருந்தார். நான் அவரை சித்தி என்று அழைக்க வேண்டும் என்று கடைசி வரையிலும் சொல்லிக்கொண்டிருப்பார்; அவருக்கு உணர்ச்சி பொங்கும்போது என்னிடம் அம்மாவென்று அழைக்கச் சொல்லுவார். என் அம்மாவின் மரணத்துக்குப் பிறகு, அவர் வேறு பல விஷயங்களிலும் அப்பாவிடம் ஆலோசனை கேட்டிருக்கிறார்; எனக்குச் சின்ன வயது என்பதால் நான் உடன் இருக்கவில்லை. ஒருவேளை சாரா என் அப்பாவை என்றாவது மாற்றுக் கணவனாக அடையலாம் என்றுகூட நினைத்திருக்கலாம்; நேரம் வரும்போது பார்த்துக்கொள்ளலாம் என்று ஆறப்போட்டு வைத்திருக்கலாம். ஒருவேளைதான். விதவிதமான வழிகளில் சூழ்ச்சியும் எதிர்ச்சூழ்ச்சியும் நாம் பரஸ்பரம் செய்துகொள்வதற்கு ஒரு கணக்கே இல்லை. அதுபோலவே நமக்குள்ளும். எது எப்படியோ, ரஜப் ஷாபான் மஹ்மூதை சாரா என் அப்பாவிடம் ஆலோசனைக் கேட்க அனுப்பிவைத்தார். அப்பா, உலகநடப்புக்கு அனுசரணையாக, அவர் அறிவுக்கு எட்டிய விதத்தில் என்ன

செய்யமுடியுமோ அதைச் செய்துகொடுத்திருக்கவேண்டும்; ஆனால் நாசரின் உறவுக்காரர்கள் சொத்துக்களைத் தட்டிக்கொண்டு போவதை இதனாலெல்லாம் தடுக்க முடியவில்லை. பீ மரியம் துக்க நாட்கள் முடிந்தவுடன் திருமணம் செய்துகொள்ளப் போகும் ஆண்களின் பட்டியலில் முதல் இடத்தை என் அப்பா பிடிக்க நேர்ந்தது இப்படித்தான் போலிருக்கிறது. இல்லாவிட்டால், பீ மரியம் அப்பா செய்தவற்றுக்கு நன்றிக் கடனாகக்கூட இதைச் செய்திருக்கலாம். அல்லது, பீ சாரா அவசரவசரமாக இந்தத் திருமண ஏற்பாட்டைச் செய்திருக்கவேண்டும். நான் அப்பாவிடமோ அல்லது பீ மரியத்திடமோ அவர்களுக்குள் திருமண உறவு எப்படி வந்தது என்று கேட்டதே இல்லை. ஒருவேளை அவர்களே ஒருவரையொருவர் தேர்ந்தெடுத்திருக்கலாம். அவர்களுக்குத் திருமணம் நடந்தபோது, அப்பாவுக்கு ஐம்பது வயது, பீ மரியத்துக்கு நாற்பது - பொருத்தமானவர், அன்பானவர் என்று எல்லோராலும் ஏற்றுக்கொள்ளப் பட்ட ஒருவரோடு பத்தாண்டுகள் மனைவியாக இருந்தவர், குழந்தையில்லாதவர். முதல்முதலாக நான் அவரைப் பார்த்தபோது அவரிடம் எந்த விரக்தியும் இருப்பதுபோலத் தோன்றவில்லை. நாற்பது வயது, சொத்தும் அறிவுமுதிர்ச்சியும் இருந்தது; பெற்றோரின் கட்டுப்பாட்டில் தன் வாழ்வைக் கொடுத்து நிற்கும் சின்னப் பெண்ணல்ல அவர். உலக நடப்பு தெரிந்துதான் அவர் இந்த முடிவை எடுத்திருந்தார். கம்பாலாவிலிருந்து திரும்பிய நான் அவர்களைப் பார்த்தபோது இருவரும் திருப்தியோடு இருப்பதுபோலத்தான் தோன்றியது; அதன்பிறகான எஞ்சிய எட்டு வருடங்களும் அப்படியேதான் வாழவும் செய்தார்கள். எப்படி அவர்கள் திருமண பந்தத்துக்குள் வந்தார்கள் என்று நான் அவர்களைக் கேட்டதே இல்லை; அவர்கள் இருவரும் ஒருவரை ஒருவர் அனுசரித்து வாழ்ந்ததிலேயே தெரிந்துகொள்ளமுடிந்தது, அவர்கள் விரும்பியது அதைத்தான் என்பது.

கம்பாலாவுக்கு நான் செல்வதற்கு முன்னால் வாழ்ந்த வீட்டில்தான் நான் பிறந்தேன்; 1941இல் அம்மா மிகவும் கஷ்டப்பட்டு இறந்ததும் அங்கேதான். நான் குழந்தையாக இருந்ததால் அம்மா எப்படி இறந்தார் என்று யாரும் எனக்குச் சொல்லவில்லை; ஆனால், திடீரென்று அவர் இறந்தது, அவர் முகத்தில் தெரிந்த அவஸ்தை, அவர் எழுப்பிய தாங்கிக்கொள்ள முடியாத ஓலங்கள் இவை எனக்கு நினைவிருக்கின்றன. ரொம்ப காலம் கழித்து, நான் கம்பாலாவிலிருந்து திரும்பியதற்குப் பின்னர், அப்பாவிடம் அம்மா எப்படி இறந்துபோனார் என்று கேட்டதற்கு அப்பா,

அவர் குடல்வால் வெடித்து இறந்துபோனதாகச் சொன்னார். இந்தமாதிரி விஷயங்களைப் பற்றியெல்லாம் அவருக்கு எதுவுமே தெரியாததால், அம்மாவுக்கு குடலில்தான் ஏதோ பிரச்சினை, அடைப்போ சுருக்கமோ என்று நினைத்துக்கொண்டு மலமிளக்கி கொடுத்திருக்கிறார். அந்த நாட்களில் மக்களுக்கு மலமிளக்கிகள் மேல் அவ்வளவு நம்பிக்கை! டாக்சி கொண்டுவந்து மருந்துவமனைக்குக் கூட்டி செல்ல விரும்பினார் அப்பா, ஆனால் அம்மா வேண்டாம், மலமிளக்கி வேலை செய்யட்டும் என்று சொல்லிவிட்டார். அவர் தைரியமாகத்தான் இருந்து பார்த்தார், ஆனால் காலம் கடந்துவிட்டது, நச்சு கொஞ்சம் கொஞ்சமாக உள்ளே பரவி, பெரும் அவஸ்தையோடு அவரைச் சாகும்படிச் செய்துவிட்டது. கடைசியாக மருத்துவமனைக்கு அழைத்துச் சென்றபோது, அங்கிருந்த மருத்துவர், ஓர் ஆங்கிலேயர், அப்பாவுக்குப் புரியாத வார்த்தைகளில் கத்துக் கத்தென்று கத்தினார்; தனது அறியாமையையும் கவனக்குறைவையும் பற்றி ஏதோ சொல்கிறார் என்பதுமட்டும் அவருக்குத் தெரிந்தது. அவரை உணர்ச்சிவசப்பட வைக்க வேண்டாம் என்ற எண்ணத்தில் நர்ஸ், மருத்துவர் சொன்னவற்றை மொழிபெயர்த்துச் சொல்லவில்லை. இரக்கத்தோடு உச்சுக்கொட்டிக் கொண்டார். ஆனால் மருத்துவர் மட்டும் அம்மாவை இப்படி அவஸ்தைபட்டு சாகவிட்ட அப்பாவிடம் கடுமையாகக் கோபம் கொண்டார். இப்படித்தான் உன் அம்மா இறந்தாள் என்றார் அப்பா, அழுகையை விழுங்கிக்கொண்டு. இறைவன் அம்மாவின் ஆத்மாவுக்குக் கருணை காட்டுவாராக.

தனியான முன் வாசலும் மேலே செல்வதற்கு வெளிப் படிக்கட்டும் கொண்ட மாடியில் இரு அறைகளில் நாங்கள் வாடகைக்குக் குடியிருந்தோம். அந்தக் காலத்தில் இதுபோல வீடுகள் கட்டுவது புதிதல்ல. கம்பாலாவுக்குப் போகும் வரையிலும் நான் அங்கேதான் இருந்தேன். அம்மா உயிரோடு இருக்கும்போது, முன் வாசல் நாள் முழுக்கத் திறந்தே இருக்கும்; பெண்கள் வந்துபோய்க்கொண்டிருப்பார்கள்; அல்லது தங்களின் குழந்தைகளை ஏதாவது கேட்டு அனுப்பி வைப்பார்கள். அவர் இறந்தபிறகு அப்பா முன்வாசல் கதவை அடைத்துப் பூட்டி வைத்திருப்பார் அல்லது உள்பக்கமாக கொண்டி போட்டிருப்பார்; நான் வீட்டுக்கு வரும்போதெல்லாம் ஒன்றில் அவரைத் தேடிப் போகவேண்டும் அல்லது கதவைத் தட்டித் திறக்கச் சொல்லி உள்ளே போக வேண்டும். சாலையைப் பார்த்தபடியிருக்கும் முன்னறை அப்பாவுக்கு; மீனவர்கள் தூண்டில்போடுகிற ஒரு

கலங்கிய நீரோடையைப் பார்க்க அமைந்த பின்னறை எனக்கு. பௌர்ணமியன்று ஓடையின் மேல்வரை நீர் நிரம்பி, அதுவரை நாற்றமடித்துக்கொண்டிருந்த அந்த வடிகால் பளபளக்கும் ஒரு காயலைப் போல மாறிவிடும்.

பீ மரியத்தைத் திருமணம் செய்துகொண்ட பிறகு அப்பா பழைய வாடகை வீட்டை விட்டுவிட்டு, மனைவியின் வீட்டுக்குக் குடிவந்து விட்டார். ஒருவிதத்தில், என் குடியிருப்பு மாறிவிட்டது எனக்கே தெரியவருவதற்கு முன்னால் அப்பா என்னையும் இடம் மாற்றி விட்டார். புது வசதிகள் செய்வதற்காக அந்த வீட்டிற்குச் சில வருடங்களாக நிறையச் செலவு செய்திருந்தார்கள்; அதிகமும் அப்பா போட்டதாகத்தான் இருக்கவேண்டும். பீ மரியத்துக்கு கணவரிடமிருந்து பணமாக அதிகம் ஒன்றும் கிடைக்கவில்லை. அப்பாவுக்கு இந்தப் பித்து புதிதாகப் பிடித்திருந்தது. நான் அவரோடு வாழ்ந்த வருடங்களில், வீட்டை அழகு செய்வதிலோ அல்லது வசதிகள் செய்துகொள்வதிலோ அவர் எந்த ஈடுபாடும் காட்டியதில்லை; எந்த அறைக்கும் வண்ணமடித்தோ அல்லது எந்தப் பொருளையும் அது நன்றாக இருக்கும்போது போட்டுவிட்டு வேறொன்று வாங்கியதாகவோ எனக்கு நினைவில்லை; அப்படி வேலைசெய்யாமல் போனாலும், எல்லா சந்தர்ப்பங்களிலும் அல்லது அவசரவசரமாக மாற்றியதும் இல்லை. நான் கம்பாலாவிலிருந்து திரும்பியபோது, அப்பா பீ மரியத்தோடு வாழ்ந்துகொண்டிருந்த அந்த வீட்டின் மீது கண்ணும் கருத்துமுள்ளவராக ஆகியிருந்தார். பீ மரியத்தின் முந்தையக் கணவர், அதுதான் அந்த நகோதா, அடுத்தவருக்குத் தாராளம் காட்டியதற்காக மதிக்கப்பட்டார்; ஆனால் அந்தத் தாராளத்தைத் தனக்கோ தன் மனைவிக்கோ காட்டியதில்லை. அந்த வீட்டில் மின்சாரம் கிடையாது; குளியலறை இருளடைந்து, காற்றுக்காக சுவரின் மேலே வெறும் இரண்டு சின்னத்திறப்புடன் அடைசலாகப் பாதாள அறையைப் போல இருந்தது; அதைப் பயன்படுத்துவதற்கு வெட்கப்படவேண்டும். உத்திரங்கள் சில செல்லரித்துப் போயிருந்தன; எங்கும் பூச்சு வேலைகள் தேவைப்பட்டன. வீட்டைப் புதுப்பித்தபோது பீ மரியமும் அப்பாவும் பல சின்னச்சின்ன மாறுதல்களைச் செய்திருந்தார்கள்; புதிதாக ஜன்னல்களும் அவற்றிற்கு அலங்காரக் கதவுகளும் போட்டார்கள்; தொட்டிகளில் செடிகளும் வைத்தார்கள். வீடு இப்போது வெளிச்சமாகவும் காற்றோட்டமாகவும் ஆகிவிட்டது; பொலிவும் பெற்றுவிட்டது.

சொத்துக்களைப் பற்றி பீ மரியத்துக்கு நகோதா நாசரோடு வாழ்ந்த காலத்தில் இருந்த எல்லா பதற்றங்களும் இப்போது என் அப்பாவோடு வாழும் காலத்திலும் இருந்தன. அந்தத் திருமணத்தில் மனநிறைவையும் தாண்டி ஏதோ அவர்களுக்குக் கிடைத்திருக்க வேண்டும்; நம்பிக்கை , அன்பு இவற்றின் வெளிப்பாடாக அதை பீ மரியம் நினைத்திருக்கவேண்டும். நகோதா நாசர் அவளுக்காக அவ்வளவு கெட்டிக்காரத்தனத்துடன் பாதுகாப்பாக வைத்த அந்த வீட்டை பீ மரியம் என் அப்பாவின் பெயருக்கும் தன் பெயருக்கும் சேர்ந்த சொத்தாக மாற்றினார். அப்பா இறக்கும் வரையிலும் எனக்கு இது தெரியாது; இப்படி இரண்டாம் முறையும் கணவனை இழந்த துக்கத்திலும் அதிர்ச்சியிலும் உறைந்து போயிருந்த பீ மரியம் என்னிடம் அவர் இப்படிச் செய்ததைச் சொன்னபோதுதான் எனக்குத் தெரியும். தாங்கள் இருவரில் யார் முதலில் போனாலும் சரி, இருப்பவர் உறவுக்காரர்களால் துன்பத்திற்கு ஆளாகக் கூடாது என்று பீ மரியம் இருவரும் உயிரோடு இருக்கும்போதே இதைச் செய்துவிட்டார். இவ்வளவு சீக்கிரமாக, எதிர்பாராமல், எந்த முன்னெச்செரிக்கையும் இல்லாமல் இப்படி நிகழும் என்று அவர் எதிர்பார்க்கவில்லை.

அப்பா இறந்த இரவு அவர் கூச்சலும் கூப்பாடும் போடுவது எனக்குக் கேட்டது; மாடிக்குச் செல்லும்முன்பே எனக்கு அப்பாதான் இறந்துக்கொண்டிருக்கிறார் என்பது தெரிந்துவிட்டது. நான் அங்கே போய்ச் சேர்ந்தபோது அவர் முகத்தில் அசைவு இன்னும் இருந்தது; பீ மரியம் அருகே மண்டியிட்டு அமர்ந்து கைகளை வெறித்தனமாக அப்பாவின் மீது ஓட்டிக்கொண்டிருந்தார், இழுக்கவோ திருகவோ அணைக்கவோ எதையோ தேடிக்கொண்டிருப்பதைப் போல. அப்பாவின் முகத்தில் அசைவிருந்தாலும் மூச்சு வரவில்லை. படுக்கைவிரிப்பில் வாந்திக் கறைகள் இருந்தன. நானும் மண்டியிட்டு அமர்ந்து அவரது கரத்தைப் பற்றினேன். அவர் முகத்தில் அசைவிருந்தது; ஆனால் அவர் இறந்துவிட்டிருந்தார். வாழ்க்கையை இப்படிச் சாதாரணமாக முடித்துக்கொண்டு, விட்டுவிட்டுப் போகிறார் என்பதிலிருந்த வினோதம் என்னை ஏதோ செய்தது. நல்லடக்கத்துக்கு வேண்டிய ஏற்பாடுகளைச் செய்தேன்; மரணங்கள் மட்டுமே ஏற்படுத்துகிற பரிதவிப்பில் உதவிசெய்ய அக்கம்பக்கத்தவர்கள் வந்தார்கள். நூஹூவும் நானும் அவர் உடலைக் குளிப்பாட்டினோம்; மெலிந்து சிக்கென்றிருந்த அந்த உடலைப் பார்த்து நான் வியந்தேன். மரணத்திலும்கூட அப்பா உறுதியோடும் துடிப்போடும் இருந்தார். மரணத்தின்போது சில

நேரம் இப்படித்தான் இருக்கும் என்று எனக்கு அப்போது தெரியாது. நூஹூ கட்டுப்படுத்தவே முடியாமல் அழுதுகொண்டேயிருந்தான். அடுத்த நாள் மதியம் நாங்கள் உடலை மசூதிக்குப் பல்லக்கில் சுமந்துகொண்டு வந்து, ஜனாஸா தொழுகை நடத்தினோம். அமைதியாகத் தொழுகை செய்தோம்; மண்டியிடவோ அல்லது கீழே விழுந்து வணங்கவோ செய்யாமல், பல்லக்கின் முன்பாக மக்கள் வரிசையாக நின்றுகொண்டே நான்கு முறை தக்பீர் சொன்னார்கள், அல்லாஹூ அக்பர். பின்னர் இறைவனின் பெயரைச் சொல்லியபடியே பல்லக்கை மசூதியிலிருந்து வெளியே எடுத்துவந்தோம்; தெருக்களைக் கடந்துசெல்லும்போது மக்கள் எழுந்து, சிறிது தூரம் வரை ஊர்வலத்தோடு வந்தார்கள்; நாங்கள் மையவாடியை அடைந்தபோது நூற்றுக்கும் மேற்பட்டவர்களாகக் கூட்டம் பெருகியிருந்தது. இதே நேரம் பீ மரியம் இரண்டாம் முறையும் துக்கம் அனுசரிப்பதற்காக, அல்லாவின் கட்டளைப் படி நான்கு மாதமும் 10 நாட்களும், தனித்திருக்கச் சென்றார்.

அவர் எனக்கு எந்த விதத்திலும் நல்ல அப்பாவாக இருந்ததில்லை; நானும் அவருக்கு நல்ல மகனாக இருக்கவில்லை; கண்டுகொள்ளாமலிருப்பதும் கவனிப்பதும் இருவருக்கும் பழக்கமாகியிருந்தது. ஆனால், பீ மரியத்தின் மனதை அவர் எப்படியோ தொட்டிருக்கவேண்டும்; பீ மரியத்துக்குத் துக்கம் பொங்கிப் பொங்கி வந்துகொண்டிருந்தது. கணவன் இறந்த துக்கத்தை அனுசரிக்கும் மனைவியைப் பெண்களும் நெருங்கிய ஆண் உறவுகளும்தான் பார்க்க முடியும். எனவே பீ மரியத்தின் துக்கத்தை ஒப்பிட்டுப் பார்க்க எனக்கு யாரையும் தெரியாது. ஆனால், அவரைப் பார்த்துவிட்டுச் செல்பவர்கள் எல்லாம் அதிகமும் கண்ணீரோடே சென்றார்கள்; அவர் தனியாக இருக்கும்போது விதவையின் உடையில் தன்னைத்தானே பார்த்துக்கொண்டு அமர்ந்திருப்பார். அவரது அக்கா பீ சாரா, மர்மமான வியாதிகள் அவரை வருத்திக்கொண்டிருந்தாலும், துக்க நாட்களில் தினமும் காலையில் எங்கள் வீட்டுக்கு உடம்பை இழுத்துக்கொண்டு வந்துவிடுவார். இது போன்ற துயரங்களைப் பார்த்து அனுபவப்பட்ட அவரால்கூட பீ மரியத்தின் துக்கத்தைத் தேற்ற முடியவில்லை. பீ மரியம் எல்லா பொறுப்பையும் என்னிடம் தந்திருந்தார். நான் இப்போது நகோதா நாசர் அவருக்காக வைத்திருந்த வீட்டுக்குப் பங்காளி; பீ மரியம், எங்கள் பெயரில் நூஹூ நடத்திக்கொண்டு வந்த அல்வாக் கடையின் பங்காளி. அப்பா கொஞ்சம் பணமும் சேர்த்து வைத்திருந்தார். சட்டப்படி

இதை நாங்கள் பங்கிட்டுக்கொண்டோம் என்றாலும் இருவரும் அதில் கைவைக்க விரும்பவில்லை. இந்த சமயத்தில்தான் எனக்கு அல்வாக் கடையை மூடிவிட்டு அதை ஒரு பர்னிச்சர் கடையாக மாற்றலாம் என்ற திட்டம் தோன்றத் தொடங்கியது. ஆனால் அவர் இதிலெல்லாம் ஈடுபாடு காட்டவில்லை; எனக்கு எது சரியென்று படுகிறதோ அதைச் செய்யச் சொல்லிவிட்டார்.

துக்கம் அனுசரித்த இந்த மூன்று மாதங்களில் ஒரு முறைகூட ரஜப் ஷாபான் மஹ்மூத், அவரது மருமகன். அவரை வந்துப் பார்க்கவில்லை; அவருக்கு என இந்த உலகத்திலிருந்த ஒரே ஆண் உறவுக்காரர் அவர்தான் என்ற போதும். சில நாட்களில் அவரது மனைவி ஆஷா பீ சாராவுடன் வந்தாள்; ஓரிரு முறை சின்ன மகனையும் கூட்டிக்கொண்டு வந்தாள். ஆனால் ரஜப் ஷாபான் மஹ்மூத் இருக்கும் இடம்தான் தெரியவில்லை. தான் போனால் அத்தை உஷாராகிவிடுவார் என்று நினைத்திருக்கலாம்; அல்லது அவர் குடும்பத்தோடு தங்கியிருக்கும் வீட்டுக்காரியான பீ சாராவிடமிருந்து பீ மரியத்தின் நிலைமை பற்றி தினசரி சேதிக்குறிப்பு வந்துக்கொண்டிருப்பதால் தான் நேரடியாகப் போக வேண்டிய தேவையில்லை என்று நினைத்திருக்கலாம். பின்னர் ஒரு நாள் இரவு, நான் கீழே ரேடியோ கேட்டுக்கொண்டிந்தபோது, பீ மரியத்தின் அலறல் கேட்டது. அப்பாவின் மரணத்துக்குப் பிறகு அவர் மேலே தனியாக இருப்பதை விரும்பவில்லை; எனவே நான் ரேடியோவில் செய்தி கேட்டுவிட்டு மேலேயுள்ள இன்னொரு காலி அறைக்குச் சென்று உறங்குவேன். இந்தச் சந்தர்ப்பத்தில் நான் ஒருவேளை அதிக நேரம் கீழே இருந்திருக்க வேண்டும், அல்லது வழக்கத்துக்கு மாறாக அவருக்குத் தனிமை உறைத்திருக்கவேண்டும். எப்படியோ, விரக்தியில் அவர் என்னை அழைக்கும் குரல் கேட்டதும் என்னால் முடிந்த அளவு வேகத்தில் மேலே ஓடினேன். அங்கே அவர் வரவேற்பறையில் சுவரில் சாய்ந்தபடி பாய்மீது அமர்ந்திருந்தார்; பலவீனமாக, உயிரற்றவர்போல தோற்றமளித்தார். “நான் போகிறேன்” என்றார். “எனக்கு இதற்கு மேல் திராணி இல்லை.”

நான் அவருக்கு முன்னால் குத்திட்டு அமர்ந்து, இப்படிப் பேசாதீர்கள், இதனால் உங்களுக்கும்தான் துக்கம், எனக்கும்தான் துக்கம் என்றெல்லாம் சொல்லிக் கண்டித்தேன். மருத்துவரை அழைத்து வருவதாகச் சொன்னேன். அப்பா என் அம்மாவை மருத்துவரிடம் அழைத்துக்கொண்டு போகக் காலம் தாழ்த்தியது என் நினைவுக்கு வந்தது; தொலைபேசி இணைப்புக்கு விண்ணப்பிக்க

வேண்டும் என்று மனதில் குறித்து வைத்துக்கொண்டேன். ஆனால் அவரைச் சமாதானப் படுத்தவே முடியவில்லை. தான் செத்துக்கொண்டிருக்கிறோம் என்பதில் அவர் உறுதியாக இருந்தார்; அக்கா பீ சாராவை உடனே நான் போய் சந்தித்து, அவள் விரும்பினால் அல்லது வரமுடியும் என்று அவளுக்குத் தோன்றினால், தான் போவதற்கு முன்னால் கடைசியாக ஒரு முறைப் பார்த்துவிட்டுப் போகச் சொல்லுமாறு என்னிடம் கூறினார். நானும் அவர் விருப்பத்துக்கு இணங்கி, பீ சாராவின் வீட்டுக்கு விரைந்தேன்; அங்கோ வீடு இரண்டுபட்டுக் கொண்டிருந்தது. ரஜப் ஷாபான் மஹ்மூத் குடித்துவிட்டு முழுபோதையில் வீடு வந்து சேர்ந்திருந்தார். இது போன்ற சந்தர்ப்பங்களில் அவர் யாரையும் சந்திப்பதைத் தவிர்த்துவிடுவார். ஆனால் இந்த முறை பீ சாரா எப்படியோ பிடித்துக்கொண்டார். தகவல் சொல்ல நான் வீட்டுக்குச் சென்றபோது, பீ சாரா - அவரேதான் கதவைத் திறந்தார் - தனது மருமகனின் வஞ்சகத்தைப் பற்றி வசைமாரிப் பொழிந்துகொண்டிருப்பதைக் கண்டேன். உதவாக்கரை, பாழாய்ப்போன படுபாவி, அப்பனைப் போலவே கழிசடை, மொடாக் குடியன். அவன் தாத்தா இருந்து இதையெல்லாம் பார்த்தால் என்ன சொல்லுவார்? ரஜப் ஷாபான் மஹ்மூதின் சுவடே தெரியவில்லை; மேலே எங்கேயாவது இருக்கலாம். பீ சாரா இருட்டான வெளிமுற்றத்தில் அங்குமிங்கும் நடந்தும், சில நேரம் வெளிப்படிக்கட்டில் சாய்ந்தும் தன் வெறுப்பைப் புலம்பித் தீர்த்துக்கொண்டிருந்தார். பீ மரியம் பற்றி நான் சொன்னதும் சட்டென்று நின்று கேட்டுவிட்டு, தன் புய்புய்யை எடுத்து வருவதற்காக மாடிக்கு விரைந்தார். கீழே இறங்குவதற்கு முன்னால், கடைசிப்படியில் நின்றபடி மீண்டும் பயங்கரமாக வெடித்தார்; தங்கை இறந்துக்கொண்டிருக்கிறாள், இது போன்ற புதுப்புது மானக்கேடுகளைப் பார்ப்பதற்கு இல்லாமல் அவளாவது போய்ச் சேர்கிறாளே என்று சொல்லிப் பேச்சை முடித்தார்.

பீ மரியம் செத்துவிடவில்லை; அதாவது அன்று. வீட்டில் நடந்ததைப் பற்றிய பீ சாராவின் கோபம்தான் அவர் உயிரைப் பிடித்து வைத்துக்கொண்டதோ என்னவோ? அதுதான் காரணமா என்று பீ சாராவால் கண்டுபிடிக்கமுடியும் என்று தோன்றவில்லை. அவர் தனது தங்கையை மரணப் படுக்கையில் பார்க்கத்தான் வந்திருக்கிறார்; பொதுவாக இது அமைதி, சமாதானம் இவற்றிற்கான சந்தர்ப்பம். மரணத்தைப் பலமுறைப் பார்த்துப் பழகியவர் என்பதால் பீ சாராவுக்கு பீ மரியம் இந்த முதல் முயற்சியிலேயே, அவ்வளவு

எளிதாகப் போய்விடுவார் என்று உண்மையில் தோன்றாமல் இருந்திருக்கலாம். பீ சாரா அன்று இரவு அங்கேயே தங்கினார்; இரவு முழுவதும் அவர் கோபத்தில் கொட்டிக்கொண்டிருப்பது எனக்குக் கேட்டது. அடுத்த நாள் நான் அலுவலகத்துக்குப் போகும் வழியில் டாக்டர் பால்போவின் கிளினிக்குக்குப் போய், பீ மரியத்துக்கு முந்தைய நாளிரவு நெஞ்சுவலி போல ஏதோ வந்ததால் முடிந்த அளவு சீக்கிரமாகப் போய்ப் பார்க்கச் சொன்னேன். நான் வேலையிலிருந்து வீடு திரும்பியபோது டாக்டர் வந்து ,கொஞ்சம் தூக்க மாத்திரைகள் எழுதிக்கொடுத்து, வழக்கம்போல ஊசியும் போட்டுவிட்டுப் போயிருந்தார். நான் திரும்பி வந்ததும் உடனே வீட்டுக்குக் கிளம்பவேண்டும் என்று பீ சாரா காத்திருந்தார்; அந்த வீட்டில் இப்போது அநீதியின் கறை படிந்துவிட்டது, அப்படித்தான் அவர் சொன்னார். டாக்டர் பால்போ காரியமாகப் பேசி கறாராக பீ மரியத்தை அடக்கிவிட்டுப் போயிருந்தார். இந்தக் களேபரத்துக்குப் பிறகு அவர் துக்கமே கதியென்றில்லாமல் தெளிவடைந்து யோசனையோடிருப்பதுபோலத் தெரிந்தது.

சில நாட்கள் கழித்து, நான் அல்வா கடையில் நூஹூவுக்கு கொஞ்சம் ஓய்வுகொடுப்பதற்காக ஏதோ செய்துகொண்டிருந்தபோது, நான் இல்லாத நேரமாகப் பார்த்து ரஜப் ஷாபான் மஹ்மூத் வீட்டிற்கு வந்திருக்கிறார். பீ மரியம்தான் வரச்சொல்லியிருக்கிறார். பின்னர் அவர் தன்னிடம் பீ சாரா சொன்ன விஷயங்களைப் பற்றி பேசுவதற்காக ரஜப்பை வரச்சொன்னதாக என்னிடம் சொன்னார். சாரா, மரியத்திடம் ரஜப் ஷாபான் மஹ்மூத் வஞ்சகன், உதவாக்கரை, குடிகாரன் மட்டுமல்ல, வம்பு வளப்பவனாகவும் இருக்கிறான் என்று சொல்லியிருந்தார். என் அப்பா பீ மரியத்தை ஏமாற்றித் தந்திரமாக வீட்டைத் தன் பெயருக்கு எழுதி வாங்கிக்கொண்டாராம்; என் அப்பாவின் இந்தத் தந்திரத்தால் எனக்கு வீடு கிடைத்துவிட்டதாம், பீ மரியம் இறந்ததும் மீதி எல்லாமே எனக்கு வந்துவிடுமாம்; மரியம் இறந்தால், அவன், ரஜப் ஷாபான் மஹ்மூத், மருமகன் மற்றும் சட்டப்படி வாரிசு என்ற நிலையில் என்னை நீதிமன்றத்துக்கு இழுத்து என் அப்பாவும் நானும் களவாடிய எல்லாவற்றையும் திருப்பி வாங்கிவிடப்போகிறாராம். அக்கா தன்னிடம் சொன்னதாக இதையெல்லாம் ரஜப் ஷாபான் மஹ்மூதிடம் சொல்லி, இது உண்மையா பொய்யா என்று மரியம் கேட்டாராம். ரஜப் ஷாபான் மஹ்மூத் தான் அவருக்கும் குடும்பத்துக்கும் நல்லதை மட்டுமே நினைப்பவன் என்று மறுப்பாக ஏதோ திக்கித்திணறிச்

சொன்னாராம்; ஆனால் சொன்னதை மறுக்கவில்லையாம். பீ மரியம் சொன்னவை இவை.

பீ மரியம் இதை என்னிடம் பல வாரங்கள் கழித்து, தானும் நகோதா நாசரும் ஒருகாலத்தில் உறவுக்காரர்களால் பட்டது போன்ற கஷ்டம் திரும்பவும் வந்துவிடுமோ என்ற அச்சம் அவரைப் பற்றத் தொடங்கிய நேரத்தில் என்னிடம் சொன்னார். அவர் என்னிடம் இதைச் சொன்னபோது, தான் என்ன செய்யவேண்டும் என்று நிதானமாக யோசிப்பதற்கு அவருக்கு அவகாசம் கிடைத்திருந்தது. துக்க காலம் அப்போதுதான் முடிந்திருந்தது. ஒரு வக்கீலை வைத்து வீட்டையும் தொழிலையும் என் பெயருக்கே, எவ்வளவு விரைவில் முடியுமோ அவ்வளவு விரைவில், எழுதி வைத்துவிட வேண்டும் என்பது அவர் தீர்மானம். இப்படிச் செய்துவிட்டால் தான் இறந்தபிறகு சச்சரவுக்கு இடமிருக்காது. மருமகன் அவன் அப்பனைப் போலவே குடிகாரனாகி விட்டான் என்றார் அவர். அவனுக்கு ஏதாவது சொத்தில் பங்கு எழுதிவைத்தாலும் அதைக் குடித்தே அழித்துவிடுவான் என்ற பயம் அவருக்கிருந்தது. வீட்டில் எனக்கிருக்கும் பங்கின்மீது எனக்கு இப்போது முழு உரிமை இருக்கிறது என்பது அவர் எண்ணம். நான் அவர்களோடு வந்து தங்க ஆரம்பித்தது முதல் அவர்களுக்கு ஒரு மகனாகவே நடந்துகொண்டதால், அவருக்குத் தனது மரணத்துக்குப் பிறகு தன் பங்கும் எனக்கே சேரவேண்டும் என்ற ஆசை மட்டுமே இருக்கிறது. இறைவனின் சட்டம் சொத்துக்களை உறவினர்களுக்கும் பங்கு வைக்கச் சொல்வதால், தான் உயிரோடு இருக்கும்போதே எல்லாவற்றையும் என் பெயருக்கு மாற்றிவிட்டால்தான் எல்லாம் எனக்கு வந்து சேரும். என் அப்பாவைப் பற்றிய அவர் மருமகனின் வம்புப் பேச்சை அவரால் தாங்கிக்கொள்ள முடியவில்லை, என்னை பற்றிச் சொன்னதோ அநியாயம்; எனவே, அவர் மரணத்துக்குப் பிறகு நான் அனாவசியமாக அவமானங்களுக்கு ஆளாவது சரியல்ல என்று அவர் எண்ணினார்.

இவற்றைக் கேட்டு எனக்கோ பெருத்த ஆச்சரியம். ரஜப் ஷாபான் மஹ்மூத் இப்படிப் பேசித் திரிகிறார் என்பதே எனக்குத் தெரியாது. மக்கள் என்னிடம் இப்படி ஏதாவது வந்து சொல்லி என் வாயைப் பிடுங்கி நான் ஏதாவது சொல்கிறேனா என்று கேட்டு வம்பு வளர்க்கப் பார்க்கிறார்கள் என்பதை அறிந்திருந்தேன்தான். முதலில் நான் பீ மரியத்திடம், இப்போது எதுவும் செய்யப் போகவேண்டாம் எச்சரிக்கையோடு இருங்கள் என்று சொன்னேன். தலைமுறை தலைமுறைக்குச் சண்டைப் போட்டுக்கொள்வதற்கான ஒரு

விஷயத்தை உருவாக்க நான் விரும்பவில்லை. ஆனால் நான் இதை யோசிக்க யோசிக்க என் மனநிறைவு குறைந்துகொண்டே வந்தது. எழுதிவைக்கப்பட இருந்தது என் கர்வத்துக்கும் பேராசைக்கும் தீனி போட்டது; முதலில் நான் சுணங்கினாலும் பின்னர் அதை ஏற்றுக்கொள்ளுவதற்கு ஒரு காரணத்தைக் கண்டுபிடித்துவிட்டேன். பீ மரியமும் என் அப்பாவும் பரஸ்பர நம்பிக்கை, அன்பு இவற்றின் காரணமாக இந்த ஏற்பாடுகளை அவர்களாகவே செய்துகொண்டிருக்கிறார்கள். என் அப்பா தன் கைக்காசைப் போட்டு அந்த வீட்டை புதுப்பித்துப் பொலிவுபடுத்தியிருக்கிறார். இப்போது பீ மரியம் தனது மருமகனுக்குப் பதிலாக எனக்குத் தன் பங்கை எழுதிவைக்க நினைக்கிறார், அது அவர் விருப்பம். அதிருஷ்டம் எதிர்பாராமல் கதவைத் தட்டும்போது நான் எதற்காக பெரிய ஞானவானைப் போல நடந்துகொள்ளப் பார்க்கவேண்டும்? கடைசியில் ஒரு உடன்படிக்கைக்கு இருவருமாக வந்தோம்: என் பெயருக்குச் சொத்துக்களை எழுதி வைப்பது, ஆனால் எல்லாவற்றையும் பற்றி அவர் அவகாசமெடுத்து யோசித்துவிட்டு பின்னர்தான் அதை நடைமுறைப்படுத்துவது.

ஆனால் அவர் அப்படிச் செய்யவில்லை, இதைப் பிறகுதான் தெரிந்துகொண்டேன். அவர் சொத்துக்களை எழுதிவைத்த சில நாட்களிலேயே அவற்றைப் பதிவும் செய்துவிட்டார், பீ சாரா திரும்பவும் எங்களோடு வந்து தங்கியிருந்த ஒரு இரவுக்கு மறுநாள். இந்த முறை பீ சாரா அவராகவேதான் வந்தார்; ரஜப் ஷாபான் மஹ்மூத் தினமும் குடித்துவிட்டு கண்ணீரோடு வீடு திரும்பி, தன் மகன்களை அழைத்து வேசைகளும் பொய்யர்களும் சதிகாரர்களும் நிறைந்த இந்த வீட்டை விட்டு வெளியேறி, வேறெங்காவது நல்ல இடத்தில் போய் குடியேறலாம் என்று ஏச்சும் குற்றச்சாட்டுகளுமாகச் சொல்லிக்கொண்டே இருப்பதைப் பார்க்கப் பொறுக்காமல் வந்தார். பையன்கள் அப்பாவை இந்தக் கோலத்தில் பார்க்கவேண்டாம் என்று ஆஷா அவர்களைப் படுக்கையறையில் போட்டுக் கதவையடைத்து வெளியே பூட்டுபோட்டுவிட்டார். ஏச்சும் பேச்சுமாக வெறுப்பை உமிழ்ந்துகொண்டு மனைவியை நோக்கி அடியெடுத்து வரும் ரஜப் ஷாபான் மஹ்மூதை பீ சாரா மேல் படியில் சிறிய உருவத்துடன் நடுக்கத்தோடு தடுத்து நின்றார். கடைசியில் பீ சாராவுக்கு, ஒருநிலையில் இல்லாத தன் மருமகனைப் பார்த்துப்பார்த்து, இதற்கு மேலும் தாங்க முடியாது என்று ஆகிவிட்டது; என்ன கஷ்ட நஷ்டங்கள் இன்னும் வரப்போகிறதோ என்று யோசித்து நொந்துபோனார். எனவே, ஆஷாவை நீயும் ஆயிற்று

உன் கணவனும் ஆயிற்று என்று விட்டுவிட்டு, தன் தங்கையிடம் புலம்பி, அவரை மீண்டும் பீதியிலாக்க வந்து சேர்ந்தார். இதற்கு சில நாட்கள் கழித்து, பீ மரியம் வக்கீலிடம் தனது விருப்பத்தை நடைமுறைக்குக் கொண்டுவர ஏற்பாடு செய்துவிட்டார்.

அதன் பிறகு அக்கா தங்கை இருவரும் அதிக நாட்கள் இருக்கவில்லை. மூன்று மாதங்களுக்குப் பிறகு ஒரு நாள், பீ சாரா கடலருகே படியில் விழுந்து இடுப்பை ஒடித்துக்கொண்டார். அங்கே அவர் எதற்குப் போனார் என்று யாருக்குத் தெரியும்? மீனவர்களிடமிருந்து மீனைப் பிடித்தக் கையோடு வாங்கப் போயிருக்கவேண்டும்; அல்லது திடீரென்று ஏதோ தோன்றி இறங்கியிருக்கவேண்டும்; அல்லது இதுபோன்ற வேலைகளைத் தான் செய்து வந்த நாட்கள் நினைவுக்கு வந்திருக்கவேண்டும்; அல்லது படி சின்னதாக வழுக்கலோடு இருப்பதை உணராமல் ஆர்வத்தில் இறங்கியிருக்கவேண்டும். அறுவைச் சிகிட்சை நடந்து சில மணி நேரத்தில் நினைவு திரும்பாமலே அவர் இறந்தார். பலவீனமான, தொத்தல் உடம்பால் இந்த அதிர்ச்சியைத் தாங்கமுடியவில்லை என்றார் அறுவைசிகிட்சை மருத்துவர். அவரது அடக்கத்துக்குக் கூட்டம் கூட்டமாக மக்கள் வந்தார்கள்; அன்புக்குரிய யாரோ ஒருவர், ஒரு புனித ஜீவன் அவர் என்பதைப் போல. பீ சாரா யார் என்று அவர் மறைந்த பிறகுதான் தெரிந்துகொண்டோமோ என்று தோன்றியது. ஒரு மாதம் கழித்து, திடீரென்று சொல்லாமல்கொள்ளாமல் பீ மரியம் டைபாய்டில் இறந்தார்; பல்போவின் மருத்துவமனைக்கு அருகிலிருக்கும் கடைத்தெருவில் கெட்டுப்போன பழச்சாறை வாங்கிக் குடித்திருக்கிறார். அன்று காலைதான் அவரைப் பார்க்கப் போயிருக்கிறார்; மருத்துவர் தூக்கத்துக்கு மாத்திரைகள் மீண்டும் எழுதிக்கொடுத்து, வழக்கம்போல ஒரு ஊசியும் போட்டு அனுப்பியிருக்கிறார். துக்கத்துக்கு வந்தவர்கள், தன் கணவரும் அக்காவும் இறந்த சில நாட்களிலேயே அவரும் இறந்தது பொருத்தம்தான் என்று சொல்லிக்கொண்டார்கள்; தப்பாக அல்ல; எல்லாம் இறைவன் கையில்தான் இருக்கிறது; ஆனால், தனக்குப் பிரியமானவர்கள் சட்டென்று போய்விட்டபின்பும் அவர் நாட்களை ஓட்டுவது சரியல்ல என்று அவர்களுக்குத் தோன்றியது. தனது மன அழுத்தங்களிலிருந்து வெளியே அவர் வந்துகொண்டிருக்கும் வேளையில், தான் செய்து வைத்திருக்கும் ஏற்பாடுகள் சரிதானா என்று மீண்டும் யோசிக்கக்கூட நேரமில்லாமல் இப்படி போய்விட்டதில் எனக்குக் கொஞ்சம் துக்கம்தான். நான் அவரைச் சம்பிரதாயப்படி, மரியாதையோடு அடக்கம்

செய்தேன்; அவருக்காகவும், கடைசி சில மாதங்கள் அவர் பட்ட மனக்கஷ்டத்திற்காகவும் வருந்தினேன்.

ரஜப் ஷாபான் மஹ்மூதிற்கு பீ சாராவின் சொத்தாகத் தான் குடும்பத்தோடு வாழ்ந்துவந்த வீடு கிடைத்தது; கொஞ்சம் நகைகளும் - பீ சாராவுக்கு திருமணத்தின்போது கிடைத்த மஹராக இருக்கவேண்டும் - கிடைத்தன. பீ மரியம் தன் மரணத்துக்கு முன்பே எல்லாவற்றையும் என் பெயருக்கு எழுதிவைத்துவிட்டார் என்பது தெரியவந்ததும், வதந்தியும் வன்மப் பேச்சும் கட்டுக்கடங்காமல் போய், மக்கள் என்னிடம் வந்து சொல்லத் தொடங்கினார்கள். என் அப்பாவும் நானும் அவரை ஏமாற்றி, எல்லாவற்றையும் தந்திரமாக எழுதி வாங்கிவிட்டோமாம்; உலகம் தெரியாத ஒரு பெண்ணின் முட்டாள்தனத்தைப் பயன்படுத்திக்கொண்டு நாங்கள் இறைப்பற்றாளர் மஹ்மூதின் குடும்பத்துக்கு எதுவும் கிடைக்காமல் செய்துவிட்டோமாம். ஆனால் நான் பாட்டுக்கு அல்வாக்கடையை பர்னிச்சர் கடையாக மாற்றும் வேலையைத் தொடர்ந்தேன்; என் வீட்டு முற்றத்திற்கு, நான் சேஃபுவோடு முன்பு ஊர்சுற்றிய காலத்தில் வடக்குக் கென்யாவில் பார்த்திருந்தத்தைப் போல், அழகான நீலநிறத் தரையோடுகள் பாவினேன்.

லத்தீப் மஹ்மூத் பின்புறமாக சாய்ந்து அமர்ந்திருந்தான்; ஒடுங்கிய அவன் முகம் இறுகி, கேட்பதைத் தாங்கிக்கொள்ள வேண்டிய வெறுப்போடிருந்தது; வினோதமான சிரிப்பொன்று வரப்போவதுபோல உதடுகள் விரிந்திருந்தன. தன் தந்தையாரின் இயலாமையைப் பற்றி நான் சொன்னதற்காக என்னைப் பார்த்துச் சீறுவதா அல்லது எங்களின் இந்தக் குடும்பச் சண்டை அற்பம் என்பதைத் தெரிந்துகொண்டவனாக, பழி என்மேல் விழுந்துவிடாதபடி நான் சொன்னதில் தப்பு எதுவுமில்லை என்பதை அறிந்துகொண்டவனாக உலக நடப்புத் தெரிந்தவனைப்போல புன்னகைக்கவா என்று தெரியாமல் அவன் இருந்தான். அப்படித்தான் எனக்குப் பட்டது. இந்த அறை இப்போது இங்கிலாந்து கோடையின் அந்தி வெளிச்சத்தில் ஆழ்ந்திருந்தது. முதலிலெல்லாம் இந்த வெளிச்சம் என்னை பதற்றத்துக்கும் தயக்கத்துக்கும் உள்ளாக்கியது; ஆனால் இப்போது நான் அதை ஏற்றுக்கொள்ளக் கற்றுக்கொண்டிருந்தேன். திரைச் சீலையை இழுத்து அறைக்குள் வெளிச்சம் பாயாதபடிச் செய்யாமலிருக்க, இரவு மெல்ல இறங்கும்போது அறையில் கவிழும் இருளை இதன்மூலம் விரட்டக் கற்றுக்கொண்டிருந்தேன். எழுந்து கொஞ்சம்

தேநீர் தயார்செய்வதற்காகச் சமையலறை விளக்கைப் போட்டு, எங்களுக்குள் சில நிமிடங்களாக நிலவும் மௌனத்தின் பிடியை அசைப்போம் என்று எண்ணினேன். ஆனால் நான் அசைந்ததுமே லத்தீப் மஹ்மூத் ஒன்றின்மேல் ஒன்றாகப் போட்டிருந்த கால்களை எடுத்துவிட்டு முன்னால் குனிந்தான். அவன் பேசட்டும் என்று நான் காத்திருந்தேன், ஆனால் அவன் எதுவும் சொல்லவில்லை; ஒரு கணம் கழித்துப் பெருமூச்சு விட்டுவிட்டு மீண்டும் பின்னால் சாய்ந்துகொண்டான். அசதியால் தடுமாறிவிழுந்து அதனால் நான் பலவீனமாக இருக்கிறேன் என்று அவன் எண்ணிவிடக்கூடாது என்று கவனமாக எழுந்து சமையலறைக்குப் போனேன். விளக்கைப் போட்டேன்; ஜன்னல் கண்ணாடியில் பிரதிபலிக்கும் அம்மனிதனின் உருவத்தை நோட்டம்விடக்கூடாது என்று அதைப் பார்ப்பதைத் தவிர்த்தேன். அவன் முகத்தில் எப்போதும் குடியிருந்த கடுமையான சிடுசிடுப்பை - எந்த பாவத்தாலும் மறைக்கமுடியாதபடி படிந்துவிட்ட ஆழ்ந்த உணர்ச்சி அது - பார்ப்பதைத் தவிர்த்தேன். முகத்தைத் திருப்பியபடியே ஜன்னல் திரைகளை விலக்கினேன்; பின்னர், பாத்திரம் கழுவும் தொட்டியைப் பார்த்தபடியே அதன் முன்னால், கட்டுப்படுத்தமுடியாத நடுக்கத்துடன் நின்றேன்; தளர்ச்சிதான்; ஒருபோதும் மங்கிப்போகாத நினைவுகள் என்னை ஆட்கொண்டன. என்மீதும், என்னைப் போலவே மனித உள்ளங்களின் சிறுமையையும் முரட்டுத்தனத்தையும் தடுக்க முடியாதபடி பலவீனமாக இருந்த பலர்மீதுமான கழிவிரக்கம் என்னைத் தொற்றியது. எத்தனை மரணங்கள், அதன் பிறகும் எத்தனையெத்தனை மரணங்களும் ஊனங்களும் வந்தன. இவற்றை நினைக்காமலிருக்கும் ஆற்றல் என்னிடமில்லை; அந்த நினைவுகள் நான் எதிர்பார்த்தே இராத விதங்களில் வந்து போகின்றன. எவ்வளவு நேரம் அங்கேயே நின்றிருந்தேன் என்று தெரியவில்லை; கொஞ்சம் அதிக நேரம் நின்றிருக்கவேண்டும். நான் ஏதோ சத்தமிட்டிருக்கவேண்டும். அந்த அறையில் லத்தீப் மஹ்மூத் அசைவது எனக்குக் கேட்டது; கெட்டிலை நிரப்பவும் தேநீருக்காகக் கோப்பைகளைக் கழுவவும் நான் அசைந்தேன். அவன் சமையலறைக்கு வருவது தெரிகிறது; அந்தச் சின்ன இடத்தில் அவன் இருப்பதை உணர்கிறேன்; நான் அவனை நோக்கித் திரும்பியபோது அவன் கண்கள் பெரிதாகப் பளிச்சென்று, குற்றவுணர்ச்சியின் பளபளப்போடு இருப்பதைப் பார்த்தேன். அவன் என்னை நேராகப் பார்க்க நான் கண்களைத் தாழ்த்தினேன், என்ன சொல்லப் போகிறானோ என்ற அச்சத்தில்,

மோசமான குற்றச்சாட்டுகளைக் கேட்டுக் கேட்டு வாழ்க்கை பாழடைந்துபோன சோர்வில்.

"உங்களுக்கு சிரமம் கொடுத்துவிட்டேன்", என்றான் அவன் கனிவோடு. அவன் அளித்த இந்த ஆறுதல் வார்த்தை என்னை அழவைத்துவிடக் கூடாது என்று போராடினேன். அந்த நிமிடமாவது நான் அழக்கூடாது. பலவீனமானவன் என்று தெரிந்துவிடும். அவனைப் பார்க்க நான் கண்களை உயர்த்தியபோது அவன் முகத்தில் வலிந்த ஒரு புன்னகையைக் கண்டேன்; அவனுக்கும் ஏதோ கொஞ்சம் ஆறுதல் தேவைப்பட்டதை உணர்ந்தேன்.

"நான் சொன்னவற்றில் சிலவற்றைக் கேட்டு உங்களுக்கும் சிரமமாகத்தான் இருந்திருக்கும்" என்றேன்." நிச்சயமாக ரொம்ப கஷ்டமாக இருந்திருக்கும்."

"நான் நிறைய மறந்தாகிவிட்டது" என்றான்; முகத்தில் சுளிப்பு வருவதும் மாறுவதும், பிரகாசம் தோன்றுவதும் அது மறைந்து எரிச்சல் தெரிவதுமாக இருந்தது. "வேண்டுமென்றேதான் என்று நினைக்கிறேன். வேண்டுமென்றேதான் பலவற்றையும் நான் மறந்தேன் என்று சொல்லவந்தேன். நீங்கள் சொன்னதைக் கேட்டபோது, கடவுளே விஷயங்கள் இப்படியல்லவா நடந்திருக்கின்றன என்று நினைத்துக்கொண்டேன். நிச்சயமாக அப்படித்தான் இருந்திருக்கவேண்டும். அர்த்தமற்றப் பூசல்கள், அற்பத்தனங்கள், அவதூறுகள். வயதானவர்களின் தீராப் பகையுணர்வும் வெறுப்பும். சிறுவயதில் அப்படித்தான் தோன்றியது; குசுகுசுப்புப் பேச்சுகள், குற்றச்சாட்டுகள், காலம்பூராவும் வளர்ந்துகொண்டே போகும் பிடிபடாத கோபங்கள். நீங்கள் பேசிக்கொண்டிருந்தபோது அந்த உணர்வுதான் எனக்கு மீண்டும் வந்தது. அப்புறம், பீபீ; பீபீயை, வருடக்கணக்காக நினைத்துப் பார்க்கவேவில்லை நான்; பீ சாரா என்று சொன்னீர்களே அவரைத்தான். நான் வீட்டில் அவரை பீபீ என்று அழைத்தோம், பாட்டி. அவரை மறந்தேவிட்டேன். இல்லை அது சாத்தியமில்லை, அது முடியுமா என்ன? அவரை மறக்கவேண்டும் என்று தீர்மானித்து நான் மறந்திருக்கிறேன். அவருக்கு எங்களை அவ்வளவு பிடிக்காது, கடைசி காலத்தில் எங்களைத் தன்னோடு வந்து இருக்கச் சொன்னது அவர்தான் என்றாலும். ஆமாம், எனக்கு அந்த இரவு , நீங்கள் சொன்ன அந்த இரவு ஞாபகம் வருகிறது. நீங்கள் நினைவுபடுத்தியதால் இப்போது எனக்கு ஞாபகம் வருகிறது, இப்போது அது ஞாபகம் வரும்படி செய்துவிட்டீர்கள், அதை மீண்டும் நினைத்துப் பார்க்க

வைத்துவிட்டீர்கள். அதைப் பற்றி நீங்கள் சொல்லி நான் கேட்பதை வெறுத்தேன்தான். அது குடும்பத்துக்குள் நடந்த விஷயம், வேறு யாருக்கும் தெரிந்திருக்காது என்று எண்ணியிருந்தேன். ஆனால் உங்களுக்கு எல்லாமே தெரிந்திருக்கிறது, வேறு யார் யாருக்குத் தெரியுமோ, வேறு என்னென்ன தெரியுமோ? எனக்கு அப்போது ஏழோ எட்டோ வயதிருக்கலாம். அப்பாவை பீபீ தடுத்துநிறுத்திய இரவைப் பற்றி எனக்குக் கொஞ்சம்கூட ஞாபகம் இல்லை, ஞாபகமே இல்லை. நான் தூங்கிப் போயிருக்கவேண்டும். சில நினைவுகளை எழவிடாமல் அமுத்திவைத்திருந்தால் மனதில் சுருசுருக்கென்று வெட்டியிழுக்குமே அது போன்ற உணர்வு எதுவும் எனக்கில்லை; ஆச்சரியமாகத்தான் இருக்கிறது. ஆமாம், அப்பா எங்களைக் கீழே வரச்சொல்லி கூச்சல்போட, அம்மா கதவை வெளியே கொண்டிபோட்டுவிட்டு எங்களைத் தூங்கச் சொல்லிச் சத்தமிட்ட அந்த இரவு நினைவிருக்கிறது. அந்த விஷயம் நினைவிருக்கிறது, அப்பா தேம்பியபடியே சத்தமாகத் திட்டிக்கொண்டிருந்தது. அவர் சத்தம்போட்டதே கிடையாது. அவர் தேம்புவார் என்பது கற்பனை செய்துகூடப் பார்க்க முடியாதது. நமது சொந்தத் தந்தை இதயமே பிளக்கும்படி தேம்பிக்கொண்டிருப்பது. நீங்கள் சொல்லாமலிருந்திருந்தால் என்னால் இதை மனதில் கொண்டுவந்திருக்க முடியாது. ஆனால் அப்படிச் சத்தமாகத் திட்டுவது அதிர்ச்சியாகத்தான் இருந்தது. அம்மாவும் எதிர்த்துக் கத்தினார், குடிகாரன் குடிகாரன் என்று. பீபீ அழுதபடியே அப்பாவிடம் பாவத்துக்குப் பிறந்தவனே, அமைதியாக இரு, கிளம்பு, போய்விடு இங்கிருந்து, என்று சொல்லிக்கொண்டே இருந்தார். ஆமாம், அது எனக்கு இப்போது நினைவுக்கு வருகிறது. குடிப்பதைப் பற்றிய அந்த ஆர்ப்பாட்டம், ஒன்றுமில்லாததற்கு அவ்வளவு ஆர்ப்பாட்டம். பீபீ தன் வீட்டைவிட்டு, அவரது சொந்த வீட்டை விட்டுக் கிளம்பிப் போனது எனக்கு நினைவில்லை; ஆனால் அவரின் கூப்பாடு நினைவிருக்கிறது. அவர் நிறுத்தவே இல்லை, பீபீ, குற்றம் சொல்லிக்கொண்டிருப்பதை, அறிவுரைச் சொல்வதை, சின்னச்சின்னத் தவறுகளையும் பற்றிக் குறைப்பட்டுக்கொண்டிருப்பதை. எங்களால் அவருக்கு ஏமாற்றம்தான் என்று எனக்குத் தோன்றியது. அவர் எங்களை வெறுத்தார் என்று பட்டது."

கெட்டிலில் தண்ணீர் கொதித்திருந்தது, எனவே தேநீர் போடத் திரும்பினேன். பாலைச் சூடாக்கி, அதில் தேநீர்த்தூளைப் போட்டு

கொதிக்கவிட்டு இறக்க நேரமில்லை, எனவே ஆங்கிலேயரின் பாணியில் தேநீர் போட்டேன்.

"இனியும் அதைக் கிளறாமலிருந்தால் நன்றாக இருக்கும்" என் பின்னால் அவன் குரல் ஒலித்தது. "இன்று நான் ஏற்கனவே ரொம்ப நேரம் இருந்துவிட்டேன். இப்போது நான் கிளம்புவதுதான் நல்லது."

நான் திரும்பி அவனைப் பார்த்துச் சிரித்தேன். "நீங்கள் போவீர்கள் என்று எனக்குத் தோன்றவில்லை" என்றேன்.

"இளிக்கும் பிளாக்கமூர்" என்றான் கொஞ்சம் நேரம் கழித்து, லேசானப் புன்னகையுடன். "டீ குடித்துவிட்டுப் போகிறேன். ஆனால் திரும்பவும் வருவேன். வந்தாலும் வருவேன். நாம் உறவுக்காரர்கள் ஆகிவிட்டோம் என்று தோன்றுகிறது எனக்கு."

"திருமணத்தால் வந்த பந்தம்", என்றேன் நான், அதே கிண்டல் தொனியில். "அதனால் எல்லாம் சிக்கல் இருந்ததில்லை."

"ஆமாம், ஆனால் நீங்கள் என் அப்பாவின் பெயரைப் போட்டுக்கொண்டீர்கள். இந்தப் பெயர் சேர்க்கையே நம்மை உறவுக்காரர் ஆக்கவில்லையா? நாம் வித்தியாசமான ஒரு பிரதேசத்தில் இருக்கிறோம். இதுவும் கிட்டத்தட்ட ஒரு பிணைப்பை நம்மிடையே இயல்பாக உருவாக்கிவிடுகிறது, அல்லது யாராவது என்னை அழைத்து ஏதாவது உதவி கேட்கும்போது. இப்போது வரை நீங்கள் அதைச் சொல்லவில்லை, என் அப்பாவின் பெயரை ஏன் போட்டுக்கொண்டீர்கள் என்பதை. இதெல்லாம் நடந்துமுடிந்த வரலாறு. இப்போது இதற்கெல்லாம் ஒரு அர்த்தமுமில்லை, உண்மையாகவே. வரலாற்றுக்கு அர்த்தமில்லை என்று நான் சொல்ல வரவில்லை. என்ன நடந்தது என்பது தெரிந்தால் நான் யார், நாம் நாமாக ஏன் இருக்கிறோம், அதைப் பற்றி என்னென்ன கதைகள் சொல்லுவோம் என்பதெல்லாம் அப்போதுதான் தெரியும். நான் சொல்ல வந்தது, பரஸ்பரம் இப்படிப் பழிபோட்டுக்கொண்டு, குடும்பச் சண்டையைப் பேசிக்கொண்டு, பழையவற்றை இழுத்து வைத்து எப்போதும் முனங்கிக்கொண்டே இருப்பது இவை எல்லாம் வேண்டாம் என்பதைத்தான். இஸ்லாத்தின் வரலாற்றில் குடும்பச் சண்டைகள் பிணைந்திருக்கிறது என்பதை நீங்கள் கவனித்திருக்கிறீர்களா? வேறுவிதமாகச் சொல்கிறேன், இல்லாவிட்டால் உங்கள் மனம் புண்பட்டுவிடும். முஸ்லீம்களாகிய நாம் எவ்வளவு உணர்ச்சிப்பூர்வமானவர்கள் என்பது எனக்குத் தெரியும். இஸ்லாமிய சமூகங்களில் குடும்பச் சண்டைகளால் நிகழ்ந்த

நம்பவே முடியாத விளைவுகளை நீங்கள் அறிந்திருக்கிறீர்களா? உமையா வம்சத்தினர் திருநபியின் பேரனை நீக்கிவிட்டு, ஒரு நூறு ஆண்டுகள் டமாஸ்கஸை ஆண்டார்கள். திருநபியின் தாய்மாமா அப்பாஸ் அப்துல் முத்தலிப்பின் குடும்பத்தினர் புனிதக் குடும்பத்தின் பெயரால் உமையாக்கள் மீது போர்த்தொடுத்து அவர்களை நீக்கிவிட்டு பாக்தாத்தில் ஐநூறு வருடங்கள் ஆட்சி செய்தார்கள். ஐநூறு வருடங்களும் அவர்களே நேரடியாக ஆட்சி செய்யவில்லை, முதல் ஓரிரு நூற்றாண்டுகளுக்குப் பிறகு தளபதிகளும் துருக்கியக் கூலிப்படையினரும்தான் ஆண்டார்கள் என்பது உண்மைதான்; ஆனாலும் அவர்கள் அப்பாஸின் குடும்பத்தின் பெயரால்தான் ஆண்டார்கள். அதே காலகட்டத்தில், வடக்கு ஆப்பிரிக்காவில் ஃபாத்திமித்துகள் - திருநபியின் மகள் ஃபாத்திமா, அவரது மகன்கள் ஹசன் ஹுசைனின் வம்சாவளியினர் - வந்தார்கள். அதன்பிறகு உதுமானின் வம்சத்தைச் சேர்ந்த ஆட்டோமான்கள் வந்து, ஒரு குறுகிய காலம் உலகத்தின் பாதிப்பகுதியைப் பிடித்தார்கள்; இருபதாம் நூற்றாண்டு வரைக்கும் அங்கொன்றும் இங்கொன்றுமாக எப்படியோ அவர்களின் ஆட்சி இருந்தது. இதோ நமது காலத்தில் அப்துலசீஸ் இப்னு சௌதின் குழந்தைகள், செல்வம்கொழிக்கும் பெட்ரோலியக் கடலில் அமர்ந்திருக்கிறார்கள்; அவர்களின் குடும்பப் பெயர் தாங்கிய சௌதி அரேபியாவில். நான் குடும்பங்களை வெறுக்கிறேன்."

நான் அவனிடம் தேநீர் கோப்பையைக் கொடுத்தேன், வாங்கிய உடனேயே பருகினான், அது ஆறுகிறவரைக்கும் காத்திருக்கப் பொறுக்காதாவன் போல. அவன் முகபாவம் மாறியது. கூச்சத்தோடு கொஞ்சம் நேரம் என்னிடமிருந்து முகத்தைத் திருப்பிக் கொண்டான். அவ்வளவு குமுறலுக்குப் பிறகு அவனுக்கு கொஞ்சம் ஆசுவாசம் தேவைப்படலாம் என்று நினைத்து நான் அவனுக்கு முன்னதாகவே வரவேற்பறைக்குத் திரும்பினேன்.

"உங்கள் சிநேகிதர் சேஃபு என்னவானார்? தேர்ந்த ஓவியர். அவர் ஓவியராக ஆனாரா?" என்று கேட்டான்.

"அவன் ஆசிரியரானான்" என்றேன்; அவன் முகத்தில் ஒரு ஏளனப் புன்னகையை நான் கண்டேன், இந்த பதில்தான் வரும் என்பதைத் தெரிந்து வைத்திருப்பவனைப் போல. "முதலில் கிடைத்த வேலையைத்தான் சொன்னேன். கொஞ்ச காலம் இருவரும் பரஸ்பரம் கடிதம் போட்டுக்கொண்டோம்; அவன் எங்களோடு வந்து தங்கினான்; நான்தான் கென்யாவுக்கு மீண்டும் போகவே

இல்லை. அதற்குச் சில ஆண்டுகள் கழித்து, விடுதலை கிடைத்த சிலகாலத்துக்குள், யுனைடெட் ஸ்டேட்ஸ் போய் படிக்க அவனுக்கு ஸ்காலர்ஷிப் கிடைத்தது; அதன்பிறகு அவனிடமிருந்து எந்தத் தகவலும் இல்லை. இப்போதும் அங்குதான் இருக்கிறான் என்று நினைக்கிறேன். அங்கே ஓவியனாக இருக்கிறானா இல்லை திரும்பி வந்துவிட்டானா என்று எனக்குத் தெரியவில்லை. போனவர்களில் பல பேர் திரும்பி வரவில்லை."

6

எதிர்பாராமல் வந்தாள் அவள், சனிக்கிழமை மதியத்துக்கு மேல். ரேச்சல்தான். முன்கூட்டியே சொல்லாமல். இப்படியொரு விசித்திர எண்ணம், ஒரு அர்த்தமில்லாத யோசனை அதுவாகவே நமக்குள் உருவாகியிருக்கிறது. நாம் வந்திருக்கிறோம் என்று அறிவித்துவிட்டுக் காத்திருக்கவேண்டும், அதன்பிறகுதான் நாம் உள்ளே காலெடுத்து வைக்கமுடியும். அப்படி முன்கூட்டிச் சொல்லாமல் போய்விட்டால், வாயிற்காப்பாளிகள், கண்ணால் ஆளை அளவெடுப்பவர்கள், எச்சில் ஏந்திகள் - இவர்களின் சரியான பதவிப் பெயர்கள் எதுவாக வேண்டுமானாலும் இருந்துவிட்டுப் போகட்டும் - போன்றவர்களையும் சமையல்காரரையும் முட்டித் தள்ளிக்கொண்டு, அவமரியாதையையும் வெறுப்பையும் கண்டுகொள்ளாமல், வரவேற்பறைக்குள் மனக்கொதிப்போடு அவசரமாகப் பாயவேண்டும். தாங்கள் எப்படி நடந்துகொள்வோம் என்பதை நையாண்டிகாட்டி தாங்கள் யார் என்பதையும் நையாண்டி செய்வது போலிருக்கும் அவர்கள் நடந்துகொள்வது. ரேச்சல் அழைப்புமணியை அழுத்தித் தான் வந்திருப்பதை அறிவித்தாள். சிலநேரங்களில் வருகிறேன் என்று என்னைக் காக்கவைத்துவிட்டு வரமாட்டாள். இப்போது சொல்லாமல் கொள்ளாமல் வந்து நிற்கிறாள். என்றாலும், இப்படி தன் மனம்போன போக்கில் அவள் நடந்துக்கொள்வதில் - என்னை வசீகரிப்பதற்காக இருக்கவேண்டும் - எப்போதும்

ஒரு வினயம் இருந்தது என்று எனக்குத் தோன்றுகிறது; எனவே, நான் அதைப் பொறுத்துக்கொண்டேன்.

"நீங்கள் டெலிபோன் வைத்துக்கொள்ள வேண்டும்" என்றாள் அவள், என்னையறியாமல் என் முகத்தில் தோன்றிய எரிச்சலுக்குத் தான் காரணமில்லை என்று தற்காத்துக்கொள்வதுபோல.

"அது கிட்டத்தட்ட கிடைப்பதாக இருந்தது" என்றேன். "என் சென்ற வாழ்க்கையில்"

நான் இன்னமும் ஏதாவது சொல்லப் போகிறேனா என்று எதிர்பார்த்துக் காத்திருந்தாள்; என்னைக் குடைந்து கேட்கவேண்டுமா என்று மனதிற்குள் எடைபோட்டபடி. ஆனால் நான் சொன்னது தொலைபேசிக்காக விண்ணப்பித்துக் காத்திருந்த காலத்தைப் பற்றி. பீ மரியம் ஒருவிதமான பீதிக்கு ஆளானதற்குப் பிறகான நாட்கள் அவை. எப்போதோ நடந்த விஷயம்; காத்திருப்போர் பட்டியலில் என் விண்ணப்பமும் இருந்தது; அதன்பிறகு அதைப் பற்றி எந்தத் தகவலும் இல்லை. ரேச்சல், நான் போட்ட நாற்காலியில் உட்காராமல், கூடத்தின் வாசல்நிலையில் சாய்ந்து நிற்கிறாள்; கொஞ்சம் தலையைக் காட்டிவிட்டுப் போவதற்குத்தான் வந்திருக்கிறேன் என்று சொல்கிறாள் போலிருக்கிறது. அல்லது என்னை எங்கேயோ இழுத்துக்கொண்டு போவதற்காக வந்திருக்கவும்கூட வாய்ப்பு இருக்கிறது. அவள் அவ்வப்போது செய்வது இதைத்தான், இரண்டாவதாகச் சொன்னதை. இந்தச் சனிக்கிழமை மதியத்தில் நடந்ததும் அதுதான். நான் தொலைபேசி வைத்துக்கொள்ள மறுப்பதற்காக அவளின் வழக்கமான முணுமுணுப்புக்கு நான் இன்று சொன்ன பதிலை அவள் கண்டுகொள்ளாமல் இருந்ததற்கு இதுதான் காரணமாக இருக்கவேண்டும். மற்ற நேரங்களில் அடக்கமாகச் சலனமற்று இருக்கும் - சலனமில்லாமலிருந்தாலும் கவனத்தோடு இருக்கும் - அரக்கையொத்த அவளது தெளிவான பழுப்புநிறக் கண்களில் இப்போது திட்டங்கள் உயிர்த்ததும்பின. கேட்க வேண்டுமென்று அவளாக விரும்பினால் நன்றாகக் காதுகொடுப்பவள்தான் அவள். "இந்த வார இறுதியில் அம்மா என்னோடு வந்து தங்குவார்; இரவு உணவுக்கு எங்களோடு இருக்கும்படியாக நீங்கள் வந்தால் எங்கள் இருவருக்கும் ரொம்ப சந்தோஷமாக இருக்கும். அம்மாதான் சமைக்கப் போகிறார். அதனால் உணவு நிச்சயம் சுவையாக இருக்கும்" சொல்லி முடித்தவள், நான் மறுத்துத் தலையாட்டுவதைப் பார்த்துவிட்டு

முறைத்தாள். என்ன காரணத்துக்காக என்று கேட்பதுபோல புருவத்தை உயர்த்தினாள்.

"வேண்டாம் என்று நினைக்கிறேன்" என்றேன்.

"ஓ, பார்டில்பி வேலையை மீண்டும் தொடங்கிவிட்டீர்களா?" மிகையான சலிப்புடன் பெருமூச்சு விட்டுக்கொண்டு சொன்னாள். "ஓ அன்பே, போனமுறை மாதிரி இந்த முறையும் பிடிகொடுக்காமல் இருக்கமாட்டீர்கள் என்று நம்புகிறேன். தயவு செய்து சொல்லுங்கள், ஏன் வரமாட்டேன் என்கிறீர்கள்? வாருங்கள், அம்மாவைப் பாருங்கள், அவரது சமையலை ருசியுங்கள் என்று நான் மனதாரச் சந்தோஷத்தோடு அழைக்கிறேன்; அதற்கு நீங்கள் சொல்வது மரியாதையான பதிலாகத் தோன்றவில்லை. நீங்கள் வரவேண்டும் என்று நான் உண்மையிலேயே விரும்புகிறேன். நீங்கள் என் அம்மாவைச் சந்தித்ததில்லை; சந்தித்தால் உங்களுக்குப் பிடித்துப்போய்விடும் என்று நம்புகிறேன்."

பார்டில்பி கதையை அவளுக்குச் சொன்னதே நான்தான்; அதை அவள் படித்துவிட்டு, அது சிறந்த கதையா என்பதில் தனக்குச் சந்தேகமிருப்பதாகச் சொன்னாள். கதை ஒரேயடியாக அழுகுணியாக, ஏற்றுக்கொள்ள முடியாததாக இருப்பதாக அவள் நினைத்தாள்; சுவர்கள், கல்லறைகள், பிரமிடுகள், இருண்ட சிறைச்சாலை முற்றத்தில் மண்டிக்கிடக்கும் மெல்லியப் புற்கள் என்று படிமங்கள் எல்லாமே மனதை அழுத்துகின்றன. அந்தப் பத்தொன்பதாம் நூற்றாண்டுச் சோகக் கதையில் அவளுக்குப் பிடிக்காத தன்னிரக்கம் அளவுக்கதிகமாக நிறைந்திருக்கிறது. நான் என்னையும் ஒருவித பார்டில்பி - ரகசியமான, மனதை ஓயாது அழுத்துகிற ஒரு வரலாற்றை கொண்டிருப்பவனாக, மௌனத்தில் அதற்குப் பரிகாரம் தேடுபவனாக - நினைத்துக்கொண்டிருக்கிறேனோ என்று பயப்படுகிறாள் போலிருக்கிறது.

அவனது எதையாவது அவளால் புரிந்துகொள்ள முடிந்ததா, அவனது ஏதோ ஒன்றுக்காவது அவளால் உணர்வுப்பூர்வமாக எதிர்வினையாற்ற முடிந்ததா என்று கேட்டுவிட்டுப் பதிலுக்குக் காத்திருந்தேன். நமக்குப் பரிச்சயமான ஏதோ ஒன்று, நாம் விரும்பும் ஒன்று, தனித்துவமான ஏதோ ஒன்று?

"எதுவுமேயில்லை" என்றாள். "எனக்கென்னவோ அவன் அபாயகரமானவனாக, தன்மீதும் தன்னிலும் எளியவர்மீதும் சின்னச்

சின்னக் கொடுமைகளைத் தொடர்ந்து செய்யக்கூடியவனாக, மோசடிக்காரனாகத்தான் தெரிந்தான்."

அவன் தன்னைத்தானே கொடுமைப்படுத்திக்கொண்டான், உண்மைதான் என்றாலும் இவள் நினைப்பதுபோல் நான் ஒருபோதும் நினைக்கவில்லை. "இந்தக் காலத்தில் பணிவோடு ஒதுங்கி வாழ்பவர்களை ஏமாற்றுக்காரர்களாக நீங்கள் பார்க்கிறீர்கள் போலிருக்கிறது." என்றேன். "திருத்தவே முடியாத அளவுக்குக் கெட்டுப்போய்விட்டவர்கள், பிறருக்கு அவர்கள் கடும்கொடுமைகள்தான் செய்வார்கள் என்று பார்க்கிறீர்கள். தனிமையில் வாழ ஒருவர் விரும்புகிறார், உள்மனதின் அந்த ஆசைக்கு ஏற்ப வாழ்வதைப் பெரிதாக நினைக்கிறார். அதை உங்களால் சகித்துக்கொள்ளமுடியவில்லை போலிருக்கிறது. எனவேதான் தன்னைத்தானே அழித்துக்கொள்ளும் தனிமை ஒதுக்கத்தை பார்டில்பி மேற்கொள்வது உங்களுக்கு அபாயகரமான காரியமாக மட்டுமே படுகிறது. ஏனென்றால், பார்டில்பி இந்த நிலைமைக்கு ஏன் வந்தான் என்பதை அந்தக் கதை சொல்வதில்லை, அவன்மீது இரக்கம் காட்டவும் அனுமதிப்பதில்லை. சரி, சரி, அவன் இந்தச் சந்தர்ப்பத்தில் இப்படி ஏன் நடந்துகொண்டான் என்பதை அறிந்துகொண்டோம், ஆகையால் மன்னித்துவிடுகிறோம் என்று நம்மைச் சொல்ல அனுமதிப்பதில்லை. கதை அவனைக் காண்பிக்க மட்டுமே செய்கிறது, அவன் தன்னைப் பற்றியோ தனது கடந்தகாலத்தைப் பற்றியோ ஒன்றும் சொல்வதில்லை, எதையும் சரி தவறு என்று தீர்ப்பு வழங்கவோ அல்லது அலசி ஆராயவோ செய்வதில்லை, நம்மிடம் இருந்து கருணையையோ அல்லது மன்னிப்பையோ கோரவுமில்லை; அவன் விரும்புவதெல்லாம் அவனை அவன்போக்கில் விடுவதைத்தான்."

"ஒரு இருத்தலியல் நாயகன்" என்றாள் அவள் சிரித்தபடி, கொஞ்சம் அறிவாளி தோரணையில். "எனக்கென்னவோ அவன் கழிவிரக்கத்தால் நிரம்பிப்போய், தன் தோல்வியைப் பற்றி நினைப்பதில் இன்பம் காண்கிறவனைப் போலத் தோன்றுகிறான்"

சிறிது மௌனத்துக்குப் பிறகு, இருவருமே, சந்தேகமில்லை இருவரும்தான், பழையப் பேச்சுக்கே திரும்ப நினைத்துக்கொண்டபோது அவள் சொன்னாள்: "இன்றைக்கு இரவு எங்களோடு உணவருந்த வரலாமே?" கேட்டபடியே ஒரு வழியாக உட்கார்ந்துவிட்டு, முன்னோக்கிச் சாய்ந்து பேச்சை மீண்டும் தொடர்ந்தாள். "அம்மா உங்களைப் பார்க்க விரும்புவார்கள். எனக்குத் தெரியும். உங்களைப்

பற்றி அவரிடம் சொல்லியிருக்கிறேன்; இன்று மதியம் வந்ததுமே உங்களைக் கேட்டார்கள். ஆகவேதான் நீங்கள் வீட்டுக்கு வரலாமே என்று யோசித்தேன். அவருக்கும் இது பிடிக்கும்; நான் கிளம்புகிற நேரத்திலேயே அவர் மீன் சமைக்கத் தொடங்கிவிட்டார். அவர் பெயர்போன சமையல்காரி. எப்போதாவதுதான் அவர் என்னிடம் வருவார், எனவே இது ஒரு நல்ல சந்தர்ப்பம். தொலைவிலிருக்கும் லண்டனில் மிகவும் பரபரப்பான வாழ்க்கை வாழ்கிறவர்கள் அவர்கள். அப்பா ஒருபோதும் வரமாட்டார், தொலைபேசியில் அழைத்தால்கூடப் பேசமாட்டார்; அவராக அழைப்பதைப் பற்றிச் சொல்லவேண்டியதே இல்லை. அதனால் ஒன்றுமில்லை... ஏதோ அம்மா இப்போது வந்திருக்கிறார். அவருக்குச் சொல்ல நிறைய கதைகள் இருக்கும், அவர் அபாரமாக வாசிப்பார். உங்கள் சம்பவங்கள் சிலவற்றை அவரிடம் நான் சொல்லியிருக்கிறேன். நீங்கள் தப்பாக நினைக்கமாட்டீர்கள் என்று நம்புகிறேன். உங்களுக்கு அவரைப் பிடிக்கும். நான் சொல்லிமுடிப்பதற்கு முன்னாலேயே இப்படித் தலையைத் தலையை ஆட்டாதீர்கள். நீங்கள் கிளம்புவீர்கள்... எனக்குத் தெரியும். நீங்கள் வெளியே வரத்தான் வேண்டும், இப்படி இங்கேயே அடைபட்டுக்கிடக்கக் கூடாது. கிளம்புங்கள், பந்தயக்காலணியை மாட்டிக்கொள்ளுங்கள், போகலாம்"

பந்தயங்களுக்குப் போட்டுக்கொள்ளும் காலணியை அவள்தான் எனக்கு வாங்கித் தந்தாள். எப்படியோ என்னை நானே தேற்றிக்கொண்டு ஒரே ஒருமுறை அதைப் போட்டுக்கொண்டேன், ஆனால் அதைப் போட்டுக்கொண்டு கடற்கரைக்கு நடந்துசென்றபோது எனக்கே அசிங்கமாகவும் கோமாளித்தனமாகவும் இருந்தது. அதன்பிறகு அவற்றைப் போட்டுக்கொள்ளவே இல்லை, இன்றுவரை. இந்தப் பந்தயக் காலணி வாங்கியதும் அவள் வேறு சந்தர்ப்பங்களில் என்மீது திடீர் திடீரென்று அன்பைப் பொழிவதைப் போலத்தான். ஒருநாள் மாலை அவள் நடந்துவிட்டு வருவோம் என்று என்னை வற்புறுத்திக் கூட்டிக்கொண்டு போய், மனதில் போட்டிருந்த திட்டத்தோடு ஒரு பெரிய டிபார்ட்மெண்ட் ஸ்டோருக்குள் என்னைத் தள்ளிச் சென்றாள். நானாகச் சுற்றித்திரியும்போது பல கடைகளில் சந்தோஷத்தோடு கொஞ்சம் கொஞ்சம் ஏறி இறங்கியிருக்கிறேன் என்றாலும் இந்தக் கடைக்கு நான் முன்பு வந்ததில்லை. வழக்கமாக நான் வாசனைத் திரவியங்கள் இருக்கும் பகுதியில்தான் காலாற நடப்பேன், அங்கு மணக்கும் புளிப்பு நெடிக்காக. அங்கு பளீரிடுகிற விளக்குகளையும், பணிபுரியும்

இளம்பெண்களின் செதுக்கி வைத்தது போன்ற முகங்களையும் ஆச்சரியத்தோடு பார்த்துக்கொண்டிருப்பேன். அது போகட்டும், இப்போது அவள் என்னை அழைத்துச் சென்ற டிபார்ட்மெண்டல் ஸ்டோருக்குள் நுழைந்ததும் என்னிடம் பந்தயக் காலணியைப் போட்டுப்பார்க்கச் சொன்னாள்; எனக்கு அது வேடிக்கையாகப் பட்டது. அவள் சொன்னதைச் செய்தேன், ஷூக்களைப் பற்றி நல்லவிதமாக ஏதோ சொன்னேன், எதையும் அனுபவிக்கத் தெரியாதவன் என்று தோன்றிவிடக்கூடாதே என்று. முதலில் நான் வேண்டாம் என்று மறுத்தேன். ஆனால் அவள் முகத்தில் சங்கடம் தோன்றியதைக் கண்டபோது, அவள் என்மீது இவ்வளவு அக்கறையும் மதிப்பும் காட்டிய பிறகும்கூட நான் அன்பும் இரக்கமும் அற்றவனாக இருக்கிறேனே என்று தோன்றியது; எனவே நான் நன்றியோடு அவற்றைப் பெற்றுக்கொண்டேன்.

"நான் வீட்டுக்குள்ளேயே அடைந்துகிடக்கிறேன் என்று எப்படிச் சொல்கிறீர்கள் என்று எனக்குத் தெரியவில்லை. நான் தினமும் வெளியே போய்வருகிறேன்." என்றேன்.

"பர்னிச்சர் கடைகளுக்கு," என்றாள்.

முன்பு ஒருநாள் அவள் ஏதாவது சிற்றுண்டி சாப்பிடவோ அல்லது வேறு எதற்கோ வெளியே செல்வோம் என்று வற்புறுத்தியபோது, கவனமில்லாத ஒரு கணத்தில், அவளிடம் ஒருமுறை அதைச் சொல்லிவிட்டேன். சாலையில் கொஞ்சம் தள்ளி பிரமாதமான ஒரு லெபனான் சிற்றுண்டி விடுதி இருக்கிறது, உங்களுக்குப் பிடிக்கும். "நான் தினமும் வெளியே போவேன்," என்றேன் அவளிடம். "மிடில் ஸ்குயர் பார்க்கிலிருக்கும் பர்னிச்சர் கடைகளை ஒவ்வொரு நாள் காலையிலும் பார்த்துவருவேன்." நான் அப்படிச் சொன்னதும், என்னைப்போல் என்ன செய்வதென்று தெரியாமல் இருக்கும் தனிமைப்பட்ட ஒரு வயதாளி இதுமாதிரி ஏதாவதுதான் செய்வான் என்று அவளுக்குத் தோன்றியிருக்க வேண்டும். யார் கேட்டிருந்தாலும் இப்படித்தான் தோன்றும்.

"இன்று காலை நான் கடற்கரை சாலையில் பதினைந்து நிமிடம் நடை போய்வந்தேன்," என்றேன், என்னை அவள் ஏதாவது கேட்டுத் துளைத்தெடுப்பதை நினைத்துப் புன்னகைத்தபடி. "அவலான் ஸ்போர்ட்ஸ் சென்டரிலிருந்து படகுத்துறை வரை போனேன். ஹாம்டன் ஹோட்டலுக்கு வெளியே பழுப்பு, வெள்ளை உடைகளில் கன்னியாஸ்திரிகள் நடைபாதையில் மக்கள் கூட்டத்தோடு நின்றுகொண்டிருந்தார்கள். யாரோ ஒரு

பிரமுகரின் வரவை எதிர்பார்த்து. அவர்களைத் தவிர இரண்டு முரட்டு வசீகர பவாப்புகள் இருந்தார்கள், பின்னல் உடையும் கூரிய தொப்பியுமணிந்த அவர்கள், கார்கள் வந்ததும் அவற்றின் கதவைத் திறந்துவிடக் காத்துக்கொண்டிருந்தார்கள். ஹாம்டனின் கொடிகள் அவர்களின் தலைக்கு மேல் படபடத்துக் கொண்டிருந்தன. அந்த இரண்டு முரட்டு மனிதர்களும் திடமாக நடைபாதையை அடைத்துக்கொண்டு நின்றிருந்தார்கள்; அவர்களின் அருகில் சாதாரணமாகத் தோன்றிய சில பெண்கள், பெண்மயில்களின் கவர்ச்சியற்ற இறகுகளைப் போல அவர்களின் தலை அலங்காரங்கள் பறக்கப் பரபரத்துக்கொண்டிருந்தார்கள். கம்பீரமாக நடந்துபோகவேண்டும் என்ற துடிப்பை அடக்கமுடியாமல் அந்த இரு மனிதர்கள் நிற்பது எப்போதும் பார்க்கக் கிடைக்கிற காட்சிதான்."

"அந்த இரண்டு பேருக்கும் என்ன பெயர் சொன்னீர்கள்?.அந்த *commissionaire* (கதவு திறப்போர்கள்)களைக் குறிக்க. அது என்ன வார்த்தை?" என்று கேட்டாள் அவள்.

"பவாப்கள்," என்றேன். "வாயிற்காப்போர்; நாகரிகமான, செழித்த கலாச்சாரங்கள் எவற்றிலும் தவிர்க்கமுடியாத விஷயம் இவர்கள். சிந்துபாத் தன் முதல் யாத்திரையை முடித்துவிட்டு பெரும் செல்வத்துடன் பஸ்ராவுக்குத் திரும்பியதும் தனக்கென்று ஒரு வீட்டை வாங்கினான்; அப்புறம் ஒரு பவாப்பை வாங்கிவிட்டுதான் தன் நண்பர்களை மகிழ்விக்க ஆசைநாயகிகளையும் அடிமைகளையும் அவன் விலைக்கு வாங்கினான்."

"இது போன்ற சந்தர்ப்பங்களில் *commissionaire* என்றுதான் அவர்களைச் சொல்வார்கள்" என்றாள். "அவர்கள் இப்படிக் கம்பீரமாக பந்தா காட்டவேண்டும் என்று மக்கள் எதிர்பார்க்கிறார்கள். இது பர்னிச்சர் கடைகளுக்கு முன்னாலா அல்லது பின்னாலா?" என்று கேட்டாள்.

"கடைகளுக்குப் பின்னால்தான், நிச்சயமாக. அந்தக் கடைகள் எப்போதும் அதிகாலையில்தான் நன்றாக இருக்கும், வியாபாரம் தொடங்கி செயற்கைத் தும்புகள் காற்றில் பறக்க ஆரம்பிப்பதற்கு முன்னால். இன்று நான் போன கடையொன்றில் புதுவிதமான மேஜைகள் வந்திருந்தன, வழக்கமாகப் பார்க்கும் பாணியிலிருந்து முற்றிலும் வித்தியாசமாக. கனத்த வெளிர்நிற மரத்தில் தடித்த நீள்கோடுகளுடன்" என்றேன். "எனக்குச் சின்ன வளைவுகள், வேலைப்பாடுகள், மெல்லிய அலங்கார விளிம்புகள் இவை

ரொம்பப் பிடிக்கும். அந்த மேஜைகளின் மரங்களின் தரம் எனக்குத் தெரியும், ஆனால் என்னைப் பயன்படுத்திப் பார் என்கிற அவற்றின் அகங்காரத் தோற்றம், தங்கள் அழகின்மைதான் அழகு என்று அவை கொண்டாடுவது இவை என்னை வெறுப்படைய வைத்தன."

"உங்களை பார்ட்டில்பி மனநிலைக்குக் கொண்டுவந்தது இதுதானா? ஆக, கடற்கரையை ஒட்டி நடந்துபோனால் மனது சாந்தமடையலாம் என்று நினைத்தீர்கள். வாருங்கள், பந்தயக் காலணிகளைப் போட்டுக் கொள்ளுங்கள், நான் உங்களை மலைமுகடுகளுக்கு அழைத்துச்செல்கிறேன். சூரியன் நீரில் ஜொலிப்பதைப் பார்க்கலாம்; அதன்பிறகு இரவு உணவுக்கு எங்கே போகலாம் என்று நான் சொல்கிறேன்."

எனக்கு ரொம்பச் சோர்வாக இருக்கிறது, அவளிடம் சொன்னேன். அவள் ஏற்றுக்கொள்வது தெரிந்தது. ரேச்சலோடு இதுபோன்ற சந்தர்ப்பங்கள் வரும்போதெல்லாம், அவள் அன்போடு என்னை அழைக்கும்போதெல்லாம் இப்படித்தான் நான் நன்றியில்லாதவனாக நடந்துகொள்கிறேன் என்று தோன்றியது. சரி, வருகிறேன் என்று சொல்லவேண்டுமென்ற துடிப்பை அடக்கிக்கொண்டேன். நான் உண்மையிலேயே சோர்ந்து போயிருந்தேன் அல்லது நான் இதுவரை சந்தித்திராத ஒருவரோடு ஆதியிலிருந்து பேச்சைத் தொடங்க எனக்குச் சோர்வாக இருந்தது. அல்லது ஒருவேளை என் மனதுக்கு எங்கேயும் போகப் பிடிக்கவில்லை போலிருக்கிறது. பூ வியாபாரிக் கடைக்கு அடுத்ததாக இருந்த பழைய புத்தகக் கடையில் இன்று காலையில் வாங்கிய மத்திய ஆசியப் பயணக்கட்டுரைப் புத்தகத்தை படிக்க உட்காருவோம் என்று மனம் காத்துக்கொண்டிருக்கலாம். சாலையின் எதிர்ப்பக்கத்திலும் ஒரு பழைய புத்தகக்கடை இருக்கிறது; ஆனால் அதிலிருக்கும் ஆள் புத்தகங்களை வெறுப்பவனைப் போலத் தோன்றுவான்; அழுக்கு சூட்டும் டையும் அணிந்து கைகளை மார்புக்குக் குறுக்கே கட்டியபடி, அட்டகாசப்படுத்தும் குரங்கு கூட்டத்தைக் காத்து நிற்பதுபோல முகத்தை உர்ரென்று வைத்துக்கொண்டு நிற்பான். புத்தகங்களைப் பெட்டிகளில் ஒன்றன்மேல் ஒன்றாகக் கொட்டிக் குவித்திருந்தான், அவசர அவசரமாகத் தட்டிக்கொண்டு வந்த பொருட்களை குறைந்தவிலைக்கு விற்பவனைப் போல். ஜி.பி. மால்சன்னின் *Herot 1880* வருடப் பதிப்பு. அதைத் திறந்து இந்த வாக்கியத்தைப் படித்தேன்: "தரைவிரிப்புகளிலிருந்து ஆம்பர் புகைத்திரள் கிளம்பியது." உடனே அதை வாங்கிவிட்டேன். அது

எனது உத்-அல்-கமாரியை, சாம்பிராணியின் வாசனையைத் தேடவைத்துவிட்டது.

நான் ரேச்சல்மீது அன்புகொள்ளத் தொடங்கினேன்; ஆனாலும் அவளிடம் அதைச் சொல்ல எனக்கு தைரியம் இல்லை. அவளுக்கு தோன்றும்போதெல்லாம் வருகிறாள், சிலநேரங்களில் வரப்போகிறேன் என்று முன்கூட்டிச் சொல்லாமல், அதிகமும் எங்காவது போகவும், ஏதாவது செய்யவும் ஒரு திட்டத்துடன் வருவாள். அவள் சொல்லும் திட்டங்கள் எல்லாம் என்னைக் கவர்வதில்லை, தேவையில்லாத எதிலாவது என்னை இழுத்துவிட்டுவிடக்கூடாதே என்று நான் கிளம்பாமலிருக்க அவளோடு மல்லுக்கட்ட வேண்டியிருக்கும். எதிர்பார்த்திராதத் திட்டங்களோடு அவ்வப்போது வருவாள். அவளோடு போகாமல் வீட்டிலேயே ஏதாவது படித்துக்கொண்டோ அல்லது வரைபடத்தைப் பார்த்துக்கொண்டோ இருக்கலாம் என்ற எண்ணத்தை மாற்றி விடும் அவள் திட்டங்கள். வரைபடங்களில் எனக்கிருக்கும் மனச்சாய்வு அவளுக்குப் பிடிப்பதில்லை, அப்படித்தான் எனக்குத் தோன்றுகிறது; ஆனாலும் எதற்காக என்று எனக்குத் தெரியாது, ஏனென்றால், தனக்குப் பிடிக்கவில்லை என்று அவள் வாய்திறந்து சொன்னதேயில்லை; மாறாக, மத்தியக் கால போர்த்துகீசில் எப்படி வரைபடங்கள் தயாரித்தார்கள் என்பது பற்றிய நூலொன்றைக்கூட சமீபத்தில் எனக்கு வாங்கிக்கொடுத்தாள். ஒருவேளை, நான் மரைகழன்ற ஆள் என்றோ அல்லது அதிகம் சோம்பிக்கிடப்பவன் என்றோ அவளுக்குத் தோன்றியிருக்கலாம். ஆனால் அவள், எனது தோற்றம் எப்படியிருந்தாலும் இளமை இன்னமும் என்னிடம் ஒட்டிக்கொண்டிருக்கிறது என்பதை நிரூபிப்பதற்காக நான் உற்சாகமான விஷயங்களில் ஈடுபடவேண்டும் என்று விரும்புகிறாள்.

அவளின் வருகை எனக்கு நல்லதுதான் செய்தது; எனக்கு எட்டிய அறிவை வைத்துக்கொண்டு என்னால் பார்க்கமுடிவதைவிட அதிகமாக அவளால் எனக்குக் காட்டமுடிந்தது; மரியாதைகளையும் கரிசனங்களையும் நினைவில் வைத்துக்கொள்ளச் செய்தது. எனக்கு அன்பைக் கொண்டுவந்தது; பதிலுக்கு நானும் அன்போடிருக்கும் வாய்ப்பை அளித்தது. அற்ப அன்பளிப்புக்காக அல்ல, கிடையவே கிடையாது; அவற்றைப் பற்றி பேசிக்கொண்டிருக்க நான் அஞ்சுகிறேன்; நான் தனியாக இருந்தபோதும், எனக்கு அன்பு அளிக்கப்படாமலிருந்தாலும், என்னைத் தவறாக நினைத்துவிடக்கூடாதே என்று, நானே மடையனைப்போல பதில் அன்பு அளித்திருக்கிறேன். என்றாலும் அவள் வருகை எனக்கு

நல்லதே செய்திருக்கிறது என்பது எனக்குத் தெரிகிறது. அவள் எதற்காக என்னைப் பார்க்க வருகிறாள் என்றோ நான் வெளியே போய் அந்தப் பள்ளத்தாக்கை அல்லது இந்த மலைமுகட்டை பார்க்கவேண்டும், அல்லது சாதாரணமாகப் பார்த்தால் வசீகரிக்காத, பாறைகள் நிறைந்த கடற்கரையில் நடக்கவேண்டும் என்றெல்லாம் எதற்காக அக்கறை காட்டுகிறாள் என்றோ நான் அவளிடம் கேட்டதில்லை; அவளாக இதைப் பற்றி ஒருபோதும் பேசியதும் இல்லை. அவள் வந்தால் பரபரத்துக்கொண்டிருப்பாள் அல்லது நாற்காலியில் உட்காருவாள்; கசப்பான காப்பியோ அல்லது சர்க்கரைச் சேர்த்த டீயோ குடித்தபடி கொஞ்சம் பேசிக்கொண்டிருப்போம்; அவளுக்கும் விருப்பமிருந்து நானும் நல்ல மனோநிலையில் இருந்தால் இருவரும் கடற்கரையையொட்டி காலாற நடப்போம்; அல்லது காரில் அவளுக்குத் தோன்றும் இடத்துக்கு என்னைக் கூட்டிச் சென்று பிறரைப் பேசவிடாமல் செய்துவிடும் அவளது அவசர பாணியில் ஏதாவது பொரிந்துகொண்டிருப்பாள். அவளது வருகை எனக்கு நல்லதாகத்தான் இருக்கிறது; முதன்முதலில் பார்த்தபோது என் மகளை நினைவுபடுத்திய அவள்மீது அன்புகொள்ள செய்திருக்கிறது. சிலநேரங்களில் அவள் தன் அடங்கா முடியைக் கையிலெடுத்துச் சுற்றுகையில் - இது அவள் பழக்கம், வேறு வெளிப்படையான காரணங்கள் எதுவும் இல்லை - அவளை வீட்டுக்காவலில் முதலில் நானிருந்தபோது சந்தித்தது நினைவுக்கு வரும். ஏனோ தெரியாது, என் மகள் ரையாவின், என் மகள் ருக்கியாவின், குறைவான காலமே நானறிய வாழ்ந்து என்னை விட்டு மறைந்தவளின் நினைவு எனக்கு வரும். அவள் அப்படிச் செய்யும்போதெல்லாம் நான் என் மகள் ரையாவை, என் மகள் ருக்கியாவை நினைக்கிறேன் - அவளுக்கு இதுபோல தலைமுடி கிடையாது, அவள் இப்படி முடியைச் சுற்றமாட்டாள் என்றாலும். இதையெல்லாம் அவளிடம் சொல்ல எனக்கு தைரியம் கிடையாது; ஆனால் எதற்காக அவள் இவ்வளவு சிரமமெடுத்து என்னைப் பார்க்க வருகிறாள், அவளே சொல்வதுபோல, என்மேல் வந்து விழுகிறாள் என்று எனக்குத் தெரியவில்லை. நான் தொலைபேசி இணைப்பு வைத்துக்கொள்ளாததால் தான் முன்கூட்டியே அழைத்துச் சொல்லமுடியாமல் அவ்வளவு தூரத்திலிருந்து காரில் இதுவரை மெனக்கெட்டு வந்து, என்னிடம் எங்காவது போகலாமா என்று கேட்டு நான் எனக்கு விருப்பமில்லை என்று சொன்னால், வேறுவழியில்லாமல் தான் ஒரு அவசரச் சூறாவளியைப் போல இனி எங்கே போவதென்று தெரியாமல் வண்டியைக் கிளப்ப

வேண்டிவருகிறது என்பது அவளது மனக்குறை. இப்போது நடப்பதைப்போல. ஆனால் தொலைபேசி வைத்துக்கொள்ள நான் விரும்பவில்லை. அதன் சத்தமே எனக்குப் பிடிக்காது; அப்புறம் வேண்டாத ஆட்கள் அவர்களுக்கு தோன்றும்போதெல்லாம் அழைத்து, நமக்குப் பிடிக்கிறதோ இல்லையோ, இங்கேயோ வேறெங்கேயோ இருந்து, அவர்களுக்கு ஒரு வணக்கம் சொல்லவோ அல்லது மன்னிப்புக் கேட்கவோகூட நமக்கு அவகாசம் தராமல், கடகடக்கிற, உறுமுகிற, கிணுகிணுக்கிற அந்த ஊதுகுழல் வழியாக நம் வீட்டுக்குள் பாய்ந்துவிடுவார்கள்; போதாக்குறைக்கு பணிவாக நாம் பதிலளிக்க வேண்டும் என்ற எதிர்பார்ப்பு வேறு. ரேச்சல் இப்படி நேரங்காலம் தெரியாமல் வருவது எனக்குப் பிடித்துதானிருந்தது; ஏதோ ஒரு காரணத்தினால் அது விரைவில் குறைந்துகொண்டே போய் முடிவுக்கு வந்துவிடுமோ என்ற அச்சமும் எதிர்பார்ப்பும் எனக்கிருந்தது. இதை யோசித்தபோது, அவளோடும் அவள் அம்மாவோடும் உணவருந்த அவள் வீட்டுக்குச் செல்ல நான் மறுத்தால் அவளின் வருகை முடிவுக்கு வரும் தினம் நெருங்கிவிடுமோ என்று யோசனை தோன்ற, நான் விட்டுக்கொடுத்து, சரி, வருகிறேன் என்றேன்.

“நாளை, மதிய உணவுக்கு” என்றாள் புன்னகைத்தபடி, தாஜா செய்யும் பாவனையில். “நாளைக்கு மதியம் சாப்பிட வந்துவிடுங்கள். கட்டாயம் வரவேண்டும். நீங்கள் வரவில்லை என்றால் நீங்கள் நிஜ ஆள் கிடையாது, நானாக கற்பனையில் கண்டுபிடித்து வைத்திருக்கிறேன் என்று சொல்லுவார் அம்மா. அப்படிச் சொல்ல அவருக்குப் பிடிக்கும்; நான் கனவுகண்டு கொண்டே இருப்பவள், கனவுலகில் வாழ்பவள் என்றெல்லாம் சொல்ல. அல்லது அவர் முன்பு அப்படிச் சொல்வது உண்டு. இந்த புகலிடம் தேடித்தரும் பணியில் சேரும்வரையிலும். இப்போதுதான் அவர், நான் நிஜ உலகத்துக்கு வந்துவிட்டேன் என்று எண்ணுகிறார். ‘நல்ல காரியத்தில் ஈடுபட்டிருக்கிறாய்’ என்றார். யதார்த்த உலகம் தனக்குத்தான் நன்றாகத் தெரியும் என்ற நினைப்பு அவருக்கு, என் அம்மாவுக்கு. தன் குடும்பத்து - என் குடும்பத்து - கதையை அவர் சொல்லிக் கேட்கும்போது, அவராகவே புனைந்திருக்கும் ஏதோவொரு கற்பனையான வரலாற்று உலகத்தில் அவர் வாழ்ந்துகொண்டிருக்கிறாரோ என்று எனக்குப் படும். அவரது கணக்குப்படி, பல நூற்றாண்டுகளுக்கு முன்பு நாங்கள் ஹைஃபாவில் வாழ்ந்து அதன்பின் ஸ்பெயினில் செஃபார்டியர்களாக ஆகி, பின்னர் பல நூற்றாண்டுகளுக்குப் பிறகு அங்கிருந்து திரியேஸ்தேக்கு

விரட்டப்பட்டு, அங்கிருந்து ஜெனிவா போய், கடைசியாக என் தாத்தா போன நூற்றாண்டில் லண்டனுக்கு வந்துசேர்ந்திருக்கிறார். பெரிய கற்பனைதான், ஒருவிதத்தில்."

"இந்தப் பயணங்கள் பற்றிய கதைகளை அவர் அறிந்திருக்கிறாரா?" என்றேன், கேட்டேன் என்றுதான் சொல்லவேண்டும்; இம்மாதிரியான ஊர்சுற்றல்கள், கடினமானப் பயணங்களைப் பற்றிய கதைகளைக் கேட்க எனக்கு ரொம்ப ஆவல். "ஸ்பெயினில் முஸ்லீம்கள் வெளியேற்றப்பட்ட, யூதர்கள் அண்டலூஸ் உருவாக்கிய காலகட்டமா?"

"அப்படித்தான் நினைக்கிறேன்" என்றாள் ரேச்சல். "நீங்களே வந்து அவரிடம் கேட்கலாமே? நீங்கள் இருவரும் காலையில் அதைப் பற்றியும் சுற்றும் சுவர் எழுப்பப்பட்ட கொரடோபாவின் தோட்டங்கள் பற்றியும் பேசிக்கொண்டிருக்கலாமே? ஸ்பெயினிலிருக்கும் யூதர்கள் பற்றிய புத்தகங்களை அவர் சேகரிக்கிறார். ஒருமுறை என்னிடம் ஒரு புத்தகத்தைக் காண்பித்தார், அண்டலூஸியாவின் சமயப் பாடல்கள், முஸ்லீம் பாடல்கள் பற்றியது. அதை என்னவென்று நீங்கள் அழைப்பீர்கள்?'

"குவாஸிடா" என்றேன்.

"ஆமாம், ஒரு சின்னக் கந்தல் புத்தகம்."

"அண்டலூஸ் பற்றிய அவரது கதைகளைக் கேட்க எனக்கு ஆசைதான். ஆனால் நாளை ஒரு விருந்தினர் வருவதாக இருக்கிறார்" என்றேன், எதையோ மறைத்துவைத்திருந்தது போன்ற உணர்வு. "லத்தீப் மஹ்மூத். ஞாபகமிருக்கிறதா? நீங்கள்கூட ஒருமுறை ___?"

"ஆமாம், தெரியும். போனில் அவரோடு பேசியிருக்கிறேன். இந்த வாரத்தில் ஒரு நாள் என்னை அழைக்கவும் செய்தார்," என்றாள், ஒரு ரகசியக் குறும்புடன் புன்னகைத்தபடி.

"ஓ" நான் நிதானித்தேன். இப்போது என்ன செய்ய?

"நீங்கள் இருவரும் சொந்தம் என்று சொன்னார். நீங்கள் என்னிடம் இதைச் சொல்லவே இல்லை. உங்களைச் சந்தித்ததில் அவர் ரொம்ப உற்சாகம் அடைந்ததாக எனக்குத் தோன்றியது. பலவருடங்களாக மறந்திருந்த எல்லாம் அவர் மனதில் வந்ததாம்; சில விஷயங்கள் அவருக்கே தெரியாதவையாம். இது என்னவோ என்னைப் பொறாமைப்பட வைத்தது. அவ்வளவு உற்சாகம் அவருக்கு. இதைக் கற்பனை செய்து பாருங்கள்; அதாவது, நம் வாழ்வில் நமக்கே

தெரியாமல் நிகழ்ந்தவை நமக்கு அறியவருவதை. நாங்கள் செய்து வரும் பணியைப் பற்றி அது என்னை நினைக்கவைத்தது. பல நேரங்களில் மக்களை நினைவுபடுத்திக்கொள்வதற்கு, தங்களைத் தாங்களே சோதித்துக்கொள்வதற்குத் தூண்டி விடுவோம். அவர்களால் முடியவில்லை என்றால் நாங்கள் பரஸ்பரம்பேசி அதைப் பூர்த்திசெய்ய வேண்டியிருக்கும். கிடைக்காதக் கதைப் பகுதிகளை வேறொருவர் நிறைவு செய்வதைக் கற்பனை செய்துபாருங்கள். பெற்றோர்கள் நம்மிடம், நீ குழந்தையாக இருக்கும்போது இதைச் செய்தாய், அதைச் சொன்னாய் என்பார்களே அதைப் போல, நமக்கோ அது பற்றிய ஞாபகமே இருக்காது."

"சில விஷயங்கள் தெரிந்துகொள்ள வேண்டியவையல்ல" என்றேன் நான்.

ரேச்சல் தலையை ஒரு பக்கமாகச் சாய்த்து, முறைப்புடன் ஒரு கணம் யோசித்தாள். "கிடையாது. பொய்சொல்லவும் குழப்பவும் வைக்கும் ஒருவழிப்பாதை அது என்பது என் எண்ணம். ஒருவிதத்தில், தெரிந்துகொள்வது நல்லது என்றுதான் படுகிறது. அவர் அந்தக் கொடூரமான விஷயங்களைத் தெரிந்துகொள்ளவா வருகிறார் உங்களிடம்? அதாவது, அவர் மறந்துவிட்ட அல்லது அவருக்குத் தெரிந்திராத துயரமான விஷயங்களைப் பற்றி அவரிடம் சொல்லப் போகிறீர்களா என்று கேட்டேன்."

"ஆமாம்."

"உங்களுக்கும் அவை துயரமானவைதானே? மன்னித்துவிடுங்கள். அவர் உங்களைத் தொந்தரவு செய்கிறாரா?"

"இல்லை. நான் அவர் வருவதை விரும்புகிறேன்," என்றேன்.

"உங்களைச் சந்தித்ததில் தான் ரொம்ப சந்தோஷமடைந்ததாகச் சொல்லிக்கொண்டே இருந்தார், பலமுறை அதைச் சொன்னார்; எனவே எல்லாமே துயரமானவையாக இருக்காது, உங்களுக்குள் பேசிக்கொள்ள என்ன இருந்தாலும் சரி. எப்படியோ, அவர் நன்றாக இருப்பதுபோலத்தான் பேசினார். நான் என்ன சொல்ல வருகிறேன்...? ஓ எனக்கே தெரியவில்லை, அவர் அமைதியாக, சிந்தனைவயப்பட்டவராக, சுவாரசியம் குறையாதவராக இருந்தார். அவரைச் சந்திக்க எனக்கும் விருப்பம்தான். அடுத்த முறை அவர் வரும்போது நாமிருவரும் சேர்ந்து ஏதாவது செய்வோம், பார்க்கலாம், வாட்டர் வேலிக்கு காரில் சென்று மதிய உணவருந்தலாம், அப்புறம் ஏரிக்கரையை ஒட்டியோ அல்லது வேறெங்கோவாவது

நீண்ட நடைபோகலாம். இல்லை நான் வரவேண்டாமென்று நினைக்கிறீர்களா?"

"இல்லை, இல்லை" என்றேன். "அடுத்த முறை."

சொன்ன நேரத்துக்குச் சரியாக அழைப்புமணி ஒலித்தது. அதை அடிப்பதற்கு முன்னாலேயே வந்து கீழே காத்துக்கொண்டிருந்தானோ என்று என்னை அது யோசிக்க வைத்தது. நான் சோறும் காய்கறிகள் போட்ட மீன்கறியுமாக சாப்பாடு என்று என்னவோ தயார்செய்து வைத்திருந்தேன். அவன் வந்தவுடன் நான் சிரித்தபடியே ஆசையோடு இந்தப் பிரமாதமான விருந்தை ருசிக்க அவனைச் சமையலறைக்குள் இட்டுச் சென்றேன். ரேச்சல் நல்லவிதமாகச் சொல்லியிருந்தாலும், அவன் வந்தபோது என்ன மனோநிலையில் இருக்கிறான் என்று எனக்கு ஒன்றும் தெரியவில்லை. என்னோடு பயங்கரமாகச் சண்டை போட, நான் பொய் சொல்கிறேன், திரித்துச் சொல்கிறேன் என்றெல்லாம் குற்றம்சாட்ட வந்திருக்கிறானா, இல்லை என்ன சொல்வதென்று பிடிபடாமல் தயக்கத்தோடு இருக்கிறானா என்று எனக்குத் தெரியவில்லை. அவன் எப்படித் தோற்றமளிப்பான் என்பதைப் பார்த்து ஆச்சரியப்படக்கூடத் தயாராக இருந்தேன். சில நாட்களுக்கு முன்புதான் ஒரு முழு மதியப் பொழுதையும் கொஞ்சம் சாயங்கால நேரத்தையும் அவனோடு கழித்திருந்தாலும், அவன் முகத்தின் சாயலை மனதில் கொண்டு வருவது எனக்குக் கஷ்டமாக இருந்தது. அவனோடு பேசிக்கொண்டிருந்தபோது அவன் முகத்தைப் பார்ப்பதை, அவன் என்னைப் பார்த்தபோது நான் அவனைப் பார்ப்பதை ஒருவேளை நான் தவிர்த்திருக்கலாம்; ஆனாலும் அந்த வாரம் அவனைப் பற்றி யோசித்துப் பார்த்தபோது, அவன் முகத்தின் அசைவுகளையோ அல்லது நான் சொன்னக் கதைகளை அவன் கண்கள் எடுத்துக்கொண்ட விதத்தையோ என்னால் விவரிக்கமுடியாது என்பதை உணர்ந்துகொண்டேன். என்னால் அவனை அடையாளம் காணமுடியாமல் போய்விடுமென்றல்ல, என் ஞாபகத்தில் இருக்கும் அவனது முகத்தின் நுட்பமான அசைவுகள் பற்றி நான் உறுதியாக இல்லை என்பதைத்தான் சொல்லவந்தேன். அதனால்தான் அவன் வந்ததுமே சாப்பிடச் செல்வது பற்றி யோசித்தேன்; மீண்டும் இருவரும் பேச்சைத் தொடங்க ஒரு இடம் கிடைக்கலாம் என்பதால்.

போகட்டும், அவன் வரும்போதே புன்சிரிப்போடுதான் வந்தான், என் கையைப் பிடித்து நல்ல வலுவோடு குலுக்கினான். ஆக,

எல்லாம் நல்லதுக்குத்தான், அவன் என்னிடம் கோபத்தோடு சண்டையிட இங்கே வரவில்லை என்று தோன்றுகிறது. அதன்பிறகு நலம் விசாரிப்பில் இறங்கினோம். எப்படியிருக்கிறீர்கள்? உங்கள் வேலை எப்படி போகிறது? குடும்பம் எப்படியிருக்கிறது? “எனக்குக் குடும்பம் கிடையாது” என்றான் அவன். நான் அவனிடம் கேட்டது இப்படி: “வீட்டில் எல்லோரும் நலமா?” அவன் சொன்ன பதில்: “எனக்கு வீட்டில் யாருமில்லை.” அதற்குமேல் நான் எதுவும் கேட்கவில்லை; நான் மௌனமாகிவிட்டதைப் பார்த்து அவன் சிரிப்பதைக் கண்டேன்.

“ஒருத்தியோடு பலகாலம் இருந்தேன்.” நான் உணவை மேஜையில் வைத்துவிட்டு அவனிடம் எடுத்துப் போட்டுக்கொள்ளச் சொன்னபோது அவன் சொன்னான். “ஆறு வருடங்கள், ஆனாலும் இன்று முடிந்துவிடும், நாளை முடிந்துவிடும் என்ற நிலையில்தான் அது எப்போதும் இருந்தது. நாங்கள் இருவரும் மகிழ்ச்சியாகச் சேர்ந்திருக்கவில்லை. அவள் பெயர் மார்க்ரெட். நாங்கள் சேர்ந்தேதான் வாழ்ந்தோம், இன்பங்களைப் பகிர்ந்துகொண்டோம், ஆனாலும் சந்தோஷமாக இல்லை. உறுத்தலாகப் பல விஷயங்கள் இருந்தன, சில நேரங்களில் நான் அவளை விரும்பவில்லை, வெறுத்தேன் என்பதும் எனக்குத் தெரியும். மாணவர்களாக இருந்தபோது சந்தித்துக்கொண்டோம், அப்படியே ஒட்டிக்கொண்டுவிட்டோம். எங்களுக்கிடையே சந்தோஷமான நேரங்கள் இருந்தன என்றாலும், சலிப்பு வந்துவிட்டது; ஒருவருக்கொருவர் அலுத்துவிட்டோம், இருவருக்கும் அதை ஒத்துக்கொள்ளும் துணிச்சல் வரும் முன்பே. அதன்பிறகு ஒரு இரண்டரை வருடங்கள் வேறொருவளோடு இருந்தேன். நடந்து ரொம்ப காலம் ஒன்றும் ஆகிவிடவில்லை, ஒரு வருடம் அல்லது கொஞ்சம் கூடுதலாக இருக்கலாம். இருவரும் சேர்ந்துவாழ ஓர் இடத்தைத் தேடுவது பற்றி நாங்கள் பேசிக்கொள்வோம், ஆனால் அது நடக்கவே இல்லை. வாரங்கள் கடந்துபோகும், நானும் அதைப் பற்றி யோசிக்காமலேயே இருப்பேன், அப்புறம் ஏதாவது நடக்கும், அப்போது நான் வேண்டாம், வேண்டவே வேண்டாம் என்று நினைத்துக்கொள்வேன். மீண்டும் யாருமில்லாமல் ஆகிவிட்டேன். அதன்பிறகு நான் யாரோடும் சேர்ந்து வாழவில்லை. நாங்கள் இருந்த விதம்தான் எளிதாக, பாதுகாப்பாக இருந்தது. கிளாஃம்பாமில் அவளுக்கு ஒரு இரட்டைமாடி வீடிருந்தது; நான் பாட்டர்சேராவில் ஒரு ஃப்ளாட்டில் குடியிருந்தேன். உங்களுக்கு லண்டன் தெரியுமா?”

"நான் அங்கு வந்ததே இல்லை," என்றேன். "அவள் பெயரென்ன? நீங்கள் வெகு சமீபத்தில் விட்டுப் பிரிந்தவள்."

"ஏஞ்சலா" என்றான் அவன், அதைச் சொல்ல விட்டுப்போனதற்காகப் புன்னகைத்துக்கொண்டு. ஆனால் அவள் பெயரைச் சொன்னவுடன் அவன் அவளைப் பற்றி யோசிக்கத் தொடங்கிவிட்டான், ஒரு விநாடியில் அவன் முகம் இறுகிவிட்டது. "அவள் தனிப்பட்ட முறையில் மொழிபெயர்ப்புகள் செய்து கொடுத்துக்கொண்டிருந்தாள், பாடநூல்கள், அறிவியல் கட்டுரைகள் இப்படிப்பட்ட விஷயங்கள். இத்தாலியன் அவளது தாய்மொழி. என்னவோ எனக்கு அவள் அலுத்துப் போவதற்கு முன்னாலேயே அவளுக்கு நான் அலுத்துப் போய்விட்டேன். அவள் ஒரு முடிவெடுக்க வேண்டுமென்று விரும்பினாள். என்னால் முடியவில்லை. நான் விரும்பவில்லை என்று சொல்ல வந்தேன். குடும்பங்கள். நான் அவளுடன் பழக ஆரம்பித்த காலத்தில் அவள் சொன்ன ஒன்றை என்னால் மறக்கமுடியாது. சிறுவயதில் வாரமொன்றின் கடைசிநாளன்று அவளும் அவன் சகோதரனும் அவள் அம்மாவிடம் பேசுவதற்காக டோர்சென் போக வேண்டியிருந்தாம், ஏனென்றால் அவள் அம்மா அவளது அப்பாவோடு உடலுறவு வைத்துக்கொள்வதை நிறுத்திவிட்டாராம். அவள் நடந்துகொண்டது சரியல்ல, தன் அம்மாவைப் பற்றி அவள் என்னிடம் சொன்னது. அவளும் அவள் சகோதரனும் அவரோடு பேசுவதற்காக, சுயநலத்தை விட்டுவிடு என்று சொல்வதற்காக அந்த வீட்டிற்குப் போனார்கள் - அவர்களின் அப்பாதான் அவர்களைத் தூண்டிவிட்டிருந்தார். அந்தக் கதையை என்னால் மறக்கவே முடியவில்லை, குறிப்பாக நாங்கள் இரண்டு பேரும் சேர்ந்திருப்பது பற்றி பேச்சு தீவிரமானபோது. என் குழந்தைகள் ஒருநாள் வெகுதூரத்திலிருந்து பயணம் செய்து வந்து என்னிடம் ஏஞ்சலாவோடு நான் உடலுறவு வைத்துக்கொள்ளாததைப் பற்றி உபதேசம் செய்ய வருவதை, ஏஞ்சலா அருகேயிருந்து முணுமுணுத்தபடி அவர்களைத் தூண்டிவிட்டுக்கொண்டிருப்பதை என் மனக் கண்ணில் கண்டேன். என்னால் அதை நினைத்துப் பார்க்கவே முடியவில்லை. உண்மையில் நான் அதை யோசிக்கவும் விரும்பவில்லை போலிருக்கிறது. ஆனால் அந்தக் கதையில் இருந்த அசிங்கத்தை என்னால் மறக்கவும் முடியவில்லை. இப்படியாக, காலப்போக்கில் நான் விரும்பியதுபோல சாதாரணமான முறையில் அவளால் என்னை எடுத்துக்கொள்ள முடியவில்லை; நாங்கள் நிறுத்திக்கொண்டோம். அதன்பிறகு நான் அதிகம் ஒன்றும் கவலைப்படவில்லை. உங்களுக்கு நல்ல மனது, இந்தச் சாப்பாடு."

“ஒன்றுமே செய்யவில்லை. பசியாற்ற பெயருக்கு ஏதோ கொஞ்சம்.”

“என்னை மீண்டும் வர அனுமதித்தது ரொம்ப நல்லது” என்றான். “போன வாரம் உங்களைச் சோர்வடைய வைத்துவிட்டேன் என்று எண்ணிக்கொண்டே இருந்தேன். மனதுக்குக் கஷ்டமான விஷயங்களைப் பேசவும் வைத்துவிட்டேன்; வெறுப்பு வருவதுபோலக் கொடூரமாக நடந்துகொண்டேன்.”

“இல்லையில்லை. நீங்கள் வரவேண்டும் என்றுதான் நான் ஆசைப்பட்டேன். உங்களை வரவேற்கிறேன்” என்றேன்.

“சரி போகட்டும், போனவாரம் முழுவதும் நீங்கள் சொன்னவற்றையே யோசித்துக்கொண்டிருந்தேன், எனக்கு நினைவில் இருப்பவற்றோடும் எனக்குத் தெரியும் என்று நான் நம்பிக்கொண்டிருப்பவற்றோடும் அவற்றைப் பொருத்திப் பார்க்க முயன்றேன். நீங்கள் சொன்னவை மனதில் பதிந்துபோயிருந்தாலும், நீங்கள் சொல்வதை ஏற்றுக்கொள்வதற்கு எனக்குள் எதுவோ தடையாக இருந்துகொண்டிருந்தது. எனவே, அதைப் பற்றி யோசித்தேன்; கதைகளை அருகருகே வைத்து ஒப்பிட்டு, என்னால் ஒருபோதும் நிரப்பவே முடியாத இடைவெளிகளைக் கண்டறிந்ததோடு, சென்ற முறை நாம் பேசாமல் எப்படியோ சமாளித்துவிட்ட ஒன்றையும் யோசித்துகொண்டே இருந்தேன். இத்தனை வருடங்கள் எப்போதும் அதைப் பற்றியே யோசித்து, அந்தக் காலத்தைப் பற்றியும் அந்த இடத்தைப் பற்றியும் யோசித்து யோசித்து, நான் சோர்வடைந்து போய்விட்டதாக உணர்கிறேன். இங்கு நடக்கிற விஷயங்களோடு வாழ்வதும், எதிர்ப்புகள் வெறுப்புகள், அகங்காரப் பேச்சுகள் இவற்றினூடாக என் வாழ்க்கையை ஓட்டிச்செல்வதும் என்னைச் சோர்வடைய வைத்திருக்கின்றன. நான் எல்லாம் இழந்து, எதுவுமற்றவனாக, கொப்பளிக்கும் காயங்களுடன் இருக்கிறேன். நான் என்ன சொல்கிறேன் என்பது புரிந்ததா? அந்த உணர்வு உங்களுக்கும் தெரிந்திருக்கும். அதைத்தான் நான் இந்த வாரம் நினைத்துக்கொண்டிருந்தேன் - இத்தனை வருடங்களாகத் தெரிந்தவற்றாலும் தெரியாதவற்றாலும், எதுவுமே செய்யாமலும் செய்யமுடியாமலும் நான் சோர்ந்து போயிருக்கிறேன். எனவேதான் எப்போது உங்களைச் சந்திப்பேன் என்றிருந்தேன், நீங்கள் சொல்வதைக் கேட்க, நம் இருவருக்கும் மனசமாதானம் கிடைக்க.”

“ஆமாம், மனசமாதானம் கிடைக்க” என்றேன்.

“ஃபாருவுக்கு என்ன ஆயிற்று என்று சொல்லுங்களேன். அன்றும் நான் உங்களிடம் கேட்டேன்.”

“நூஹூ. அவன் பெயர் நூஹூ. அவன் சுங்கக் காவல்துறையில் அதிகாரியாகி விட்டான். உங்களுக்குத் தெரிந்திருந்திருக்குமே, துறைமுக நுழைவாயில்களில் நின்றபடி வருகிற வண்டிகளைச் சோதனைபோடுகிற, அத்துமீறி நுழைபவர்களை வெளியே அனுப்புகிற, எதற்கெடுத்தாலும் லஞ்சம் எதிர்பார்க்கிற ஆசாமிகள். இந்தவிதமான வேலைகளுக்கு எழுதப் படிக்கத் தெரியவேண்டியதில்லை. பலரும் இதை ஒரு கீழான வேலையென்றுதான் நினைத்தார்கள். நூஹூவுக்கு வேலை கிடைத்தது இதனால்தான் என்று எண்ணுகிறேன். சீருடைகள், கனத்த பூட்ஸ் போட்டுக்கொள்ளவேண்டிய இந்தவிதமான வேலை அவனை ஏன் கவர்ந்தது என்று எனக்குத் தெரியவில்லை. நான் கைதான பிறகு அவன் அந்த வேலைக்குப் போயிருக்கிறான், பிறகுதான் இது எனக்குத் தெரியவந்தது, ஏனென்றால் முதலிலெல்லாம் அவன் என் கடையில்தானே வேலைபார்த்தான்.”

“நீங்கள் கைதானீர்கள் என்பதே எனக்குத் தெரியாது” என்றான், ஒரு ஸ்பூன் சோறு அவன் வாய்க்குப் போகாமல் பாதியில் உறைந்திருந்தது. அவன் அதிர்ச்சியடைந்தான் என்பதை நான் சந்தேகப்படவில்லை, அவன் அப்படி சொன்னபோது அவன் முகத்தில் உண்மையிலேயே அதிர்ச்சி தெரிந்தது. என்றாலும் நான் மேலே தொடர்ந்தேன்.

“பலர் கைது செய்யப்பட்டார்கள்,” என்றேன். “ஆயிரக்கணக்கில். எப்படியோ, கொஞ்சம் வருடத்துக்குப் பிறகு நூஹூவுக்கு வெளியேற வழி கிடைத்தது, எங்குத் தப்பிச் சென்றான் என்று இறைவனுக்குத்தான் வெளிச்சம். அவன் அதற்குரிய சரியான நிலையில் இருந்திருக்கவேண்டும் என்று நீங்கள் நினைக்கலாம்; ஆனால் ஆரம்ப வருடங்களில் துறைமுகக் காவலர்கள் மிகவும் கண்காணிப்போடு இருந்தார்கள்; துப்பாக்கிகள், மோட்டார் படகுகளோடு. அவர்கள் நூஹூ போல சோம்பேறிப் பயில்வான்கள் அல்ல. தப்பிச்செல்ல முயன்று பிடிபட்டால் அபராதம் கடுமையாக இருந்தது. சரக்குக் கப்பல்கள் எதிலாவது மறைந்துகொண்டு அவன் தப்பித்திருக்கவேண்டும்; அந்தக் காலத்தில் அங்கே வரும் கப்பல்கள் போகுமிடத்தை வைத்துப் பார்க்கும்போது, அவன் இப்போது ரஷ்யாவிலேயோ சீனாவிலேயோ முந்தைய ஜிடிஆரிலேயோ வாழ்ந்துகொண்டிருக்க வேண்டும். அவன் ஒளிந்திருந்ததைக்

கண்டுபிடிக்காமல் இருந்திருந்தால், அல்லது கப்பல் மாலுமிகள் அவனைக் கடலில் தூக்கிப் போடாமல் இருந்தால், அல்லது ஏடனிலோ மோகடிஷூவிலோ சையத் துறைமுகத்திலோ அவனே கப்பலிலிருந்து தப்பித்துப்போகாமல் இருந்திருந்தால்."

"நானும் ஜிடிஆரில் இருந்தேன்" என்றான், எங்கள் வாழ்வின் இம்மாதிரியான சின்னச் சின்னச் சிடுக்குகளை எண்ணித் தலையசைத்துக்கொண்டு. "டிரெஸ்டென்னில். அதாவது, டிரெஸ்டென்னுக்கு அருகில்."

"ஆமாம், நீங்கள் சொன்னீர்கள்" என்றேன்.

"என் பேனா நண்பர் ஒருவரும் டிரெஸ்டென்னில்தான் இருக்கிறார் என்பதை அறிந்ததைப் பற்றி உங்களிடம் சொன்னேனா? ஊரிலிருக்கும் போது அவருக்குக் கடிதம் எழுதிக் கொண்டிருப்பேன். ஜிடிஆருக்கு நான் போனதும், அவரும் ரொம்ப அருகில் இருப்பதைத் தெரிந்துகொண்டேன். அவரது தாய் எனக்கு ஹோமரைப் படிக்கக் கற்றுக்கொடுத்தார். அவர் நேரடியாகப் பாடம் நடத்தவில்லை, அதை வாசிக்கும் ஆசையைத் தூண்டிவிட்டார். மன்னித்துக் கொள்ளுங்கள். நீங்கள் ஃபாரூவைப் பற்றிச் சொல்லிக்கொண்டிருந்தீர்கள்."

"ஆமாம், முந்தைய ஜிடிஆருக்குப் போவதற்குச் சில நாட்கள் முன்னால் என்னை வந்துப் பார்த்ததைப் பற்றிச் சொன்னீர்கள். ஒரு விஷயத்தை மட்டும் சொல்ல விட்டுவிட்டீர்கள். நீங்கள் வந்தபோது சல்ஹா உங்களிடம் பேசுவதற்கு இறங்கிவந்ததைப் பற்றி நீங்கள் சொல்லவில்லை. ஒருவேளை நீங்கள் மறந்துபோயிருந்திருக்கலாம். நீங்கள் வந்திருப்பதாக நூஹூ அவளிடம் சொன்னதும் அவள் உங்களைப் பார்க்க இறங்கிவந்தாள். அவள் ஓய்விலிருந்தபோது உங்கள் அம்மா வந்துபோய்க் கொண்டிருந்தார். எனவே அவரிடமிருந்து ஏதாவது செய்தியோடு நீங்கள் வந்திருக்கிறீர்கள் என்று அவள் எண்ணியிருக்க வேண்டும். அவள் கீழே இறங்கி வந்திருக்கக் கூடாது. சல்ஹா. அவள் படுக்கையில் இருக்கவேண்டும், படியிறங்குவதை தவிர்க்கவேண்டும் என்றெல்லாம் இருந்தாலும் உங்கள் அம்மா, எனக்கும் உங்கள் அப்பாவுக்கும் நல்ல உறவு இருக்கவில்லை என்றாலும், வந்து போய்க்கொண்டிருந்ததால் அவள் இறங்கிவந்தாள். பெண்களுக்கு இரக்கவுணர்வு அதிகம், அதுபோலவே விஷயங்களை எடைபோடும் உணர்வும். அவர்கள் பரஸ்பரம் நன்றாகப் பழகினார்கள்; ஒருவருக்கொருவர் சேரவே முடியாதபடி எங்களுக்கிடையேயுள்ள சண்டை முற்றிப் போய்விடக்கூடாது என்பதில் கவனமாக இருந்தார்கள். சல்ஹா உங்களோடு பேசினாள்,

உங்களையும் உங்கள் அம்மாவையும் நலம் விசாரித்தாள், ஆனால் நீங்களோ அவளிருக்கும் திசையைக்கூடத் திரும்பிப் பார்க்கவில்லை. அவளின் முகமனுக்குப் பதில்கூடச் சொல்லாமல் கிளம்பிவிட்டீர்கள். நீங்கள் மறந்துவிட்டீர்கள் என்று நினைக்கிறேன். இதெல்லாம் ரொம்ப காலத்துக்கு முன்னால் நடந்தவை."

"இல்லை, நான் மறக்கவில்லை. எனக்கு ஞாபகமிருக்கவில்லை, நினைவில் வைத்துக்கொள்ளுமளவுக்கு அது அவ்வளவு பெரிய விஷயமாகத் தோன்றியதில்லை. நான் அவளிடம் ரொம்ப அநாகரிகமாக நடந்துகொண்டேன், மன்னித்து விடுங்கள்."

"ரொம்ப காலமாகிவிட்டது. நானும்தான், நான் அந்த மேஜையைத் திருப்பித் தந்திருக்கவேண்டும். ஒரு சாதாரண விஷயம். சல்ஹா என்னிடம் அதைத் திருப்பிக் கொடுத்துவிடச் சொன்னாள், ஆனால் நான் ரொம்பவும் கோபத்தோடிருந்தேன். உங்கள் தந்தையின் வீட்டிலிருந்த சாமான்களை எடுத்துக்கொள்ள வேண்டியிருக்கிறதே என்று அதிர்ச்சியாகத்தான் இருந்தது; அங்கே அப்படி எடுத்துக்கொள்ள அதிகம் ஒன்றுமில்லை என்றாலும்கூட. நான் பழிவாங்கும் உணர்ச்சியோடு நடந்துகொண்டேன் என்றும் அது மன்னிக்க முடியாதது என்றும் அவள் நினைத்தாள். அவள் மட்டும் அப்போது உடன் இருந்திருப்பாளென்றால், எங்களுக்கு மட்டும் அப்போது திருமணமாகியிருந்தால், பேசியே அவள் என்னை வழிக்குக் கொண்டுவந்திருப்பாள். ஆனால், அந்த நேரத்தில் எனக்குப் பேசுவதற்கு யாருமில்லை; என்னை வழிநடத்தியவை ஏமாற்ற உணர்வும் மனத்தாங்கலும்தான். என்னைப் பற்றிய அவதூறுகள் என்னைக் கோபப்படுத்தியிருந்தன; என் பக்கம் நியாயமிருப்பதாக நான் எண்ணினேன். மேஜை பற்றிய பேச்சு வந்த சமயத்தில், இருக்கிற அவதூறுகளோடு உன் அப்பாவின் சமாளிக்கமுடியாத புனிதப் போக்கும் சேர்ந்துகொண்டது. நான் செய்த பாவத்தை இறைவனே என்னை உணரவைப்பார், ஒரு நாள் நானே எல்லாவற்றையும் அவற்றின் உண்மையான எஜமானர் கையில் அவமான உணர்ச்சியோடு திருப்பிக் கொடுக்கத்தான் போகிறேன் என்றெல்லாம் மார்த்தட்டிக்கொண்டார். அதனால்தான், நீங்கள் மேஜையைக் கேட்டு வந்தபோது என்னால் திருப்பித் தர முடியவில்லை, நான் தந்திருந்தால் நன்றாக இருந்திருக்கும்தான். கடைசியில் அது உங்கள் அம்மாவையே எங்களுக்கு எதிராகத் திரும்ப வைத்துவிட்டது."

எனது முதல் திட்டத்தை ரஜப் ஷாபான் மஹ்மூத் ஏற்றுக்கொள்ள மறுத்தபோதும் நான், சமாதானமாகப் போகலாம் என்று சொன்னேன்; இத்தனைக்கும் வழக்கு பிரிட்டீஷ் காலனிய நீதிமன்றங்கள் ஒவ்வொன்றிலும் படியேறி இறங்கிக்கொண்டிருந்தது. எனக்கு வீடு தேவையில்லை என்பதை விளக்கிச் சொன்னேன். என் தொழிலில் முதலீடு செய்யப் பணம் தேவை, எனக்குத் திருமணமும் நடக்க இருக்கிறது; எனவே கடன் வாங்க முடியுமா என்று பார்க்க விரும்பினேன், அவ்வளவுதான். எனக்கு உரிமையான பணம்தான். ஆனாலும் எனக்கு அந்த வீடு வேண்டியிருக்கவில்லை. அவர்கள் அதைக் காலி செய்துவிட்டுப் போகவேண்டுமென்றோ வாடகைத் தரவேண்டுமென்றோ நான் விரும்பவுமில்லை. பெயரளவில் அந்த வீட்டின் உரிமையாளனாக இருந்துகொள்கிறேன், அப்போதுதான் என்னால் அதன்பேரில் கடன் வாங்கமுடியும், என் தொழில் ஸ்திரப்பட்டவுடன் நான் வீட்டின் சட்டப்படியான உரிமையை அவருக்கு விட்டுக்கொடுத்துவிடுவேன். ஆனால் அவர் கொஞ்சம்கூட இறங்கிவரவில்லை; தீர்ப்பு எனக்குச் சாதகமாக வந்ததும், அவர் குடும்பத்தோடு வேறெங்கோ ஒரு சின்ன வீட்டுக்கு வாடகைக்குப் போய்விட்டார். இதற்குள் விஷயங்கள் எல்லாம் ரொம்பவும் முற்றிப் போய்விட்டன. நான் என்ன செய்தேன் என்று எனக்கே விளங்காமல் போய்விட்டது. நான் அந்த வீட்டை வாடகைக்கு விட்டேன், அதன்பேரில் கடனும் வாங்கினேன், எனக்குத் தேவைப்பட்டதைவிட மிகக் குறைவாகத்தான் கடன் கிடைத்தது. விடுதலைக்குப் பிந்திய காலத்தில் வங்கிகளுக்கு பயம் வந்துவிட்டது; அவர்கள் பயந்தது சரிதான் என்பது விரைவில் தெரிந்துவிட்டது. அரசாங்கத்தின் சிக்கன நடவடிக்கைகளும் களேபரமும் இரண்டு வருடங்களுக்குப் பிறகு எல்லா வங்கிகளையும் தேசியமயமாக்குவதிலும் சூறையாடுவதிலும் போய் முடிந்தது. மக்களின் பெயராலும் சுயச்சார்பு என்பதன் பெயராலும் செய்யப்பட்டாலும் உண்மையில் அது சூறையாடல்தான்; லாபம் ஈட்டுவதற்காகப் பொருட்களைப் பதுக்கிவைப்பதைப் போல. நமது ஆட்சியாளர்கள் உருப்படியாகச் செய்தது ரொம்ப சொற்பம், அவர்கள் செய்ததெல்லாம் பதுக்கல்காரர்களிடமிருந்து பிடுங்கித் தங்களின் கள்ள உடம்புகளை மேலும் பெருக்கவைத்ததுதான்.

நான் ரஜப் ஷாபான் மஹ்மூதின் வீட்டை உடைமையாக்கி, அதன் பேரில் கடன்வாங்க முயன்று கொண்டிருந்தபோது, விஷயம் இந்த உச்சத்தை எட்டவில்லை. ஆனால் வங்கிகள் நடக்கப்போவதை ஏற்கனவே மோப்பம் பிடித்துவிட்டன; எனவே, எச்சரிக்கையோடு

இருந்தன. என்னால் வாங்க முடிந்த அந்தச் சிறிய கடன் தொகையில் நான் நினைத்திருந்த திட்டங்களை நிறைவேற்ற முடியவில்லை, அதிகமாக ஒன்றுமே செய்யமுடியவில்லை. கடைசியில் அதனால் பெரிய பிரயோசனம் ஒன்றும் இல்லை. ஒன்றிரண்டு வருடங்களில் நாடே களேபரமாகிவிட்டது; பணம்சேர்க்க முடிந்தவர்கள் எல்லோரும் எப்படி அதை நாட்டுக்கு வெளியே கொண்டுபோவது என்று வழிபார்த்துக்கொண்டிருந்தார்கள். என்னால் முடிந்ததெல்லாம் வியாபாரத்தை முன்புபோலத் தொடர்வதுதான், ஆடம்பரப் பொருட்களுக்கு அப்போது வியாபாரம் பெரிய அளவில் இல்லை என்றாலும். கருங்காலி மேஜையை நான் கடையில் கொண்டு வைத்தது அதை விற்க முடியும் என்பதற்காக அல்ல; அது அழகாக இருந்தது, அது தினமும் எனக்கு நட்பு, முன்னேறும் ஆசை இவற்றின் வியர்த்தத்தை நினைவுபடுத்திக்கொண்டிருந்தது என்பதனாலும்தான்.

ரஜப் ஷாபான் மஹ்மூத் வேறு இடத்துக்கு வீடுமாறிப் போய்விட்டாலும் தொழுகைக்கு இங்கிருந்த மசூதிக்கே வந்துகொண்டிருந்தார்; ஒவ்வொரு நாளும் அவர் தலையைத் தொங்கப் போட்டுக்கொண்டு, தோல்வியும் அவமானமும் அடைந்த இறைப்பற்றாளனாக என் கடையைத் தாண்டிச் செல்வார். தங்களைக் கடந்துபோகும் அவரைப் பார்த்து மக்கள் அவருக்கும் அவரது குடும்பத்துக்கும் இப்படி ஒரு துயரம் வந்துவிட்டதே என்று வருந்தியபடி இதெற்கெல்லாம் காரணமான சாத்தானைப் போல என்னைப் பார்ப்பார்கள். இதற்கிடையில் அவரது மனைவி ஆஷா, வளர்ச்சி மற்றும் வளங்கள் துறையின் - அல்லது இதுபோல ஏதோ ஒன்று - மந்திரியான அப்துல்லா கல்ஃபானின் ஆசைநாயகியாக ஆகியிருந்தார்; அது ஒரு அருவருப்பானக் கதை அல்லது வேறு ஏதோ. அரசாங்கக் கார் அவரை வீட்டிலிருந்து கூட்டிச்சென்று, மந்திரி எங்கு வரச் சொல்கிறாரோ அங்கே கொண்டுவிடும், பின்னர் வீட்டில் திரும்பக் கொண்டு விட்டுவிட்டுப் போகும். அவர்கள் நீண்டகாலமாக சினேகமாக இருந்தார்களாம், அப்படித்தான் வதந்தி. இப்போது அப்தல்லா கல்ஃபான் ஒரு அந்தஸ்துக்கு வந்துவிட்டதால் அதை மறைத்துக்கொள்ள வேண்டிய தேவையில்லாமல் போய்விட்டது. உயர்ந்த பதவிக்கு வந்தபோதும் தனது காதலியை விட்டுவிட்டு வேறொரு இளம்பெண்ணை வைத்துக்கொள்ளாமல் இருந்தாரே அதற்காக அந்த அமைச்சரைப் பாராட்டத்தான் வேண்டும் என்பேன். ஆஷா இன்னமும் அழகாகத்தான் இருந்தார் என்றாலும் இளம்பெண்ணல்ல. அமைச்சரும் ஒன்றும் இளைஞர்

அல்ல, ஆனாலும் ஆண்கள் இதுபோன்ற சந்தர்ப்பங்களில் தாங்கள் இன்னும் இளைஞர்கள்தான் என்பதுபோல நடந்துகொள்வதைத் தடுக்க முடியாது. ரஜப் ஷாபான் மஹ்மூதின் புனிதத் தோள்களின்மீதுதான் எல்லா பாரங்களும் இறங்கின.

நான் மேஜையைத் தர மறுத்தது அப்போதுதான் நடந்தது; ஆஷா படுக்கையிலிருந்த என் மனைவியைப் பார்க்க வந்துபோயிருந்தவர், வழக்கு நடந்துகொண்டிருந்தபோதும் முடிந்தபோதும் சமரசத்துக்கு முயன்றவர், அந்தச் சின்ன தயவைக் கேட்டு தனது மகன் இஸ்மாயிலை அனுப்பிய பிறகும் நான் தர மறுத்திருந்தேன். எனது சிறுமை அவரை வெறுப்பேற்றியிருக்க வேண்டும், ஏனென்றால் அவரை எனக்கு முற்றிலும் எதிராளி ஆக்கிவிட்டது. அதன்பிறகு அவரும் தன் பங்குக்குப் போரைத் தொடங்கினார், சில காலத்திற்குள் அதில் வெற்றிபெறவும் செய்தார். அவர் அமைச்சரின் உதவியை நாடினார்; ஆனாலும் அமைச்சரின் தலையீடு பலனளிக்கச் சிறிது காலம் பிடித்தது. ஆஷா என்னைப் பற்றி என்ன நினைத்திருந்தாலும், அச்சுறுத்தும் இயந்திரம் ஓட்டத்தைத் தொடங்கியதும் விஷயங்கள் எல்லோரது கைகளையும் மீறிப் போய்விட்டன. அதன் பிறகு இரண்டு வருடங்களுக்கு மேலாக கீழே சொல்லப்பட்டிருக்கும் சித்திரவதைகள் தொடர்ச்சியாக என்மீது ஏவப்பட்டன. அவை நடந்த வரிசையிலேயே அவற்றைத் தருகிறேன். அதற்கு முன்னால், இந்த விஷயங்கள் அவற்றின் ஆரம்பக் கட்டத்திலிருந்த போதுதான் சல்ஹாவின் ஓய்வுகாலம் முடிந்து அவள் எங்கள் மகள் ருக்கியாவைப் பெற்றுத் தந்தாள் என்பதைச் சொல்லிவிடுகிறேன். இறைவன் அவர்கள் இருவரின் ஆன்மாக்களுக்கும் கருணை அளிப்பானாக.

இப்போது அவன் இடையிட்டான். இப்படி அவன் செய்வது இது முதல் முறையல்ல. வேறு சந்தர்ப்பங்களில் அவனது இடையீட்டைப் பற்றி நான் சொல்லாததற்குக் காரணம், நான் சொல்லிவரும் கதையின் தொடர்ச்சி அறுந்துவிடக் கூடாது என்பதற்காகத்தான். அதுபோக, அப்படி இடையிட்டது அதிகமும் தனது வியப்பை வெளிப்படுத்தவோ அல்லது கேள்வி கேட்கவோதான். ஆனால் இந்த முறை அவன் மேஜை முன்னாலிருந்து எழுந்து நடந்து, நாங்கள் உணவருந்திவிட்டு இன்னமும் உட்கார்ந்துகொண்டிருந்த சமையலறையை விட்டு வெளியேறினான். உடனேயே, கொந்தளிக்கும் தோற்றத்துடன், கோபம்பொங்க திரும்பிவந்தான்.

"இனி அம்மாவைப் பற்றி ஆரம்பிக்கப் போகிறீர்கள்" என்றான், முகத்தைச் சுளித்து; வெறுப்பிலும் கோபத்திலும் அவன் முகம் கறுத்திருந்தது. "அப்பாவை உண்டுஇல்லை என்று ஆக்கி முடிந்துவிட்டது; பழிவாங்கும் உணர்ச்சி மட்டுமே கொண்டிருந்தவர், அறிவோடு விஷயங்களைப் பார்க்க மறுத்த அரைகுறை மனிதர், சமாளிக்கமுடியாத அவரது புனிதப் போர்வை. எல்லாம் சொல்லி முடித்தாகிவிட்டது. இனி அம்மாவின் முறை. ஆமாம், எனக்கும் அந்த அமைச்சரைப் பற்றி தெரியும், எல்லோருக்குமே அது தெரியும். என் அம்மா நல்ல பெண். அப்படித்தான் என் ஞாபகம். அவள் மதியவேளைகளில் அலங்காரம் செய்துகொண்டு வெளியே கிளம்பும்போது எனக்கு பீதியாகத்தான் இருந்தது. என்னைக் கிலிபிடித்துக் கொள்ளும், ஏனென்று எனக்குத் தெரியவில்லை. அவர் ஏன் அப்படி ஆனார் என்று எனக்குத் தெரியவில்லை. நீங்கள் பேசுவதைக் கேட்டுக்கொண்டிருக்கும்போதே என் மனம் சொல்லிக்கொண்டிருக்கிறது: இவர் பொய் சொல்கிறார், இவர் பொய் சொல்கிறார். தன் தரப்புக் கதை இவரைப் பிடித்து ஆட்டுகிறது; அது நினைத்ததை நடத்தி வைக்க இவர் விரும்புகிறார். இப்போது அதை இன்னமும் நேர்த்தியாக்க விரும்புகிறீர்கள், அதை ஒரு நிஜமான உணர்ச்சிமிக்க நிகழ்வாக்க. இப்போது அம்மாவும் அவரது அந்த அருவருப்பான அமைச்சரும் உங்களுக்குக் கிடைத்திருக்கிறார்கள், உங்களைச் சித்திரவதைச் செய்தவர்களாகக் காண்பிப்பதற்கு."

நான் அவனைப் பார்ப்பதைத் தவிர்த்தேன். அது ஒன்றும் பெரிய வித்தையல்ல, நான் சிறையிலிருந்த நாட்களில் யாராவது கோபப்பட்டால் அவர்களைக் கண்ணோடு கண் பார்க்காமலிருக்கக் கற்றிருந்தேன். அவன் அருகிலேயே இருந்தபடி அவன் பார்க்கும் திசையில் பார்க்கக் கற்றிருந்தேன். எனவே என் பார்வையை அகற்றி, சமையலறை வாசலில் நின்றிருந்த அவன் ஆத்திரத்தோடு பேசிமுடிக்கக் காத்திருந்தேன்.

"நான் மேற்கொண்டு எதுவும் கேட்க விரும்பவில்லை" என்றவன், மீண்டும் சமையலறையை விட்டு வெளியேறினான். நான் சிறிதுநேரம் பொறுத்திருந்துவிட்டு, பின்னர் எழுந்து தட்டுகளையும் கோப்பைகளையும் கழுவியெடுத்தேன். அதன் பின்னர் கெட்டிலை அடுப்பில் ஏற்றி, சர்க்கரை சேர்த்த இஞ்சித் தேநீர் தயாரிக்க இறங்கினேன். நான் தேநீர்த் தட்டோடு வரவேற்பறைக்குச் சென்றபோது அவன் ஜன்னலருகில் நின்றிருந்தான், வெளியே தென்பட்ட எனது கடல் கீற்றைப் பார்த்தபடி. நான் தேநீரை

ஊற்றிவைத்துவிட்டு, அவன் என் எதிரே வந்து உட்காருவதற்காகக் காத்திருந்தேன்.

ஆக இவைதான் நான் எதிர்கொண்ட சம்பவங்கள். அவற்றில் பலவற்றை உணர்ச்சியில்லாமல் சொல்லமுடியாது, சில என்னை வேதனையால் நிரப்புபவை, ஆனாலும் நான் அவற்றைச் சொல்லத் துடிக்கிறேன், என் காலத்தின் தீர்ப்புகளாகவும் எங்களின் பொய்யான வாழ்க்கையின் விளையாட்டாகவும் அவற்றைக் காண்பிப்பதற்கு. நான் சுருக்கமாகவே சொல்கிறேன்; ஏனென்றால் அவற்றில் பலவற்றைப் பற்றி அதிகம் பேசமாலிருக்க நான் கடினமாக முயன்றிருக்கிறேன். வெறுப்பும் பரிதவிப்பும் நிறைந்திருக்கும் என் வாழ்க்கையில் எஞ்சியிருக்கும் ஏதோ கொஞ்சத்தையும் இல்லாமலாக்கிவிடக் கூடாது என்ற அச்சத்தில். அவற்றைப் பல வருடங்கள் நான் யோசித்திருக்கிறேன்; பிற நிகழ்வுகளோடு அவற்றை எடை போட்டுப் பார்த்திருக்கிறேன். இறுதியாக நான் கற்றுக்கொண்டதெல்லாம், வேறு எவ்வளவோ பேர் தாங்கமுடியாதக் கொடூரங்களைப் பொறுத்துக்கொண்டு வாழும்போது நானும் எனது காயங்களோடும் முறிவுகளோடும் அமைதியாக வாழப் பழகிக்கொள்ள வேண்டும் என்பதைத்தான்.

1967இல் வங்கிகள் எல்லாம் தேசியமயமாக்கப்பட்டதற்கு - வானொலியில் இதைக் குடியரசின் ஜனாதிபதியே பிசிறற்றக் குரலில் அறிவித்தார் - பிறகு, அன்று ஸ்டாண்டர்ட் வங்கி என்று அறியப்பட்ட, இப்போது பீப்பிள்ஸ் வங்கியாக இருக்கும் வங்கியின் மேலாளரிடமிருந்து, நான் வாங்கியிருந்த கடனை முழுவதுமாகத் திருப்பிச் செலுத்தச் சொல்லி ஒரு ஓலை வந்தது. அவர்களிடம் ஒரு கோரிக்கை வைப்பதற்காக வங்கிக்குச் சென்றேன்; நியாயம் என் பக்கத்திலிருந்தாலும் ஐந்து வருடங்களில் செலுத்துவதாகத்தான் நான் ஒப்பந்தம் போட்டிருந்தாலும் நான் கடனைத் திருப்பிச் செலுத்தத் தொடங்கி இரண்டு வருடமே ஆகியிருந்தாலும்; அந்தக் காலகட்டம், நியாயம் சட்டம் பேசுவதற்கான காலகட்டமாக இருக்கவில்லை. மேலாளரிடம் கருணைகாட்டச் சொல்லி மன்றாடுவதற்காக நான் வங்கிக்குச் சென்றேன். வங்கிகள் தேசியமயமாக்கப்பட்டதோடு பெரிய அதிகாரிகள் எல்லாம் இரவோடிரவாக மாற்றம் செய்யப்பட்டார்கள்; பழையவர்களில் அதிகமும் வெளிநாட்டவர்கள் என்பதால் ஏதாவது செய்து திட்டத்தைப் பாழடித்துவிடுவார்கள் என்ற பயமிருந்தது. புதிய மேலாளர் என்னைப் பார்க்க மறுத்தார்; உதவியாளன்

ஒருவன் என்னிடம், பணத்தைத் திருப்பியளிக்கும் விஷயத்தில் பேச்சுவார்த்தைக்கே இடமில்லை என்பதைத் தெளிவாக்கிவிட்டான். தொடர்புடைய அரசாங்க அலுவலகத்தின் அறிவுரையின் பேரிலேயே அவர்கள் நடவடிக்கை மேற்கொண்டிருக்கிறார்களாம். வெளிநாட்டவர்கள் கடனைக் கட்டாமல் போய்விட்டார்கள், கடந்த சிலமாதங்கள் வாடிக்கையாளர்கள் அவர்கள் போட்டிருந்த பணத்தை ஏகமாக எடுத்துவிட்டார்கள்; எனவே கொடுத்தக் கடனைத்தான் வசூலித்தாக வேண்டியிருக்கிறதாம். வேறு வியாபாரிகளிடமிருந்து இப்படி நான் கேள்விப்படவில்லையே? என்று கேட்டேன். நல்லது, அந்த உதவியாளன் விளக்கினான், கடன் வாங்கியவர்களை ஒவ்வொரு கட்டமாக அழைத்துக் கட்டச் சொல்லப் போகிறார்களாம், நான் முதல் கட்டத்தில் இருக்கிறேனாம். கடனை முழுமையாக அடைக்க என்னிடம் பணமில்லை என்றேன். அப்படியானால் கடனுக்குப் பிணை வைக்கப்பட்டுள்ள வீட்டை வங்கி ஆர்ஜிதம் செய்துகொள்ள வேண்டியிருக்கும்.

இதற்கு நான்கு வாரங்கள் கழித்து, நான் நீதிமன்றம் நீதிமன்றமாக ஏறி ரஜப் ஷாபான் மஹ்மூத்தோடு போராடிப் பெற்ற வீட்டை வங்கியின் சொத்தாக அறிவித்து அரசாணை வெளியானது. நான் வாடகைக்கு வைத்திருப்பவர்களை உடனே காலிசெய்யச் சொல்லி அறிவிப்பும் கொடுக்கப்பட்டது. வீட்டை அவர்கள் காலிசெய்த உடனேயே ரஜப் ஷாபான் மஹ்மூதும் அவர் மனைவி ஆஷாவும் குடியேறிவிட்டார்கள். அதன் பிறகு ஒவ்வொரு நாளும் அவர் பொதுப்பணித்துறை அலுவலகத்துக்கு என் பர்னிச்சர் கடை வழியே நடந்துபோவார்; இப்போது அவருக்குப் பதவியுயர்வு வேறு கிடைத்திருந்தது. முன்பெல்லாம் பார்வையைத் தாழ்த்திக்கொண்டு, தலையை ஒருபுறமாகச் சரித்து தனது அவமானத்தை வெளிச்சம்போட்டுக் காட்டி நடந்து போய்க்கொண்டிருந்தவர், இப்போதோ நானிருக்கும் திசையில் கண்கள் ஜொலிஜொலிக்க பார்த்தபடி நடந்துபோனார். அவருக்கு உரிமையான சொத்து அவர் கைக்கு வந்துவிட்டது, நானோ செய்த பாவத்துக்கு விலைகொடுத்துக் கொண்டிருக்கிறேன். நான் தலையைத் தூக்கிப் பார்க்காவிட்டாலும் - அவர் நெருங்கிக்கொண்டிருப்பது தெரிந்ததுமே இப்படி இருக்கப் பழகிவிட்டேன் - அவர் என்னைக் கடந்துபோகும்போது என்மீதே அவர் கண்கள் நிலைகொள்வதை என்னால் உணரமுடிந்தது. ஆஷாவை இப்போதெல்லாம் நான் தெருவில் பார்க்கவே முடியவில்லை; அவர் பழைய வீட்டில் வசிக்க வந்துவிட்டாலும் அழைத்த குரலுக்கு அவரிடம் இப்போது கார் வந்துவிட்டது; நான்

அவரைத் தெருவில் பார்க்க நேரும்போதும், ஒரு வார்த்தைக்கூட பேசாமல் என்னைக் கடந்து அவர் போகும்போதும், அவரது நடையில் தளுக்கான ஒரு நிதானம் கூடியிருக்கிறதோ என்று தோன்றியது.

இதற்கு ஐந்து மாதங்களுக்குப் பிறகு என்னைக் கட்சித் தலைமையகத்துக்கு அழைத்தார்கள். உள்ளூர் கிளையின் தலைவர்தான் என்னிடம் இதைத் தெரிவித்தார்; ஒரு புதன்கிழமை காலை என் கடைக்கு வந்தவர், ஒரு டம்ளர் தண்ணீர் சாப்பிட்டுவிட்டுச் சொன்னார், நான் மறுநாள் மாலை சென்று பார்க்க வேண்டுமென்று. ரஜப் ஷாபான் மஹ்மூத் என்மீது ஒரு புகார் அளித்திருப்பதாகச் சொன்னார். அதில் நான் மோசடியாக அவரது அத்தை பீ மரியத்தின் உயிலைத் தயாரித்து, நான் எந்த விதத்திலும் அவருக்கு உறவாக இல்லாதபோதும், நான் இப்போது இருந்துகொண்டிருக்கும் வீட்டை அவரது மரணத்துக்குப் பிறகு கைப்பற்றிக்கொண்டதாகக் குறிப்பிட்டிருந்தார். அந்தத் தலைவரிடம் அது உண்மையல்ல என்று சொன்னேன்; ஆனால் அவர் தோள்களைக் குலுக்கிக்கொண்டு இதுபற்றி தான் சொல்வதற்கு எதுவுமில்லை என்று சொல்லிவிட்டார். கட்சித் தலைமையகத்தில் எல்லாவற்றையும் நீங்கள் சொல்லலாம், அவர்கள் என்ன சொல்கிறார்கள் என்று பாருங்கள். சல்ஹாவிடம் இந்த அழைப்பாணையைப் பற்றிச் சொன்னபோது அவள் கவலையடைந்தாள். எனக்கு ஒரு பெரிய அடி விழப்போகிறது என்று எண்ணிக்கொண்டே இருந்தவள்தான் அவள்; ஆனால், பல மாதங்களுக்குப் பிறகு அவளே இனி எதுவும் வராது என்று நம்பத் தொடங்கியிருந்தாள். நானும் இந்தத் தலைமையக அழைப்பாணையைவிட மோசமான விஷயங்களை எதிர்பார்த்திருந்தேன். என்னவிதமான அவமானமும் தாக்குதலும் வரப்போகிறதோ, என்னை முடக்கிப் போடும் ஏதோ ஒன்று நடக்கப் போகிறதோ என்று பயந்துகொண்டேதான் இருந்தேன். சில நேரங்களில், உறக்கத்துக்கும் விழிப்புக்கும் இடைப்பட்ட கனவு உலகில், என் சிறுவயதில் இங்கேயிருந்த ஒருவனது தோற்றம் வரும்; மூக்கு முழுதுமாக சிரைத்தெடுக்கப்பட்ட ஒருவன், கண்களுக்கும் வாய்க்கும் இடைப்பட்டப் பகுதியில் தோலின் நிறத்தில் இரண்டு - நேரடியாகத் தலைக்குச் செல்லும் - துளைகள் மட்டும் இருக்கும். கற்பழித்ததற்குத் தண்டனையாக அவன் உறுப்புச் சிரைக்கப்பட்டிருந்தது; கந்தல் உடையில தெருவில் நடந்து போவான்; எங்களில் ஆக நோஞ்சான்கூடச் சொல்கிற கிண்டலையும் கேலியையும் பொறுத்துக்கொண்டு போவதைத்

தவிர அவனுக்கு வேறு வழி கிடையாது. பதிலடிகொடுப்பதையோ அல்லது தன்னைப் பாதுகாத்துக்கொள்வதையோ யோசிக்கக்கூட முடியாத அளவுக்கு பயந்துபோயிருந்தான். கட்சித் தலைமையக விஷயத்தைக் காட்டிலும் மோசமானதை எதிர்பார்த்து நான் பயந்துகொண்டிருந்தேன்; ஆனாலும் இவர்கள் மனதில் என்ன இருக்குமோ என்ற நினைப்பில் இப்போதும் நடுங்கிக்கொண்டுதான் இருந்தேன்.

கட்சித் தலைமையகத்தில் விசாரணை எப்படி நடக்கும் என்று எனக்குத் தெரியும். அது ஒருவிதமான விரைவு நீதிமன்றம்தான்; அங்கே அவர்கள் விரும்பியதுதான் சட்டம். கட்சியின் தலைமைச் செயலாளர்தான் அதன் தலைவர்; அதுபோக எவருக்கெல்லாம் நேரமிருக்கிறதோ அவர்கள் அதன் உறுப்பினராக இருப்பார்கள்; சிலநேரங்களில் குடியரசின் ஜனாதிபதிகூட, அவருக்குத் தனது பிரஜைகளோடு விளையாடும் மனநிலை வந்துவிட்டால், உறுப்பினராக இருப்பார்; சிலநேரங்களில் அவரது வாகன ஓட்டி அல்லது காவல்துறைத் தலைவர். நான் கட்சிக் குழுவின் முன்னால் ஆஜரானபோது, கீழ்க்கண்டவர்கள் அதிலிருந்தார்கள். நான் அவர்களின் பெயர்களைச் சொல்லவேண்டும் என்று விரும்புவதால் சொல்கிறேன்; ஏனென்றால் எனக்கு நடந்த விஷயங்கள் எல்லாம் என்னவோ தானாகவே நடந்தன என்று தோன்றிவிடக்கூடாது. 1) தலைவர், கட்சியின் தலைமைச் செயலாளர், அவரது பெயர் ஊரறிந்த ஒன்று; 2) வளர்ச்சி மற்றும் வளங்கள் துறையின் அமைச்சர் ஷேக் அப்தல்லா கல்ஃபான், ரஜப் ஷாபான் மஹ்மூதின் மனைவி ஆஷாவின் காதலர்; 3) முதன்மைக் குடியேற்ற அதிகாரி, அப்துல்கரீம் ஹாஜி 4) பீப்பிள்ஸ் ஆர்மியின் லெப். அகமத் அப்தல்லா; 5) பீபீ அஸீஸா சல்மின், பள்ளி ஆசிரியை. கட்சித் தலைமையகக் கட்டடத்தின் பின்புறம், நீண்ட வராண்டா கொண்ட பெரியதொரு இருட்டு அறையில் நீண்ட மேஜையின் பின்னால் அவர்கள் அமர்ந்திருக்க, நான் அவர்களைப் பார்த்தபடி ஒரு நாற்காலியில் அமர்ந்திருந்தேன். பளிச்சென்றிருந்த அந்த முன்மதிய வேளைக்கு அறையின் இருட்டு ஆசுவாசமாக இருந்தது; ஆனால் பாதாள அறையொன்றின் அழுகல் முடைநாட்டம் அங்கு வீசியது. என்னோடு உள்ளே வந்த உள்ளூர் தலைவர் அறையின் ஒரு பக்கமாகப் போய் அமர்ந்துகொண்டார்; விஷயங்களைச் செவிமடுத்து ஊருக்குப் போய் கதைகள் பரப்ப ஏதுவாக.

குழு உறுப்பினர்கள் ஒவ்வொருவராக நான் செய்திருக்கும் குற்றத்தைப் பற்றி என்னிடம் ஆவேச உரை நிகழ்த்தினார்கள்: நான்

ஒரு பெண்மணியின் அப்பாவித்தனத்தைப் பயன்படுத்திக்கொண்டு, ஒரு நல்ல இறைப்பற்றாளரின் குடும்பத்துக்கு உரிமையானச் சொத்தை மோசடி செய்துவிட்டேனாம். வளர்ச்சி மற்றும் வளங்கள் துறை அமைச்சர் ரொம்பக் குறைவாகத்தான் பேசினார்; ஆனால் விஷயம் போய்க்கொண்டிருந்த விதம் அவருக்குச் சந்தோஷம் அளித்ததைப் போலிருந்தார். முதன்மைக் குடியேற்ற அதிகாரி அப்துல்கரீம் ஹாஜி மற்றும் பள்ளி ஆசிரியை பீபீ அஸீஸா சல்மின் இருவரும்தான் என்னை ரொம்பவும் பாடாய்ப்படுத்தினார்கள். பெண்களை வேட்டையாடுவதைத் தொழிலாகச் செய்யும் ஆண்களின் பிரதிநிதியாக என்னை அவர்கள் பார்த்தார்கள். இந்தக் குழுவிலிருக்கும் எவரையும், அவர்கள் எல்லோரையும் பற்றிக் கேள்விப்பட்டிருந்தேன் என்றாலும், நான் இதற்கு முன்னால் பார்த்ததில்லை.

நானே குற்றத்தை ஒப்புக்கொள்ளும்படியான கேள்விகள் என்னிடம் கேட்கப்பட்டன, “உங்கள் தந்தையார் அவரை மணம் செய்துகொண்டதிலிருந்தே பீ மரியத்தை மோசடி செய்யவேண்டும் என்று நீங்கள் திட்டமிட்டிருந்தீர்கள் அல்லவா?” நான் பதில் கொடுத்து முடிப்பதற்குள் வாயடைக்கப்பட்டேன். அந்த வீடு பீ மரியம் உயிரோடிருந்தபோதே எனக்கு சுவாதீனமாகி விட்டது, பரம்பரைச் சொத்தாக அது எனக்கு வரவில்லை. அவரது உயிலில் வீட்டைப் பற்றியப் பேச்சே இல்லை; ஏனென்றால், குற்றச்சாட்டுகளையும் சச்சரவுகளையும் தவிர்ப்பதற்காக அவர் உயிரோடிருக்கும்போதே சட்டப்பூர்வமாக அதை எனக்குரியதாக ஆக்கிவிட்டார். நான் முகத்தில் எந்த உணர்ச்சியும் காட்டாமல் இருந்ததற்காக வியந்த பீபீ அஸீஸா சலினின் முகபாவத்தைப் பார்த்த பிறகு, எனக்கு மேலே பேசத் தோன்றவில்லை; முதன்மைக் குடியேற்ற அதிகாரியோ என்மேல் போடப்பட்டிருக்கும் குற்றச்சாட்டுக்கு மேல் இன்னொரு குற்றச்சாட்டையும் போடவேண்டும் என்று குழு யோசிப்பதாகக் கூறினார் - நான் குழு உறுப்பினர்களை முட்டாள்கள் என்று கருதியிருக்கும் குற்றத்துக்கு. மேற்கொண்டு நான் ஒன்றும் சொல்ல வேண்டியிருக்கவில்லை, அவர்களின் அவதூறுகளைச் செவிமடுப்பதைத் தவிர. நானும் ஒன்றரை மணி நேரம் அவற்றைக் கேட்டுக்கொண்டிருந்தேன். அவர்களின் எதிரே நான் அமர்ந்திருக்கும்போதே தீர்ப்பு வழங்கப்பட்டது: பீபீ அஸீஸா சல்மின் முதலில் பேசினார், அதன்பிறகு மற்றவர்கள் அதிகரிக்கும் வெறுப்போடு பேசினார்கள். கடைசியாக குழுவின் தலைவர், தலைமைச் செயலாளர்தான், தீர்ப்பின் சாராம்சத்தை

வாசித்தார். நான் மறுநாள் என் வீட்டின் உரிமைப் பத்திரத்தை தலைமைச் செயலாளர் அலுவலகத்தில் கொடுத்துவிடவேண்டும்; அதன்பிறகு அதன் உரிமை பீ மரியத்தின் குடும்பத்தாருக்கே திருப்பி அளிக்கப்படும்.

நான் உள்ளூர் தலைவரோடு வீட்டுக்கு நடந்தேன்; இதைவிட மோசமாகக்கூட நடந்திருக்கலாமாம், முதலில் கொஞ்சம் யோசிக்காமல் சத்தம்போட்டதைத் தவிர மற்றபடி நான் எதுவும் பேசாமல் நல்லபடியாக நடந்துகொண்டேனாம். அவர் எனக்குச் சமாதானம் சொன்னார். நான் இன்னமும் வியாபாரம் செய்துகொண்டுதானிருந்தேன், எனவே நாங்கள் பட்டினி கிடக்கப் போவதில்லை. மற்றபடி, இறைவன் வேறென்னவெல்லாம் நினைத்திருக்கிறானோ, யாருக்குத் தெரியும்? அன்றிரவுக்குள் எங்களால் முடிந்ததையெல்லாம் கட்டியெடுத்துக்கொண்டு, நூஹூவின் உதவியோடு சல்ஹாவின் பெற்றோர் வீட்டிலும் என் கடையிலுமாக மாற்றிவைத்தோம். நூஹூ என்னிடம் அப்போது வேலைபார்க்கவில்லை என்றாலும் நான் கூப்பிட்டனுப்பியதும் வந்தான். அக்கம்பக்கத்தவர்கள் தங்கள் வீட்டு ஜன்னல்களை லேசாகத் திறந்துவைத்து பார்த்துக்கொண்டிருந்தார்கள்; ஆனால் எங்கள் மனம் நோகும்படியாக எதுவும் அவர்கள் சொல்லவில்லை; ஒரு சிலர் நாங்கள் வாழ்ந்த வாழ்க்கையைப் பற்றி நல்லவிதமாக, இரண்டொரு வார்த்தைகள் மென்மையாகச் சொல்லிப் பரிதாபப்பட்டார்கள். நாங்கள் சாமான்களைக் கொண்டு போவதற்குப் பிரதான சாலையைத் தவிர்த்துவிட்டு, வீடுகளின் பின்புறமாக இருந்த வண்டித்தடத்தில் கைவண்டியைத் தள்ளிக்கொண்டு சென்றோம். இரவோடு இரவாக எங்களைக் கட்டாயப்படுத்தி காலிசெய்ய வைத்தாலும் வைக்கலாம் என்பதால் சல்ஹாவின் வீட்டிலேயே இரவைக் கழிப்போம் என்று வற்புறுத்தினேன். மறுநாள் காலை சீக்கிரமே நான் தலைமைச் செயலாளர் அலுவலகத்துக்கு கையில் பத்திர ஆவணங்களோடு சென்றேன்; அங்கே நான் அந்த மகத்தான மனிதர் வருவதற்காகக் கொஞ்சம் நேரம் காத்திருக்க வேண்டியிருந்தது. ஏறத்தாழ மதியம் வரை ஆகிவிட்டது. அவரது அலுவலகத்துக்குள் போக அனுமதிக்கப் பட்டேன்; அவர் அங்கே ஒரு மேஜையின் பின்னால் பரிவானப் புன்னகையுடன் அமர்ந்திருந்தார். ஆவணங்களை வாங்கிக்கொண்ட அவர் அவற்றைத் திருப்பிக்கூடப் பார்க்காமல் மேஜையில் வைத்தார். அதன்பின் எனக்குக் காபி அளித்தார், நான் நிதானமாக இரண்டு வாய் குடிக்கும் வரை விட்டுவிட்டு பிறகு அந்த அறையில் எங்களோடிருந்த ஒரு ராணுவ அதிகாரிக்குச் சைகை காட்டினார்.

அந்த அதிகாரி, இடுப்பில் கையை வைத்துக்கொண்டு என் முன்னால் வந்து நின்று, தனது கொழுத்தத் தலையைத் திருப்பிக் காண்பித்து தனக்கு முன்னால் அங்கிருந்து நடக்கும்படி சைகை செய்தார். அவர் என்னை, சுவரின் மேல் பக்கம் கம்பிபோட்ட ஒற்றைச் சாளரமிருந்த சின்ன அறையொன்றில் கொண்டுவிட்டுவிட்டுச் சென்றார். கதவை வெளியே கொண்டிபோட்டு பூட்டுவது எனக்குக் கேட்டது. மூத்திர நெடியடித்த அந்த அறையில் ஆங்காங்கே லேசானக் கருந்திட்டுக்கள் படிந்திருந்தன - சித்திரவதையின் அடையாளங்களைப் போல அவை தோன்றின.

ரொம்ப நேரம் கழித்தே அவர்கள் என்னிடம் வந்தார்கள், மாலையானபோது - இயந்திரத் துப்பாக்கியோடு இரு இளம் ராணுவவீரர்கள். நான் கழிப்பறைக்குப் போகத் தவியாய்த் தவித்துக் கொண்டிருந்தேன்; எனக்கிருக்கும் பதற்றத்தில் அதைக் கட்டுப்படுத்த முடியாமல்போய் என்னை நனைத்துக்கொண்டு, அவமானத்தோடு பழிப்புக்கும் ஆளாகிவிடக்கூடாதே என்று பயந்துகொண்டிருந்தேன். அவர்கள் என்னைச் சோதனை போட்டு கொஞ்சநஞ்சம் என்னிடமிருந்தவற்றையும் எடுத்துக்கொண்டார்கள்; தங்கள் வேலை சந்தோஷத்தில் என்னைத் திட்டவதும் உலுப்புவதும் அடிப்பதுமாக இருந்தார்கள். பின்னர் என்னை நடைபாதை வழியாக இழுத்துச்சென்று, கட்சித் தலைமை அலுவலகத்துக்கு வெளியே காத்துக்கொண்டிருந்த மூடிய ஜீப்பில் தள்ளினார்கள். எல்லோரின் முன்னாலும், மாலைநேர இளம் சூரிய வெளிச்சத்தில். சாட்சிகள் அங்கே இருந்தார்கள்; ஆனால் இதுபோன்ற நேரங்களில் யார் மோசமானவர்கள் என்று எனக்கு உறுதியாகச் சொல்லத் தெரியாது: குற்றவாளிகளா அல்லது இங்கே மோசமாக எதுவும் நடக்காததுபோல பார்த்தபடி நின்றுகொண்டிருக்கும் இந்த அப்பாவிகளா என்று. வெளியேயும் சாட்சிகள் இருந்தார்கள், எதுவும் நடவாததுபோல தங்களுக்குப் பிடித்த கபேக்களுக்குச் சென்று பேசுவதற்கும் அல்லது உறவுக்காரர்களையோ நண்பர்களையோ பார்ப்பதற்கும் நடைபோட்டுக்கொண்டிருந்த மனிதர்கள்.

நான் ஒரு சில வாரங்கள்தான் சிறைச்சாலையில் இருந்தேன்; ஒரு சிறிய சிறையில் ஒரு டஜன் பேர்களோடு; ஆனால் அந்த அறை வெளிச்சமாகக் காற்றோட்டத்துடன் இருந்தது. எல்லாச் சிறைகளின் முன்பகுதியிலும் பாதியளவு சுவரெழுப்பி மீதிக்குக் கம்பி போட்டிருந்தார்கள் - முன்புறமுள்ள மைய மைதானத்தைப் பார்க்கும்படியாக; மைய மைதானத்திலிருந்து சிறைக்கூடங்களுக்குள்ளே காணும்படியாக என்று சொல்வதுதான்

சரியாக இருக்கும். இரவில்கூட நாம் என்னசெய்கிறோம் அல்லது என்ன செய்யலாம் என்று கனவு கண்டுகொண்டிருக்கிறோம் என்பதில் ஒரு கண்வைத்தபடி மைதானத்தில் யாருமிருக்கமாட்டார்கள் என்று நம்மால் உறுதியாகச் சொல்லமுடியாது. கம்பிபோட்டிருந்ததால் கொஞ்சம் காற்று கிடைத்தது, மற்ற அறைகளிலிருக்கும் கைதிகளைப் பார்க்கமுடிந்தது; ஒரு விதத்தில் நான் சிறை எப்படியிருக்கும் என்று எதிர்பார்த்திருந்தேனோ அவ்வளவு மோசமாக இல்லை என்றுதான் தோன்றியது. எங்கள் சிறை ஒரு மூலையில் இருந்ததால் வேறு சிலவற்றைப் போல அவ்வளவு காற்று கிடைக்கவில்லை. ஆனால் இரவில் கொசுத்தொல்லை அவ்வளவாக இல்லை. கான்கீரீட் தரையிடப்பட்ட அந்த மைதானத்தில் ஒரு இலையோ அல்லது புல்லின் இதழோ இல்லை; சுவர்வெடிப்பிலாவது ஏதாவது முளைத்திருக்க வேண்டுமே, அதுவும்கூட இல்லை.

அங்கே நிறையப் பேர்கள் இருந்ததைத் தெரிந்துகொண்டேன், அரசாங்கம் விடுதலை கிடைத்த நாளிலிருந்தே சிறைச்சாலைகளை நிரப்பிக்கொண்டிருந்தது. எல்லோருமே அவர்கள் முன்பிருந்ததை விட நலிந்து சோர்வடைந்தவர்களைப் போலக் காட்சியளித்தார்கள். மங்கிப்போன சரியாக சலவைசெய்யப்படாத உடைகளோடு. அழுக்கும் போதாமைகளும் இருந்தாலும் அங்கே ஒருவிதமான ஒழுங்குமரியாதை நிலவியது. பரஸ்பரம் நாகரிகத்தோடு பேசிக்கொண்டோம், சாத்தியமானால் அறைகளில் இடம்கொடுத்தோம், அவசியமானவற்றைச் செய்ய வேண்டி வந்தபோது முகத்தைத் திருப்பிப் பேசாமல் நின்றுகொண்டோம், ஒருவருக்கொருவர் வலிகளையும் வேதனைகளையும் கேட்டுக்கொண்டோம், முடிவேயில்லாமல் பேசிக்கொண்டோம். என்னிடம் சொல்ல அதிகம் ஒன்றுமிருக்கவில்லை; ஆனால் இந்த மனிதர்களிடமிருந்து தெரிந்துகொள்ள நிறைய இருந்தது. இவர்களில் ஒருசிலர் சிறைப்பட்டு இரண்டு மூன்று வருடங்கள் ஆகியிருந்தாலும் வெளியில் நடப்பவற்றைப் பற்றி நன்றாகத் தெரிந்துவைத்திருந்தாகத் தோன்றியது. நான் அவர்கள் சொல்வதை பவ்யமாக, கொஞ்சம் ஆவலோடு கேட்பேன். சில வேளைகளில் பொழுது நன்றாகப் போகும்; மக்கள் எவ்வளவு துன்பத்திலிருந்தாலும் தங்களின் நகைச்சுவை உணர்வை, சூழலையும் மீறி, சிலநேரங்களில் எப்படியோ தக்கவைத்துக் கொண்டுவிடுகிறார்கள். இரண்டு நாட்களுக்கு ஒருமுறை நாங்கள் சிறைக்கு வெளியே வந்து மைதானத்துக்குச் சென்று அதைச் சுத்தம் செய்துவிட்டு, உடற்பயிற்சியில் ஈடுபட வேண்டும்; இரு வாரங்களுக்கு ஒருமுறை மருத்துவர் வருவார்.

ஒவ்வொரு நாள் மாலையும் சொந்தக்காரர்கள் அவர்களின் அன்பர்களுக்குக் கூடைகளில் உணவுகளைக் கொண்டுவருவார்கள்; சிறையில் கிடைப்பது சொற்ப அளவுதான்: மரவள்ளிக்கிழங்கு, தானியங்கள், தேநீர். மோசமான உணவில்லைதான்; ஆனாலும் வீட்டிலிருந்து வரும் உணவு எங்களுக்கு வீடு அருகில்தான் என்ற உணர்வைக் கொண்டுவருகிறது; அங்கிருப்பவர்கள் பக்கத்தில் இருப்பதுபோன்ற உணர்வை ஏற்படுத்துகிறது; பகிர்ந்துகொள்ளும் ரொட்டி அன்பாலும் அக்கறையாலும் ஆசிர்வதிக்கப்பட்டது எனத் தோன்ற வைக்கிறது. வாரத்துக்கு ஒரு முறை அந்தக் கூடையில் மாற்றுத் துணிகள் வரும், ஒரு டீ சர்ட், ஒரு சருனீ.

கூடைகள் வாயிலிலிருக்கும் காவலர்களிடம் ஒப்படைக்கப்படும். உறவினர்கள் கைதிகளைப் பார்ப்பதற்கு அனுமதி இல்லை; காவலர்கள் கூடைகளில் ஏதாவது தகவல்களோ அல்லது ஆயுதங்களோ இருக்கிறதா என்று சோதனையிடுவார்கள். பெயர்கள் ஒட்டப்பட்டு அவை பின்னர் மைதானத்தில் வைக்கப்படும், கைதிகள் எடுத்துச்செல்வதற்காக. சிலநேரங்களில் காவலர்கள் கூடைகளைத் திருடிவிட்டு, வேடிக்கைக்காகச் செய்ததுபோலக் காட்டிவிடுவார்கள். நான் வந்த மூன்றாவது நாள் எனக்கும் கூடை வந்தது, அது எனக்கு அர்த்தமில்லாத ஆசுவாசத்தைத் தந்தது; குறைந்தபட்சம் அவளுக்கு நான் எங்கிருக்கிறேன் என்றாவது தெரிகிறதே, அதுவாவது அவளுக்கு சமாதானத்தைத் தரலாம்.

சிலசமயங்களில் தண்டனைகள் கிடைக்கும், அடிகளும் ஏச்சுகளும். நான் மற்றவர்கள் தாங்கள் பார்த்த பயங்கர விஷயங்களைச் சொல்லிக் கேட்டிருக்கிறேன். ரப்பர் குழாயால் அடிப்பது, குண்டாந்தடியால் சாத்துவது, கண்ணாடிச் சில்லுகள் மீது நடக்கவைப்பது இப்படி தண்டனைகள். கைதிகள் இந்தச் சம்பவங்களைப் பற்றி விரிவாகச் சொல்வார்கள்; தண்டனைக்குள்ளானவர்களின் கதி பற்றியும் தணிந்த குரலில் பேசிக்கொள்வார்கள், இப்படிப் பேசினால் பாதிக்கப்பட்டவர்கள் அடக்கி அவமானப்படுத்தப்பட்டது பற்றித் தாங்கள் அதிகம் தெரிந்துகொள்ளலாம் என்பதைப் போல. தண்டனைகள் திறந்த மைதானத்தில் நிறைவேற்றப்பட்டன; அவற்றை நிறைவேற்றியவர்கள் அந்த நகரத்துத் தெருக்களில் இன்றும் நடந்துகொண்டுதான் இருக்கிறார்கள், தண்டனைக்கு ஆளானவர்களைப் போலவே. நானிருந்த சமயத்தில் கண்டதெல்லாம் ஏச்சும் பேச்சும், பிரம்படியும்தான்.

நான் வந்து மூன்றாவது வாரத்தில் குடியரசின் ஜனாதிபதி வந்தார். அவர் அவ்வப்போது இப்படி வருவதுண்டு - தனது எதிரிகள் எல்லோரும், ஒடுங்கி பீதியுடன், பாதுகாப்பாகச் சிறைப்பட்டு இருக்கிறார்களா என்று பார்த்தும், அவர்கள் தன்னிடம் கருணைக்காகவும் விடுதலைக்காகவும் கெஞ்சுவதைக் கேட்டும் சந்தோஷப்படுவதற்காகவே. எங்கள் சிறைக்கூடத்தின் முன்னால் நிற்காமல் அவர் விலங்கைப் போன்ற திடகாத்திர உடலுடன் கடந்து செல்ல, மருத்துவர், சிறைத் தலைவர் மற்றும் பாதுகாவலர் உட்பட்ட பரிவாரங்கள் சத்தமிடாமல் பின்னால் தொடர்ந்தார்கள். அவர் ஏன் எங்கள் சிறைக்கூடத்தின் முன்னால் நிற்கவில்லை, அவர் பழக்கம் என்றால், அவருக்குப் பிடித்த கைதிகளை - அதாவது குறிப்பிட்ட சில அவரது எதிரிகளை - கூப்பிட்டு அனுப்புவார், அவர்களைத் திருப்தியோடு ஏற இறங்கப் பார்த்துவிட்டு, பரிகாசம் செய்வார். மருத்துவரிடம் அவர்களை முறையாகக் கவனிக்கச் சொல்லுவார்; அவர்கள் எப்போதும் ஆரோக்கியத்தோடு இருப்பதை உறுதிசெய்யவேண்டும்; அவர்களுக்கு ஏதாவதென்றால் உடனே சிகிட்சை அளிக்கவேண்டும்; அப்போதுதான் அவர்கள் சிறைவாழ்க்கையின் இன்பத்தை நீண்ட நாள் அனுபவிக்கமுடியும்.

ஒரு சிறையின் முன்னால் அவர் நீண்ட நிமிடங்கள் நின்று அங்கிருந்த கைதிகளில் ஒருவனைப் பார்த்துக்கொண்டேயிருந்தார், என்னவோ அவனை முதல்முறையாகப் பார்ப்பதைப் போலவும் அவனிடம் பிடிபடாத அல்லது அவரைச் சங்கடப்படுத்துகிற ஏதோ ஒன்றைக் கண்டதைப்போலவும். அந்தக் கைதி ஒரு ஆரம்பப் பள்ளி ஆசிரியர்; இயற்கைக் கல்வி வகுப்புகளில் அவர் அரசியல் உரிமைகள் பற்றி பெரிதாகச் சொல்லப்போக, அது குற்றமாகிவிட்டது. குழந்தைகளின் பெற்றோர்கள் நட்புரீதியாக எச்சரித்தும் அவர் விடுவதாகத் தெரியவில்லை, இறுதியில் பெற்றோர்கள் குழு ஒன்று சம்பந்தப்பட்ட அதிகாரிகளிடம் அவரைப் பற்றிப் புகார் அளித்தது. மெலிந்து, ஒடிசலாக பலவீனத் தோற்றத்தோடிருந்த அந்த மனிதரைப் பார்த்து குடியரசின் ஜனாதிபதியே இந்த எலும்புக்கூடு யார், அவரை இந்த இடத்துக்குக் கொண்டுவந்திருக்கும் புத்திகெட்டச் செயலைச் செய்யத் தூண்டிய பொறி அவருக்குள் எங்கே இருக்கிறது என்று நிச்சயம் வியந்திருப்பார். அல்லது ஒருவேளை அவருக்கு இந்த மனிதர் யார் என்று தெரிந்திருக்கலாம், ஆதாமின் குழந்தைகள்தான் எப்படியெல்லாம் நடந்துகொள்கிறார்கள் என்று யோசித்துக்கொண்டிருக்கலாம். ஜனாதிபதியின் மனதில் என்ன

ஓடுகிறது என்று யார்தான் ஊகிக்கமுடியும்? அவர் மேலும் கொஞ்ச நேரம் அங்கே இருந்துவிட்டு, பின்னர் ஒற்றுமை, கடின உழைப்பு - தேசியச் சின்னத்தின் கீழே பொறிக்கப்பட்டிருக்கும் பொன்மொழிதான் இவை - ஆகியவற்றின் அவசியம் பற்றி ஒரு திடீர் உரை நிகழ்த்தினார்; நாமெல்லோரும் - இந்த இடத்தில் சிறையிலிருந்தவர்கள் எல்லோரையும் ஒரு சுற்று சுற்றிப் பார்த்தார் - இந்த மனிதாபிமான நோக்கத்தோடு வாழ்ந்தோமென்றால், நமது தேசம் இன்னும் வலிமையாக வளர்ந்து முன்னேற்றத்தை அடையும். தன் விஜயத்தை முடிந்துக்கொண்ட அவர், மைய மைதானத்தின் வாசலருகில் நின்று பெருமிதத்தோடு நோட்டம்விட்டார்; அவரது உடலில் மெல்லிய உறுமலாகச் சிரிப்பலை பரவியது.

எனது மூன்றாவது வாரத்தின் இறுதியில் ஒரு நாள் முன்னிரவில், எல்லோரையும் இரவுக்காக அடைத்துவைத்தபிறகு, என்னை எனது அறையிலிருந்து வெளியே வரச் சொன்னார்கள்; ஓசையெழுப்பாமல் வரவேண்டும் என்று காவலன் என்னிடம் எச்சரிக்கை விடுத்தான்; அந்த அறையில் இருக்கும் எல்லோரும் மைதான விளக்கின் வெளிச்சத்தில் பார்த்துக்கொண்டுதான் இருப்பார்கள் என்று அவனுக்குத் தெரியும்தான். அந்த மைய மைதானத்திலிருந்த கேட்டின் வழியாக அதற்கு அப்பாலிருந்த மற்றொரு சின்ன மைதானத்துக்குக் கொண்டு செல்லப்பட்டேன். அங்கேதான் தண்டனை அறைகள் இருக்கின்றன என்பதும் ஒரு கைதி அங்கே தனியாக அடைக்கப்பட்டிருக்கிறான் என்பதும் யார் அவன் என்று யாருக்கும் தெரியாது என்பதும் நான் அறிந்ததுதான். அங்கே அவன் முப்பது வருடங்களாக இருக்கிறான் என்றார்கள் காவலர்கள்; பிரிட்டீஷார், அவன் வேறொரு நாட்டில் செய்த குற்றத்துக்காக - ஏதாவது அரசியல் குற்றமாக இருந்திருக்கலாம் - அடைத்து வைத்தார்கள். இவ்வளவு காலம் ஆகிவிட்டதால் அவனுக்கு முழுவதுமாக மூளை குழம்பிவிட்டது, எதையும் புரிந்துகொள்ள முடியாதவனாகி விட்டான். எப்படியோ, அவன் என்ன மொழியில் பேசுகிறான் என்பது யாருக்கும் புரியாமல் போய்விட்டது; எனவே அவனை அவனிருந்த இடத்திலேயே விட்டுவிட்டார்கள். என்னையும் ஒரு தண்டனைச் சிறையறையில் தள்ளி, இருட்டில் போட்டுப் பூட்டிவிட்டார்கள். சுண்ணாம்பு, சாக்குப்பொடி வெள்ளையடித்துக் காயாத மணம் அடித்தது அந்த அறையில். சுவருக்கு மேலாக இருந்த கம்பிபோட்ட குறுகிய சாளரத்தின் வழியே எனக்கு நட்சத்திரங்கள் கொஞ்சம் காட்சிப்பட்டன. வெறும் தரையில் அமர்ந்து காலை நீட்டி, வாளி ஏதாவது தட்டுப்படுகிறதா என்று

பார்த்தேன்; நான் அங்கே இருக்குமென்று எதிர்பார்த்தேன், ஆனால் அங்கே இல்லை. இந்தத் தனிமை சிறிதுநேரம் எனக்கு சுகமாகவும் ஆசுவாசமாகவுமிருந்தது. நான் சிறைக்கு முதல்முறையாக வந்தது முதல் முயன்று கொண்டே இருப்பதைப் போல இப்போதும், எனக்கு நடந்துகொண்டிருப்பதற்கு எல்லாம் அர்த்தம் என்ன என்றோ, என்னைப் பிரித்தெடுத்துக் கொண்டு வந்துவிட்டதால் பிரிந்திருக்கும் எனது அன்புக்குரியவர்களுக்கு என்னவாயிற்று என்றோ யோசிக்காமலிருக்க முயன்றேன். முயன்று பார்த்தேன், ஆனால் வெற்றிபெறவில்லை. மீண்டும் முயன்று மீண்டும் தோற்றேன்; எனது தெம்பெல்லாம் போகும் வரையிலும். முயன்று தோற்பதும் பின்னரும் முயல்வதுமாக எனது பதற்ற எண்ணங்களை தள்ளிவைக்க முயன்றுகொண்டேயிருந்தேன். நான் களைத்துப் போனபோது, துக்கம் என்னை மூழ்கடித்தது; அப்படியே தரையில் சுருண்டுப் படுத்து விம்மினேன். கொசுக்கள் என்னை மொய்த்துக் கொண்டன.

நள்ளிரவில் எனது சிறையறைக்கு வெளியே குரல்கள் கேட்டன, என் இதயம் படபடத்தது. நான் உறங்கிவிட்டிருந்தேன், இந்தக் குரல்கள்தான் என்னை எழுப்பின; ஒரு நிமிடம் நான் எங்கேயிருக்கிறேன் என்றே எனக்குத் தெரியவில்லை. நான் வீட்டில் இருப்பதாகவும், வெளியே கேட்ட குரல்கள் என்னைத் தாக்குவதற்காக அத்துமீறி நுழைந்திருப்பவர்களின் குரல்கள் என்றும் நினைத்திருக்கவேண்டும். அறை டார்ச் ஒளியால் வெளிச்சம் பெற்றது, யாரோ சிரிப்பது கேட்டது. யாரோ என் முகத்தில் டார்ச்சை அடித்து எழுந்திருக்கும்படி அதட்டினார்கள், டார்ச் வெளிச்சத்தில் என்ன நடக்கிறதென்றே என்னால் பார்க்கமுடியவில்லை. வேறு யாரோ சிரிப்பதும் கேட்டது - இருவர், அதற்கு அதிகமாகவும் இருக்கலாம், சேர்ந்து சிரிக்கிறார்கள். ஒரு சிரிப்பு எனக்குப் பரிச்சயமானது போலிருந்தது. எனக்குப் பயம் பிடித்துக்கொண்டது. மூடிய ஜீப்பொன்றில் என்னை ஏறச் சொல்லி, முகத்தைக் கீழே வைத்துப் படுக்கச் செய்தார்கள். குரல்கள் மைதானத்தில் பேசிக்கொண்டும் கேலி செய்துகொண்டுமிருக்க, யாரோ ஒருவன் ஜீப்பில் என் கழுத்துக்குப் பின்னால் தனது பூட்ஸ் காலை வைத்து அமர்ந்திருந்தான். நான் தாவியெழுந்து இரவின் இருட்டில் எங்காவது ஓடிவிடக்கூடாது என்பதற்காக இருக்கலாம். பூட்ஸ் காலின் அழுத்தத்தால் எனக்கு ரத்தம் தலைக்கு ஏறியது; அங்கிருந்தப் பேச்சின் ஆரவாரத்தில் என்னால் நான்

பரிச்சயமானது என்று முன்பு உணர்ந்திருந்த சிரிப்பை இப்போது அடையாளம் காண முடியவில்லை.

எல்லோரும் சொல்லிக்கொண்ட பிறகு, யாரோ பின்னால் ஏறினார்கள், என்னை வதைத்துக் கொண்டிருந்தவன் ஒரு வழியாக என் கழுத்திலிருந்து காலை எடுத்தான். ஏறியவனின் புதிய குரலில், தான் பேசிக்கொண்டிருந்த உயர் அதிகாரியின் பார்வை தன்மீது விழுந்ததில் பூரித்துப் போன உற்சாகம் தொனித்தது. "அவர் என்ன சொன்னார் தெரியுமா? 'இதை நான் மறக்க மாட்டேன், இளைஞனே' என்றார். ஒருநாள் அவர் பெரிய ஆளாக ஆவார். அவர் கிட்டத்தட்ட இப்போது துணை..." பூட்ஸ்காலன் அவனை இடைமறித்து நிறுத்தச் சொன்னான். அவர்கள் பேசிக்கொண்டிருந்தது வளர்ச்சி மற்றும் வளங்களுக்கான அமைச்சரைப் பற்றிதான் என்று இப்போது ஊகித்துக்கொண்டேன்; ஒளிமயமான எதிர்காலம் கொண்டவராக, ஏற்கனவே ஜனாதிபதிக்குக் கிட்டத்தட்ட துணையாக இருப்பவராகச் சொல்லப்பட்டவர் அவர்தான். அப்படியானால் அந்தச் சிரிப்பு எனக்குப் பரிச்சயமானதுதான்; அப்தல்லா கல்ஃபானை எனக்கு அவ்வளவு தெரியாது என்றாலும் அவரது உரைகளைக் கேட்டுக்கேட்டு அவரது குரல் இருட்டில்கூட தெரிந்துகொள்ளும்படி நன்றாகப் பழகியிருந்தது. என்னை இந்தச் சின்ன யாத்திரைக்கு அனுப்பி வைப்பதற்காக - அதைச் செய்வதற்குக் கை பரபரத்துக்கொண்டிருப்பவர்கள் எவ்வளவோ பேர் இருக்க - தானே வந்து ஏற்பாடு செய்யும் அளவுக்கு அவர் எச்சரிக்கையற்றவராகவும் அற்பராகவுமிருப்பார் என்று என்னால் நம்ப முடியவில்லை. அவருக்கும் ஆஷாவுக்கும் என்மீது இருந்த பகைமையை நான் குறைவாக எடைபோட்டுவிட்டேன் போலிருக்கிறது. எனக்கு விதிக்கப்பட்ட தண்டனையைத் தன் கையாலேயே நிறைவேற்ற வேண்டும் என்று அவர் ஆசைப்படுவார் என்று நான் எதிர்பார்க்கவுமில்லை. ஜீப்பின் தரையிலிருந்த பெட்ரோல் வேர்வை வாடையில் மூச்சுத் திணறி உமிழ்நீர் விழுங்குவதும் இருமுவதுமாக இருந்த என்னை ஒரு பெரும் கிலி பற்றிப் பிடிப்பதை என்னால் தடுக்க முடியவில்லை. எனக்கு முடிவுகட்டுவதற்காக நாட்டின் ஒரு கடற்கரைக்கு அழைத்துச் செல்லப்படுகிறேன் என்று அப்போதுதான் எனக்குத் தெரிந்தது. இதுபோல பலரும் கொண்டு செல்லப்பட்டிருக்கிறார்கள் என்று கேள்விப்பட்டிருக்கிறேன். ஆனால் என்னைச் சுட்டுக்கொல்ல மாட்டார்கள். ஜீப் நின்றபோது, பொழுது புலர்ந்துகொண்டிருந்தது; நாங்கள் துறைமுகத்திற்கு வந்திருந்தோம்.

என்னைக் கொண்டுவந்திருந்த ராணுவ வீரர்களிடமிருந்து நான் திரும்பநின்று, முட்டிக்கொண்டிருந்ததை மேலும் அடக்கமுடியாமல் துறைமுகத்தின் கற்பாவிய தரையில் ஆசுவாசமாகச் சிறுநீர் கழித்தேன்.

அங்கே கட்டிவைத்திருந்த ஒரு மோட்டார் படகில் என்னை அழைத்துச் சென்று ஏற்றி, கீழ்த்தளத்துக்கு இட்டுச் சென்றார்கள். கீழே வேறு இருவர், படகின் ஒரு பக்கத்திலிருந்த தணிவான கைப்பிடிக் கம்பியோடு கணுக்காலில் விலங்கிடப்பட்டிருந்தார்கள். என்னையும் தரையில் உட்கார வைத்து அதே கைப்பிடியோடு கணுக்கால் விலங்கிட்டார்கள். அந்த இருவரையும் எனக்கு அடையாளம் தெரியவில்லை; அவர்கள் வேறு தீவைச் சேர்ந்தவர்கள் என்பது பின்னால் தெரியவந்தது; என்னோடு சிறைக்கு வருகிறவர்கள். அவர்கள் இருவரும் சகோதரர்கள் என்பதைச் சீக்கிரத்திலேயே தெரிந்துகொண்டேன். அவர்களுக்கு ஆதரவுகாட்டிக்கொண்டிருந்த மாமாவுக்கு விஷம் வைத்ததாகக் குற்றம் சாட்டப்பட்டிருந்தார்கள். நாட்டின் ஏதோ ஒரு பகுதியில் மந்திரவாதம் மூலமாக இதைச் செய்ததாகக் குற்றச்சாட்டு; அந்தப் பகுதியில் இன்னமும் மக்கள் இதிலெல்லாம் நம்பிக்கை வைத்திருந்தார்கள். தாங்கள் அப்பாவிகள் என்றார்கள் அவர்கள்; அப்படித்தானே சொல்வார்கள். படகு உடனே கிளம்பிவிட்டது, சில மணிநேரங்கள் நீடித்தப் பயணத்துக்குப் பிறகு நாங்கள் அடைய வேண்டிய இடத்துக்கு முன்மதியத்தில் வந்துசேர்ந்தோம். என்னோடு இருந்தவர்கள் வருகிற வழியில் ரொம்ப உற்சாகமாக, அவர்களுக்குத் தெரிந்தவர் சிலரது வேடிக்கையான வினோத நடத்தைகளைப் பற்றி உணர்ச்சியோடு பேசிக்கொண்டு வந்தார்கள்; எனக்குத் தேவைப்படும் என்று அவர்கள் எண்ணியபோது, அவசியமான பின்னணிச் செய்திகளையும் சொன்னார்கள்; பிரமாதமானவை என்று அவர்கள் எண்ணியச் செயல்களிலிருந்த வித்தியாசத்தை பற்றி என்னிடம் அபிப்பிராயம் கேட்டார்கள். எதுவுமே நிகழாத நீண்ட நாளொன்றில் ஏதோ ஒரு கிராமத்து மாமரத்தின் கீழே அரட்டையடிப்பது போலவோ அல்லது ஒரு கபேக்கு வெளியே அமர்ந்து தேநீர் அருந்தியபடி பேசிக்கொண்டிருப்பது போலவோ இருந்தது. சேரவேண்டிய இடம் வந்ததும் எங்கள் விலங்குகள் அவிழ்த்துவிடப்பட்டன. படகுத் துறைக்குச் சென்றபோதுதான் ஒரு சின்னத் தீவுக்கு நாங்கள் வந்திருப்பதை உணர்ந்தோம். என்னை துறைமுகத்துக்கு இட்டுவந்தபோதே எங்களை இங்கேதான் கொண்டுசெல்லப் போகிறார்கள் என்று நான் ஊகித்திருந்தேன்.

நாடு விடுதலை அடைந்ததிலிருந்து அரசாங்கம் இந்தத் தீவை ஒரு தடுப்புக்காவலுக்கான இடமாகப் பயன்படுத்தி வந்தது. ஓமானியப் பரம்பரையைச் சேர்ந்த மொத்தக் குடும்பத்தையுமே - குறிப்பாக இந்த நாட்டில் வசிப்பவர்கள் அல்லது தாடியும் தலைப்பாவும் வைத்திருப்பவர்கள் அல்லது பதவி பறிக்கப்பட்ட சுல்தானின் உறவுக்காரர்கள் இவர்களை - சுற்றி வளைத்து கடற்கரையிலிருந்து கொஞ்சம் தொலைவிலிருக்கும் இந்தச் சின்ன தீவுக்கு அனுப்பினார்கள். அங்கே அவர்களைக் காவல் கண்காணிப்பில் வைத்தார்கள், பல மாதங்கள்வரை. பின்னர் இறுதியாக ஓமன் நாட்டு அரசாங்கம் இதற்கென்றே கப்பல்களை அனுப்பி ஆயிரக்கணக்கிலிருந்த அவர்களை அழைத்துச் சென்றது. அவர்கள் மிக அதிகமான எண்ணிக்கையில் இருந்ததால் கப்பல்கள் வருவது நிற்பதற்கே நாளெடுத்தது. இன்னமும் சிலர் இங்கே சிறைப்பட்டிருப்பதாகத் தெரிகிறது. இந்தத் தீவு யாரும் வரமுடியாத இடத்தில் இருக்கிறது; எனவே இங்கே என்ன நடந்தது என்பது நான் கேள்விப்பட்டவற்றிலிருந்தும் யாரோ ஒருவர் எடுத்து கென்யாவின் தினசரியொன்றில் பிரசுரித்த புகைப்படம் ஒன்றிலிருந்தும் தெரிந்துகொண்டதுதான். அதிலிருந்தக் காட்சி, பத்திரிகைகளில் வழக்கமாக பேரிடர்களின்போது வெளியாகும் காட்சிகளிலிருந்து வித்தியாசமானதல்ல - மக்கள் ஒரு கூட்டமாகத் தரையில் அமர்ந்திருக்கிறார்கள், சிலர் குனிந்த தலையோடு, சிலர் நீர்மல்கிய சோர்ந்த கண்களுடன் காமெராவைப் பார்த்தபடி, சிலர் எச்சரிக்கை மிகுந்த ஆவலுடன்; தொப்பியில்லாத, களைத்துப்போன ஆண்கள்; தலையில் முக்காடிட்டு பார்வையைத் தாழ்த்திகொண்டிருக்கும் பெண்கள்; உற்றுப்பார்க்கும் குழந்தைகள்.

அந்தத் தீவின் பொறுப்பு அதிகாரியே எங்களை வரவேற்கப் படகுத்துறைக்கு நேரில் வந்தார். பெருத்து வீங்கிய ஒரு தமாஷ் மனிதர் அவர்; உரக்க எங்களுக்கு வரவேற்பைத் தெரிவித்த அவர், தனது அலங்காரத் தொப்பியைத் தலையிலிருந்து கழற்றி அசைத்தார். எப்போது வருவார்கள் என்று ஆவலோடு எதிர்பார்த்திருந்த விருந்தினர்களை எப்படியோ ஒருவழியாகப் பார்க்க நேர்ந்ததில் அடையும் சந்தோஷத்தைப் போலிருந்தது அவரது சந்தோஷம். அவரின் இயல்பே இப்படித்தான், எல்லாவற்றுக்கும் சந்தோஷமாக ஒரு சிரிப்பு, ஒரு கூச்சல்; எதிர்பாராதச் சிக்கல்கள் நேரிடும்போதெல்லாம் அவரிடம் குதூகலம் மின்னும்; அவருக்கு எரிச்சலோ கோபமோ வராத வரைதான் எல்லாம். வந்துவிட்டால் மோசமான வார்த்தைகள்

வந்துவிழும், வன்முறையில் இறங்கிவிடுவார். அவரை எது எரிச்சல்படுத்தும், எது கோபப்படுத்தும் என்பதைக் கண்டுபிடிப்பது எல்லா நேரங்களிலும் சுலபமான காரியமல்ல; அவருக்கென்று பலிகளாக சிலர் அமைவார்கள் என்பது பின்னர் தெரியவந்தது; அவர்களை வதைப்பது அவருக்குப் பிடிக்கும். அவர் எங்கள் மூவரையும் ஏற்றமான ஒரு பாதையில் கூட்டிச்சென்றார்; எங்களிடம் உற்சாகமாகப் பேசிகொண்டும், மாற்றி மாற்றி ஒவ்வொருவர் தோளிலும் கைகளைப் போட்டுக்கொண்டும் வந்தார். ஏற்றத்தின் உச்சியில் சமதளமான மைதானத்தில் ஒரு கட்டடம் கீழ்த்தளக் குடியிருப்போடு இருந்தது. அதுதான் காவலரின் இருப்பிடம்; மேலேறி வந்ததும் அவர் எங்கள் வருகையைப் பதிவுசெய்ய அங்கே அழைத்துப்போனார். அவரது அலுவலகத்தில் ஏறியதும் ஒரு பெரிய வராண்டா; அதிலிருந்து பார்க்கத் தீவும் கடலும் அற்புதமாகக் காட்சியளித்தன; மிகத் தொலைவில் முக்கியத் தீவின் கடற்கரையும் தெரிந்தது. அவர் வராண்டாவிலிருந்த மூங்கில் நாற்காலியில் உட்கார்ந்து சாய்ந்துகொண்டு தனது வயிற்றை மெல்லத் தடவிவிட்டபடி புன்சிரிப்போடு எங்களை அளந்தார்; நாங்கள் அவரது காலின் கீழே வெயிலில் கால் மடக்கி அமர்ந்தோம். இந்தக் கருணைப் பார்வை கொஞ்சம் நேரம்தான்; அவரது முகத்திலிருந்து சிரிப்பு மறைந்தது; பின்னர் அவர் முன்னால் குனிந்து, நாங்கள் செய்த குற்றங்கள் பற்றியும் அவரது ராஜ்ஜியத்தின் விதிமுறைகள் பற்றியும் சொற்பொழிவாற்றினார்.

நான் செய்த குற்றமெல்லாம் அரசு ஆவணங்களை வைத்து செய்த மோசடியோடு தொடர்புடையது; நல்லகாலத்துக்கு அது வெறும் ஒரு சின்ன பொருளாதாரக் குற்றம்தான்; நான் மட்டும் தேசிய பாதுகாப்புக்கு ஏதாவது குந்தகம் விளைவித்திருந்தால், அவர், அந்த தீவாந்திர சிறைச்சாலையின் தலைமை சேனாதிபதி, தன் கையாலேயே என்னைச் சுட்டுக்கொன்று, திமிங்கலத்துக்கு இரையாக்கியிருப்பார். “ஆமாம், இந்தக் கடலில் திமிங்கலம் இருக்கிறது” என்றார், அந்த இரு சகோதரர்களையும் பார்த்துக்கொண்டே. கடலில் நீந்தி இந்தத் தீவிலிருந்து தப்பிச்செல்லும் துணிச்சல் என்னிடம் கிடையாது, ஆனால் பார்ப்பதற்கு திடகாத்திரமாக இருக்கிற அந்தச் சகோதரர்கள் அதற்குத் துணிந்தவர்கள்தான் என்று அவர் எண்ணியிருக்கவேண்டும் என்று நான் ஊகித்தேன். “என்னது இந்த மந்திரவாத முட்டாள்தனங்கள் எல்லாம்? இப்படி நகைப்புக்குரிய குற்றங்களைச் செய்து எங்களைச் சங்கடப்படுத்துகிறீர்கள். எல்லோரும் நம்மை இதுமாதிரி மந்திரவாதம் செய்கிற பிற்போக்கு

மனிதர்கள் என்று நினைக்கவேண்டுமா? ஆட்டுக் குடல், தவளையின் விதைக்கொட்டை இவற்றை வைத்து மடத்தனமாக ஏதாவது செய்தீர்கள் என்று தெரிந்ததோ, என் கையாலேயே உங்களுக்கு சாட்டையடி கிடைக்கும். நம் நாட்டில் மக்கள் படித்துப் பட்டம் பெற்றுக்கொண்டிருக்கிறார்கள்; சதுப்பு நிலத்திலும் காடுகளிலும் வாழ்கிற நீங்கள் என்னவென்றால் விஷம் வைக்கவா, வௌவாலின் ரத்தத்தை எடுக்கவா என்று அலைந்துகொண்டிருக்கிறீர்கள். நான் சொல்லுவது கேட்கிறதா? இதுமாதிரி ஏதாவது மடத்தனமாகச் செய்தீர்கள் என்று தெரிந்ததோ, அப்புறம் உடம்பில் கண் மட்டும்தான் இருக்கும், உரித்துவிடுவேன் உரித்து." எங்களை அங்கே கொண்டுவந்தக் காரணம், நாங்கள் அபாயகரமானவர்கள், மடையர்கள் என்பதுதானாம்; நாங்கள் நன்றாகப் பாடம் படிக்கும்வரை அங்கேயே இருக்கவேண்டுமாம். எங்களிடம் அவர் சொன்னார்.

அந்தத் தீவில் ஒரு சிறைக்கூடமிருந்தது; சென்ற நூற்றாண்டின் தொடக்கத்தில் பிரிட்டீஷார் தங்களுக்கு எதிராகக் கிளம்பக்கூடியவர்கள், கிளர்ந்தெழுந்து தொந்தரவு தரக்கூடியவர்கள் என்று நினைத்த பூர்வகுடிகளை அடைப்பதற்குப் பாதுகாப்பான இடமாக இதைக் கட்டிவைத்தார்கள்; ஆனால் மிகச் சிலர்தான் அப்படி நடந்துகொண்டார்கள், அதனால் இது பலகாலம் பயன்படாமலேயே இருந்தது. நகரத்தில் இருந்த சிறைச்சாலை, நான் விருந்தினனாக சில வாரங்கள் இருந்த சிறைச்சாலை, முதலிலெல்லாம் ஆட்கள் தப்பிப்போவதற்கும் கலகம் செய்வதற்கும் வாய்ப்புள்ள இடம் என்று எண்ணப்பட்டது; ஆனால், அது சௌகரியமான, பாதுகாப்பான இடம் என்பது பின்னால் நிரூபணமாகிவிட்டது. அதன்பிறகு, பிரிட்டீஷ் காலனிய ஆட்சிக்கே உரித்தானப் பெருந்தன்மைக்கு அடையாளமாக - அரசாட்சி உறுதிபட்டுவிட்டால் அதன்பின் அவர்கள் தங்களின் அரசாட்சியின் பின்னாலுள்ள உயர்ந்த அற நோக்கை தங்களுக்கு நினைவுபடுத்திக்கொள்ள மறப்பதே இல்லை - இந்தத் தீவை காசநோய் பீடித்து குணமடைந்து வருவோருக்கான சுகாதார நிலையமாக மாற்றினார்கள். புதிய கட்டடங்களுக்கும் சிறைக்கூடங்களுக்கும் கொஞ்சம் கீழே, ஆனால் கடலைப் பார்க்க அமைந்திருந்தன அவை; கம்பிக்கதவுகள் இல்லாத வாசல்களுக்கு எதிராக சவுக்கு மரங்கள் நிறைந்த ஒரு மைதானம். சிறைச்சாலை பயன்பாட்டில் இல்லாமலிருந்தாலும், அதை நன்றாக வைத்துக்கொள்ளவும், சுத்தப்படுத்தவும், பத்தொன்பதாம் நூற்றாண்டின் இறுதியில் ஒரு பேரிடரில் இறந்த மூன்று கடற்படை

அதிகாரிகளின் கல்லறையைப் பராமரிக்கவும் ஒரு பொறுப்பாளரை நியமித்திருந்தார்கள். அவர்கள் மூவரும் கடலில் ஒரு விபத்தில் சிக்கி, இந்தத் தீவில் உயிர்விட்டதாக அந்தக் கல்லறைகளிலிருந்த வாசகங்கள் தெரிவித்தன. இதற்குப் பொறுப்பாளராக இருந்தவர் காச நோயாளியாக இங்கே வந்தவர்; இங்கிருந்த காசநோய் சுகாதார நிலையம் மூடப்பட்டு, நகரத்தில் புதிதாக ஒன்று திறக்கப்பட்டப் பின்பும் இங்கேயே தங்கிவிட்டவர். இந்தச் சுகாதார நிலையத்தை மூடியதற்குக் காரணம், பிரிட்டீஷ் சுகாதாரத் துறையினருக்கு (இரு மருத்துவர்கள்தான்) காசநோய் தங்கள் பிரதேசத்தில் குறைந்துகொண்டே வருகிறது என்ற நம்பிக்கை அதிகரித்து வந்ததுதான். என்னை இந்தத் தீவுக்குக் கொண்டுவந்தபோதும் அந்தப் பொறுப்பாளர் இருந்தார்; முன்பிருந்த சிறைக் கட்டடம் இன்னமும் நின்றுகொண்டிருந்தது, சுவர்கள் இங்கேயும் அங்கேயும் இடிந்திருந்தன. சுகாதார நிலையத்தின் அறைகள் இப்போதும் பயன்படுத்தும்படியாக இருந்தன; அவற்றைப் பூட்டிப் பாதுகாத்ததோடு, காற்றோட்டத்துக்காக அவ்வப்போது திறந்தும் வைத்தார்கள். மூன்று கல்லறைகளும் செடிகள் மண்டாமல் கவனமாகப் பராமரிக்கப்பட்டன; கல்லறை வாசகக் கற்களில் கொடிகள் ஏறவில்லை; அவர்களின் உறவினர்கள் விரும்பியதுபோல பராமரிக்கப்பட்டன; உறவினர்கள் இன்னமும் இவர்களை நினைவில் வைத்திருக்கிறார்கள் என்றால், இவர்கள் எங்கே எப்படி இறந்தார்கள் என்பதை நினைவில் வைத்திருந்தார்கள் என்றால். பொறுப்பாளராக இருந்தவர், ஒரு குட்டையான சுறுசுறுப்புக் கிழவர்; எல்லாவற்றையும் நோட்டம்பார்க்கும் கண்கள் அவருக்கு; ஏகாதிபத்தியத்தின் கடமைகளும் அடைத்து வைத்த சாமான்களுமான ஒரு ரகசிய வாழ்க்கையை வாழ்பவர்; கோட்டைக் கொத்தளங்களை விட்டு விட்டதோடு, அவரையும் மறந்துபோயிருந்த ஏகாதிபத்தியத்தின் நினைவுச் சின்னங்களை பராமரித்துவந்தார் அவர்.

அந்தத் தீவில் எனக்கு எந்தத் துன்பமும் நேரவில்லை. தலைமை சேனாதிபதி, அப்படித்தான் அவர் தன்னைச் சொல்லிக்கொண்டார், என்னைக் கண்டுகொள்ளவில்லை; அவரின் கீழே பணியாற்றிய ராணுவ வீரர்கள் ஐவரும்கூட அப்படித்தான். என்ன சொன்னாலும் நான் தட்டாமல் கேட்டேன், விதிமுறைகளை அனுசரித்து நடந்துகொண்டேன். அந்த இரண்டு சகோதரர்களும் உற்சாகமாக அங்கே குடியேறிவிட்டார்கள். ராணுவ வீரர்களோடு தங்களின் பழைய நண்பர்களைப் போலப் பேசிக்கொண்டார்கள்; அவர்களின்

கேலிகிண்டல்களுக்கு மனப்பூர்வமாக இணங்கிக்கொடுத்தார்கள், வேண்டிய உதவிகள் செய்துகொடுத்தார்கள், சந்தர்ப்பம் கிடைக்கும்போது அவர்களிடமிருந்து திருடவும் செய்தார்கள்; அவிழ்த்துவிட்ட குறும்புக்காரச் சிறுவர்களைப் போல மரத்தில் ஏறவும் நீச்சலடிக்கவுமாக இருந்தார்கள். இவர்களின் குறும்பைப் பார்த்து தலைமை சேனாதிபதியின் கண்கள் மகிழ்ச்சியில் ஜொலிக்கும்; அவர்களைக் கொஞ்ச நேரம் காணவில்லை என்றாலும், அவர்களைத் தன்முன் அழைத்துவரச் செய்வார்; அவர்கள் மேல் ஒரு கண் இருக்கட்டும் என்று அழைத்ததாகச் சொல்வார் அவர்; ஆனால் உண்மையில் அவருக்கு அவர்கள் தன்னருகில் ஏதாவது விளையாட்டு காட்டிகொண்டிருக்க வேண்டும். அவர்கள் காவலில் ரொம்ப நாட்கள் இருக்கமாட்டார்கள் என்று எனக்கு ஏனோ தோன்றியது. அங்கே வேறு பதினோரு பேர் தடுப்புக்காவலில் இருந்தார்கள்; அவர்கள் நாட்டிற்குத் திரும்புவதற்காகக் காத்துக்கொண்டிருந்தார்கள். ஓமனுக்கு எவ்வளவோ பேர்களை ஏற்றிச் சென்ற நிவாரணக் கப்பல்களைத் தவறவிட்டவர்கள் அவர்கள்; வேறு தடுப்புக்காவல் சிறைகளிலிருந்து அவர்கள் தமது நாட்டுக்குச் செல்வதற்காக இந்தத் தீவுக்குக் கொண்டுவரப்பட்டபோது கப்பல்களின் வருகை நின்றுவிட்டது. ஓமன் நாட்டு அதிகாரிகளின் காதில் இவர்கள் இங்கே மாட்டிக்கொண்டிருக்கும் செய்திபோய், அவர்கள் இவர்களைச் சொந்தநாட்டுக்கு அழைத்துச் செல்வதற்கான ஏற்பாடுகள் செய்யும் வரையிலும் இங்கேதான் இருப்பார்கள். உண்மையில், அவர்கள் ஓமானியர்கள் என்றால் நானும் ஓமானியந்தான்; ஒரேயொரு வித்தியாசம்தான்: அவர்களின் முன்னோர்கள் அங்கே பிறந்தவர்கள். தோற்றத்தில் அவர்கள் எங்களைவிட எந்தவிதத்திலும் வித்தியாசமாக இல்லை; கொஞ்சம் கூடுதல் நிறம் அல்லது கொஞ்சம் கூடுதல் கருப்பு அவ்வளவுதான்; ஒருவேளை, முடி கொஞ்சம் நீளமாக இருக்கலாம் அல்லது சுருட்டைக் கொஞ்சம் கூடுதலாக இருக்கலாம். இந்தப் பகுதிகளில் ஓமன்காரர்கள் முன்பு செய்த வரலாற்றுப் பழிகளுக்கு இவர்கள் குற்றவாளியானார்கள்; ஓமானியர்களுக்கும் தங்களுக்கும் எந்த உறவுமில்லை என்று இவர்கள் மறுத்தாலும் யாரும் கேட்பதாக இல்லை. மற்றபடி இவர்கள் உள்ளூர்வாசிகள்தான், குடிமக்கள்தான், ரையாதான், உள்ளூர்வாசிகளின் வழித்தோன்றல்கள்தான்; ஆனால், பலவித ராணுவ அதிகாரிகளின் கைகளில் இவர்கள் பட்ட பாடு, எப்போது நாட்டை விட்டு வெளியேறுவோம் என்று இவர்களை ஆவலோடு எதிர்பார்க்க

வைத்துவிட்டது; தங்களைக் கொடுமைப்படுத்தியவர்களைப் பற்றி அவ்வளவு வெறுப்போடு பேசினார்கள்; இவர்களைக் கொடுமைப்படுத்தியவர்கள் அவர்களைக் கொடுமைப்படுத்திய இவர்களின் முன்னோர்களைப் பற்றி பேசியதைப்போல. தலைமை சேனாதிபதியும் அவரின் வீரர்களும் இவர்கள்மீதே கண்ணாக இருந்தார்கள்; இவர்களைப் பாடாய்ப்படுத்தினார்கள்; ஏதாவது உடல்வேலை கொடுத்துக்கொண்டேயிருந்தார்கள்; திட்டினார்கள்; சிலநேரங்களில் அடிக்கவும் செய்தார்கள். சிறைப்பட்டவர்களில் ஒருவன் நடந்த கொடுமைகளைப் பற்றிக் குறிப்புகள் எழுதி, அந்தப் பயனற்ற குற்றச்சாட்டுத் துண்டுக் காகிதங்களை குரானின் பக்கங்களுக்கிடையில் ஒளித்துவைத்தான்.

சட்டத்துக்கு புறம்பானவர்களான இவர்களை மனதில் வைத்துக்கொண்டுதானோ என்னவோ ஒரு நாள் காலையில் தலைமை சேனாதிபதிக்கு என்மேல் கருணை பொங்கியது. "கப்பல் வரும்போது நீயும் இவர்களோடு போய்விடலாமே?" என்று ஆலோசனை சொன்னார். "கப்பல்கள் வருவதைப் பற்றி எந்தத் தகவலும் வரவில்லை, ஆனாலும் அவை வரும்போது நீயும் கூடப் போய்விடவேண்டியதுதானே? யாரும் உன்னைத் தடுத்து நிறுத்தபோவதில்லை." அப்படியானால் இதுதான் ஏற்பாடாக இருக்கப்போகிறதா? நான் யோசித்தேன். தடுப்புக்காவலிலுள்ள மற்றவர்களுக்காகக் கப்பல் வரும்வரையில் என்னைச் சிறையிலேயே வைத்திருப்பார்கள்; கப்பல் வந்தால் என்னையும் அனுப்பிவிடுவார்கள். "வேண்டாம்" என்றேன் அந்த சேனாதிபதியிடம். "உங்கள் பரிவு எனக்குப் புரிகிறது, ஆனால் இப்படி ஒன்றை நான் நினைத்துக்கூடப் பார்த்ததில்லை. இப்படியொரு நினைப்பு எனக்கு வரவே வராது. என் மனைவியும் குழந்தையும் நான் எப்போது விடுதலையாகி வருவேன் என்று காத்துக்கொண்டிருக்கிறார்கள்; நான் மன உறுதியோடு இருக்கவேண்டும், நான் செய்த குற்றத்துக்கு என்ன தண்டனையோ அதை ஏற்றுக்கொள்ள வேண்டும்; அப்போதுதான் நான் அது முடிந்து அவர்களோடு போய் சேர்ந்து வாழமுடியும். இதைத்தான் அவர்கள் நம்பி எதிர்பார்த்துக்கொண்டிருப்பார்கள். எனக்கு வேறு எந்த இடத்துக்கும் போகவேண்டாம்; வேறு எந்த விதமான வாழ்க்கையும் வேண்டாம்." அவர் என்னை எடைபோட்டுக்கொண்டிருப்பதைப் பார்த்தேன்; நான் சொன்னதை மனதிற்குள் புரட்டிப் புரட்டிப் பார்க்கிறார். அவரது பெருந்தன்மையான வார்த்தைகளை நான் இப்படி மகா நீதிமானைப் போல மறுத்ததற்காக என்னிடம் ஆத்திரப்படவேண்டுமா வேண்டாமா என்று

யோசித்துக்கொண்டிக்கிறார். இதில் சந்தேகமில்லை. அதன்பின்னர் அவர் தனது தொப்பை வேடிக்கையாகக் குலுங்கச் சிரித்தார், ஆனால் இரக்கமில்லாத சிரிப்பல்ல அது. “பெண்கள்தானே! சரி. நீ விடுதலையாகிச் செல்லும்வரையிலும் அவள் காத்திருப்பாள் என்று நம்புகிறேன்” என்றார்.

அந்தத் தீவில் எனக்கு எந்தக் கஷ்டமுமில்லை. சிறைச்சாலை செவ்வகத்தின் மூன்று பக்கங்களைப் போல ஒரு முற்றத்தைச் சுற்றியமைந்திருந்தது. திறந்த பக்கம் கடலைப் பார்த்திருந்தது; கடலையொட்டி நீருக்குமேலாக ஒரு திண்டு கட்டப்பட்டிருந்தது - திறந்த வெளிக்கழிப்பிடம். அது பயன்படுத்தவும் பாதுகாப்பாக இருந்தது; கடலுக்கு பின்பக்கத்தைக் காட்டிக்கொண்டு உட்கார்ந்திருப்பது சில நேரம் சந்தோஷமாக இருக்கும்; சருனி காலில் இறக்கிவிடப்பட்டிருக்கும், எனவே மானத்துக்குப் பங்கமில்லை. சிறைக்கட்டடத்தில் ஒரு மேல்தளமும் இருந்தது; ஆனாலும் அங்கிருக்கும் அறைகள் பயன்பாட்டில் இருக்கவில்லை. கீழே இருந்தவற்றில் ஐந்து அறைகள் பயன்பாட்டிலிருந்தன; எனக்கென்று ஒரு முழு அறை. அந்தச் சகோதரர்கள் இருவரும் ஒரு அறையைப் பகிர்ந்து கொண்டார்கள், பிற கைதிகள் மீதமுள்ள மூன்று அறைகளைப் பகிர்ந்துகொண்டார்கள். இப்படி வைத்திருக்கத்தான் அவர்கள் விரும்பினார்கள். இரவில்தான் அறைகள் பூட்டப்படும்; மற்றபடி நாங்கள் பகல் நேரத்தில் எங்கள் விருப்பம்போல அந்தத் தீவில் சுற்றிக்கொண்டிருப்போம்; அல்லது நீந்துவோம். அது ஒரு சின்னத் தீவு; எனவே, நமக்குப் பிடித்த இடம் ஒன்றைக் கண்டுபிடித்துச் சொந்தமாக்கி வைத்துக்கொள்ள வேண்டியிருந்தது; அப்போதுதான் மற்றவர்கள் நமக்குப் பிடித்தமான இடம் அது என்று தெரிந்துகொண்டு விட்டுவிடுவார்கள். ஒவ்வொரு நாளும் நான் அந்தப் பொறுப்பாளர் கிழவனைத் தேடிப்பிடித்து அவனோடு கொஞ்சம் நேரமிருப்பேன்; பிரிட்டீஷார்கள் பற்றியக் கதைகள், அவர்கள் அவனுக்காக விட்டுச்சென்றிருக்கும் கடமைகள் இவற்றைப் பற்றி அவன் சொல்லக் கேட்டுக்கொண்டிருப்பேன். ராணுவ வீரர்கள் தரைத்தள வீட்டில் உறங்குவார்கள்; சேனாதிபதி அவரது அலுவலக அறையில் முகாம்களுக்குரிய படுக்கையில் படுப்பார். அவர்கள் ஏன் சுகாதார நிலையத்தின் அறைகளைப் பயன்படுத்துவதில்லை? அவனிடம் கேட்டேன். அந்தக் கிழவன் கேலியாகப் பல்லில்லாத குறும்புச் சிரிப்புடன், தான் அவர்களிடம் அந்த அறைகளில் காசநோய்த் தொற்று இன்னமும் இருக்கிறது,

அங்கே படுத்தால் அவர்களுக்கும் நோய் தொற்றிவிடும் என்று சொல்லியிருப்பதாகச் சொன்னான்.

“அதை ஏன் காலியாகவே வைத்திருக்கிறாய்?” என்று கேட்டேன். “கடல் காற்றில் ஈரமாகி கட்டடம் விழுந்துவிடப் போகிறது.”

அவன் சொன்னான்: “அப்படி ஆகாது, விழாது. நான் தினமும் அவற்றைக் காற்றாடத் திறந்துவைக்கிறேன்; பெருக்கி வைக்கிறேன்; சுவர்பூச்சு உதிரப் போவதுபோலத் தெரிந்தால் சரிபார்த்து விடுகிறேன்.”

“எதற்காக?” அவனிடம் நான் கேட்டேன்.

“மருத்துவர்கள் எப்போது மீண்டும் வருவார்கள் என்று யாருக்குத் தெரியும்?” என்றான்.

“பாபு, அவர்கள் வரப் போவதில்லை” என்றேன்.

அவன் கண்கள் ஒரு ரகசிய ஞானத்தில் நடனமாடின; ஆனால் அவன் பதில் சொல்லவில்லை.

இப்படியே மாதங்கள் கழிந்தன. காலை வேளைகளில் அவர்கள் செய்யச் சொல்கிற வேலைகளைச் செய்வோம் - சுத்தம் செய்வது, துணி துவைப்பது, காவல்காரர்களுக்கும் சிறைவாசிகளுக்கும் தேவையானக் காய்கறிகள் தருகிற ஒரு சின்னத் தோட்டத்தில் களை எடுப்பது, கொத்திக்கொடுப்பது. அதன்பிறகு சிறைவாசிகள் முறைவைத்துக்கொண்டு சமையலில் இறங்குவார்கள்; அல்லது இந்த வேலையை நீ பார்த்தால் அந்த வேலையை நான் பார்க்கிறேன் என்று பேரம்பேசி வேலைபார்ப்பார்கள்; அதன்பின்னர், நாங்கள் சேர்ந்து சாப்பிடுவோம், காவல்காரர்களும் சிறைவாசிகளும். சாயங்காலம் நான் காவலர் இருப்பிடத்தின் கீழேயிருந்த கடற்கரையில் அமர்ந்தபடி நகரத்திலிருந்து படகுகள் தனித்தனியாக வெளிப்படுவதைப் பார்த்துக்கொண்டிருப்பேன்; பாயைக் காற்று உப்ப வைக்கும்போது படகு ஒருபக்கமாக லேசாகச் சாயும்; செஞ்சூரியனின் பின்னணியில் அழகான மெல்லிய ஓவியங்களாக அவை தெரியும். இரவு மீன்பிடிப்புக்கு மீனவர்கள் செல்வார்கள் அவற்றில். இந்தத் தீவுக்குப் போவதைத் தவிர்க்கவேண்டும் என்று அவர்கள் அறிவுறுத்தப்பட்டிருந்தார்கள்; ஆனாலும் அடிக்கடி எங்களைப் பார்ப்பதற்காக அருகில் வந்து கையசைத்துவிட்டுப் போவார்கள். காவல்காரர்கள் எப்போது வேண்டுமானாலும் வந்து எரிச்சலோடு ஏச்சுகளைக் கொட்டலாம்; இரவானதும் எங்களை

அடைத்துவிடுவார்கள். பதினைந்து நாளுக்கு ஒருமுறை மோட்டார் படகில் சாமான்கள் வரும்: மரவள்ளிக்கிழங்கு, பழம், அரிசி; இறைச்சியும்கூட வரும், ஆனால் அது காவல்காரர்களுக்கு; அதை அன்றே சமைத்துச் சாப்பிடவேண்டும்; ஏனென்றால் அதை அதிக நாள் வைத்திருக்க அங்கே வசதியிருக்கவில்லை. எங்கள் சாப்பாடு, சோறும் காய்கறிகளும்; ஒரு நாளைக்கு ஒரு நேரம்.

ஒருநாள் ஒரு மோட்டார்படகு வழக்கம்போல வருவதைப் பார்த்தோம், ஆனால் அதில் சாமான்கள் வரவில்லை. அது நாடு திரும்புவதற்குக் காத்துக்கொண்டிருந்தவர்களுக்காக வந்தது. சேனாதிபதி தனது வீரர்களை அனுப்பி, தடுப்புக்காவலில் இருப்பவர்களை அழைத்துவரச் சொன்னார்; பின்னர் அவர்களிடம் ஒரு நிமிடத்திற்குள் வேண்டியதையெல்லாம் எடுத்துக்கொண்டு, படகுத்துறையில் வரிசையாக நிற்கவேண்டும் என்று கட்டளையிட்டார். இந்தக் கடைசி நேரத்திலும் அவர்களைச் சித்திரவதைச் செய்யாமல் அவரால் இருக்கமுடியவில்லை. அவர் சொன்னதுபோல சீக்கிரமாக வராதவர்களைப் பார்த்துச் சீறினார், வாய்க்கு வந்தபடி திட்டினார்; அவரின் குத்துக்கள் தங்கள்மீது விழாமல் அவர்கள் குனிந்து தப்பும்போதும், மிதியை வாங்காமலிருக்க விலகியபோதும் அவர் சிரித்தார். அவர்கள் படகுத்துறையில் வரிசைகட்டி நின்று, படகில் ஏறக் காத்திருந்தபோது, அவர் என்னைப் பார்த்து அருகே வரும்படிச் சொன்னார். "அவர்களோடு போ" என்றார், முறைப்பாக; ஓமானிய சிறைவாசிகளோடுப் போராடியதில் அவருக்கு மூச்சிறைத்தது, வேர்வை ஆறாக ஓடியது. அவர் பெருந்தன்மையோடு சொல்வதை மறுத்தால் எரிச்சலடைந்துவிடுவாரோ என்று பயந்தேன்; ஆனாலும் மாட்டேன் என்று தலையசைத்துவிட்டு அவரிடமிருந்து விலகினேன். அப்போது எனக்கு முப்பத்தேழு வயது: யோசிக்கும்போது, வாழ்க்கையில் பாதி தூரம் நான் வந்திருந்ததாகத் தோன்றுகிறது. சல்ஹாவை விட்டுச் செல்ல எனக்கு விருப்பமில்லை; நானே எதிர்பார்க்காமல் காதலிக்க நேர்ந்தவள் அவள்; அவளைப் பற்றி நான் தனியாக, இருட்டில் இருக்கும்போது மட்டுமே நினைப்பேன்; அவளுக்காக ஏங்கி, அழுது விடுவேனோ என்ற அச்சத்தில். என் மகளை விட்டுவிடவும் நான் விரும்பவில்லை; விடுதலையான பின்னர் நான் உயிரோடு இருக்கப்போகும் மீதி காலம் முழுதும் அவள்மீது அன்பைக் கொட்டிக் கழிப்பேன். நான் நாட்டை விட்டுப்போய், சல்ஹாவை அவர்கள் எனக்குப் பின்னால் வர அனுமதிக்கவில்லை என்றால், நான் இல்லாமலாகிவிடுவேன், இப்போதைவிடவும்; இனி

எப்போதைவிடவும். அவர்களுக்கு என்ன ஆனாலும் பரவாயில்லை, நம் அற்ப வாழ்வைக் காப்பாற்றிக் கொண்டுவிட வேண்டும் என்று நான் போய்விட்டதாக அவர்கள் நினைக்க நேர்ந்தால் எனக்கு நினைத்துச் சந்தோஷப்பட எனக்கு இருக்கிற ஒரே அன்பையும் நான் இழந்துவிடுவேன்; அதன்பிறகு என் வாழ்க்கையே பாழ்தான். என்ன வந்தாலும் சரி, என்னால் முடிந்த தைரியத்தைத் திரட்டிகொண்டு தாங்கிக்கொள்வேன், அவள் வேதனையை அனுபவிப்பதுபோல நானும் அனுபவிப்பேன்; இந்தக் கொடுமைகளுக்கெல்லாம் ஒரு நாள் விடிவுகாலம் வரும்போது, நான் அவளிடம் அப்படியே திரும்பிப் போவேன். அவளின் வேதனைக் கதைகளைக் கேட்பேன், இப்படி ஒன்றுக்காகத்தானே எல்லாக் கொடுமைகளையும் நாம் தாங்கிக்கொண்டோம் என்ற உணர்வுடன். நான் பின்நகர்ந்ததும் சேனாதிபதி வருத்தத்தோடு தலையை ஆட்டினார். கொஞ்ச நேரம், பெரும்பீதி என்னைப் பற்றியிருந்த நிமிடம், நான் எனக்குத் தெரியாத ஏதோ அவருக்குத் தெரிந்திருக்கிறதோ, என்னை எதிலிருந்தோ காப்பாற்றுவதற்காகத்தான் இப்படி ஒரு வழியைச் சொல்கிறாரோ என்றெல்லாம் யோசித்தேன். ஆனால், அவர் என்னைப் பார்த்துச் சிரித்து, விரக்தி பாவனையோடு போகச் சொல்லி கை காட்டினார்.

சில நிமிடங்களில் படகு கிளம்பியது, நான் பார்த்துக் கொண்டிருக்கும்போதே ஒரு பெரிய வளைவெடுத்து பிரதான கடற்கரையை நோக்கிப் பாய்ந்தது. சிறைப்பட்டிருந்தவர்கள் திரும்பிப் பார்க்கவில்லை, குறைந்த பட்சம் எனது கையசைப்புக்கு பதில் கையசைப்புக்கூடக் காட்டவில்லை. அவர்கள் உலகின் ஓர் வளைவில் சென்று மறையும்வரை நான் பார்த்துக் கொண்டிருந்தேன். அடுத்து சில நாட்கள் எங்களின் சிறைக்கூடத்தைக் காவலர்கள் இரவு நேரங்களிலும் தாழிடவில்லை; நாங்கள் இரவில் அவர்களோடு வராந்தாவில் உட்கார்ந்து உணவருந்தவும் சீட்டுவிளையாடவும் செய்தோம். சேனாதிபதியும் உடனிருந்து வானொலி கேட்பார்; அதில் எந்த நாள் என்று சொல்வதைக் கேட்டு வியந்தேன். ஏழு மாதங்களாகச் சிறைப்பட்டுக் கிடக்கிறேன்; இத்தனை மாதங்களில் நான் வானொலி கேட்டதே இல்லை. எனது முடி வளர்ந்து கிடக்கிறது; உடைகள் நைந்துவிட்டன. உடல் தளர்ந்து வலித்துக்கொண்டே இருக்கிறது.

“உன் சகோதர்களோடு நீயும் கிளம்பிப் போயிருக்கவேண்டும்” என்றார் சேனாதிபதி.

“அவர்கள் உங்களுக்கும்தான் சகோதரர்கள்” என்றேன்; எங்கள் எஜமானரைக் கோபப்படுத்திவிடக்கூடாதே என்று மெதுவாகச் சொன்னேன்; ரொம்ப மெதுவாகச் சொன்னதால் நன்றாகக் கேட்பதற்காக அவருக்கு அதை மீண்டும் சொல்லவேண்டி வந்துவிட்டது.

“ஆமாம்” என்றார் சிரித்துக்கொண்டே. “ஓமானியர்கள் நம் தாய்மார்களையெல்லாம் சோலி பார்த்தார்கள்.”

“இந்த நாடு எனக்கு எவ்வளவு சொந்தமோ அவ்வளவு அவர்களுக்கும் சொந்தம், உங்களுக்குச் சொந்தமாக இருப்பதைப் போல.” என்றேன் நான்,

“சோதே வானாச்சி” என்றார் நக்கலாக, அவருக்கேயுரிய கடகடச் சிரிப்புடன். *எல்லோரும் மண்ணின் மைந்தர்கள்தான்.*

ஒவ்வொரு நாளும் இரவில் சேனாதிபதியின் வானொலியில் ஒருவர் மாற்றி மற்றொருவர் எனச் சில பிரபலங்களின் உரைகள் ஒலிபரப்பாகும்; ஆவேசம், அச்சுறுத்தல்; வரலாற்றுத் திரிபுகள்; ஒடுக்குமுறையையும் சித்திரவதையையும் நியாயப்படுத்தச் சொந்தத் தயாரிப்பில் உருவான ஒழுக்கவிதிகள். இந்தப் பிரசங்கக் கூப்பாட்டை ஒலிபரப்ப வானொலி சேவைக்கு அலுக்கவே இல்லை; ஆனாலும் ஒரு மாற்றத்துக்காக, செய்திகளை அவ்வப்போது ஒலிபரப்பும். வளைத்துத் திரித்து பிழிந்தெடுத்த செய்திகள்; எப்படியோ, வாழ்க்கை தொலைவில் இல்லை என்ற உணர்வை ஏற்படுத்தியதால் அது பிடித்தது. நைஜீரியா எப்படிப் போருக்குத் தயாராக இருக்கிறது; ஆப்பிரிக்காவிலேயே, ஏன் உலகத்திலேயேகூட இருக்கலாம், பயஃப்ரா என்ற நாட்டை ஏற்றுக்கொள்கிற ஒரே நாடு நமது நாடுதான் இப்படியாகத்தான் செய்திகள் இருக்கும். பயஃப்ராவின் தலைவர் *Colonel Ojukwu* பெயர்மீதுதான் செய்தி வாசிப்பவருக்கு எவ்வளவு பாசம்! ஒவ்வொருமுறை செய்தியில் அந்தப் பெயர் வரும்போதெல்லாம் அறிவிப்பாளருக்கு அந்த பாசப் பெயரைச் சொல்ல வாய்கொள்ளாமல் போய்விடும், *Kanal Ojukwu* என்பார். எங்கள் பின்னாலும் சுற்றிலும் அலை மோதும் சத்தம் கேட்டுக்கொண்டே இருக்கும். சில நேரங்களில் அதன் மெல்லிய தூவானம் எங்கள்மீது தெறிப்பதை உணர்வோம். ஒரு பலகையின் நடுவில் சிறிய மண்ணெய் விளக்கை வைத்து அந்த வெளிச்சத்தில் அதே பலகையில் சீட்டு விளையாடுவோம். நிலவொளி இல்லாத சில நாட்களில் சேனாதிபதி வராண்டாவில் அவர் பகுதியில் இருப்பதே தெரியாது; சற்று அடர்ந்திருக்கும்

இருளில் இருப்பார், புகைபிடிக்கும்போது அவரது பார்வையில் கோபமிருப்பது தெரிய வரும். வராண்டாவிலிருந்து பார்த்தால் ஒரே கடலும் நட்சத்திரங்களும்தான். இரவில் வானம் இருப்பதுபோலவே தெரியாது, கூட்டமாக நட்சத்திரங்கள் அடர்ந்து இறங்கிக்கொண்டிருப்பதுபோல தெரியும். கடல் ஓயாது நுரைப்பதும் சுருள்வதுமாக இருக்கும்; அதன் மேற்பரப்பில் நட்சத்திரங்கள் சரிகைப் பட்டு விரித்திருக்கும். அலைகள் பெருமூச்சுவிட்டபடியே உடைந்து எங்கள் பக்கத்திலிருக்கும் பாறைகளை நோக்கி விரைந்துவரும். தொடுவானத்தின் கீழே எங்கள் நகரம் கடலின் நீர்விளிம்பில் புலரியைப் போலத் தோற்றம் தந்துகொண்டிருக்கும்.

சில இரவுகளில், நான் சிறைக்கூடத்திற்குத் திரும்பி வந்ததும், மரங்களின் உச்சியிலிருந்து கானங்கள் ஒலிப்பது கேட்கும்; எடையற்ற, மாயையான ஒன்றைப் போல அது தவழ்ந்தபடியிருக்கும்; ஒரு மெல்லிய முணுமுணுப்பாக. அந்தக் கிழவன்தான் தனக்குத்தானே பாடிக்கொண்டிருக்கிறான் போலிருக்கிறது என்று எண்ணினேன்; ஏனென்றால் சுகாதார நிலையம் இந்தத் தீவின் மற்றொரு கரையில் குறுங்காட்டின் நடுவே இருந்தது. ஆனால் அவனிடம் பின்னர் கேட்டபோது பாடியது தானல்ல என்றான். தீவில் ஒரு குட்டையில் பாம்பொன்று இருக்கிறது, இரவில் அது தவளைப் பிடிப்பதற்காக வரும் என்றான் அவன். அவ்வப்போது அது குட்டையிலிருந்து வெளியே வந்து உலாவிக் கொண்டிருக்கும்; அது ஊர்ந்து செல்லும்போது கேட்கும் சரசரப்பு காற்றில் உண்டாக்கும் சலனத்தைத்தான் நான் கேட்டிருக்கவேண்டும். ஒரு முறை இலையடர்ந்த ஒரு மரக்கிளை போன்ற ஒன்று கடலில் வேகமாக வந்து கரை ஒதுங்கியதாம். என்னவென்று பார்ப்பதற்காக இவன் அருகே சென்றபோது, பிரமாண்டமான ஒரு கருப்பு உருவம், ஒரு ஜின், மரத்தின் கீழ் படுத்திருந்ததாம்; அதன் தலைமாட்டில் ஒரு பெரிய கூடை. அந்தக் கூடையில் ஒரு பெண் தலையைக் கோதியபடி பாடிக்கொண்டிருந்தாளாம்; பின்னர், மோதிரங்கள் அணிந்த தனது விரல்களை, அவற்றில் இனிப்பாக ஏதோ ஒட்டிக்கொண்டிருப்பதைப் போல, நக்கினாளாம். நான் கேட்டது ஒருவேளை அவள் பாட்டாகக் கூட இருக்கலாம் என்றான். ஏதோ ஒரு அப்பாவி ஜென்மத்தை ஜின் களவாடிவந்து தன் ஆசைக்காக கூடையில் வைத்திருக்கிறது. அவள் எதற்காக விரல்களை நக்கிக்கொண்டிருந்தாள் தெரியுமா? என்னிடம் கேட்டான் அவன். ஜின் தூங்கிக் கொண்டிருக்கும்போது அவள் அக்கம்பக்கத்தில் ஆண்கள் யாராவது போனால் அவர்களை

மயக்கித் தனது சந்தோஷத்துக்கு அடையாளமாக மோதிரத்தை எடுத்துக்கொள்வாளாம். தனது விரல்களை அப்படி நக்கும்போது அவளுக்கு அந்த மனிதர்கள் எல்லோரிடமும் தான் பெற்ற அனுபவத்தை மீண்டும் அனுபவிக்கிற உணர்வு ஏற்படுமாம். அந்தக் கிழவனைப் பொறுத்தவரையில், இந்தத் தீவு பிரிட்டீஷ் கடற்படை அதிகாரிகளும், பிரிட்டீஷ் மருத்துவர்களும், சிகிட்சை ஓய்விலிருக்கும் நோயாளிகளும், பாம்புகளும், இரவு நேரத்தில் பாடும் சிறைபிடிக்கப்பட்ட பெண்ணும், குறும்பு செய்துகொண்டே இருக்கவேண்டும் என்ற தங்களின் மாறாத உணர்விலிருந்து ஓய்வெடுப்பதற்காகக் கடல் கடந்து வரும் கருப்பு ஜின்களும் வாழுகின்ற ஒரு அற்புத பூமி.

ஒருநாள் காலை, தீவில் மாட்டிகொண்ட சிறைவாசிகளை நாட்டுக்கு அனுப்பி வைத்து சில நாட்களானப் பிறகு, எங்களுக்காக ஒரு படகு வந்தது. எங்களை அந்தத் தீவிலிருந்து கொண்டு செல்லப் போகிறார்கள், எங்கள் எல்லோரையும். ராணுவ வீரர்கள் கிளப்புவதில் அவசரம்காட்டவே இல்லை, எனவே படகு எங்கள் எல்லோரையும் ஏற்றிக்கொண்டு கிளம்பும்போது முன்மதியம் வரை ஆகிவிட்டது, அந்தக் கிழவனைப் பார்த்துப் போய்வருகிறேன் என்று சொல்லலாமென்றுத் தேடினேன்; ஆனால் அவன் அந்த அற்புத ஜீவன்களில் ஒன்றைப் போலக் காணாமல் போய்விட்டான். அந்தச் சின்னத் தீவில் அவன் எங்கே ஒளிந்துகொண்டிருப்பான் என்று கண்டுபிடிப்பது அவ்வளவு கஷ்டம் ஒன்றுமில்லைதான்; ஆனாலும் நான் தேடுவது தெரிந்தால் அவன் பதட்டமாகி விடுவான் என்பதால் இருமுறை சுற்றித் தேடிப்பார்த்துவிட்டு நான் விட்டுவிட்டேன். நாங்கள் அவனைப் பிடித்து மரத் தண்டாக மாற்றி கிளம்பும் போது கடலில் விட்டுவிடுவோம் என்று அவன் பயந்திருக்கலாம். நான் நகரத்துக்கு வரும்போது இருட்டிவிட்டது, துறைமுகம் ஆளரவமின்றி அமைதியாக இருந்தது. அது எப்போதுமிருப்பது போலத்தான் இப்போதுமிருந்தது. வீட்டுக்கு மிக அருகிலேயே இப்படிச் செய்வதறியாமல் ஒருவன் நின்றுகொண்டிருப்பது மிகுந்த வேதனை அளிப்பதுதான். என்னை விடுதலை செய்யும் சாத்தியம் இருக்கும் என்று என்னால் யோசிக்கக் கூட முடியவில்லை; நடந்ததும் அதுதான். என்னை ஒரு ஜீப்பில் ஏற்றிச் சில நிமிடங்கள் ஓட்டிச் சென்று பின்னர் இறங்கச் சொன்னார்கள். முக்கிய நகரத்துக்கு அனுப்பப்பட இருக்கும் வேறு முப்பது சிறைக்கைதிகள் இருந்த ஒரு பயணிகள் படகில் ஏற்றிவிடும் வரையிலும் எனக்கு அந்த

இரு சகோதர்களிடம் விடைபெற்றுக்கொள்ளக்கூட நேரமில்லாமல் போய்விட்டதே என்பது உறைக்கவில்லை.

நன்கு இருட்டியதும் கிளம்பிய படகு காலையில் முக்கிய நகரத்துக்கு வந்து சேர்ந்தது; ஆனாலும் இரவு வரையிலும் எங்களை இறக்கிவிடவில்லை. அதன்பிறகு இரண்டு டிரக்குகளில், எங்களைப் பெயர் சொல்லி அழைத்து ஒன்றிலோ மற்றொன்றிலோ ஏற்றினார்கள். சில பெயர்கள் எனக்குத் தெரிந்தவையாக இருந்தன. நாங்கள் கிளம்பியதும், இரண்டு டிரக்குகளும் வெவ்வேறு திசைகளில் சென்றன; நாங்கள் தெற்கு நோக்கிச் செல்வதாக எங்களின் காவலர்கள் சொன்னார்கள். இதற்குப் பின்னான வருடங்களைப் பற்றிப் பேசாமலிக்க நான் கற்றுக்கொண்டுவிட்டேன். அவற்றைக் கொஞ்சம்கூட நான் மறக்கவில்லை என்றாலும். அந்த வருடங்கள் உடலின் மொழியில் எழுதப்பட்டிருக்கின்றன; என்னால் வார்த்தைகளால் விவரிக்கக்கூடிய மொழியல்ல அது. பெருந்துயரிலிருக்கும் மக்களின் புகைப்படங்களைச் சில நேரம் நான் பார்க்க நேரும்; அவர்களின் துயரமும் வேதனையும் என் உடலிலும் எதிரொலித்து அவர்களோடு எனக்கும் வலியைத் தரும். அதே சித்திரம் எனக்கு நடந்த கொடுமைகள் பற்றிய நினைவுகளை அடக்கிக்கொள்ள எனக்குக் கற்பிக்கும், ஏனென்றால் நான் இதோ இங்கே இருக்கவாவது செய்கிறேன்; ஆனால் அவர்கள் எங்கிருக்கிறார்கள் என்று அந்த இறைவனுக்குதான் தெரியும். மிகச் சமீபத்தில் அதைப் போன்ற ஒரு புகைப்படத்தைப் பார்த்தேன், ஒரு பழைய புகைப்படம். குனிய வைக்கப்பட்டிருக்கும் மூன்று யூத ஆண்கள் அதில்; ஒருவர் அடர்நிற சூட்டு டையோடு, மற்ற இருவரும் முழுக்கைச் சட்டையோடு - அவர்களில் ஒருவர் சட்டைக்கையை மடித்துவிட்டிருக்கிறார். அவர்கள் வியன்னாவின் நடைபாதைகளை கைபிரஷ்ஷால் தேய்த்துக்கொண்டிருக்கிறார்கள். அவர்களைச் சுற்றிலும், அவர்களுக்கு மிக அருகில், நடைபாதையில் அவர்களுக்குப் பின்னால், அவர்களுக்கு முன்னால் வியன்னாவாசிகள் சிரித்தபடி பார்த்துக்கொண்டு நிற்கிறார்கள். அந்த மூவரும் அவமதிக்கப்பட்டிருக்க, எல்லா வயதுக்காரர்களும், தாய்மார்களும் தகப்பன்களும், தாத்தாக்களும் குழந்தைகளும் - சிலர் சைக்கிள்களில் சாய்ந்துகொண்டு, மற்றும் சிலர் கடைச்சாமான் பைகளைச் சுமந்தபடி - வழக்கமான கண்ணியம் குறையாதச் சிரிப்புடன் நின்றுகொண்டிருக்கிறார்கள். ஸ்வஸ்திகா சின்னம் எங்கும் தென்படவில்லை; மூன்று யூதர்கள் அவமதிக்கப்படுவதைப் பார்த்துச் சிரித்துக்கொண்டிருக்கும் சாதாரண மக்கள்தான்

தெரிகிறார்கள். அந்த மூவருக்கும் பிறகு என்ன நடந்ததென்று இறைவனுக்குத்தான் தெரியும்.

மொத்தம் நான் வேறுவேறான மூன்று சிறைமுகாம்களில் இருந்தேன்; கண்காணிக்க ராணுவ வீரர்கள்; எப்போதாவதுதான் தண்டனைக்கும் தாக்குதலுக்கும் நான் உள்ளானேன். ராணுவ வீரர்கள் அச்சுறுத்தியும் எதிர்பாராத நேரத்தில் கோபத்தோடு கத்தியும் எங்களை அடக்கி வைத்திருந்தார்கள். நாங்கள் வாழ்ந்த நிலைமை மிகவும் மோசமாகவும் தாங்கமுடியாததாகவும் இருந்தது. எங்கள் உணவை நாங்களே சமைத்துக்கொண்டோம்; கழிவறைகளைச் சுத்தப்படுத்தினோம், அவற்றைக் கட்டியும் கொடுத்தோம். வீரர்களின் உடைகளைத் துவைத்துப் போட்டோம்; கூடைகள் பின்னினோம்; நல்ல உணவு கிடைக்காமலும் நோயிலும் வேலைக்களைப்பிலும் ஓடாய்ப்போனோம். பூச்சிகள் கடித்த இடங்கள் புண்ணாகிச் சீழ்வைத்து ஆற மறுத்தன. வயிறோ, பசி, மலச்சிக்கல், மாவையும் பருப்பையுமே தின்றுத்தின்று கிளம்புகிற வாயுத்தொல்லை, மோசமான தண்ணீரினாலும் தொற்றினாலும் உண்டான வயிற்றுப் போக்கு என எங்களைச் சித்திரவதை செய்தது. என் வயிறு படுத்திய பாட்டில் நான் வயிறுக்குள்ளேயே போய்விட்டேனோ என்று தோன்றிவிட்டது எனக்கு. ஒவ்வொரு நாளும் பகல் முழுவதும் எங்களுக்குப் பணிக்கப்பட்ட வேலைகளை, வறண்ட இரவில் அந்த நாள் ஓய்வுக்கு விழும் வரையிலும் செய்வோம். சில நேரங்களில் வெளியே இருந்து செய்திகள் வரும்; படுகொலைகள் கைதுகள் பற்றியக் குசுகுசுப்புகளும் வதந்திகளும்; வருகிறது வருகிறது என்று சொல்லி ஒருபோதும் வராத நிவாரணங்கள் பற்றி; போர்கள் சதிகள் பற்றி. வானொலியோ புத்தகங்களோ எங்களுக்கு அனுமதிக்கப்படவில்லை. சில நேரங்களில் எனக்கு அவ்வளவு வெறுப்பாக இருக்கும்; அதைச் சொல்ல என்னிடம் வார்த்தைகள் இல்லை. அது என்னை உலுப்பியெடுக்கும்; அந்த ஆவேசத்தில் என்னை நானே அழித்துக்கொண்டுகூட இருந்திருப்பேன் - தீயில் விழுந்தோ, மலையுச்சியிலிருந்து குதித்தோ, பளபளக்கும் வாள்முனையால் அறுத்துக்கொண்டோ, துப்பாக்கிமுனைக் கத்தியால் குத்திக்கொண்டோ.

ஆனால் நாங்கள் தொழுதோம்: ஒவ்வொரு நாளும், ஒரு நாளுக்கு ஐந்துமுறை, இறைவனின் கட்டளைப்படி. மிக மோசமானவர்கள், ஆகச் சிறந்தவர்கள் என எங்கள் அனைவரின் குரலையும் அவன் கேட்டான். எத்தனை மணிக்கு என்று கட்டளையிட்டிருக்கிறதோ சரியாக அதே நேரத்தில் செய்தோம் - சிறிதும் தாமதம் செய்யவில்லை,

நாளைக்குச் செய்யலாம் என்று தள்ளிப்போடவில்லை அல்லது செய்யாமலேயே இருக்கவுமில்லை. அன்றாட வாழ்வில் ஏதோ சாக்குப்போக்குச் சொல்லிக்கொண்டு அடிக்கடி செய்வதைப் போல நடந்துகொள்ளவில்லை. அதிகாலை: சூரியனின் முதல் ரேகைத் தோன்றுவதற்கும் சூரியன் உதிப்பதற்கும் இடைப்பட்ட நேரத்தில் - நாம் கற்பனை செய்வதைவிட குறைவான கணம் இது. மதியம்: மைதானத்தில் நட்டுவைத்திருக்கும் குச்சியின் நிழல் காணாமல் போகும்போது - சூரியன் தலைஉச்சியைக் கடக்கும்போது. மாலை: குச்சியின் நிழல் அதன் சம அளவுக்கு நீண்டதும் நாங்கள் மனதிற்குள்ளேயே ஓதி தொழுகை செய்வோம். அந்தி: சூரியன் தொடுவானில் இறங்குவதற்கும் அவனது வெளிச்சம் மறைவதற்கும் இடைப்பட்ட நேரம். இரவு: இருட்டு அடர்ந்து இறங்குவது வரையிலும் காத்திருந்துவிட்டு தொழுகை செய்வோம்; அதன்பிறகு படுப்பதற்குப் பாயை விரிப்போம். தொழுகைகளில், குரானின் வசனங்களை நினைவிலிருந்து அவரவர் அறிந்ததுபோல ஓதுவதில், எங்கள் நாட்கள் நிரம்பின; அவை எங்கள் செயல்களுக்கு ஓர் ஒழுங்கையும் குறிக்கோளையும் கொண்டுவந்ததோடு எதற்கும் சலனப்படாத மனோநிலையையும் எங்களிடம் உருவாக்கின. இவை இல்லாமலிருந்தால் இந்த மனோநிலையை யோசித்தே இருக்கமுடியாது. நாங்கள் கதைகள் சொல்லிக்கொள்வோம் - சில நினைவிலிருப்பவை, சில நாங்களே உருவாக்கியவை; அந்தக் கதைகளை முதன்முறையாகக் கேட்டபோது என்ன வயதில் நாங்கள் இருந்தோமோ அந்த வயதுக்கே திரும்பி போய்விட்டதைப் போலச் சிரித்துக்கொள்வோம்.

இருமுறை என்னை அங்கேயிருந்து மாற்றினார்கள்; ஒருமுறை என்னை மலேரியா நோய் தாக்கி ரொம்ப மோசமாகப் போய் மூத்திரத்தோடு ரத்தம் வர ஆரம்பித்துவிட்டது. ரத்தம் கருஞ்சிவப்பாக வந்தபோது எனக்கு ஏதாவது ஆகிவிடும் என்ற பயத்தில் என் சக சிறைவாசிகள் யா லத்தீப் சொல்ல ஆரம்பித்துவிட்டார்கள். இதற்குள் நான் மூர்ச்சையாகியிருந்தேன்; எனது சகவாசிகள் மலேரியாவுக்கான சிகிட்சைப் பற்றி தாங்கள் கேள்விப்பட்டிருந்த எல்லாவற்றையும் முயன்று பார்த்திருக்கிறார்கள் என்பது தெரிகிறது; நான் பிழைத்துவிட்டேன். நான் ஊக்கமிழந்து பல நாட்கள் நகரமுடியாமல் இருந்தேன். என்றாலும் நான் உயிர்த் தப்பிவிட்டேன். இது தெரிந்ததும் எவ்வளவு இனிமையாக இருந்தது என்பதை என்னால் விவரிக்கமுடியாது. குணமானதும் மருத்துவரின் அறிவுரைப்படி என்னை ஆரூஷாவுக்கு மாற்றினார்கள். மருத்துவரும்

அவரது இரு உதவியாளர்களும் அவர்களின் வெள்ளைநிற ஜீப்பில் ஒருநாள் திடீரென வந்தார்கள்; மருத்துவர் ஒரு ஸ்வீடீஷ்காரரர்: ப்ரௌன் நிக்கரும் வெள்ளைச் சட்டையும் அணிந்திருந்தார். சிவந்த முகம்; சூரிய ஒளியில் அவரது முடி பொன்நிறத்தில் தகதகத்தது. நாங்கள் பரிசோதனைக்காக அவர் முன்னால் வரிசையாக நின்றபோது, அவரது உதடுகள் அருவருப்பில் சலித்துச் சுளித்தன. அவருக்கு இங்கே என்ன வேலை? யார் அவரை இங்கே அனுப்பினார்கள்? அவர் எதற்காக என்னை அங்கிருந்து மாற்றி, வெகு தொலைவுக்கு எங்காவது கொண்டுசெல்லக் கட்டளையிட்டார் என்று எனக்குத் தெரியவில்லை. அங்கிருந்த மனிதத்தன்மையற்ற நிலைமைக்கு ஒரு எதிர்ப்பாக இருந்திருக்கவேண்டும்; எங்களில் ஒருவரையாவது காப்பாற்ற ஏதாவது செய்வோமே என்ற முயற்சியாக இருந்திருக்கவேண்டும். அல்லது, தனது அதிகாரத்தைப் பிரயோகிக்கப்பதை அவரால் தவிர்க்கமுடியாமலிருந்திருக்க வேண்டும் - எங்களைப் போன்ற நாடுகளில் ஒரு ஐரோப்பிய மருத்துவருக்கு இருக்கும் அதிகாரம். எப்படியோ அவர்கள் என்னை அந்த வெள்ளை ஜீப்பில் கொண்டு சென்றார்கள்; எனது கந்தல்துணிகளை, நோய்த்தடுப்பு மருந்தும் நாகரிகமும் துலங்கிய ஒரு சிவப்புப் போர்வையில் சுற்றிகொண்டார்கள். என்னை அங்கிருந்து சில மைல் தூரங்கள் தள்ளியிருந்த ஒரு ராணுவ முகாமில் ஒப்படைத்தார்கள். அப்படி ஒரு முகாம் இருப்பதே எனக்குத் தெரியாது. அங்கிருந்து என்னை ஒரு ராணுவ ஜீப்பில் ஆரூஷா வரையிலும் கூட்டிச் சென்றார்கள்.

என்னை மட்டுமே கொண்டுவந்தார்கள்; அங்கே முற்றிலும் அன்னியமான மனிதர்களோடு முதலிலெல்லாம் நான் தனிமை உணர்வுடன் நாட்களைக் கழித்தேன். ஆனால் காய்கறிகள் பழங்கள் இவற்றைப் பயிரிடுவது பற்றி நான் நன்றாகத் தெரிந்துகொண்டதும் சட்டென்று சூழல் மனநிறைவைத் தருவதாக மாறியது. அங்கே இருந்தபோது நான் மனிதத் தன்மையற்ற கொடுமையோடு நடத்தப்பட்டேன். ஒவ்வொரு நாளிற்கும் ஒவ்வொரு நிமிடத்திற்கும் அது எனக்கு ஒரு நோக்கத்தைத் தந்தது. காலரா திடீரென்று பரவி இங்கே இருந்தவர்கள் இருவர் இறந்தபோது என்னை இங்கேயிருந்து மாற்றினார்கள்; நாங்கள் எல்லோரும் வடகிழக்கிலிருந்த ஒரு முகாமுக்கு அனுப்பி வைக்கப்பட்டோம்; செத்தாலும் வேறு எவருக்கும் தொந்தரவில்லாமல் சாகட்டும் என்பதற்காக இருக்கலாம். இது நான் அனுப்பப்பட்ட மூன்றாவது தடுப்புக்காவல் முகாம். ஆனால் யாரும் சாகவில்லை, எனவே எல்லோரையும்

தடுப்புச் சிறைகளிலிருக்கும் வெவ்வேறு இடங்களுக்குப் பிரித்து அனுப்பிவைத்தார்கள். என்னைத் தென்பகுதிக்கு, ஏற்கனவே மூன்று வருடங்கள் இருந்த இடத்துக்கு அனுப்பினார்கள், நான் அங்கே நான்கு வருடங்கள் இருந்த பின்னர் விடுவிக்கப்பட்டேன். எங்களில் அதிகமானவர்கள் அங்கே நோய்வாய்ப்பட்டோம், இருவர் இறந்தும் போனார்கள், மற்றபடி எந்த மாற்றமுமில்லை. காவலர்கள் வருவதும் போவதுமாக இருந்தார்கள்; இதுதான் சிலநேரங்களில் வித்தியாசத்தை ஏற்படுத்தியது, ஆனால் இது எங்கள் சூழ்நிலையில் பெரிய மாற்றத்தைக் கொண்டு வந்துவிடவில்லை. ஒரு மருத்துவக் குழு சில மாதங்களுக்கு ஒரு முறை வந்தார்கள். அந்த சுவீடிஷ்காரரின் வேலையாக இருக்கவேண்டும். அருகில் வாழ்பவர்கள் சில நேரங்களில் வந்து தூரத்தில் நின்றபடி எங்களைப் பார்த்துக்கொண்டிருப்பார்கள். இரவுகளில் எங்கள் தோட்டங்களைச் சூறையாடினார்கள். காவலர்களிடம் புகார் சொன்னபோது விலங்குகள் வந்திருக்கும் என்றார்கள்.

பொதுமன்னிப்பின் அடிப்படையில் நான் 1979இல், கட்சித் தலைமையகத்தில் கைதுசெய்யப்பட்டு பதினொரு ஆண்டுகளுக்குப் பிறகு, விடுதலை செய்யப்பட்டேன். தங்களுக்கு விதிக்கப்பட்ட சிறைத்தண்டனையின் அரை பங்குக்கு மேல் அனுபவித்தவர்களுக்கும், சதி அல்லது கொலைக் குற்றங்கள் புரியாதவர்களுக்கும் இந்தப் பொதுமன்னிப்பு வழங்கப்பட்டது. சதியில் ஈடுபட்டவர்கள் நாடு கடத்தப்பட்டார்கள். உகண்டாவில் இடிஅமீனின் கொடுங்கோல் ஆட்சியை வீழ்த்திய எங்கள் நாட்டினது இராணுவத்தின் வெற்றியைக் கொண்டாடுவதற்காகத்தான் இந்தப் பொதுமன்னிப்பு. முன்பு கப்பலிருந்து நடுஇரவில் ஒரே டிரக்கில் ஏற்றிக் கொண்டுவரப்பட்டவர்கள் அனைவருமே விடுதலை செய்யப்பட்டார்கள் - அவர்களில் உயிரோடு இருந்தவர்கள் மட்டும், நாங்கள் பதினொரு பேர்கள் மட்டும். பெரும்பான்மைனர், அவர்கள் விடுதலையானதும் நாட்டை விட்டு வெளியேறுவதற்கான விசாவை உடனடியாக ஏற்றுகொள்ளவேண்டும் என்ற நிபந்தனைக்கு உட்பட்டு விடுதலையானவர்கள். அதாவது, என் சககைதிகள் அதிகமும் சதியின் பேரில் சிறைவைக்கப்பட்டவர்கள் என்று படலாம்; ஆனால் அவர்களைப் பார்த்தால் இவர்களா சதிகாரர்கள் என்று தோன்றும். பல வருடங்கள் சிறைப்பட்டு, பின்னர் புகலிடம் தேடுபவர்களாக ஆகி, அந்த நினைவுகளைப் பலகாலம் சுமந்து நடக்கவேண்டிய சோகம் மட்டுமில்லாமல் இருந்திருந்தால் இது வேடிக்கையாகத்தான் தோன்றியிருக்கும். தாங்கள் விடுதலை

செய்யப்படுவோம் என்று இவர்கள் யாரும் எதிர்பார்க்காததால், வேறு எந்த நாட்டிற்கும் நுழைவு விசாவுக்கு ஏற்பாடு செய்திருக்கவில்லை; எனவே, அந்த நிபந்தனையின் பேரில் விடுவிக்கப்பட இருந்தவர்கள், வேறெங்காவது இருந்து நுழைவு விசா கிடைக்கும்வரையிலும் காத்திருக்க வேண்டியிருந்தது. சிறையிலிருக்கும் போது அவர்களால் விசாவுக்கு ஏற்பாடு செய்யமுடியாது, ஆனால் அது கிடைக்காமல் அவர்கள் விடுதலையும் ஆக முடியாது; உறவினர்களை வைத்தும் அதற்கு ஏற்பாடு செய்யமுடியாது. எனவே அவர்கள் விடுதலையடையவில்லை; நாட்டைவிட்டு வெளியேறச் சொல்லி ஆணை பிறப்பிக்கப்படாதவர்களான நாங்கள் மூன்றுபேரும், அந்த ஆணை பிறப்பிக்கப்பட்ட மற்றவர்கள் விடுவிக்கப்படும்வரையில் நாங்களும் காவலிலேயே இருந்துகொள்கிறோம் என்று சொல்லிவிட்டோம். எங்களுக்கு தண்டனை எவ்வளவு காலம் என்று தெரிந்திருந்திராவிட்டாலும், அரைப் பங்குக்கு மேல் கழித்துவிட்டோம் என்பதாவது தெரிந்ததே.

ஐக்கிய நாடுகள் சபையின் புகலிட அலுவலக அதிகாரிகள் இந்த விஷயத்தில் தலையிட்டதும் சிரமம் இல்லாமலாகிவிட்டது. விடுவிக்கப்படும் எல்லோருக்கும் புகலிடம் அளிக்க ஐக்கிய அரபு அமீரகம் முன்வந்தது. எனவே 1980இல் எங்களுக்கு விடுதலை உத்தரவு வழங்கப்பட்டு, டிரக்கில் நாங்கள் தலைநகருக்கு இட்டுச் செல்லப்பட்டோம். அங்கே எங்களைப் பிரித்துவிட்டார்கள். புகலிடம் தேடுவோர் ஐ.நா. அதிகாரிகளின் கைகளிலும், எனது சக சிறைவாசிகள் இருவர் தலைநகரிலுள்ள அவர்களின் உறவினர்வசமும் ஒப்படைக்கப்பட்டார்கள்; நான் துறைமுகத்தை நோக்கி நடந்தேன். ஒருவழியாக என்னால் சல்ஹா எப்படி மாறிப்போயிருப்பாள், என் மகள் ருக்கியா எவ்வளவு உயரமாக வளர்ந்திருப்பாள் என்றெல்லாம் கற்பனை செய்ய அவகாசம் கிடைத்திருக்கிறது. நான் ஒரு படகில் ஏறி, எப்பவோ ஒரு காலத்தில் என் அப்பாவோடு சென்றதுபோல படகுத்துறையிலிருந்து நடந்தேன். யாரும் என்னிடம் பேசவில்லை, யாரும் என்னை அடையாளம் கண்டுகொள்ளவுமில்லை, யாராவது என்னை நோக்கி வரும்போது நான் பார்வையைத் தாழ்த்திக்கொண்டேன். வீடுகள் விழுந்துகிடந்தன, கடைகள் காலியாக இருந்தன. என் பழைய கடையினருகில் செல்லும்போது சில தெரிந்த முகங்கள் தென்பட்டன, ஆனால் நான் நேரங்கடத்த விரும்பவில்லை; யாரும் என்னை அடையாளம் கண்டுகொள்ளவில்லை. நான் பலகைகள் போட்டுப் பூட்டியிருந்த என் பழையக் கடையின் முன் நின்றேன்;

எவ்வளவு பரிச்சயமாக - ஏதோ ஒன்றிரண்டு மாதங்களுக்கு முன்னால்தான் அதை பார்த்ததைப் போல - அது தெரிகிறது என்று ஆச்சரியப்பட்டேன். என் முழங்கையை வேறொரு கை பிடித்தது போலிருந்தது, திரும்பிப் பார்த்தால், காபிக்கடைக்காரர்; என் கடையின் எதிரிலிருந்த அவரது வியாபாரத்தை நான்தான் பலவருடங்களுக்கு முன்னால் தொலைத்துக்கட்டினேன். வயதாகி தளர்ந்துபோய் நின்றுகொண்டிருந்தார் அவர். சல்ஹா - இறைவன் அவள் ஆத்மாவுக்கு சாந்தியை அளிக்கட்டும்- இறந்ததை, காலமானதையும், என் மகள் ருக்கியா, என் மகள் ரையா - இறைவன் அவள் ஆத்மாவுக்கு சாந்தியை அளிக்கட்டும் - அவளை முந்திக்கொண்டதையும் என்னிடம் தெரிவித்தது அவர்தான். நான் சிறைப்பட்ட முதல் வருடமே இருவரும் இறந்துவிட்டார்கள். அவளைத் தங்களோடு வைத்திருந்த அவளது பெற்றோர்களும் நான் கைதானதும் நாட்டை விட்டுச் சென்றுவிட்டார்கள். எங்கே போனார்கள் என்று காபிக்கடைக்காரருக்கு தெரியவில்லை; ஆனால் யாருக்காவது தெரிந்திருக்கும். நான் மேற்கொண்டு ஒன்றும் சொல்லப் போவதில்லை, தாயும் குழந்தையும் கொஞ்சம் உடம்பு முடியாமலிருந்து - டைபாய்ட்டாக இருக்கலாம் - இறந்துபோனார்கள், அவ்வளவுதான்.

இப்போது எந்த வேலையிலும் இல்லாத அந்தக் காப்பிக் கடைக் கிழவன் என்னை கட்சியின் உள்ளூர் பிரிவின் தலைவரிடம் அழைத்துச் சென்றார். நான் கைதாவதற்கு முன்பு என்னைக் கட்சித் தலைமையகத்துக் அழைத்துச் சென்றவர் அல்ல இவர், வேறொருவர். அவரது அனுமதியோடு நாங்கள் என் கடையின் பூட்டை உடைத்தோம். அங்குமிங்கும் தூசியும் நூலாம்படையும் படிந்திருந்தது என்பதைத் தவிர, நூஹூவும் நானும் அதை எப்படி விட்டுச் சென்றோமோ அப்படியே இருந்தது. அக்கம்பக்கத்தவர்கள் வந்து நான் திரும்பி வந்திருப்பதைப் பார்த்து சந்தோஷப்பட்டார்கள்; அவர்கள் எனக்கு உணவும் பரிவும் அளித்தார்கள். விடுதலையாகி வந்தபிறகான அந்த வாரங்களில் எனக்குக் கிடைத்த பரிவை என்னால் வார்த்தைகளால் விவரிக்கமுடியாது. நான் கடையிலேயே வசித்தேன்; கொஞ்சம் நாளில் பின்பகுதியிலிருந்த அறைகளைச் சுத்தம் செய்து அங்கே மாறினேன், தொழிலை மீண்டும் தொடங்குவோம் என்று. வேறுவிதமாக. எதற்கெல்லாம் நல்ல தேவையிருக்கிறதோ அவற்றை விற்கத் தொடங்கினேன். பழங்களையும் காய்கறிகளையும் வாங்கி விற்றேன்; கொஞ்சம்கொஞ்சமாக, சின்னச்சின்னப் பொருட்களை - தீப்பெட்டி, சோப்பு, டப்பாவில் அடைத்த மீன்கள்

– சேர்த்துக்கொண்டேன். என் சிறைவாழ்க்கையைப் பற்றி சொல்லச் சொல்லி யாரும் என்னிடம் கேட்கவில்லை.

பலர் நாட்டை விட்டுப் போயிருந்தார்கள் அல்லது வெளியேற்றப்பட்டிருந்தார்கள் அல்லது இறந்திருந்தார்கள். என்னென்னவோ கொடுமைகளும் துன்பங்களும் நேர்ந்திருந்தன, இருந்தவர்களுக்கு இன்னமும் நேர்ந்துகொண்டிருந்தன, துன்பத்தையும் இழப்பையும் யாரோ ஒருவர்தான் அனுபவித்தார் என்றில்லை. எனவே நான் கடையைத் திறந்து என் வாழ்க்கையை அமைதியாக நடத்தினேன்; ஏதாவது சொல்ல வேண்டிவந்தாலும் வெறுப்பில்லாமல் பேசினேன்; எங்களின் விதி என்று ஆகிப்போய்விட்ட வாழ்க்கையின் வேதனைக் கதைகளைப் பொறுமையோடு கேட்டேன். மக்கள் என்னைச் சிறைவாழ்க்கையாலும் தனிப்பட்டத் துயரங்களாலும் சிதைக்கப்பட்டவன் என்று நினைத்தார்கள், என்னிடம் பரிவோடும் இரக்கத்தோடும் பேசினார்கள். பதிலுக்கு நானும் அவர்களிடம் நன்றியுணர்வோடும் உண்மையான நன்மதிப்போடும் நடந்துகொண்டேன். பின்னர், குலைந்துகொண்டிருந்த எனது கடைக்குள் இருட்டில் நான் மட்டுமே தனியாக இருக்கும்போது, என் அன்புக்குரிவர்களின் இழப்பை எண்ணி அழுவேன், அவர்களுக்காக வருந்துவேன்; அந்த வருத்தம் என் மனதை அழுத்தும்போது என் வாழ்க்கை இப்படி வீணாகப் போய்விட்டதே என்று துக்கம் கொள்வேன்.

ஆம், ரஜப் ஷாபான் மஹ்மூத் இப்போது நான் முன்பிருந்த வீட்டில் இருக்கிறார். நான் அந்த வழியாகப் போவதைத் தவிர்த்தேன், அவர் என் கடையைக் கடந்து செல்லும்போது – தினமும் அவர் போவார் – நான் பார்வையைத் தாழ்த்திக் கொள்வேன்; இன்னமும் குறைந்திராத வெறுப்போடு அவர் என்னைப் பார்த்துக்கொண்டு போக விட்டுவிடுவேன். அவர் ரொம்பவே மாறிவிட்டார்; துறவியைப் போல, பைத்தியக்காரனின் தோற்றத்தில், கந்தல் உடையில் அழுக்காக இருந்தார். சிலநேரங்களில் நான், சிறையில் இருந்தது நானல்ல அவர்தான் என்று கற்பனை செய்வேன்; ஏனென்றால் தோற்றத்தில் எப்படியிருந்தாலும் மனத்துக்குள் நான், மேற்கொண்டு எந்த அவமானமும் நிகழாமல் முடிந்தவரையில் ஒதுங்கியிருக்கவேண்டும் என்பதிலும், இதுதான் என் விதியென ஆகிப்போய்விட்ட இந்த வீண் வாழ்க்கையில் எவ்வளவு முடியுமோ அவ்வளவுக்கு மனதின் சமநிலை குலையாமல் வாழவேண்டும் என்பதிலும் உறுதியாக இருந்தேன். ஏதோ பக்திமானைப் போலவும் துறவியைப் போலவும் பேசுவதாக எண்ணிவிடக்கூடாது என்று

அஞ்சுகிறேன். ஆனால் சிறையில் எனக்கு விஷயங்களைச் சிந்தித்துப் பார்க்கவும் நன்றியோடிருக்கக் கற்றுகொள்ளவும் அவகாசம் கிடைத்தது. சிறையில் இருந்த நாட்களிலேயே நான் அந்த வீட்டைப் பற்றியும் ரஜப் ஷாபான் மஹ்மூதைப் பற்றியும் நினைப்பதை நிறுத்தி இருந்தேன். எனவே அவர் என்னை வெறுப்போடு முறைத்தபடி என் கடையைக் கடக்கும்போதும் நான் எதிர்க்கவுமில்லை; அவருக்கு என்னை அப்படிச் செய்ய உரிமையிருக்கிறது என்று ஏற்றுக்கொள்ளவுமில்லை.

அவர் மனைவி ஆஷா இறந்துவிட்டிருந்தாள். அவளது காதலரான, வளர்ச்சி மற்றும் வளங்களுக்கான அமைச்சர் 1972இல் இந்த விலங்குகளுக்கிடையேயான சண்டையில் பதவியை இழந்தார். இதெல்லாம் நாங்கள் சிறையிலிருந்தபோது தெரியவந்தது. கட்சியின் தலைவரும் தலைமைச் செயலாளரும் நான் பலவருடங்களுக்கு முன்னால் கலந்துகொண்டதுபோன்ற ஒரு விசாரணையின்போது கொல்லப்பட்டார்கள்; அதை தொடந்துவந்த பழிவாங்கும் நடவடிக்கையில் அந்த அமைச்சர் கைதுசெய்யப்பட்டார். எப்படியோ உயிரைக் காப்பாற்றிக்கொண்டு தப்பிச் சென்றுவிட்டார்; இப்போது ஸ்காண்டிநேவியாவில் எங்கோ இருந்துகொண்டு நாட்டு விடுதலைக்காக ஆள் திரட்டிக்கொண்டிருப்பதாகக் கேள்வி. ரஜப் ஷாபான் மஹ்மூத் தெருவில் நடந்துபோகும்போதே அப்தலா கல்ஃபான் அடக்கப்பட்டது பற்றிப் பெருமையாகப் பேசிக்கொண்டே போவார் என்று என்னிடம் சொன்னார்கள்; இவ்வளவு நாட்கள் மனைவியை மந்திரி கூட்டி நடந்தபோதெல்லாம் அப்படியொரு விஷயம் இருப்பதைப் போலவே காட்டிக்கொள்ளாத ஆள், இப்போது அவரைப் பற்றி கோபாவேசமாக பேசித்திரிந்து தன்னையே ஒரு கோமாளியாகக் காட்டிக்கொண்டிருந்தார். அப்போதெல்லாம் ஆஷாவும் ரஜப் ஷாபான் மஹ்மூதும் எனது பழைய வீட்டில்தான் வாழ்ந்துவந்தார்கள். அவள் இறந்ததும் அங்கே வாழ்ந்துகொண்டிருக்கும்போதுதான் - குடியேறி பல வருடங்கள் கழித்து - எனது விடுதலைக்கு ஒன்றிரண்டு வருடங்கள் முன்பாக; அவள் எப்படி இறந்தாள் என்று யாரும் அவர்களாக என்னிடம் சொல்லவில்லை. அவள் இறந்துபோனாள், அவ்வளவுதான்.

பல வருடங்கள் நான் இப்படியே வாழ்ந்தேன்; சாதுவாக, மற்றவர்களைப்போலவே அச்சத்தோடு; எங்களின் நிலைமை பத்துவருடங்களாகக் கொஞ்சம் சீர்ப்பட்டிருந்தாலும், என் காதுகளை எங்கள் ஆட்சியாளர்களின் சமீபத்திய பழிவாங்கும் நடவடிக்கைகளைத் தெரிந்துகொள்ள தீட்டிவைத்திருந்தேன்.

இல்லை, எங்கேயாவது போய்விடவேண்டும் என்று நான் நினைத்ததே இல்லை. எங்கே போவது? போய் என்ன செய்வது? உணவுக்கும் உடைக்கும் இந்த வியாபாரம் போதுமானதாக இருந்தது. கொஞ்ச நாள்களிலேயே என்னால் ஓரளவு பாதுகாப்போடும் சௌகரியத்தோடும் வாழ முடிந்தது. நாடு விட்டுச் சென்ற காலனி அரசு அதிகாரிகளிடமிருந்து நான் வாங்கியிருந்த புத்தகங்கள் பலவும் என்னிடம் இப்போதும் இருந்தன; அவற்றில் சிலவற்றைக் கரையான்கள் கொரித்தும் துளைபோட்டுமிருந்தன; நான் கொஞ்சம் கொஞ்சமாகப் படித்து ஒரு நிலைக்கு வந்துகொண்டிருந்தேன். சிலர் என்னிடம் எனது பழைய வீட்டுக்கு உரிமை கேட்கச் சொல்லி வற்புறுத்தத் தொடங்கினார்கள். இப்படி எத்தனையோ பேருக்கு அவர்களின் சொத்துத் திரும்பக் கிடைத்திருக்கிறது. எந்த நீதிமன்றமும் எனக்குத் தண்டனை வழங்கவில்லை; என்னை விசாரித்து தீர்ப்பு வழங்கியவர்கள் எல்லாம் இப்போது மரியாதை இழந்துவிட்டார்கள் அல்லது இறந்துபோய்விட்டார்கள். எனவே அவர்கள் இனி எனது கோரிக்கைமீது எந்தச் செல்வாக்கும் செலுத்தமுடியாது. வீடு என் பெயரிலேதான் இருக்கிறது; பத்திரப் பதிவு அலுவலகத்திலும் சந்தேகமில்லாமல் என் பெயரில்தான் இருக்கும்; நான் உரிமையுள்ளவன் என்பதை அதை வைத்து உறுதி செய்துகொள்ள முடியும். ஆனால் எனக்கு அந்த வீட்டின்மேல் ஈடுபாடில்லை; சண்டைபோட வலுவுமில்லை, விருப்பமுமில்லை. எனக்கு நல்லது சொன்னவர்களிடம் நான் நன்றியோடு புன்னகைப் புரிந்துவிட்டு, விஷயத்தை அப்படியே விட்டுவிட்டேன்.

ரஜப் ஷாபான் மஹ்மூத் 1994இல் காலமானார். வீட்டை எப்போதும் அடைத்துப் பூட்டிக்கொண்டு தனியாகவே இருக்கும் அவர் இறந்துபோனது இரண்டு மூன்று நாட்கள் வரையிலும், அவர் தொழுகைக்காக மசூதிக்கு வராதது உறைக்கிற வரையிலும், யாருக்கும் தெரியாது; கடைசியில் அக்கம்பக்கத்தவர்கள் ஜன்னலை உடைத்துப் பார்த்துபோது அவர் படுக்கையில் அழுகிப்போய் கிடந்ததைக் கண்டார்கள். இறைவன் அவர் ஆத்மாவுக்கு சாந்தி அளிக்கட்டும். நல்லடக்கத்துக்குப் பிறகு நடந்த ஓதுகைக்கு நான் போனேன். அக்கம்பக்கத்தவர்கள் போனதைப் போல. ஆனால் நான் எவர் மனதையும் புண்படுத்த வேண்டாமென்று மசூதியின் முன்வாசலிலேயே நின்றுகொண்டேன்.

சில மாதங்கள் கழித்து, போன வருடக் கடைசியில், ஹசன் எங்கிருந்தோ வந்துசேர்ந்தான். ஆமாம், ஹசன் திரும்பி வந்தான். வாடிக்கையாளர்கள் சிலர் என்னிடம் இதைச் சொன்னார்கள்,

இறைவனுக்குப் பிடித்தவர்கள் செத்தும் நல்லதைத்தான் கொடுக்கிறார்கள் என்று வியந்தார்கள். பக்திமானான அப்பாவின் இறப்பு அவரது அன்புக்குரிய மகனைத் திரும்பக் கொண்டுவந்திருக்கிறது. ஆமாம், ஹசன் அவனது தந்தைக்குச் சொந்தமான வீட்டை உரிமை கொண்டாட திரும்பி வந்திருக்கிறான். ஆமாம், முப்பத்து நான்கு வருடங்களுக்குப் பிறகு அவன், இடிந்து, பரிதாபமாகக் கிடக்கும் அந்தப் பாழ்க்குவியலை உரிமைகொள்ள வந்திருக்கிறான், இத்தனை வருடங்களில் ஒரு முறைகூட தான் எங்கிருக்கிறோம் என்று தன் அப்பாவுக்குச் சொல்லவேண்டும் என்ற நினைவே இல்லாதிருந்தவன். இப்போது அவனுக்கு வசதி வந்துவிட்டது, உலக நடப்பு தெரிந்துவிட்டது, பார்த்தாலே தெரிகிறது. உயரமாக, தாடி வைத்துக்கொண்டு, நன்றாக உடையணிந்து வந்திருக்கிறான். இளம்வயதில் வழிமாறிப் போன ஆசைநாயகன் என்பதன் சுவடு கொஞ்சம்கூட இப்போது அவனிடம் இல்லை. அவன் வந்த முதல் சில நாட்களெல்லாம், நீண்ட முரட்டுத் துணியிலான தொளதொள வளைகுடா பாணி கான்ஸூ, வாலெட்டும் குறிப்புப் புத்தகமும் பிதுங்கும் சட்டைப்பைகள், தலையில் ஒரு சின்னத் தொப்பி, முகத்தை மறைப்பதைப் போன்ற, பிரதிபலிக்கும் மூக்குக்கண்ணாடி சகிதமாக நடந்தான். அவனை எல்லோரும் ஆச்சரியத்தோடு வரவேற்றார்கள். ஒரு டம்பனைப் போல், தன் முதல் பயணத்திலிருந்து திரும்பி வந்த சிந்துபாத்தாக, தன் சந்தோஷ வருகையில் வாய் அகலச் சிரித்துகொண்டு, கேட்டவர்களுக்கெல்லாம் வெகுமதியையும் பணத்தையும் வழங்கியபடி தெருவில் வலம் வந்துகொண்டிருந்தான்.

இதைச் சொல்லும்போது நாங்கள் இருவரும் கடலுக்கு முன்பாக நடந்து சென்றுகொண்டிருந்தோம். இதைக் கேட்டதும் லத்தீப் நின்றான், அவன் கண்கள் என்னிடமிருந்து விலகி வெறித்துக்கொண்டிருந்தன. “அப்படியானால் அவன் வீட்டுக்கு வந்துவிட்டான்” என்றான் சோகப் புன்னகையுடன், அதே நேரத்தில் எரிச்சலோடு முறைக்கவும் செய்தான். “அவனைப் பற்றி ஏதாவது தெரியுமா என்று நான் கேட்டதற்கு நீங்கள் தெரியாது என்றீர்கள். இந்தத் தருணத்தை உங்கள் நாடகத்தை அரங்கேற்ற ஏற்றதாக ஆக்கிக்கொண்டீர்கள் என்று நினைக்கிறேன்.”

“இல்லை, நாடகமெல்லாம் இல்லை. அவன் திரும்பி வந்த சந்தர்ப்பத்தை நீங்கள் தெரிந்துகொள்ளவேண்டும் என்று விரும்பினேன். அந்தக் கணத்துக்கு என்ன அர்த்தம் என்பதை நீங்கள் தெரிந்துகொள்ள வேண்டும் என்று விரும்பினேன்” என்றேன்.

“இவ்வளவு காலம் அவன் எங்கேதான் இருந்தான்? உங்களுக்குத் தெரியுமா?”

நான் தோள்களைக் குலுக்கிக்கொண்டேன். “எனக்குத் தெரியாது. கல்ஃபில் இருந்திருப்பான் என்று நினைக்கிறேன், அவன் உடையைப் பார்த்தால் அப்படித்தான் தோன்றுகிறது. சௌதி அரேபியா, சீனா. எனக்குத் தெரிந்தது இவைதான். அவன் என்னோடு பேசவில்லை, இதைப் பற்றி மட்டுமல்ல. என்னோடு பேசிக்கொண்டிருந்தவர்களும் அவனைப் பற்றி என்னிடம் எதுவும் சொல்லவில்லை; காரணம் உங்கள் அப்பாவின் அற்பத்தனம். அவனைப் பார்த்தால் நன்றாக ஊர்ச் சுற்றியவன்போலத் தெரிந்தது, ஹசன்தான், நன்றாக ஊர்ச்சுற்றியவன், ஒரு தலைமுறைகாலம் செல்வத்தையும் மரியாதையையும் அறிவையும் சம்பாதித்துவிட்டு பின்னர் திரும்பியிருக்கிறான். அவன் நடக்கும்போது கைகளை வீசி வீசி நடந்தான், இந்த உலகத்தையே அரவணைக்கத் தயாராக இருப்பவனைப் போல. ஒரு பருவக்காற்று காலத்தில் ஹுசைனோடு நழுவியோடிய ரகசிய இளைஞனிலிருந்து எவ்வளவோ மாறியிருந்தான்.”

“சரி, அவருக்கு என்னவாயிற்று?” லத்தீப் மஹ்மூத் என்னிடம் கேட்டான். ஒருவிதபயம் அல்லது பதற்றம் தொனிக்க அதைக் கேட்டதுபோல எனக்குப் பட்டது. ஆனாலும் அவன் எதைப் பற்றிப் பயந்தான் என்று என்னால் யோசித்துப்பார்க்க முடியவில்லை.

“எனக்குத் தெரியாது” என்றேன்.

“சொல்லுங்கள்” என்றான் அவன். முறைத்தபடி, என்னிடம் நெருங்கிவர வேண்டும் என்ற உணர்வைக் கட்டுப்படுத்திக்கொண்டு, அதிகாரத்தோடு கேட்டான். “உங்களுக்கு நிச்சயம் தெரியும், அப்படித்தானே? சொல்லுங்கள்.”

“எனக்குத் தெரியாது” என்றேன். “உங்கள் சகோதரன் அவரிடமிருந்து சொத்துக்களை வாரிசுரிமையாகப் பெற்றான் என்பது மட்டும் தெரியும், வாரிசுகளாக வேறு ஆட்கள், உறவுகளாகவும் குழந்தைகளாகவும், இருந்தார்கள் என்பது மட்டும் தெரியும். ஹசன் பார்ப்பதற்குகூட கொஞ்சம் ஹுசைனைப் போல இருந்தான். உங்கள் அப்பா இருந்திருந்தால் அவன் இப்படி வெற்றிகரமானவனாக இருப்பதைப் பார்த்து பெருமைபட்டிருப்பார்.”

“என் அப்பா, ஆமாம், என்ன கொடுமை. அவர் போனவருடம்தான் இறந்தார் என்று எனக்குத் தெரியாது. நான் அவர்கள் இருவருமே

பல வருடங்களுக்கு முன்னால் இறந்துவிட்டார்கள் என்று நினைத்துக்கொண்டிருந்தேன். அப்படி நடக்க வேண்டும் என்று ஒருவேளை நான் விரும்பியிருக்கலாம்; ஆகவே, அப்படித்தான் நடந்திருக்கும் என்று எண்ணியிருக்கலாம். இப்படிச் சொல்வது நம்புவதற்குக் கஷ்டமாக, செயற்கையாகப் படலாம். சிலநேரங்களில் நானே அதைச் செய்தேன் என்று தோன்றும், அவர்கள் சாகவேண்டும் என்று நான் விரும்பியதன் மூலம் அவர்களைச் சாகடித்தேன் என்று. ஆனால் அவர்கள் சாகவில்லை, உயிரோடுதான் இருந்திருக்கிறார்கள் காலம் முழுவதும். அவர்களுக்கு நான் எழுதியதே இல்லை" என்றான் லத்தீப் மஹ்மூத். இப்போது மீண்டும் கடலுக்கு முன்பிருந்த சாலையில் நடந்துகொண்டிருந்தோம்; அவன் நின்று என்னைப் பார்த்து முழுதாகத் திரும்பினான். அவனது மெலிந்த முகத்தில் வெறுப்பு தெரிந்தது. " ஜிடிஆரிலிருந்து நான் தப்பிச் சென்ற பிறகு அவர்களுக்கு எழுதவே இல்லை; நான் எங்கே இருக்கிறேன் என்பது தெரியாததால் அவர்களால் எனக்குக் கடிதம் எழுதவே முடியாது என்று எண்ணிக்கொண்டேன். அவர்களோடு ஒட்டும் உறவும் வேண்டாம் என்று விரும்பினேன். அவர்களின் வெறுப்புகளும் தேவைகளும் வேண்டாம் என்று. பரஸ்பரம் அவர்களுக்கிடையே இருந்த வெறுப்புகள். அப்பாவைக் கோபப்படுத்திப் புலம்பவைத்து, பின்னர் உள்ளுக்குள்ளே அரித்து மௌனமாக்கிவிட்ட வெறுப்புகள். இதேபோல் உங்களால் உங்கள் பெற்றோரைப் பற்றிச் சொல்லமுடியாது என்று எனக்குத் தெரியும்; ஆனால் எனக்குக் கொஞ்சம் அதிருஷ்டமிருந்தது; ஜிடிஆரிலிருந்து தப்பித்து ஒரு அனாமதேயனாக மாறி, என் பெயரைக் கூட மாற்றிக்கொண்டு, அவர்களிடம் தப்புவதற்கு என்னால் முடிந்தது. மீண்டும் எல்லாவற்றையும் புதிதாகத் துவங்க. இந்தச் சாகசக்கதை உங்களுக்குத் தெரியுமா?"

"ஆனால் நீங்கள் எங்கே இருக்கிறீர்கள் என்று அங்கே தெரியும்." நான் அவனை மேலும் வேதனைப் படுத்தக்கூடாதென்று கவனமாகச் சொன்னேன். "உங்களைப் பற்றி கேள்விப்பட்டிருந்தோம்."

"அப்படித்தான் தோன்றுகிறது" என்றான், சோகத்திலும் ஒரு புன்னகையுடன். "ஆக ஹசன் திரும்பி வந்தான்... அப்பாவின் சொத்தை உடமையாக்கி கொள்ள."

தனது பெற்றோர்கள் விஷயத்தில் லத்தீப் மஹ்மூத் இவ்வளவு கல்நெஞ்சுக்காரனாக இருந்தது என்னை ஆச்சரியப்படுத்தியது; இவ்வளவு தொலைவிலிருக்கும்போது - உறவின் நெருக்கம்

தேவைப்படும்போதெல்லாம் அமைதியாக மனதைத் திசைமாற்றிக்கொள்ள வேண்டியிருக்கும் - இப்படியெல்லாம் யோசிக்கமுடியாது என்பதால் அல்ல; வக்கிரமான இந்த வெற்றிக்காக அவன் எவ்வளவு விலைக் கொடுத்திருப்பான், அவனது இந்த வேதனையான தோற்றத்துக்குப் பின்னால் அவன் மனதில் எவ்வளவு தவிப்பும் குற்றவுணர்ச்சியும் இருக்கவேண்டும் என்றெல்லாம் நான் யோசித்ததால். அவன் முகத்தில் தெரியும் மெல்லிய துக்கம் என்னை அவ்வளவு வியக்கவைக்கவில்லை. அது இந்தத் துணிச்சல் காரணமாக அவன் தன்னைத் தானே வருத்திக்கொண்டதால் வந்தது.

"அது வாரிசுரிமையாக வரவேண்டியது என்றால் உங்களுக்கும் அதில் அரைவாசி பங்கிருக்கிறது" என்றேன்; அவன் நெளிவதைக் கண்டதும் எனக்கு இன்னும் கொஞ்சம் விளையாடிப் பார்ப்போம் என்ற ஊக்கம் வந்தது. "உங்கள் அப்பா உயில் எதுவும் எழுதிவைக்கவில்லை; எனவே சட்டப்படி அவரது ஆண் குழந்தைகளுக்குச் சமப் பங்குண்டு."

"நான் நாட்டுக்குத் திரும்பிப் போகவேண்டும் என்கிறீர்களா? என் பங்கை உரிமையாக்கிக் கொள்வதற்கு?" என்று கேட்டான், அவன் முகத்தில் ஒரு விரிந்த ஏளனச் சிரிப்பு.

நான் தோள்களைக் குலுக்கிக்கொண்டேன். "ஹசனுக்கு உரிமை இருந்தால், உங்களுக்கும் வீட்டில் அரைவாசி பங்குண்டு என்றுதான் சொல்கிறேன். சிக்கல்கள் இருக்கின்றன அது வேறு விஷயம். பத்திரப் பதிவு அலுவலகத்துக்குப் போனால், அங்கே வீடு இன்னமும் என் பெயரில்தான் இருக்கிறது என்பது தெரியவரும். நான் ஆவணங்களை கட்சித் தலைமைச் செயலாளர் அலுவலகத்தில் கொடுத்தேன், அவர்களோ காணாமல் போய்விட்டார்கள், எனவே உங்கள் அப்பாவின் பெயரில் அந்த வீடு இருப்பதற்குச் சட்டப்படியான ஆவணம் எதுவுமில்லை - ஹசன் திரும்பி வந்ததும் அந்த வீட்டில் குடியேறிவிட்டான்; அந்த வீட்டை தான் முழுமையாகச் சொந்தம் கொண்டாட நான் ஒரு இடைஞ்சல் என்று நினைத்தான். எனவே அவ்வளவு வருடங்களுக்கு முன்பு கட்சித் தலைமையகத்தில் போட்ட விதியை - நான் மோசடி செய்து கையகப்படுத்தியிருக்கிறேன், இத்யாதி இத்யாதி - சட்டப்படியாக்குவதற்கு வழி தேடினான். அவன் ஊர்த் திரும்பியதும் பெரிய மனிதர்களோடு சினேகத்தை வளர்த்துக்கொண்டிருந்தான்; அவனை ஒரு விதமான ஊர்த்திரும்பிய கதாநாயகனைப்

போல எல்லோரும் நடத்தியதால், எல்லோரும் அவன் பக்கம் சேர்வதற்குத்தான் வாய்ப்பு அதிகமிருந்தது. ஒருநாள் அவன் என் கடைக்கு வந்தான், காய்கறிகளும் சீனியும் சவரப் பிளேடுகளும் விற்கிற எனது தெருவோர குட்டிக் கடைக்கு, பார்த்துப்பார்த்து விளக்குகள் அமைத்து விலையுயர்ந்த பர்னிச்சர்கள் விற்ற எனது எம்போரியத்துக்கு அல்ல. என்னிடம் ஒரு கிளாஸ் தண்ணீர் கேட்டான், அதிலிருந்து கொஞ்சம் குடித்துவிட்டு, சம்பிரதாயமான நலவிசாரிப்புகளுக்குப் பிறகு, அவன் வீடு தொடர்பான ஆவணம் ஏதாவது என்னிடம் இருக்கிறதா என்று கேட்டான். நான், என்னிடம் எதுவுமில்லை, என்னிடம் சொன்னதுபோல பலகாலத்துக்கு முன்னாலேயே எல்லாவற்றையும் கட்சி தலைமைச் செயலாளரிடம் ஒப்படைத்துவிட்டேன் என்றேன். அந்த பிரமுகர் இப்போது உயிரோடில்லை, *1972*இல் நடந்த இரத்தக் களரியில் கொல்லப்பட்டார். இது அவனுக்கும் நிச்சயம் தெரிந்திருக்கும் என்பது எனக்கு உறுதி. அதன்பிறகு அவன், எல்லாவற்றையும் சட்டம் பார்த்துக்கொள்ளும் என்றும் ஹுசைன் மாமாவுக்கு நான் கொடுக்க வேண்டிய பணத்துக்காகத் தான் ஒரு வழக்குத் தொடுக்கப் போவதாகவும் சொன்னான். இல்லையில்லை, என்றேன், ஹுசைன் மாமாதான் எனக்குப் பணம் தரவேண்டியிருந்தது, என்னிடம் அதற்கான அத்தாட்சி ஆவணங்கள் இருக்கின்றன என்றேன். அவன் அதைத் தன்னிடம் தரச் சொன்னான், ஆனால் நான் தரமுடியாது என்றுவிட்டேன். அதற்கு அவன், தான்தான் ஹுசைன் மாமாவின் சொத்துக்களுக்கெல்லாம் வாரிசு, நான் ஹுசைன் மாமாவுக்குத் தரவேண்டிய பணமும் அந்தச் சொத்துக்களில் சேர்த்ததுதான் என்றான். நான் பணம் தரவேண்டும் என்பதற்கான ஆவணம் தன் கையிலும் இருக்கிறது என்றான். பக்ரைனில் பலவருடங்களுக்கு முன்னால் ஹுசைன் எழுதிக்கொடுத்திருந்த ஒரு பிரமாணப் பத்திரம்; அதில் சாட்சிகள், *1960* வருடப் பருவக்காற்றின் போது இந்தப் பணம் கொடுக்கல்வாங்கல் நடந்ததற்குத் தாங்கள் சாட்சி என்று சாட்சிக் கையொப்பமிட்டிருந்தார்கள். அவர்கள் இருவரும், ஹுசைனும் ஹசனும், என்மீது ஏன் இவ்வளவு வஞ்சத்தோடு நடந்துகொள்ளவேண்டும் என்று எனக்குப் புரியவேயில்லை, இதையே உங்கள் சகோதரனிடமும் சொன்னேன். அவன் சிரித்தான், பெரிய மனிதன் சிரிப்பு; தான் ஊரில் எவ்வளவு செல்வாக்குள்ள ஆள் என்பதை அறிவிக்கும் சிரிப்பு; ஆனால் அவன் முகத்தில் தெரிந்த வெறுப்பையும் பிடிவாதத்தையும் அதனால் ஓரளவே மறைக்கமுடிந்தது. நான் என் கடையைச் சுற்றி

ஒரு பார்வை பார்த்தேன், எவ்வளவு சொற்பமானது அதன் மதிப்பு என்பதை அவனுக்குக் காண்பிப்பதற்காக. நியாயமும் சட்டமும் அவன் பக்கம்தான் இருக்கிறது என்று வைத்துக்கொண்டால்கூட அவனுக்குத் தருவதற்கு என்னிடம் பணமில்லை என்றேன். “பார்த்துக் கொள்கிறேன்” என்றான், அவன் தாடை இறுகியது, உதடுகள் கோபத்தில் துடித்தன. அதன் பிறகு அவன் கடை வாசலுக்கு ஏறி வந்து தெருவில் போகிறவர்கள் எல்லோர் முன்னாலும் என்னைத் திட்டத் தொடங்கினான், உன் அப்பா முன்பு அவ்வப்போது செய்வதைப் போல. அவன் அதே குற்றச்சாட்டுகளை மீண்டும் சொன்னான்; வழக்கில் அவன் வென்றால் எனக்கு சிறைதண்டனை அல்லது அதைவிட மோசமான ஏதாவது கிடைக்கும் என்று என்னை அச்சுறுத்தினான். நான் கடையினுள்ளே சாட்டையடி வாங்குபவனைப் போல அமர்ந்திருக்க, அவன் என்னைச் சுற்றிச் சுற்றி வந்து துள்ளுவதும் பாய்வதும் ஆத்திரத்தில் திட்டுவதுமாக இருந்தான். இந்தக் காட்சியைக் காண்பதற்கு ஒரு கூட்டம் முகம் மலரக் கூடி நின்றது. அவன் என்னை அடித்துவிடுவான் என்று எண்ணினேன்; ஆனால் கடைசியில் யாரோ ஒருவர் அவனிடம் கௌரவமாக மரியாதையோடு இரண்டுவார்த்தைகள் நைச்சியமாகப் பேசி, அவனது சுயமரியாதைக்கு மேலும் சங்கடம் வராமல் அழைத்துச் சென்றுவிட்டார். எனக்கு நமது சட்ட அமைப்பின்மீது நம்பிக்கை இல்லை, வாழ்க்கையில் இன்னமும் சண்டைச் சச்சரவு செய்துகொண்டிருக்க எனக்கு வலிமையும் இல்லை, எனவே உத் அல் கமாரி இருந்த பேழையை எடுத்துக்கொண்டு நாடு விட்டேன்.”

கடலிலிருந்து காற்று இப்போது வேகமாக வீசியது; நான் தடுமாறியிருக்கவேண்டும், ஏனென்றால் லத்தீப் மஹ்மூத் என் முழங்கையைப் பிடித்து, கடற்பக்கத்திலிருந்து என்னைத் திருப்பி, நகரத்தின் மையத்துக்குக் கொண்டுசெல்லும் பக்கச் சந்து ஒன்றை நோக்கி நடத்தினான். “நாட்டை விட்டுப் போய்விடத் தீர்மானித்த நீங்கள் அவரின் பெயரை ஏன் வைத்துக்கொண்டீர்கள்?” நாங்கள் போக்குவரத்துக்காகக் காத்திருந்துவிட்டு கூட்டமாயிருந்த நடைபாதையில் ஏறும்போது அவன் கேட்டான். நான் ரொம்பவும் சோர்ந்துபோயிருந்தேன்; மீண்டும் அவன் என் கையைப் பிடித்துக்கொண்டு, நாங்கள் கடந்துவந்திருந்த ஏதாவது ஒரு கபேயின் மேஜைக்கு அழைத்துச் செல்லமாட்டானா என்று ஆசைப்பட்டேன்; அவனிடம் கொஞ்சம் நின்று காப்பி குடித்துவிட்டுப் போகலாமே என்று வற்புறுத்தினேன். ஆனால் என்னைவிட ஒரு அரையடி முன்னால் நடந்துபோயிருந்த அவன்,

தன் கண்களாலும் உடலாலும் என்னைத் தன்வசம் ஈர்த்தான்; என் விருப்பத்துக்கு மாறாக என்னை அவன் இழுப்பதுபோல இருந்தது. "போன முறை வந்திருந்தபோதும் இதே கேள்வியைக் கேட்டேன். ஒரு யுகம் ஆனதுபோல இருக்கிறது. அப்போது நான் உங்களிடம் கனிவாகக் கேட்கவில்லை... ஏனென்றால் அவரை ஒருவிதமாகக் கேலி செய்கிறீர்கள், அவரை வைத்து சந்தோஷம் காண்கிறீர்கள் என்று கலங்கினேன்; ஏனென்றால் வீட்டு விஷயத்தில் அவரை நீங்கள் தோற்கடித்துவிட்டிருந்தீர்கள். உங்களைக் கைது செய்ததுபற்றியோ, உங்கள் மனைவி பீ சல்ஹா பற்றியோ, உங்கள் மகள் ருக்கியா - உங்கள் மகள் ரையா - பற்றியோ எனக்குத் தெரியாது. இப்போது எனக்குத் தெரிந்துவிட்டது, ஆனாலும் அவர் பெயரை ஏன் நீங்கள் தேர்ந்தெடுத்தீர்கள் என்பது ரொம்ப விசித்திரமாகவே தோன்றுகிறது."

"அது ஒரு வேடிக்கையான கதை; ஆனால் அதில் சுவாரஸ்யமும் இருக்கிறது. எனக்குப் பொதுமன்னிப்பு வழங்க அவர்கள் போட்ட நிபந்தனைகளில் ஒன்று எனக்குப் பாஸ்போர்ட் அனுமதிக்கப்படாது என்பது." என்றேன். "நான் எங்காவது வெளிநாடு போய் அங்கிருந்து கொண்டு ஏதாவது தொந்தரவு செய்துகொண்டிருக்கக் கூடாது என்பதற்காக இருக்கலாம் என்று எண்ணிக்கொண்டேன்; ஆனால், பழிவாங்குவதற்காகச் செய்திருக்கலாம் என்றும் சந்தேகப்பட்டேன். உங்கள் அப்பா வீட்டை விடுத்துச் சென்றபோது பர்னிச்சர்களோடு சில பொருள்களையும் பிடிவாதமாக விட்டுச்சென்றார் - நான் உங்களைக் காலிசெய்யச் சொல்லவே இல்லை, எனக்கு வேண்டியது வீடு என் பெயரில் இருக்கவேண்டும் என்பதுதான். இதைச் சரியாகச் சொல்வதற்கு என்னிடம் வார்த்தைகள் இல்லை. நான் இல்லை இல்லை என்று மறுத்துச் சொல்லச் சொல்ல, குற்ற உணர்ச்சி குறுகுறுக்க மன்னிப்பு வேண்டுகிற இன்னொரு கிழடாக தோன்ற ஆரம்பித்துவிடுவேன். அப்படித்தான் நான் இருக்கிறேன், வீண் ஜம்பத்தினால் உங்களையும் பிறரையும் நான் புண்படுத்தியிருக்கிறேன். அவர் வீட்டில் விட்டுச் சென்ற சாமான்களில், ஒருசில காகிதங்கள் கொண்ட பெட்டி ஒன்றும் இருந்தது; அந்த ஆவணங்களில் அவரது பிறப்புச் சான்றிதழும் இருந்தது. இதைத் தவிர வேறு எதுவும் உருப்படியாக அதில் இல்லை; வெறும் பழைய பில்கள், பழையக் கடிதங்கள், கொஞ்சம் துண்டுப்பிரசுரங்கள், தகவல் துண்டறிக்கைகள் அவ்வளவுதான். அந்தப் பிறப்புச் சான்றிதழைப் பார்த்ததும், ஏதாவது வில்லங்கம் செய்யலாம் என்று எடுத்து வைத்தேன்; அது காணாமல் போனால்

அவருக்கு ஏதாவது சிரமங்கள் வரும் என்று நினைத்தேன். பாக்கிப் பொருட்களையெல்லாம் கொடுத்துவிட்டேன். நீங்கள் விட்டுவிட்டுப் போன பொருட்களை வைத்துக்கொண்டு எதுவும் செய்ய நான் விரும்பவில்லை. அந்தப் பிறப்புச் சான்றிதழ், அப்புறம் கருங்காலி மேஜை - அதை வைத்திருந்தது உங்களுக்குத் தெரியும்- அவ்வளவுதான். அழகான அந்த சின்ன மேஜையை வைத்துக்கொண்டேன்; பிற்காலத்தில் அது எனது ஐம்பத்தையும் இழப்புகளையும் ஞாபகப்படுத்தி எனக்குச் சாட்டையடி தந்துகொண்டே இருந்தது. ஹசன் கடைக்கு வந்தபோது அந்த மேஜையைத் தேடுவான் என்று நினைத்தேன், பல வருடங்களுக்கு முன்னால் ஹுசைன் அவனுக்காக வாங்கியதல்லவா அது. ஆனால் அவன் கண் அதில் போகவே இல்லை.”

லத்தீப் மஹ்மூத் ஒரு கணம் தயங்கினான், கிட்டத்தட்ட பேச்சுமூச்சில்லாமல் ஆகிவிட்டவனைப் போல. “ அந்தச் சாமான்களிலிருந்து சிலவற்றை மட்டும் எடுத்துக்கொண்டு எஞ்சியவற்றை ஏலம்போடுவதற்காக நீங்கள் அனுப்பியது என் நினைவிலிருக்கிறது. அந்தக் காட்சி அப்படியே கண்ணில் இருக்கிறது.” என்றான். “ நான் வீட்டிலிருந்து வண்டிக்குப் பின்னால் போனேன், நீங்கள் சாமான்களுக்கு நடுவில் அங்குமிங்கும் போனபடி, உங்களுக்கு வேண்டியதை எடுத்துக்கொண்டிருந்தது என் நினைவில் இருக்கிறது.”

நான் ஆச்சரியத்தோடு அவனைப் பார்த்தேன். “இல்லை, அது சாத்தியமில்லை” என்றேன், இந்தப் புதிய குற்றச்சாட்டில் என் குரல் நடுங்கியது. அங்கே நின்று கொண்டிருக்கும்போதே நான் வயதின் களைப்பினாலும் இந்தப் பழிச்சொற்களாலும் தளர்ந்து விழுந்துவிடுவேன் என்று தோன்றியது. கொஞ்ச அடிகள் தள்ளியிருந்த ஒரு கபேயைக் காண்பித்தேன்; உட்காருவதற்காக அங்கே போனோம். “நீங்கள் வீட்டைவிட்டுப் போனபிறகு, இன்னமும் கொஞ்சம் பர்னிச்சர்கள் அங்கிருப்பதாகக் கேள்விப்பட்டு உங்கள் அப்பாவிடம் வந்து எடுத்துக்கொண்டு போகும்படி சொல்லியனுப்பினேன்; அவர் நீங்களே வைத்துக்கொள்ளுங்கள், எனக்குக் கவலையில்லை என்று பதில் சொல்லிவிட்டார். எனவே, நூஹுவிடம் எல்லாவற்றையும் எடுத்துமாற்றி விற்றுவிட்டு பணத்தை உன் அப்பாவுக்கு அனுப்பச் சொன்னேன். ஆனால் உங்கள் அப்பாவோ அம்மாவோ அந்தப் பணத்தை விரும்பவில்லை, எனவே நூஹுவிடம் அதை யாருக்காவது கொடுத்துவிடச் சொன்னேன்; எனக்கு அதைப் பார்க்கவும் வேண்டாம், அதைவைத்து எதுவும் செய்யவும் வேண்டாம்

என்றுவிட்டேன். பர்னிச்சர்கள் எல்லாவற்றையும் விற்றுவிட்டு நூஹூ காகிதங்களிலிருந்த பெட்டியை எடுத்துகொண்டு வந்தான். அந்த மேஜையையும் - அது என் கடையிலிருந்து போனது அவனுக்கு நினைவிருந்தது. இவைபோக மீதமிருந்தவற்றிற்குப் பெரிய விலையொன்றும் கிடைக்கவில்லை என்றான்; நானும் அதைப் பற்றி அதிகம் கேட்கப் போகவில்லை.

"பொக்காரா, அந்த அழகான பெரிய மெத்தை. அது பிரயோஜனமில்லை என்று எப்படிச் சொல்லமுடியும்?"

"மன்னித்துக் கொள்ளுங்கள்." என்றேன்.

"எனக்கு நினைவிருக்கிறது, பர்னிச்சர் குவியலுக்கு நடுவில் நீங்கள் நடந்துகொண்டிருந்தது" இதை ஆச்சரியத்தோடு விடாமல் சொல்லிக்கொண்டே இருந்தான். காப்பியும் கேக்கும் கொண்டுவரச் சொன்னான். நாங்கள் காத்துக்கொண்டிருந்தபோது அவன் முகத்தை என்னிடமிருந்து திருப்பி வைத்திருந்தான். அந்தச் சந்தர்ப்பத்தின் காட்சியை அவன் கிளறிப் பார்த்துக்கொண்டிருக்கவேண்டும், நான் பொய்சொல்கிறேனா இல்லை குற்றவுணர்ச்சியால் அதை ரகசியமாக வைத்திருக்கிறேனா என்று யோசித்துக்கொண்டிருக்க வேண்டும் என்று நினைத்தேன். "ஒருவேளை அதுவும் என் கற்பனைதானோ" என்றான் கடைசியில், இப்பவும் யோசனையில்தான், சந்தேகத்தோடுதான் இருந்தான். "வெறுப்புகளின் கூடாரமான எங்கள் வீட்டில் உங்களை நினைத்திருந்ததுபோல கெடுதல் புத்திக்காரனாகவே நானும் பார்க்கவிரும்பியிருக்கிறேன், சுய திருப்திக்கான கற்பனைகளில் ஒன்று. சாமான்களின் நடுவே நடந்துகொண்டிருந்ததாக நான் பார்த்தது ஃபாரூவாக இருக்கலாம். இப்போதைக்கு அது என் கற்பனைதான் என்று வைத்துக்கொள்வோம்.... ஆனாலும் அந்தக் காட்சி ஏன் வந்தது என்பது ரொம்ப விசித்திரமாக இருக்கிறது. இருக்கட்டும்; கௌரவம், மரியாதை, மன்னித்து விடுவது போன்ற வார்த்தைகளை நீங்கள் நிறைய முறை சொல்லிவிட்டீர்கள். இவற்றிற்கெல்லாம் ஒரு அர்த்தமுமில்லை; அவை வெறும் வார்த்தைகள்தான். நாம் எதிர்பார்ப்பது கொஞ்சம் பரிவு; நான் நினைக்கிறேன், நமக்கு அதிருஷ்டமிருந்தால்; அதாவது, அப்படித்தான் நான் நினைக்கிறேன். நம் வாழ்க்கையின் வெறுமையை மறைப்பதற்கான பொய் மொழியின் பகுதிதான் அந்த பெரிய வார்த்தைகள். மேலே சொல்லுங்கள், பிறப்புச் சான்றிதழ் விஷயம். என்ன நடந்திருக்கும் என்று என்னால் ஊகிக்கமுடிகிறதுதான் என்றாலும்."

"நான் சிறைவாசத்தை முடித்துத் திரும்பியபோதும் அந்தப் பிறப்புச் சான்றிதழ் அங்கேயே இருந்தது, யோசனையில்லாமல் அங்கேயே வைத்திருக்கிறேன். நாட்டை விட்டுக் கிளம்ப வேண்டும் என்ற எண்ணம் வர ஆரம்பித்ததும் நான் அதை இதுமாதிரி வேலைகள் செய்யும் ஒருவனிடம் கொடுத்தேன். அவன் இறந்துபோனவர்களின் பிறப்புச் சான்றிதழ்களைச் சேகரித்து வைத்துக்கொள்வான், இறந்துபோன குழந்தைகளின் பிறப்புச் சான்றிதழ்கள்தான் பல. யாருக்காவது பாஸ்போர்ட் தேவைப்படும்போது, அவர்கள் வயதையொத்த வயதுக்கான பிறப்புச் சான்றிதழைத் தேடியெடுப்பான்; இறந்துபோன குழந்தை உயிரோடிருந்திருந்தால் என்ன வயது அதற்கிருக்குமோ அந்த வயது. பிறகு அந்தப் பெயருக்கு பாஸ்போர்ட் விண்ணப்பிப்பான். உங்கள் அப்பாவின் பிறப்புச் சான்றிதழுக்காக நான் இறைவனுக்கு நன்றி சொன்னேன்; எனவே நான் உங்கள் அப்பாவாகிவிட்டேன்; அவர் பெயரில் பாஸ்போர்ட்டும் பெற்றுவிட்டேன். அதன் பிறகு வங்கியில் மிச்சமிருந்த கொஞ்சம் பணத்தையும் எடுத்து, எனக்கு பயணச்சீட்டு தயார்செய்ய வேறொருவனிடம் கொடுத்தேன்; அதன் பிறகுதான் புகலிடம் கேட்டு இவர்கள் முன் வந்து நின்றேன்."

அந்த ஞாயிற்றுக்கிழமை அவன் என்னோடு ரொம்ப நேரம் இருந்தான்; கடைசியில் நான் அவனை வரவேற்பறையில் படுத்துக்கொள்ளச் சொன்னேன். அவன் தரையில் குஷன்களை எடுத்துப்போட்டுப் படுத்துகொண்டான். ரொம்ப விசித்திரமாக இருந்தது, இவ்வளவு காலத்துக்குப் பிறகு அருகில் ஒருவர் படுத்துறங்குவது. என்னை அது இளமையாக உணரவைத்தது. இந்தச் சின்ன இடத்தில் அடுத்த அறையில் அவனது அசைவுகளை என்னால் கேட்கமுடிந்தது; எனது பழையவீட்டில் வாழ்ந்த நினைவு வந்தது; சிறிது சிறை வாழ்க்கையும் - ஆனால் அங்கே தூக்கம் வருவதென்பது எப்போதுமே கஷ்டம்தான். இந்த இரவில் நான் எந்த யோசனையுமில்லாமல் தூங்கினேன்.

காலையில் நான் அவனுக்கு முன்பே எழுந்துவிட்டேன்; இது அவனை ஏமாற்றத்துக்குள்ளாக்கி இருக்கவேண்டும், நான் நினைக்கிறேன் (அதாவது, அப்படித்தான் நான் நினைக்கிறேன். இவ்வளவு துல்லியமாகச் சொல்லவேண்டும், வார்த்தைகளால் வாழ்பவனல்லவா). தன் காரியத்தைப் பார்ப்பவன், தனக்குப் பிடித்ததைச் செய்பவன் - எதிர்பாராத விருந்தாக ஒரு வீட்டிற்கு வந்திருந்தாலும் தாமதமாக எழுபவன் - என்று தன்னைப் பற்றி

நான் நினைக்கக்கூடாது என்று அவன் விரும்பியிருக்கலாம். நானும் வயதானால் தூக்கமே வராது, படுக்கையில் படுத்துக்கொண்டேயிருப்பது சலிப்பாக இருந்ததால் சீக்கிரம் எழுந்துவிட்டேன் என்று அவனிடம் சொல்லியிருக்கலாம். அவன் காப்பி குடித்துவிட்டு, கிளம்புவதற்குத் தயாரானான். அதை கருப்பாக, கசப்புச்சுவையோடு சூடாகக் குடித்தான். நான் எனக்காக அப்படிப் போட்டுக்கொண்டேன். அவன் அதை எடுத்துக்கொள்வான் என்று நான் எதிர்பார்க்கவில்லை. அதைக் குடிக்கும்போது அவன் முகம்சுளிப்பதைப் பார்த்து நான் புன்னகைத்தேன்.

"நீங்கள் தொலைபேசி வைத்துக்கொள்ளவேண்டும்" என்றான், ஒரு கையை வாசல்நிலையில் சாய்த்தபடி வாசலில் நின்றுகொண்டு.

"எனக்கு அப்படி பெரிய விருப்பம் ஒன்றுமில்லை" என்றேன், அவன் சிரிப்பதைக் கண்டேன். அவன் என்ன நினைத்துக்கொண்டிருக்கிறான் என எனக்குத் தெரியும் என்று எண்ணினேன். வேண்டாமென்று நான் நினைக்கிறேன் என்று நான் சொல்வதையே அவன் விரும்பியிருப்பான். ரேச்சல் சொன்னதை நினைத்துக்கொண்டேன்; 'பார்டில்பி'யை மீண்டும் படித்துவிட்டுதான் அந்தப் பாராட்டுக்குரிய பித்தனின் வார்த்தைகளை நான் பேசவேண்டும் என்று நினைத்துக்கொண்டேன்.

"அப்படியானால் நான் அடுத்த வாரக் கடைசியில் சொல்லாமல் கொள்ளாமல் வந்து நிற்பேன்" என்றான்.

அப்படியே செய்யவும் செய்தான்; ரேச்சல் எங்களை வாட்டர் வேலி என்றழைக்கப்பட்ட ஓரிடத்துக்கு வண்டியில் கூட்டிச் சென்றாள்; நீர்வண்டி விளையாட்டைப் போன்ற ஒரு விளையாட்டை விளையாடினோம்; மற்றவர்கள், பள்ளத்தாக்கின் உயர்ந்த சறுக்கிலிருந்து நைலான் சிறகு அணிந்துகொண்டு மிதந்துவந்து கீழே இறங்கினார்கள். அதன்பிறகு ரேச்சல் எங்களை அவள் வீட்டுக்கு உணவருந்த கூட்டிச் சென்றாள்; மறுநாள் லத்தீப் எனக்காகக் காத்திருக்க, நான் கொஞ்சம் உடைகளை எடுத்துவைத்துக் கொண்டு அவனோடு லண்டனில் இரண்டு நாட்கள் தங்குவதற்குக் கிளம்பினேன். இங்கிலாந்தில் ஒன்பது மாதங்கள் இருந்தும் (ஏழு மாதங்கள்தான், என்றாலும் அவன் அடித்துவிட்டான் அப்படி), அதுவும் ஒருமணி நேரப் பயணதூரத்தில் இருந்துகொண்டு, நான் லண்டனைப் பார்க்காதது பெரிய குற்றம் என்று சொல்லி அவன் என்னை வற்புறுத்தினான்.எனவே அவனோடு போய் சில நாட்கள் இருக்கவேண்டி வந்துவிட்டது. அவன் எனக்கு நகரத்தைச்

சுற்றிக் காண்பிப்பான், அங்கே வருபவர்கள் ஒவ்வொருவரும் பார்க்கவிரும்புகிற இடங்களை எல்லாம் காண்பிப்பான்; இப்படியெல்லாம் இடங்கள் இருக்கிறதென்று எனக்குத் தெரியாத, ஆனால் பார்த்தால் அனுபவிக்கிற இடங்களையும் காண்பிப்பான்; மோனோபலி விளையாட்டுப்பலகையில் இல்லாத இடங்கள். அந்த விளையாட்டுப் பலகையிலுள்ள இடங்களும் கூடப் பிரபலமான, அதிகாரம் பொருந்திய கட்டடங்களும் நினைவுச்சின்னங்களும்தான். நான் போதுமான இடங்களைப் பார்த்தபிறகு, என்னை ரயிலில் ஏற்றிவிடுவான், மறுமுனையில் ரேச்சல் வந்து என்னை சந்திப்பாள். ஏதோ உடம்பு முடியாத வயதான அப்பாவை அவர்கள் அனுப்புவதும் அழைத்துக்கொள்வதும் போல.

நான் அவனிருந்த அப்பார்ட்மெண்டுக்குள் நுழைந்ததும் அது நான் பதினைந்து ஆண்டுகள் ஒவ்வொரு இரவையும் தனியாகக் கழித்த என் கடையின் அறையை நினைக்க வைத்தது. இந்த அறையிலும் தனிமை, இயலாமை இவற்றின் நெடிவீசியது; நீண்ட கால அமைதியான வாசத்தின் மணமும். வரவேற்பறை ரொம்ப வெளிச்சமாக இருந்தது; சுவர்கள் காலியாக இருந்தன; படங்களோ, அலங்காரங்களோ, ஏன் ஒரு கடிகாரம்கூட இல்லை. ஒன்றிரண்டு சாதாரண பர்னிச்சர்களே இருந்தன; தொலைக்காட்சி முன்னாலிருந்த பெரிய நாற்காலி மட்டும் விதிவிலக்கு. தொலைக்காட்சிப் பெட்டியின் மேலே சாம்பல் படுக்கையில் சிகரெட் பஞ்சுமுனைகள் நசுக்கி நிரம்பிய ஒரு சாம்பல்கிண்ணம். அதனருகில் சிவப்பு ஒயினின் மண்டி ஒட்டிக்கொண்டிருந்த ஒரு கோப்பை. "நான் இதையெல்லாம் சுத்தப்படுத்தி வைத்திருக்க வேண்டும்" கோப்பையையும் சாம்பல்கிண்ணத்தையும் எடுத்துக்கொண்டு சமையலறைக்குள் நுழைந்தவாறே அவன் சொன்னான். திரும்பிவந்து, வாசித்திராத செய்தித்தாள்கள், புத்தகங்கள், கசங்கிக்கிடந்த ஒரு கார்டிகன் சட்டை, சலவை கேட்கும் வாடையோடு ஒரு டிரஸ்ஸிங் கவுன் இவற்றை அள்ளி எடுத்துச் சென்று அறையின் ஒரு மூலையில் குவித்தான். பின்னர் அந்தக் குவியலுக்கு முன்னால் இடுப்பில் கைவைத்தபடி நின்றான் – அங்கிருந்த எல்லாக் களேபரத்தையும் சரிசெய்து விட்டோம் என்ற சந்தோஷத்தோடு. அதன்பிறகு கோப்பைகளையும் ஒரு அழுக்குத் தட்டையும் எடுத்துச் சமையலறையில் கொண்டு போட்டான். பின்னர், ஜன்னலைத் திறந்துவைத்துவிட்டு, சிகரெட் பற்றவைத்தான். பிரிட்ஜைத் திறந்துபார்த்துவிட்டு, மூடினான். தான் அருகிலிருக்கும் கடைக்குப் போய் சாப்பிட ஏதாவது கொண்டுவருவதாகச் சொன்னான்; எனக்கு எடுப்பு உணவு

பிடிக்குமா? நான் தோள்களைக் குலுக்கிக்கொண்டு நான் என்னை அவன் கையில் ஒப்படைத்துவிட்டதாகச் சொன்னேன். இங்கிலாந்தில் இவ்வளவு மாதங்கள் இருந்தும் எந்த விதமான எடுப்பு உணவையும் ருசித்ததில்லை, எனவே அவன் விருப்பமாகவே இருக்கட்டும் என்று விட்டுவிட்டேன். இப்படிக் கட்டாயத்தின் பேரிலாவது அந்தப் பிரபலமான உணவை ரகசியமாக ருசிக்கும் வாய்ப்பு கிடைக்கிறதே! இந்தப் பிரச்சினை தீர்வதற்கு முன்னால் போன் மணி அடித்தது; எல்லாம் நன்றாகப் போய்க்கொண்டிருக்கிறதா என்று கேட்பதற்காக ரேச்சல். அவர்கள் இருவரும் இருபது நிமிடங்கள் பேசிக்கொண்டிருந்தார்கள்; புதிதாக நட்பு கொண்டவர்கள் சிரிப்பதைப் போல அவர்கள் சிரித்துக்கொண்டிருப்பதாக நான் கற்பனை செய்துகொண்டேன். நான் ஃப்ளாட்டைச் சுற்றிப் பார்த்தேன், ஒவ்வொரு இண்டு இடுக்குகளையும் துருவினேன், சுவர் அலமாரிகளையும் கதவுகளையும் திறந்து பார்த்தேன், ஜன்னல்களைத் திறக்கலாமா என்று முயன்றேன். எங்கே அவன் வேலை செய்வான், எழுதுவான் என்று யோசித்துப் பார்த்தேன். நான் படுக்கவேண்டிய இடத்தைக் கண்டுபிடிக்க முடிகிறதா என்று பார்த்தேன். அதை யோசிக்கும்போது, சுத்தமான விரிப்பும் வெதுவெதுப்பான படுக்கையும் கிடைக்கும் வாய்ப்பிருக்கிறதா என்று ஆராய்ந்தேன். நான் என் சுற்றுப்பயணத்தை முடித்து வரும்போதும் லத்தீப் பேசிக்கொண்டுதான் இருந்தான். எனது நாசூக்கான, வினயமான ஆராய்ச்சியிலும் சுத்தமான விரிப்பு இருக்கும் வாசனை எனக்கு எட்டவில்லை. அந்த வீடே அங்கே எங்காவது சுத்தமான விரிப்பு இருக்கும் வாசனையைக் கொண்டிருக்கவில்லை. அவனுக்கு இருக்கிற சந்தோஷத்திலும் பரபரப்பிலும் - அவனது குரலில் எனக்கு அது பிடிபட்டது - அருகிலுள்ள கடைக்குப் போய் உணவு வாங்கிக்கொண்டுவரவேண்டும் என்பது நினைவிருக்குமா என்று யோசித்தேன். என்னவானாலும், இரவு எப்போதும் எனக்கு எளியச் சாப்பாடுதான்; விரித்துக்கொள்ள நல்லதாக ஒன்றுமே கிடைக்கவில்லை என்றால் இருக்கவே இருக்கிறது அல்போன்ஸா எனக்குத் தந்திருக்கும் துவாலை.

***